ਕੂਕਿਆਂ ਦੀ ਵਿਥਿਆ

ਗੰਡਾ ਸਿੰਘ

PUNJABI UNIVERSITY PATIALA

ਪਬਲੀਕੇਸ਼ਨ ਬਿਊਰੋ
ਪੰਜਾਬੀ ਯੂਨੀਵਰਸਿਟੀ, ਪਟਿਆਲਾ

KUKIAN DI VITHIA (*Punjabi*)

by
Dr. Ganda Singh

ISBN : 978-81-302-0422-2

ਦੂਜਾ ਸੰਸਕਰਣ : 2017
ਕਾਪੀਆਂ : 1100
ਕੀਮਤ : 280.00

ਡਾ. ਮਨਜੀਤ ਸਿੰਘ ਨਿੱਜਰ, ਰਜਿਸਟਰਾਰ, ਪੰਜਾਬੀ ਯੂਨੀਵਰਸਿਟੀ, ਪਟਿਆਲਾ ਨੇ ਪ੍ਰਕਾਸ਼ਿਤ ਕੀਤੀ ਅਤੇ ਮੈ/ਸ ਪਰਲ ਬੁਕਸ ਪ੍ਰਾਈਵੇਟ ਲਿਮਟਿਡ ਵਿਖੇ ਛਪੀ।

ਆਰੰਭਕ ਸ਼ਬਦ

'ਕੂਕਿਆਂ ਦੀ ਵਿਥਿਆ' ਦੀ ਪਹਿਲੀ ਜਿਲਦ ਪਾਠਕਾਂ ਦੇ ਹੱਥ ਵਿਚ ਹੈ, ਇਸ ਦੇ ਲਿਖਣ ਦਾ ਸੰਕਲਪ ਮੈਂ ਸੰਨ 1930 ਦੇ ਦਸੰਬਰ ਵਿਚ ਈਰਾਨ ਤੋਂ ਮੁੜਦਿਆਂ ਹੋਇਆਂ ਕੀਤਾ ਸੀ ਪਰ ਕਈ ਕਾਰਣਾਂ ਕਰਕੇ ਇਹ ਕੰਮ ਛੇਤੀ ਸਿਰੇ ਨਾ ਚੜ੍ਹ ਸਕਿਆ।

ਇਹ ਪੁਸਤਕ ਨਿਰੋਲ ਇਤਿਹਾਸ ਹੈ। ਇਸ ਵਿਚ ਜਜ਼ਬਾਤ ਦੇ ਹੁਲਾਰੇ ਅਤੇ ਕਿਸੇ ਖਾਸ ਕਿਸਮ ਦੀ ਰੰਗਤ ਨਹੀਂ ਹੈ। ਵਾਕਿਆਤ ਦੀ ਅਸਲੀਅਤ ਦੀ ਖੋਜ ਹੈ। ਇਸ ਵਿਚ ਹਰ ਇਕ ਗੱਲ ਲਈ, ਜੋ ਕਿ ਲਿਖੀ ਗਈ ਹੈ ਭਰੋਸੇ ਯੋਗ ਗਵਾਹੀ ਮੌਜੂਦ ਹੈ ਅਤੇ ਯਤਨ ਕੀਤਾ ਗਿਆ ਹੈ ਕਿ ਜਿਥੇ ਤੱਕ ਹੋ ਸਕੇ ਸੋਮਿਆਂ ਦਾ ਪਤਾ ਹੇਠਾਂ ਪੈਰੀਂ ਨੋਟਾਂ ਵਿਚ ਦੇ ਦਿੱਤਾ ਜਾਏ।

ਨਿਰੋਲ ਇਤਿਹਾਸ ਲਿਖਦੇ ਹੋਏ ਭੀ ਹਰ ਤਰਾਂ ਯਤਨ ਕੀਤਾ ਗਿਆ ਹੈ ਕਿ ਕੂਕਿਆਂ ਦੇ ਨੁਕਤਾਂ-ਨਿਗਾਹ ਨੂੰ ਭੀ ਸਾਮ੍ਹਣੇ ਰੱਖਿਆ ਜਾਏ।ਪਰ ਉਨ੍ਹਾਂ ਦੀਆਂ ਸਾਰੀਆਂ ਲਿਖਤਾਂ ਦੇ ਇਤਿਹਾਸਕ ਤੌਰ ਤੇ ਪ੍ਰਵਾਣੀਕ ਹੋਣ ਤੇ ਮੇਰਾ ਯਕੀਨ ਕਾਇਮ ਨਹੀਂ ਰਹਿ ਸਕਿਆ।

ਵਿਗਿਆਨਕ ਇਤਿਹਾਸਕਾਰ ਦੇ ਆਪਣੇ ਕੋਈ ਪਹਿਲੇ ਗਿਣੇ ਮਿਥੇ ਹੋਏ ਵਿਚਾਰ ਨਹੀਂ ਹੁੰਦੇ। ਉਹ ਆਪਣੇ ਸਾਮ੍ਹਣੇ ਆਏ ਮਸਾਲੇ ਨੂੰ ਖੋਜਦਾ ਤੇ ਪੜਚੋਲਦਾ ਹੈ। ਖੋਜ ਪੜਤਾਲ ਦੇ ਅਸੂਲਾਂ ਨਾਲ ਉਸ ਦੇ ਭਰੋਸੇ ਯੋਗ ਯਾ ਅਯੋਗ ਹੋਣ ਨੂੰ ਲੇਖਕਾਂ ਦੀ ਸੰਭਵ ਪੱਖਤਾ ਯਾ ਨਿਰਪੱਖਤਾ ਅਤੇ ਲਿਖੇ ਜਾਣ ਦੇ ਸਮੇਂ ਦੇ ਵਾਯੂ ਮੰਡਲ ਨੂੰ ਘੋਖ ਕੇ ਮੁਕਾਬਲਾ ਕਰਦਾ ਤੇ ਤਰਤੀਬ ਦਿੰਦਾ ਹੈ ਅਤੇ ਸਚਾਈ ਢੂੰਡਣ ਲਈ ਇਕੱਲੇ ਇਕੱਲੇ ਵਾਕੇ ਸੰਬੰਧੀ ਸਾਰੀਆਂ ਗਵਾਹੀਆਂ ਦਾ ਅੰਤ ਤਕ ਆਪਸ ਵਿਚ ਟਾਕਰਾ ਕਰਦਾ ਅਤੇ ਉਨ੍ਹਾਂ ਨੂੰ ਛਾਣਦਾ ਪੁਣਦਾ ਰਹਿੰਦਾ ਹੈ। ਉਸ ਦਾ ਕੰਮ ਕਿਸੇ ਪਹਿਲੀ ਮਿਥੀ ਹੋਈ ਗੱਲ ਨੂੰ ਸਿੱਧ ਕਰਨ ਲਈ ਕੁਝ ਮਸਾਲੇ ਨੂੰ ਜਾਣ ਬੁਝ ਕੇ ਛੁਪਾ ਜਾਣਾ ਅਤੇ ਕੁਝ ਕੁ ਨੂੰ ਜ਼ਿਆਦਾ ਵਿਸ਼ੇਸ਼ਤਾ ਦੇਣਾ ਨਹੀਂ ਹੁੰਦਾ। ਜਿਉਂ ਜਿਉਂ ਹੋਰ ਨਵਾਂ ਤੇ ਜ਼ਿਆਦਾ ਭਰੋਸੇ-ਯੋਗ ਮਸਾਲਾ ਸਾਮ੍ਹਣੇ ਆਉਂਦਾ ਜਾਂਦਾ ਹੈ ਉਹ ਆਪਣੀਆਂ ਲਿਖਤਾਂ ਨੂੰ ਸੋਧਦਾ ਚਲਾ ਜਾਂਦਾ ਹੈ। ਕੋਈ ਈਮਾਨਦਾਰ ਇਤਿਹਾਸਕਾਰ ਅੰਨ੍ਹਾਂ ਪਖਪਾਤੀ ਤੇ ਜ਼ਿੱਦੀ ਨਹੀਂ ਹੋ ਸਕਦਾ। ਉਹ ਭਰੋਸੇ-ਯੋਗ ਨਵੇਂ ਮਸਾਲੇ ਦੀ ਰੋਸ਼ਨੀ

ਵਿਚ ਆਪਣੀ ਲਿਖਤ ਨੂੰ ਸੋਧ ਲੈਣ ਲਈ ਹਰ ਵੇਲੇ ਖੁਲ੍ਹੇ ਦਿਲ ਤਿਆਰ ਰਹਿੰਦਾ ਹੈ।

ਕੂਕਿਆਂ ਤੋਂ ਵੱਡੀ ਉਕਾਈ ਇਹ ਹੋਈ ਕਿ ਉਨ੍ਹਾਂ ਨੇ ਆਪਣੀ ਲਹਿਰ ਦੇ ਸੰਚਾਲਕ ਆਗੂਆਂ ਨੂੰ ਗੁਰੂ ਗੋਬਿੰਦ ਸਿੰਘ ਤੋਂ ਬਾਅਦ ਸਰਬ ਸਿਖ ਪੰਥ ਦੇ ਗੁਰੂ ਬਣਾਉਣ ਦਾ ਯਤਨ ਕੀਤਾ ਹੈ ਤੇ ਇਸ ਲਈ ਸਹਾਰਾ ਸਿਖ ਇਤਿਹਾਸ ਦਾ ਲੈ ਲਿਆ ਹੈ ਜੋ ਬਾਬਾ ਬਾਲਕ ਸਿੰਘ ਤੇ ਬਾਬਾ ਰਾਮ ਸਿੰਘ ਨੂੰ ਗੁਰੂ ਗੋਬਿੰਦ ਸਿੰਘ ਦੀ ਗੱਦੀ ਮਿਲਣ ਦੀ ਕੋਈ ਭਰੋਸੇ ਯੋਗ ਪ੍ਰਮਾਣ-ਵਿਸ਼ਯਕ ਗਵਾਹੀ ਪੇਸ਼ ਨਹੀਂ ਕਰ ਸਕਦਾ। ਜੇ ਕੂਕੇ ਬਾਬਾ ਬਾਲਕ ਸਿੰਘ ਯਾ ਬਾਬਾ ਰਾਮ ਸਿੰਘ ਨੂੰ ਉਨ੍ਹਾਂ ਦੀਆਂ ਜ਼ਾਤੀ ਖੂਬੀਆਂ ਦੇ ਅਧਾਰ ਤੇ ਕੇਵਲ ਨਾਮਧਾਰੀ ਸੰਪ੍ਰਦਾਇ ਦੇ ਸੰਚਾਲਕ ਆਗੂਆਂ ਦੀ ਹੈਸੀਅਤ ਵਿਚ ਹੀ ਪੇਸ਼ ਕਰਦੇ ਤਾਂ ਉਨ੍ਹਾਂ ਨੂੰ ਪੁਰਾਤਨ ਸਿਖ ਇਤਿਹਾਸ ਨੂੰ ਮਰੋੜਨ ਤੋੜਨ ਦੀ ਲੋੜ ਨਾ ਪੈਂਦੀ।

ਇਸ ਪੁਸਤਕ ਦੇ ਲਿਖਣ ਦੇ ਸਮੇਂ ਵਿਚ ਹਾਸਲ ਹੋਏ ਤਜਰਬੇ ਦੇ ਅਧਾਰ ਤੇ ਮੈਂ ਇਹ ਕਹਿਣ ਪਰ ਮਜ਼ਬੂਰ ਹੋ ਰਿਹਾ ਹਾਂ ਕਿ ਆਪਣੇ ਬਜ਼ੁਰਗਾਂ ਨੂੰ ਆਪਣੇ ਮਨੋਂ-ਕਲਪਤ ਖਿਆਲਾਂ ਅਨੁਸਾਰ ਉੱਚਿਆਂ ਦੱਸਣ ਲਈ ਜੋ ਲਿਖਾਰੀ ਆਪ-ਘੜਤ ਕਹਾਣੀਆਂ ਉਨ੍ਹਾਂ ਦੇ ਜੀਵਨ-ਬ੍ਰਿਤਾਂਤਾਂ ਵਿਚ ਰਲਾਉਣਾ ਸ਼ੁਭ ਸੇਵਾ ਸਮਝਦੇ ਹਨ ਜਿਤਨਾ ਅਨਿਆਏ ਅਨਭੋਲ ਹੀ ਇਹ ਲਿਖਾਰੀ ਉਨ੍ਹਾਂ ਬਜ਼ੁਰਗਾਂ ਨਾਲ ਕਰ ਜਾਂਦੇ ਹਨ ਓਤਨਾ ਸ਼ਾਇਦ ਉਨ੍ਹਾਂ ਦੇ ਕੱਟੜ ਵਿਰੋਧੀ ਭੀ ਨਹੀਂ ਕਰ ਸਕਦੇ। ਕੁਝ ਸਮਾਂ ਪਾ ਕੇ ਅਸਲੀਅਤ ਤੇ ਮਿਲਾਵਟ ਨੂੰ ਨਿਖੇੜਨਾ ਔਖਾ ਹੋ ਜਾਂਦਾ ਹੈ ਜਿਸ ਦਾ ਨਤੀਜਾ ਇਹ ਹੁੰਦਾ ਹੈ ਕਿ ਉੱਘੜ ਆਈ ਹੋਈ ਮਿਲਾਵਟ ਤੋਂ ਸ਼ੱਕ ਵਿਚ ਪੈ ਗਏ ਹੋਏ ਵਿਚਾਰਵਾਨ ਪਾਠਕ ਕਈ ਇਕ ਠੀਕ ਵਾਕਿਆਤ ਨੂੰ ਭੀ ਸ਼ੱਕ ਦੀ ਨਜ਼ਰ ਨਾਲ ਦੇਖਦੇ ਹੋਏ ਠੁਕਰਾ ਦਿੰਦੇ ਹਨ। ਇਸ ਲਈ ਇਤਿਹਾਸ ਵਿਚ ਮਨੋ-ਕਲਪਤ ਮਿਲਾਵਟਾਂ ਨਾਲ ਫ਼ਾਇਦੇ ਨਾਲੋਂ ਨੁਕਸਾਨ ਸਦਾ ਲਈ ਪੱਕਾ ਤੇ ਕਈ ਗੁਣਾਂ ਜ਼ਿਆਦਾ ਹੁੰਦਾ ਚਲਾ ਜਾਂਦਾ ਹੈ ਜਿਸ ਨੂੰ ਮੁੜ ਕਦੀ ਭੀ ਪੂਰਾ ਨਹੀਂ ਕੀਤਾ ਜਾ ਸਕਦਾ।

ਕਈ ਸ਼ਰਧਾਲੂ ਭਗਤਾਂ ਦੀ ਨਜ਼ਰ ਵਿਚ ਭਵਿਖ-ਬਾਣੀਆਂ ਤੇ ਅਣਹੋਏ, ਅਲੌਕਿਕ ਚਮਤਕਾਰ ਮਹਾਪੁਰਖਾਂ ਦੀਆਂ ਜੀਵਨੀਆਂ ਦਾ ਇਕ ਜ਼ਰੂਰੀ ਅੰਗ ਬਣ ਗਏ ਦਿਸਦੇ ਹਨ, ਜਿਨ੍ਹਾਂ ਨੂੰ ਓਹ ਕੋਲੋਂ ਘੜ ਲੈਣਾ ਭੀ ਅਯੋਗ ਨਹੀਂ ਸਮਝਦੇ, ਪਰ ਓਹ ਇਹ ਗੱਲ ਭੁਲ ਜਾਂਦੇ ਹਨ ਕਿ ਇਸ ਤਰ੍ਹਾਂ ਓਹ ਛਾਣ-ਬੀਣੀ ਨਿਗਾਹਾਂ ਲਈ ਕੋਈ ਠੀਕ, ਪ੍ਰੰਤੂ ਅਸਾਧਾਰਣ, ਤਾਰੀਖੀ ਵਾਕਿਆਤ ਨੂੰ ਭੀ ਸ਼ੱਕੀ ਬਣਾ ਦਿੰਦੇ ਹਨ। ਇਹ ਹੀ ਹਾਲ ਕੂਕਾ ਸੰਪ੍ਰਦਾਇ ਦੇ ਆਗੂ ਬਾਬਾ ਬਾਲਕ ਸਿੰਘ ਤੇ ਬਾਬਾ ਰਾਮ ਸਿੰਘ ਦੀਆਂ ਜੀਵਨ-ਵਿਥਿਆਂ ਨਾਲ ਹੋਇਆ ਤੇ ਹੋ ਰਿਹਾ ਹੈ। ਇਸ ਲਈ ਇਹ ਕਿਹਾ ਜਾ ਸਕਣਾ ਔਖਾ ਹੋ ਰਿਹਾ ਹੈ ਕਿ ਉਨ੍ਹਾਂ ਦੇ ਜੀਵਨ ਦਾ ਕੇਹੜਾ ਵਾਕਿਆ ਸਾਰਾ

ਠੀਕ ਰਹਿ ਗਿਆ ਹੈ, ਕੇਹੜਾ ਅੱਧਾ ਤੇ ਕੇਹੜਾ ਚੌਥਾ ਪੰਜਵਾਂ ਹਿੱਸਾ। ਇਸ ਦਾ ਅਸਰ ਇਹ ਹੋਇਆ ਹੈ ਕਿ ਉਨਾਂ ਦੀ ਹਰ ਇਕ ਗੱਲ ਉਤੇ ਸ਼ੱਕ ਗੁਜ਼ਰਦੀ ਹੈ ਤੇ ਕਿਸੇ ਇਕ ਨੂੰ ਭੀ ਸੋਲਾਂ ਆਨੇ ਠੀਕ ਪ੍ਰਵਾਨ ਕਰ ਲੈਣ ਦਾ ਹੌਂਸਲਾ ਨਹੀਂ ਪੈਂਦਾ।

ਬਾਬਾ ਬਾਲਕ ਸਿੰਘ ਚੂੰਕਿ ਅੰਤ ਤਕ ਆਪਣੇ ਆਪ ਨੂੰ ਭਾਈ ਲਿਖਦੇ ਰਹੇ ਹਨ, ਇਸ ਲਈ ਅਸੀਂ ਭੀ ਪੁਸਤਕ ਵਿਚ ਇਹ ਪਦ ਹੀ ਉਨ੍ਹਾਂ ਲਈ ਵਰਤਿਆਂ ਹੈ, ਹੋਰ ਕੋਈ ਪਦ, ਜੋ ਸ਼ਾਇਦ ਉਨ੍ਹਾਂ ਦੀ ਇੱਛਾ ਦੇ ਵਿਰੁਧ ਹੋਵੇ, ਵਰਤਣਾ ਯੋਗ ਨਹੀਂ ਸਮਝਿਆ। ਇਸੇ ਤਰ੍ਹਾਂ ਹੀ ਬਾਬਾ ਰਾਮ ਸਿੰਘ ਭੀ ਚੂੰਕਿ 'ਭਾਈ' ਹੀ ਕਹਾਉਂਦੇ ਸਨ, ਇਸ ਲਈ ਅਸੀਂ ਸ਼ੁਰੂ ਵਿਚ ਇਹ ਹੀ ਲਿਖਿਆ ਹੈ। ਅੰਤ ਵਿਚ ਉਨ੍ਹਾਂ ਦੀ ਅਵਸਥਾ ਤੇ ਸਨਮਾਨ ਨੂੰ ਮੁਖ ਰਖ ਕੇ ਅਸਾਂ 'ਬਾਬਾ' ਲਿਖਿਆ ਹੈ।

ਵਾਕਿਆਤ ਦੀ ਸੰਗਲੀ ਸਾਨੂੰ ਇਸ ਨਤੀਜੇ ਤੇ ਲੈ ਜਾਂਦੀ ਹੈ ਕਿ ਬਾਬਾ ਰਾਮ ਸਿੰਘ ਨਾ ਤਾਂ ਓਹ ਕੁਝ ਹੀ ਸਨ ਜੋ ਕੁਝ ਕਿ ਉਨ੍ਹਾਂ ਨੂੰ ਬਣਾਉਣ ਦਾ ਯਤਨ ਕੀਤਾ ਜਾ ਰਿਹਾ ਹੈ ਅਤੇ ਨਾ ਹੀ ਓਹ ਜੋ ਕੂਕਿਆਂ ਦੇ ਵਿਰੋਧੀ ਉਨ੍ਹਾਂ ਨੂੰ ਪੇਸ਼ ਕਰਦੇ ਹਨ। ਪਰ ਇਸ ਵਿਚ ਕਸੂਰ ਉਨ੍ਹਾਂ ਦਾ ਹੈ ਜਿਨ੍ਹਾਂ ਨੇ ਉਨ੍ਹਾਂ ਨੂੰ ਕੁਝ ਹੋਰ ਦਾ ਹੋਰ ਹੀ ਬਣਾ ਕੇ ਦੱਸਣਾ ਚਾਹਿਆ ਹੈ, ਨਤੀਜਾ ਇਹ ਹੋਇਆ ਹੈ ਕਿ ਕੂਕਿਆਂ ਦੀਆਂ ਗੱਲਾਂ ਦੇ ਵਿਰੋਧੀਆਂ ਨੇ ਭਾਈ ਰਾਮ ਸਿੰਘ ਨੂੰ ਉਹ ਕੁਝ ਭੀ ਪ੍ਰਵਾਨ ਕਰਨੋਂ ਨਾਂਹ ਕਰ ਦਿੱਤਾ ਹੈ ਜੋ ਕੁਝ ਕਿ ਓਹ ਅਸਲ ਵਿਚ ਸਨ। ਜੇ ਇਹ ਉਨ੍ਹਾਂ ਨੂੰ ਫਰਜ਼ੀ ਕਹਾਣੀਆਂ ਤੇ ਭਵਿਖ-ਬਾਣੀਆਂ ਦੇ ਆਸਰੇ ਗੁਰੂ ਨਾਨਕ-ਗੁਰੂ ਗੋਬਿੰਦ ਸਿੰਘ ਦਾ ਜਾ-ਨਸ਼ੀਨ ਗੁਰੂ ਬਨਾਉਣ ਦੀ ਇਤਿਹਾਸ ਵਿਰੁਧ ਕੋਸ਼ਿਸ਼ ਨਾ ਕਰਦੇ, ਜਿਸ ਦੀ ਕਿ ਖੁਦ ਬਾਬਾ ਜੀ ਨੇ ਭੀ ਆਪਣੀਆਂ ਚਿੱਠੀਆਂ ਵਿਚ ਥਾਂ ਥਾਂ ਤੇ ਜ਼ੋਰਦਾਰ ਨਿਖੇਧੀ ਕੀਤੀ ਹੈ, ਤਾਂ ਉਨ੍ਹਾਂ ਨਾਲ ਅਨਿਆਏ ਨਾ ਹੁੰਦਾ ਅਤੇ ਓਹ ਇਕ ਸਿਖ ਸੁਧਾਰਕ ਲਹਿਰ ਦੇ ਚੰਗੇ ਭਲੇ ਆਗੂ ਮੰਨੇ ਜਾਂਦੇ।

26 ਜੂਨ, 1944

ਗੰਡਾ ਸਿੰਘ

ਲੇਖ ਸੂਚੀ

ਕੂਕਾ ਯਾ ਨਾਮਧਾਰੀ ਲਹਿਰ ਦਾ ਵਿਕਾਸ

ਜਿਵੇਂ ਸੰਸਾਰ ਦੀਆਂ ਸਭ ਧਾਰਮਕ ਅਤੇ ਭਾਈਚਾਰਕ ਲਹਿਰਾਂ ਚੋਖੇ ਸੋਮੇ ਦੇ ਪ੍ਰਭਾਵ ਨਾਲ ਹੌਲੀ ਹੌਲੀ ਉੱਗਮਦੀਆਂ, ਪਲਦੀਆਂ ਤੇ ਫਲਦੀਆਂ ਹਨ ਅਤੇ ਕਿਸੇ ਖਾਸ ਇਕ ਤਾਰੀਖ ਨੂੰ ਚਲਾਈਆਂ ਮਿਥੀਆਂ ਨਹੀਂ ਜਾ ਸਕਦੀਆਂ, ਇਸੇ ਤਰ੍ਹਾਂ ਹੀ ਜਗਿਆਸੀ, ਅਭਿਆਸੀ, ਨਾਮਧਾਰੀ ਯਾ ਕੂਕਾ ਲਹਿਰ ਦੇ ਕਾਇਮ ਹੋਣ ਦੀ ਭੀ ਕੋਈ ਇਕ ਖਾਸ ਤਿਥਿ ਨਿਯਤ ਨਹੀਂ ਕੀਤੀ ਜਾ ਸਕਦੀ।

ਅਠਾਰ੍ਹਵੀਂ ਸਦੀ ਦੇ ਆਖਰੀ ਸਾਲਾਂ ਵਿਚ ਜਦ ਕੁਝ ਕੁ ਸਿਖ ਸਰਦਾਰ ਚੋਖੇ ਸਮੇਂ ਤੋਂ ਆਪਣੇ ਦੇਸ਼, ਆਪਣੇ ਬਜ਼ੁਰਗਾਂ, ਸੰਬੰਧੀਆਂ ਤੇ ਆਪਣੇ ਆਪ ਨਾਲ ਹੁੰਦੀ ਚਲੀ ਆ ਰਹੀ ਸਖਤੀ ਦੀ ਤਾਜ਼ਾ ਯਾਦ ਤੇ ਅਸਰ ਹੇਠਾਂ ਕਾਇਮ ਹੋਈ ਹਕੂਮਤ ਤੇ ਤਾਕਤ ਦੇ ਨਸ਼ੇ ਵਿਚ ਵਾਹਿਗੁਰੂ ਤੇ ਗੁਰੂ ਨੂੰ ਭੁਲਦੇ ਦਿਸੇ ਤਾਂ ਆਮ ਸਿਖ ਸੰਗਤਾਂ ਵਿਚ ਇਸ ਨੂੰ ਮਹਿਸੂਸ ਕੀਤਾ ਜਾਣ ਲੱਗ ਪਿਆ ਤੇ ਵਿਚਾਰਵਾਨਾਂ ਵਿਚ ਇਸ ਦੀ ਚਰਚਾ ਚੱਲ ਪਈ। ਇਸ ਸਮੇਂ ਕੇਵਲ ਗੁਰਦੁਆਰੇ ਤੇ ਧਰਮਸਾਲਾਂ ਹੀ ਸੰਗਤ-ਅਸਥਾਨ ਹੁੰਦੇ ਸਨ, ਜਿਥੇ ਕਿ ਲੋਕ ਵਿਚਾਰ-ਵਟਾਂਦਰਾ ਕਰਦੇ ਤੇ ਜਰੂਰੀ ਸੋਚਾਂ ਸੋਚਿਆ ਕਰਦੇ ਸਨ। ਧਾਰਮਕ ਜੀਵਨ ਵਲ ਪੈਦਾ ਹੋ ਰਹੀ ਅਰੁਚੀ ਨੂੰ ਦੇਖ ਕੇ ਥਾਉਂ ਥਾਈਂ ਬੈਠੇ ਕਈ ਵਾਹਿਗੁਰੂ-ਨਾਮ-ਆਧਾਰੀ ਮਹਾਂਪੁਰਖ ਸੰਤਾਂ ਨੇ ਗੁਰਸਿਖੀ ਜੀਵਨ ਨੂੰ ਸੁਰਜੀਤ ਰੱਖਣ ਲਈ ਸੁਭਾਵਕ ਹੀ ਇਸ ਨਵੀਂ ਅਸਿੱਖ ਰੌ ਦੀ ਮਿੱਠੀ ਮਿੱਠੀ ਨਿਖੇਧੀ ਨਾਲ ਇਸ ਦੇ ਮੰਦੇ ਅਸਰਾਂ ਨੂੰ ਪਰੇ ਰੱਖਣ ਲਈ ਯਤਨ ਆਰੰਭੇ, ਅਤੇ ਲੋਕਾਂ ਨੂੰ ਸਿੱਖੀ ਜੀਵਨ ਵਲ ਜ਼ਰਾ ਕੁ ਜ਼ਿਆਦਾ ਉਤਸ਼ਾਹ ਨਾਲ ਪ੍ਰੇਰਨਾ ਸ਼ੁਰੂ ਕੀਤਾ, ਤਾਂ ਕਿ ਉਨ੍ਹਾਂ ਦੀ ਰੁਚੀ ਸਿਖ ਆਦਰਸ਼ ਵਲ ਝੁਕਦੀ ਜਾਏ ਅਤੇ ਸਿਖ ਸਰਕਾਰ ਆਪਣੇ ਦੇਸ਼ ਦੇ ਪੂਰਵਾਧਿਕਾਰੀ ਮੁਗਲ ਤੇ ਪਠਾਣ ਹਾਕਮਾਂ ਦੀ ਤਰ੍ਹਾਂ ਪ੍ਰਜਾ-ਪਾੜਕ ਬਘਿਆੜਾਂ ਦੀ ਥਾਂ ਪ੍ਰਜਾ-ਪਾਲਕ ਜਥੇਦਾਰ ਬਣਨ।

ਮਾਲਵੇ ਵਿਚ ਨਿਰਮਲੇ ਸੰਤ ਸਨ; ਅਨੰਦਪੁਰ ਵਿਚ ਬਾਬਾ ਨੈਣਾ ਸਿੰਘ ਨਿਹੰਗ ਸਨ ਜਿਨ੍ਹਾਂ ਦੇ ਕਿ ਅਨੁਸਾਰੀ ਬਾਬਾ ਫੂਲਾ ਸਿੰਘ ਨਿਹੰਗ ਹੋਏ ਹਨ; ਮਾਝੇ ਵਿਚ ਡੇਰਾ ਬਾਬਾ ਬੰਦਾ ਸਿੰਘ (ਰਿਆਸਤ ਜੰਮੂ) ਦੇ ਮਹੰਤ ਬਾਬਾ ਜੁਝਾਰ ਸਿੰਘ ਨੇ ਲੋਕਾਂ ਨੂੰ ਸਿਖੀ ਵਲ ਪ੍ਰੇਰਿਤ ਕੀਤਾ ਅਤੇ ਬਾਬਾ ਸਾਹਿਬ ਸਿੰਘ ਬੇਦੀ ਦਾ ਸਿਖ ਸਰਦਾਰਾਂ, ਅਤੇ ਬਾਅਦ ਵਿਚ ਮਹਾਰਾਜਾ ਰਣਜੀਤ ਸਿੰਘ, ਉਤੇ ਬੜਾ ਅਸਰ ਸੀ।

ਲਹਿੰਦੇ ਵਲ ਅੱਡਣ-ਸ਼ਾਹੀ ਸੰਤਾਂ ਦਾ ਬੜਾ ਪ੍ਰਚਾਰ ਸੀ। ਇਸੇ ਤਰ੍ਹਾਂ ਪੋਠੋਹਾਰ, ਤੇ ਛਛ-ਹਜ਼ਾਰੇ ਦੇ ਇਲਾਕੇ ਵਿਚ ਭੀ ਸਿਖੀ ਪ੍ਰਚਾਰ ਦੀ ਰੌ ਜਾਰੀ ਹੋ ਗਈ ਸੀ ਜਿਸ ਦਾ ਇਕ ਉਘਾ ਕੇਂਦਰ ਹਜ਼ਰੋ ਵਿਚ ਸੀ ਜਿਥੇ ਕਿ ਸਾਈਂ ਸਾਹਿਬ ਭਗਤ ਜਵਾਹਰ ਮੱਲ ਦੀ ਛੋਹ ਨਾਲ ਲੋਕੀਂ ਗੁਰਸਿਖੀ ਦੇ ਮੰਡਲ ਵਲ ਖਿੱਚੇ ਚਲੇ ਆ ਰਹੇ ਸਨ। ਇਸੇ ਮੰਡਲ ਦੇ ਇਕ ਉੱਘੇ ਚਮਕਦੇ ਸਤਾਰੇ ਭਾਈ ਬਾਲਕ ਸਿੰਘ ਹੋਏ ਹਨ, ਜਿਨ੍ਹਾਂ ਦੇ ਸਮੇਂ ਉਨ੍ਹਾਂ ਦੇ ਸ਼ਰਧਾਲੂ ਜਗਿਆਸੀ ਯਾ ਅਭਿਆਸੀ ਕਰਕੇ ਪ੍ਰਸਿਧ ਹੋਏ ਅਤੇ ਜਿਨ੍ਹਾਂ ਦੇ ਕਿ ਆਧਾਰ ਉਤੇ ਮੌਜੂਦਾ ਨਾਮਧਾਰੀ ਯਾ ਕੂਕਾ ਫਿਰਕੇ ਦੀ ਉਸਾਰੀ ਖੜੀ ਹੋਈ।

ਸਾਈਂ ਸਾਹਿਬ ਭਗਤ ਜਵਾਹਰ ਮੱਲ ਦੇ ਪਿਤਾ ਭਗਤ ਦਿਆਲ ਚੰਦ, ਪ੍ਰਸਿਧ ਦਿਆਲਾ ਭਗਤ, ਹਰੀਪੁਰ (ਹਜ਼ਾਰਾ) ਤੋਂ ਤਿੰਨ ਕੁ ਮੀਲ ਦੀ ਵਿੱਥ ਤੇ ਪਿੰਡ ਸਰਾਇ ਸਾਲਿਹ ਵਿਚ ਰਿਹਾ ਕਰਦੇ ਸਨ। ਆਪ ਸੰਸਕ੍ਰਿਤ ਦੇ ਵਿਦ੍ਵਾਨ ਪੰਡਤ ਤੇ ਵੈਦ ਸਨ। ਪਹਿਲਾਂ ਆਪ ਵੈਸ਼ਨੂ ਮਤ ਦੇ ਧਾਰਨੀ ਸਨ। ਆਪ ਦਾਣੇ ਧੋ ਕੇ ਪਿਹਾਉਂਦੇ, ਲਕੜੀਆਂ ਧੋ ਕੇ ਬਾਲਦੇ ਅਤੇ ਆਪਣੇ ਹੱਥੀਂ ਰੋਟੀ ਪਕਾ ਕੇ ਖਾਂਦੇ ਸਨ। ਆਪ ਦਾ ਨਿਜੀ ਜੀਵਨ ਇਤਨਾ ਸੁੱਚਾ, ਨਿਰਛਲ ਤੇ ਉੱਚਾ ਸੀ ਕਿ ਆਪ ਨੂੰ ਲੋਕੀ 'ਭਗਤ' ਕਰਕੇ ਸਦਦੇ ਸਨ। ਹਿੰਦੂ ਅਤੇ ਮੁਸਲਮਾਨਾਂ ਵਿਚ ਆਪ ਦੀ ਬੜੀ ਇੱਜ਼ਤ ਸੀ। ਸਰਾਇ ਸਾਲਿਹ ਦੇ ਖ਼ਾਨ ਆਪ ਦੇ ਖਾਸ ਪ੍ਰੇਮੀ ਸਨ ਅਤੇ ਆਪ ਦੀ ਪ੍ਰਸੰਨਤਾ ਪ੍ਰਾਪਤ ਕਰਨ ਵਿਚ ਆਪਣੀ ਇਜ਼ਤ ਸਮਝਦੇ ਸਨ, ਜਿਵੇਂ ਕਿ ਹੇਠ ਲਿਖੇ ਵਾਕੇ ਤੋਂ ਪਤਾ ਚਲਦਾ ਹੈ।

ਭਗਤ ਦਿਆਲ ਚੰਦ ਦੀ ਲੜਕੀ ਚਕਵਾਲ ਤਹਿਸੀਲ, ਜ਼ਿਲਾ ਜੇਹਲਮ, ਦੇ ਪਿੰਡ ਦਿਵਾਲੀਆਂ ਦੇ ਇਕ ਸਿਖ ਨੌਜਵਾਨ ਨਾਲ ਮੰਗੀ ਹੋਈ ਸੀ। ਜਦ ਪਿੰਡ ਦੇ ਖ਼ਾਨ ਨੂੰ ਪਤਾ ਲੱਗਾ ਕਿ ਭਗਤ ਦੀ ਲੜਕੀ ਦਾ ਵਿਆਹ ਇਥੇ ਨਹੀਂ ਕਰ ਰਹੇ ਬਲਕਿ ਰਾਵਲਪਿੰਡੀ ਇਸ ਲਈ ਜਾ ਰਹੇ ਹਨ ਕਿ ਜੰਵ ਨੂੰ ਝਟਕਾ ਬਣਾ ਕੇ ਛਕਾਉਣ ਲਈ ਕੋਈ ਮੁਸ਼ਕਲ ਨਾ ਪੈਦਾ ਹੋ ਜਾਏ, ਤਾਂ ਖ਼ਾਨ ਨੇ ਭਗਤ ਜੀ ਨੂੰ ਕਿਹਾ ਕਿ ਅਸੀਂ ਹਰ ਤਰ੍ਹਾ ਤੁਹਾਡੀ ਖ਼ਿਦਮਤ ਲਈ ਹਾਜ਼ਰ ਹਾਂ, ਤੁਸੀਂ ਇਹ ਕਾਰਜ ਪਿੰਡ ਵਿਚ ਹੀ ਕਰੋ। ਖ਼ਾਨ ਨੇ ਭਗਤ ਜੀ ਦੀ ਲੜਕੀ ਦੇ ਵਿਆਹ ਦਾ ਸਾਰਾ ਖਰਚ ਆਪਣੇ ਕੋਲੋਂ ਲਾਇਆ, ਜੰਵ ਲਈ ਝਟਕੇ ਦਾ ਖੁਲ੍ਹਾ ਪ੍ਰਬੰਧ ਕੀਤਾ ਅਤੇ ਸੰਗ ਜਾਨੀ ਦੇ ਪੜਾਓ ਤਕ ਇਕ ਹਥਿਆਰ-ਬੰਦ ਦਸਤਾ ਮੁੜਦੇ ਵੇਲੇ ਜੰਵ ਦੇ ਨਾਲ ਭੇਜਿਆ।

ਭਗਤ ਜੀ ਦੇ ਦਿਹਾਂਤ ਪਿਛੋਂ ਉਨ੍ਹਾਂ ਦੀ ਵਿਧਵਾ ਨੂੰਹ ਬੀਬੀ ਮਹਾਂ ਦੇਵੀ ਆਪਣੇ ਸੁਰਗਵਾਸੀ ਪਤੀ ਦੇ ਛੇ ਛੋਟੇ ਭਰਾਵਾਂ ਨੂੰ ਨਾਲ ਲੈ ਕੇ ਰਾਵਲਪਿੰਡੀ ਚਲੀ ਗਈ। ਇਨ੍ਹਾਂ ਵਿਚੋਂ ਤਿੰਨ ਤਾਂ ਸੰਤਾਨ-ਹੀਨ ਹੀ ਗੁਜ਼ਰੇ । ਬਾਕੀ ਤਿੰਨਾਂ ਵਿਚੋਂ ਵਡੇ

ਭਗਤ ਜਵਾਹਰ ਮੱਲ ਸਨ, ਦੂਸਰੇ ਭਗਤ ਹੋਸ਼ਨਾਕ ਸਿੰਘ ਤੇ ਤੀਸਰੇ ਭਗਤ ਸੋਹਣਾ ਮੱਲ।

ਭਗਤ ਜਵਾਹਰ ਮੱਲ ਛੋਟੀ ਉਮਰ ਤੋਂ ਹੀ ਧਾਰਮਿਕ ਬ੍ਰਿਤੀ ਵਾਲੇ ਸਨ, ਅਤੇ ਭਗਤੀ ਦੀ ਲਗਨ ਤਾਂ ਆਪ ਨੂੰ ਵਿਰਸੇ ਵਿਚ ਹੀ ਮਿਲੀ ਹੋਈ ਸੀ। ਰਾਵਲਪਿੰਡੀ ਵਿਚ ਸਿਖ ਸੰਗਤ ਨੇ ਆਪ ਨੂੰ ਗੁਰਬਾਣੀ ਵਲ ਹੋਰ ਜ਼ਿਆਦਾ ਪ੍ਰੇਰਿਤ ਕਰ ਦਿੱਤਾ। ਨਾਮ ਅਭਿਆਸ ਨੇ ਆਪ ਨੂੰ ਚੋਖੀ ਰੰਗਣ ਚਾੜ੍ਹ ਦਿੱਤੀ ਤੇ ਆਪ ਭਜਨ ਕੀਰਤਨ ਵਿਚ ਮਗਨ ਰਹਿਣ ਲੱਗ ਪਏ। ਨਾਮਖ਼ੁਮਾਰੀ ਵਿਚ ਮਸਤ ਰਹਿਣ ਕਰਕੇ ਲੋਕਾਂ ਵਿਚ ਆਪ 'ਸਾਈਂ' ਕਰਕੇ ਪ੍ਰਸਿਧ ਹੋ ਗਏ ਕਈ ਸੰਗੀ ਸ਼ਰਧਾਲੂ ਤੇ ਨਾਮ-ਰਸੀਏ ਭੌਰੇ ਆਪ ਪਾਸ ਆ ਇਕਤ੍ਰ ਹੋਣ ਲੱਗੇ ਅਤੇ ਥੋੜੇ ਸਮੇਂ ਵਿਚ ਹੀ ਨਾਮ-ਅਭਿਆਸੀ ਜਗਿਆਸੂਆਂ ਦਾ ਇਕ ਮੰਡਲ ਜਿਹਾ ਬਣਦਾ ਗਿਆ। ਇਸ ਮੰਡਲ ਦੇ ਮੁਖੀ ਭਗਤ ਜਵਾਹਰ ਮੱਲ ਸਨ, ਅਤੇ ਜੋ ਭੀ ਨਾਵਾ ਜਗਿਆਸੀ ਇਸ ਮੰਡਲ ਵਿਚ ਆਉਂਦਾ, ਓਹ ਸੁਭਾਵਿਕ ਹੀ ਭਗਤ ਜਵਾਹਰ ਮੱਲ ਪਾਸੋਂ ਨਾਮ-ਅਭਿਆਸੀ ਦੀ ਵਿਧੀ ਪੁਛਦਾ ਤੇ ਉਨ੍ਹਾਂ ਪਾਸੋਂ ਗੁਰਮੰਤ੍ਰ ਲੈਂਦਾ। ਇਸ ਤਰ੍ਹਾਂ ਬੇਦੀਆਂ, ਸੋਢੀਆਂ, ਉਦਾਸੀਆਂ ਤੇ ਨਿਰਮਲੇ ਸੰਤਾਂ ਦੀ ਤਰ੍ਹਾਂ ਇਸ ਇਕ ਨਵੀਂ ਪ੍ਰਪਾਟੀ ਦੀ ਨੀਂਵ ਬਝਣੀ ਸ਼ੁਰੂ ਹੋ ਗਈ।

ਸਾਈਂ ਸਾਹਿਬ ਭਗਤ ਜਵਾਹਰ ਮੱਲ ਦੇ ਇਸ ਸ਼ਰਧਾਲੂ ਜਗਿਆਸੀ ਮੰਡਲ ਦੇ ਇਕ ਉਘੇ ਸੰਗੀ ਹਜ਼ਰੋ ਨਿਵਾਸੀ ਭਾਈ ਬਾਲਕ ਸਿੰਘ ਸਨ ਜਿਨ੍ਹਾਂ ਨੇ ਕਿ ਸਾਈਂ ਸਾਹਿਬ ਤੋਂ ਗੁਰਮੰਤ੍ਰ ਲੈ ਕੇ ਉਨ੍ਹਾਂ ਨੂੰ ਗੁਰੂ ਧਾਰਨ ਕਰ ਲਿਆ।[1]

ਭਾਈ ਬਾਲਕ ਸਿੰਘ ਦਾ ਜਨਮ ਜਿਲ੍ਹਾ ਅਟਕ ਦੇ ਪਿੰਡ ਛੋਈ[2] ਵਿਚ ਭਾਈ

---

1. ਮੌਜੂਦਾ ਨਾਮਧਾਰੀ ਲਿਖਾਰੀਆਂ ਨੇ ਭਾਈ ਬਾਲਕ ਸਿੰਘ ਨੂੰ ਸਾਈਂ ਸਾਹਿਬ ਭਗਤ ਜਵਾਹਰ ਮੱਲ ਦੇ ਅਨੁਸਾਰੀ ਦੱਸਣ ਦੀ ਥਾਂ ਸਾਈਂ ਸਾਹਿਬ ਨੂੰ ਭਾਈ ਬਾਲਕ ਸਿੰਘ ਦੇ ਅਨੁਸਾਰੀ ਲਿਖ ਦਿੱਤਾ ਹੈ ਜੋ ਅਸਲ ਵਾਕਿਆਤ ਦੇ ਉਲਟ ਹੈ। ਇਹ ਹੀ ਨਹੀਂ ਬਲਕਿ ਭਾਈ ਬਾਲਕ ਸਿੰਘ ਨੂੰ ਗੁਰੂ ਗੋਬਿੰਦ ਸਿੰਘ ਦਾ ਗੱਦੀ-ਨਸ਼ੀਨ ਗੁਰੂ ਸਿੱਧ ਕਰਨ ਲਈ ਇਨ੍ਹਾਂ ਨੇ ਭਾਈ ਕਾਨ੍ਹ ਸਿੰਘ ਦੀ ਬਾਬਾ ਅਜਾਪਾਲ ਸਿੰਘ ਦੇ ਗੁਰੂ ਗੋਬਿੰਦ ਸਿੰਘ ਹੋਣ ਦੀ ਇਤਿਹਾਸ ਵਿਰੁਧ ਮਨਘੜਤ ਕਹਾਣੀ ਦੇ ਬੇ ਬੁਨਿਆਦ ਆਸਰੇ ਗੁਰਤਾ ਮੱਥਾ ਲਿਆ ਟਿਕਾਇਆ, ਹਾਲਾਂਕਿ ਖੁਦ ਭਾਈ ਕਾਨ੍ਹ ਸਿੰਘ ਨੇ ਪੰਜਾਬੀ ਭੈਣ ਫ਼ੀਰੋਜ਼ਪੁਰ ਦੇ ਮਈ ਸੰਨ 1916 ਦੇ ਪਰਚੇ ਵਿਚ ਸਪਸ਼ਟ ਤੌਰ ਤੇ ਲਿਖਿਆ ਹੈ ਕਿ ਬਾਬਾ ਅਜਾਪਾਲ ਸਿੰਘ ਨੇ ਆਪਣੇ ਅੰਤ ਸਮੇਂ ਆਪਣੀ ਥਾਂ ਭਾਈ ਕਾਨ੍ਹ ਸਿੰਘ ਦੇ ਦਾਦਾ ਸਰੂਪ ਸਿੰਘ ਨੂੰ ਥਾਪਿਆ ਸੀ। ਇਹ ਗੱਲ ਕੂਕਿਆਂ ਵਲੋਂ ਘੜੀ ਗਈ ਕਹਾਣੀ ਨੂੰ ਹੋਰ ਭੀ ਨਿਰਮੂਲ ਬਣਾ ਦਿੰਦੀ ਹੈ। ਭਗਤ ਲਕਸ਼ਮਨ ਸਿੰਘ ਜੀ ਲਿਖਦੇ ਹਨ ਕਿ, "ਨਾਮਧਾਰੀ ਇਤਿਹਾਸ ਹਿਸੇ ਪਹਿਲੇ ਵਿਚ ਲੇਖਕ ਜੀ ਨੇ ਭਾਈ ਬਾਲਕ ਸਿੰਘ ਜੀ ਸੰਬੰਧੀ ਵਡੀਆਂ ਚਕ੍ਰਿਤ ਕਰਨ ਵਾਲੀਆਂ ਸਾਖੀਆਂ ਘੜਨ ਵਿਚ ਪਿਛਲੇ ਸਾਰੇ ਧਾਰਮਕ ਆਗੂਆਂ ਦੀਆਂ ਜਨਮ ਸਾਖੀਆਂ ਲਿਖਣ ਵਾਲਿਆਂ ਨੂੰ ਮਾਤ ਕਰ ਦਿੱਤਾ ਹੈ।"

2. ਪੁਰਾਤਨ ਲਿਖਾਰੀ ਭਾਈ ਬਾਲਕ ਸਿੰਘ ਦਾ ਜਨਮ ਅਸਥਾਨ ਛੋਈ ਦਸਦੇ ਹਨ, ਪਰ ਨਾਮਧਾਰੀ ਇਤਿਹਾਸ ਵਿਚ ਸਰਵਾਲਾ ਜ਼ਿਲ੍ਹਾ ਅਟਕ ਦਿੱਤਾ ਹੋਇਆ ਹੈ। ਤਾਰੀਖ ਪਰਗਣਾ ਮੁਕਤਸਰ ਵਾ ਮਮਦੋਟ ਅਤੇ ਤਾਰੀਖਿ ਮਖ਼ਜ਼ਨਿ ਪੰਜਾਬ ਵਿਚ ਆਪਦੇ ਪਿਤਾ ਦਾ ਨਾਮ ਸਾਧੂ ਸਿੰਘ ਦਿੱਤਾ ਹੋਇਆ ਹੈ।

ਦਿਆਲ ਸਿੰਘ ਦੇ ਘਰ ਸੰਮਤ 1856 ਬਿਕ੍ਰਮੀ[3] ਸੰਨ 1799 ਨੂੰ ਹੋਇਆ। ਆਪ ਦੇ ਪਿਤਾ ਅਰੋੜਾ ਜਾਤੀ ਵਿਚੋਂ ਸਨ ਤੇ ਹੱਟੀ ਕਰਿਆ ਕਰਦੇ ਸਨ। ਜਦ ਆਪ ਦੇ ਭਰਾਤਾ ਭਾਈ ਮੰਨਾ ਸਿੰਘ ਨੇ ਆਪਣੀ ਦੁਕਾਨ ਛੋਈ ਤੋਂ ਹਜ਼ਰੋ ਲੈ ਆਂਦੀ ਤਾਂ ਬਾਲਕ ਸਿੰਘ ਭੀ ਹਜ਼ਰੋ ਹੀ ਆ ਬਸੇ[4] ਇਹ ਧਾਰਮਕ ਰੁਚੀ ਵਾਲੇ ਮਹਾਂ ਪੁਰਖ ਸਨ। ਹਜ਼ਰੋ ਵਿਚ, ਜਿਵੇਂ ਕਿ ਉੱਪਰ ਦਸਿਆ ਗਿਆ ਹੈ, ਸਾਈਂ ਸਾਹਿਬ ਭਗਤ ਜਵਾਹਰ ਮੱਲ ਦੀ ਸੰਗਤ ਨੇ ਇਨ੍ਹਾਂ ਨੂੰ ਚੋਖੀ ਰੰਗਣ ਚਾੜ੍ਹ ਦਿਤੀ ਅਤੇ ਇਹ ਗੁਰਮੰਤ੍ਰ ਲੈ ਕੇ ਸਾਈਂ ਸਾਹਿਬ ਦੇ ਸੇਵਕ ਹੋ ਗਏ[5]। ਨਾਮ-ਅਭਿਆਸ ਕਮਾਈ ਤੇ ਸਿਖੀ ਪ੍ਰਚਾਰ ਦੇ ਕਾਰਣ ਹੌਲੀ ਹੌਲੀ ਇਨ੍ਹਾਂ ਦੀ ਕੀਰਤੀ ਫੈਲਦੀ ਗਈ ਅਤੇ ਜਗਿਆਸੀ ਮੰਡਲ ਦੇ ਇਹ ਇਕ ਮੁਖੀਏ ਹੋ ਗਏ। ਜਦ ਸਾਈਂ ਸਾਹਿਬ ਹਜ਼ਰੋ ਤੋਂ ਰਾਵਲਪਿੰਡੀ ਚਲੇ ਗਏ ਤਾਂ ਹਜ਼ਰੋ ਦਾ ਪ੍ਰਚਾਰ-ਪ੍ਰਬੰਧ ਇਨ੍ਹਾਂ ਨੂੰ ਸੌਂਪ ਆਏ।

---

3. ਸ੍ਰੀ ਗੁਰੂ ਪੰਥ ਪ੍ਰਕਾਸ਼ ਕ੍ਰਿਤ ਗਿਆਨੀ ਗਿਆਨ ਸਿੰਘ, ਦੂਸਰੀ ਵਾਰ, ਪੰਨਾ 8751।

ਨਾਮਧਾਰੀ ਇਤਿਹਾਸ, ਹਿੱਸਾ ਪਹਿਲਾ, ਪੰਨਾ 1, ਪਰ ਭਾਈ ਬਾਲਕ ਸਿੰਘ ਦੇ ਜਨਮ ਦੀ ਤਾਰੀਖ ਫਗਣ ਸੁਦੀ 15 ਸੰਮਤ 1841 ਬਿਕ੍ਰਮੀ, 24 ਫਰਵਰੀ 1785, ਈਸਵੀ, ਲਿਖੀ ਹੈ। ਪਰ ਕਿਸੇ ਭਰੋਸੇ ਯੋਗ ਸੋਮੇ ਤੋਂ ਨਾ ਆਉਣ ਕਰਕੇ ਇਹ ਤਾਰੀਖ ਪ੍ਰਵਾਣ ਨਹੀਂ ਕੀਤੀ ਜਾ ਸਕਦੀ। ਮਾਲੂਮ ਇਉਂ ਹੁੰਦਾ ਹੈ ਕਿ ਚੂਕਿ 'ਨਾਮਧਾਰੀ ਇਤਿਹਾਸ' ਦੇ ਲੇਖਕ ਨੇ ਭਾਈ ਬਾਲਕ ਸਿੰਘ ਦੀ ਗੁਰਿਆਈ ਦੀ ਕਹਾਣੀ ਰਚਨ ਲਈ ਭਾਈ ਅਜਾਪਾਲ ਸਿੰਘ ਦੀ ਆਯੂ ਨੂੰ ਮੁਖ ਰੱਖਣਾ ਸੀ, ਅਤੇ ਭਾਈ ਅਜਾਪਾਲ ਸਿੰਘ ਦਾ ਜੇਠ ਸੁਦੀ 5 ਸੰਮਤ 1869, ਮੁਤਾਬਕ 14 ਜੂਨ ਸੰਨ 1812, ਨੂੰ ਦੇਹਾਂਤ ਹੋ ਗਿਆ ਸੀ, ਇਸ ਲਈ ਗਿਆਨੀ ਗਿਆਨ ਸਿੰਘ ਦੀ ਲਿਖੀ ਭਾਈ ਬਾਲਕ ਸਿੰਘ ਦੀ ਜਨਮ ਤਿਥਿ (ਸੰਮਤ 1856 ਬਿਕ੍ਰਮੀ, ਸੰਨ 1799 ਈਸਵੀ) ਉਨ੍ਹਾਂ ਦੇ ਮਤਲਬ ਲਈ ਸੂਤ ਨਹੀਂ ਸੀ ਬੈਠਦੀ। ਇਸ ਤਰ੍ਹਾਂ ਭਾਈ ਅਜਾਪਾਲ ਸਿੰਘ ਦੇ ਦੇਹਾਂਤ ਸਮੇਂ ਭਾਈ ਬਾਲਕ ਸਿੰਘ ਦੀ ਆਯੂ ਕੇਵਲ ਬਾਰਾਂ ਤੇਰਾਂ ਸਾਲ ਹੀ ਬਣਦੀ ਲੇਖਕ ਜੀ ਨੇ ਚੂੰਕਿ ਆਪਣੀ ਕਹਾਣੀ ਵਿਚ ਭਾਈ ਅਜਾਪਾਲ ਸਿੰਘ ਦੇ ਰੂਪ ਵਿਚ ਫਰਜ਼ੀ ਗੁਰੂ ਗੋਬਿੰਦ ਸਿੰਘ ਪਾਸੋਂ ਭਾਈ ਬਾਲਕ ਸਿੰਘ ਨੂੰ ਜ਼ਰਾ ਜੁਆਨ ਉਮਰੇ ਗੁਰਤਾ ਮਿਲੀ ਦੱਸਣੀ ਸੀ ਇਸ ਲਈ ਉਨ੍ਹਾਂ ਨੇ ਗਿਆਨੀ ਗਿਆਨ ਸਿੰਘ ਦੀ ਦਿਤੀ ਹੋਈ ਭਾਈ ਬਾਲਕ ਸਿੰਘ ਦੀ ਜਨਮ ਦੀ ਤਾਰੀਖ ਨੂੰ ਅਕਾਰਣ ਹੀ ਰੱਦ ਕਰ ਕੇ ਇਸ ਨੂੰ ਆਪਣੀ ਕਹਾਣੀ ਵਿਚ ਢੁਕਦੀ ਕਰਨ ਲਈ ਚੌਦਾਂ ਸਾਲ ਪਿਛੇ ਹਟਾ ਦਿੱਤਾ ਹੈ ਤਾਂ ਕਿ ਉਨ੍ਹਾਂ ਦੀ ਰਚਿਤ ਕਥਾ ਅਨੁਸਾਰ ਭਾਈ ਬਾਲਕ ਸਿੰਘ ਨੂੰ ਮਿਲੀ ਦਸੀ ਗਈ ਗੁਰਤਾ ਵੇਲੇ ਉਨ੍ਹਾਂ ਦੀ ਆਯੂ 25 ਕੁ ਸਾਲ ਪ੍ਰਤੀਤ ਹੋਵੇ। ਕੂਕਿਆਂ ਵਲੋਂ ਭਾਈ ਅਜਾਪਾਲ ਸਿੰਘ ਗੁਰੂ ਗੋਬਿੰਦ ਸਿੰਘ ਨੂੰ ਮੰਨਕੇ ਭਾਈ ਬਾਲਕ ਸਿੰਘ ਨੂੰ ਗੁਰਿਆਈ ਦਿਵਾਉਣ ਦੀ ਮਨਘੜਤ ਕਹਾਣੀ ਹੋਰ ਭੀ ਨਿਰਮਲ ਹੋ ਜਾਂਦੀ ਹੈ ਜਦ ਅਸੀਂ ਇਹ ਦੇਖਦੇ ਹਾਂ ਕਿ ਭਾਈ ਅਜਾਪਾਲ ਸਿੰਘ ਦੀ ਕਹਾਣੀ ਰਚਣ ਵਾਲੇ ਸਰਦਾਰ ਬਹਾਦਰ ਭਾਈ ਕਾਨ੍ਹ ਸਿੰਘ ਨੇ "ਪੰਜਾਬੀ ਭੈਣ" ਦੇ ਮਈ 1916 ਦੇ ਪਰਚੇ ਵਿਚ ਸਪਸ਼ਟ ਤੌਰ ਤੇ ਇਹ ਲਿਖਿਆ ਹੋਇਆ ਹੈ ਕਿ ਭਾਈ ਅਜਾਪਾਲ ਸਿੰਘ ਆਪਣੇ ਅੰਤ ਸਮੇਂ ਆਪਣੀ ਥਾਂ ਭਾਈ ਕਾਨ੍ਹ ਸਿੰਘ ਦੇ ਦਾਦਾ ਭਾਈ ਸਰੂਪ ਸਿੰਘ ਨੂੰ ਥਾਪ ਗਏ ਸਨ।

4. ਪੰਥ ਪ੍ਰਕਾਸ਼ ਵਿਚ ਇਨ੍ਹਾਂ ਦੇ ਪਿੰਡ ਛੋਹੀ ਤੋਂ ਨਗਰ ਹਜ਼ਰੋ ਆਉਣ ਦੀ ਤਾਰੀਖ ਸੰਮਤ 1885 (ਸੰਨ 1828 ਈਸਵੀਂ) ਦਿਤੀ ਹੋਈ ਹੈ ਜਿਸ ਵੇਲੇ ਕਿ ਗਿਆਨੀ ਗਿਆਨ ਸਿੰਘ ਦੇ ਹਿਸਾਬ ਨਾਲ ਭਾਈ ਬਾਲਕ ਸਿੰਘ ਦੀ ਆਯੂ 29 ਕੁ ਸਾਲ ਦੀ ਸੀ।

5. ਨਾਮਧਾਰੀ ਇਤਿਹਾਸ (ਪੰਨਾ 76-77) ਵਿਚ ਲਿਖਿਆ ਹੋਇਆ ਹੈ ਕਿ ਭਾਈ ਬਾਲਕ ਸਿੰਘ ਨੇ ਸਾਈਂ ਸਾਹਿਬ ਜਵਾਹਰ ਮੱਲ ਨੂੰ ਆਪਣੇ ਸੇਵਕਾਂ ਦੀ ਤਰ੍ਹਾਂ ਮੰਜੀ ਬਖ਼ਸ਼ੀ। ਇਹ ਗੱਲ ਵਾਕਿਆਤ ਦੇ ਬਿਲਕੁਲ ਉਲਟ ਹੈ।

ਜੀਵਨ ਦੇ ਅੰਤ ਤਕ ਭਾਈ ਬਾਲਕ ਸਿੰਘ ਦੀ ਸਾਈਂ ਸਾਹਿਬ ਲਈ ਸ਼ਰਧਾ-ਵਗਤੀ ਅਡੋਲ ਬਣੀ ਰਹੀ, ਜਿਵੇਂ ਕਿ ਆਪ ਦੀ ਨਿਮਨ ਲਿਖਤ ਅਰਦਾਸ ਤੋਂ ਪਤਾ ਲਗਦਾ ਹੈ। ਇਹ ਅਰਦਾਸ ਆਪ ਨੇ ਸਾਈਂ ਸਾਹਿਬ ਜੋਗ ਆਪਣੀ ਮ੍ਰਿਤੂ ਤੋਂ ਚਾਰ ਦਿਨ ਪਹਿਲਾਂ 18 ਮਾਘ ਸੰਮਤ 1919 ਬਿਕ੍ਰਮੀ, ਮੁਤਾਬਕ 2 ਦਸੰਬਰ ਸੰਨ 1862, ਦਿਨ ਮੰਗਲਵਾਰ ਨੂੰ ਲਿਖੀ ਸੀ ਜਿਸ ਵਿਚ ਆਪ ਨੇ ਸਾਈ ਸਾਹਿਬ ਨੂੰ ਬੇਨਤੀ ਕੀਤੀ ਕਿ ਉਹ ਸਭ ਕੰਮ ਛੱਡ ਕੇ ਭੀ ਦਰਸ਼ਨ ਦੇਣ ਦੀ ਖੇਚਲ ਕਰਨ।

ਸ੍ਰੀ ਸਤਿਗੁਰ ਪ੍ਰਸਾਦਿ

੧ ਮਾਹਾਂ ਸ੍ਰੀ ਸਰਬ ਉਪਮਾ ਯੋਗ ਸ੍ਰੀ ਸਗਲ ਗੁਨ ਨਿੰਪ ਅਮਿ ਪ੍ਰਉਪਕਾਰੀ ਉਜਲ ਦੀਦਾਰੀ ਸ੍ਰੀ ਚੰਦ ਸੀਲ ਸੀਲ ਸ੍ਰੀ ਸੂਰਜ ਪ੍ਰਕਾਸ਼ ਜਿਨਾ ਮਿਲਿਆਂ ਸ੍ਰੀ ਵਾਹਿਗੁਰੂ ਜੀ ਚਿਤ ਆਏ, ਐਸੋ ਜੋ ਹੈਂ ਭਾਈ ਸਾਹਿਬ ਜੀ ਸਾਈਂ ਜੀ ਜਵੈਰ ਮਲ ਪਾਸੇ ਲਿਖਤਮ ਹਜ਼ਰੋ ਵਿਚੋਂ ਭਾਈ ਜੀ ਬਾਲਕ ਸਿੰਘ ਕੀ ਅਦੀਨਗੀ ਵਾਚਨੀ।

ਦੋਹਰਾ

ਉਪਮਾ ਤੁਮੀਰ ਕੋ ਕਰੇ ਕਿਤ ਮੁਖ ਹੋਤ ਬਖਾਨ
ਚੰਦ੍ਰ ਰੂਪ ਤੁਮਰੋ ਸਦਾ ਤੇਜ ਸਰੂਪੀ ਭਾਨ॥1॥

ਹੋਰ ਸਮਾਚਾਰ ਵਾਚਨੀ ਉੱਪਰ ਦਾ, ਆਪ ਜੋਗ ਮਾਲੂਮ ਹੋਵੇ ਜੋ ਸਰੀਰ ਅਸਾਡਾ ਰਾਜ਼ੀ ਨਹੀਂ, ਆਪ ਜੋਗ ਮਾਲੂਮ ਹੋਵੇ ਜੋ ਤੁਸਾਂ ਜ਼ਰੂਰ ਟੁਰ ਆਵਨਾ। ਜੇ ਕਰ ਆਪ ਦਾ ਕੋਈ ਕੰਮ ਹੋਏ ਤਾਂ ਬੀ ਕੰਮ ਛੋੜ ਕਰ ਕੇ ਬੀ ਤੁਸਾਂ ਆਵਨਾ। ਜੋ ਅਸਾਡਾ ਚਿਤ ਬਹੁਤਾ ਭਟਕਦਾ ਹੈ।

ਸਵੈਯਾ

ਔਰ ਸੁਨੋ ਹਮਰੀ ਬਿਨਤੀ ਹਮਰਾ ਲਿਖਨ ਚਿਤ ਮੋ ਧਰੀਏ ਜੀ
ਚਾਹਿ ਬਡੀ ਤੁਮਰੇ ਪਗ ਦੇਖਨ ਆਪ ਬਿਚਾਰ ਕ੍ਰਿਪਾ ਕਰੀਏ ਜੀ
ਬਾਸਰ ਰੈਨ ਬਸੋ ਚਿਤ ਮੈਂ ਤੁਮ ਆਵਨ ਬਾਤ ਰਿਦੇ ਧਰੀਏ ਜੀ
ਪਾਵਨ ਹੁਵੈ ਤੁਮਰੋ ਪਗ ਦੇਖਤ ਭਉਜਲ ਸੋ ਸੁਖ ਸੋ ਤਰੀਏ ਜੀ

ਸੋਰਠਾ

ਸਦਾ ਧਿਆਨ ਤੁਮ ਉਰ ਦਿਵਸ ਰੈਨ ਚਿਤਵਤ ਰਹੋ
ਜੈਸੇ ਚੰਦ ਚਕੋਰ ਚਾਹਿਤ ਹੈ ਤਵ ਦਰਸ ਮਨ

ਮਿਤੀ ਮਘਰ ਦਿਨ 18, 1919 ਵਿਚ

ਦਸਖਤ ਬਾਲਕ ਸਿੰਘ ਬਤਰਾ

ਬਲ ਟੂਟਿਓ ਬੰਧਨ ਪਰਿਓ ਕਛੂ ਨ ਹੋਤ ਉਪਾਇ
ਕਹ ਨਾਨਕ ਅਬ ਓਟ ਹਰ ਗਜ ਜਿਓ ਹੋਏ ਸਹਾਇ

ਹੋਰ ਤੁਸਾਂ ਜੋਗ ਮਾਲੂਮ ਹੋਵੇ ਜੇ ਸਰੀਰ ਤੁਸਾਡਾ ਰਾਜ਼ੀ ਹੋਵੇ ਤਾਂ ਤੁਸਾਂ ਆਵਨਾ। ਜੋ ਤੁਹਾਡਾ ਸਰੀਰ ਬੀਮਾਰ ਹੋਵੇ ਤਾਂ ਤੁਸਾਂ ਖੇਚਲ ਨਹੀਂ ਕਰਨੀ ਜੀ।

ਇਹ ਅਰਦਾਸ ਪੁਜਦੇ ਸਾਰ ਹੀ ਸਾਈਂ ਸਾਹਿਬ ਭਗਤ ਜਵਾਹਰ ਮੱਲ ਹਜ਼ਰੋ ਨੂੰ ਤੁਰ ਪਏ, ਪਰ ਆਪ ਦੇ ਪੁਜਣ ਤੋਂ ਪਹਿਲਾਂ ਹੀ ਭਾਈ ਬਾਲਕ ਸਿੰਘ ਮਘਰ ਸੁਦੀ ਪੂਰਨਮਾਸ਼ੀ ਸੰਮਤ 1919, ਮੁਤਾਬਿਕ 6 ਦਸੰਬਰ ਸੰਨ 1862 ਈਸਵੀਂ, ਦਿਨ ਸਨਿਚਰਵਾਰ ਨੂੰ ਚਲਾਣਾ ਕਰ ਚੁਕੇ ਸਨ।

ਮੁਫ਼ਤੀ ਗੁਲਾਮ ਸਰਵਰ ਕੁਰੈਸ਼ੀ ਲਾਹੌਰੀ ਆਪਣੀ ਪੁਸਤਕ 'ਤਾਰੀਖ ਮਖਜ਼ਨਿ-ਪੰਜਾਬ' (ਸੰਨ 1877 ਈ.) ਵਿਚ ਲਿਖਦਾ ਹੈ ਕਿ ਭਾਈ ਬਾਲਕ ਸਿੰਘ ਨੇ ਅੰਤ ਸਮੇਂ ਹੇਠ ਲਿਖੀਆਂ ਤੇਰਾਂ ਗੱਲਾਂ ਦਾ ਖਾਸ ਹੁਕਮ ਦਿੱਤਾ।

1. ਬਹਿੰਦੇ ਉਠਦੇ, ਸੌਂਦੇ ਜਾਗਦੇ ਵਾਹਿਗੁਰੂ ਦਾ ਭਜਨ ਕਰਿਆ ਕਰੇ ਅਤੇ ਅੱਠ ਪਹਿਰਾਂ ਵਿਚ ਤਿੰਨ ਵਾਰੀ ਅਸ਼ਨਾਨ ਕਰੇ।
2. ਚਮੜੇ ਦੇ ਡੋਲ 'ਚੋਂ ਪਾਣੀ ਨਾ ਪੀਏ।
3. ਆਪਣੇ ਗੁਰ-ਭਾਈਆਂ ਤੋਂ ਬਿਨਾਂ ਕਿਸੇ ਹੋਰ ਦੇ ਹੱਥ ਦਾ ਪੱਕਾ ਪ੍ਰਸ਼ਾਦ ਨ ਛਕੇ।
4. ਵਿਵਾਹ ਸ਼ਾਦੀ ਆਨੰਦ ਰੀਤੀ ਨਾਲ ਕਰੇ ਤੇ ਖਰਚ ਕੁਝ ਨਾ ਕਰੇ।
5. ਹਰ ਮਹੀਨੇ ਸਵਾ ਰੁਪਏ ਦਾ ਕੜਾਹ-ਪ੍ਰਸਾਦ ਵਾਹਿਗਰੂ ਦੇ ਨਾਮ ਵੰਡੇ।
6. ਲੜਕੀ ਨੂੰ ਦਾਜ ਵਿਚ ਕੁਝ ਨਾ ਦੇਵੇ।
7. ਲੜਕੀ ਦੇ ਸੌਹਰਿਆਂ ਪਾਸੋਂ ਕੁਝ ਨਾ ਲਏ।
8. ਮਾਸ ਨਾ ਖਾਏ, ਸ਼ਰਾਬ ਨਾ ਪੀਏ, ਤਮਾਕੂ ਨਾ ਵਰਤੇ।
9. ਭਿਖ ਨਾ ਮੰਗੇ, ਕਿਰਤ ਕਮਾਈ ਕਰ ਕੇ ਗੁਜ਼ਰਾਨ ਕਰੇ।
10. ਆਪਣੇ ਗੁਰ-ਭਾਈਆਂ ਦੀ ਸਹਾਇਤਾ, ਹਿਮਾਇਤ ਤੇ ਖਬਰਗੀਰੀ ਕਰੇ।
11. ਸਿਰ ਦੀ ਦਸਤਾਰ ਵਿਚ ਇਕ ਛੋਟੀ ਕਿਰਪਾਨ ਰੱਖੇ।
12. ਝੂਠ ਨਾ ਬੋਲੇ।
13. ਵਿਭਚਾਰ (ਪਰ-ਇਸਤਰੀ ਸੰਗ) ਨਾ ਕਰੇ।[6]

ਭਾਈ ਬਾਲਕ ਸਿੰਘ ਦੇ ਯਤਨ ਨਾਲ ਜਗਿਆਸੀ ਮੰਡਲ ਕਾਫ਼ੀ ਪ੍ਰਫੁੱਲਤ ਤੇ ਸੰਗਠਿਤ ਹੋ ਗਿਆ ਸੀ ਅਤੇ ਇਸ ਦੇ ਸੰਗੀ ਜਗਿਆਸੀ ਅਤੇ ਅਭਿਆਸੀ ਨਾਮ ਨਾਲ ਪ੍ਰਸਿਧ ਹੋ ਗਏ ਸਨ।

---

6. ਪੰਨਾ 567-68 ।

ਭਾਈ ਬਾਲਕ ਸਿੰਘ ਦੇ ਤਿੰਨ ਪ੍ਰਸਿਧ ਚੇਲੇ ਸਨ, ਇਕ ਉਨ੍ਹਾਂ ਦੇ ਭਰਾ ਭਾਈ ਮੰਨਾ ਸਿੰਘ ਦੇ ਪੁਤ੍ਰ ਭਾਈ ਕਾਨ੍ਹ ਸਿੰਘ, ਜੋ ਹਜ਼ਰੋ ਵਿਚ ਉਨ੍ਹਾਂ ਦੀ ਗੱਦੀ ਤੇ ਬੈਠੇ। ਦੂਸਰੇ ਭਾਈ ਲਾਲ ਸਿੰਘ ਜੋ ਅੰਮ੍ਰਿਤਸਰ ਵਿਚ ਪ੍ਰਚਾਰ ਕਰਦੇ ਸਨ, ਤੀਸਰੇ ਭਾਈ ਰਾਮ ਸਿੰਘ, ਭੈਣੀ ਜ਼ਿਲਾ ਲੁਧਿਆਣਾ ਵਾਲੇ। ਇਸ ਵੇਲੇ ਇਕ ਗੱਦੀ ਕੈਮਲਪੁਰ ਵਿਚ ਭੀ ਹੈ ਜਿਨ੍ਹਾਂ ਦਾ ਕਥਨ ਹੈ ਕਿ ਭਾਈ ਬਾਲਕ ਸਿੰਘ ਆਪਣੀ ਗੱਦੀ ਬਾਬਾ ਸੰਗਤਾ ਜੀ ਨੂੰ ਦੇ ਗਏ ਸਨ। ਇਸ ਗੱਦੀ ਪਰ ਇਸ ਵੇਲੇ ਸਾਹਿਬ ਭਗਵਾਨ ਦਾਸ ਬ੍ਰਾਜਮਾਨ ਹਨ।

ਭਾਈ ਰਾਮ ਸਿੰਘ ਦਾ ਭਾਈ ਬਾਲਕ ਸਿੰਘ ਨਾਲ ਮੇਲ ਮਹਾਰਾਜਾ ਰਣਜੀਤ ਸਿੰਘ ਤੋਂ ਦੋ ਕੁ ਸਾਲ ਬਾਦ ਸੰਮਤ 1898 ਬਿਕ੍ਰਮੀ, ਸੰਨ 1841 ਈਸਵੀਂ, ਵਿਚ ਹਜ਼ਰੋ ਹੋਇਆ ਸੀ ਜਿਸ ਦਾ ਜ਼ਿਕਰ ਕਿ ਅੱਗੇ ਚਲ ਕੇ ਵਿਸਥਾਰ ਨਾਲ ਕੀਤਾ ਜਾਏਗਾ। ਇਹ ਇਕ ਇਤਿਹਾਸਕ ਮੇਲ ਸੀ ਜਿਸ ਨੇ ਕਿ ਸਾਈਂ ਸਾਹਿਬ ਜਵਾਹਰ ਮੱਲ ਦੀ ਛੋਹ ਨਾਲ ਉਗਮੇ ਤੇ ਭਾਈ ਬਾਲਕ ਸਿੰਘ ਦੇ ਯਤਨਾਂ ਨਾਲ ਪ੍ਰਫੁੱਲਤ ਤੇ ਸੰਗਠਿਤ ਹੋਏ ਜਗਿਆਸੀ ਅਭਿਆਸੀ ਮੰਡਲ ਦੀ ਇਕ ਸ਼ਾਖ ਦੇ ਭੈਣੀ ਵਿਚ ਉਗਮਨ ਦੇ ਸਾਧਨ ਪੈਦਾ ਕਰ ਦਿੱਤੇ। ਇਹ ਭਾਈ ਰਾਮ ਸਿੰਘ ਅਤੇ ਉਨ੍ਹਾਂ ਦੇ ਉਤ੍ਰਾਧਿਕਾਰੀ ਭਾਈ ਹਰੀ ਸਿੰਘ ਦੀ ਮਿਹਨਤ ਦਾ ਸਿੱਟਾ ਹੈ ਕਿ ਭੈਣੀ ਦੀ ਸ਼ਾਖ ਇਕ ਬੜੇ ਫੈਲਾਓ ਵਾਲੇ ਬਿਰਛ ਦਾ ਰੂਪ ਧਾਰ ਗਈ ਹੈ, ਜਿਸ ਦੇ ਟਾਕਰੇ ਤੇ ਪਹਿਲੀ ਹਜ਼ਰੋ ਵਾਲੀ ਜੜ੍ਹ ਅਤੇ ਦੂਸਰੀਆਂ ਅੰਮ੍ਰਿਤਸਰ ਤੇ ਕੈਮਲਪੁਰ ਵਾਲੀਆਂ ਸ਼ਾਖਾਂ ਕੁਝ ਕੁ ਮਾਤ ਪੈ ਗਈਆਂ ਹਨ। ਇਸ ਵੇਲੇ ਭੈਣੀ ਦੀ ਸ਼ਾਖ ਨਾਮਧਾਰੀ ਵਾ ਕੂਕਾ ਨਾਮ ਨਾਲ ਪ੍ਰਸਿੱਧ ਹੈ ਜਿਸਦੀ ਕਿ ਵਿੱਥਿਆ ਇਸ ਪੁਸਤਕ ਦਾ ਮੁਖ ਵਿਸ਼ਾ ਹੈ।

ਭਾਈ ਰਾਮ ਸਿੰਘ ਦਾ ਜਨਮ ਤੇ ਆਰੰਭਕ ਹਾਲ

ਭਾਈ ਰਾਮ ਸਿੰਘ ਦਾ ਜਨਮ ਭਾਈ ਜੱਸਾ ਸਿੰਘ ਦੇ ਘਰ ਮਾਘ ਸੁਦੀ 5 ਸੰਮਤ 1872 ਬਿਕ੍ਰਮੀ,[1] 3 ਫਰਵਰੀ ਸੰਨ 1816 ਈਸਵੀ, ਨੂੰ ਮਾਈ ਸਦਾ ਕੌਰ ਦੀ ਕੁੱਖੋਂ ਪਿੰਡ ਭੈਣੀ ਰਾਈਆਂ ਜ਼ਿਲ੍ਹਾ ਲੁਧਿਆਣਾ ਵਿਚ ਹੋਇਆ। ਭਾਈ ਜੱਸਾ ਸਿੰਘ ਪਿੰਡ ਵਿਚ ਤਰਖਾਣਾ ਕੰਮ ਕਰਦਾ ਸੀ ਤੇ ਕਿਰਤ ਕਮਾਈ ਕਰ ਕੇ ਟੱਬਰ ਦੀ ਪਾਲਣਾ ਪੋਸਣਾ ਕਰਦਾ ਸੀ।

ਉਨ੍ਹਾਂ ਸਾਰੇ ਬੱਚਿਆਂ ਦੀ ਤਰ੍ਹਾਂ ਜੇਹੜੇ ਕਿ ਉਮਰ ਦੇ ਆਖਰੀਲੇ ਹਿੱਸੇ ਵਿਚ ਪ੍ਰਸਿੱਧੀ ਪ੍ਰਾਪਤ ਕਰਦੇ ਹਨ, ਭਾਈ ਰਾਮ ਸਿੰਘ ਦੇ ਬੱਚਪਨ ਦੇ ਹਾਲ ਦਾ ਨਿਸਚੇ ਤੌਰ ਤੇ ਕੁਝ ਪਤਾ ਨਹੀਂ। ਹਾਂ ਇਹ ਜ਼ਰੂਰ ਪ੍ਰਤੀਤ ਹੁੰਦਾ ਹੈ ਕਿ ਆਪ ਨੇ ਗੁਰਮੁਖੀ ਤੇ ਸਿੱਖ-ਧਾਰਮਿਕ ਵਿੱਦਿਆ ਕਿਸੇ ਵਿਦਵਾਨ ਮਹਾਤਮਾ ਪਾਸੋਂ ਪ੍ਰਾਪਤ ਕੀਤੀ ਸੀ ਜਿਸ ਦਾ ਕਿ ਅਸਰ ਆਪ ਦੇ ਪੱਤ੍ਰਾਂ ਦੀ ਸਰਲ ਲਿਖਤ ਤੋਂ ਪ੍ਰਤੀਤ ਹੁੰਦਾ ਹੈ। ਪਿਤਾ-ਪੁਰਖੀ ਕਿੱਤੇ ਵਿਚ ਨਿਪੁਣਤਾ ਪ੍ਰਾਪਤ ਕਰਨ ਲਈ ਆਪ ਨੇ ਲਕੜੀ ਤੇ ਉਸਾਰੀ ਦਾ ਕੰਮ ਸਿੱਖਿਆ। ਪਰ ਆਪ ਦੀ ਚੜ੍ਹਦੀ ਜਵਾਨੀ ਵੇਲੇ ਸਿੱਖ ਰਾਜ ਚੜ੍ਹਦੀਆਂ ਕਲਾਂ ਵਿਚ ਸੀ ਅਤੇ ਹਰ ਇਕ ਸਡੌਲ ਤੇ ਦਿਲ ਵਾਲੇ ਗੱਭਰੂ ਲਈ ਖਾਲਸਾ ਫੌਜ ਵਿਚ ਤਰੱਕੀ ਦੀਆਂ ਆਸਾਂ ਉਮੈਦਾਂ ਨਾਲ ਭਰੀ ਨੌਕਰੀ ਇਕ ਚੋਖੀ ਖਿੱਚ ਦਾ ਕਾਰਣ ਹੁੰਦੀ ਸੀ।

ਭਾਈ ਰਾਮ ਸਿੰਘ ਦੀ ਉਮਰ 21 ਕੁ ਵਰ੍ਹਿਆਂ ਦੀ ਸੀ ਕਿ ਸੰਮਤ 1893 (ਸੰਨ 1836-37 ਈਸਵੀਂ)[2] ਵਿਚ ਆਪ ਦੀ ਵੱਡੀ ਭੈਣ ਬੀਬੀ ਸਾਹਿਬ ਕੌਰ

---

1. ਮਹਾਨ ਕੋਸ਼, ਜਿਲਦ 4, ਪੰਨਾ 3094; ਸਤਿਜੁਗ ਬਸੰਤ ਨੰਬਰ 1986, ਪੰਨਾ 20 ਭਾਈ ਕਾਲਾ ਸਿੰਘ ਨੇ "ਨਾਮਧਾਰੀਆਂ ਦਾ ਸ਼ਹੀਦ ਬਿਲਾਸ" ਵਿਚ 'ਮਾਘ ਸੁਦੀ ਸੀ ਖਸ਼ਟਮੀ, ਥਿਤ ਲਗੀ ਗੁਰਵਾਰ' ਲਿਖਿਆ ਹੈ। ਮਹਾਨ ਕੋਸ਼ ਨੇ ਜਨਮ ਦਾ ਦਿਨ ਨਹੀਂ ਦਿੱਤਾ। ਦੂਸਰੇ ਲਿਖਾਰੀਆਂ ਨੇ ਵੀਰਵਾਰ (ਗੁਰਵਾਰ) ਲਿਖਿਆ ਹੈ। ਪਰ ਵੀਰਵਾਰ ਇਸ ਤਾਰੀਖ ਨੂੰ ਠੀਕ ਨਹੀਂ ਬੈਠਦਾ। ਮਾਘ ਸੁਦੀ 1 ਨੂੰ ਮੰਗਲਵਾਰ ਸੀ ਤੇ 5 ਨੂੰ ਸਨਿਵਾਰ। ਇਸ ਲਈ ਦੋਹਾਂ ਵਿਚੋਂ ਇਕ ਵਿਚ ਜ਼ਰੂਰ ਭੁਲੇਖਾ ਹੈ। ਹਾਂ ਮਾਘ ਸੁਦੀ 6 ਸੰਮਤ 1870 ਤੇ 1973, ਅਤੇ ਸੁਦੀ 5 ਮਾਘ ਸੰਮਤ 1876 ਤੇ 1880 ਨੂੰ ਵੀਰਵਾਰ ਸੀ।
2. "ਕੂਕਿਆਂ ਦੇ ਫਿਰਕੇ ਦੀ ਸੰਖੇਪ ਵਿਥਿਆ" ਵਿਚ ਲਿਖਿਆ ਹੈ ਕਿ ਰਾਮ ਸਿੰਘ ਸੰਨ 1844 ਵਿਚ ਨੌਂ-ਨਿਹਾਲ ਸਿੰਘ ਦੀ ਪਲਟਣ ਵਿਚ ਸਵਾਰ (ਘੋੜ-ਚੜ੍ਹਾ) ਭਰਤੀ ਹੋਇਆ ਸੀ। ਪਰ ਕੰਵਰ ਨੌਂ-ਨਿਹਾਲ ਸਿੰਘ 6 ਨਵੰਬਰ 1840 ਨੂੰ ਚੜ੍ਹਾਈ ਕਰ ਗਿਆ ਸੀ ਇਸ ਲਈ ਇਹ ਤਾਰੀਖ ਸ਼ੱਕੀ ਹੋ ਜਾਂਦੀ ਹੈ। ਹੋ ਸਕਦਾ ਹੈ ਕਿ ਪਲਟਣ ਦਾ ਨਾਮ ਪਿੱਛੋਂ ਭੀ ਉਹ ਹੀ ਰਿਹਾ ਹੋਵੇ, ਪਰ ਇਹ ਗੱਲ ਯਕੀਨੀ ਨਹੀਂ ਹੈ। ਉੱਪਰ ਵਿਚਕਾਰ ਦਿੱਤੀ ਗਈ ਤਾਰੀਖ ਬਸੰਤ ਨੰਬਰ (ਸਤਿਜੁਗ, ਭੈਣੀ) 22 ਮਾਘ ਸੰਮਤ 1886 ਅਨੁਸਾਰ ਹੈ।

ਆਪਣੇ ਪਤੀ ਕਾਬਲ ਸਿੰਘ ਰਾਇਪੁਰੀਏ ਨਾਲ ਭੈਣੀ ਆਈ। ਕਾਬਲ ਸਿੰਘ ਲਾਹੌਰ ਮਹਾਰਾਜੇ ਦੇ ਤੋਪਖਾਨੇ ਵਿਚ ਗੋਲਾ-ਅੰਦਾਜ਼ ਤੋਪਚੀ ਤੇ ਇਕ ਉੱਘਾ ਨਿਸ਼ਾਨਚੀ ਸੀ। ਇਸ ਦੀ ਪ੍ਰੇਰਨਾ ਨਾਲ ਭਾਈ ਰਾਮ ਸਿੰਘ ਭੀ ਲਾਹੌਰ ਚਲਾ ਗਿਆ ਤੇ ਕੰਵਰ ਨੌ-ਨਿਹਾਲ ਸਿੰਘ ਦੇ ਤੋਪਖ਼ਾਨੀ ਡੇਰੇ ਵਿਚ ਸਵਾਰ ਜਾ ਭਰਤੀ ਹੋਇਆ। ਏਸ ਪਲਟਣ ਵਿਚ ਬਾਬਾ ਕਾਨ੍ਹ ਸਿੰਘ, ਜੋ ਬਾਦ ਵਿਚ ਭਾਈ ਰਾਮ ਸਿੰਘ ਦੇ ਨਿਕਟ ਵਰਤੀ ਸੰਗੀਆਂ ਤੇ ਸੂਬਿਆਂ ਵਿਚੋਂ ਹੋਇਆ ਹੈ, ਇਸ ਵੇਲੇ ਹਵਾਲਦਾਰ ਸੀ। ਇਹ ਪਿੰਡ ਚੱਕ ਕਲਾਂ ਰਿਆਸਤ ਮਲੇਰ ਕੋਟਲਾ ਦੇ ਰਹਿਣ ਵਾਲਾ ਸੀ।[3]

ਇਸ ਵੇਲੇ ਤੱਕ ਭਾਈ ਰਾਮ ਸਿੰਘ ਦਾ ਵਿਆਹ ਪਿੰਡ ਧਰੋੜ ਜ਼ਿਲ੍ਹਾ ਲੁਧਿਆਣਾ ਵਿਚ ਬੀਬੀ ਜੱਸਾਂ ਨਾਲ ਹੋ ਚੁਕਾ ਹੋਇਆ ਸੀ। ਮਾਈ ਭਾਵੇਂ ਅਨਪੜ੍ਹ ਹੀ ਸੀ ਪਰ ਬੜੀ ਧਾਰਮਕ ਬਿਰਤੀ ਵਾਲੀ ਸੀ। ਆਪ ਦੀ ਕੁੱਖੋਂ ਦੋ ਪੁਤ੍ਰੀਆਂ ਨੇ ਜਨਮ ਲਿਆ।

---

3. ਬਿਆਨ ਕਾਨ੍ਹ ਸਿੰਘ, ਜੇ. ਡਬਲਯੂ, ਮੈਕਨੈਬ ਦੇ ਸਾਮ੍ਹਣੇ, ਅਲਾਹਾਬਾਦ, 25 ਅਪ੍ਰੈਲ 1872।

ਬਾਬਾ ਬਾਲਕ ਸਿੰਘ ਨਾਲ ਮੇਲ

ਸੰਮਤ 1898 ਵਿਚ, ਕਿਹਾ ਜਾਂਦਾ ਹੈ, ਭਾਈ ਰਾਮ ਸਿੰਘ ਦੀ ਪਲਟਣ ਨੂੰ ਕਿਸੇ ਸਰਕਾਰੀ ਕੰਮ ਤੇ ਹਜ਼ਰੋ ਵਲ ਜਾਣਾ ਪਿਆ ਜਿੱਥੇ ਕਿ ਇਨ੍ਹਾਂ ਦਾ ਮੇਲ ਭਾਈ ਬਾਲਕ ਸਿੰਘ ਜਗਿਆਸੀ (ਅਭਿਆਸੀ) ਨਾਲ ਹੋ ਗਿਆ।

ਇਨ੍ਹੀਂ ਦਿਨੀ ਭਾਈ ਰਾਮ ਸਿੰਘ ਦੀ ਪਲਟਣ ਹਜ਼ਰੋ ਆਈ, ਉਸ ਵੇਲੇ ਭਾਈ ਬਾਲਕ ਸਿੰਘ ਦੀ ਕਾਫ਼ੀ ਮਾਨਤਾ ਸੀ। ਕਹਿੰਦੇ ਹਨ ਕਿ ਇਨ੍ਹਾਂ ਦਾ ਭਾਈ ਰਾਮ ਸਿੰਘ ਦੇ ਦਿਲ ਤੇ ਇਤਨਾ ਗਹਿਰਾ ਅਸਰ ਹੋਇਆ ਕਿ ਇਹ ਭਾਈ ਬਾਲਕ ਸਿੰਘ ਦੇ ਚੇਲੇ ਬਣ ਗਏ ਤੇ 'ਵਾਹਿਗੁਰੂ' ਗੁਰਮੰਤ੍ਰ ਲੈ ਕੇ ਅਭਿਆਸ ਵਲ ਜੁੜ ਗਏ। ਇਸ ਨਵੇਂ ਸੰਬੰਧ ਨੇ ਭਾਈ ਰਾਮ ਸਿੰਘ ਨੂੰ ਸਿੱਖੀ ਦ੍ਰਿੜ੍ਹਾ ਦਿੱਤੀ ਅਤੇ ਸਿੱਖੀ ਪ੍ਰਚਾਰ ਦੀ ਇੱਛਾ ਉਸ ਦੇ ਦਿਲ ਵਿਚ ਸੁਲਗਾ ਦਿੱਤੀ ਜੋ ਸਮਾਂ ਪਾ ਕੇ ਬਾਦ ਵਿਚ ਇਕ ਲਾਟ ਵਾਂਙੂ ਬਲ ਉੱਠੀ। ਇਸੇ ਵੇਲੇ ਹੀ ਭਾਈ ਰਾਮ ਸਿੰਘ ਦੀ ਪਲਟਣ ਦਾ ਹਵਾਲਦਾਰ ਕਾਨ੍ਹ ਸਿੰਘ, ਵਾਸੀ ਪਿੰਡ ਚੱਕ ਕਲਾਂ, ਰਿਆਸਤ ਮਲੇਰ ਕੋਟਲਾ, ਭੀ ਭਾਈ ਬਾਲਕ ਸਿੰਘ ਪਾਸੋਂ ਦੀਖਿਆ ਲੈ ਕੇ ਉਨ੍ਹਾਂ ਦਾ ਸੇਵਕ ਬਣਿਆ।[1] ਗੁਰ ਭਾਈ ਹੋਣ ਕਰਕੇ ਬਾਦ ਵਿਚ ਕਾਨ੍ਹ ਸਿੰਘ ਤੇ ਭਾਈ ਰਾਮ ਸਿੰਘ ਦੀ ਚੋਖੀ ਪ੍ਰੀਤ ਬਣ ਗਈ। ਕੂਕਾ ਸੰਪ੍ਰਦਾਇ ਦੀ ਰਚਨਾ ਤੇ ਸੰਗਠਨ ਕਰਨ ਵਿਚ ਕਾਨ੍ਹ ਸਿੰਘ ਨੇ ਬੜੀ ਸਹਾਇਤਾ ਕੀਤੀ ਅਤੇ ਅੰਤ ਉਨ੍ਹਾਂ ਦੇ ਨਾਲ ਹੀ ਜਲਾਵਤਨ ਭੀ ਹੋਇਆ।

ਮਾਲੂਮ ਹੁੰਦਾ ਹੈ ਕਿ ਆਪ ਦੇ ਮਨ ਦੀ ਰੁਚੀ ਛੋਟੀ ਅਵਸਥਾ ਤੋਂ ਹੀ ਭਜਨ ਬੰਦਗੀ ਵਲ ਸੀ। ਫੌਜੀ ਨੌਕਰੀ ਵਿਚ ਕਾਫ਼ੀ ਵੇਹਲ ਹੋਣ ਕਰਕੇ ਮਨ ਹੋਰ ਇਧਰ ਜੁੜ ਗਿਆ। ਇਹ ਕੋਈ ਅਣਹੋਣੀ ਗੱਲ ਨਹੀਂ ਹੈ। ਫੌਜੀ ਜ਼ਿੰਦਗੀ ਵਿਚ ਲਾਮ ਦੇ ਦਿਨਾਂ ਤੋਂ ਬਿਨਾ ਸਿਪਾਹੀਆਂ ਨੂੰ ਸਮਾਂ ਬੜਾ ਖੁਲ੍ਹਾ ਮਿਲਦਾ ਹੈ। ਇਸ ਲਈ ਜਿੱਧਰ ਭੀ ਕਿਸੇ ਦੀ ਰੁਚੀ ਹੁੰਦੀ ਹੈ, ਓਧਰ ਹੀ ਮਨ ਜੁੜਦਾ ਤੇ ਪੱਕਾ ਹੁੰਦਾ ਚਲਾ ਜਾਂਦਾ

---

1. ਬਿਆਨ ਕਾਨ੍ਹ ਸਿੰਘ, ਜੇ. ਡਬਲਯੂ, ਮੈਕਨੈਬ ਦੇ ਸਾਮ੍ਹਣੇ, ਕਿਲਾ ਅਲਾਹਾਬਾਦ, 25 ਅਪ੍ਰੈਲ ਸੰਨ 1872। ਬਾਬਾ ਕਾਨ੍ਹ ਸਿੰਘ ਜ਼ਿਲ੍ਹਾ ਹੋਸ਼ਿਆਪੁਰ ਵਿਚ ਪ੍ਰਚਾਰ ਕਰਿਆ ਕਰਦੇ ਸਨ ਤੇ ਇਨ੍ਹਾਂ ਨੇ ਇੱਥੇ ਦੀ ਪੋਲੀਸ ਦਾ ਇਕ ਹਵਾਲਦਾਰ ਤੇ 15 ਸਿਪਾਹੀ ਅਤੇ ਹੋਰ ਕਈ ਕੂਕੇ ਬਣਾਏ। ਇਹ ਆਮ ਤੌਰ ਤੇ ਪਿੰਡ ਪੁਹੀਰਾਂ ਜ਼ਿਲਾ ਹੋਸ਼ਿਆਰਪੁਰ ਵਿਚ ਰਿਹਾ ਕਰਦੇ ਸਨ ਅਤੇ ਰਾਏ ਕੋਟ ਦੇ ਹੱਲੇ ਵੇਲੇ ਇਸੇ ਪਿੰਡ ਵਿਚ ਨਜ਼ਰਬੰਦ ਸਨ।

ਹੈ। ਇਹ ਹੀ ਕਾਰਣ ਹੈ ਕਿ ਸਿੱਖਾਂ ਵਿਚ ਮੌਜੂਦਾ ਜ਼ਮਾਨੇ ਵਿਚ ਜੇਹੜੇ ਉੱਘੇ ਭਜਨੀਕ ਮਹਾਤਮਾ ਹੋਏ ਹਨ, ਉਨ੍ਹਾਂ ਨੂੰ ਭਜਨ ਬੰਦਗੀ ਦੀ ਲਗਨ ਤੇ ਇਸ ਦੀ ਪ੍ਰਪੱਕਤਾ ਦਾ ਮੌਕਾ ਬਹੁਤਾ ਫੌਜ ਵਿਚ ਹੀ ਮਿਲਿਆ ਹੈ। ਬਾਬਾ ਨੈਣਾ ਸਿੰਘ ਤੇ ਫੂਲਾ ਸਿੰਘ ਅਕਾਲੀ, ਭਾਈ ਮਹਾਰਾਜ ਸਿੰਘ, ਸੰਤ ਅਤਰ ਸਿੰਘ, ਬਾਬਾ ਕਰਮ ਸਿੰਘ ਤੇ ਆਇਆ ਸਿੰਘ ਆਦਿ ਮਹਾਂਪੁਰਖਾਂ ਦੇ ਉੱਘੇ ਨਾਮ ਇਸ ਗੱਲ ਦੀ ਪੁਸ਼ਟੀ ਵਿਚ ਪੇਸ਼ ਕੀਤੇ ਜਾ ਸਕਦੇ ਹਨ।

ਆਪਣੀ ਜ਼ਿੰਦਗੀ ਦੇ ਉਤਰਾਵਾਂ ਚੜ੍ਹਾਵਾਂ ਦਾ ਜ਼ਿਕਰ ਕਰਦੇ ਹੋਏ ਭਾਈ ਰਾਮ ਸਿੰਘ ਜਲਾਵਤਨੀ ਦੇ ਦਿਨਾਂ ਵਿਚ ਲਿਖੇ ਆਪਣੇ ਹਥ ਲਿਖਤ ਪੱਤ੍ਰ 21 ਵਿਚ, ਜੋ ਅੱਗੇ ਚਲ ਕੇ ਪੱਤ੍ਰ-ਸੰਚੇ ਵਿਚ ਦਿੱਤਾ ਹੋਇਆ ਹੈ, ਲਿਖਦੇ ਹਨ "ਮੈਂ ਤਾਂ ਕਈ ਬਾਤਾਂ ਦੇਖ ਕੇ ਈ ਲੜ ਲੱਗਾ ਹਾਂ।ਗੁਰੂ ਨਾਨਕ-ਗੁਰੂ ਗੋਬਿੰਦ ਸਿੰਘ ਵਲੋਂ ਬਖ਼ਸ਼ੇ 'ਨਾਮ' ਦੇ। ਪਹਿਲੇ ਉਦਾਸੀ ਕਾ ਚੇਲਾ, ਫੇਰ ਨਿਰਮਲੇ ਦਾ, ਫੇਰ ਖੰਡੇ ਪਹੁਲ ਲਈ। ਨਿਰਮਲਿਆਂ ਦਾ ਕੋਈ ਸੁਖ ਨਹੀਂ ਹੋਇਆ ਹੈ। ਫੇਰ ਏਸੇ ਨਾਮ ਵਿਚੋਂ ਸਭੋ ਕੁਝ ਪੂਰੇ ਹੁੰਦੇ ਹੈਂ, ਏਸ ਨਾਮ ਨੇ ਸਾਨੂੰ ਏਥੇ ਕੈਦ ਮੈਂ ਭੀ ਸੁਖ ਦੇ ਰੱਖਾ ਹੈ, ਧੰਨ ਨਾਮ ਹੈ ਏਹ।" ਪਰ ਕਿਸ ਅਵਸਥਾ ਵਿਚ, ਕਿਸ ਸਾਲ, ਕਿਥੇ ਤੇ ਕਿਸ ਉਦਾਸੀ ਦੇ ਚੇਲੇ ਹੋਏ, ਆਪ ਨੇ ਖੋਹਲ ਕੇ ਕਿਧਰੇ ਨਹੀਂ ਲਿਖਿਆ, ਅਤੇ ਨਾ ਹੀ ਆਪ ਦੇ ਸ਼ਰਧਾਲੂ ਲਿਖਾਰੀਆਂ ਤੇ ਸਰਕਾਰੀ ਰਿਪੋਰਟ-ਲੇਖਕਾਂ ਨੇ ਇਸ ਦਾ ਕੋਈ ਖੁਲ੍ਹਵਾਂ ਜ਼ਿਕਰ ਕੀਤਾ ਹੈ। ਇਸੇ ਤਰ੍ਹਾਂ ਹੀ ਇਹ ਭੀ ਪਤਾ ਨਹੀਂ ਚੱਲ ਰਿਹਾ ਕਿ ਆਪ ਕਦੋਂ ਤੇ ਕੇਹੜੇ ਡੇਰੇ ਯਾ ਅਖਾੜੇ ਦੇ ਕਿਸ ਨਿਰਮਲੇ ਦੇ ਚੇਲੇ ਬਣੇ, ਯਾ ਕਦ ਤੇ ਕਿੱਥੇ ਖੰਡੇ ਦਾ ਅੰਮ੍ਰਿਤ ਛਕਿਆ ਪਰ ਇਕ ਗੱਲ ਆਪ ਨਿਸਚੇ ਦੱਸ ਰਹੇ ਹਨ ਕਿ ਅੰਤ ਜਦ ਆਪਨੇ ਖੰਡੇ ਦਾ ਅੰਮ੍ਰਿਤ ਛਕਿਆ ਤਾਂ ਆਪ ਦੇ ਮਨ ਦੀ ਸਾਰੀ ਭਟਕਣਾ ਦੂਰ ਹੋ ਗਈ, ਮਨ ਗੁਰੂ ਨਾਨਕ-ਗੁਰੂ ਗੋਬਿੰਦ ਸਿੰਘ ਵਲੋਂ ਬਖਸ਼ੇ 'ਨਾਮ' ਤੇ ਟਿਕ ਗਿਆ ਅਤੇ ਇਸ ਤਰ੍ਹਾਂ ਟਿਕਿਆ ਕਿ ਘਰੋਂ ਬੇ ਘਰ ਦੇਸੋਂ ਪ੍ਰਦੇਸ਼ 'ਕੈਦ ਮੈਂ ਭੀ ਸੁਖ ਦੇ ਰੱਖਾ ਹੈ।'

ਅਰਦਾਸ 23 ਦੇ ਆਰੰਭ ਵਿਚ ਆਪ ਲਿਖਦੇ ਹਨ "ਹੋਰ ਭਾਈ ਮੈਂ ਤਾਂ ਬਹੁਤ ਉਪਮਾ ਕਰ ਕੇ ਦੇਖ ਰਿਹਾ ਹੈਂ, ਪਰ ਮੈਨੂੰ ਤਾਂ ਕਿਤੇ ਭੀ ਨਹੀਂ ਸੁਖ ਹੋਇਆ, ਨਾ ਤਨ ਕਰਕੇ ਨਾ ਧਨ ਕਰਕੇ ਹੀ, ਪਰ ਜਦ ਗੁਰੂ ਬਾਲਕ ਸਿੰਘ ਜੀ ਨੇ ਨਾਮ ਦਾ ਦਾਨ ਦਿੱਤਾ, ਸਾਰੇ ਹੀ ਸੁਖ ਹੋਏ ਗਏ'। ਇਸ ਇਸ਼ਾਰੇ ਮਾਤ੍ਰ ਕਥਨ ਤੋਂ ਇਹ ਗੱਲ ਸਪਸ਼ਟ ਸੁੱਝਦੀ ਹੈ ਕਿ ਆਪ ਨੇ ਭਾਈ ਬਾਲਕ ਸਿੰਘ ਜੀ ਤੋਂ ਜਿਨ੍ਹਾਂ ਨੂੰ ਆਪ ਉਸੇ ਤਰ੍ਹਾਂ 'ਗੁਰੂ' ਪਦ ਨਾਲ ਯਾਦ ਕਰਦੇ ਹਨ ਜਿਵੇਂ ਕਿ ਆਮ ਤੌਰ ਤੇ ਉਨ੍ਹੀਵੀਂ ਸਦੀ ਵਿਚ ਅੰਮ੍ਰਿਤ ਛਕਾਉਣ ਵਾਲਿਆਂ ਸੋਢੀਆਂ, ਬੇਦੀਆਂ, ਨਿਰਮਲਿਆਂ ਤੇ ਹੋਰਨਾਂ ਨੂੰ 'ਗੁਰੂ' ਪਦ ਨਾਲ ਯਾਦ ਕੀਤਾ ਜਾਂਦਾ ਹੈ, ਜੈਸੇ ਕਿ ਊਨੇ ਦੇ ਬੇਦੀ, ਆਨੰਦਪੁਰ,

ਕਰਤਾਰਪੁਰ, ਗੁਰੂ ਹਰਿ ਸਹਾਇ ਦੇ ਸੋਢੀ ਖੰਡੇ ਦੀ ਪਹੁਲ (ਅੰਮ੍ਰਿਤ) ਲਈ ਸੀ, ਜਿਸ ਨਾਲ ਆਪ ਦੇ ਮਨ ਨੂੰ ਸਾਂਤੀ ਹੋ ਗਈ ਤੇ 'ਸਾਰੇ ਹੀ ਸੁਖ ਹੋਇ ਗਏ'।

ਨਾਮਧਾਰੀ ਲਿਖਾਰੀਆਂ ਨੇ ਭਾਈ ਬਾਲਕ ਸਿੰਘ ਨਾਲ ਮਿਲਾਪ ਅਤੇ ਸਰਕਾਰੀ ਨੌਕਰੀ ਦੇ ਸਮੇਂ ਅਕਾਸ਼-ਬਾਣੀ ਦਾ ਜ਼ਿਕਰ ਕਰਦੇ ਹੋਏ ਕਈ ਇਕ ਕਰਾਮਾਤਾਂ ਅਤੇ ਅਚੰਭੇ ਵਾਲੀਆਂ ਗੱਲਾਂ ਆਪ ਦੇ ਜੀਵਨ ਵਿਚ ਬੀਤੀਆਂ ਦੱਸੀਆਂ ਹਨ, ਪਰ ਵਿਗਿਆਨਕ ਇਤਿਹਾਸ ਦੀ ਨਜ਼ਰ ਨਾਲ ਇਨ੍ਹਾਂ ਦੀ ਕੋਈ ਪੁਸ਼ਟੀ ਨਾ ਹੋਣ ਕਰਕੇ ਇਥੇ ਇਨ੍ਹਾਂ ਦਾ ਜ਼ਿਕਰ ਨਹੀਂ ਕੀਤਾ ਜਾ ਸਕਿਆ।

ਆਪਣਾ ਕਾਰ-ਵਿਹਾਰ

ਸੰਨ 1845-46 (ਸੰਮਤ 1902 ਬਿਕ੍ਰਮੀ) ਦੀ ਲੜਾਈ ਤੋਂ ਬਾਦ[1] ਜਦ ਅੰਗ੍ਰੇਜ਼ਾਂ ਨੇ ਸਿਖ ਰਾਜਧਾਨੀ ਲਾਹੌਰ ਤੇ ਕਬਜ਼ਾ ਕਰ ਲਿਆ ਤਾਂ ਭਾਈ ਰਾਮ ਸਿੰਘ ਨੇ ਫ਼ੌਜੀ ਨੌਕਰੀ ਛੱਡ ਦਿੱਤੀ ਤੇ ਆਪਣੇ ਪਿੰਡ ਭੈਣੀ ਆ ਗਏ। ਤਰਖਾਣਾ ਤੇ ਰਾਜਗੀਰੀ ਕੰਮ ਤੋਂ ਤਾਂ ਆਪ ਪਹਿਲਾਂ ਹੀ ਚੰਗੇ ਵਾਕਫ ਸਨ ਇਸ ਲਈ ਕਾਰ ਵਿਹਾਰ ਵਿਚ ਆਪ ਨੂੰ ਕੋਈ ਔਖ ਨਾ ਹੋਇਆ।

ਇਸ ਤਰ੍ਹਾਂ ਕੁਝ ਚਿਰ ਆਪ ਪਿੰਡ ਵਿਚ ਯਾ ਇਰਦ ਗਿਰਦ ਕੰਮ ਕਰਦੇ ਰਹੇ ਅਤੇ ਆਪਣੇ ਪਿਤਾ ਬਾਬਾ ਜੱਸਾ ਦੇ ਵਿਹਾਰ ਵਿਚ ਹੱਥ ਵਟਾਂਦੇ ਰਹੇ। ਇਸ ਪ੍ਰਕਾਰ ਤਿੰਨ ਚਾਰ ਸਾਲ ਬਤੀਤ ਹੋਏ ਪ੍ਰਤੀਤ ਹੁੰਦੇ ਹਨ। ਸੰਨ 1850 ਈਸਵੀਂ ਦੇ ਆਲੇ ਦੁਆਲੇ ਆਪ ਲੁਧਿਆਣੇ ਦੇ ਪ੍ਰਸਿੱਧ ਤਰਖਾਣ ਪੰਜਾਬ ਦੇ ਕਾਰਖਾਨੇ ਵਿਚ ਕੰਮ ਕਰਦੇ ਸਨ। ਪਤਾ ਨਹੀਂ ਪੰਜਾਬੇ ਨਾਲ ਕਿਸ ਗੱਲੋਂ ਤੇ ਕਿਵੇਂ ਬਿਗਾੜ ਹੋ ਗਿਆ ਯਾ ਕੀ ਹੋਇਆ ਕਿ ਭਾਈ ਰਾਮ ਸਿੰਘ ਉਸ ਦੀ ਚੋਖੀ ਰਕਮ ਲੈ ਕੇ ਬਿਨਾਂ ਉਸ ਨੂੰ ਦੱਸੇ ਦੇ ਚਲੇ ਗਏ। ਅਸਲ ਹਾਲਤ ਦਾ ਪਤਾ ਲੱਗੇ ਬਿਨਾਂ ਕੋਈ ਰਾਏ ਕਾਇਮ ਕਰ ਸਕਣਾ ਮੁਸ਼ਕਲ ਹੈ, ਪਰ ਭਾਈ ਰਾਮ ਸਿੰਘ ਦੇ ਅਗਲੇ ਪਿਛਲੇ ਆਮ ਜੀਵਨ ਨੂੰ ਦੇਖ ਕੇ ਕਿਸੇ ਕੋਝੀ ਸ਼ੱਕ ਦੀ ਸੰਭਾਵਨਾ ਨਹੀਂ ਹੁੰਦੀ।

ਪੰਜਾਬੇ ਦੇ ਕਾਰਖਾਨਿਉਂ ਨਿਕਲ ਆਉਣ ਪਿੱਛੋਂ ਭਾਈ ਰਾਮ ਸਿੰਘ ਨੇ ਆਪਣੇ ਪਿੰਡ ਭੈਣੀ ਵਿਚ ਲੋਹੇ ਕੱਪੜੇ ਆਦਿ ਦੀ ਹੱਟੀ ਪਾ ਲਈ। ਇਸ ਕੰਮ ਵਿਚ ਆਪ ਦਾ ਇਕ ਭਾਈਵਾਲ ਸੀ ਜੋ ਕੁਝ ਚਿਰ ਪਿਛੋਂ ਦੁਕਾਨ ਦੀ ਸਾਰੀ ਨਕਦੀ ਲੈ ਕੇ ਚਲਦਾ ਬਣਿਆ।

---

1. A brief Account of the Kuka Sect, p.10

ਮਹਾਨ ਕੋਸ਼ (ਪੰਨਾ 2094-95) ਵਿਚ ਲਿਖਿਆ ਹੈ ਕਿ ਸੰਨ 1841 (ਸੰਮਤ 1898) ਵਿਚ ਨੌਕਰੀ ਛੱਡ ਕੇ ਛੋਈ ਪਿੰਡ (ਜ਼ਿਲ੍ਹਾ ਅਟਕ ਦੀ) ਵਸਨੀਕ ਬਾਬਾ ਬਾਲਕ ਸਿੰਘ ਦੇ ਚਾਟੜੇ ਹੋ ਕੇ ਨਾਮ ਉਪਦੇਸ਼ ਲੀਤਾ। ਸਤਿਜੁਗ ਦੇ ਬਸੰਤ ਨੰਬਰ, 22 ਮਾਘ 1986 (ਪੰਨਾ 30), ਅਨੁਸਾਰ ਇਨ੍ਹਾਂ ਦੇ ਨੌਕਰੀ ਛੱਡਣ ਦੀ ਤਾਰੀਖ ਸੰਨ 1845 ਬਣਦੀ ਹੈ। 'ਸਰਦਾਰ ਕਾਬਲ ਸਿੰਘ ਜੀ ਨੂੰ ਸ੍ਰਾਪ' ਦਾ ਜ਼ਿਕਰ ਕਰਕੇ ਲਿਖਿਆ ਹੈ ਕਿ ਉਪ੍ਰੋਕਤ ਵਾਕਿਆ ਤੋਂ ਬਹਤੁ ਛੇਤੀ ਬਾਦ ਮੁਦਕੀ ਦੀ ਲੜਾਈ ਸ਼ੁਰੂ ਹੋ ਗਈ। ਆਪ ਨੇ 'ਬੰਦੂਕ ਦਰਿਆ ਵਿਚ ਸੁਟ ਘਤੀ' ਤੇ 'ਆਪ ਬਿਨਾ ਕਿਸੇ ਨੂੰ ਕੁਝ ਕਹੇ ਸੁਣੇ ਭੈਣੀ ਸਾਹਿਬ ਨੂੰ ਆ ਗਏ। ਜਿਸਦਾ ਇਹ ਅਰਥ ਹੈ ਕਿ ਆਪ ਮੁਦਕੀ ਦੀ ਲੜਾਈ ਵਿਚ ਬੰਦੂਕ ਦਰਿਆ ਵਿਚ ਸੁਟ ਕੇ ਬਿਨਾ ਆਗਿਆ ਲਏ ਘਰ ਨੂੰ ਚਲੇ ਆਏ ਸਨ। ਮੁਦਕੀ ਦੀ ਲੜਾਈ 18 ਦਸੰਬਰ ਸੰਨ 1845 ਈਸਵੀਂ ਨੂੰ ਹੋਈ ਸੀ।

ਇਸ ਤੋਂ ਬਾਦ ਭੀ ਆਪਣੀ ਉਪਜੀਵਕਾ ਵਾਸਤੇ ਕਿਰਤ ਕਮਾਈ ਲਈ ਆਪ ਨੇ ਆਪਣੀ ਦੁਕਾਨ ਜਾਰੀ ਰੱਖੀ। ਇਸ ਦੇ ਸੰਨ 1866 ਤੱਕ ਚਲਦੇ ਹੋਣ ਦਾ ਸਬੂਤ ਇਸ ਸਾਲ ਦੀ ਸਰਕਾਰੀ ਰਿਪੋਰਟ ਵਿਚੋਂ ਮਿਲਦਾ ਹੈ ਜਿਸ ਵਿਚ ਲਿਖਿਆ ਹੋਇਆ ਹੈ ਕਿ ਭਾਈ ਰਾਮ ਸਿੰਘ ਦਸ ਕੁ ਸਾਲ ਤੋਂ ਇਕ ਕਿਸਮ ਦੀ ਬਾਣੀਏ ਦੀ ਹੱਟੀ ਚਲਾ ਰਿਹਾ ਹੈ ਜਿਸ ਵਿਚ ਕਿ ਪਰਚੂਨ ਸੌਦਾ ਤੇ ਲੋਹਾ ਵਿਕਦਾ ਹੈ। 'ਪੰਥ ਪ੍ਰਕਾਸ਼' ਵਿਚ ਗਿਆਨੀ ਗਿਆਨ ਸਿੰਘ ਨੇ ਲਿਖਿਆ ਹੈ ਕਿ ਰਾਮ ਸਿੰਘ ਲੋਹੇ ਕਪੜੇ ਆਦਿ ਦੀ ਦੁਕਾਨ ਕਰਦਾ ਸੀ ਅਤੇ ਉਸ ਵਿਚੋਂ ਜੋ ਮੁਨਾਫਾ ਹੁੰਦਾ ਉਸ ਤੇ ਆਪਣੀ ਗੁਜ਼ਰਾਨ ਕਰਦਾ। ਹੋਰ ਜੋ ਕੁਝ ਸਰਧਾਲੂਆਂ ਵਲੋਂ ਆਉਂਦਾ, ਉਹ ਲੰਗਰ ਵਿਚ ਪਾ ਦਿੱਤਾ ਜਾਂਦਾ।[2]

ਸੰਨ 1850 ਈਸਵੀਂ ਤੋਂ 1855 ਦੇ ਸਮੇਂ ਵਿਚ, ਕਿਹਾ ਜਾਂਦਾ ਹੈ, ਕਿ ਆਪ ਨੇ ਕੁਝ ਥਾਂਈਂ ਰਾਜਾਂ ਤਰਖਾਣਾਂ ਦੇ ਮਿਸਤ੍ਰੀ ਦੀ ਹੈਸੀਅਤ ਵਿਚ ਭੀ ਕੰਮ ਕੀਤਾ। ਕਹਿੰਦੇ ਹਨ ਕਿ ਪੰਜਾਬ ਵਿਚ ਅੰਗ੍ਰੇਜ਼ੀ ਰਾਜ ਆ ਜਾਣ ਪਿੱਛੋਂ ਜਿਸ ਵੇਲੇ ਫੀਰੋਜ਼ਪੁਰ ਦੇ ਕਿਲੇ ਦਾ ਕੰਮ ਸ਼ੁਰੂ ਹੋਇਆ ਤਾਂ ਇਸ ਦਾ ਠੇਕਾ ਭਾਈ ਰਾਮ ਸਿੰਘ ਦੇ ਮਾਮਾ ਭਾਈ ਹਰੀ ਸਿੰਘ ਨੰਗਲ ਵਾਲੇ ਤੇ ਲਿਆ ਸੀ। ਉਸ ਨੇ ਇਨ੍ਹਾਂ ਨੂੰ ਓਥੇ ਸੱਦ ਲਿਆ ਤੇ ਇਨ੍ਹਾਂ ਨੇ ਇਸ ਕੰਮ ਨੂੰ ਚੰਗੀ ਤਰ੍ਹਾਂ ਨਿਭਾਇਆ। ਡਗਰੂ ਵਾਲੇ ਬੰਗਲੇ ਤੇ ਮੁਕਤਸਰ ਦੀ ਸਰਾਂ ਦਾ ਕੰਮ ਭੀ ਇਨ੍ਹਾਂ ਦੀ ਨਿਗਾ ਹੇਠਾਂ ਹੀ ਹੋਇਆ। ਇਸੇ ਤੋਂ ਬਾਦ ਇਸ ਪ੍ਰਕਾਰ ਦੇ ਧੰਦੇ ਕਰਨ ਦਾ ਕੋਈ ਪਤਾ ਨਹੀਂ ਚਲਦਾ। ਮਾਲੂਮ ਹੁੰਦਾ ਹੈ ਕਿ ਫੀਰੋਜ਼ਪੁਰ ਤੇ ਮੁਕਤਸਰ ਦੇ ਕੰਮ ਖਤਮ ਕਰ ਕੇ ਆਪ ਫਿਰ ਭੈਣੀ ਆ ਗਏ ਤੇ ਮੁੜ ਓਹੋ ਲੋਹੇ, ਕਪੜੇ ਆਦਿ ਦੀ ਦੁਕਾਨ ਦਾ ਕੰਮ ਆ ਸ਼ੁਰੂ ਕੀਤਾ, ਜੋ ਸੰਨ 1872 ਤੱਕ ਚੰਗਾ ਚਲਦਾ ਪ੍ਰਤੀਤ ਹੁੰਦਾ ਹੈ।[3]

2. A brief Account of the Kuka Sect. (1866) p. 10.
ਗਿਆਨ ਸਿੰਘ, ਪੰਥ ਪ੍ਰਕਾਸ਼ (ਦੂਜੀ ਵਾਰ), 1877.

3. ਸੰਨ 1855-56 ਵਿੱਚ ਮੁੜ ਦੁਕਾਨ ਸੰਭਾਲਣਾ ਯਾ ਸ਼ੁਰੂ ਕਰਨ ਕਰਕੇ ਹੀ 1866 ਦੀ ਸਰਕਾਰੀ ਰਿਪੋਰਟ ਵਿਚ ਲਿਖਿਆ ਹੈ ਕਿ ਪਿਛਲੇ ਦਸ ਕੁ ਸਾਲ ਤੋਂ ਰਾਮ ਸਿੰਘ ਇਕ ਪ੍ਰਕਾਰ ਦੀ ਬਾਣੀਏ ਦੀ ਹੱਟੀ ਚਲਾ ਰਿਹਾ ਹੈ ਜਿਥੇ ਕਿ ਲੋਹਾ ਤੇ ਹੋਰ ਸੌਦੇ ਬਿਕਦੇ ਹਨ।

ਜਨਵਰੀ 1872 ਵਿਚ ਜਿਸ ਵੇਲੇ ਭਾਈ ਰਾਮ ਸਿੰਘ ਨੂੰ ਜਲਾਵਤਨ ਕੀਤਾ ਗਿਆ ਸੀ, ਉਸ ਵੇਲੇ ਭੀ ਦੁਕਾਨ ਚਲਦੀ ਸੀ ਤੇ ਉਸ ਦਾ ਪ੍ਰਬੰਧਕ ਵਰਿਆਮ ਸਿੰਘ ਨਾਮੀ ਇਕ ਕੂਕਾ ਸੀ।

ਜਗਿਆਸੀ (ਅਭਿਆਸੀ) ਸੰਪ੍ਰਦਾਇ ਦਾ ਪ੍ਰਚਾਰ

ਜਿਵੇਂ ਪਿੱਛੇ ਦੱਸਿਆ ਜਾ ਚੁੱਕਾ ਹੈ ਹਜ਼ਰੋ ਦੇ ਇਲਾਕੇ ਵਿਚ ਭਾਈ ਬਾਲਕ ਸਿੰਘ ਦੀ ਕਾਫ਼ੀ ਮਾਨਤਾ ਸੀ ਤੇ ਬਹੁਤ ਸਾਰੇ ਲੋਕੀ ਉਨ੍ਹਾਂ ਦੇ ਸੇਵਕ ਬਣ ਰਹੇ ਸਨ। ਆਪ ਆਪਣੇ ਸੰਗੀਆਂ ਸੇਵਕਾਂ ਨੂੰ ਅਕਾਲਪੁਰਖ ਵਾਹਿਗੁਰੂ ਦੀ ਜਗਿਆਸਾ ਵਲ ਲਾਉਂਦੇ ਤੇ 'ਵਾਹਿਗੁਰੂ' ਗੁਰਮੰਤ੍ਰ ਅਭਿਆਸ ਕਰਨ ਦੀ ਸਿੱਖਿਆ ਦਿੰਦੇ ਸਨ। ਇਸ ਕਰਕੇ ਇਨ੍ਹਾਂ ਦੇ ਸੇਵਕਾਂ ਦਾ ਨਾਮ ਜਗਿਆਸੀ ਤੇ ਅਭਿਆਸੀ ਪ੍ਰਸਿਧ ਹੁੰਦਾ ਗਿਆ। ਸੰਨ 1867 ਵਿੱਚ ਲਿਖੀ ਗਈ ਕੂਕਿਆਂ ਸਬੰਧੀ ਸਰਕਾਰੀ ਰਿਪੋਰਟ ਵਿਚ ਲਿਖਿਆ ਹੋਇਆ ਹੈ ਕਿ ਹਜ਼ਰੋ ਨਿਵਾਸੀ ਭਾਈ ਬਾਲਕ ਸਿੰਘ ਨੇ ਸੰਨ 1847 ਦੇ ਕਰੀਬ ਜਗਿਆਸੀ (ਅਭਿਆਸੀ) ਸੰਪ੍ਰਦਾਇ ਦਾ ਮੁੱਢ ਬੱਧਾ।

ਜਿਵੇਂ ਪਿੱਛੇ ਲਿਖਿਆ ਜਾ ਚੁੱਕਾ ਹੈ ਭਾਈ ਬਾਲਕ ਸਿੰਘ ਦੇ ਤਿੰਨ ਚੇਲੇ ਪ੍ਰਸਿਧ ਸਨ। ਪਹਿਲੇ ਭਾਈ ਬਾਲਕ ਸਿੰਘ ਦੇ ਭਰਾਤਾ ਭਾਈ ਮੰਨਾ ਸਿੰਘ ਦੇ ਪੁਤ੍ਰ ਭਾਈ ਕਾਨ੍ਹ ਸਿੰਘ ਜੋ ਦਸੰਬਰ 1862 ਵਿਚ ਭਾਈ ਬਾਲਕ ਸਿੰਘ ਦੀ ਮਿਰਤੂ ਤੋਂ ਬਾਅਦ ਹਜ਼ਰੋ ਵਿਚ ਜਗਿਆਸੀ ਸੰਪ੍ਰਦਾਇ ਦੇ ਮੁਖੀ ਹੋਏ; ਦੂਸਰੇ ਭਾਈ ਲਾਲ ਸਿੰਘ ਜੋ ਅੰਮ੍ਰਿਤਸਰ ਦੇ ਵਸਨੀਕ ਸਨ ਅਤੇ ਤੀਸਰੇ ਭਾਈ ਰਾਮ ਸਿੰਘ ਭੈਣੀ ਵਾਲੇ।

ਭੈਣੀ ਵਿਚ ਦੁਕਾਨ ਦਾ ਹਿੱਸੇਦਾਰ ਜਦ ਹੱਟੀ ਦੀ ਸਾਰੀ ਨਕਦੀ ਲੈ ਕੇ ਚਲਦਾ ਬਣਿਆ ਤਾਂ ਕੁਝ ਚਿਰ ਲਈ ਵੇਹਲੇ ਹੋ ਕੇ ਭਾਈ ਰਾਮ ਸਿੰਘ ਭਾਈ ਬਾਲਕ ਸਿੰਘ ਦੇ ਦੀਦਾਰ ਲਈ ਹਜ਼ਰੋ ਗਏ। ਇਹ ਗੱਲ ਸੰਨ 1857-58 ਦੀ ਦੱਸੀਦੀ ਹੈ।[1] ਭਾਈ ਰਾਮ ਸਿੰਘ ਬਾਬਾ ਬਾਲਕ ਸਿੰਘ ਦੇ ਸੇਵਕ ਤਾਂ ਅੱਗੇ ਹੀ ਬਣੇ ਹੋਏ ਸਨ। ਹੁਣ ਆਪ ਮੁਕੰਮਲ ਤੌਰ ਤੇ ਉਨ੍ਹਾਂ ਦੇ ਸੰਪ੍ਰਦਾਈ ਹੋ ਗਏ ਅਤੇ ਕੁਝ ਚਿਰ ਹਜ਼ਰੋ ਵਿਚ ਰਹਿ ਕੇ ਆਪਣੇ ਜੀਵਨ ਨੂੰ ਉਨ੍ਹਾਂ ਦੇ ਸਾਂਚੇ ਵਿਚ ਢਾਲਣ ਦਾ ਯਤਨ ਕੀਤਾ। ਭਾਈ ਬਾਲਕ ਸਿੰਘ ਦੀ ਸੰਪ੍ਰਦਾਇ ਜਗਿਆਸੀ ਯਾ ਅਭਿਆਸੀ ਕਰਕੇ ਪ੍ਰਸਿਧ ਸੀ। ਇਹ 'ਨਾਮ' ਇਸ ਕਰਕੇ ਪਿਆ ਜਾਪਦਾ ਹੈ ਕਿ ਇਸ ਸ਼ਰੇਣੀ ਵਾਲੇ ਆਪਣੇ ਆਪ ਨੂੰ ਸਿਖੀ ਨੁਕਤਾ ਨਿਗਾਹ ਤੋਂ ਵਾਹਿਗੁਰੂ ਦੇ ਜਗਿਆਸੀ ਅਤੇ ਨਾਮ ਸਿਮ੍ਰਣ ਦੇ ਅਭਿਆਸੀ

---

1. A Brief Account ਵਿਚ ਲਿਖਿਆ ਹੈ ਕਿ ਭਾਈ ਰਾਮ ਸਿੰਘ ਨੇ ਹਜ਼ਰੋ ਤੋਂ ਮੁੜ ਕੇ ਸੰਨ 1858 ਦੇ ਆਲੇ ਦੁਆਲੇ ਲੁਧਿਆਨੇ ਦੇ ਜ਼ਿਲ੍ਹੇ ਵਿਚ ਸਿਖੀ ਸੇਵਕੀ ਸ਼ੁਰੂ ਕੀਤੀ ਅਤੇ ਸੰਨ 1860 ਵਿਚ 'ਭਾਈ' ਦੀ ਪਦਵੀ ਅਖਤਿਆਰ ਕਰ ਲਈ।

ਹੋਣ ਦੇ ਅਭਿਲਾਖੀ ਆਖਦੇ ਸਨ। ਹੁਣ ਤਕ ਭੀ ਹਜ਼ਰੋ ਵਾਲੇ ਜਗਿਆਸੀ ਤੇ ਅਭਿਆਸੀ ਕਰਕੇ ਹੀ ਪ੍ਰਸਿਧ ਹਨ ਭਾਵੇਂ ਭੈਣੀ ਵਾਲਿਆਂ ਦੇ ਸ਼ਾਖ ਦਾ ਨਾਮ ਬਦਲ ਗਿਆ ਹੈ ਅਤੇ ਉਹ ਕੂਕੇ ਯਾ ਨਾਮਧਾਰੀ ਕਰਕੇ ਪ੍ਰਸਿਧ ਹੋ ਗਏ ਹਨ।

ਹਜ਼ਰੋ ਤੋਂ ਭੈਣੀ ਮੁੜ ਕੇ ਆਪ ਨੇ ਆਪਣੀ ਉਪਜੀਵਕਾ ਲਈ ਕਿਰਤ ਕਮਾਈ ਵਾਸਤ ਲੋਹੇ, ਕਪੜੇ ਆਦਿ ਦੀ ਹੱਟੀ ਦਾ ਕੰਮ ਜਾਰੀ ਰੱਖਿਆ ਅਤੇ ਬਾਬਾ ਬਾਲਕ ਸਿੰਘ ਦੀ ਜਗਿਆਸੀ (ਅਭਿਆਸੀ) ਸੰਪ੍ਰਦਾਇਕ ਸਿੱਖਿਆ ਦੀ ਲ ਵਿਚ ਸਿੱਖੀ ਦਾ ਪ੍ਰਚਾਰ ਕਰਨਾ ਸ਼ੁਰੂ ਕੀਤਾ। ਸ਼ੁਰੂ ਸ਼ੁਰੂ ਵਿਚ ਆਪ ਦੇ ਪ੍ਰਚਾਰ ਦਾ ਦਾਇਰਾ ਲੁਧਿਆਨੇ ਦੇ ਜ਼ਿਲ੍ਹੇ ਵਿਚ ਸੀ ਜੋ ਬਾਦ ਵਿਚ ਹੌਲੀ ਹੌਲੀ ਖੁਲ੍ਹਾ ਹੁੰਦਾ ਗਿਆ।

ਆਪ ਦੇ ਪਹਿਲੇ ਸੇਵਕਾਂ ਵਿਚੋਂ ਭਾਈ ਲਾਭ ਸਿੰਘ ਰਾਗੀ ਅੰਮ੍ਰਿਤਸਰ ਨਿਵਾਸੀ, ਭਾਈ ਆਤਮਾ ਸਿੰਘ ਆਲੋ ਮੁਹਾਰ ਜ਼ਿਲਾ ਸਿਆਲਕੋਟ ਦੇ, ਬਾਬਾ ਕਾਨ੍ਹ ਸਿੰਘ ਤੇ ਬਾਬਾ ਨੈਣਾ ਸਿੰਘ ਦਸੀਦੇ ਹਨ[2] ਤੇ ਲਿਖਿਆ ਹੈ ਕਿ ਇਨ੍ਹਾਂ ਨੂੰ 1 ਵਸਾਖ ਸੰਮਤ 1914 ਨੂੰ ਸਿਖੀ ਰਹਿਤ ਮਰਯਾਦਾ ਅਨੁਸਾਰ ਖੰਡੇ ਦਾ ਅੰਮ੍ਰਿਤ ਛਕਾਇਆ ਗਿਆ ਅਤੇ ਪੰਜ ਕਕਾਰ (ਕੇਸ, ਕੰਘਾ, ਕਛ, ਕਿਰਪਾਨ ਤੇ ਕੜਾ) ਧਾਰਨ ਕਰਨੇ ਦੱਸ ਕੇ ਜੀਵਨ ਪੰਧ ਲਈ ਹੋਰ ਜ਼ਰੂਰੀ ਸਿਖਿਆ ਦਿੱਤੀ। ਇਸ ਤੋਂ ਕੁਝ ਚਿਰ ਬਾਦ ਬਰਮਾਲੀ (ਜ਼ਿਲ੍ਹਾ ਅੰਮ੍ਰਿਤਸਰ) ਨਿਵਾਸੀ ਇਕ ਸਾਧੂ ਸਿੰਘ ਸਜਿਆ ਜੋ ਪਿਛੋਂ ਬਾਬਾ ਸਾਹਿਬ ਸਿੰਘ ਦੇ ਨਾਮ ਇਕ ਪ੍ਰਸਿਧ ਸੂਬਾ ਹੋਇਆ ਹੈ। ਇਸੇ ਤਰ੍ਹਾਂ ਮਹਾਰਾਜਾ ਪਟਿਆਲਾ ਦਾ ਇਕ ਸੰਬੰਧੀ ਸਰਦਾਰ ਮੰਗਲ ਸਿੰਘ ਜਾਗੀਰਦਾਰ ਬਿਸ਼ਨਪੁਰ, ਰਾਇਪੁਰੀਆਂ ਭਾਈ ਰਾਮ ਸਿੰਘ ਦੇ ਪਹਿਲੇ ਸਰਧਾਲੂਆਂ ਵਿਚੋਂ ਸੀ।

ਭਾਈ ਰਾਮ ਸਿੰਘ ਦੇ ਪ੍ਰਚਾਰ ਦਾ ਮੁਖ ਮੰਤਵ ਧਾਰਮਕ ਤੌਰ ਤੇ ਡਾਵਾਂ ਡੋਲ ਹੋ ਰਹੇ ਸਿੱਖਾਂ ਵਿਚੋਂ ਕੁਰੀਤੀਆਂ ਦੂਰ ਕਰ ਕੇ ਸਿੱਖੀ ਨੂੰ ਸੁਰਜੀਤ ਰੱਖਣਾ ਸੀ। ਆਪ ਦਾ ਕੰਮ ਇਕ ਸੁਧਾਰਕ ਆਗੂ ਦਾ ਸੀ। ਪ੍ਰਚਾਰ ਦੌਰੇ ਤੇ ਜਿਥੇ ਕਿਤੇ ਭੀ ਜਾਂਦੇ, ਸਿੱਖੀ ਤੋਂ ਦੁਰੇਡੇ ਹੋ ਚੁਕੇ ਹੋਏ ਯਾ ਅਨਮਤਾਂ ਵਿਚੋਂ ਬਣੇ ਸਰਧਾਲੂਆਂ ਨੂੰ ਬਿਨਾਂ ਇਸਤ੍ਰੀ ਮਰਦ ਦੇ ਵਿਤਕਰੇ ਦੇ ਖੰਡੇ ਦਾ ਅੰਮ੍ਰਿਤ ਛਕਾਉਂਦੇ ਅਤੇ ਪੰਜ ਕਕਾਰ ਤੇ ਖਾਲਸਾ ਰਹਿਤ ਦੇ ਧਾਰਨੀ ਬਣਾਉਂਦੇ ਸਨ। ਆਪ ਸਿੱਖੀ ਦੇ ਅਭਿਲਾਖੀਆਂ ਵਿਚ ਉਨ੍ਹਾਂ ਦੇ ਪਹਿਲੇ ਮਤ ਯਾ ਜਾਤ ਦੇ ਕਾਰਣ ਕੋਈ ਭਿੰਨ ਭੇਦ ਨਹੀਂ ਸਨ ਕਰਦੇ। ਲੁਧਿਆਨੇ ਦਾ ਡਿਸਟਰਿਕਟ

---

2. ਸਤਿਜੁਗ ਦੇ 1986 ਦੇ ਬਸੰਤ ਨੰਬਰ ਦੇ ਸਿਰਲੇਖ ਹੇਠਾਂ 'ਸੰਤ ਖਾਲਸਾ ਨਾਮ ਧਾਰੀ ਪੰਥ ਦੀ ਰਚਨਾ' 1 ਵਸਾਖ ਸੰਮਤ 1914 (ਅਪ੍ਰੈਲ, ਸੰਨ 1847) ਨੂੰ ਭਾਈ ਰਾਮ ਸਿੰਘ ਨਾਲ 'ਪੰਜ ਸਿੰਘ' ਦੇ ਮਿਲਾਪ ਦਾ ਜ਼ਿਕਰ ਕੀਤਾ ਹੋਇਆ ਹੈ ਪਰ ਨਾਮ ਉੱਪਰ ਪਾਠ ਵਿਚ ਦਿਤੇ ਚਾਰ ਹੀ ਲਿਖੇ ਹਨ। ਪੰਜਵਾਂ ਇਕ ਮੁਸਲਮਾਨ ਫਕੀਰ ਆਇਆ ਲਿਖਿਆ ਹੈ, ਪਰ ਉਸ ਦਾ ਨਾਮ ਤੇ ਪਤਾ ਨਹੀਂ ਦਿੱਤਾ ਅਤੇ ਨਾ ਹੀ ਉਸ ਨੂੰ ਖੰਡੇ ਦਾ ਅੰਮ੍ਰਿਤ ਛਕਾ ਕੇ ਸਿੰਘ ਸਜਾਉਣ ਦਾ ਜ਼ਿਕਰ ਕੀਤਾ ਹੈ। ਸ਼ਾਇਦ ਨਿਸਚੇ ਤੌਰ ਤੇ ਇਨ੍ਹਾ ਗੱਲਾਂ ਦਾ ਪਤਾ ਨਹੀਂ ਲਗ ਸਕਿਆ।

ਸੁਪਿਰਿੰਟੈਂਡੈਂਟ ਪੁਲੀਸ ਮੇਜਰ ਪਰਕਿਨਜ਼ ਲਿਖਦਾ ਹੈ ਕਿ ਭਾਈ ਰਾਮ ਸਿੰਘ ਦੇ ਸਰਧਾਲੂ ਬਹੁਤੇ ਜੱਟਾਂ, ਤਰਖਾਣਾਂ, ਚਮਾਰਾਂ ਤੇ ਮਜ਼੍ਹਬੀਆਂ ਵਿਚੋਂ ਸਨ। ਜੂਨ 1863 ਵਿਚ ਗੁਰਦਾਸਪੁਰੋਂ ਮਿਸਟਰ ਕਿੰਚੈਂਟ ਨੇ ਅਤੇ ਸਤੰਬਰ 1866 ਵਿਚ ਅੰਮ੍ਰਿਤਸਰੋਂ ਕੈਪਟਨ ਮੈਨਜ਼ੀਜ਼ ਨੇ ਲਿਖਿਆ ਸੀ ਕਿ ਕੂਕੇ ਆਮ ਤੌਰ ਤੇ ਹਿੰਦੂਆਂ ਦੀਆਂ ਨੀਵੀਆਂ ਜਾਤਾਂ ਵਿਚੋਂ ਬਣਦੇ ਹਨ ਅਤੇ ਮੁਸਲਮਾਨ ਭੀ ਕੂਕੇ ਹੋ ਸਕਦੇ ਹਨ।

ਸਿਖ ਇਸ ਵੇਲੇ ਬਹੁਤ ਕੁਝ ਮੁੜ ਹਿੰਦੂ ਪਣ ਵਲ ਝੁਕੀ ਜਾ ਰਹੇ ਸਨ, ਜਿਸ ਦੇ ਅਸਰ ਹੇਠਾ ਵੇਦਾਂ ਪੁਰਾਣਾਂ ਅਤੇ ਦੂਸਰੇ ਹਿੰਦੂ ਗ੍ਰੰਥਾਂ ਦੀ ਮਾਨਤਾ ਹੋ ਰਹੀ ਸੀ। ਬ੍ਰਾਹਮਣਾਂ ਤੇ ਹੋਰ ਹਿੰਦੂ ਸਾਧਾਂ ਸੰਤਾਂ ਦੀ ਪੂਜਾ ਵਧਦੀ ਜਾ ਰਹੀ ਸੀ ਅਤੇ ਕਈ ਸੋਢੀ ਬੇਦੀ ਥਾਉਂ ਥਾਈਂ ਗੁਰੂ ਬਣ ਬੈਠੇ ਸਨ ਤੇ ਹੋਰ ਦਿਨੋਂ ਦਿਨ ਨਵੇਂ ਗੁਰੂ ਬਣੀ ਜਾ ਰਹੇ ਸਨ ਜਿਨ੍ਹਾਂ ਦਾ ਮੰਤਵ ਕੇਵਲ ਆਪਣੀ ਸਿਖੀ ਸੇਵਕੀ ਚਲਾ ਵਧਾ ਕੇ ਪੂਜਾ ਉਗਰਾਹੁਣਾ ਸੀ। ਇਹ ਸਭ ਕੁਝ ਗੁਰੂ ਨਾਨਕ ਗੁਰੂ ਗੋਬਿੰਦ ਸਿੰਘ ਦੇ ਸਿਖ ਧਰਮ ਦੇ ਵਿਰੁਧ ਸੀ ਤੇ ਹੌਲੀ ਹੌਲੀ ਇਸ ਨੂੰ ਖਾਰੀ ਜਾ ਰਿਹਾ ਸੀ। ਭਾਈ ਰਾਮ ਸਿੰਘ ਨੇ ਪੰਥ ਨੂੰ ਇਸ ਲੱਗ ਰਹੀ ਢਾਹ ਤੋਂ ਬਚਾਉਣ ਲਈ ਇਸ ਦੇ ਵਿਰੁਧ ਆਵਾਜ਼ ਉਠਾਈ ਤੇ ਕਿਹਾ-

(ਗੁਰੂ) ਗੋਬਿੰਦ ਸਿੰਘ ਦਾ (ਆਦਿ) ਗ੍ਰੰਥ ਹੀ ਕੇਵਲ ਸਤਿ ਹੈ ਜੋ ਧੁਰ ਕੀ ਬਾਣੀ ਹੈ ਅਤੇ ਕੇਵਲ ਇਹ ਹੀ ਪਵਿਤ੍ਰ ਬਾਣੀ ਸਭ ਤੋਂ ਉੱਚੀ ਹੈ; ਕੇਵਲ ਗੁਰੂ ਗੋਬਿੰਦ ਸਿੰਘ ਹੀ ਗੁਰੂ ਹੈ; ਹਰ ਪ੍ਰਾਣੀ ਬਿਨਾ ਜ਼ਾਤ ਬਰਨ ਦੇ ਲਿਹਾਜ਼ ਦੇ ਸਿਖੀ ਵਿਚ ਸ਼ਾਮਲ ਹੋ ਸਕਦਾ ਹੈ। ਸੋਢੀ, ਬੇਦੀ, ਮਹੰਤ, ਬ੍ਰਾਹਮਣ ਅਤੇ ਇਹੋ ਜਿਹੇ ਹੋਰ ਦੂਸਰੇ ਸਭ ਪਖੰਡੀ ਬਹੁਰੂਪੀਏ ਹਨ, ਕਿਉਂਕਿ ਗੋਬਿੰਦ ਸਿੰਘ ਤੋਂ ਬਿਨਾਂ ਹੋਰ ਕੋਈ ਗੁਰੂ ਨਹੀਂ ਹੈ।[3] ਦੇਵੀ-ਦੁਆਰੇ, ਸ਼ਿਵ-ਦੁਆਲੇ ਤੇ ਮੰਦਰ ਲੁੱਟ ਦੇ ਸਾਧਨ ਹਨ ਜਿਨ੍ਹਾਂ ਦੀ ਮਾਨਤਾ ਤੇ ਯਾਤ੍ਰਾ ਘਿਰਣਾ ਯੋਗ ਹੈ; ਬੁਤ ਤੇ ਬੁਤ-ਪੂਜਾ ਪਰਮਾਤਮਾ ਦੀ ਨਿਰਾਦਰੀ ਹੈ, ਜੋ ਖਿਮਾ ਨਹੀਂ ਕੀਤੀ ਜਾਏਗੀ। ਨਵੇਂ ਸਜੇ ਸਿਖਾਂ ਨੂੰ ਗੋਬਿੰਦ ਸਿੰਘ ਦੇ ਗ੍ਰੰਥ ਪੜ੍ਹਨ ਦੀ ਹੀ ਆਗਿਆ ਹੈ ਹੋਰ ਕਿਸੇ ਗ੍ਰੰਥ ਦੀ ਨਹੀਂ।[4] ਸੰਨ 1863 ਦੇ ਸਰਕਾਰੀ ਚਿੱਠੀ-

---

3. ਇਥੇ 'ਗੋਬਿੰਦ ਸਿੰਘ ਤੋਂ ਬਿਨਾ ਹੋਰ ਗੁਰੂ ਨਹੀਂ ਹੈ' ਦਾ ਮਤਲਬ ਇਹ ਹੈ ਕਿ ਗੁਰੂ ਗੋਬਿੰਦ ਸਿੰਘ ਤੋਂ ਬਾਦ ਹੋਰ ਕੋਈ ਭੀ (ਜਿਸ ਤਰ੍ਹਾਂ ਕਿ ਸੋਢੀ ਬੇਦੀ ਤੇ ਹੋਰ ਲੋਕ ਗੁਰੂ ਬਣਨ ਦਾ ਯਤਨ ਕਰ ਰਹੇ ਹਨ) ਗੁਰੂ ਨਹੀਂ ਹੈ ਤੇ ਨਾ ਹੀ ਹੋ ਸਕਦਾ ਹੈ ਅਤੇ ਇਸੇ ਤਰ੍ਹਾਂ ਨਾ ਹੀ ਗੁਰੂ ਗ੍ਰੰਥ ਸਾਹਿਬ ਤੋਂ ਬਿਨ੍ਹਾਂ, ਜਿਸ ਨੂੰ ਕਿ ਗੁਰੂ ਗੋਬਿੰਦ ਸਿੰਘ ਨੇ ਪ੍ਰਵਾਣੀਕ ਕੀਤਾ ਹੈ, ਹੋਰ ਕੋਈ ਗ੍ਰੰਥ (ਵੇਦ ਪੁਰਾਣ ਆਦਿ) ਸਿਖਾਂ ਲਈ ਪ੍ਰਵਾਣੀਕ ਹੈ।

4. Gobind Singh's *Grantha* is the only true one, written by inspiration, and is the only sacred writing extant. Gobind Singh is the only Guru. Any person, irrespective of caste or religion, can be admitted a convert. Sodhis, Bedis, Mahants, Brahmins and such-like are imposters, as non are Gurus except Gobind Singh

(ਬਾਕੀ ਸਫਾ 18 ਤੇ ਦੇਖੋ)

ਪੱਤ੍ਰ ਵਿਚ ਭਾਈ ਰਾਮ ਸਿੰਘ ਦੇ ਪ੍ਰਚਾਰ ਦਾ ਸਾਰ ਇਸ ਪ੍ਰਕਾਰ ਦਿੱਤਾ ਹੋਇਆ।

'ਓਹ ਸਿੱਖਾਂ ਵਿਚ ਜਾਤ-ਪਾਤ ਦੇ ਭਿੰਨ-ਭੇਦ ਮਿਟਾ ਰਿਹਾ ਹੈ, ਸਭ ਸ਼੍ਰੇਣੀਆਂ ਵਿਚ ਪ੍ਰਸਪਰ ਖੁਲ੍ਹੀਆਂ ਵਿਆਹ ਸ਼ਾਦੀਆਂ ਦੇ ਹੱਕ ਵਿਚ ਹੈ, ਵਿਧਵਾ-ਵਿਆਹ ਕਰਨ ਲਈ ਆਗਿਆ ਕਰਦਾ ਹੈ, ਸ਼ਰਾਬ ਤੇ ਨਸ਼ਿਆ ਤੋਂ ਰੋਕਦਾ ਹੈ, ਪਰ ਮਰਦਾਂ ਤੇ ਇਸਤ੍ਰੀਆਂ ਵਿਚ ਖੁਲ੍ਹੇ ਮੇਲ ਜੋਲ ਦਾ ਹਾਮੀ ਹੈ ਅਤੇ ਉਸ ਦੇ ਦੀਵਾਨਾਂ ਵਿਚ ਇਸਤ੍ਰੀਆਂ ਮਰਦ ਪ੍ਰਸਪਰ ਖੁਲ੍ਹੇ ਵਿਚਰਦੇ ਹਨ, ਹਜ਼ਾਰਾਂ ਇਸਤ੍ਰੀਆਂ ਅਤੇ ਨੌ-ਜਵਾਨ ਲੜਕੀਆਂ ਓਸ ਦੀ ਸੰਪ੍ਰਦਾਇ ਵਿਚ ਸ਼ਾਮਲ ਹੋਈਆਂ ਹੋਈਆਂ ਹਨ, ਓਹ ਆਪਣੇ ਸੇਵਕਾਂ ਨੂੰ ਪਵਿਤ੍ਰ ਤੇ ਸਤ-ਵਾਦੀ ਹੋਣ ਦਾ ਉਪਦੇਸ਼ ਦਿੰਦਾ ਹੈ ਉਸ ਦੀ ਇਕ ਹਦਾਇਤ ਇਹ ਹੈ 'ਇਹ ਚੰਗਾ ਹੈ ਕਿ ਹਰ ਇਕ ਆਦਮੀ ਲਾਠੀ ਸੋਟਾ ਰੱਖੇ', ਅਤੇ ਉਹ ਸਭ ਰਖਦੇ ਹਨ। ਕੇਵਲ ਗ੍ਰੰਥ ਸਾਹਿਬ ਹੀ ਉਨਾਂ ਦਾ ਪ੍ਰਵਾਣੀਕ ਈਸ਼ਵਰੀ ਗ੍ਰੰਥ ਹੈ। ਇਨ੍ਹਾਂ ਦੀ ਬਰਾਦਰੀ ਸਿੱਧੀ ਪੱਗ, ਇਸ ਪਛਾਣ-ਸ਼ਬਦ ਅਤੇ ਚਿੱਟੀ ਉੱਨ ਦੀ ਗੰਢਾਂ ਵਾਲੀ ਮਾਲਾ ਤੋਂ- ਜੋ ਸਾਰੇ ਪਹਿਨਦੇ ਹਨ, ਜਾਣੀ ਜਾਂਦੀ ਹੈ।'[5]

(ਸਫੇ 17 ਦਾ ਬਾਕੀ)
Debidwaras Shibdwaras and *Mandirs* are a means of extortion, to be held in contempt and never visited. Idols and idol-worship are insulting to God, and will not be forgiven. Converts are allowed to read Gobind Singh's *Granth*, and no other book, *[Mr. Kinchant's Description of the Kuka Articles of Belief, 1863, - Papers Relating to the Kuka Sect, 1872].*

5. In the correspondence printed in 1863, the following is given as a summary of the Kukas's beliefs:-

"The leading feature of the doctorine Ram Singh preaches are:-

He abolishes all distinctions of caste among Sikhs; advocates in-discriminate marriage of all class; enjoins the marriage of widows; enjoins abstinence from liqus and drugs; but advocates much too free intercourse between the axes; men and women rave together at his meetings and thousands of women and young girls have joined the sect; he exhorts his disciples to be cleanly and truth-telling. One of his maxims says: "it is well that every man carries his staff", and they all do. The Granth is their only accepted volume. The brotherhood may be known by the tie of their pagris, Sidha Pag, by a watchword, and by a necklace of knots made in a white woolen cord to represent bean and which are worn by all the community."

Further on the printed memorandum, it was recorded that a Brahmin named Mani Ram intended mabjure the sect on account of its immorality, but, as will be presently seen, other account affirm strict morality to be distinguishing feature of the Kuka principles.

[A Brief Account of the Kuka sect from Papers Relating to the Kuka Sect, p.12].

ਉਪ੍ਰੋਕਤ ਚਿੱਠੀ-ਪੱਤ੍ਰ ਵਿਚ ਅੱਗੇ ਚੱਲ ਕੇ ਲਿਖਿਆ ਹੋਇਆ ਹੈ ਕਿ ਮਣੀ ਰਾਮ ਨਾਮੀ ਇਕ ਬ੍ਰਾਮਣ ਵਿਭਚਾਰ ਦੇ ਕਾਰਣ ਕੂਕਾ ਸੰਪ੍ਰਦਾਇ ਨੂੰ ਛੱਡਣ ਵਾਲਾ ਹੈ। ਪਰ ਇਨਾਂ ਵਿਚ ਵਿਭਚਾਰ ਹੋਣ ਦੀ ਗਵਾਹੀ ਹੋਰ ਕਿਧਰੇ ਭੀ ਨਹੀਂ ਮਿਲਦੀ, ਬਲਕਿ ਚਾਲ-ਚਲਣ ਦੀ ਪਵਿਤ੍ਰਤਾ ਇਨ੍ਹਾਂ ਦੇ ਉਪਦੇਸ਼ਾਂ ਵਿਚ ਇਕ ਖਾਸ ਮਹੱਤਵ ਵਾਲੀ ਗੱਲ ਹੈ।

ਭਾਈ ਰਾਮ ਸਿੰਘ ਆਪਣੇ ਸ਼ਰਧਾਲੂਆਂ ਨੂੰ ਕੰਨ ਵਿਚ 'ਵਾਹਿਗੁਰੂ' ਗੁਰ-ਮੰਤ੍ਰ ਦਿੰਦੇ ਸਨ, ਜਿਸ ਦੇ ਕਿ ਦੰਦ ਮੀਟ ਕੇ ਬੁਲ੍ਹਾਂ ਨਾਲ ਉਚਾਰਣ ਦੀ ਆਗਿਆ ਸੀ। ਗੁਜਰਾਂ ਵਾਲੇ ਦਾ ਡਿਸਟ੍ਰਿਕਟ ਸੁਪ੍ਰਿੰਟੈਂਡੈਂਟ ਕੈਪਟਨ 1866 ਦੀ ਰੀਪੋਰਟ ਵਿਚ ਲਿਖਦਾ ਹੈ ਕਿ ਕੂਕੇ 'ਸਤਿ ਸ੍ਰੀ ਅਕਾਲ' ਦੇ ਉਤਰ ਵਿਚ 'ਸਤਿ ਅਕਾਲ ਪੁਰਖ' ਆਖਦੇ ਹਨ। ਇਹ ਹੀ ਇਨ੍ਹਾਂ ਦਾ ਪਛਾਣ-ਸ਼ਬਦ ਪ੍ਰਤੀਤ ਹੁੰਦਾ ਹੈ, ਜਿਸ ਦਾ ਜ਼ਿਕਰ ਕਿ ਉਪਰ ਆਇਆ ਹੈ। ਕਿਚੈਂਟ ਕਹਿੰਦਾ ਹੈ ਕਿ ਕੂਕਾ ਸੰਪ੍ਰਦਾਇ ਵਿਚ ਸ਼ਾਮਲ ਹੋਣ ਵੇਲੇ ਪਹਿਲਾਂ

ਪਹਿਲਾ ਮਰਣੁ ਕਬੂਲਿ ਜੀਵਣ ਕੀ ਛਡਿ ਆਸ॥
ਹੋਹਿ ਸਭਨਾ ਕੀ ਰੇਣੁਕਾ ਤਉ ਆਉ ਹਮਾਰੈ ਪਾਸ॥

[ਸਲੋਕ ਮਾਰੂ ਮ : 5]

ਤੁਕਾਂ ਦਾ ਉਚਾਰਣ ਕੀਤਾ ਜਾਂਦਾ ਸੀ ਅਤੇ ਪਿੱਛੋਂ ਉਨ੍ਹਾਂ ਨੂੰ ਝੂਠ, ਸ਼ਰਾਬ ਅਤੇ ਚੋਰੀ ਯਾਰੀ ਦੇ ਵਿਰੁੱਧ ਹਦਾਇਤ ਕੀਤੀ ਜਾਂਦੀ। ਜੋ ਕੂਕਾ ਕਿਸੇ ਉਪ੍ਰੋਕਤ ਗੱਲ ਦੀ ਅਵੱਗਿਆ ਕਰਦਾ ਉਸ ਨੂੰ ਕੂਕਿਆਂ ਦੀ ਪੰਚਾਇਤ ਡੰਡ ਲਾਉਂਦੀ ਸੀ। ਕੂਕਿਆਂ ਨੂੰ ਸਵੇਰੇ ਤਿੰਨ ਵਜੇ ਤੜਕੇ ਉਠ ਕੇ ਕੇਸੀਂ ਅਸ਼ਨਾਨ ਕਰ ਕੇ ਬਾਣੀ ਪੜ੍ਹਨ ਦਾ ਹੁਕਮ ਹੈ।

ਭਾਈ ਰਾਮ ਸਿੰਘ ਹਿੰਦੂ ਧਾਰਮਕ ਗ੍ਰੰਥਾਂ, ਮੰਦਰਾਂ ਅਤੇ ਪੂਜਾ ਪਾਠ ਦੇ ਵਿਰੋਧੀ ਸਨ, ਪਰ ਫਿਰ ਭੀ, ਪਤਾ ਨਹੀਂ, ਉਨ੍ਹਾਂ ਨੇ ਹਿੰਦੂਆਂ ਦੇ ਹਵਨ ਆਦਿ ਨੂੰ ਕਿਉਂ ਕੂਕਿਆਂ ਵਿਚੋਂ ਨਾ ਕਢਿਆ। ਇਹ ਹੀ ਹਾਲ ਹਿੰਦੂਆਂ ਵਾਲੀ ਛੂਤ-ਛਾਤ ਦਾ ਪ੍ਰਤੀਤ ਹੁੰਦਾ ਹੈ ਜੋ ਕਿ ਹਾਲ ਤਕ ਭੀ ਪੂਰੀ ਤਰ੍ਹਾਂ ਦੂਰ ਨਹੀਂ ਕੀਤੀ ਜਾ ਸਕੀ। ਖਾਣ ਪੀਣ ਵਿਚ ਇਨ੍ਹਾਂ ਦੀ ਛੂਤ-ਛਾਤ ਗ਼ੈਰ-ਸਿੱਖਾਂ ਤੱਕ ਹੀ ਨਹੀਂ, ਬਲਕਿ ਕੂਕਿਆਂ ਦੇ ਸਿਵਾ ਇਹ ਹੋਰ ਕਿਸੇ ਨੂੰ ਆਪਣੇ ਭਾਂਡੇ ਨੂੰ ਹਥ ਭੀ ਨਹੀਂ ਸਨ ਲਾਉਣ ਦਿੰਦੇ। ਇਸੇ ਕਾਰਣ ਹੀ ਦੇਸ ਵਿਚ ਇਨ੍ਹਾਂ ਦੀ ਇਹ ਕਹਾਵਤ ਚਲ ਪਈ ਸੀ ਕਿ "ਕੂਕੇ ਬੜੇ ਕਸੂਤੇ ਗੜਵੀ ਨਾ ਦਿੰਦੇ ਨ੍ਹਾਉਣ ਨੂੰ"। ਮਾਸ ਤੋਂ ਪ੍ਰਹੇਜ਼ ਕਰਦੇ ਹਨ ਅਤੇ ਗਊ ਦੇ ਮਾਮਲੇ ਵਿਚ ਹਿੰਦੂਆਂ ਨਾਲੋਂ ਭੀ ਵਧ ਕਟੜ ਹਨ।

ਆਮ ਲੋਕੀਂ ਚੂੰਕਿ ਗੁੱਗੇ ਤੇ ਸੁਲਤਾਨ ਆਦਿ ਦੀਆਂ ਮੜੀਆਂ ਪੂਜਣ ਲੱਗ

ਪਏ ਸਨ, ਇਸ ਲਈ ਇਹ ਇਨ੍ਹਾਂ ਦੇ ਬਹੁਤ ਵਿਰੋਧੀ ਸਨ ਅਤੇ ਇਨ੍ਹਾਂ ਨੂੰ ਢਾ ਕੇ ਮੜ੍ਹੀ-ਪੂਜਾ ਤੇ ਕਬਰ-ਪ੍ਰਸਤੀ ਦੇ ਅੱਡਿਆਂ ਨੂੰ ਉੜਾ ਦੇਣਾ ਇਹ ਇਕ ਧਰਮ ਦਾ ਕੰਮ ਸਮਝਦੇ ਸਨ। ਆਪਣੇ ਇਸ ਸਿਧਾਂਤ ਨੂੰ ਪ੍ਰਚਾਰਣ ਅਤੇ ਲੋਕਾਂ ਵਿਚ ਇਸ ਦੇ ਵਿਰੁੱਧ ਜੋਸ਼ ਫੈਲਾਉਣ ਲਈ ਦੂਸਰੇ ਭਾਈ ਗੁਰਦਾਸ ਬਹਿਲ-ਕੇ ਦੀ ਵਾਰ ਦੀ 16-ਵੀਂ ਪਉੜੀ ਦੀਆਂ ਕੁਝ ਕੁ ਤੁਕਾਂ ਨੂੰ ਭੰਨ ਤੋੜ ਅਤੇ ਅੱਗੇ ਪਿੱਛੇ ਕਰ ਕੇ ਅਤੇ ਇਕ ਤੁਕ ਆਪ ਘੜ ਕੇ ਵਿਚ ਮਿਲਾ ਕੇ ਇਸ ਤਰ੍ਹਾਂ ਪੜ੍ਹਦੇ ਫਿਰਿਆ ਕਰਦੇ ਸਨ।

ਮੜੀ ਮਸੀਤਾਂ ਢਾਇਕੇ ਕਰ ਦਿਓ ਮੈਦਾਨਾ
ਪਹਿਲਾਂ ਮਾਰੋ ਪੀਰ ਬਨੋਈ ਫਿਰ ਮਾਰੋ ਸੁਲਤਾਨਾ
ਉੱਤਮ ਸਭੀ ਮੁਹੰਮਦੀ ਖਪ ਜਾਇ ਮੈਦਾਨਾ
ਸੁੱਨਤ ਕੋਈ ਨਾ ਕਰ ਸਕੇ ਕੰਬਣ ਤੁਰਕਾਨਾ
ਭੈਣੀ ਸਤਿਗੁਰ ਜਾਗਿਆ ਔਰ ਝੂਠ ਜਹਾਨਾ[6]

ਭਾਈ ਰਾਮ ਸਿੰਘ ਦੇ ਪ੍ਰਚਾਰ ਦੇ ਕਾਰਣ ਥਾਉਂ ਥਾਈਂ ਸੋਢੀਆਂ ਬੇਦੀਆਂ ਤੇ ਪਖੰਡੀ ਸਾਧਾਂ ਦੀ ਗੁਰਿਆਈ ਦੀ ਸਫਾ ਲਪੇਟ ਹੋਣ ਲਗ ਪਈ ਤੇ ਲੋਕ ਖੰਡੇ ਦਾ ਅੰਮ੍ਰਿਤ ਛਕ ਕੇ ਸਿੰਘ ਸਜਣੇ ਸ਼ੁਰੂ ਹੋ ਗਏ। ਇਸ ਤਰ੍ਹਾਂ ਸਿੱਖੀ ਪ੍ਰਚਾਰ ਦੀ ਇਕ ਲਹਿਰ ਚਲ ਪਈ। ਪਰ ਲੋਕੀ ਚੂੰਕਿ ਸੋਢੀਆਂ ਬੇਦੀਆਂ ਦੀ ਗੁਰਿਆਈ ਦੇ ਹਿਲੇ

---

6. ਦੂਸਰੇ ਭਾਈ ਗੁਰਦਾਸ ਦੀ ਇਕ ਵਾਰ ਪਹਿਲੇ ਭਾਈ ਗੁਰਦਾਸ ਦੀਆਂ ਵਾਰਾਂ ਦੇ ਅੰਤ ਵਿਚ 41-ਵੀਂ ਵਾਰ ਕਰਕੇ ਛਪੀ ਹੋਈ ਹੈ (ਦੇਖੋ ਵਾਰਾਂ ਭਾਈ ਗੁਰਦਾਸ, ਪ੍ਰਯਾਵਾਂ ਸਮੇਤ (ਸੁੰਦਰ ਸਿੰਘ ਗਿਆਨੀ) ਪ੍ਰਕਾਸ਼ਤ ਚਤਰ ਸਿੰਘ ਜੀਵਨ ਸਿੰਘ, ਅੰਮ੍ਰਿਤਸਰ, ਪੰਨਾ 339-40)। ਇਸ 41-ਵੀਂ ਵਾਰ ਦੀ 16-ਵੀਂ ਪਉੜੀ ਦੀਆਂ ਸੰਬੰਧਤ ਅਸਲ ਤੁਕਾਂ ਇਸ ਤਰਾਂ ਹਨ। ਇਨ੍ਹਾਂ ਵਿਚ ਬੀਤ ਚੁੱਕੇ ਕਾਲ ਵਿਚ ਹੋ ਗੁਜ਼ਰੇ ਹਾਲ ਦਾ ਜ਼ਿਕਰ ਹੈ, ਕੂਕਿਆਂ ਨੇ ਇਨ੍ਹਾਂ ਨੂੰ ਤੋੜ ਮਰੋੜ ਅਤੇ ਇਨਾਂ ਵਿਚ ਆਪਣੇ ਕੋਲੋਂ ਇਕ ਤੁਕ ਘੜ ਕੇ ਮਿਲਾ ਕੇ ਇਨ੍ਹਾਂ ਨੂੰ ਅੱਗੇ ਲਈ ਹੁਕਮ ਦੀ ਸ਼ਕਲ ਦੇ ਦਿੱਤੀ ਦਿਸਦੀ ਹੈ:-

ਗੁਰਬਰ ਅਕਾਲ ਕੇ ਹੁਕਮ ਸਿਉ ਉਪਜਿਓ ਬਿਗਿਆਨਾ [1]
ਤਬ ਸਹਿਜੇ ਰਚਿਓ ਖਾਲਸਾ ਸਾਬਤ ਮਰਦਾਨਾ [2]
ਇਉਂ ਉੱਠੇ ਸਿੰਘ ਭਬਕਾਰ ਕਰ ਸਭ ਜਗ ਡਰਪਾਨਾ [3]
ਮੜ੍ਹੀ ਗੋਰ ਦੇਵਲ ਮਸੀਤ ਢਾਹਿ ਕੀਏ ਮੈਦਾਨਾ [4]
ਬੇਦ ਪੁਰਾਨ ਖਟ ਸ਼ਾਸਤ੍ਰਾ ਫੁਨ ਮਿਟੇ ਕੁਰਾਨਾ [5]
ਬਾਂਗ ਸਲਾਹਿਤ ਹਟਾਇ ਕਰ ਮਾਰੇ ਸੁਲਤਾਨਾ [6]
* * * * * * * * *
ਫਿਰ ਐਸਾ ਹੁਕਮ ਅਕਾਲ ਕਾ ਜਗ ਮੈ ਪ੍ਰਗਟਾਨਾ (15)
ਤਬ ਸੁੰਨਤ ਕੋਇ ਨ ਕਰ ਸਕੈ ਕਾਂਪਤ ਤੁਰਕਾਨਾ (16)
ਇਉਂ ਉੱਮਤ ਸਭ ਮੁਹੰਮਦੀ ਖਪ ਗਈ ਨਿਦਾਨਾ (17)
ਤਬ ਫਤੇ ਡੰਕ ਜਗ ਮੋਂ ਘੁਰੇ ਦੂਖ ਦੂੰਦ ਮਿਟਾਨਾ (18)
ਤੀਸਰਾ ਪੰਥ ਚਲਾਇਅਨ ਵਡ ਸੂਰ ਗਹੇਲਾ (19)
ਵਾਹ ਵਾਹ ਗੋਬਿੰਦ ਸਿੰਘ ਆਪੇ ਗੁਰ ਚੇਲਾ (20)

ਹੋਏ ਸਨ ਅਤੇ 'ਸ਼ਾਹ ਬਿਨਾ ਪਤ ਨਹੀਂ ਤੇ ਗੁਰੂ ਬਿਨਾਂ ਗਤਿ ਨਹੀਂ" ਕਹਾਵਤ ਉਨ੍ਹਾਂ ਦੇ ਮੂੰਹੀਂ ਚੜ੍ਹੀ ਹੋਈ ਤੇ ਦਿਲੀਂ ਬੈਠੀ ਹੋਈ ਸੀ, ਇਸ ਲਈ ਕਿਧਰੇ ਕਿਧਰੇ ਇਕ ਅੱਧੇ ਥਾਂ ਭਾਈ ਰਾਮ ਸਿੰਘ ਪਾਸੋਂ ਅੰਮ੍ਰਿਤ ਛਕਣ ਵਾਲੇ ਨਵੇਂ ਨਵੇਂ ਜੋਸ਼ੀਲੇ ਸ਼ਰਧਾਲੂ ਉਨ੍ਹਾਂ ਨੂੰ ਭੀ ਉਸੇ ਤਰ੍ਹਾਂ ਗੁਰੂ ਕਹਿਣ ਲਗ ਪਏ ਦਿਸਦੇ ਹਨ ਜਿਵੇਂ ਕਿ ਓਹ ਸੋਢੀਆਂ ਬੇਦੀਆਂ ਪਾਸੋਂ ਅੰਮ੍ਰਿਤ ਛਕਣ ਪਰ ਉਨ੍ਹਾਂ ਨੂੰ ਗੁਰੂ ਆਖਿਆ ਕਰਦੇ ਸਨ। ਹੌਲੀ ਹੌਲੀ ਇਹ ਗੱਲ ਫੈਲਰਦੀ ਗਈ। ਕਈ ਆਦਮੀ ਭਾਈ ਰਾਮ ਸਿੰਘ ਨੂੰ ਭਾਈ ਮਹਾਰਾਜ ਸਿੰਘ ਤੋਂ ਬਾਦ, ਜਿਨ੍ਹਾਂ ਨੂੰ ਕਈ ਭਰਮੀ ਲੋਕ ਗੁਰੂ ਗੋਬਿੰਦ ਸਿੰਘ ਦਾ ਪਹਿਲਾ ਅਵਤਾਰ ਆਖਿਆ ਕਰਦੇ ਸਨ, ਗੁਰੂ ਗੋਬਿੰਦ ਸਿੰਘ ਦਾ ਦੂਸਰਾ ਅਵਤਾਰ ਆਖਣ ਲਗ ਪਏ।[7] ਜਿਉਂ ਜਿਉਂ ਸਮਾਂ ਬੀਤਦਾ ਗਿਆ ਤੇ ਭਾਈ ਰਾਮ ਸਿੰਘ ਦੀ ਪ੍ਰਭਤਾ ਵਧਦੀ ਗਈ, ਓਨ੍ਹਾਂ ਵਿਚ ਭੀ ਗੁਰੂ ਕਹਾਉਣ ਦੀ ਇੱਛਾ ਪੈਦਾ ਹੋ ਕੇ ਪ੍ਰਬਲ ਹੁੰਦੀ ਗਈ ਦਿਸਦੀ ਹੈ।

ਸੰਨ 1863 ਤੋਂ 1871 ਤਕ ਭਾਈ ਰਾਮ ਸਿੰਘ ਨੇ ਆਪਣੇ ਸ਼ਰਧਾਲੂਆਂ ਨੂੰ ਆਪ ਨੂੰ 'ਗੁਰੂ' ਕਹਿਣ ਤੋਂ ਖੁਲ੍ਹ ਕੇ ਨਹੀਂ ਵਰਜਿਆ ਅਤੇ ਜੇ ਵਰਜਿਆ ਤਾਂ ਉਸ ਲਿਖਤ ਦਾ ਹਾਲ ਤੱਕ ਪਤਾ ਨਹੀਂ ਲੱਗ ਸਕਿਆ। ਇਹ ਗੱਲ ਸਾਫ ਹੈ ਕਿ ਨਾਂ ਤਾਂ ਆਰੰਭ ਵਿਚ ਹੀ ਭਾਈ ਰਾਮ ਸਿੰਘ ਨੂੰ ਗੁਰੂ ਕਹਾਉਣ ਦੀ ਚੇਸ਼ਟਾ ਸੀ ਅਤੇ ਨਾਂ ਹੀ ਅੰਤਲੇ ਦਿਨਾਂ ਵਿਚ ਇਹ ਚੇਸ਼ਟਾ ਦ੍ਰਿੜ੍ਹਤਾ ਨਾਲ ਡਟੀ ਰਹੀ ਦਿਸਦੀ ਹੈ। ਬਲਕਿ ਜਲਾਵਤਨੀ ਦੇ ਦਿਨਾਂ ਵਿਚ ਰੰਗੂਨ ਤੋਂ ਜੋ ਚਿੱਠੀਆਂ ਆਪ ਨੇ ਪਿਛੇ ਦੇਸ ਵਿਚ ਆਪਣੇ ਭਰਾ ਭਾਈ ਬੁਧ ਸਿੰਘ (ਪ੍ਰਸਿਧ ਭਾਈ ਹਰੀ ਸਿੰਘ) ਤੇ ਹੋਰ ਸੰਗੀਆਂ ਨੂੰ ਲਿਖੀਆਂ ਹਨ, ਉਨ੍ਹਾਂ ਵਿਚ ਇਸ ਗੱਲ ਦਾ ਬੜੇ ਕਰੜੇ ਸ਼ਬਦਾਂ ਵਿਚ ਖੰਡਨ ਕੀਤਾ ਹੈ। ਭਾਈ ਰਾਮ ਸਿੰਘ ਨੂੰ ਗੁਰੂ ਗੋਬਿੰਦ ਸਿੰਘ ਦੀ ਗੁਰੂ-ਗੱਦੀ ਦਾ ਜਾਂ-ਨਸ਼ੀਨ ਪ੍ਰਸਿੱਧ ਕਰਨ ਦਾ ਖਿਆਲ ਬਹੁਤ ਪਿਛੇਰਾ ਹੈ ਜਿਸ ਦੀ ਕਿ ਨਿਸ਼ਚਿਤ ਇਤਿਹਾਸਕ ਵਾਕਿਆਤ ਤੋਂ ਪੁਸ਼ਟੀ ਨਹੀਂ ਹੁੰਦੀ, ਬਲਕਿ ਖੁਦ ਭਾਈ ਰਾਮ ਸਿੰਘ ਦੇ ਲਿਖੇ ਪਤ੍ਰਾਂ ਤੋਂ ਨਖੇਧੀ ਹੁੰਦੀ ਹੈ। ਸੰਨ 1868 ਦੀ ਪੋਲੀਸ ਰੀਪੋਰਟ ਵਿਚ ਹੁਸ਼ਿਆਰਪੁਰ ਦੇ ਇਨਸਪੈਕਟਰ ਪੋਲੀਸ ਮੀਰ ਫ਼ਜ਼ਲ ਹੁਸੈਨ ਨੇ ਇਸ ਗੱਲ ਵਲ ਇਸ਼ਾਰਾ ਕਰਦੇ ਹੋਏ ਫ਼ਾਰਸੀ ਦੀ ਇਕ ਤੁਕ ਦਾ ਹਵਾਲਾ ਦਿਤਾ ਸੀ ਕਿ-

پیراں نمی پرند مریداں می پرانند -

ਪੀਰ ਤਾਂ ਨਹੀਂ ਉੜਦੇ, ਪੀਰਾਂ ਨੂੰ ਮੁਰੀਦ ਉੜਾਉਂਦੇ ਹਨ।

7. ਬਿਆਨ ਭਾਈ ਲਾਲ ਸਿੰਘ, ਅੰਮ੍ਰਿਤਸਰੀ ਜਗਿਆਸੀ ਫਿਰਕੇ ਦੇ ਆਗੂ, ਰਾਮ ਸਿੰਘ ਸੰਬੰਧੀ ਮੇਜਰ ਯੰਗਹਸਬੈਂਡ ਇੰਸਪੈਕਟਰ ਜਨਰਲ ਪੋਲੀਸ ਦੀ ਮਰੀ ਵਿਚ ਲਿਖੀ 28 ਜੂਨ ਸੰਨ 1863 ਦੀ ਯਾਦ-ਦਾਸ਼ਤ-ਕੂਕਾ ਕਾਗਜ਼ਾਤ, ਪੰਨਾ 61.

ਭਾਈ ਰਾਮ ਸਿੰਘ ਦੇ ਸ਼ਰਧਾਲੂਆਂ ਦੇ ਇਸ ਪ੍ਰਕਾਰ ਦੇ ਮੁਬਾਲਗਿਆਂ ਅਤੇ ਹੋਰ ਵਾਕਿਆਤ-ਵਿਰੁਧ ਉੜਾਈਆਂ ਗਈਆਂ ਗੱਲਾਂ ਨੇ ਆਪ ਸੰਬੰਧੀ ਆਮ ਸਿਖ ਜਨਤਾ ਵਿਚ ਵਿਰੋਧਤਾ ਪੈਦਾ ਕਰ ਦਿੱਤੀ ਜਿਸ ਕਰ ਕੇ ਆਪ ਦੀ ਓਹ ਮਹਤਤਾ ਨਾ ਰਹਿ ਸਕੀ ਜੇਹੜੀ ਕਿ ਓਨ੍ਹਾਂ ਦੀ ਇਕ ਸੁਧਾਰਕ ਸਿਖ ਆਗੂ ਦੀ ਹੈਸੀਅਤ ਵਿਚ ਹੋਣੀ ਚਾਹੀਦੀ ਸੀ। ਇਸ ਦੇ ਨਾਲ ਹੀ ਜੋਸ਼ੀਲਿਆਂ ਕੂਕਿਆਂ ਵਲੋਂ ਕੁਝ ਕੁ ਐਸੀਆਂ ਗੱਲਾਂ ਹੋ ਗਈਆਂ ਜਿਨ੍ਹਾਂ ਨੇ 1857-58 ਦੇ ਗਦਰ ਤੋਂ ਸੱਜਰੀ ਹੀ ਡਰੀ ਹੋਈ ਸਰਕਾਰ ਅੰਗ੍ਰੇਜ਼ੀ ਦੇ ਦਿਲ ਵਿਚ ਕੂਕਿਆਂ ਅਤੇ ਭਾਈ ਰਾਮ ਸਿੰਘ ਸੰਬੰਧੀ ਕਈ ਸ਼ੱਕ ਪੈਦਾ ਕਰ ਦਿੱਤੇ, ਜਿਸ ਦਾ ਸਿੱਟਾ ਇਹ ਨਿਕਲਿਆ ਕਿ ਜਨਵਰੀ 1872 ਵਿਚ ਕਈ ਕੂਕੇ ਤੋਪਾਂ ਨਾਲ ਉੜਾਏ ਗਏ ਅਤੇ ਭਾਈ ਰਾਮ ਸਿੰਘ ਅਤੇ ਉਨ੍ਹਾਂ ਦੇ ਕੁਝ ਮੁਖੀ ਸੰਗੀਆਂ ਨੂੰ ਪੰਜਾਬ ਤੋਂ ਜਲਾਵਤਨ ਕਰ ਦਿੱਤਾ ਗਿਆ।

ਕਈ ਵਾਰੀ ਨਾਮਧਾਰੀ ਮਸਤੀ ਦੀ ਹਾਲਤ ਵਿਚ ਸ਼ਬਦ ਪੜ੍ਹਦੇ, ਬੈਠੇ, ਉਠੇ ਯਾ ਕਿਸੇ ਪਾਸੇ ਨੂੰ ਜਾ ਰਹੇ ਉੱਚੀ ਉੱਚੀ ਕੂਕਾ ਮਾਰਨ ਲੱਗ ਪਿਆ ਕਰਦੇ ਸਨ ਇਸ ਲਈ ਲੋਕ ਇਨ੍ਹਾਂ ਨੂੰ ਕੂਕੇ ਕਹਿ ਕੇ ਬੁਲਾਉਣ ਲੱਗ ਪਏ। ਇਹ ਹੀ ਨਾਮ ਇਨ੍ਹਾਂ ਦਾ ਆਮ ਪ੍ਰਸਿਧ ਹੋ ਗਿਆ। ਭਾਈ ਕਾਹਨ ਸਿੰਘ ਆਪਣੇ 'ਮਹਾਨ ਕੋਸ਼' ਵਿਚ ਲਿਖਦੇ ਹਨ, 'ਬਹੁਤ ਪ੍ਰੇਮੀ ਹਾਲ ਵਿਚ ਮਸਤ ਹੋ ਕੇ ਚੀਕਾ (ਕੂਕਾਂ) ਮਾਰ ਉਠਦੇ ਹਨ ਅਰ ਦਸਤਾਰ ਉਤਾਰ ਕੇ ਨੱਚਣ ਟੱਪਣ ਲੱਗ ਜਾਂਦੇ ਹਨ, ਜਿਸ ਤੋਂ ਕੂਕਾ ਸੰਗਯਾ ਹੋ ਗਈ ਹੈ (ਦੇਖੋ ਜਿਲਦ ਚੌਥੀ, ਪੰਨਾ 3095)। ਸਰਕਾਰੀ ਲਿਖਤਾਂ ਵਿਚ ਭੀ 'ਕੂਕਾ' ਸ਼ਬਦ ਹੀ ਲਿਖਿਆ ਹੋਇਆ ਹੈ।

ਡਾਕਟਰ ਨੱਥਾ ਸਿੰਘ ਗਰੇਵਾਲ ਆਪਣੀ ਉਰਦੂ ਪੁਸਤਕ 'ਤਾਰੀਖਿ ਗਰੇਵਾਲਾਂ' ਵਿਚ ਲਿਖਦੇ ਹਨ:-

ਵਾਹਿਗੁਰੂ ਨਾਮ ਜਪਣ ਕਰਕੇ ਪਹਿਲੇ ਪਹਿਲੇ ਇਨ੍ਹਾਂ ਦਾ ਨਾਮ ਨਾਮਧਾਰੀ ਹੋਇਆ ਅਤੇ ਫਿਰ ਚੂੰਕਿ ਨਾਮ ਜਪਦੇ ਜਪਦੇ ਅਤੇ ਸ਼ਬਦ ਕੀਰਤਨ ਕਰਦੇ ਹੋਏ ਮਸਤ ਹੋਏ ਬੇਨਵਾ ਫਕੀਰਾਂ ਵਾਂਙੂ ਹਾਲ ਚੜਾਉਣ ਲੱਗ ਪਏ, ਅਰਥਾਤ ਸਿਰ ਹਿਲਾਉਂਦੇ ਹਿਲਾਉਂਦੇ ਪਗ ਲਾਹ ਕੇ ਬਨਾਉਟੀ ਬੇਹੋਸ਼ੀ ਵਿਚ ਡਿਗਣਾ ਤੇ ਉੱਚੀ ਉੱਚੀ ਸਤਿ ਸ੍ਰੀ ਅਕਾਲ ਦੇ ਜੈਕਾਰੇ ਗਜਾਉਣਾ ਸ਼ੁਰੂ ਕੀਤਾ, ਤਾਂ ਇਨ੍ਹਾਂ ਦਾ ਨਾਮ ਕੂਕੇ ਹੋ ਗਿਆ। ਇਹ ਨਾਮ ਇਨ੍ਹਾਂ ਦਾ ਗੁਜਰਵਾਲ ਦੇ ਮੁੰਡਿਆਂ ਨੇ ਰਖਿਆ ਸੀ ਜੋ ਸਾਰੀ ਥਾਈਂ ਪ੍ਰਚਲਤ ਹੋ ਗਿਆ। ਇਕ ਵਾਰੀ ਜਦ ਇਨ੍ਹਾਂ ਦਾ ਕਈ ਹਜ਼ਾਰ ਦਾ ਜਥਾ ਮੁਕਤਸਰੋਂ ਆ ਰਿਹਾ ਸੀ ਅਤੇ ਪਿੰਡ ਗੁੱਜਰਵਾਲ (ਜ਼ਿਲ੍ਹਾ ਲੁਧਿਆਨਾ) ਵਿਚ ਵੜਨ ਵੇਲੇ ਇਹ ਦੂਰੋਂ ਹੀ ਸ਼ਬਦ ਪੜ੍ਹਦੇ ਤੇ ਉੱਚੀ ਉੱਚੀ ਸਤਿ ਸ੍ਰੀ ਅਕਾਲ ਬੁਲਾਉਂਦੇ ਆ ਰਹੇ ਸੀ, ਤਾਂ ਮੁੰਡਿਆਂ ਨੇ ਇਕ ਦੂਸਰੇ ਨੂੰ ਕਿਹਾ 'ਚਲੋ ਕੂਕੇ ਦੇਖੀਏ'। ਇਸ ਤਰ੍ਹਾਂ

ਹੋਰ ਲੋਕ ਭੀ ਇਨ੍ਹਾਂ ਨੂੰ ਕੂਕੇ ਕਹਿਣ ਲੱਗ ਪਏ ਤੇ ਇਨ੍ਹਾਂ ਦਾ ਨਾਮ ਹੀ ਕੂਕੇ ਪੈ ਗਿਆ।

ਭਾਈ ਰਾਮ ਸਿੰਘ ਨੇ ਕਈ ਥਾਈਂ ਆਪਣੇ ਸੰਗੀਆਂ ਲਈ ਸ਼ਬਦ 'ਸੰਤ ਖਾਲਸਾ' ਵਰਤਿਆ ਹੈ (ਇਸ ਦਾ ਜ਼ਿਕਰ ਸਰਕਾਰੀ ਕਾਗਜ਼ਾਂ ਵਿਚ ਭੀ ਆਇਆ ਹੈ) ਅਤੇ ਦੂਸਰਿਆਂ ਸਿੱਖਾਂ ਲਈ 'ਮਲੇਛ ਖਾਲਸਾ'।

ਆਪਣੇ ਸੰਗੀਆਂ ਦਾ ਨਾਮ ਨਾਮਧਾਰੀ' ਭਾਈ ਰਾਮ ਸਿੰਘ ਨੇ ਜਥੇਬੰਦੀ ਸਥਾਪਨ ਕਰ ਕੇ ਖੁਦ ਰਖਿਆ, ਯਾ 'ਕੂਕਾ' ਸ਼ਬਦ ਦੀ ਤਰਾਂ ਆਪੇ ਹੀ ਹੌਲੀ ਹੌਲੀ ਪ੍ਰਸਿਧ ਹੋ ਗਿਆ, ਨਿਸਚੇ ਨਹੀਂ ਕਿਹਾ ਜਾ ਸਕਦਾ। ਭਾਈ ਰਾਮ ਸਿੰਘ ਚੂੰਕਿ ਨਾਮ ਜਪਣ ਤੇ ਨਾਮ ਨੂੰ ਹੀ ਆਪਣੇ ਜੀਵਨ ਦਾ ਆਧਾਰ ਬਣਾਉਣ ਅਰਥਾਤ ਨਾਮ ਨੂੰ ਧਾਰਨ ਕਰਨ ਦਾ ਉਪਦੇਸ਼ ਦਿੰਦੇ ਸਨ, ਇਸ ਲਈ ਨਾਮ ਨੂੰ ਧਾਰਨ ਵਾਲੇ ਭਾਈ ਰਾਮ ਸਿੰਘ ਦੇ ਸੰਗੀ ਨਾਮ-ਧਾਰੀ ਕਰਕੇ ਸਦੀਣ ਲੱਗ ਪਏ ਜਾਪਦੇ ਹਨ।

ਅੰਮ੍ਰਿਤਸਰ ਦੀ ਵਿਸਾਖੀ
(ਅਪ੍ਰੈਲ ਸੰਨ 1863)

ਜਿਵੇ ਉੱਪਰ ਲਿਖਿਆ ਜਾ ਚੁੱਕਾ ਹੈ ਆਰੰਭ ਵਿਚ ਭਾਈ ਰਾਮ ਸਿੰਘ ਦੇ ਪ੍ਰਚਾਰ ਦਾ ਦਾਇਰਾ ਆਪਣੇ ਜ਼ਿਲ੍ਹੇ ਲੁਧਿਆਨੇ ਤਕ ਹੀ ਸੀ ਅਤੇ ਸੰਨ 1862 ਦੇ ਆਖੀਰ ਤਕ ਆਪ ਨੇ ਆਪਣਾ ਬਹੁਤ ਸਾਰਾ ਸਮਾਂ ਪਿੰਡ ਭੈਣੀ ਵਿਚ ਗੁਜ਼ਾਰਿਆ।

ਤਹਿਸੀਲ ਸਮਰਾਲੇ ਦੇ ਪਿੰਡ ਉਟਾਲ੍ਹਾਂ ਤੇ ਤਹਿਸੀਲ ਲੁਧਿਆਨੇ ਵਿਚ ਪਿੰਡ ਰਾਇਪੁਰ ਤੇ ਲੋਹਗੜ੍ਹ ਦੇ ਦੀਵਾਨਾਂ ਵਿਚ ਕੀਰਤਨ ਤੇ ਉਪਦੇਸ਼ਾਂ ਦੇ ਅਸਰ ਨਾਲ ਹੌਲੀ ਹੌਲੀ ਆਪ ਦੇ ਸ਼ਰਧਾਲੂਆਂ ਦੀ ਗਿਣਤੀ ਵਧਣੀ ਸ਼ੁਰੂ ਹੋ ਗਈ ਤੇ ਲੋਕੀਂ ਬਾਹਰੋਂ ਭੈਣੀ ਆਉਣ ਲੱਗ ਪਏ।

ਸੰਨ 1863 ਦੇ ਸ਼ੁਰੂ ਵਿਚ ਭਾਈ ਰਾਮ ਸਿੰਘ ਨੇ, ਪ੍ਰਤੀਤ ਹੁੰਦਾ ਹੈ, ਥਾਉਂ ਥਾਈਂ ਕੂਕਿਆਂ ਨੂੰ ਖਬਰ ਭੇਜ ਦਿੱਤੀ ਸੀ ਕਿ ਅਪ੍ਰੈਲ ਦੀ ਵਿਸਾਖੀ ਨੂੰ ਉਹ ਹੁਮ ਹੁਮਾ ਕੇ ਅੰਮ੍ਰਿਤਸਰ ਪੁਜਣ।

ਸਰਕਾਰ ਅੰਗ੍ਰੇਜ਼ੀ ਸੰਨ 1857-59 ਦੇ ਗਦਰ ਦੀ ਤਾਜ਼ੀ ਤਾਜ਼ੀ ਡਰੀ ਹੋਈ ਸੀ। ਆਪਣੇ ਜ਼ਿਲ ਵਿਚ ਕੂਕਿਆਂ ਦੀ ਅੰਮ੍ਰਿਤਸਰ ਨੂੰ ਤਿਆਰੀ ਦੀਆਂ ਖਬਰਾਂ ਸੁਣ ਕੇ ਮਿਸਟਰ ਮੈਕਨੈਬ ਡਿਪਟੀ ਕਮਿਸ਼ਨਰ ਸਿਆਲਕੋਟ ਨੇ ਮਹਿਕਮਾ ਪੋਲੀਸ ਨੂੰ ਇਤਲਾਹ ਦਿਤੀ ਕਿ ਉਨ੍ਹਾਂ ਦੇ ਜ਼ਿਲ੍ਹੇ ਵਿਚ ਅਫਵਾਹਾਂ ਉਡ ਰਹੀਆਂ ਹਨ ਕਿ ਵਡੇਰੀ ਉਮਰ ਦਾ ਇਕ ਸਿਖ ਜੋ 'ਭਾਈ' ਅਖਵਾਉਂਦਾ ਹੈ, ਦੋ ਸੌ ਆਦਮੀ ਸਮੇਤ ਦੇਸ਼ ਵਿਚ ਫਿਰ ਰਿਹਾ ਹੈ। ਇਨ੍ਹਾਂ ਆਦਮੀਆਂ ਨੂੰ ਉਹ ਰਾਤੀਂ ਬੰਦੂਕਾਂ ਦੀ ਥਾਂ ਡੰਡਿਆਂ ਨਾਲ ਕਵਾਇਦ ਕਰਵਾਉਂਦਾ ਹੈ ਅਤੇ ਕਿਸੇ ਹਾਕਮ ਦਾ ਹੁਕਮ ਨਹੀਂ ਮੰਨਦਾ। ਉਨ੍ਹਾਂ ਦਾ ਮਕਸਦ, ਕਈ ਇਕ ਇਸਤ੍ਰੀਆਂ ਸਮੇਤ ਜੋ ਉਨ੍ਹਾਂ ਦੇ ਜਥੇ ਵਿਚ ਹਨ, ਵਿਸਾਖੀ ਦੇ ਮੇਲੇ ਤੇ ਅੰਮ੍ਰਿਤਸਰ ਜਾਣ ਦਾ ਹੈ।

ਭਾਈ ਰਾਮ ਸਿੰਘ ਤੇ ਉਨ੍ਹਾਂ ਦੀ ਵਹੀਰ 11 ਅਪ੍ਰੈਲ 1863 ਨੂੰ ਅੰਮ੍ਰਿਤਸਰ ਪੁਜੇ।[1]

---

1. 'ਸਤਿਜੁਗ' ਦੇ ਬਸੰਤ ਨੰਬਰ (22 ਮਾਘ 1986) ਵਿਚ ਭਾਈ ਰਾਮ ਸਿੰਘ ਦਾ ਪਹਿਲੀ ਵਾਰੀ ਅੰਮ੍ਰਿਤਸਰ ਦਰਸ਼ਨ ਲਈ ਜਾਣਾ ਸੰਮਤ 1919 ਬਿਕ੍ਰਮੀ (ਆਖੀਰ ਸੰਨ 1862 ਈ:) ਨੂੰ ਲਿਖਿਆ ਹੋਇਆ ਹੈ, ਜੋ ਠੀਕ ਨਹੀਂ। ਸਰਕਾਰੀ ਰੀਪੋਰਟਾਂ ਵਿਚ ਜਿੱਥੇ ਕੇ ਤਾਰੀਖਵਾਰ ਵਾਕਿਆਤ ਦਰਜ਼ ਹਨ, ਵਿਸਾਖੀ ਅਪ੍ਰੈਲ ਸੰਨ 1863 ਲਿਖਿਆ ਹੋਇਆ ਹੈ। ਸਰਕਾਰੀ ਕਾਗਜ਼ਾਂ ਦੀਆਂ ਤਾਰੀਖਾਂ ਸੰਬੰਧੀ ਸ਼ੱਕ ਦੀ ਕੋਈ ਗੁੰਜਾਇਸ਼ ਨਹੀਂ, ਇਸ ਲਈ ਇਹ ਹੀ ਪ੍ਰਵਾਣੀਕ ਹਨ। ਪੰਥ ਪ੍ਰਕਾਸ਼ ਦੇ ਆਧਾਰ ਉਤੇ ਜੋ ਵੇਰਵਾ ਇਸ ਯਾਤ੍ਰਾ ਵੇਲੇ ਦਾ ਦਿੱਤਾ ਹੋਇਆ ਹੈ ਉਹ ਇਸ ਤੋਂ ਸਾਢੇ ਚਾਰ ਸਾਲ ਬਾਦ ਸੰਮਤ 1924 (ਸੰਨ 1867) ਦੀ ਦੀਵਾਲੀ ਦਾ ਹੈ। ਦੇਖੋ ਪੰਥ ਪ੍ਰਕਾਸ਼, ਪੰਨਾ 879, ਕੂਕਾ ਪੇਪਰਜ਼, 35-38॥

ਲੈਫਟੀਨੈਂਟ ਗਵਰਨਰ ਪੰਜਾਬ ਨੂੰ ਇਨ੍ਹਾਂ ਦੇ ਪੁਜਣ ਦੀ ਖਬਰ ਜਿਤੀ ਜਾ ਚੁੱਕੀ ਹੋਈ ਸੀ। ਲਾਟ ਸਾਹਿਬ ਨੇ ਮੇਜਰ ਮੈਕਐਂਡਰੀਊ ਡਿਪਟੀ ਇੰਨਸਪੈਕਟਰ ਜਨਰਲ ਪੋਲੀਸ, ਲਾਹੌਰ, ਨੂੰ ਅੰਮ੍ਰਿਤਸਰ ਭੇਜਿਆ ਤਾਂ ਕਿ ਓਥੇ ਜਾ ਕੇ ਮੇਜਰ ਮਰਸਰ ਡਿਪਟੀ ਕਮਿਸ਼ਨਰ ਦੇ ਨਾਲ ਮਿਲ ਕੇ ਭਾਈ ਰਾਮ ਸਿੰਘ ਤੇ ਉਸ ਦੇ ਅਸਲੀ ਇਰਾਦਿਆਂ ਸਬੰਧੀ ਠੀਕ ਠੀਕ ਪੜਤਾਲ ਕਰੇ।

ਡਿਪਟੀ ਇਨਸਪੈਕਟਰ ਜਨਰਲ ਲਾਹੌਰ ਅਤੇ ਡਿਪਟੀ ਕਮਿਸ਼ਨਰ ਅੰਮ੍ਰਿਤਸਰ ਸੁਪ੍ਰਿੰਟੈਂਡੈਂਟ ਪੋਲੀਸ ਸਮੇਤ ਪੜਤਾਲ ਲਈ ਭਾਈ ਰਾਮ ਸਿੰਘ ਨੂੰ ਮਿਲੇ। ਉਨ੍ਹਾਂ ਦੀ ਰੀਪੋਰਟ ਅਨੁਸਾਰ ਭਾਈ ਰਾਮ ਸਿੰਘ ਦੇ ਸਭ ਸਾਥੀ ਰਿਸਟ-ਪੁਸ਼ਟ ਨੌਜਵਾਨ ਸਨ ਅਤੇ ਹਰ ਇਕ ਪਾਸ ਮੋਟੀ ਲਾਠੀ ਸੀ। ਪੁਛਣ ਪਰ ਭਾਈ ਸਾਹਿਬ ਨੇ ਦਸਿਆ ਕਿ ਮੇਲਾ ਛਿੜ ਜਾਣ ਪਰ ਉਨ੍ਹਾਂ ਦੀ ਇੱਛਾ ਘਰ ਨੂੰ ਮੁੜ ਜਾਣ ਦੀ ਸੀ। ਇਸ ਤੋਂ ਇਲਾਵਾ ਉਨ੍ਹਾਂ ਭਾਈ ਰਾਮ ਸਿੰਘ ਵਲੋਂ ਸਰਕਾਰ ਦੇ ਵਿਰੁੱਧ ਕੋਈ ਗੱਲ ਨਹੀਂ ਸੀ ਆਖੀ ਗਈ ਅਤੇ ਚੂੰਕਿ ਉਹ ਅਮਨ-ਪਸੰਦ ਦਿਸਦੇ ਸਨ, ਇਸ ਲਈ ਭਰੇ ਮੇਲੇ ਵਿਚ ਉਨ੍ਹਾਂ ਪਰ ਕਿਸੇ ਸਰਕਾਰ ਦੀ ਪਾਬੰਦੀ ਲਾਉਣ ਦੀ ਕੋਈ ਲੋੜ ਨਾ ਸਮਝੀ ਗਈ। ਭਾਈ ਰਾਮ ਸਿੰਘ ਚੂੰਕਿ ਸਰਕਾਰੀ ਅਫਸਰਾਂ ਦੀ ਇਹ ਤਜਵੀਜ਼ ਪਰਵਾਣ ਕਰਨ ਨੂੰ ਵੀ ਬਿਲਕੁਲ ਰਾਜ਼ੀ ਦਿਸਦੇ ਸਨ ਕਿ ਉਨ੍ਹਾਂ ਦੇ ਬਹੁਤ ਸਾਰੇ ਸੰਗੀ ਤੋਰ ਦਿੱਤੇ ਜਾਣ, ਇਸ ਲਈ ਉਨ੍ਹਾਂ ਨੂੰ ਆਪਣੀ ਮਰਜੀ ਅਨੁਸਾਰ ਵਿਚਾਰਨ ਦੀ ਆਗਿਆ ਦੇ ਦਿੱਤੀ ਗਈ।

16 ਮਈ 1863 ਦੀ ਰੀਪੋਰਟ ਵਿਚ ਜਲੰਧਰ ਦੇ ਡਿਸਟ੍ਰਿਕਟ ਸੁਪਿੰਟੈਂਡੈਂਟ ਪੋਲੀਸ ਲੈਫਟਿਨੈਂਟ ਰੈਮਜ਼ੇ ਨੇ ਲਿਖਿਆ ਹੈ ਕਿ ਭਾਈ ਰਾਮ ਸਿੰਘ ਜਲੰਧਰ ਦੇ ਰਸਤੇ ਰਿਆਸਤ ਕਪੂਰਥਲੇ ਦੇ ਇਲਾਕੇ ਵਿਚ ਦੀ ਹਰੀਕੇ ਪੱਤਣੋਂ ਫੀਰੋਜ਼ਪੁਰ ਦੇ ਜ਼ਿਲੇ ਵਿਚ ਚਲਾ ਗਿਆ ਸੀ।

ਅੰਮ੍ਰਿਤਸਰ ਡਵੀਜ਼ਨ ਦਾ ਕਮਿਸ਼ਨਰ ਮੇਜਰ ਫੈਰਿੰਗਟਨ 31 ਮਈ ਨੂੰ ਲਿੱਖਦਾ ਹੈ ਕਿ ਇਹ ਗੱਲ ਆਮ ਸੁਣੀ ਜਾ ਰਹੀ ਸੀ ਕਿ ਆਉਣ ਵਾਲੀ ਦੀਵਾਲੀ ਦੇ ਮੇਲੇ ਉੱਤੇ ਕੂਕਿਆਂ ਦਾ ਇਕ ਬੜਾ ਭਾਰੀ ਇਕੱਠ ਹੋਵੇਗਾ।

ਇਸ ਵੇਲੇ ਇਹ ਗੱਲ ਭੀ ਸਰਕਾਰ ਦੇ ਕੰਨਾਂ ਵਿਚ ਪਈ ਹੋਈ ਸੀ ਕਿ ਭਾਈ ਰਾਮ ਸਿੰਘ ਚੂੰਕਿ ਕਰਜ਼ਾਈ ਹੈ, ਇਸ ਲਈ ਕਰਜ਼ੇ ਵਜੋਂ ਗ੍ਰਿਫਤਾਰ ਹੋਣ ਨਾਲੋਂ ਉਹ ਦੇਸ਼ ਵਿਚ ਕੋਈ ਨਾ ਕੋਈ ਗੌਗਾ ਖੜ੍ਹਾ ਕਰ ਦੇਣਾ ਜ਼ਿਆਦਾ ਚੰਗਾ ਸਮਝੇਗਾ।[2]

---

2. ਮੇਜਰ ਯਗਹਸਬੈਂਡ ਦੀ ਰੀਪੋਰਟ, ਮਰੀ, 28 ਜੂਨ 1863, ਪੰਨਾ 7 ।

ਖੋਟਿਆਂ ਦਾ ਦੀਵਾਨ

ਪਹਿਲੀ ਜੂਨ ਸੰਨ 1863 ਦੇ ਕਰੀਬ ਭਾਈ ਰਾਮ ਸਿੰਘ ਜ਼ਿਲ੍ਹਾ ਫ਼ੀਰੋਜ਼ਪੁਰ ਦੇ ਪਿੰਡ ਖੋਟੇ ਪੁੱਜੇ। ਇਨ੍ਹਾਂ ਦੇ ਨਾਲ ਚਾਰ ਪੰਜ ਸੌ ਸਿੰਘ ਸਨ। ਇਥੇ ਕੂਕਿਆਂ ਦੇ ਦੀਵਾਨ ਨੇ ਮਾਲੂਮ ਹੁੰਦਾ ਹੈ, ਸਰਕਾਰੀ ਹਲਕਿਆਂ ਵਿਚ ਕਾਫ਼ੀ ਹਿਲ-ਜੁਲ ਪੈਦਾ ਕਰ ਦਿੱਤੀ। 4 ਜੂਨ 1863 ਨੂੰ ਖੋਟਿਆਂ ਦੇ ਚੌਕੀਦਾਰ ਨੇ ਥਾਣਾ ਬਾਘਾ-ਪੁਰਾਣਾ ਵਿਚ ਰੀਪੋਰਟ ਦਿੱਤੀ ਕਿ ਦੋ ਤਿੰਨ ਦਿਨ ਤੋਂ ਭਾਈ ਰਾਮ ਸਿੰਘ ਓਥੇ ਆਇਆ ਹੋਇਆ ਹੈ ਤੇ ਚਾਰ ਪੰਜ ਸੌ ਸਿੰਘ ਉਸ ਪਾਸ ਇਕੱਠਾ ਹੋ ਗਿਆ ਹੈ ਅਤੇ ਉਨ੍ਹਾਂ ਦੇ ਚਾਲੇ ਕੁਝ ਓਪਰੇ ਜੇਹੇ ਜਾਪਦੇ ਹਨ, ਕੂਕੇ ਰਾਜ ਵਿਰੁਧ ਗੱਲਾਂ ਕਰਦੇ ਹਨ ਤੇ ਕਹਿੰਦੇ ਹਨ ਕਿ ਛੇਤੀ ਹੀ ਮੁਲਕ ਵਿਚ ਰਾਜ ਉਨ੍ਹਾਂ ਦਾ ਹੋ ਜਾਏਗਾ ਅਤੇ ਸਵਾ ਲੱਖ ਹਥਿਆਰ ਬੰਦ ਆਦਮੀ ਉਨ੍ਹਾਂ ਦੀ ਸਹਾਇਤਾ ਲਈ ਹੋ ਜਾਣਗੇ ਅਤੇ ਉਹ ਜ਼ਿਮੀਦਾਰਾਂ ਕੋਲੋਂ ਕੇਵਲ ਫ਼ਸਲ ਦਾ ਪੰਜਵਾਂ ਹਿੱਸਾ ਹਾਲੇ ਵਜੋਂ ਲਿਆ ਕਰਨਗੇ।

ਇਕ ਪੁਲਸੀ ਹਵਾਲਦਾਰ ਝੱਟ ਮੌਕੇ ਤੇ ਪੁਜ ਗਿਆ ਤੇ ਉਸ ਨੇ ਚੌਕੀਦਾਰ ਦੇ ਬਿਆਨਾਂ ਦੀ ਤਸਦੀਕ ਕਰ ਲਈ। 6 ਜੂਨ ਨੂੰ ਡਿਪਟੀ ਸੁਪ੍ਰਿੰਟੈਂਡੈਂਟ ਪੋਲੀਸ ਨੇ ਪਿੰਡ ਖੋਟੇ ਅਤੇ ਆਲੇ ਦੁਆਲੇ ਦੇ ਪਿੰਡਾਂ ਦੇ ਨੰਬਰਦਾਰਾਂ ਕੋਲੋਂ ਪੁਛ ਪੜਤਾਲ ਕੀਤੀ ਤੇ ਪਤਾ ਲਾਇਆ ਕਿ ਭਾਈ ਰਾਮ ਸਿੰਘ ਸਰਕਾਰ ਵਿਰੁਧ ਗੱਲਾਂ ਕਰਦਾ ਹੈ।[1]

ਇਹ ਰੀਪੋਰਟ ਪੁੱਜਣ ਪਰ ਫ਼ੀਰੋਜ਼ਪੁਰ ਦੇ ਡਿਪਟੀ ਕਮਿਸ਼ਨਰ ਨੇ ਜ਼ਿਲ੍ਹਾ ਫ਼ੀਰੋਜ਼ਪੁਰ ਵਿਚ ਕੂਕਿਆਂ ਦੇ ਦੀਵਾਨਾਂ ਦੀ ਮਨਾਹੀ ਕਰ ਦਿੱਤੀ ਅਤੇ ਭਾਈ ਰਾਮ ਸਿੰਘ ਤੇ ਉਸ ਦੇ ਸੰਗੀਆਂ ਨੂੰ ਮੰਜ਼ਲੋ ਮੰਜ਼ਲ ਜ਼ਿਲਾ ਲੁਧਿਆਨੇ ਵਿਚ ਉਸ ਦੇ ਪਿੰਡ ਭੈਣੀ ਪਹੁੰਚਾ ਦਿੱਤਾ।

ਫ਼ੀਰੋਜ਼ਪੁਰ ਦੇ ਸੁਪ੍ਰਿੰਟੈਂਡੈਂਟ ਪੋਲੀਸ ਲੈਫ਼ਟਿਨੈਂਟ ਹੈਮਿਲਟਨ ਵਲੋਂ ਰੀਪੋਰਟ ਪੁੱਜਣ ਪਰ ਲਾਟ ਸਾਹਿਬ ਦੇ ਹੁਕਮ ਅਨੁਸਾਰ ਡਿਪਟੀ ਕਮਿਸ਼ਨਰ ਫ਼ੀਰੋਜ਼ਪੁਰ, ਮਿਸਟਰ ਟੌਮਸ, ਨੂੰ ਲਿਖਿਆ ਗਿਆ ਕਿ ਉਹ ਖੁਦ ਖੋਟੀਂ ਜਾ ਕੇ ਨੰਬਰਦਾਰਾਂ ਦੇ ਬਿਆਨ ਲਵੇ ਤੇ ਉਨ੍ਹਾਂ ਦੀਆਂ ਨਕਲਾਂ ਸਿੱਧੀਆਂ ਸਰਕਾਰ ਪੰਜਾਬ ਦੇ ਸਕੱਤ੍ਰ ਨੂੰ ਭੇਜੇ ਅਤੇ ਜੇ ਲੋੜ ਹੋਵੇ ਤਾਂ ਭਾਈ ਰਾਮ ਸਿੰਘ ਨੂੰ ਝੱਟ ਗ੍ਰਿਫ਼ਤਾਰ ਕਰ ਲਵੇ।

1. ਲੈਫ਼ਟਿਨੈਂਟ ਹੈਮਿਲਟਨ, ਡੀ. ਐਸ. ਪੀ. ਫ਼ੀਰੋਜ਼ਪੁਰ ਦੀ ਰੀਪੋਰਟ 7 ਜੂਨ 1863

ਭਾਈ ਰਾਮ ਸਿੰਘ ਦੇ ਪ੍ਰਚਾਰ ਸੰਬੰਧੀ ਇਸ ਵੇਲੇ ਪੰਜਾਬ ਦੇ ਸਰਕਾਰੀ ਹਲਕਿਆਂ ਵਿਚ ਕਾਫੀ ਹਲ-ਚਲ ਪਈ ਹੋਈ ਸੀ ਅਤੇ ਭਾਈ ਰਾਮ ਸਿੰਘ ਦੀ ਨੀਯਤ ਤੇ ਇਰਾਦਿਆਂ ਬਾਬਤ ਵੱਖੋਂ ਵੱਖ ਰਾਵਾਂ ਸਨ। ਬਟਾਲੇ ਦੇ ਈ. ਏ. ਸੀ. ਕਾਇਮ ਅਲੀ ਦਾ ਖਿਆਲ ਸੀ ਕਿ ਰਾਮ ਸਿੰਘ ਖਤਰਨਾਕ ਹੈ, ਇਸ ਲਈ ਇਸ ਨੂੰ ਗ੍ਰਿਫਤਾਰ ਕਰ ਲੈਣਾ ਚਾਹੀਦਾ ਹੈ। ਪਰ ਓਥੇ ਦੇ ਨਾਇਬ ਤਹਿਸੀਲਦਾਰ ਭਾਈ ਲਹਿਣਾ ਸਿੰਘ (ਜੋ ਦਰਬਾਰ ਸਾਹਿਬ ਦੇ ਭਾਈ ਪ੍ਰਦੁਮਨ ਸਿੰਘ ਦਾ ਭਰਾ ਸੀ) ਦੀ ਰਾਏ ਸੀ ਕਿ ਭਾਈ ਰਾਮ ਸਿੰਘ ਸਰਕਾਰ ਦੇ ਵਿਰੁੱਧ ਨਹੀਂ ਹੈ, ਕੇਵਲ ਮਨ-ਮਤੀਆ ਹੈ ਅਤੇ ਕਦੀ ਕਦੀ ਦਿਖਾਵੇ ਲਈ ਚੜ੍ਹਾਈ ਹੋਈ ਅਨੁਭਵਤਾ ਦੀ ਮਸਤੀ ਦੇ ਲੋਰ ਵਿਚ ਸਰਕਾਰ ਵਿਰੁਧ ਪੇਸ਼ੀਨ-ਗੋਈਆਂ ਕਰ ਦਿੰਦਾ ਹੈ।[2]

ਇਸੇ ਸਾਲ ਸੰਨ 1863 ਵਿਚ ਜ਼ਿਲ੍ਹਾ ਗੁਰਦਾਸਪੁਰ ਦੇ ਪਿੰਡ ਮਾਹਲਪੁਰ ਵਿਚ ਕੂਕਿਆਂ ਦਾ ਦੀਵਾਨ ਹੋਣਾ ਸੀ। ਇਸ ਵੇਲੇ ਖੁਦ ਭਾਈ ਰਾਮ ਸਿੰਘ ਨਹੀਂ ਆਏ। ਇਨ੍ਹਾਂ ਦੀ ਥਾਂ ਭਾਈ ਸੁਧ ਸਿੰਘ ਭੈਣੀ ਵਾਲੇ ਤੇ ਭਾਈ ਕਾਹਨ ਸਿੰਘ ਮਲੋਟ (ਜ਼ਿਲ੍ਹਾ ਗੁਰਦਾਸ ਪੁਰ) ਵਾਲੇ ਆਏ ਹੋਏ ਸਨ। ਮਾਹਲਪੁਰੀਏ ਸੁੰਦਰ ਸਿੰਘ, ਭਗਵਾਨ ਸਿੰਘ ਤੇ ਹੀਰਾ ਸਿੰਘ ਨੇ ਕੂਕਿਆਂ ਦਾ, ਜਿਨ੍ਹਾਂ ਦੀ ਗਿਣਤੀ ਅੱਸੀ ਕੁ ਸੀ, ਲੰਗਰ ਕਰਨਾ ਸੀ। ਪਿੰਡ ਵਾਲਿਆਂ ਨੇ ਇਨ੍ਹਾਂ ਨੂੰ ਖਾਲੀ ਹੀ ਪਿੰਡੋਂ ਕੱਢ ਦਿੱਤਾ ਅਤੇ ਖੂਹਾਂ ਤੋਂ ਪਾਣੀ ਭੀ ਨਾ ਭਰਨ ਦਿੱਤਾ।[3]

---

2. ਮੇਜਰ ਯੰਗਹਸਬੈਂਡ ਦੀ ਰੀਪੋਰਟ, ਮਰੀ, 28 ਜੂਨ, 1863
3. ਸੰਨ 1866 ਦੀ ਕੂਕਿਆਂ ਬਾਬਤ ਰੀਪੋਰਟ, ਕੂਕਾ ਪੇਪਰਜ਼, ਪੰਨਾ 17

ਖ਼ੁਫ਼ੀਆਂ ਨਿਗਰਾਨੀ ਹੇਠ

ਹੁਣ ਲਾਟ ਸਾਹਿਬ ਪੰਜਾਬ ਨੇ ਜ਼ਰੂਰੀ ਸਮਝਿਆ ਕਿ ਭਾਈ ਰਾਮ ਸਿੰਘ ਤੇ ਉਸ ਦੇ ਸੰਗੀਆਂ ਸੰਬੰਧੀ ਪੂਰੀ ਪੂਰੀ ਤੇ ਠੀਕ ਠੀਕ ਖਬਰ ਰਖੀ ਜਾਏ। ਇਸ ਮਤਲਬ ਲਈ ਡਿਪਟੀ ਇੰਸਪੈਕਟਰ ਜਨਰਲ ਲਾਹੌਰ, ਮੇਜਰ ਮੈਕਐਂਡਰੀਊ, ਨੂੰ ਆਖਿਆ ਗਿਆ ਕਿ ਉਹ ਵੱਖਰੇ ਵੱਖਰੇ ਜ਼ਿਲਿਆਂ ਤੋਂ ਭਰੋਸੇ ਯੋਗ ਆਦਮੀ ਭੇਜੇ ਜੋ ਠੀਕ ਠੀਕ ਖਬਰ ਲਿਆਉਣ। ਅਟਕ ਦੇ ਨਾਇਬ ਸੁਪ੍ਰਿੰਟੈਂਡੈਂਟ ਪੋਲੀਸ ਮਿਸਟਰ ਗਰੀਨ ਨੂੰ ਬੁਲਾ ਕੇ ਕਿਹਾ ਗਿਆ ਕਿ ਭਾਈ ਬਾਲਕ ਸਿੰਘ ਦੇ ਹਜ਼ਰੋ ਦੇ ਡੇਰੇ ਨੂੰ ਪੱਕੀ ਤਰ੍ਹਾਂ ਨਿਗ੍ਹਾ ਹੇਠ ਰੱਖੇ ਤੇ ਦੇਖੇ ਕਿ ਹਜ਼ਰੋ ਅਤੇ ਭੈਣੀ ਦੇ ਵਿਚਕਾਰ ਕੋਈ ਚਿੱਠੀ ਪੱਤ੍ਰ ਅਤੇ ਆਵਾ-ਜਾਈ ਤਾਂ ਨਹੀਂ ਹੁੰਦੀ।

ਇਸ ਵੇਲੇ ਪਤਾ ਕਰਨ ਵਾਲੀ ਇਕ ਖਾਸ ਜ਼ਰੂਰੀ ਗੱਲ ਇਹ ਸੀ ਕਿ ਕਿਧਰੇ ਕੂਕੇ ਰਾਜ ਵਿਦਰੋਹ ਨਹੀਂ ਕੋਈ ਫੌਜ ਤਾਂ ਤਿਆਰ ਨਹੀਂ ਕਰ ਰਹੇ। ਕਿਉਂਕਿ ਸਰਕਾਰ ਦੇ ਕੰਨਾਂ ਵਿਚ ਇਹ ਗੱਲ ਪੈ ਰਹੀ ਸੀ ਕਿ ਕੂਕੇ ਰਾਤ ਨੂੰ ਇੱਕਠੇ ਹੋ ਕੇ ਡਾਂਗਾਂ ਨਾਲ ਕਵਾਇਦ ਆਦਿ ਦੀ ਸਿਖਲਾਈ ਕਰ ਰਹੇ ਹਨ।

ਜਲੰਧਰ ਦੇ ਇਕ ਬ੍ਰਾਹਮਣ ਮਨੀ ਰਾਮ ਨੇ, ਜੋ ਭਾਈ ਰਾਮ ਸਿੰਘ ਦਾ ਸੇਵਕ ਸੀ ਅਤੇ ਕੁਝ ਕੁ ਕੂਕਿਆਂ ਵਿਚ ਆਚਰਣ ਦੀ ਢਿਲਿਆਈ ਦੇ ਕਾਰਣ ਹੁੰਦੀ ਜਾ ਰਹੀ ਬਦਨਾਮੀ ਕਰਕੇ ਇਨ੍ਹਾਂ ਦੀ ਸੰਗਤ ਛਡਣ ਵਾਲਾ ਸੀ, ਬਿਆਨ ਦਿੱਤਾ ਹੈ ਕਿ ਓਹ ਭਾਈ ਰਾਮ ਸਿੰਘ ਦੇ ਕਈ ਦੀਵਾਨਾਂ ਤੇ ਗਿਆ ਹੈ, ਪਰ ਉਸ ਨੇ ਕਵਾਇਦ ਹੁੰਦੀ ਕਦੀ ਨਹੀਂ ਦੇਖੀ। ਉਸ ਦਾ ਖਿਆਲ ਸੀ ਕਿ ਸ਼ਾਇਦ ਕਿਸੇ ਨੂੰ (ਅਰਦਾਸੇ) (ਲਈ) ਕਤਾਰਾਂ ਵਿਚ ਕੂਕਿਆਂ ਨੂੰ ਖੜੇ ਦੇਖ ਕੇ ਕਵਾਇਦ ਦਾ ਸ਼ੱਕ ਪੈ ਗਿਆ ਹੋਣਾ ਹੈ। ਉਸ ਨੇ ਕਿਹਾ ਕਿ ਭਾਈ ਰਾਮ ਸਿੰਘ ਦੀ ਨਜ਼ਰ ਵਿਚ ਜਾਦੂ ਦਾ ਅਸਰ ਜ਼ਰੂਰ ਹੈ ਜਿਸ ਨਾਲ ਕਿ ਲੋਕੀਂ ਮਸਤਾਨੇ ਹੋ ਜਾਂਦੇ ਹਨ, ਤੇ ਮਸਤਾਨਿਆਂ ਦੀ ਗਿਣਤੀ ਹਜ਼ਾਰ ਤੋਂ ਉੱਪਰ ਹੈ। ਇਹ ਠੀਕ ਹੈ ਕਿ ਬਾਕੀ ਹੋਰ ਸਿੱਖਾਂ ਦੀ ਤਰ੍ਹਾਂ ਭਾਈ ਰਾਮ ਸਿੰਘ ਮੁੜ ਸਿਖ ਰਾਜ ਦਾ ਚਾਹਵਾਨ ਹੈ ਪਰ ਓਹ ਇਸ ਦਾ ਪ੍ਰਚਾਰ ਨਹੀਂ ਕਰਦਾ। ਉਸ ਦਾ ਪ੍ਰਚਾਰ ਨਿਰੋਲ ਧਾਰਮਕ ਹੈ।

ਗੇਂਦਾ ਸਿੰਘ ਨਾਮੀ ਇਕ ਸੂੰਹੇ ਨੂੰ ਜਲੰਧਰ ਛਾਉਣੀ ਦੇ ਮੈਜਿਸਟ੍ਰੇਟ ਕੈਪਟਨ ਮਿੱਲਰ ਨੇ ਭਾਈ ਰਾਮ ਸਿੰਘ ਦੇ ਪਿੰਡ ਭੇਜਿਆ। ਜਿਸ ਵੇਲੇ ਗੇਂਦਾ ਸਿੰਘ ਭੈਣੀ ਪੁੱਜਾ ਤਾਂ ਭਾਈ ਰਾਮ ਸਿੰਘ ਓਥੇ ਨਹੀਂ ਸੀ। ਓਹ ਇਕ ਮੁਖੀ ਭਾਈ ਸਾਹਿਬ ਸਿੰਘ ਨੂੰ

ਮਿਲਿਆ ਤੇ ਕੂਕਾ ਬਣਨ ਦੀ ਇੱਛਾ ਪ੍ਰਗਟ ਕਰ ਕੇ ਉਨ੍ਹਾਂ ਵਿਚ ਰਲ ਗਿਆ। ਉਸ ਨੇ ਮੁੜ ਆ ਕੇ ਦੱਸਿਆ ਕਿ ਭੈਣੀ ਵਿਚ ਇਸ ਵੇਲੇ ਪੰਜਾਹ ਕੁ ਕੂਕੇ ਸਨ। ਰਾਤ ਨੂੰ ਜਦ ਢੋਲ ਵੱਜਾ ਤਾਂ ਭਾਈ ਸਾਹਿਬ ਸਿੰਘ ਨੇ ਹਰ ਇਕ ਨੂੰ ਇਕ ਇਕ ਸੋਟਾ ਦੇ ਦਿੱਤਾ ਤੇ ਫੇਰ ਦੋ ਕੁ ਘੰਟੇ ਕਵਾਇਦ ਕਰਾਉਣ ਲਈ ਚਲਾ ਗਿਆ। ਗੇਂਦਾ ਸਿੰਘ ਨੇ ਭਾਈ ਰਾਮ ਸਿੰਘ ਨੂੰ ਮਿਲਣ ਦੀ ਇੱਛਾ ਪ੍ਰਗਟ ਕੀਤੀ। ਇਸ ਪਰ ਕੂਕਿਆਂ ਨੇ ਉਨ੍ਹਾਂ ਨੂੰ ਮਿਲਣ ਦਾ ਪਤਾ ਟਿਕਾਣਾ ਦਿੱਤਾ ਤੇ ਦੋ ਚਿੱਠੀਆਂ ਦਿੱਤੀਆਂ। ਗੇਂਦਾ ਸਿੰਘ ਨੇ ਇਹ ਬਹਾਨਾ ਬਣਾ ਕੇ ਕਿ ਚਿੱਠੀਆਂ ਉਸ ਪਾਸੋਂ ਗੁੰਮ ਹੋ ਗਈਆਂ ਹਨ, ਇਸ ਕੈਪਟਨ ਮਿਲਰ ਦੇ ਹਵਾਲੇ ਕਰ ਦਿੱਤੀਆਂ।

ਇਹ ਇਸ ਪ੍ਰਕਾਰ ਸਨ:-

(1)

ੴ ਸਿਤਿਗੁਰ ਪ੍ਰਸਾਦਿ।

ਮੈਂ ਗੁਰੂ ਗੋਬਿੰਦ ਸਿੰਘ, ਬਾਢੀਆਂ (ਤਰਖਾਣਾਂ) ਦੇ ਘਰ ਜਨਮ ਧਾਰਾਂਗਾ। ਰਾਮ ਸਿੰਘ ਮੇਰਾ ਨਾਮ ਹੋਵੇਗਾ। ਮੇਰਾ ਘਰ ਸਤਲੁਜ ਤੇ ਜਮਨਾ ਦੇ ਵਿਚਕਾਰ ਹੋਵੇਗਾ। ਮੈਂ ਧਰਮ ਦਾ ਜੈਕਾਰ ਕਰਾਂਗਾ। ਮੈਂ ਫਰੰਗੀਆਂ ਨੂੰ ਹਰਾਵਾਂਗਾ ਤੇ ਸਿਰ ਪਰ ਮੁਕਟ ਧਾਰਨ ਕਰਾਗਾਂ ਤੇ ਸੰਖ ਪੂਰਾਂਗਾ। ਸੰਮਤ 1821 (1864 ਈ:) ਵਿਚ ਭੱਟ ਮੇਰਾ ਜੱਸ ਗਾਉਣਗੇ। ਮੈਂ ਬਾਢੀ ਤਖਤ ਤੇ ਬੈਠਾਂਗਾ। ਜਦੋਂ ਮੇਰੇ ਨਾਲ ਸਵਾ ਲੱਖ ਖਾਲਸਾ ਹੋ ਜਾਵੇਗਾ, ਮੈਂ ਫਰੰਗੀਆਂ ਦੇ ਸਿਰ ਵੱਢਾਂਗਾ। ਮੈਂ ਜੰਗ ਵਿਚ ਕਦੇ ਭੀ ਜਿਤਿਆ ਨਹੀਂ ਜਾਵਾਂਗਾ ਤੇ ਅਕਾਲ ਅਕਾਲ ਗਜਾਵਾਂਗਾ। ਕਰਾਨੀ ਆਪਣੀਆਂ ਇਸਤ੍ਰੀਆਂ ਨੂੰ ਛਡ ਕੇ ਦੇਸੋਂ ਭੱਜ ਜਾਣਗੇ, ਜਦ ਓਹ ਸਵਾ ਲੱਖ ਖਾਲਸੇ ਦੇ ਜੈਕਾਰੇ ਸੁਣਨਗੇ। ਜਮਨਾ ਦੇ ਕੰਢੇ ਇਕ ਬੜਾ ਭਾਰੀ ਯੁਧ ਹੋਵੇਗਾ। ਰਾਵੀ ਦੇ ਪਾਣੀ ਦੀ ਤਰ੍ਹਾਂ ਲਹੂ ਵਗੇਗਾ। ਕੋਈ ਫਰੰਗੀ ਜੀਉਂਦਾ ਨਹੀਂ ਬਚੇਗਾ। ਸੰਮਤ 1922 (ਸੰਨ 1865 ਈ:) ਵਿਚ ਰਾਜ-ਰੌਲੇ ਪੈ ਜਾਣਗੇ। ਖਾਲਸੇ ਦਾ ਰਾਜ ਹੋਵੇਗਾ। ਰਾਜਾ ਪਰਜਾ ਸੁਖ ਸ਼ਾਂਤੀ ਨਾਲ ਵਸਣਗੇ। ਕੋਈ ਕਿਸੇ ਨੂੰ ਦੁਖ ਨਹੀਂ ਦੇਵੇਗਾ।

ਦਿਨੋਂ ਦਿਨ ਰਾਮ ਸਿੰਘ ਦਾ ਰਾਜ ਵਧੇਗਾ। ਅਕਾਲ ਪੁਰਖ ਨੇ ਇਹ ਲਿਖਿਆ ਹੈ। ਮੇਰੇ ਭਾਈਓ, ਇਹ ਕੋਈ ਝੂਠ ਨਹੀਂ ਹੈ। ਸੰਮਤ 1922 ਵਿਚ ਸਾਰੇ ਦੇਸ ਅੰਦਰ ਰਾਮ ਸਿੰਘ ਦਾ ਰਾਜ ਹੋਵੇਗਾ। ਮੇਰੇ ਸਿਖ ਵਾਹਿਗੁਰੂ ਜਪਣਗੇ। ਵਾਹਿਗੁਰੂ ਦਾ ਹੁਕਮ ਹੈ ਇਹ ਭਾਣਾ ਵਰਤੇਗਾ।

(2)

ੴ ਸਤਿਗੁਰ ਪ੍ਰਸਾਦਿ॥

ਨਾਲ ਦੀ ਚਿੱਠੀ ਸਭ ਸਿੰਘਾਂ ਪ੍ਰਤੀ ਪੜ੍ਹ ਸੁਣਾਉਣੀ। ਇਥੇ ਦੇ ਸਿੰਘਾਂ ਦੀ ਇਹ

ਬੇਨਤੀ ਹੈ ਕਿ ਤੁਸੀਂ ਆਪਣੇ ਥਾਂ ਟਿਕਾਣੇ ਦਾ ਪਤਾ ਦਿੰਦੇ ਰਹੋ ਜੀ। ਅਸੀਂ ਆਪ ਦੇ ਏਥੇ ਦਰਸ਼ਨਾਂ ਦੇ ਚਾਹਵਾਨ ਹਾਂ। ਤੁਹਾਨੂੰ ਗਿਆਂ ਨੂੰ ਢੇਰ ਚਿਰ ਹੋ ਗਿਆ ਹੈ, ਏਧਰ ਨੂੰ ਛੇਤੀ ਹੀ ਮੋੜੇ ਪਾਉ। ਅਸੀਂ ਇਤਨਾਂ ਚਿਰ ਆਪ ਤੋਂ ਵਿਛੜੇ ਨਹੀਂ ਰਹਿ ਸਕਦੇ।[1]

ਇਸ ਤੋਂ ਬਾਦ ਇਹ ਫੈਸਲਾ ਹੋਇਆ ਕਿ ਸੂੰਹਿਆਂ ਦੀ ਰੀਪੋਰਟ ਦੀ ਸਚਾਈ ਨੂੰ ਪਰਖ਼ਣ ਲਈ ਜਲੰਧਰੋਂ ਚਾਰ ਆਦਮੀ ਹੋਰ ਭੇਸ ਬਦਲਾ ਕੇ ਭੇਜੇ ਜਾਣ। ਇਹ ਆਦਮੀ ਚੰਗੀ ਪੋਜ਼ੀਸ਼ਨ ਵਾਲੇ ਦੱਸੀਦੇ ਸਨ, ਪਰ ਰੀਪੋਰਟ ਵਿਚ ਇਨ੍ਹਾਂ ਦੇ ਨਾਮ ਨਹੀਂ ਦਿੱਤੇ ਹੋਏ।

ਇਨ੍ਹਾਂ ਚੌਹਾਂ ਵਿਚੋਂ ਕੇਵਲ ਦੋ ਆਦਮੀ ਹੀ ਭੇਸ ਬਦਲਾਉਣ ਵਿਚ ਸਫਲ ਹੋ ਸਕੇ। ਇਸ ਵੇਲੇ ਭਾਈ ਰਾਮ ਸਿੰਘ ਚੂੰਕਿ ਪੁਲੀਸ ਦੀ ਨਜ਼ਰ ਹੇਠਾਂ ਸਨ ਇਸ ਲਈ ਉਨ੍ਹਾਂ ਨੂੰ ਇਨ੍ਹਾਂ ਸੂੰਹਿਆਂ ਸੰਬੰਧੀ ਸ਼ੱਕ ਤਾਂ ਪਿਆ, ਪਰ ਓਸ ਨੇ ਇਨ੍ਹਾਂ ਤੇ ਭਰੋਸਾ ਕਰ ਲਿਆ। ਇਹ ਆਦਮੀ ਦੋ ਦਿਨ ਭੈਣੀ ਰਹੇ ਅਤੇ ਭਾਈ ਸਾਹਿਬ ਨੇ ਇਨ੍ਹਾਂ ਨਾਲ ਬੜਾ ਚੰਗਾ ਵਰਤਾਉ ਕੀਤਾ। ਪਹਿਲੀ ਰਾਤ ਹੀ ਇਨ੍ਹਾਂ ਨੂੰ ਗੁਰ-ਮੰਤ੍ਰ ਦੇ ਕੇ ਆਪਣੀ ਸੰਗਤ ਵਿਚ ਸ਼ਾਮਲ ਕਰ ਲਿਆ। ਉਨ੍ਹਾਂ ਪਾਸ ਇਸ ਵੇਲੇ ਇੱਕੋਂ ਹੀ ਉੱਨ ਦੀ ਮਾਲਾ ਸੀ ਜੋ ਇਨ੍ਹਾਂ ਵਿਚੋਂ ਇਕ ਨੂੰ ਦੇ ਦਿਤੀ ਤੇ ਕਿਹਾ ਕਿ ਹੋਰ ਆਉਣ ਵਾਲੀਆਂ ਹਨ। ਗੁਰ-ਮੰਤ੍ਰ ਕੇਵਲ 'ਵਾਹਿਗੁਰੂ' ਸ਼ਬਦ ਹੀ ਸੀ ਜੋ ਮੂੰਹ ਬੰਦ ਰੱਖ ਕੇ ਜਪਣ ਦੀ ਆਗਿਆ ਕੀਤੀ। ਇਸ ਤੋਂ ਬਿਨਾਂ ਇਨ੍ਹਾਂ ਨੂੰ ਜੀਵਨ-ਨਿਰਵਾਹ ਸੰਬੰਧੀ ਭੀ ਕੁਝ ਉਪਦੇਸ਼ ਦਿੱਤੇ। ਇਸ ਵੇਲੇ ਭੈਣੀ ਵਿਚ ਬਿਲਕੁਲ ਅਮਨ-ਅਮਾਨ ਸੀ।

ਇਕ ਰਾਤੀਂ ਭਾਈ ਰਾਮ ਸਿੰਘ ਨੇ ਇਨ੍ਹਾਂ (ਸੂੰਹਿਆਂ) ਨੂੰ ਕਿਹਾ ਕਿ ਅੰਮ੍ਰਿਤਸਰ, ਫੀਰੋਜ਼ਪੁਰ ਤੇ ਹੋਰ ਕੁਝ ਥਾਈਂ ਕੂਕਿਆਂ ਨੂੰ ਔਖਾ ਕੀਤਾ ਗਿਆ ਹੈ। ਇਕ ਇਕ ਕੂਕਾ ਵਾਹਿਗੁਰੂ ਦੀ ਰੱਛਿਆ ਨਾਲ ਸੌ ਆਦਮੀ ਦੇ ਬਰਾਬਰ ਹੈ,

1. ਇਹ ਚਿੱਠੀਆਂ ਗੁਰਮੁਖੀ ਵਿਚ ਸਨ। ਕੂਕਿਆਂ ਸੰਬੰਧੀ ਕਾਗਜ਼ਾਤ (ਪੰਨਾ 15) ਵਿਚ ਇੰਸਪੈਕਟਰ ਜਨਰਲ ਦੀ ਰੀਪੋਰਟ, ਮਰੀ, 28 ਜੂਨ, 1863, ਵਿਚ ਇਨ੍ਹਾਂ ਦਾ ਅੰਗਰੇਜ਼ੀ ਉਲਥਾ ਦਿੱਤਾ ਹੋਇਆ ਹੈ ਜਿੱਥੋਂ ਇਨ੍ਹਾਂ ਨੂੰ ਮੁੜ ਪੰਜਾਬੀ ਵਿਚ ਪੁਲੱਥਿਆ ਹੈ। ਚਿੱਠੀ ਨੰਬਰ 1 ਸੌ ਸਾਖੀ ਦੀ ਇਕ ਸਾਖੀ ਦੇ ਆਧਾਰ ਪਰ ਲਿਖੀ ਹੋਈ ਹੈ ਜੋ ਉਸ ਵੇਲੇ ਲੋਕਾਂ ਪਰ ਭਾਈ ਰਾਮ ਸਿੰਘ ਦੀ ਪ੍ਰਭਤਾ ਬਿਠਾਉਣ ਲਈ ਸਪਸ਼ਟ ਮਨਘੜਤ ਮਿਲਾਵਟ ਹੈ ਅਤੇ ਗਲਤ ਤੌਰ ਤੇ ਗੁਰੂ ਗੋਬਿੰਦ ਸਿੰਘ ਦੇ ਨਾਮ ਮੜੀ ਗਈ ਹੈ। ਸੰਮਤ 1921-22 ਦੇ ਵਾਕਿਆਤ ਭਾਈ ਰਾਮ ਸਿੰਘ ਦਾ ਜੀਵਨ, ਅਤੇ ਕੂਕਿਆਂ ਦਾ ਇਤਿਹਾਸ ਇਸ ਗੱਲ ਦੇ ਗਵਾਹ ਹਨ ਕਿ ਇਸ ਚਿਠੀ ਦੀ ਕੋਈ ਭੀ ਪੇਸ਼ੀਨ ਗੋਈ ਪੂਰੀ ਨਹੀਂ ਹੋਈ ਹੈ। ਇਸ ਵਿਚ ਕੋਈ ਸ਼ੱਕ ਨਹੀਂ ਕਿ ਭਾਈ ਰਾਮ ਸਿੰਘ ਨੂੰ ਸੌ ਸਾਖੀ ਪਰ ਕੁਝ ਕੁ ਯਕੀਨ ਬੱਝ ਗਿਆ ਹੋਇਆ ਜਾਪਦਾ ਹੈ ਪਰ ਇਹ ਗੱਲ ਨਹੀਂ ਮੰਨੀ ਜਾ ਸਕਦੀ ਕਿ ਇਸ ਵਿਚ ਮਿਲਾਵਟ ਉਨ੍ਹਾਂ ਦੀ ਮਰਜ਼ੀ ਯਾ ਇਸ਼ਾਰੇ ਨਾਲ ਹੋਈ ਹੋਵੇ। ਇਹ ਕੰਮ ਕਿਸੇ ਸ਼ਰਧਾਲੂ ਦਾ ਹੋ ਸਕਦਾ ਹੈ ਜਿਵੇਂ ਕਿ ਬਾਦ ਵਿਚ ਇਸ ਕਿਸਮ ਦੀ ਮਿਲਾਵਟ ਦੇ ਇਤਿਹਾਸ ਵਿਚ ਹੋਣ ਦੇ ਕਈ ਸਬੂਤ ਮਿਲਦੇ ਹਨ।

ਭਾਵੇਂ ਓਹ ਗੋਰੇ ਸਿਪਾਹੀ ਹੀ ਹੋਣ। ਇਕ ਵਾਰੀ ਤਿੰਨ ਯੂਰਪੀਨ ਸਾਡੇ ਪਾਸ ਅੰਮ੍ਰਿਤਸਰ ਆਏ ਸਨ[2] ਜੇ ਕਿਧਰੇ ਉਹ ਮੈਨੂੰ ਗ੍ਰਿਫਤਾਰ ਕਰਦੇ ਤਾਂ ਕੂਕੇ ਉਨ੍ਹਾਂ ਨੂੰ ਜਾਨੋਂ ਮਾਰ ਛੱਡਦੇ। ਅੰਮ੍ਰਿਤਸਰ ਦੀ ਪੋਲੀਸ ਵਿਚ ਸਾਡੇ ਸੇਵਕ ਕਾਫੀ ਗਿਣਤੀ ਵਿਚ ਹਨ, ਜੇ ਉਨ੍ਹਾਂ ਨੂੰ ਆਖਿਆ ਜਾਂਦਾ ਤਾਂ ਅੱਧੇ ਘੰਟੇ ਵਿਚ ਗੋਰਿਆਂ ਦੀ ਸਫਾਈ ਕਰ ਛੱਡਦੇ, ਪਰ ਇਸ ਦਾ ਸਮਾਂ ਨਹੀਂ ਸੀ ਆਇਆ।

ਇਕ ਹੋਰ ਮੌਕੇ ਤੇ ਭਾਈ ਰਾਮ ਸਿੰਘ ਨੇ ਕਿਹਾ ਕਿ ਅੰਗ੍ਰੇਜ਼ੀ ਰਾਜ ਛੇਤੀ ਹੀ ਖਤਮ ਹੋ ਜਾਏਗਾ, ਇਸ ਦੀਆਂ ਜੜ੍ਹਾਂ ਬਹੁਤ ਡੂੰਘੀਆਂ ਨਹੀਂ ਗਈਆਂ ਹੋਈਆਂ।

ਇਨ੍ਹਾਂ ਸੂੰਹਿਆਂ ਨੇ ਕੋਈ ਕਵਾਇਦ ਹੁੰਦੀ ਭੈਣੀ ਨਹੀਂ ਦੇਖੀ, ਪਰ ਇਨ੍ਹਾਂ ਨੇ ਕੂਕਿਆਂ ਕੋਲੋਂ ਸੁਣਿਆ ਸੀ ਕਿ ਸਾਹਿਬ ਸਿੰਘ ਕਵਾਇਦ ਕਰਾਉਂਦਾ ਹੈ। ਇਸ ਵੇਲੇ ਸਾਹਿਬ ਸਿੰਘ ਲੁਧਿਆਨੇ ਗਿਆ ਹੋਇਆ ਸੀ।

ਜ਼ਿਲ੍ਹਾ ਜਲੰਧਰ ਦੇ ਪਿੰਡ ਮੁਠੱਡਾ (ਜਿਥੇ ਸਾਰੇ ਹੀ ਲੋਕੀ ਕੂਕੇ ਹੋ ਗਏ ਸਨ) ਦੇ ਨੰਬਰਦਾਰ ਦਿਆਲ ਸਿੰਘ ਤੇ ਚੌਂਕੀਦਾਰ ਵਜ਼ੀਰੇ ਦਾ ਬਿਆਨ ਸੀ ਕਿ ਕੂਕੇ ਪਿੰਡੋਂ ਕੁਝ ਦੂਰ ਬਾਹਰ ਕਵਾਇਦ ਸਿਖਾਉਂਦੇ ਹਨ। ਪਰ ਬਹਿਲ ਸਿੰਘ ਦਾ ਬਿਆਨ ਸੀ ਕਿ ਇਹ ਠੀਕ ਹੈ ਕਿ ਓਹ ਕਈ ਸਾਲਾਂ ਤੋਂ ਭਾਈ ਰਾਮ ਸਿੰਘ ਦਾ ਸੇਵਕ ਹੈ ਅਤੇ ਜਦ ਛੁਟੀ ਹੁੰਦੀ ਹੈ ਤਾਂ ਉਨ੍ਹਾਂ ਦੇ ਦਰਸ਼ਨਾਂ ਨੂੰ ਜਾਂਦਾ ਹੈ ਅਤੇ ਰਾਤ ਨੂੰ ਸੰਗਤ ਜੁੜਨ ਵੇਲੇ ਸ਼ਾਮਲ ਹੁੰਦਾ ਹੈ, ਜਦ ਕਿ ਸੌਣ ਤੋਂ ਪਹਿਲਾਂ ਕੁਝ ਸ਼ਬਦ (ਕੀਰਤਨ ਸੋਹਿਲਾ) ਪੜ੍ਹੇ ਜਾਂਦੇ ਹਨ ਤੇ ਕਤਾਰ ਵਿਚ ਖੜ੍ਹੇ ਹੋ ਕੇ ਅਰਦਾਸ ਹੁੰਦੀ ਹੈ। ਇਸੇ ਨੂੰ ਸ਼ਾਇਦ ਗ਼ੈਰ-ਕੂਕਿਆਂ ਨੇ ਕਵਾਇਦ ਸਮਝ ਲਿਆ ਹੋਵੇ। ਇਸ ਵੇਲੇ ਕੂਕਿਆਂ ਦਾ ਯਕੀਨ ਸੀ ਕਿ ਭਾਈ ਰਾਮ ਸਿੰਘ ਗੁਰੂ ਗੋਬਿੰਦ ਸਿੰਘ ਹੈ ਤੇ ਮੁੜ ਸੁਰਜੀਤ ਹੋ ਗਿਆ ਹੈ ਅਤੇ ਉਹ ਭਵਿਖਤ ਦੇਖ ਤੇ ਦੱਸ ਸਕਦਾ ਹੈ ਤੇ ਉਸ ਨੇ ਸਿਖ ਰਾਜ ਦੇ ਚਲੇ ਜਾਣ ਸੰਬੰਧੀ ਪਹਿਲਾਂ ਹੀ ਦੱਸ ਦਿੱਤਾ ਸੀ।

ਇਕ ਦਿਨ ਭਾਈ ਰਾਮ ਸਿੰਘ ਨੇ ਕਿਹਾ ਕਿ ਨਾਰੋਵਾਲ ਦੇ ਮਹੰਤ ਨੇ ਖਬਰ ਦਿਤੀ ਹੈ ਕਿ ਸੰਨ 1857 ਦੀ ਤਰ੍ਹਾਂ ਦੇ ਕਾਰਤੂਸ ਫਿਰ ਵੰਡੇ ਜਾਣ ਵਾਲੇ ਹਨ ਤੇ ਇਨ੍ਹਾਂ ਦੀਆਂ ਟੋਪੀਆਂ ਵਿਚ ਅਯੋਗ ਮਸਾਲਾ ਭਰਿਆ ਹੋਇਆ ਹੈ।

ਭਾਈ ਰਾਮ ਸਿੰਘ ਪਾਸ ਉਨ੍ਹਾਂ ਦੇ ਘਰ ਦੋ ਮੁਖੀ ਨਾਇਬ ਯਾ ਸਹਾਇਕ ਸਨ, ਸਾਹਿਬ ਸਿੰਘ ਤੇ ਜਵਾਹਰ ਸਿੰਘ। ਸਾਹਿਬ ਸਿੰਘ ਬੜਾ ਚਤੁਰ ਤੇ ਚਾਲਾਕ ਬੰਦਾ ਸੀ, ਪਰ ਜਵਾਹਰ ਸਿੰਘ ਕੇਵਲ ਇਕ ਕੱਟੜ ਮਸਤਾਨਾ ਹੀ ਸੀ।

---

2. ਇਸ ਦਾ ਇਸ਼ਾਰਾ ਵਿਸਾਖੀ ਸੰਨ 1863 ਦੇ ਮੌਕੇ ਤੇ ਮਿਲਨ ਗਏ ਮੇਜਰ ਮੈਕਐਂਡਰੀਊ ਡਿਪਟੀ ਇੰਸਪੈਕਟਰ ਜਨਰਲ ਪੋਲੀਸ, ਲਾਹੌਰ, ਮੇਜਰ ਮਰਸਰ ਡਿਪਟੀ ਕਮਿਸ਼ਨਰ ਤੇ ਕੈਪਟਨ ਮੇਨਜ਼ੀਜ਼ ਡਿਸਟ੍ਰਿਕਟ ਸੁਪ੍ਰਿੰਟੈਂਡੈਂਟ ਪੋਲੀਸ ਵਲ ਹੈ ਜਿਨ੍ਹਾਂ ਦਾ ਪਿਛੇ ਜ਼ਿਕਰ ਕੀਤਾ ਗਿਆ ਹੈ।

ਨੰਬਰ 1 ਸੂੰਹੇ ਦਾ ਬਿਆਨ ਹੈ ਕਿ ਇਹ ਠੀਕ ਹੈ ਸਾਹਿਬ ਸਿੰਘ ਨੇ ਗੇਂਦਾ ਸਿੰਘ ਨੂੰ ਉਹ ਦੋਨੋਂ ਚਿੱਠੀਆਂ ਦਿੱਤੀਆਂ ਹਨ ਜਿਨ੍ਹਾਂ ਦਾ ਉਪਰ ਜ਼ਿਕਰ ਕੀਤਾ ਗਿਆ ਹੈ, ਕਿਉਂਕਿ ਜਦ ਇਹ ਸੂੰਹੇ ਭੈਣੀ ਤੋਂ ਮੁੜੇ ਆ ਰਹੇ ਸਨ ਤਾਂ ਸਾਹਿਬ ਸਿੰਘ ਇਨ੍ਹਾਂ ਨੂੰ ਰਸਤੇ ਵਿਚ ਟੱਕਰ ਪਿਆ ਸੀ ਤੇ ਗੱਲ-ਬਾਤ ਵਿਚ ਉਸ ਨੇ ਇਹ ਮੰਨ ਲਿਆ ਸੀ।

ਕੂਕਿਆਂ ਪਾਸ ਕੋਈ ਹਥਿਆਰ ਸਨ ਯਾ ਨਹੀਂ, ਸੂੰਹਿਆਂ ਨੂੰ ਇਸ ਗੱਲ ਦਾ ਕੋਈ ਪਤਾ ਨਹੀਂ ਸੀ ਚਲ ਸਕਿਆ, ਪਰ ਭਾਈ ਰਾਮ ਸਿੰਘ ਨੇ ਉਨ੍ਹਾਂ ਨੂੰ ਦੱਸਿਆ ਸੀ ਕਿ ਲੋੜ ਪੈਣ ਪਰ ਹਥਿਆਰ ਮਿਲ ਜਾਣਗੇ। ਇਸ ਗੱਲ ਦੀ ਭੀ ਭਾਈ ਸਾਹਿਬ ਪਾਸੋਂ ਪਕਿਆਈ ਹੋ ਗਈ ਸੀ ਕਿ ਆਉਣ ਵਾਲੀ ਦੀਵਾਲੀ ਦੇ ਮੌਕੇ ਅੰਮ੍ਰਿਤਸਰ ਵਿਚ ਕੂਕਿਆਂ ਦਾ ਇਕ ਤਕੜਾ ਇਕੱਠ ਹੋਵੇਗਾ ਅਤੇ ਕੂਕੇ ਉਨ੍ਹਾਂ ਦੇ ਹੁਕਮ ਅਨੁਸਾਰ ਜਾਨਾਂ ਵਾਰਨ ਨੂੰ ਤਿਆਰ ਹਨ।

ਇਸ ਵੇਲੇ ਭਾਈ ਰਾਮ ਸਿੰਘ ਦਾ ਗੁਰਭਾਈ ਤੇ ਭਾਈ ਬਾਲਕ ਸਿੰਘ ਦਾ ਤੀਸਰਾ ਅੰਮ੍ਰਿਤਸਰ ਨਿਵਾਸੀ ਚੇਲਾ ਲਾਲ ਸਿੰਘ ਲੋਕਾਂ ਵਿਚ ਧੁਮਾ ਰਿਹਾ ਸੀ ਕਿ ਜਿਵੇਂ ਭਾਈ ਮਹਾਰਾਜ ਸਿੰਘ ਸੰਨ 1840 ਵਿਚ ਗੁਰੂ ਗੋਬਿੰਦ ਸਿੰਘ ਦਾ ਦੂਸਰਾ ਅਵਤਾਰ ਹੋਇਆ ਹੈ, ਭਾਈ ਰਾਮ ਸਿੰਘ ਭਾਈ ਮਹਾਰਾਜ ਸਿੰਘ ਦੀ ਥਾਂ ਤੀਸਰਾ ਅਵਤਾਰ ਹੈ।[3]

ਕੈਪਟਨ ਮੈਨਜ਼ੀਜ਼, ਸੁਪ੍ਰਿੰਟੈਂਡੈਂਟ ਪੋਲੀਸ ਅੰਮ੍ਰਿਤਸਰ ਆਪਣੀ 31 ਮਈ 1863 ਦੀ ਰੀਪੋਰਟ ਵਿਚ ਲਿਖਦਾ ਹੈ ਕਿ ਅੰਮ੍ਰਿਤਸਰ ਪੋਲੀਸ ਦੇ ਇਕ ਸਿਪਾਹੀ ਕੂਕੇ ਨੇ ਗੱਲਾਂ ਗੱਲਾਂ ਵਿਚ ਸਰਦਾਰ ਨਰੈਣ ਸਿੰਘ ਇੰਨਸਪੈਕਟਰ ਪੋਲੀਸ ਲਾਹੌਰ ਦੇ ਸਾਹਮਣੇ ਇਹ ਮੰਨਿਆ ਸੀ ਕਿ ਇਸ ਸਾਲ ਦੀ ਦੀਵਾਲੀ ਤਕ ਭਾਈ ਰਾਮ ਸਿੰਘ ਦੀਆਂ ਸਾਰੀਆਂ ਸਕੀਮਾਂ ਮੁਕੰਮਲ ਹੋ ਜਾਣਗੀਆਂ ਅਤੇ ਅੰਮ੍ਰਿਤਸਰ ਵਿਚ ਬਲਵਾ ਹੋ ਜਾਵੇਗਾ, ਚਾਲੀ ਹਜ਼ਾਰ ਕੂਕੇ ਤਿਆਰ ਬਰ ਤਿਆਰ ਹਨ ਅਤੇ ਭਾਈ ਰਾਮ ਸਿੰਘ ਨੇ ਕਿਹਾ ਹੈ ਕਿ ਲੋੜ ਪੈਣ ਪਰ ਤੋਪਾਂ ਬੰਦੂਕਾਂ ਭੀ ਮਿਲ ਸਕਣਗੀਆਂ। ਭਾਈ ਰਾਮ ਸਿੰਘ ਕੂਕਿਆਂ ਨੂੰ ਕਵਾਇਦ ਸਿਖਾਉਂਦਾ ਹੈ, ਪਰ ਅੰਮ੍ਰਿਤਸਰ ਵਿਚ ਨਹੀਂ, ਕਿਉਂਕਿ ਏਥੇ ਛੇਤੀ ਪਤਾ ਲੱਗ ਜਾਣ ਦਾ ਡਰ ਹੈ। ਸਾਰੇ ਪੰਜਾਬ ਵਿਚ ਕੂਕਿਆਂ ਦਾ ਡਾਕ ਦਾ ਪਿੰਡ ਪਿੰਡ ਆਪਣਾ ਪ੍ਰਬੰਧ ਹੈ ਅਤੇ ਓਹ ਸਰਕਾਰੀ ਡਾਕਖਾਨੇ ਨੂੰ ਕਦੇ ਨਹੀਂ ਵਰਤਦੇ।

ਜਿਵੇਂ ਪਿਛੇ ਦੱਸਿਆ ਜਾ ਚੁਕਿਆ ਹੈ ਇਸ ਵੇਲੇ ਇਹ ਗੱਲ ਭੀ ਆਮ ਉਡੀ ਹੋਈ ਸੀ ਕਿ ਚੂੰਕਿ ਭਾਈ ਰਾਮ ਸਿੰਘ ਮਾਲੀ ਮੁਸ਼ਕਲਾਂ ਵਿਚ ਫਸਿਆ ਹੋਇਆ ਹੈ ਇਸ ਲਈ ਓਹ ਆਪਣੇ ਬਚਾਓ ਲਈ ਕੋਈ ਸ਼ੋਰ ਸ਼ਰਾਬਾ ਪਾ ਦੇਵੇਗਾ।

3. ਕੈਪਟਨ ਮੈਨਜ਼ੀਜ਼, 31 ਮਈ 1863, ਕੂਕਾ ਪੇਪਰਜ਼।

ਇਸ ਵੇਲੇ ਭਾਈ ਰਾਮ ਸਿੰਘ ਵਲੋਂ ਇਕ ਘੁੰਮਣੀ ਚਿੱਠੀ ਅੰਮ੍ਰਿਤਸਰ ਦੇ ਜ਼ਿਲ੍ਹੇ ਵਿਚ ਕੂਕਿਆਂ ਦੇ ਨਾਮ ਫਿਰ ਰਹੀ ਸੀ। ਅੰਮ੍ਰਿਤਸਰ ਦੇ ਮਹੰਤ ਨਰੈਣ ਸਿੰਘ ਦੇ ਨਾਮ ਆਈ ਚਿੱਠੀ ਇਸ ਪ੍ਰਕਾਰ ਸੀ:-

ਸ੍ਰੀ ਵਾਹਿਗੁਰੂ ਜੀ ਕਾ ਖਾਲਸਾ[4]

ਸ੍ਰੀ ਵਾਹਿਗੁਰੂ ਜੀ ਕੀ ਫਤਿਹ

ਸਭ ਸਿਖਾਂ, ਸਭ ਪਿੰਡਾਂ ਦੀਆਂ ਸੰਗਤਾਂ, ਮਾਈਆਂ ਬੀਬੀਆਂ ਅਤੇ ਬੱਚਿਆਂ ਨੂੰ, ਜੋ ਮੈਂ ਕਿਹਾ ਹੈ ਓਸ ਵੱਲ ਧਿਆਨ ਧਰੋ, ਨਹੀਂ ਤਾਂ ਤੁਹਾਡੇ ਮੂੰਹ ਦੋ ਜਹਾਨੀਂ ਕਾਲੇ ਹੋਣਗੇ। ਜੋ ਕੋਈ ਚੋਰੀ ਯਾਰੀ ਆਦਿ ਕਰੇ ਓਸ ਨੂੰ ਸੰਗਤ ਵਿਚ ਨਾ ਆਉਣ ਦਿਉ। ਜੇ ਓਹ ਜ਼ੋਰੀ ਆਵੇ ਤਾਂ ਗੁਰੂ ਅੱਗੇ ਅਰਦਾਸ ਕਰੋ ਕਿ ਉਸ ਨੂੰ ਰੋਕ ਪਵੇ। ਗੁਰੂ ਗ੍ਰੰਥ ਸਾਹਿਬ ਦੀ ਬਾਣੀ ਦਾ ਮਿਲ ਕੇ ਕੀਰਤਨ ਕਰੋ, ਅਕਾਲ ਦੀ ਉਸਤਤ ਕਰੋ, ਕਿਸੇ ਤੋਂ ਡਰੋ ਨਾ, ਕਿਸੇ ਨੂੰ ਮੰਦਾ ਨਾ ਬੋਲੋ। ਗੁਰੂ ਸਭ ਸਿਖਾਂ ਦਾ ਨਿਗਾਹਬਾਨ ਹੈ ਅਤੇ ਰੱਖਿਆ ਕਰੇਗਾ। ਜਿਨ੍ਹਾਂ ਨੇ ਮੇਰੀ ਅਵੱਗਿਆ ਕੀਤੀ ਹੈ ਮੈਂ ਉਨ੍ਹਾਂ ਦੇ ਨਾਮ ਤੁਹਾਨੂੰ ਲਿਖਦਾ ਹਾਂ ਤੁਸੀਂ ਇਨ੍ਹਾਂ ਨੂੰ ਆਪਣੇ ਘਰੀਂ ਨਾ ਵੜਣ ਦਿਓ।

ਜੋ ਕੋਈ ਧੀਆਂ ਦਾ ਪੈਸਾ ਲੈਂਦਾ ਹੈ ਉਹ ਬਦਮਾਸ਼ ਹੈ। ਜੋ ਕੁੜੀ-ਮਾਰ ਹੈ ਤੇ ਧੀਆਂ ਦਾ ਵੱਟਾ ਕਰਦਾ ਹੈ ਓਹ ਭੀ ਕੁਕਰਮੀ ਹੈ। ਆਪਣੇ ਬੱਚੇ ਬੱਚੀਆਂ ਨੂੰ ਗੁਰੂ ਗ੍ਰੰਥ ਸਾਹਿਬ ਦੇ ਹੁਕਮਾਂ ਦੀ ਵਿੱਦਿਆ ਪੜ੍ਹਾਓ। ਦੀਵਾਲੀ ਪਰ ਜ਼ਰੂਰ ਬਰ ਜ਼ਰੂਰ ਆਵਣਾ।

ਸਮੁੰਦ ਸਿੰਘ ਨਾਮੀ ਕੂਕੇ ਬਾਬਤ ਇਹ ਰੀਪੋਰਟ ਸੀ ਕਿ ਓਹ ਬੜਾ ਦੰਗਈ ਹੈ ਇਸ ਲਈ ਮੇਜਰ ਯੰਗਹਸਬੈਂਡ ਨੇ ਸਿਫਾਰਿਸ਼ ਕੀਤੀ ਸੀ ਕਿ ਉਸ ਨੂੰ ਪਾਗ਼ਲਖਾਨੇ ਭੇਜ ਦਿੱਤਾ ਜਾਵੇ।

ਭਾਈ ਰਾਮ ਸਿੰਘ ਚੁਪ ਚੁਪੀਤੀ ਤਬੀਅਤ ਵਾਲੇ ਸਨ ਅਤੇ ਬਹੁਤ ਘੱਟ ਬੋਲਦੇ ਸਨ ਪਰ ਉਨ੍ਹਾਂ ਦੇ ਨਿਕਟ ਵਰਤੀ ਰਾਜ ਵਿਰੁਧ ਗੱਲਾਂ ਕਰਦੇ ਸਨ ਤੇ ਆਮ ਖਿਆਲ ਇਹ ਸੀ ਕਿ ਸ਼ਾਇਦ ਇਹ ਬਹੁਤ ਕੁਝ ਉਨ੍ਹਾਂ ਦੀ ਆਗਿਆ ਨਾਲ ਹੀ ਆਖਦੇ ਹਨ।

ਉਪ੍ਰੋਕਤ ਵਿਸਥਾਰ ਸਹਿਤ ਰੀਪੋਰਟ ਮੇਜਰ ਜੇ. ਡਬਲ-ਯੂ. ਯੰਗਹਸਬੈਂਡ ਕਾਇਮੁਕਾਮ ਇੰਸਪੈਕਟਰ ਜਨਰਲ ਪੋਲੀਸ ਨੇ 28 ਜੂਨ, 1863 ਨੂੰ ਮਰੀ ਤੋਂ ਸਰਕਾਰ ਪੰਜਾਬ ਨੂੰ ਭੇਜੀ। ਇਸ ਪਰ ਨੋਟ ਲਿਖਦੇ ਹੋਏ ਮਿਸਟਰ ਟੀ. ਡੀ.

4. ਅਸਲ ਚਿੱਠੀ ਗੁਰਮੁਖੀ ਵਿਚ ਸੀ ਜਿਸ ਦਾ ਕਿ ਅੰਗ੍ਰੇਜ਼ੀ ਉਲਥਾ ਮੇਜਰ ਯੰਗਹਸਬੈਂਡ ਕਾਇਮ-ਮੁਕਾਮ ਆਈ. ਜੀ. ਪੀ. ਦੀ 28 ਜੂਨ 1863 ਦੀ ਯਾਦਦਾਸ਼ਤ ਵਿਚ ਦਿੱਤਾ ਹੋਇਆ ਹੈ। ਇਸ ਨੂੰ ਓਥੋਂ ਮੁੜ ਗੁਰਮੁਖੀ ਵਿਚ ਪੁਲੱਥਿਆ ਗਿਆ ਹੈ।

ਫੋਰਸਾਈਥ ਸਕੱਤ੍ਰ ਸਰਕਾਰ ਪੰਜਾਬ ਨੇ 30 ਜੂਨ 1863 ਨੂੰ ਲਿਖਿਆ ਕਿ ਰੀਪੋਰਟਾਂ ਤੋਂ ਇਹ ਪ੍ਰਤੀਤ ਹੁੰਦਾ ਹੈ ਕਿ ਭਾਈ ਰਾਮ ਸਿੰਘ ਸਿੱਖਾਂ ਵਿਚ ਸੁਧਾਰ ਕਰਨ ਦਾ ਯਤਨ ਕਰ ਰਿਹਾ ਹੈ ਤੇ ਉਸ ਦੀਆਂ ਕਈ ਇਕ ਗੱਲਾਂ ਨਿਰਦੋਖ ਤੇ ਚੰਗੀਆਂ ਹਨ। ਪਰ ਉਸ ਦੇ ਨਾਮ ਤੇ, ਸੱਚੀਂ ਯਾ ਝੂਠੀਂ; ਕੂਕਿਆਂ ਵਲੋਂ ਐਸੀਆਂ ਗੱਲਾਂ ਕੀਤੀਆਂ ਜਾ ਰਹੀਆਂ ਹਨ ਜੋ ਸਰਕਾਰ ਵਿਰੁਧ ਜਾਂਦੀਆਂ ਹਨ ਅਤੇ ਜਿਨ੍ਹਾਂ ਤੋਂ ਬਾਹਰ ਇਹ ਖਿਆਲ ਬਣਦਾ ਜਾ ਰਿਹਾ ਹੈ ਕਿ ਭਾਈ ਰਾਮ ਸਿੰਘ ਦੇ ਅਸਲੀ ਇਰਾਦੇ ਭਾਵੇਂ ਕੁਝ ਹੋਣ ਪਰ ਉਸ ਦੇ ਦੀਵਾਨਾਂ ਤੇ ਉਪਦੇਸ਼ਾਂ ਨੇ ਲੋਕਾਂ ਦੇ ਮਨ ਹਿਲਾ ਦਿੱਤੇ ਹਨ ਅਤੇ ਆਉਣ ਵਾਲੀ ਦੀਵਾਲੀ ਤੇ ਫਸਾਦ ਹੋਣ ਦਾ ਖਤਰਾ ਪੈ ਰਿਹਾ ਹੈ। ਇਸ ਲਈ ਭਾਈ ਰਾਮ ਸਿੰਘ ਦੇ ਦੀਵਾਨ ਹਿੰਦੀ ਕਾਨੂੰਨ ਦੇ 141 ਵੇਂ ਸੈਕਸ਼ਨ ਅਨੁਸਾਰ ਕਾਨੂੰਨ-ਵਿਰੁੱਧ ਹੁੰਦੇ ਦਿਸਦੇ ਹਨ। ਭਾਵੇਂ ਕਿਸੇ ਨਿਰੋਲ ਧਾਰਮਕ ਸਵਾਲ ਵਿਚ ਦਖਲ ਦੇਣ ਯਾ ਸੁਧਾਰਕ ਜਲਸਿਆਂ ਨੂੰ ਬੰਦ ਕਰਨ ਦੀ ਸਰਕਾਰ ਦੀ ਕੋਈ ਮਰਜ਼ੀ ਨਹੀਂ ਪਰ ਜੇ ਇਨ੍ਹਾਂ ਨਾਲ ਸੰਬੰਧਤ ਲੋਕਾਂ ਦੀਆਂ ਸਰਗਰਮੀਆਂ ਤੋਂ ਅਮਨ ਨੂੰ ਖ਼ਤਰਾ ਭਾਸੇ ਤਾਂ ਉਨ੍ਹਾਂ ਦੇ ਆਗੂ ਕਾਨੂੰਨ ਅਨੁਸਾਰ ਸਜ਼ਾ ਦੇ ਭਾਗੀ ਹੋ ਜਾਂਦੇ ਹਨ।

ਇਸ ਲਈ ਮੌਜੂਦਾ ਹਾਲਾਤ ਵਿਚ ਭਾਈ ਰਾਮ ਸਿੰਘ ਤੇ ਉਸ ਦੇ ਸੰਗੀਆਂ ਨੂੰ ਪੈਦਾ ਹੋਣ ਵਾਲੇ ਚਿੰਤਾਦਾਇਕ ਨਤੀਜਿਆਂ ਤੋਂ ਤਾੜਨਾ ਕੀਤੀ ਜਾਏ ਤੇ ਉਨ੍ਹਾਂ ਦੇ ਨਾਮ ਹੁਕਮ ਜਾਰੀ ਕੀਤੇ ਜਾਣ ਕਿ ਓਹ ਅੰਮ੍ਰਿਤਸਰ ਵਿਚ ਦੀਵਾਲੀ ਦੇ ਮੌਕੇ ਤੇ ਕੋਈ ਇਕੱਠ ਨਾ ਕਰਨ। ਇਸ ਤਾੜਨਾ ਤੋਂ ਬਾਦ ਭੀ ਜੇ ਕੂਕੇ ਦੀਵਾਨ ਬੰਦ ਨਾ ਕਰਨ ਅਤੇ ਕੋਈ ਫਸਾਦ ਖੜ੍ਹਾ ਹੋ ਜਾਏ ਤਾਂ ਇਸ ਦੀ ਜ਼ਿੰਮੇਵਾਰੀ ਭਾਈ ਰਾਮ ਸਿੰਘ ਤੇ ਉਸ ਦੇ ਚੇਲਿਆਂ ਦੇ ਸਿਰ ਹੋਵੇਗੀ ਤੇ ਅਮਨ ਭੰਗ ਕਰਨ ਲਈ ਉਨ੍ਹਾਂ ਤੇ ਮੁਕੱਦਮਾ ਚਲਾਇਆ ਜਾਵੇ।

ਭਾਈ ਰਾਮ ਸਿੰਘ ਨੂੰ ਉਸ ਦੇ ਪਿੰਡ ਵਿਚ ਨਜ਼ਰ ਬੰਦ ਕਰ ਦਿੱਤਾ ਜਾਏ ਤੇ ਪੋਲੀਸ ਉਸ ਦੀਆਂ ਸਰਗਰਮੀਆਂ ਤੇ ਨਜ਼ਰ ਰੱਖੇ ਤੇ ਰੀਪੋਰਟ ਕਰਦੀ ਰਹੇ।[5]

ਭਾਈ ਰਾਮ ਸਿੰਘ ਆਪਣੇ ਪਰ ਇਸ ਬੰਦਸ਼ ਨੂੰ ਲੋਕਾਂ ਵਲੋਂ ਕੀਤੀਆਂ ਗਈਆਂ ਸ਼ਕਾਇਤਾਂ ਦੇ ਆਧਾਰ ਤੇ ਲਾਇਆ ਗਿਆ ਸਮਝਦੇ ਸਨ ਤੇ ਚਾਹੁੰਦੇ ਸਨ ਕਿ ਕਿਸੇ ਤਰ੍ਹਾਂ ਇਸ ਤੋਂ ਖਲਾਸੀ ਹੋ ਜਾਏ ਤਾਂ ਕਿ ਉਹ ਖੁਲ੍ਹੇ ਰਹਿ ਕੇ ਆਪਣਾ ਪ੍ਰਚਾਰ ਜਾਰੀ ਰਖ ਸਕਣ। ਇਸ ਦਾ ਜ਼ਿਕਰ ਉਨ੍ਹਾਂ ਨੇ ਭਾਈ ਬਾਲਕ ਸਿੰਘ ਦੇ ਨਾਮ-ਦਾਤਾ ਸਾਂਈ ਸਾਹਿਬ ਭਗਤ ਜਵਾਹਰ ਮਲ ਦੇ ਪੁਤ੍ਰ ਭਾਈ ਸਾਹਿਬ ਭਗਤ ਹੀਰਾ ਨੰਦ ਦੇ ਨਾਮ ਅਸੂ 1922 ਬਿਕ੍ਰਮੀ (ਸਤੰਬਰ-ਅਕਤੂਬਰ 1865 ਈ:) ਦੀ ਹੇਠ ਲਿਖੀ ਪਤ੍ਰਕਾ ਵਿਚ ਕੀਤਾ ਹੈ।

5. ਟੀ. ਡੀ. ਫੋਰਸਾਈਥ ਸਕੱਤ੍ਰ, ਸਰਕਾਰ ਪੰਜਾਬ,30 ਜੂਨ, 1963

ਲਿਖਤੁਮ ਦਾਸਨ ਦਾਸ ਰਾਮ ਸਿੰਘ

ਸਰਬ ਉਪਮਾ ਜੋਗ ਸਰਬ ਗੁਣ ਨਿਧਾਨ ਦੀਨਾ ਉਪਰ ਦਿਆਲ ਪਰਉਪਕਾਰੀ ਹਿਤਕਾਰੀ ਗੁਰ ਸ਼ਬਦ ਕੇ, ਜੋਗ ਉਪਮਾ ਭਾਈ ਸਾਹਿਬ ਹੀਰਾ ਨੰਦ ਜੀ, ਤੇ ਗਣੇਸ ਦਾਸ ਜੀ, ਰਾਮ ਚੰਦ ਜੀ, ਹੋਰ ਸੰਬੂਹ ਸੰਗਤ ਕੋ ਹੱਥ ਜੋੜ ਕੇ ਸ੍ਰੀ ਵਾਹਿਗੁਰੂ ਜੀ ਕੀ ਫਤਹ ਬੁਲਾਈ ਪ੍ਰਮਾਣ ਕਰਨੀ ਜੀ। ਹੋਰ ਸਾਈਂ ਜੀ ਕੇ ਚਰਨਾਂ ਉਪਰ ਮੱਥਾ ਟੇਕਿਆ ਵਾਚਣਾ ਹੱਥ ਜੋੜ ਕੇ।

ਡੰਡੌਤ ਬੰਦਨਾਂ ਅਨਕ ਬਾਰ ਸਰਬ ਕਲਾ ਸਮਰਥ॥
ਡੋਲਣ ਤੇ ਰਾਖੋ ਪ੍ਰਭੂ ਨਾਨਕ ਦੇ ਕਰ ਹਥ॥
ਸਗਲ ਦੁਆਰ ਕਉ ਛਾਡ ਕੈ ਗਹਿਓ ਤੁਹਾਰੋ ਦਵਾਰ॥
ਬਾਹੇ ਗਹੇ ਕੀ ਲਾਜ ਅਸ ਗੋਵਿੰਦ ਦਾਸ ਤੁਹਾਰ॥

ਹੋਰ ਸਜਣ ਜੀ ਤੁਸਾਡੇ ਚਰਨਾਂ ਵਿਚ ਅਸਾਡਾ ਆਵਣਾ ਇਸ ਵਾਸਤੇ ਨਹੀਂ ਹੋਇਆ ਜੋ ਵੀਹ ਸਾਲ (ਸੰਮਤ 1920) ਦੇ ਚੜ੍ਹਦੇ ਸਾਰ ਹੀ ਸਰਕਾਰ ਨੇ ਮੈਨੂੰ ਰੋਕ ਕਰ ਛਡੀ ਹੈ। ਜ਼ਿਲੇ ਤੇ ਬਾਹਿਰ ਨਹੀਂ ਆਵਣ ਦੇਂਦੇ। ਮੈਂ ਤਾਂ ਜ਼ਰੂਰ ਆਪ ਦੇ ਚਰਨਾਂ ਵਿਚ ਆਵਣਾ ਜ਼ਰੂਰ ਹੀ ਥਾ ਜੀ। ਬਹੁਤਿਆਂ ਲੋਕਾਂ ਨੇ ਸਰਕਾਰ ਵਿਚ ਮੇਰੇ ਨਾਮ ਉਤੇ ਚਿਠੀਆਂ ਪਾਈਆਂ। ਸਰਕਾਰ ਨੂੰ ਇੰਵ ਆਖਿਆ ਜੋ ਬਹੁਤੇ ਲੋਕ ਰਾਮ ਸਿੰਘ ਨਾਲ ਹੋ ਗਏ ਹਨ। ਤੁਸਾਂ ਨਾਲ ਸਾਹਮਣਾ ਕਰਨਗੇ। ਤੁਸੀਂ ਇਨ੍ਹਾਂ ਦਾ ਬੰਦੋਬਸਤ ਰੱਖੋ। ਇਹ ਬਹੁਤੇ ਲੋਕਾਂ ਨੇ ਅਰਜ਼ੀਆਂ ਗੁਜ਼ਾਰੀਆਂ। ਸਰਕਾਰੇ ਪੁਜਾਰੀਆਂ ਤੇ ਬ੍ਰਾਹਮਣਾ ਤੇ ਹੋਰ ਬਹੁਤੇ ਲੋਕਾਂ ਬਦਨਾਮੀ ਹੀ ਦਿਤੀ। ਸਰਕਾਰ ਨੇ ਤਹਿਕੀਕਾਤ ਬਹੁਤ ਕੀਤੀ ਪਰ ਵਿੱਚੋਂ ਨਿਕਲਨਾ ਕੀ ਸੀ। ਜਿਸ ਬਾਤ ਸਜਾਇ ਕਰਨੀ ਥੀ ਸੋ ਮਹਾਰਾਜ ਨੇ ਅੱਗੇ ਹੀ ਛਡਾਇ ਦਿਤੀ ਹੈ। ਹੋਰ ਮਹਾਰਾਜ ਜੀ ਕਾ ਪ੍ਰਤਾਪ ਕਰਕੇ ਭਜਨ ਪੁੰਨ ਬਹੁਤ ਹੋ ਰਿਹਾ ਹੈ। ਹੋਰ ਭਾਈ ਹੀਰਾ ਨੰਦ ਜੀ ਤੁਸੀਂ ਵੀ ਭਜਨ ਦਸਦੇ ਰਿਹਾ ਕਰੋ, ਜੋ ਕੋਈ ਬਹੁਤ ਅਦਕਾਰੀ ਹੋਵੇ। ਕੁਝ ਡਰ ਨਹੀਂ। ਹੋਰ ਜੀ ਅਸੀਂ ਕੋਈ ਵਗਾੜ ਕਰਦੇ ਨਹੀਂ, ਭਜਨ ਬਿਨਾਂ। ਜੇਕਰ ਤੁਸਾਂ ਪਾਸੋਂ ਕੁਝ ਬਨ ਆਵੇ ਤਾਂ ਇਨ੍ਹਾਂ ਤੋਂ ਸਾਡਾ ਪਿੱਛਾ ਛੁਡਾਇ ਦਿਓ, ਤੁਸੀਂ ਆਪਣੇ ਸੇਵਕ ਜਣਾਇ ਦਿਓ ਸਰਕਾਰ ਨੂੰ।

ਸਾਲ 1922 ਅਸੂ ਬਿਕ੍ਰਮੀ।[6]

6. ਇਸ ਚਿਠੀ ਦੀ ਨਕਲ ਸਾਨੂੰ ਭਗਤ ਲਛਮਣ ਸਿੰਘ, ਪੀ. ਈ. ਐਸ. ਰੀਟਾਇਰਡ ਡਿਸਟ੍ਰਿਕਟ ਇੰਸਪੈਕਟਰ ਸਕੂਲਜ਼ ਰਾਵਲਪਿੰਡੀ ਤੋਂ ਪ੍ਰਾਪਤ ਹੋਈ ਹੈ। ਭਗਤ ਲਛਮਣ ਸਿੰਘ ਸਾਈਂ ਸਾਹਿਬ ਜਵਾਹਰ ਮੱਲ ਦੇ ਛੋਟੇ ਭਾਈ ਭਗਤ ਸੋਹਨਾ ਮੱਲ ਦੇ ਪੋਤਰੇ ਹਨ ਤੇ 8 ਜੂਨ ਸੰਨ 1943 ਤੋਂ ਆਯੂ ਦੇ ਬਿਆਸੀਵੇਂ ਸਾਲ ਵਿਚ ਹਨ।

ਨਜ਼ਰ-ਬੰਦੀ ਦਾ ਜ਼ਮਾਨਾ

ਸਰਕਾਰ ਪੰਜਾਬ ਦੇ ਹੁਕਮ ਨਾਲ ਜੁਲਾਈ 1863 ਵਿਚ ਭਾਈ ਰਾਮ ਸਿੰਘ ਨੂੰ ਪਿੰਡ ਭੈਣੀ ਵਿਚ ਨਜ਼ਰ-ਬੰਦ ਕਰ ਦਿੱਤਾ ਗਿਆ। ਸਾਰੇ ਪੰਜਾਬ ਵਿਚ ਕੂਕਿਆਂ ਉਤੇ ਪੁਲੀਸ ਦੀ ਨਿਗਰਾਨੀ ਹੋ ਗਈ ਅਤੇ ਇਨ੍ਹਾਂ ਦੇ ਦੀਵਾਨ ਬੰਦ ਕਰ ਦਿੱਤੇ ਗਏ। ਇਸ ਦਾ ਅਸਰ ਇਹ ਹੋਇਆ ਕਿ ਇਨ੍ਹਾਂ ਦੀਆਂ ਬਹੁਤ ਸਾਰੀਆਂ ਸਰ-ਗਰਮੀਆਂ ਢਿੱਲੀਆਂ ਪੈ ਗਈਆਂ ਅਤੇ ਸਵਾ ਕੁ ਤਿੰਨ ਸਾਲ ਭੈਣੀ ਤੋਂ ਬਾਹਰ ਇਨ੍ਹਾਂ ਦੇ ਕੰਮਾਂ ਦੀ ਕੋਈ ਜ਼ਿਆਦਾ ਉੱਘ ਸੁੱਘ ਨਾ ਨਿਕਲੀ।

1863 ਦੀ ਦੀਵਾਲੀ ਦੇ ਮੌਕੇ ਤੇ ਕੂਕਿਆਂ ਦਾ ਅੰਮ੍ਰਿਤਸਰ ਵਿਚ ਕੋਈ ਇਕੱਠ ਨਾ ਹੋਇਆ ਅਤੇ ਨਾ ਹੀ ਭਾਈ ਰਾਮ ਸਿੰਘ ਅੰਮ੍ਰਿਤਸਰ ਪੁੱਜ ਸਕੇ। ਇਸ ਤੇ ਬਾਦ ਭੀ ਦੋ ਸਾਲ ਹੋਰ ਦੀਵਾਲੀ ਦੇ ਮੌਕੇ ਕੂਕਿਆਂ ਦਾ ਕੋਈ ਦੀਵਾਨ ਅੰਮ੍ਰਿਤਸਰ ਨਾ ਹੋਇਆ।

ਮਾਲੂਮ ਹੁੰਦਾ ਹੈ ਕਿ ਇਸ ਸਮੇਂ ਵਿਚ ਭਾਈ ਰਾਮ ਸਿੰਘ ਤੇ ਉਨ੍ਹਾਂ ਦੇ ਸੰਗੀ ਕੂਕਿਆਂ ਨੇ ਅੰਦਰੋ ਅੰਦਰੀ ਆਪਣਾ ਪ੍ਰਚਾਰ ਜਾਰੀ ਰਖਿਆ । ਸਤੰਬਰ 1866 ਦੇ ਬਿਆਨ ਵਿਚ ਸੂਹੀਆ ਗੇਂਦਾ ਸਿੰਘ ਕਹਿੰਦਾ ਹੈ ਕਿ ਜਦ ਮੈਂ ਭੈਣੀ ਪੁਜਾ ਤਾਂ ਮੈਨੂੰ ਕੁਝ ਕੂਕੇ ਤੇ ਭਾਈ ਰਾਮ ਸਿੰਘ ਦਾ ਚਿਠੀ-ਬਰਦਾਰ ਭਗਤ ਸਿੰਘ ਲੁਧਿਆਣੀਆਂ ਮਿਲਿਆ ਜਿਸ ਨੇ ਦੱਸਿਆ ਕਿ ਭਾਈ ਰਾਮ ਸਿੰਘ ਨੂੰ ਰਾਤੀਂ ਗੁਰੂ ਗੋਬਿੰਦ ਸਿੰਘ ਦੇ ਦਰਸ਼ਨ ਹੁੰਦੇ ਹਨ ਤੇ ਬਚਨ-ਬਿਲਾਸ ਭੀ ਹੁੰਦਾ ਹੈ। ਕੂਕੇ ਫਸਾਦ ਲਈ ਤਿਆਰ ਹਨ ਅਤੇ ਉਨ੍ਹਾਂ ਨੇ ਭਾਈ ਰਾਮ ਸਿੰਘ ਤੋਂ ਆਗਿਆ ਮੰਗੀ ਹੈ ਜਿਸ ਦੇ ਉਤਰ ਵਿਚ ਉਨ੍ਹਾਂ ਨੇ ਕਿਹਾ ਹੈ ਕਿ ਦੀਵਾਲੀ ਤੋਂ ਪਹਿਲਾਂ ਹੁਕਮ ਦਿੱਤਾ ਜਾਏਗਾ। ਭਾਈ ਰਾਮ ਸਿੰਘ ਦੇ ਚਲਾਣਾ ਕਰ ਜਾਣ ਪਿੱਛੋਂ ਭਾਈ ਸਾਹਿਬ ਸਿੰਘ ਉਨ੍ਹਾਂ ਦੀ ਥਾਂ ਹੋਵੇਗਾ। ਲੁਧਿਆਣੇ ਦੇ ਕੁਝ ਰਾਮਦਾਸੀਆਂ ਨੇ, ਜਿਨ੍ਹਾਂ ਦੇ ਵਡੇਰੇ ਗੁਰੂ ਗੋਬਿੰਦ ਸਿੰਘ ਦੇ ਹਜ਼ੂਰ ਨਗਾਰਚੀ ਰਹੇ ਸਨ, ਕੂਕਿਆਂ ਪਾਸੋਂ ਇਸੇ ਸੇਵਾ ਦੀ ਇੱਛਾ ਕੀਤੀ ਹੈ। ਭਾਈ ਰਾਮ ਸਿੰਘ ਦਾ ਦਾਮਾਦ ਮਹਿਤਾਬ ਸਿੰਘ ਜਲੰਧਰ ਦੁਆਬ ਦੇ ਸੂਬੇ ਭਾਈ ਕਾਹਨ ਸਿੰਘ ਪਾਸ ਬਹੁਤ ਆਉਂਦਾ ਜਾਂਦਾ ਹੈ। ਸਰਦਾਰ ਮੰਗਲ ਸਿੰਘ ਜਾਗੀਰਦਾਰ ਰਾਏਪੁਰੀਏ ਨੇ ਬਲਵੇ ਵੇਲੇ ਸਹਾਇਤਾ ਦਾ ਭਰੋਸਾ ਦਿਵਾਇਆ ਹੈ। ਭਾਈ ਰਾਮ ਸਿੰਘ ਸਾਰੇ ਸਰਕਾਰੀ ਨੌਕਰ ਸਿੱਖਾਂ ਦੇ ਹਥਿਆਰ ਆਪਣੇ ਹੀ ਸਮਝਦਾ ਹੈ, ਅਤੇ ਉਸ ਦਾ ਖਿਆਲ ਹੈ

ਕਿ ਜੇ ਸਾਹਿਬ ਸਿੰਘ ਕੂਕਿਆਂ ਦਾ ਆਗੂ ਬਣ ਗਿਆ ਤਾਂ ਜ਼ਰੂਰ ਬਲਵਾ ਹੋ ਜਾਏਗਾ। ਕੂਕੇ ਬੜੇ ਜੋਸ਼ ਵਿਚ ਹਨ ਤੇ ਭਾਈ ਰਾਮ ਸਿੰਘ ਦੇ ਹੁਕਮ ਨੂੰ ਪੂਰੀ ਤਰ੍ਹਾਂ ਮੰਨਣ ਨੂੰ ਤਿਆਰ ਹਨ।

ਸੰਨ 1863 ਦੀ ਵਿਸਾਖੀ ਤੋਂ ਬਾਦ ਸੰਨ 1866 ਦੀ ਦੀਵਾਲੀ ਦੇ ਮੌਕੇ ਤੇ ਪਹਿਲੀ ਵਾਰੀ ਕੁਝ ਕੂਕੇ ਅੰਮ੍ਰਿਤਸਰ ਇਕੱਠੇ ਹੋਏ। ਹੁਣ ਓਨ੍ਹਾਂ ਦਾ ਰਵੱਈਆਂ ਬੜਾ ਅਮਨ-ਸੰਦਾਪ ਸੀ ਅਤੇ ਉਨ੍ਹਾਂ ਨੇ ਆਪਣੀ ਸਾਰੀ ਕਾਰਵਾਈ ਸਰਕਾਰ ਦੀ ਮਰਜ਼ੀ ਅਨੁਸਾਰ ਕਰਨ ਦਾ ਭਰੋਸਾ ਦਿਵਾਇਆ। ਭਾਈ ਰੂੜ ਸਿੰਘ ਅੰਮ੍ਰਿਤਸਰ ਪੁਜੇ ਕੂਕਿਆਂ ਦਾ ਆਗੂ ਸੀ। ਉਹ ਸੁਪ੍ਰਿੰਟੈਂਡੈਂਟ ਪੋਲੀਸ ਕੈਪਟਨ ਮੈਨਜ਼ੀਜ਼ ਪਾਸ ਪੁੱਜਾ ਤੇ ਮੇਲੇ ਦੇ ਮੌਕੇ ਤੇ ਆਪਣੇ ਵਰਤਾਉ ਸੰਬੰਧੀ ਸਰਕਾਰੀ ਹਦਾਇਤਾਂ ਪੁੱਛੀਆਂ ਤਾਂ ਕਿ ਕੂਕੇ ਉਨ੍ਹਾਂ ਤੇ ਅਮਲ ਕਰਨ। ਇਸ ਮੌਕੇ ਤੇ ਦਰਬਾਰ ਸਾਹਿਬ ਵਿਚ ਕੂਕਿਆਂ ਦਾ ਪ੍ਰਸਾਦਿ ਪ੍ਰਵਾਣ ਕਰ ਲਿਆ ਗਿਆ ਤੇ ਅਰਦਾਸ ਕਰ ਦਿੱਤੀ ਗਈ ਪਰ ਬਾਬਾ ਅਟੱਲ ਦੇ ਗੁਰਦੁਆਰੇ ਵਾਲਿਆਂ ਨੇ ਨਾਂਹ ਕਰ ਦਿੱਤੀ। ਇਸ ਸੰਬੰਧੀ ਕੂਕਿਆਂ ਨੂੰ ਭਾਵੇਂ ਰੰਜਸ਼ ਤੇ ਸ਼ਿਕਾਇਤ ਭੀ ਸੀ ਪਰ ਫਿਰ ਭੀ ਉਨ੍ਹਾਂ ਦਾ ਵਰਤਾਉ ਬੜਾ ਚੰਗਾ ਸੀ।

ਇਨ੍ਹਾਂ ਸਾਲਾਂ ਵਿਚ ਕੂਕਿਆਂ ਉਤੇ ਪੁਲੀਸ ਦੀ ਨਿਗਰਾਨੀ ਚੂੰਕਿ ਬੜੀ ਸਖਤ ਸੀ ਇਸ ਲਈ ਆਪਣੇ ਸੰਗੀਆਂ ਨੂੰ ਉਨ੍ਹਾਂ ਨੇ ਥਾਉਂ ਥਾਈਂ ਸੁਨੇਹੇ ਤੇ ਹਿਦਾਇਤਾਂ ਪਹੁੰਚਾਉਣ ਲਈ ਡਾਕ ਦਾ ਪ੍ਰਬੰਧ ਆਪਣਾ ਕੀਤਾ ਹੋਇਆ ਸੀ ਜਿਵੇਂ ਕਿ ਪੁਰਾਣੇ ਵੇਲੀਂ ਸਕਾਟਲੈਂਡ ਵਿਚ ਹੁੰਦਾ ਸੀ। ਇਹ ਪ੍ਰਬੰਧ ਬੜਾ ਸ਼ਲਾਘਾ ਯੋਗ ਸੀ। ਜਦ ਭੀ ਕੋਈ ਕੂਕਾ ਚਿਠੀ ਲੈ ਕੇ ਦੂਸਰੇ ਪਿੰਡ ਕਿਸੇ ਕੂਕੇ ਪਾਸ ਪੁਜਦਾ ਤਾਂ ਉਹ ਸਭ ਕੰਮ ਛੱਡ ਦਿੰਦਾ ਅਤੇ ਚਿੱਠੀ ਲੈ ਕੇ ਉਸੇ ਵੇਲੇ ਅਗਲੇ ਟਿਕਾਣੇ ਨੂੰ ਦੌੜ ਪੈਂਦਾ। ਜੇ ਓਹ ਪ੍ਰਸਾਦ ਛਕਦਾ ਹੁੰਦਾ ਤਾਂ ਦੂਸਰੀ ਗ੍ਰਾਹੀਂ ਭੀ ਮੂੰਹ ਵਿਚ ਨਾ ਪਾਉਂਦਾ। ਜ਼ਰੂਰੀ ਸੁਨੇਹੇ ਲਿਖਤ ਵਿਚ ਨਹੀਂ ਸਨ ਲਿਆਏ ਜਾਂਦੇ ਬਲਕਿ ਜਬਾਨੀ ਹੀ ਅੱਗੇ ਤੋਂ ਅੱਗੇ ਪਹੁੰਚਾਏ ਜਾਂਦੇ ਸਨ। ਮੇਜਰ ਪਰਕਿੰਜ਼ ਕਹਿੰਦਾ ਹੈ ਕਿ ਸ਼ਾਹੀ ਸੜਕ ਤੋਂ ਦੁਰੇਡੇ ਰਹਿਣ ਲਈ ਕਈ ਵਾਰੀ ਕੂਕਿਆਂ ਨੂੰ ਵੱਡੇ ਵੱਡੇ ਚੱਕਰ ਕੱਟਣੇ ਪੈਂਦੇ ਸਨ।

ਮੇਜਰ ਪਰਕਿੰਜ਼ ਪਾਸ ਇਸ ਕਿਸਮ ਦੀਆਂ ਰੀਪੋਰਟਾਂ ਭੀ ਪੁਜਦੀਆਂ ਸਨ ਕਿ ਕੂਕੇ ਖੁੱਲ੍ਹਮ ਖੁੱਲ੍ਹਾ ਕਹਿੰਦੇ ਸੁਣੀਂਦੇ ਸਨ ਕਿ ਜਦ ਸਾਰੇ ਦੇਸ ਵਿਚ ਕੂਕੇ ਹੀ ਕੂਕੇ ਹੋ ਜਾਣਗੇ ਤਾਂ ਦੇਸ਼ ਵਿਚ ਉਨ੍ਹਾਂ ਦਾ ਰਾਜ ਹੋ ਜਾਏਗਾ। ਪਰ ਪਰਕਿੰਜ਼ ਦਾ ਖਿਆਲ ਸੀ ਕਿ ਹਰ ਫਿਰਕੇ ਵਿਚ ਜੋਸ਼ੀਲੇ ਬੰਦੇ ਹੁੰਦੇ ਹੀ ਹਨ ਪਰ ਚੂੰਕਿ ਭਾਈ ਰਾਮ ਸਿੰਘ ਤੇ ਉਨ੍ਹਾਂ ਦੇ ਸੰਗੀਆਂ ਵਲੋਂ ਰਾਜ ਵਿਰੁਧ ਕੋਈ ਇਤਰਾਜ਼ ਯੋਗ ਗੱਲ ਨਹੀਂ ਹੋਈ ਅਤੇ ਓਹ ਅਮਨ ਪਸੰਦ ਰਹੇ ਹਨ ਇਸ ਲਈ ਕੁਝ ਕੁ ਜੋਸ਼ੀਲੇ ਬੰਦਿਆਂ ਦੀਆਂ ਗੱਲਾਂ ਤੋਂ ਸਾਰਿਆਂ ਨੂੰ ਕਸੂਰਵਾਰ ਠਹਿਰਾਇਆ ਨਹੀਂ ਜਾ ਸਕਦਾ।

ਇਸ ਸਮੇਂ ਕੂਕਿਆਂ ਨੇ ਆਪਣਾ ਬਹੁਤ ਸਾਰਾ ਗੁੱਸਾ ਸਮਾਧਾਂ ਤੇ ਕਬਰਾਂ ਢਾਹੁਣ ਅਤੇ ਬੁਤ ਤੋੜਨ ਤੇ ਕਢਿਆ ਅਤੇ ਜਨਵਰੀ ਸੰਨ 1867 ਤਕ ਹੇਠ ਲਿਖੇ ਮੋਟੇ ਮੋਟੇ ਵਾਕਿਆਤ ਜ਼ਿਲੇਵਾਰ ਸਰਕਾਰੀ ਰੀਪੋਰਟ ਵਿਚ ਦਰਜ ਹਨ।

ਫੀਰੋਜ਼ਪੁਰ :

1 ਸਤੰਬਰ 1866 ਨੂੰ ਨਰੈਣ ਸਿੰਘ, ਫਤਿਹ ਸਿੰਘ ਜੈਮਲ ਸਿੰਘ ਕੂਕਿਆਂ ਨੇ ਕੁਝ ਸਮਾਧਾਂ ਢਾ ਦਿੱਤੀਆਂ ਜਿਨ੍ਹਾਂ ਵਿਚ ਇਕ ਸਮਾਧ ਆਲੇ ਦੁਆਲੇ ਦੇ ਪਿੰਡਾਂ ਦੇ ਇਕ ਵਡੇਰੇ ਸੰਘਰ ਸਿੰਘ ਦੀ ਸੀ ਇਨ੍ਹਾਂ ਨੂੰ ਤਿੰਨ-ਤਿੰਨ ਮਹੀਨੇ ਦੀ ਕੈਦ ਤੇ ਵੀਹ ਵੀਹ ਰੁਪਏ ਜੁਰਮਾਨਾ ਹੋਇਆ ਅਤੇ ਜੇ ਜੁਰਮਾਨਾ ਨਾ ਦੇਣ ਤਾਂ ਛੇ ਮਹੀਨੇ ਹੋਰ ਕੈਦ ਭੁਗਤਣ।

20 ਅਕਤੂਬਰ 1866 ਨੂੰ ਸੋਭਾ ਸਿੰਘ ਨਾਮੀ ਇਕ ਲੰਬੜਦਾਰ ਨੇ ਥਾਣਾ ਸਰਸਾ ਵਿਚ ਰੀਪੋਰਟ ਕੀਤੀ ਕਿ ਕੂਕਿਆਂ ਦੇ ਇਕ ਗੁਰੂ ਮਲੂਕ ਸਿੰਘ ਨੇ ਫੀਰੋਜ਼ਪੁਰ ਵਿਚ ਕੁਝ ਸਮਾਧਾਂ ਢਾ ਦਿੱਤੀਆਂ ਹਨ ਅਤੇ ਬਠਿੰਡੇ ਬਾਬੇ ਰਤੋਏ ਦੀ ਸਮਾਧ ਢਾਉਣ ਦੀ ਕੋਸ਼ਿਸ਼ ਕੀਤੀ ਹੈ। ਪਰ ਚੂੰਕਿ ਇਹ ਕੰਮ ਰਾਤ ਨੂੰ ਕੀਤੇ ਸਨ ਇਸ ਲਈ ਕਾਫ਼ੀ ਪੱਕਾ ਸਬੂਤ ਨਾ ਮਿਲ ਸਕਿਆ ਅਤੇ ਨੁਕਸਾਨ ਭੀ ਕੋਈ ਜ਼ਿਆਦਾ ਨਹੀਂ ਸੀ ਹੋਇਆ ਇਸ ਲਈ ਮਲੂਕ ਸਿੰਘ ਤੇ ਮੁੱਕਦਮਾ ਨਾ ਚਲਾਇਆ ਗਿਆ।

ਲੁਧਿਆਣਾ :

7 ਜੁਲਾਈ ਨੂੰ ਅਤਰ ਸਿੰਘ, ਚੜ੍ਹਤ ਸਿੰਘ, ਸੁਹੇਲ ਸਿੰਘ, ਲਾਲ ਸਿੰਘ ਤੇ ਸੇਵਾ ਸਿੰਘ ਨੇ ਗੁਜਰਾਣਾ ਪਿੰਡ ਵਿਚ ਕੁਝ ਕਬਰਾਂ ਢਾ ਦਿੱਤੀਆਂ ਜਿਸ ਲਈ ਇਨ੍ਹਾਂ ਨੂੰ ਤਿੰਨ ਤਿੰਨ ਮਹੀਨੇ ਕੈਦ ਤੇ ਪੰਜ ਪੰਜ ਰੁਪਏ ਜੁਰਮਾਨਾ ਹੋਇਆ। ਏਸੇ ਤਰਾਂ 12 ਦਸੰਬਰ 1866 ਨੂੰ ਬੀਰ ਸਿੰਘ, ਚੜ੍ਹਤ ਸਿੰਘ, ਉਤਮ ਸਿੰਘ ਤੇ ਜੀਵੇ ਨੂੰ ਪੰਦਰਾਂ ਪੰਦਰਾਂ ਰੁਪਏ ਜੁਰਮਾਨਾ ਹੋਇਆ।

ਸਿਆਲਕੋਟ :

ਸੁਭਾਣੇ ਪਿੰਡ ਕੂਕਿਆਂ ਨੇ ਕੁਝ ਕਬਰਾਂ ਢਾ ਦਿੱਤੀਆਂ ਜਿਸ ਪਰ ਡਿਪਟੀ ਕਮਿਸ਼ਨਰ ਨੇ ਉਨ੍ਹਾਂ ਨੂੰ ਤਾੜਨਾ ਕੀਤੀ। 5 ਜਨਵਰੀ 1867 ਨੂੰ ਚਵਿੰਡੇ ਵਿਚ ਕੂਕਿਆਂ ਦਾ ਇਕ ਜਥਾ ਕਬਰਾਂ ਢਾਹੁੰਦਾ ਫੜਿਆ ਗਿਆ।

ਗੁਜਰਾਂਵਾਲਾ :

ਦਸੰਬਰ 1866 ਵਿਚ ਇਕ ਕੂਕਾ ਬਡੋਕ, ਤੇ ਚਾਰ ਭੁੱਕੇ ਛੀਨੇ ਫੜੇ ਗਏ, ਜਿਨ੍ਹਾਂ ਪਰ ਮੁਕਦਮੇ ਚੱਲੇ।

ਹੁਸ਼ਿਆਰਪੁਰ :

ਸੁਧ ਸਿੰਘ ਦੀ ਅਗਵਾਈ ਹੇਠਾਂ 13 ਕੂਕਿਆਂ ਦੇ ਇਕ ਜਥੇ ਨੇ ਗੋਨਹਾੜੀ ਪਿੰਡ ਵਿਚ ਇਕ ਹਿੰਦੂ ਮੰਦਰ ਦੀਆਂ ਕਈ ਮੂਰਤੀਆਂ ਤੋੜ ਦਿੱਤੀਆਂ ਤੇ ਨੂਰ-

ਜਮਾਲ ਵਿਚ ਇਕ ਮੁਸਲਮਾਨ ਦੀ ਕਬਰ ਢਾ ਦਿੱਤੀ। ਏਸੇ ਤਰ੍ਹਾਂ ਇਨ੍ਹਾਂ ਨੇ ਇਕ ਹਿੰਦੂ ਮੰਦਰ ਦੇ ਸਾਹਮਣੇ ਇਕ ਗਊ ਦੀ ਮੂਰਤੀ ਉਤੇ ਜਾ ਧਾਵਾ ਬੋਲਿਆ ਤੇ ਉਸ ਨੂੰ ਕਹਿਣ ਲੱਗੇ ਕਿ ਜੇ ਤੂੰ ਸੱਚੀ ਹੈਂ ਤਾਂ ਉਠ ਤੇ ਤੁਰ ਕੇ ਦਿਖਾ। ਭਲਾ ਪੱਥਰ ਦੀ ਮੂਰਤੀ ਨੇ ਕੀ ਤੁਰਨਾ ਸੀ ? ਸੋ ਕੂਕਿਆਂ ਨੇ ਭੰਨ ਦਿੱਤੀ, ਜਿਸ ਕਰਕੇ ਇਨ੍ਹਾਂ ਪਰ ਮੁਕੱਦਮਾ ਚੱਲਿਆ ਤੇ ਸਜ਼ਾ ਹੋਈ।[1]

ਇਨ੍ਹਾਂ ਤੋਂ ਇਲਾਵਾਂ ਗੁੱਗੇ ਦੀ ਮਾੜ੍ਹੀ ਛਪਾਰ, ਮਾਤਾ ਦਾ ਥਾਨ ਜਰਗ, ਗੁੱਗੇ ਦੀ ਮਾੜੀ ਬੀਕਾਨੇਰ, ਹੈਦਰ-ਸ਼ੇਰ ਦੀ ਮਲੇਰ ਕੋਟਲੇ,ਆਲਾ ਜਾਹਰ ਦੀ ਖਾਨਗਾਹ ਲੋਪੋ, ਆਦਿ ਢਾ ਕੇ ਸਾਫ ਕਰ ਦਿੱਤੀਆਂ (ਬਸੰਤ ਨੰਬਰ, ਸੰਮਤ 1986, ਪੰ. 40).

ਕੂਕਿਆਂ ਦੀ ਗਿਣਤੀ ਬਾਬਤ ਭਾਈ ਰਾਮ ਸਿੰਘ ਫੀਰੋਜ਼ਪੁਰ ਦੀ ਦੀਵਾਨਾਂ ਵਿਚ ਜੂਨ ਸੰਨ 1863 ਵਿਚ ਕਿਹਾ ਕਰਦੇ ਸਨ ਕਿ ਛੇਤੀ ਹੀ ਸਵਾ ਲੱਖ ਤਕ ਪੁਜ ਜਾਏਗੀ। 31 ਮਈ 1863 ਨੂੰ ਭਾਈ ਰਾਮ ਸਿੰਘ ਦੇ ਤੀਸਰੇ ਦਰਜੇ ਦੇ ਉੱਘੇ ਸੇਵਕ ਭਾਈ ਲਾਲ ਸਿੰਘ ਨੇ ਇੰਸਪੈਕਟਰ ਨਰੈਣ ਸਿੰਘ ਨਾਲ ਗੱਲ ਬਾਤ ਵਿਚ ਜ਼ਿਕਰ ਕੀਤਾ ਸੀ ਕਿ ਕੂਕਿਆਂ ਦੀ ਸਾਰੀ ਗਿਣਤੀ ਚਾਲੀ ਕੁ ਹਜ਼ਾਰ ਹੈ।[2]

ਕੁਝ ਕੁ ਜ਼ਿਲਿਆਂ ਵਿਚ ਕੂਕਿਆਂ ਦੀ ਗਿਣਤੀ ਸਰਕਾਰੀ ਰੀਪੋਰਟਾਂ ਵਿਚ ਇਸ ਪ੍ਰਕਾਰ ਦਿੱਤੀ ਹੋਈ ਹੈ।

ਜ਼ਿਲਾ ਲੁਧਿਆਨਾ	2000[3]
ਗੁਜਰਾਂਵਾਲਾ	2000[4]
ਫੀਰੋਜ਼ਪੁਰ	1000[5]
ਗੁਰਦਾਸਪੁਰ	100[6]
ਸਿਆਲਕੋਟ	200[7]

ਕੋਈ ਪੱਕੀ ਮਰਦੁਮ-ਸ਼ੁਮਾਰੀ ਨਾ ਹੋਣ ਕਰਕੇ ਉਪ੍ਰੋਕਤ ਗਿਣਤੀ ਨੂੰ ਪੂਰੀ ਤਰ੍ਹਾਂ ਭਰੋਸੇ ਯੋਗ ਨਹੀਂ ਕਿਹਾ ਜਾ ਸਕਦਾ। ਨਾਂ ਤਾਂ ਖੁਦ ਕੂਕਿਆਂ ਨੂੰ ਆਪਣੀ ਠੀਕ

1. ਕੂਕਾ ਪੇਪਰਜ਼।
2. ਕੈਪਟਨ ਮੈਨਜ਼ੀਜ਼, ਸੁਪ੍ਰਿਟੈਂਡੈਂਟ ਪੋਲੀਸ, ਅੰਮ੍ਰਿਤਸਰ ਦੀ ਰੀਪੋਰਟ।
3. ਮੇਜਰ ਪਰਕਿਨਜ਼, 20 ਸਤੰਬਰ 1866 ।
4. ਕੈਪਟਨ ਵਾਲ, 22 ਸਤੰਬਰ 1866 ।
5. ਲੈਫਟਿਨੈਂਟ ਵਿੰਬਰਲੀ, 27 ਅਕਤੂਬਰ 1866 ।
6. ਮਿਸਟਰ ਕਿੰਚੈਂਟ, 4 ਅਕਤੂਬਰ 1866 ।
7. ਕੈਪਟਨ ਟੱਲਚ, 27 ਅਕਤੂਬਰ 1866 । ਇਸੇ ਰੀਪੋਰਟ ਵਿਚ ਕੈਪਟਨ ਟੱਲਚ ਨੇ ਲਿਖਿਆ ਹੈ ਕਿ ਸਿਆਲਕੋਟ ਵਿਚ ਭਾਈ ਰਾਮ ਸਿੰਘ ਨੇ 8,000 ਮਾਲਾ ਵੰਡੀ ਹੈ। 1863 ਵਿਚ ਇਕ ਦੇਸੀ ਇੰਸਪੈਕਟਰ ਦਾ ਖਿਆਲ ਸੀ ਕਿ ਕੂਕਿਆਂ ਦੀ ਗਿਣਤੀ 300 ਸੀ, ਪਰ ਲੈਫਟਿਨੈਂਟ ਮੈਕਨੀਲ ਦੇ ਖਿਆਲ ਅਨੁਸਾਰ ਤਿੰਨ ਹਜ਼ਾਰ ਦੇ ਲਗਭਗ ਸੀ।

ਠੀਕ ਗਿਣਤੀ ਦਾ ਪਤਾ ਸੀ ਅਤੇ ਨਾ ਹੀ ਸਰਕਾਰ ਨੂੰ ਉਸ ਵੇਲੇ ਦੇ ਹਾਲਾਤ ਵਿਚ ਕੋਈ ਪੱਕਾ ਪਤਾ ਲੱਗ ਸਕਦਾ ਸੀ। ਲੁਧਿਆਨੇ ਦਾ ਸੁਪ੍ਰਿੰਟੈਂਡੈਂਟ ਪੋਲੀਸ ਮੇਜਰ ਪਰਕਿਨਜ਼ 20 ਸਤੰਬਰ 1863 ਦੀ ਰੀਪੋਰਟ ਵਿਚ ਲਿਖਦਾ ਹੈ ਕਿ ਇਨ੍ਹਾਂ ਦੀ ਸਾਰੀ ਗਿਣਤੀ ਦਾ ਓਪਰਾ ਓਪਰਾ ਅੰਦਾਜ਼ਾ ਸੱਠ ਹਜ਼ਾਰ ਤਕ ਹੈ ਜਿਨ੍ਹਾਂ ਵਿਚੋਂ ਦੋ ਹਜ਼ਾਰ ਜ਼ਿਲ੍ਹਾ ਲੁਧਿਆਣੇ ਵਿਚ ਹਨ।

ਪਿੱਛੇ ਲਿਖਿਆ ਜਾ ਚੁੱਕਾ ਹੈ ਕਿ ਕੂਕੇ ਆਮ ਤੌਰ ਤੇ ਗਰੀਬ ਲੋਕਾਂ ਵਿਚੋਂ ਬਣਦੇ ਸਨ, ਪਰ ਇਕੇ ਦੁੱਕੇ ਸਰਦਾਰ ਤੇ ਉੱਘੇ ਆਦਮੀ ਭੀ ਕੂਕੇ ਬਣ ਗਏ ਦਿਸਦੇ ਸਨ, ਜਿਵੇਂ ਕਿ ਸਰਦਾਰ ਮੰਗਲ ਸਿੰਘ ਬਿਸ਼ਨਪੁਰੀਆ ਰਾਇਪੁਰੀਆ, ਜੋ ਮਹਾਰਾਜਾ ਪਟਿਆਲਾ ਅਤੇ ਭਰਤਪੁਰ ਤੇ ਧੌਲਪੁਰ ਦੇ ਰਾਜਿਆਂ ਦਾ ਰਿਸ਼ਤੇਦਾਰ ਸੀ, ਅਤੇ ਪਟਿਆਲੇ ਦਾ ਜਾਗੀਰਦਾਰ ਸਰਦਾਰ ਲੱਖਾ ਸਿੰਘ ਬ੍ਰਹਮਪੁਰੀਆ।

ਇਸ ਵੇਲੇ ਇਹ ਗੱਲ ਆਮ ਪ੍ਰਸਿਧ ਸੀ ਕਿ ਭਾਈ ਰਾਮ ਸਿੰਘ ਦੀ ਸਾਰੀ ਕਲਾ ਦਾ ਆਧਾਰ ਗੁਰੂ ਗੋਬਿੰਦ ਸਿੰਘ ਦੀਆਂ ਪੇਸ਼ੀਨ-ਗੋਈਆਂ ਦੀ ਪੁਸਤਕ ਸੌ-ਸਾਖੀ ਉਤੇ ਹੈ ਜਿਸ ਵਿਚ ਲਿਖਿਆ ਹੋਇਆ ਦੱਸਿਆ ਜਾਂਦਾ ਸੀ ਕਿ ਰਾਮ ਸਿੰਘ ਨਾਮੀ ਇਕ ਉੱਘਾ ਸਿਖ ਤਰਖਾਣਾਂ ਦੇ ਘਰ ਜਨਮ ਲਏਗਾ। ਇਸ ਸੰਬੰਧੀ ਇਕ ਕਥਾ ਇਹ ਪ੍ਰਸਿਧ ਸੀ ਕਿ ਇਹੋ ਜਿਹੀ ਇਕ ਪੋਥੀ ਭਾਈ ਰਾਮ ਸਿੰਘ ਆਪਣੇ ਆਗੂ ਭਾਈ ਬਾਲਕ ਸਿੰਘ ਦੀ ਲੈ ਆਏ ਸਨ ਤੇ ਦੂਸਰੀ ਇਹ ਕਿ ਪੋਥੀ ਮਹਾਰਾਜਾ ਪਟਿਆਲਾ ਨੇ ਖਰੀਦੀ ਸੀ; ਉਨ੍ਹਾਂ ਪਾਸੋਂ ਇਨ੍ਹਾਂ ਨੂੰ ਮਿਲ ਗਈ ਹੈ, ਪਰ ਮਹਾਰਾਜਾ ਪਟਿਆਲਾ ਦੀ ਖਰੀਦ ਸੰਬੰਧੀ ਤਸਦੀਕ ਨਹੀਂ ਹੋਈ।

ਸੰਨ 1866 ਵਿਚ ਪ੍ਰਸਿਧ ਕੂਕਿਆਂ ਦੀ ਇਕ ਜ਼ਿਲ੍ਹੇ ਸੂਚੀ ਸਰਕਾਰ ਨੇ ਤਿਆਰ ਕਰਵਾਈ।

ਇਸ ਸਾਲ ਦੀ ਰੀਪੋਰਟ ਜਿਸ ਵੇਲੇ ਇੰਗਲੈਂਡ ਵਿਚ ਸੈਕ੍ਰੇਟਰੀ ਫਾਰ ਇੰਡੀਆ (ਵਜ਼ੀਰ ਹਿੰਦ) ਨੇ ਪੜ੍ਹੀ ਤਾਂ ਉਸਨੇ 31 ਮਈ 1867 ਨੂੰ ਆਪਣੀ ਡਿਸਪੈਚ ਨੰਬਰ 97 ਵਿਚ ਵਾਇਸਰਾਇ ਹਿੰਦ ਨੂੰ ਲਿਖਿਆ ਕਿ ਰੀਪੋਰਟਾਂ ਵਿਚ ਆਈਆਂ ਕੂਕਿਆਂ ਦੀਆਂ ਕਾਰਵਾਈਆਂ ਤੋਂ ਖਤਰਨਾਕ ਰਾਜਸੀ ਭਾਵ ਪ੍ਰਤੀਤ ਹੁੰਦੇ ਹਨ ਅਤੇ ਇਸ ਵੇਲੇ ਭਾਵੇਂ ਮੈਂ ਭਾਈ ਰਾਮ ਸਿੰਘ ਤੇ ਉਸ ਦੇ ਸੰਗੀਆਂ ਦੀਆਂ ਕਾਰਵਾਈਆਂ ਵਿਚ ਸਿੱਧਾ ਦਖਲ ਦੇਣਾ ਜ਼ਰੂਰੀ ਨਹੀਂ ਸਮਝਦਾ, ਪਰ ਇਹ ਜ਼ਰੂਰੀ ਭਾਸਦਾ ਹੈ ਕਿ ਇਨ੍ਹਾਂ ਪਰ ਅੰਦਰੋਂ ਅੰਦਰ ਨਿਗਰਾਨੀ ਰੱਖੀ ਜਾਏ। ਵਾਇਸਰਾਏ ਵਲੋਂ 6 ਜੁਲਾਈ 1867 ਦੀ ਚਿਠੀ ਰਾਹੀਂ ਇਹ ਹੁਕਮ ਪੁਜਣ ਪਰ 15 ਜੁਲਾਈ ਨੂੰ ਪੰਜਾਬ ਸਰਕਾਰ ਦੇ ਸਕੱਤ੍ਰ ਨੇ ਆਪਣੀ 1858 ਨੰਬਰ ਚਿਠੀ ਰਾਹੀਂ ਕੂਕਿਆਂ ਦੀ ਨਿਗਰਾਨੀ ਸੰਬੰਧੀ ਇੰਸਪੈਕਟਰ ਜਨਰਲ ਪੰਜਾਬ ਨੂੰ ਜ਼ਰੂਰੀ ਹਿਦਾਇਤ ਭੇਜ ਦਿਤੀ।

ਆਨੰਦਪੁਰ ਦਾ ਹੋਲਾ
(ਮਾਰਚ ਸੰਨ 1867

ਭਾਈ ਰਾਮ ਸਿੰਘ ਚੂੰਕਿ ਭੈਣੀ ਵਿਚ ਨਜ਼ਰ-ਬੰਦ ਸਨ ਅਤੇ ਉਨਾਂ ਨੂੰ ਮਾਘੀ ਦੇ ਮੇਲੇ ਤੋਂ ਮੁਕਤਸਰ ਜਾਣ ਦੀ ਆਗਿਆ ਨਹੀਂ ਸੀ ਮਿਲੀ ਇਸ ਲਈ ਉਨ੍ਹਾਂ ਨੇ ਭੈਣੀ ਵਿਚ ਆਪਣਾ ਮੇਲਾ ਹੋਲੀਆਂ ਵਿਚ ਲਾਉਣ ਲਈ ਕੂਕਿਆਂ ਨੂੰ ਸੱਦੇ ਘਲ ਦਿੱਤੇ। ਡਿਸਟ੍ਰਿਕਟ ਸੁਪ੍ਰਿਟੈਂਡੈਂਟ ਪੁਲੀਸ ਲੁਧਿਆਣਾ, ਮੇਜਰ ਪਰਕਿਨਜ਼, ਦੀ ਰਾਏ ਸੀ ਕਿ ਮੇਲੇ ਵਿਚ ਕੋਈ ਦਖਲ ਨਾ ਦਿੱਤਾ ਜਾਏ ਅਤੇ ਇੰਸਪੈਕਟਰ ਜਨਰਲ ਪੰਜਾਬ ਦਾ ਖਿਆਲ ਸੀ ਕਿ ਜੇ ਬੰਦੇ ਬਹੁਤ ਜ਼ਿਆਦਾ ਇਕੱਠੇ ਨਾ ਹੋਣ ਤਾਂ ਮੇਲਾ ਬੇਸ਼ੱਕ ਹੋ ਜਾਏ। ਇਸ ਵੇਲੇ ਭਾਈ ਰਾਮ ਸਿੰਘ ਨੇ ਸਰਕਾਰ ਪੰਜਾਬ ਨੂੰ ਬੇਨਤੀ ਕੀਤੀ ਕਿ ਉਨ੍ਹਾਂ ਨੂੰ ਆਨੰਦਪੁਰ ਗੁਰਦ੍ਵਾਰੇ ਦੇ ਦਰਸ਼ਨ ਲਈ ਜਾਣ ਦੀ ਆਗਿਆ ਦਿੱਤੀ ਜਾਏ। ਸਰਕਾਰ ਨੂੰ ਹੁਣ ਚੂੰਕਿ ਇਨ੍ਹਾਂ ਦੇ ਵਿਰੁਧ ਰਾਜ-ਵਿਦਰੋਹ ਦੀ ਕੋਈ ਸ਼ੱਕ ਨਹੀਂ ਸੀ ਰਹੀ, ਇਸ ਲਈ ਲਾਟ ਸਾਹਿਬ ਨੇ ਹੋਲੇ ਮਹਲੇ ਦੇ ਮੇਲੇ ਦੇ ਮੌਕੇ ਤੇ ਭਾਈ ਰਾਮ ਸਿੰਘ ਨੂੰ ਆਨੰਦਪੁਰ ਜਾਣ ਦੀ ਆਗਿਆ ਦੇ ਦਿੱਤੀ ਤੇ ਲਾਹੌਰ ਸਰਕਲ ਦੇ ਡਿਪਟੀ ਇੰਸਪੈਕਟਰ ਜਨਰਲ ਪੋਲੀਸ, ਕਰਨਲ ਮੈਕਐਂਡਰੀਊ ਦੀ ਡਿਊਟੀ ਲਾਈ ਗਈ ਕਿ ਓਹ ਮੇਲੇ ਦੇ ਸਮੇਂ ਪੁਲੀਸ ਦੇ ਪ੍ਰਬੰਧ ਦੀ ਨਿਗਰਾਨੀ ਕਰੇ।

ਕਰਨਲ ਮੈਕਐਂਡਰੀਊ 10 ਮਾਰਚ ਨੂੰ ਲਾਹੌਰੋਂ ਚੱਲ ਕੇ 12 ਨੂੰ ਜਲੰਧਰ ਤੇ 13 ਨੂੰ ਹੁਸ਼ਿਆਰਪੁਰ ਪੁੱਜਾ। ਜਲੰਧਰ ਦੇ ਕਮਿਸ਼ਨਰ, ਤੇ ਹੁਸ਼ਿਆਰਪੁਰ ਦੇ ਡਿਪਟੀ ਕਮਿਸ਼ਨਰ ਮਿਸਟਰ ਪਰਕਿਨਜ਼ ਨਾਲ ਸਲਾਹ ਮਸ਼ਵਰਾ ਕਰ ਕੇ ਉਸ ਨੇ ਇਕ ਡਿਪਟੀ ਇੰਸਪੈਕਟਰ ਤੇ ਦਸ ਸਿਪਾਹੀ ਜਲੰਧਰੋਂ ਤੇ ਇਕ ਇੰਸਪੈਕਟਰ, ਇਕ ਡਿਪਟੀ ਇੰਸਪੈਕਟਰ, ਤੇ 50 ਸਿਪਾਹੀ ਹੁਸ਼ਿਆਰਪੁਰੋਂ ਨਾਲ ਲੈ ਲਏ। ਇਹ ਸਾਰੇ ਸਿਪਾਹੀ ਮੁਸਲਮਾਨ ਤੇ ਹਿੰਦੂ-ਰਾਜਪੂਤ ਸਨ। ਸ਼ੇਰ-ਦਿਲ ਰੈਜਮੈਂਟ ਦਾ ਪੁਰਾਣਾ ਕਮਾਨ-ਅਫਸਰ ਸਰਦਾਰ ਬਹਾਦੁਰ ਅਤਰ ਸਿੰਘ, ਕਤਬ ਸ਼ਾਹ ਇੰਸਪੈਕਟਰ ਫੀਰੋਜ਼ਪੁਰ ਤੇ ਫਤਿਹ ਦੀਨ ਖਾਨ ਇੰਸਪੈਕਟਰ ਅੰਮ੍ਰਿਤਸਰ ਭੀ ਉਸ ਦੇ ਨਾਲ ਸਨ।

ਹੁਸ਼ਿਆਰਪੁਰ ਦੇ ਅਸਿਸਟੈਂਟ ਸੁਪ੍ਰਿੰਟੈਂਡੈਂਟ ਪੁਲੀਸ ਮਿਸਟਰ ਹੈਚਲ ਸਮੇਤ ਕਰਨਲ ਮੈਕਐਂਡਰੀਊ 17 ਮਾਰਚ ਦੀ ਸਵੇਰੇ ਆਨੰਦਪੁਰ ਪੁੱਜਾ ਤੇ ਰਸਤੇ ਤੋਂ ਇਕ ਪਾਸੇ ਕੇਸਗੜ੍ਹ ਗੁਰਦ੍ਵਾਰੇ ਤੋਂ ਥੋੜੀ ਦੂਰ ਹੀ ਆਪਣਾ ਤੰਬੂ ਲਾਇਆ। ਇਹ ਫੈਸਲਾ ਕਰ

ਕੇ ਕਿ ਪੁਲੀਸ ਸਿਪਾਹੀ, ਜਿੱਥੇ ਤਕ ਹੋ ਸਕੇ, ਮੇਲੇ ਦੀ ਨਜ਼ਰੋਂ ਓਹਲੇ ਹੀ ਰਖੇ ਜਾਣ, ਕਰਨਲ ਮੈਕਐਂਡਰੀਊ ਨੇ ਅਫਸਰਾਂ ਦੀ ਸਹਾਇਤਾ ਨਾਲ ਪ੍ਰਬੰਧ ਕਰਨਾ ਸ਼ੁਰੂ ਕੀਤਾ।

18 ਮਾਰਚ ਨੂੰ ਮਿਸਟਰ ਪਰਕਿਨਜ਼ ਡਿਪਟੀ ਕਮਿਸ਼ਨਰ ਹੁਸ਼ਿਆਰਪੁਰ ਭੀ ਆਨੰਦਪੁਰ ਪੁਜ ਗਿਆ ਤੇ ਕਰਨਲ ਮੈਕਐਂਡਰੀਊ ਤੇ ਪਰਕਿਨਜ਼ ਕੇਸਗੜ੍ਹ ਦੇ ਮਹੰਤ ਭਾਈ ਹਰੀ ਸਿੰਘ ਨੂੰ ਮਿਲਣ ਲਈ ਗਏ ਤਾਂਕਿ ਪਤਾ ਕੀਤਾ ਜਾਏ ਕਿ ਭਾਈ ਰਾਮ ਸਿੰਘ ਦੇ ਆਨੰਦਪੁਰ ਆਉਣ ਸੰਬੰਧੀ ਉਨ੍ਹਾਂ ਦਾ ਕੀ ਖਿਆਲ ਹੈ। ਭਾਈ ਹਰੀ ਸਿੰਘ ਇਸ ਗੱਲ ਦੇ ਸਖਤ ਵਿਰੋਧੀ ਸਨ ਕਿ ਕੂਕਿਆਂ ਨੂੰ ਆਗਿਆ ਦਿੱਤੀ ਜਾਏ, ਤੇ ਚਾਹੁੰਦੇ ਸਨ ਕਿ ਸਰਕਾਰ ਕੂਕਿਆਂ ਨੂੰ ਰੋਕਣ ਦਾ ਪ੍ਰਬੰਧ ਕਰੇ। ਪਰ ਭਾਈ ਰਾਮ ਸਿੰਘ ਲਾਟ ਸਾਹਿਬ ਦੀ ਆਗਿਆ ਨਾਲ ਆ ਰਹੇ ਸਨ। ਅੰਗ੍ਰੇਜ਼ ਅਫਸਰਾਂ ਨੇ ਮਹੰਤ ਭਾਈ ਹਰੀ ਸਿੰਘ ਨੂੰ ਸਮਝਾਇਆ ਕਿ ਗੁਰਦੁਆਰੇ ਵਿਚ ਹਰ ਖਿਆਲ ਦੇ ਸਿਖਾਂ ਤੇ ਹਿੰਦੂਆਂ ਨੂੰ ਜਾਣ ਦੀ ਖੁਲ੍ਹ ਹੈ ਇਸ ਲਈ ਸਰਕਾਰ ਪਾਸ ਕੋਈ ਵਜ੍ਹਾ ਨਹੀਂ ਕਿ ਓਹ ਕੂਕਿਆਂ ਨੂੰ ਰੋਕੇ। ਬਹੁਤ ਕੁਝ ਗੱਲ-ਬਾਤ ਦੇ ਬਾਦ ਮਹੰਤ ਹਰੀ ਸਿੰਘ ਨੇ ਕਿਹਾ ਕਿ ਜੇ ਕੂਕੇ ਗੁਰਦੁਵਾਰੇ ਦੇ ਅੰਦਰ ਸਿਰ ਨੰਗੇ ਨਾ ਕਰਨ, ਮਸਤੀ ਵਿਚ ਕੇਸ ਨਾ ਖਿਲਾਰਨ ਤੇ ਕੂਕਾਂ ਨਾ ਮਾਰਨ ਤੇ ਕੋਈ ਐਸੀ ਗੱਲ ਨਾ ਕਰਨ ਜੋ ਗੁਰਦੁਆਰੇ ਦੀ ਰਹੁ-ਰੀਤ ਦੇ ਵਿਰੁਧ ਹੋਵੇ ਅਤੇ ਹੋਰ ਸਿੱਖਾਂ ਦੀ ਤਰ੍ਹਾਂ ਯਾਤਰਾ ਕਰਨ ਤਾਂ ਉਨ੍ਹਾਂ ਨੂੰ ਕੋਈ ਇਤਰਾਜ਼ ਨਹੀਂ ਹੈ। ਕਰਨਲ ਮੈਕਐਂਡਰੀਊ ਆਦਿ ਨੇ ਭਰੋਸਾ ਦਿਵਾਇਆ ਕਿ ਇਨ੍ਹਾਂ ਗੱਲਾਂ ਦਾ ਪ੍ਰਬੰਧ ਕਰ ਦਿੱਤਾ ਜਾਏਗਾ।

ਸ਼ਾਮ ਨੂੰ ਕਰਨਲ ਮੈਕਐਂਡਰੀਊ ਨੇ ਸਰਦਾਰ ਅਤਰ ਸਿੰਘ ਰਾਹੀਂ ਮਹੰਤ ਹਰੀ ਸਿੰਘ ਨੂੰ ਸੁਨੇਹਾ ਭੇਜਿਆ ਕਿ ਹੁਣ ਜਦ ਕਿ ਅਸੀਂ ਜ਼ਰੂਰੀ ਪ੍ਰਬੰਧ ਕਰ ਦੇਣਾ ਪ੍ਰਵਾਨ ਕਰ ਲਿਆ ਹੈ, ਜੇ ਕੋਈ ਫਸਾਦ ਹੋ ਗਿਆ ਤਾਂ ਉਸ ਦੀ ਜ਼ਿੰਮੇਵਾਰੀ ਮਹੰਤ ਦੇ ਸਿਰ ਹੋਵੇਗੀ। ਮਹੰਤ ਹਰੀ ਸਿੰਘ ਨੇ ਸਵੇਰ ਦੀ ਗੱਲ ਬਾਤ ਵਿਚ ਕਿਹਾ ਸੀ ਕਿ ਨਿਹੰਗ ਦੋ ਕੁ ਸੌ ਦੀ ਗਿਣਤੀ ਵਿਚ ਆਪਣੇ ਗੁਰਦੁਆਰੇ ਵਿਚ ਆਏ ਹੋਏ ਹਨ ਤੇ ਹੋ ਸਕਦਾ ਹੈ ਉਨ੍ਹਾਂ ਵਲੋਂ ਕੋਈ ਫਸਾਦ ਹੋ ਜਾਏ। ਮੈਕਐਂਡਰੀਊ ਨੇ ਨਿਹੰਗਾਂ ਦੇ ਮਹੰਤ ਨੂੰ ਬੁਲਾਇਆ ਤੇ ਪਰਕਿਨਜ਼ ਨੇ ਉਸ ਨੂੰ ਕਿਹਾ ਕਿ ਨਿਹੰਗਾਂ ਵਲੋਂ ਬਿਲਕੁਲ ਚੁਪ-ਚਾਪ ਰਹੇ, ਨਹੀਂ ਤਾਂ ਉਨ੍ਹਾਂ ਲਈ ਠੀਕ ਨਹੀਂ ਹੋਵੇਗੀ। ਇਸ ਤਰ੍ਹਾਂ ਸਭ ਪ੍ਰਬੰਧ ਤਸੱਲੀ-ਬਖਸ਼ ਪ੍ਰਤੀਤ ਹੋਏ।

18 ਮਾਰਚ ਸੰਨ 1867 ਨੂੰ ਸਵੇਰੇ ਭਾਈ ਰਾਮ ਸਿੰਘ ਆਨੰਦਪੁਰ ਪੁੱਜੇ। ਉਨ੍ਹਾਂ ਦੇ ਨਾਲ 21 ਸੂਬੇ[1] ਘੋੜ-ਸਵਾਰ ਤੇ ਢਾਈ ਕੁ ਹਜ਼ਾਰ ਪੈਦਲ ਆਦਮੀ ਝੰਡਿਆਂ

1. ਫਜ਼ਲ ਹੁਸੈਨ ਇੰਸਪੈਕਟਰ ਪੋਲੀਸ ਹੁਸ਼ਿਆਰਪੁਰ 20 ਮਾਰਚ 1867 ਦੀ ਰੀਪੋਰਟ ਵਿਚ ਲਿਖਦਾ ਹੈ ਕਿ ਇਸ ਵੇਲੇ ਭਾਈ ਜੋਤਾ ਸਿੰਘ ਤੋਂ ਬਿਨ੍ਹਾਂ ਸਾਰੇ ਹੀ ਸੂਬੇ ਭਾਈ ਰਾਮ ਸਿੰਘ ਦੇ ਨਾਲ ਸਨ।

ਤੇ ਨਗਾਰਿਆਂ ਨਾਲ ਸਨ। ਜਿਸ ਵੇਲੇ ਭਾਈ ਰਾਮ ਸਿੰਘ ਤੇ ਉਨ੍ਹਾਂ ਦੀ ਵਹੀਰ ਮੈਕਐਂਡਰੀਊ ਦੇ ਕੈਂਪ ਦੇ ਸਾਹਮਣਿਓਂ ਲੰਘੇ ਤਾਂ ਇਸ ਨੇ ਭਾਈ ਸੁਧ ਸਿੰਘ ਨੂੰ, ਜੋ ਜਲਸੇ ਦੇ ਅੱਗੇ ਅੱਗੇ ਘੋੜੇ ਤੇ ਸਵਾਰ ਜਾ ਰਿਹਾ ਸੀ, ਬੁਲਾ ਕੇ ਕਿਹਾ ਕਿ ਘੋੜੇ ਤੋਂ ਉਤਰ ਕੇ ਡਿਪਟੀ ਕਮਿਸ਼ਨਰ ਮਿਸਟਰ ਪਰਕਿਨਜ਼ ਨੂੰ ਸਲਾਮ ਕਰਦਾ ਜਾਏ। ਇਸ ਪਰ ਭਾਈ ਰਾਮ ਸਿੰਘ ਤੇ ਉਨ੍ਹਾਂ ਦੇ ਮੁਖੀ ਸੂਬੇ ਝੱਟ ਘੋੜਿਆ ਤੋਂ ਉਤਰ ਪਏ। ਮੈਕਐਂਡਰੀਊ ਨੇ ਭਾਈ ਰਾਮ ਸਿੰਘ ਦੀ ਪਰਕਿਨਜ਼ ਨਾਲ ਜਾਣ-ਪਛਾਣ ਕਰਾਈ ਤੇ ਉਹ ਇਨ੍ਹਾਂ ਨੂੰ ਨਾਲ ਤੰਬੂ ਵਿਚ ਲੈ ਗਿਆ, ਜਿਥੇ ਚੋਖਾ ਚਿਰ ਗੱਲ ਬਾਤ ਹੁੰਦੀ ਰਹੀ ਤੇ ਭਾਈ ਰਾਮ ਸਿੰਘ ਦੇ ਸੰਗੀ ਕੂਕੇ ਬਾਹਰੇ ਖੜ੍ਹੇ ਰਹੇ। ਭਾਈ ਰਾਮ ਸਿੰਘ ਨੇ ਕਿਹਾ ਸਾਡਾ ਮਤਲਬ ਤਾਂ ਗੁਰੂ ਗੋਬਿੰਦ ਸਿੰਘ ਦੇ ਗੁਰਦੁਆਰੇ ਦੇ ਦਰਸ਼ਨ ਕਰਨਾ ਹੈ, ਹੋਰ ਜੋ ਤੁਸੀਂ ਹੁਕਮ ਕਰੋਗੇ ਅਸੀਂ ਮੰਨਣ ਨੂ ਤਿਆਰ ਹਾਂ ਅਤੇ ਜੇ ਤੁਹਾਨੂੰ ਇਤਰਾਜ਼ ਹੈ ਤਾਂ ਅਸੀਂ ਮੁੜ ਜਾਣ ਨੂੰ ਭੀ ਤਿਆਰ ਹਾਂ। ਮੈਕਐਂਡਰੀਊ ਤੇ ਪਰਕਿਨਜ਼ ਨੇ ਭਾਈ ਰਾਮ ਸਿੰਘ ਨੂੰ ਮਹੰਤ ਹਰੀ ਸਿੰਘ ਦੇ ਇਤਰਾਜ ਦੱਸੇ ਤੇ ਕਿਹਾ ਕਿ ਫੈਸਲਾ ਇਹ ਕੀਤਾ ਗਿਆ ਹੈ ਕਿ ਕੂਕੇ ਗੁਰਦੁਆਰੇ ਦੇ ਰਿਵਾਜ ਦੇ ਵਿਰੁਧ ਉਥੇ ਸਿਰ ਨੰਗੇ ਨਾ ਕਰਨ ਤੇ ਨਾ ਹੀ ਕੇਸ ਖਿਲਾਰ ਕੇ ਕੂਕਾਂ ਮਾਰਨ। ਇਸ ਪਰ ਭਾਈ ਰਾਮ ਸਿੰਘ ਜ਼ਰਾ ਘਬਰਾਏ ਤੇ ਆਖਣ ਲੱਗੇ ਕਿ ਸ਼ਬਦ ਪੜ੍ਹਦੇ ਕੂਕੇ ਮਸਤਾਨੇ ਹੋ ਜਾਂਦੇ ਹਨ ਤੇ ਉਨ੍ਹਾਂ ਨੂੰ ਪਤਾ ਨਹੀਂ ਰਹਿੰਦਾ ਕਿ ਓਹ ਕੀ ਕਰ ਰਹੇ ਹਨ, ਇਸ ਲਈ ਮੈਂ ਕਿਵੇਂ ਜ਼ਿੰਮੇਵਾਰ ਹੋ ਸਕਦਾ ਹਾਂ ? ਭਾਈ ਰਾਮ ਸਿੰਘ ਦੇ ਇਸ ਜਵਾਬ ਪਰ ਪਰਕਿਨਜ਼ ਤੇ ਮੈਕਐਂਡਰੀਊ ਨੇ ਕਿਹਾ ਕਿ ਇਸ ਹਾਲਤ ਵਿਚ ਤੁਹਾਨੂੰ ਅੰਦਰ ਜਾਣ ਦੀ ਆਗਿਆ ਨਹੀਂ ਦਿੱਤੀ ਜਾ ਸਕਦੀ, ਕਿਉਂਕਿ ਇਹ ਗੱਲ ਗੁਰਦੁਆਰੇ ਦੀ ਮਾਨਤਾ ਤੇ ਸਿੱਖਾਂ ਦੇ ਰਿਵਾਜ ਦੇ ਵਿਰੁਧ ਹੈ। ਇਸ ਨਾਲ ਬਾਕੀਆਂ ਦੇ ਦਿਲ ਦੁਖਣਗੇ ਅਤੇ ਜੇ ਕੋਈ ਫਸਾਦ ਹੋ ਗਿਆ ਤਾਂ ਇਸ ਦੀ ਜ਼ਿੰਮੇਵਾਰੀ ਤੁਹਾਡੇ ਅਤੇ ਤੁਹਾਡੇ ਸੰਗੀ ਕੂਕਿਆਂ ਦੇ ਸਿਰ ਹੋਵੇਗੀ। ਭਾਈ ਰਾਮ ਸਿੰਘ ਨੂੰ ਇਹ ਦਲੀਲ ਚੰਗੀ ਨਾ ਲੱਗੀ ਪਰ ਉਨ੍ਹਾਂ ਨੇ ਪ੍ਰਵਾਨ ਕਰ ਲਿਆ ਕਿ ਅਫਸਰਾਂ ਵਲੋਂ ਨੀਯਤ ਕੀਤੇ ਹੋਏ ਵਕਤ ਸਿਰ ਦੂਸਰੇ ਦਿਨ ਸਵੇਰੇ ਜਦ ਓਹ ਦਰਸ਼ਨਾਂ ਲਈ ਜਾਣਗੇ ਤਾਂ ਉਨ੍ਹਾਂ ਨਾਲ ਸੌ ਤੋਂ ਜ਼ਿਆਦਾ ਕੂਕੇ ਨਹੀਂ ਹੋਣਗੇ ਅਤੇ ਨਾ ਹੀ ਸ਼ਬਦ ਪੜ੍ਹੇ ਜਾਣਗੇ। ਇਹ ਸਮਝੌਤਾ ਹੋ ਜਾਣ ਪਿੱਛੋਂ ਭਾਈ ਰਾਮ ਸਿੰਘ ਤੇ ਕੂਕੇ ਆਪਣੇ ਡੇਰੇ ਨੂੰ ਚਲੇ ਗਏ।

ਸ਼ਾਮ ਨੂੰ ਕਰਨਲ ਮੈਕਐਂਡਰੀਊ ਭਾਈ ਰਾਮ ਸਿੰਘ ਦੇ ਡੇਰੇ ਗਿਆ। ਉਹ ਇਕ ਸ਼ਾਮਿਆਨੇ ਹੇਠਾਂ ਬੈਠੇ ਸਨ ਤੇ ਪੰਜ ਕੁ ਹਜ਼ਾਰ ਆਦਮੀ ਉਥੇ ਮੌਜੂਦ ਸੀ ਤੇ ਹੋਰ ਲੋਕੀ ਉਧਰ ਨੂੰ ਜਾ ਰਹੇ ਸਨ। ਸਭ ਤਰ੍ਹਾਂ ਅਮਨ ਅਮਾਨ ਸੀ, ਨਾ ਤਾਂ ਕੋਈ ਘਬਰਾਹਟ ਹੀ ਸੀ ਤੇ ਨਾ ਹੀ ਕੋਈ ਮਸਤਾਨਾ ਹੋਇਆ ਦਿਸਦਾ ਸੀ। ਮੈਕਐਂਡਰੀਊ

ਨੂੰ ਦੇਖ ਕੇ ਭਾਈ ਰਾਮ ਸਿੰਘ ਝੱਟ ਆਪਣੀ ਥਾਂ ਤੋਂ ਉਠ ਕੇ ਆ ਗਏ ਤੇ ਸਲਾਮ ਕੀਤਾ। ਮੈਕਐਂਡਰੀਊ ਲਿਖਦਾ ਹੈ ਕਿ ਆਮ ਤੌਰ ਤੇ ਗੁਰੂ ਅਤੇ ਦੂਸਰੇ ਧਾਰਮਕ ਆਗੂ ਇਸ ਤਰ੍ਹਾਂ ਨਹੀਂ ਕਰਦੇ।

19 ਮਾਰਚ ਦੀ ਸ਼ਾਮ ਨੂੰ ਜਲੰਧਰ ਡਵੀਜ਼ਨ ਦਾ ਕਮਿਸ਼ਨਰ ਮਿਸਟਰ ਫੋਰਸਾਈਥ ਭੀ ਆਨੰਦਪੁਰ ਪੁੱਜ ਗਿਆ। ਇਹ ਦੇਖ ਕੇ ਸਾਰਿਆਂ ਨੂੰ ਕੰਨ ਹੋ ਗਏ ਕਿ ਜੇ ਕਿਸੇ ਨੇ ਫਸਾਦ ਕਰਨ ਦਾ ਕੋਈ ਯਤਨ ਕੀਤਾ ਤਾਂ ਉਸ ਲਈ ਚੰਗਾ ਨਹੀਂ ਹੋਵੇਗਾ।

20 ਮਾਰਚ ਨੂੰ ਸਵੇਰੇ 7 ਕੁ ਵਜੇ ਭਾਈ ਰਾਮ ਸਿੰਘ ਤੇ ਸੌ ਕੁ ਕੂਕੇ ਤਖਤ ਕੇਸਗੜ੍ਹ ਦੇ ਦਰਸ਼ਨਾਂ ਲਈ ਗਏ। ਕਮਿਸ਼ਨਰ ਦੀ ਸਲਾਹ ਨਾਲ ਕੋਈ ਪੁਲੀਸ ਗੁਰਦੁਆਰੇ ਦੇ ਨਜ਼ਦੀਕ ਡਿਊਟੀ ਤੇ ਨਹੀਂ ਸੀ ਲਾਈ ਗਈ, ਬਲਕਿ ਨਜ਼ਰੋਂ ਓਹਲੇ ਰੱਖਣ ਲਈ ਉਨ੍ਹਾਂ ਨੂੰ ਤੰਬੂਆਂ ਵਿਚ ਹੀ ਰਹਿਣ ਦਾ ਹੁਕਮ ਦਿੱਤਾ ਗਿਆ ਸੀ। ਕੇਵਲ ਸਰਦਾਰ ਬਹਾਦੁਰ ਅਤਰ ਸਿੰਘ ਅਤੇ ਫ਼ਜ਼ਲ ਹੁਸੈਨ ਤੇ ਕੁਤਬ ਸ਼ਾਹ ਇੰਸਪੈਕਟਰਾਂ ਨੂੰ ਆਖਿਆ ਗਿਆ ਸੀ ਕਿ ਓਹ ਪ੍ਰਬੰਧ ਦੀ ਨਿਗਰਾਨੀ ਕਰਨ, ਤਾਂਕਿ ਲੋਕੀ ਜਲਦੀ ਜਲਦੀ ਲੰਘਦੇ ਜਾਣ। ਭਾਈ ਰਾਮ ਸਿੰਘ ਤੇ ਉਨ੍ਹਾਂ ਦੇ ਸੰਗੀ ਚੁਪ-ਚਾਪ ਅੰਦਰ ਚਲੇ ਗਏ ਤੇ ਗੁਰਦਵਾਰਾ ਕੇਸਗੜ੍ਹ ਦੇ ਦਰਸ਼ਨ ਕੀਤੇ। ਭਾਈ ਸਾਹਿਬ ਨੇ ਪੰਝੀ ਰੁਪਏ ਭੇਟਾ ਚੜ੍ਹਾਈ। ਪੁਜਾਰੀ ਸਿੰਘ ਨੇ ਕਿਹਾ ਕਿ ਅਸੀਂ ਤੁਹਾਡਾ ਅਰਦਾਸਾ ਨਹੀਂ ਕਰ ਸਕਦੇ। ਇਸ ਪਰ ਭਾਈ ਰਾਮ ਸਿੰਘ ਨਾਰਾਜ਼ ਹੋ ਗਏ। ਇਸ ਤੋਂ ਬਾਅਦ ਆਪ ਗੁਰੂ ਤੇਗ ਬਹਾਦੁਰ ਦੇ ਗੁਰਦੁਆਰੇ ਦੇ ਦਰਸ਼ਨਾਂ ਲਈ ਹਾਜ਼ਰ ਹੋਏ। ਇਥੇ ਭੀ ਇਨ੍ਹਾਂ ਨੇ ਪੰਝੀ ਰੁਪਏ ਭੇਟਾ ਕੀਤੇ। ਇਥੇ ਦੇ ਪੁਜਾਰੀਆਂ ਨੇ ਆਪ ਲਈ ਅਰਦਾਸਾ ਸੋਧ ਦਿੱਤਾ, ਜਿਸ ਪਰ ਪ੍ਰਸੰਨ ਹੋ ਕੇ ਆਪ ਨੇ ਇਕ ਰੁਪਇਆ ਹੋਰ ਉਨ੍ਹਾਂ ਨੂੰ ਭੇਟਾ ਕੀਤਾ। ਇਸ ਤਰ੍ਹਾਂ ਇਹ ਵੇਲਾ ਅਮਨ ਅਮਾਨ ਨਾਲ ਲੰਘ ਗਿਆ। ਕਰਨਲ ਮੈਕਐਂਡਰੀਊ ਆਪਣੀ ਰੀਪੋਰਟ ਵਿਚ ਲਿਖਦਾ ਹੈ ਕਿ ਜਿਸ ਵੇਲੇ ਭਾਈ ਰਾਮ ਸਿੰਘ ਦਰਸ਼ਨਾਂ ਲਈ ਗੁਰਦੁਆਰਾ ਕੇਸਗੜ੍ਹ ਦੇ ਲਾਗੇ ਪੁਜਣ ਵਾਲੇ ਸਨ ਤਾਂ ਮੈਂ ਕੀ ਦੇਖਦਾ ਹਾਂ ਕਿ ਨਿਹੰਗ ਸਿੰਘਾਂ ਦਾ ਇੱਕ ਜਥਾ ਚਲਿਆ ਆ ਰਿਹਾ ਹੈ। ਉਨ੍ਹਾਂ ਪਾਸ ਮੁਤਹਿਰੇ ਤੇ ਟਕੂਏ ਸਨ। ਜਿਸ ਵੇਲੇ ਉਹ ਸਾਡੇ ਕੈਂਪ ਦੇ ਪਾਸ ਦੀ ਲੰਘੇ ਤਾਂ ਮੈਂ ਉਨ੍ਹਾਂ ਨੂੰ ਠਹਿਰ ਜਾਣ ਅਤੇ ਮੁਤਹਿਰੇ ਰੱਖ ਦੇਣ ਲਈ ਕਿਹਾ। ਕੇਵਲ ਮੈਨੂੰ ਤੇ ਡਿਪਟੀ ਇੰਸਪੈਕਟਰ ਹੈੱਚਲ ਦੋਨਾਂ ਨੂੰ ਦੇਖ ਕੇ ਉਨ੍ਹਾਂ ਨੇ ਨਾਂਹ ਕਰ ਦਿੱਤੀ ਤੇ ਗੁਸੇ ਵਿਚ ਬਹਿਸਣ ਲੱਗ ਪਏ, ਤੇ ਮਾਲੂਮ ਹੁੰਦਾ ਸੀ ਕਿ ਸ਼ਾਇਦ ਡਟ ਭੀ ਜਾਣ। ਇਹ ਦੇਖ ਕੇ ਮੈਂ ਤੰਬੂਆਂ ਦੇ ਅੰਦਰੋਂ ਡਿਊਟੀ ਵਾਲੀ ਪੁਲੀਸ ਗਾਰਦ ਨੂੰ ਬੁਲਾ ਲਿਆ। ਇਹ ਸਿਪਾਹੀ ਗਿਣਤੀ ਵਿਚ 30 ਸਨ ਤੇ ਇਨ੍ਹਾਂ ਪਾਸ ਤਲਵਾਰਾਂ ਸਨ। ਨਿਹੰਗਾਂ ਪਾਸੋਂ

ਮੁਤਹਿਰੇ ਲੈ ਗਏ ਤੇ ਇਹ ਖਾਲੀ ਹਥੀਂ ਅੱਗੇ ਜਾਣ ਦੀ ਥਾਂ ਪਿੱਛੋਂ ਆਪਣੇ ਬੁੰਗੇ ਨੂੰ ਮੁੜ ਗਏ। ਪਿੱਛੋਂ ਮੈਨੂੰ ਪਤਾ ਲੱਗਾ ਕਿ ਨਿਹੰਗਾਂ ਨੇ ਆਪਣੇ ਡੇਰੇ ਭਾਈ ਰਾਮ ਸਿੰਘ ਸੰਬੰਧੀ ਮਤਾ ਕੀਤਾ ਸੀ। ਹੋਰ ਤਾਂ ਸਾਰੇ ਚੁੱਪ ਰਹਿਣ ਦੇ ਹੱਕ ਵਿਚ ਸਨ, ਪਰ ਇਹ ਜੱਥਾ ਕੂਕਿਆਂ ਤੋਂ ਗੁਰਦੁਆਰੇ ਦੀ ਪਵਿਤ੍ਰਤਾ ਦੀ ਰਖਿਆ ਕਰਨ ਲਈ ਡਟਿਆ ਹੋਇਆ ਸੀ ਤੇ ਇਸੇ ਮਨਸ਼ਾ ਨਾਲ ਆਇਆ ਸੀ।

ਇਸੇ ਦਿਨ 20 ਮਾਰਚ 1867 ਨੂੰ ਭਾਈ ਰਾਮ ਸਿੰਘ ਨੇ ਗੁਰਦੁਆਰਾ ਕੇਸਗੜ੍ਹ ਦੇ ਪੁਜਾਰੀਆਂ ਨੂੰ ਗੁਰਮੁਖੀ ਵਿਚ ਇਕ ਚਿਠੀ ਲਿਖੀ ਕਿ ਤੁਸੀਂ ਮੇਰਾ ਅਰਦਾਸਾ ਜੁ ਨਹੀਂ ਕੀਤਾ, ਕੀ ਤੁਸੀਂ ਮੈਨੂੰ ਗੁਰੂ ਕਾ ਸਿਖ ਨਹੀਂ ਸਮਝਦੇ ? ਨਾਲ ਹੀ ਇਹ ਭੀ ਲਿਖਿਆ ਕਿ ਮੈਂ ਤੁਹਾਡੇ ਅਰਦਾਸੇ ਦੀ ਪ੍ਰਵਾਹ ਨਹੀਂ ਕਰਦਾ, ਗੁਰੂ ਕਾ ਸਿਖ ਓਹ ਹੈ, ਜਿਸ ਨੂੰ ਹਉਮੈ ਨਹੀਂ ਹੈ। ਪੁਜਾਰੀਆਂ ਨੇ ਇਸ ਦਾ ਲਿਖਤੀ ਉਤਰ ਤਾਂ ਕੋਈ ਨਾ ਦਿੱਤਾ ਪਰ ਜ਼ਬਾਨੀ ਕਹਿ ਭੇਜਿਆ ਕਿ ਚੂੰਕਿ ਗੁਰੂ ਕੇ ਖਾਲਸੇ ਤੇ ਕੂਕਿਆਂ ਵਿਚ ਇਹ ਭੇਦ ਹਨ ਇਸ ਲਈ ਤੁਹਾਡਾ ਅਰਦਾਸਾ ਨਹੀਂ ਕੀਤਾ ਜਾ ਸਕਦਾ।

1. ਤੁਸੀਂ ਆਪਣੇ ਆਪ ਨੂੰ ਅਵਤਾਰ ਮਨਾਉਂਦੇ ਹੋ।
2. ਨਵਾਂ ਕੂਕਾ ਬਣਾਉਣ ਵੇਲੇ ਸਿਖ ਰੀਤ ਵਿਰੁੱਧ ਕੰਨ ਵਿਚ ਮੰਤ੍ਰ ਫੂਕਦੇ ਹੋ।
3. ਨਵੇਂ ਕੂਕੇ ਨੂੰ ਆਖਦੇ ਹੋ, "ਜਨਮ ਗੁਰੂ ਹਜ਼ਰੋ, ਅਰ ਬਾਸੀ ਗੁਰੂ ਭੈਣੀ", ਹਾਲਾਂ ਕਿ ਸਿੱਖ ਮੰਨਦੇ ਹਨ "ਜਨਮ ਗੁਰੂ ਪਟਣਾ, ਅਰ ਵਾਸੀ ਗੁਰੂ ਆਨੰਦਪੁਰ"।
4. ਸਿਖ ਰਹੁ-ਰੀਤ ਦੇ ਵਿਰੁੱਧ ਕੂਕੇ ਗੁਰਦੁਆਰਿਆਂ ਵਿਚ ਪੱਗਾਂ ਲਾਹ ਲੈਂਦੇ ਹਨ ਤੇ ਕੇਸ ਖਿਲਾਰ ਲੈਂਦੇ ਹਨ।
5. ਗੁਰੂ ਦੇ ਸਿਖਾਂ ਦੀ ਰਹੁ-ਰੀਤ ਦੇ ਵਿਰੁੱਧ ਕੂਕੇ ਕਈ ਵਾਰੀ ਇਸ ਹੱਦ ਤਕ ਮਸਤਾਨੇ ਹੋ ਜਾਂਦੇ ਹਨ ਕਿ ਮੁਸਲਮਾਨਾਂ ਫ਼ਕੀਰਾਂ ਵਾਂਗੂ ਕਰਨ ਲੱਗ ਪੈਂਦੇ ਹਨ।

ਇਸ ਲਈ ਕੂਕੇ ਗੁਰੂ ਦੇ ਸਿਖ ਨਹੀਂ ਹੋ ਸਕਦੇ।

ਇਸ ਦਾ ਜਵਾਬ ਭਾਈ ਰਾਮ ਸਿੰਘ ਨੇ ਇਹ ਦਿੱਤਾ ਕਿ ਜੇ ਤੁਸੀਂ ਠੀਕ ਸਿੱਖੀ ਦੇ ਪਾਬੰਦ ਹੋਵੋ ਤਾਂ ਤੁਹਾਨੂੰ ਸਾਡੇ ਤਰੀਕਿਆਂ ਦੀ ਪ੍ਰਸੰਸਾ ਕਰਨੀ ਚਾਹੀਦੀ ਹੈ। ਤੁਸੀਂ ਮਾਸ ਖਾਣ, ਸ਼ਰਾਬ ਪੀਣ, ਕੂੜ ਮਾਰਨ, ਵਿਭਚਾਰ, ਅਤੇ ਕੁੜੀਆਂ ਮਾਰਨ ਵਿਚ ਗੁਰੂ ਗ੍ਰੰਥ ਸਾਹਿਬ ਦੇ ਹੁਕਮਾਂ ਦੀ ਉਲੰਘਣਾ ਕਰਦੇ ਹੋ, ਇਸ ਲਈ ਕੂਕੇ ਤੁਹਾਨੂੰ ਸਿਖ ਨਹੀਂ ਸਮਝਦੇ। ਕੂਕੇ ਭਜਨ ਕਰਦੇ ਹੋਏ ਇਤਨੇ ਬੇ-ਸੁਧ ਹੋ ਜਾਂਦੇ ਹਨ ਕਿ ਓਹ ਸਿਖਾਂ ਵਾਂਗੂ ਆਪਣੇ ਕੇਸਾਂ ਤੇ ਪਗੜੀਆਂ ਦਾ ਖਿਆਲ ਹੀ ਨਹੀਂ ਕਰਦੇ।

ਇਸ ਮੇਲੇ ਤੇ ਕੋਈ ਅੱਠ ਕੁ ਹਜ਼ਾਰ ਕੂਕਾ ਆਇਆ ਹੋਇਆ ਸੀ ਜਿਨ੍ਹਾਂ ਵਿਚ ਦੋ ਹਿਸੇ ਆਦਮੀ ਸਨ ਤੇ ਤੀਸਰਾ ਹਿੱਸਾ ਇਸਤ੍ਰੀਆਂ ਤੇ ਬੱਚੇ ਸਨ। ਭਾਈ ਰਾਮ ਸਿੰਘ ਤੇ ਉਸ ਦੇ ਸੂਬਿਆਂ ਦੀ ਸਵਾਰੀ ਲਈ ਚਾਲੀ ਘੋੜੇ ਸਨ ਤੇ ਜਲੂਸ ਵੇਲੇ ਉਨ੍ਹਾਂ ਦੇ ਅੱਗੇ ਅੱਗੇ ਝੰਡੇ ਝੁਲਦੇ ਤੇ ਨਗਾਰੇ ਵਜਦੇ ਜਾਂਦੇ ਸਨ।

ਇਸ ਮੇਲੇ ਦੇ ਮੌਕੇ ਤੇ ਕੋਈ ਪੰਜਾਹ ਕੁ ਨਵੇਂ ਕੂਕੇ ਬਣੇ। ਸੋਢੀਆਂ ਵਿਚੋਂ ਪ੍ਰਤਾਪ ਸਿੰਘ ਰਸੌਲੀ-ਵਾਲਾ ਤੇ ਉਸ ਦਾ ਪੁਤ੍ਰ ਦੇਵਾ ਸਿੰਘ ਕੂਕੇ ਬਣੇ, ਅਤੇ ਸੋਢੀ ਨਰਿੰਦਰ ਸਿੰਘ ਕੁਰਾਲੀ-ਵਾਲਾ ਤੇ ਸੋਢੀ ਹੀਰਾ ਸਿੰਘ ਨੇ ਇੱਛਾ ਪ੍ਰਗਟ ਕੀਤੀ। ਇੰਸਪੈਕਟਰ ਪੀਰ ਫ਼ਜਲ ਹੁਸੈਨ 20 ਮਾਰਚ 1867 ਦੀ ਆਪਣੀ ਰੀਪੋਰਟ ਵਿਚ ਲਿਖਦਾ ਹੈ ਕਿ ਮੁਸਲਮਾਨਾਂ ਵਿਚੋਂ ਭੀ ਕੁਝ ਆਦਮੀ ਕੂਕੇ ਬਣੇ ਹੋਏ ਹਨ। ਇਹ ਸਾਰੇ ਅਨਪੜ੍ਹ ਤੇ ਛੋਟੀਆਂ ਜਾਤਾਂ ਵਿਚੋਂ ਹਨ ਜਿਨ੍ਹਾਂ ਨੂੰ ਭਾਈ ਰਾਮ ਸਿੰਘ ਤੇ ਓਸ ਦੇ ਸੂਬੇ ਇਹ ਹੀ ਦਸਦੇ ਹਨ ਕਿ ਇਨ੍ਹਾਂ ਦਾ ਧਰਮ ਤੇ ਇਸਲਾਮ ਇਕੋ ਹੀ ਹਨ। ਇਸ ਤੋਂ ਬਿਨਾਂ ਕਈ ਮੁਸਲਮਾਨ ਭੀ ਐਸੇ ਹਨ ਜੋ ਕੂਕਿਆਂ ਦੀ ਧਾਰਮਕ ਰਹੁ-ਰੀਤ ਨੂੰ ਬੜਾ ਚੰਗਾ ਆਖਦੇ ਹਨ। ਭਾਈ ਰਾਮ ਸਿੰਘ ਦਿਨ ਵਿਚ ਤਿੰਨ ਵਾਰੀ ਅਸ਼ਨਾਨ ਕਰਦਾ ਹੈ ਅਤੇ ਦੋ ਵਜੇ ਤੜਕੇ ਗੁਰੂ ਸਾਹਿਬ ਦਾ ਪਾਠ ਕਰਦਾ ਹੈ। ਓਹ ਹਰ ਬਿਵਰਜਤ ਚੀਜ਼ ਨੂੰ ਬੁਰਾ ਸਮਝਦਾ ਹੈ ਤੇ ਕੂਕੇ ਉਸ ਨੂੰ ਧਰਮ-ਪ੍ਰਚਾਰਨ ਲਈ ਵਾਹਿਗੁਰੂ ਵਲੋਂ ਭੇਜਿਆ ਹੋਇਆ ਅਵਤਾਰ ਮੰਨਦੇ ਹਨ ਤੇ ਉਸ ਦੀ ਮਾਨਤਾ ਕਰਦੇ ਹਨ।

ਪੀਰ ਫਜ਼ਲ ਹੁਸੈਨ ਆਖੀਰ ਵਿਚ ਲਿਖਦਾ ਹੈ ਕਿ ਰਾਮ ਸਿੰਘ ਇਕ ਗ੍ਰੰਥ ਤਿਆਰ ਕਰ ਰਿਹਾ ਹੈ ਜਿਸ ਦਾ ਨਾਮ 'ਆਖਰੀ ਗ੍ਰੰਥ' ਰੱਖਣ ਦਾ ਖਿਆਲ ਹੈ। ਕੂਕਿਆਂ ਦੀ ਰਹਿਤ-ਬਹਿਤ ਸੰਬੰਧੀ ਜੋ ਹੁਕਮ ਇਸ ਗ੍ਰੰਥ ਵਿਚ ਲਿਖੇ ਹੋਏ ਹਨ ਉਨ੍ਹਾਂ ਦਾ ਹਾਲ ਤਕ ਕੁਝ ਪਤਾ ਨਹੀਂ ਅਤੇ ਨਾ ਹੀ ਇਸ ਗ੍ਰੰਥ ਦੇ ਛੇਤੀ ਪ੍ਰਕਾਸ਼ਤ ਕੀਤੇ ਜਾਣ ਦੀ ਸੰਭਾਵਨਾ ਹੈ। ਪਰ ਮੈਨੂੰ ਕੋਈ ਸ਼ੱਕ ਨਹੀਂ ਕਿ ਜਦ ਭੀ ਇਹ ਗ੍ਰੰਥ ਪ੍ਰਕਾਸ਼ਤ ਕੀਤਾ ਗਿਆ ਤਾਂ ਇਸ ਵਿਚ ਉਨ੍ਹਾਂ ਭਵਿਖਿਤ ਬਾਣੀਆਂ ਤੋਂ ਬਿਨਾਂ ਕੁਝ ਨਹੀਂ ਹੋਵੇਗਾ ਜਿਨ੍ਹਾਂ ਦਾ ਅੱਜ ਤੋਂ ਪੰਜਾਹ ਯਾ ਸੌ ਵਰ੍ਹੇ ਪਿੱਛੋਂ (ਭਾਈ ਰਾਮ ਸਿੰਘ ਤੋਂ ਬਾਦ) ਪੂਰਾ ਹੋਣਾ ਲਿਖਿਆ ਹੋਇਆ ਹੋਵੇਗਾ। ਮੈਂ ਖੁਦ ਰਾਮ ਸਿੰਘ ਨੂੰ ਮਿਲਿਆ ਹਾਂ ਤੇ ਇਸ ਮੁਲਾਕਾਤ ਦੇ ਆਧਾਰ ਤੇ ਮੇਰੀ ਇਹ ਰਾਏ ਹੈ ਕਿ ਓਹ ਖ਼ੁਦ ਸਰਕਾਰ ਦੇ ਵਿਰੁੱਧ ਕੁਝ ਭੀ ਨਹੀਂ ਕਰਦਾ, ਉਸ ਦੇ ਕੁਝ ਸੂਬੇ ਭੈੜੇ ਬੰਦੇ ਹਨ ਜੋ ਉਸ ਦੀ ਨੇਕਨਾਮੀ ਨੂੰ ਨੁਕਸਾਨ ਪਹੁੰਚਾਉਂਦੇ ਹਨ।[2]

2. ਕਰਨਲ ਮੈਕਐਂਡਰੀਊ ਦੀ ਆਨੰਦਪੁਰ ਦੇ ਮਾਰਚ 1867 ਦੇ ਹੋਲੇ ਦੇ ਮੇਲੇ ਸੰਬੰਧੀ ਰੀਪੋਰਟ, ਮੀਰ ਫਜ਼ਲ ਹੁਸੈਨ ਇੰਸਪੈਕਟਰ ਪੋਲੀਸ ਹੁਸ਼ਿਆਰਪੁਰ ਦੀ ਰੀਪੋਰਟ; 20 ਮਾਰਚ 1867 ।

ਨਜ਼ਰ-ਬੰਦੀ ਤੋਂ ਖਲਾਸੀ

ਨਜ਼ਰ-ਬੰਦੀ ਦੇ ਸਮੇਂ ਭਾਵੇਂ ਕੂਕਿਆਂ ਦੀਆਂ ਸਰਗਰਮੀਆਂ ਬਾਹਰੋਂ ਘੱਟ ਦਿਸਦੀਆਂ ਸਨ ਪਰ ਅੰਦਰੋਂ ਅੰਦਰ ਇਨ੍ਹਾਂ ਦਾ ਪ੍ਰਚਾਰ ਤੇਜ਼ ਸੀ ਤੇ ਗਿਣਤੀ ਭੀ ਕੁਝ ਵਧ ਗਈ ਸੀ। ਸੰਨ 1867 ਵਿਚ ਅੰਬਾਲੇ ਤੇ ਲਾਡਵੇ ਦੇ ਪਰਗਣਿਆਂ ਵਿਚ ਸੁਧ ਸਿੰਘ ਤੇ ਕਾਹਨ ਸਿੰਘ ਦੀ ਹਿੰਮਤ ਨਾਲ ਪੰਦਰਾਂ ਕੁ ਪਿੰਡਾਂ ਵਿਚ ਕੋਈ ਚਾਰ ਹਜ਼ਾਰ ਦੇ ਲਗਭਗ ਕੂਕਾ ਵਧ ਗਿਆ। ਇਸੇ ਤਰ੍ਹਾਂ ਗੁਜਰਾਂਵਾਲਾ, ਸਿਆਲਕੋਟ ਤੇ ਲਾਹੌਰ ਵਿਚ ਭੀ ਕੂਕਿਆਂ ਨੇ ਕਾਫੀ ਉੱਨਤੀ ਕੀਤੀ। ਪਰ ਗਿਣਤੀ ਵਧਾਉਣ ਦੇ ਖਿਆਲ ਨੇ ਕੂਕਿਆਂ ਨੂੰ ਆਪਣੇ ਆਚਰਣ ਵਿਚ ਪਹਿਲੇ ਜਿਤਨਾਂ ਪੱਕਾ ਨਾ ਰਹਿਣ ਦਿੱਤਾ। ਪਹਿਲੇ ਦਿਨਾਂ ਵਿਚ ਚੋਰੀ ਯਾਰੀ ਸੰਬੰਧੀ ਭਾਈ ਰਾਮ ਸਿੰਘ ਦੇ ਹੁਕਮ ਤੇ ਉਨ੍ਹਾਂ ਦੇ ਉਲੰਘਣ ਦੇ ਡੰਡ ਬੜੇ ਸਖਤ ਹੁੰਦੇ ਸਨ, ਪਰ ਸੰਨ 1867 ਵਿਚ ਭਾਈ ਰਾਮ ਸਿੰਘ ਇਨ੍ਹਾਂ ਗੱਲਾਂ ਸੰਬੰਧੀ ਜ਼ਰਾ ਕੁ ਨਰਮ ਹੋ ਗਏ ਜਾਪਦੇ ਹਨ। ਪਹਿਲੇ ਪਹਿਲ ਤਾਂ ਇਸ ਪ੍ਰਕਾਰ ਦੇ ਦੋਖੀਆਂ ਨੂੰ ਆਪ ਝੱਟ ਸੰਗਤ ਵਿਚੋਂ ਖਾਰਜ ਕਰ ਦਿਆ ਕਰਦੇ ਸਨ, ਪਰ ਹੁਣ ਕਈ ਇਕ ਵਾਰਦਾਤਾਂ ਹੋ ਜਾਣ ਪਰ ਭੀ ਆਪ ਨੇ ਦੋਖੀਆਂ ਵਿਰੁਧ ਕੋਈ ਕਰੜੀ ਕਾਰਵਾਈ ਨਾ ਕੀਤੀ, ਜਿਸ ਕਰਕੇ ਕੂਕਿਆਂ ਦੇ ਆਚਰਣ ਵਿਚ ਢਿਲਿਆਈ ਦਾ ਵਧਦਾ ਜਾਣਾ ਕੋਈ ਜ਼ਿਆਦਾ ਹੈਰਾਨੀ ਦਾ ਕਾਰਣ ਨਹੀਂ ਸੀ। ਇਸ ਗੱਲ ਨੇ ਲੋਕਾਂ ਵਿਚ ਕੂਕਿਆਂ ਨੂੰ ਕੁਝ ਕੁ ਬਦਨਾਮ ਕਰ ਦਿੱਤਾ ਤੇ ਉਨ੍ਹਾਂ ਦੀ ਲਹਿਰ ਪਹਿਲੇ ਜਿਤਨੀ ਹਰਮਨ-ਪਿਆਰੀ ਨਾ ਰਹੀ।

ਭਾਈ ਰਾਮ ਸਿੰਘ ਦੀ ਭੈਣੀ ਵਿਚ ਨਜ਼ਰ-ਬੰਦੀ ਤੇ ਕੂਕਿਆਂ ਪਰ ਪੁਲੀਸ ਦੀ ਨਿਗਰਾਨੀ ਨੇ ਉਨ੍ਹਾਂ ਦੀਆਂ ਸਰਕਾਰ ਵਿਰੁੱਧ ਗੱਲਾਂ-ਬਾਤਾਂ ਵਿਚ ਰੋਕ ਪਾ ਦਿੱਤੀ, ਤੇ ਜ਼ਿਆਦਾ ਜੋਸ਼ੀਲੇ ਕੂਕੇ ਭੀ ਮੂੰਹੋਂ ਕੁਝ ਆਖਣ ਵੇਲੇ ਜ਼ਰਾ ਸੋਚ ਵਿਚਾਰ ਤੋਂ ਕੰਮ ਲੈਣ ਲਗ ਪਏ। ਇਹ ਲਹਿਰ ਰਾਜਸੀ ਤਾਂ ਮੁੱਢੋਂ ਹੀ ਨਹੀਂ ਸੀ, ਪਰ ਜੇਹੜੇ ਮਨਚਲੇ ਕਈ ਗੱਲਾਂ-ਬਾਤਾਂ ਵਿਚ ਕੁਝ ਬੇਥਵੀਆਂ ਲਾ ਛੱਡਦੇ ਸਨ ਓਹ ਭੀ ਸੰਭਲ ਗਏ ਤੇ ਆਪਣੀਆਂ ਸਰਗਮੀਆਂ ਨੂੰ ਨਿਰੋਲ ਧਾਰਮਕ ਕੰਮਾਂ ਵਲ ਲਾ ਦਿੱਤਾ। ਕੁਦਰਤੀ ਤੌਰ ਤੇ ਇਸ ਦਾ ਅਸਰ ਸਰਕਾਰ ਨੂੰ ਪੁੱਜ ਰਹੀਆਂ ਰੀਪੋਰਟਾਂ ਉੱਤੇ ਭੀ ਪੈਣਾ ਸੀ। ਚੁਨਾਂਚਿ ਸੰਨ 1867 ਦੀਆਂ ਜਿਤਨੀਆਂ ਭੀ ਪੁਲੀਸ-ਰੀਪੋਰਟਾਂ ਹਨ ਉਨ੍ਹਾਂ ਸਾਰੀਆਂ ਵਿਚ ਹੀ ਕੂਕਿਆਂ ਦੇ ਨਿਰੋਲ ਧਾਰਮਕ ਹੋਣ ਦਾ ਜ਼ਿਕਰ ਹੈ।

ਹੁਸ਼ਿਆਰਪੁਰ ਦੇ ਇੰਸਪੈਕਟਰ ਪੁਲੀਸ ਫਜ਼ਲ ਹੁਸੈਨ ਨੇ ਮਾਰਚ 1867 ਦੇ ਆਨੰਦਪੁਰ ਦੇ ਹੋਲੇ ਮਹੱਲੇ ਦੇ ਮੇਲੇ ਦੀ ਰੀਪੋਰਟ ਵਿਚ 20 ਮਾਰਚ 1867 ਨੂੰ ਲਿਖਿਆ ਹੈ ਕਿ ਖ਼ੁਦ ਰਾਮ ਸਿੰਘ ਨਾਲ ਮੁਲਾਕਾਤ ਕਰਨ ਪਿੱਛੋਂ ਮੇਰੀ ਇਹ ਰਾਏ ਹੈ ਕਿ ਓਹ ਕੁਝ ਭੀ ਸਰਕਾਰ ਦੇ ਵਿਰੁੱਧ ਨਹੀਂ ਕਰਦਾ, ਹਾਂ ਉਸ ਦੇ ਸੂਬਿਆਂ ਵਿਚ ਕੁਝ ਕੁ ਭੈੜੇ ਬੰਦੇ ਹਨ ਜੋ ਉਸ ਨੂੰ ਬਦਨਾਮ ਕਰਦੇ ਹਨ।

ਅੰਬਾਲੇ ਦੇ ਸੁਪ੍ਰਿੰਟੈਂਡੈਂਟ ਪੁਲੀਸ ਕੈਪਟਨ ਹੈਰਿਸ ਜਿਸ ਦੇ ਇਲਾਕੇ ਵਿਚ ਸੰਨ 1867 ਵਿਚ ਕੂਕਿਆਂ ਦੀ ਕਾਫੀ ਗਿਣਤੀ ਵਧੀ ਸੀ, ਲਿਖਦਾ ਹੈ ਕਿ ਜ਼ਿਲੇ ਦੇ ਜਿਤਨੇ ਭੀ ਮੋਹਤਬਰ ਤੇ ਰਸੂਖ ਵਾਲੇ ਆਦਮੀਆਂ ਪਾਸੋਂ ਕੂਕਾ ਲਹਿਰ ਸੰਬੰਧੀ ਪੁਛ-ਗਿਛ ਕੀਤੀ ਗਈ ਹੈ ਉਨ੍ਹਾਂ ਸਭ ਦਾ ਇਹ ਹੀ ਖਿਆਲ ਹੈ ਕਿ ਹਾਲ ਤਕ ਕੂਕਿਆਂ ਦੀਆਂ ਸਰਗਰਮੀਆਂ ਨਿਰੋਲ ਧਾਰਮਕ ਹਨ। ਸਿਆਲਕੋਟ ਦੇ ਡਿਪਟੀ ਕਮਿਸ਼ਨਰ ਮੇਜਰ ਮਰਸਰ ਨੇ ਭੀ ਆਪਣੀ ਪੜਤਾਲ ਦੇ ਆਧਾਰ ਤੇ ਇਸੇ ਗੱਲ ਦੀ ਪੁਸ਼ਟੀ ਕੀਤੀ। ਖ਼ੁਦ ਇੰਸਪੈਕਟਰ ਜਨਰਲ ਪੁਲੀਸ ਪੰਜਾਬ ਆਪਣੀ ਸੰਨ 1867 ਦੀ ਸਾਲਾਨਾ ਰੀਪੋਰਟ ਲਿਖੀ ਹੈ ਕਿ ਜਿਨ੍ਹਾਂ ਭੀ ਆਦਮੀਆਂ ਨਾਲ ਮੈਂ ਕੂਕਿਆਂ ਸੰਬੰਧੀ ਗੱਲ-ਬਾਤ ਕੀਤੀ ਹੈ ਓਹ ਇਸ ਖਿਆਲ ਤੇ ਹੀ ਹੱਸ ਪੈਂਦੇ ਹਨ ਕਿ ਕੂਕਿਆਂ ਦੀ ਲਹਿਰ ਦੀ ਕੋਈ ਰਾਜਸੀ ਖਸੂਸੀਅਤ ਭੀ ਹੈ। ਓਹ ਇਸ ਨੂੰ ਨਿਰੀ ਧਾਰਮਕ ਲਹਿਰ ਹੀ ਸਮਝਦੇ ਹਨ। ਇਹ ਠੀਕ ਹੈ ਕਿ ਸਾਰੇ ਹੀ ਸਿਖ, ਸਮੇਤ ਕੂਕਿਆਂ ਦੇ , ਬੜੇ ਖੁਸ਼ ਹੋਣਗੇ ਜੇ ਮੁੜ ਓਨ੍ਹਾਂ ਦਾ ਆਪਣਾ ਰਾਜ ਕਾਇਮ ਹੋ ਜਾਏ, ਪਰ ਮੈਨੂੰ ਕੂਕਿਆਂ ਦੀ ਗਿਣਤੀ ਵਧਣ ਤੋਂ ਕੋਈ ਖਤਰਾ ਨਹੀਂ ਦਿਸਦਾ।

ਇਸ ਪ੍ਰਕਾਰ ਦੀਆਂ ਰੀਪੋਰਟਾਂ ਦੇ ਆਧਾਰ ਤੇ ਸੰਨ 1867 ਦੇ ਆਰੰਭ ਵਿਚ ਸਰਕਾਰ ਪੰਜਾਬ ਨੇ ਭਾਈ ਰਾਮ ਸਿੰਘ ਨੂੰ ਨਜ਼ਰ-ਬੰਦੀ ਤੋਂ ਆਜ਼ਾਦ ਕਰ ਦਿੱਤਾ ਤੇ ਉਨ੍ਹਾਂ ਨੂੰ ਖੁਲ੍ਹ ਦੇ ਦਿਤੀ ਕਿ ਓਹ ਜਿਥੇ ਚਾਹੁਣ ਵਿਚਰਨ। ਸੰਨ 1867 ਦੇ ਆਖੀਰ ਵਿਚ ਇੰਸਪੈਕਟਰ ਜਨਰਲ ਖੁਸ਼ੀ ਪ੍ਰਗਟ ਕਰਦਾ ਹੈ ਕਿ ਨਜ਼ਰ-ਬੰਦੀ ਤੋਂ ਆਜ਼ਾਦ ਹੋਣ ਪਰ ਭਾਈ ਰਾਮ ਸਿੰਘ ਤੇ ਉਨ੍ਹਾਂ ਦੇ ਸੰਗੀ ਕੂਕਿਆਂ ਦਾ ਚਾਲ ਚਲਨ ਬਿਲਕੁਲ ਅਮਨ-ਪਸੰਦ ਰਿਹਾ ਹੈ ਅਤੇ ਜੋ ਖੁਲ੍ਹ ਉਨ੍ਹਾਂ ਨੂੰ ਦਿੱਤੀ ਗਈ ਹੈ, ਓਨ੍ਹਾਂ ਨੇ ਆਪਣੇ ਆਪ ਨੂੰ ਉਸ ਦੇ ਯੋਗ ਸਿਧ ਕੀਤਾ ਹੈ।[1]

---

1. ਇੰਸਪੈਕਟਰ ਜਨਰਲ ਪੋਲੀਸ ਪੰਜਾਬ ਦੀ 1867 ਦੀ ਰੀਪੋਰਟ ।

ਭੈਣੀ ਵਿਚ ਦੁਸਹਿਰੇ ਦਾ ਮੇਲਾ
(ਅਕਤੂਬਰ 1867)

ਭਾਈ ਰਾਮ ਸਿੰਘ ਦੀ ਨਜ਼ਰ ਬੰਦੀ ਤੋਂ ਖਲਾਸੀ ਦੇ ਬਾਦ ਕੂਕਿਆਂ ਦਾ ਪਹਿਲਾ ਇਕੱਠ ਜੋ ਭੈਣੀ ਵਿਚ ਕਾਫ਼ੀ ਗਿਣਤੀ ਵਿਚ ਹੋਇਆ, ਇਹ ਸੰਨ 1867 ਦੇ ਦੁਸਹਿਰੇ ਦੇ ਮੌਕੇ ਤੇ ਸੀ। ਇਸ ਵੇਲੇ ਤਿੰਨ ਕੁ ਹਜ਼ਾਰ ਕੂਕਾ ਜਮ੍ਹਾਂ ਹੋਇਆ। ਕਾਨ੍ਹਾਂ ਸਿੰਘ ਹੁਸ਼ਿਆਰ ਪੁਰੀਆਂ, ਲੱਖਾ ਸਿੰਘ, ਸਦਾ ਸਿੰਘ, ਨੱਥਾ ਸਿੰਘ, ਸਾਹਿਬ ਸਿੰਘ, ਜਵਾਹਿਰ ਸਿੰਘ, ਖਜ਼ਾਨ ਸਿੰਘ, ਵਜ਼ੀਰ ਸਿੰਘ ਤੇ ਨਰਾਇਣ ਸਿੰਘ ਆਦਿ ਸੂਬੇ ਭੀ ਪੁਜੇ ਹੋਏ ਸਨ। ਪਟਿਆਲੀਆ ਜਾਗੀਰਦਾਰ ਸਰਦਾਰ ਮੰਗਲ ਸਿੰਘ ਰਾਇਪੁਰੀਆਂ ਭੀ ਪੰਜਾਂ ਸਵਾਰਾਂ ਸਮੇਤ ਭਾਈ ਰਾਮ ਸਿੰਘ ਦੇ ਦਰਸ਼ਨਾਂ ਨੂੰ ਆਇਆ ਹੋਇਆ ਸੀ।

ਸਰਦਾਰ ਮੰਗਲ ਸਿੰਘ ਨੇ ਭਾਈ ਰਾਮ ਸਿੰਘ ਨੂੰ ਦਸਿਆ ਕਿ ਉਸ ਦੀ ਬਦਲੀ ਧੌਲਪੁਰ ਦੀ ਹੋ ਗਈ ਹੈ ਤੇ ਓਹ ਦੋ ਸੌ ਰੁਪਿਆ ਮਹੀਨਾ ਭੇਜਦਾ ਰਹੇਗਾ। ਭਾਈ ਰਾਮ ਸਿੰਘ ਨੇ ਸਰਦਾਰ ਮੰਗਲ ਸਿੰਘ ਨੂੰ ਦੱਸਿਆ ਕਿ ਮੈਂ ਅਨੰਦਪੁਰ ਦੇ ਪੁਜਾਰੀਆਂ ਨੂੰ ਲਿਖਿਆ ਹੈ ਕਿ ਉਹ ਸਾਨੂੰ ਤਾਂ ਅਨੰਦਪੁਰ ਦੇ ਗੁਰਦਵਾਰੇ ਜਾਣੋਂ ਰੋਕਦੇ ਹਨ, ਪਰ ਦੂਸਰੇ ਪਾਸੇ ਮਾਸ ਖਾਣ ਤੇ ਸ਼ਰਾਬ ਪੀਣ ਵਾਲਿਆਂ ਨੂੰ ਕੁਝ ਨਹੀਂ ਆਖਿਆ ਜਾਂਦਾ, ਇਸ ਗੱਲ ਦਾ ਪੁਜਾਰੀਆਂ ਨੂੰ ਇਹ ਡੰਡ ਦਿੱਤਾ ਜਾਏਗਾ ਕਿ ਉਨ੍ਹਾਂ ਦਾ ਨਾਮ ਉਸ ਸੂਚੀ ਵਿਚ ਲਿਖ ਦਿੱਤਾ ਜਾਏਗਾ ਜੋ ਅਸਾਂ ਗੁਰੂ ਸਾਹਿਬ ਨੂੰ ਲਿਖ ਘੱਲਣੀ ਹੈ। ਸਾਡੀ ਪੁਜਾਰੀਆਂ ਦੇ ਨਾਮ ਇਹ ਚਿੱਠੀ ਹਾਕਮਾਂ ਨੇ ਫੜ ਲਈ ਹੈ। ਇਹ ਸੁਣਦੇ ਸਾਰ ਮੰਗਲ ਸਿੰਘ ਨੇ ਕਿਹਾ ਕਿ ਉਮੈਦ ਹੈ ਕਿ ਸਰਕਾਰ ਤੁਹਾਨੂੰ ਕੋਈ ਕਸ਼ਟ ਨਹੀਂ ਦੇਵੇਗੀ। ਭਾਈ ਰਾਮ ਸਿੰਘ ਨੇ ਆਖਿਆ ਕਿ ਸਰਕਾਰ ਨੇ ਸੰਮਤ 1919 (–1920, ਸੰਨ 1863 ਈ:) ਵਿਚ ਸਾਨੂੰ ਔਖਿਆ ਕੀਤਾ ਸੀ ਤਾਂ ਉਨ੍ਹਾਂ ਦੇ ਜਹਾਜ਼ ਤੂਫਾਨ ਵਿਚ ਫਸ ਗਏ ਸਨ ਤੇ ਗਵਰਨਰ ਜਨਰਲ ਮਰ ਗਿਆ ਸੀ। ਜੇ ਹੁਣ ਇਨ੍ਹਾਂ ਨੇ ਸਾਨੂੰ ਤੰਗ ਕੀਤਾ ਤਾਂ ਇਨ੍ਹਾਂ ਦੇ ਘਰਾਂ ਨੂੰ ਅੱਗ ਲੱਗ ਜਾਏਗੀ ਤੇ ਸਤਿਗੁਰੂ ਰੂਸ ਵਾਲਿਆਂ ਨੂੰ ਇਧਰ ਨੂੰ ਤੋਰ ਦੇਵੇਗਾ; ਰੂਸੀ ਆਪਣੇ ਆਪ ਨਹੀਂ ਚਲੇ ਆ ਰਹੇ।

ਇਸ ਵੇਲੇ ਅੰਬਾਲਾ ਪੁਲੀਸ ਦੇ ਇਕ ਸਿਪਾਹੀ ਕਾਨ੍ਹ ਸਿੰਘ ਨੇ ਆ ਕੇ

ਦੱਸਿਆ ਕਿ ਭਾਈ ਹਰਨਾਮ ਸਿੰਘ ਕੂਕਾ ਤੇ ਪਿਰਾਗ ਦਾਸ[1] ਬਚ ਨਹੀਂ ਸਕੇ ਬਲਕਿ ਉਨ੍ਹਾਂ ਨੂੰ ਅੰਬਾਲੇ ਸਜ਼ਾ ਹੋ ਗਈ ਹੈ ਤੇ ਦੇਸ ਨਿਕਾਲਾ ਮਿਲ ਗਿਆ ਹੈ। ਮੈਂ ਇਨ੍ਹਾਂ ਦੇ ਨਾਲ ਲੁਧਿਆਨੇ ਤੱਕ ਆਇਆ ਹਾਂ ਤੇ ਸੇਵਾ ਕਰਦਾ ਰਿਹਾ ਹਾਂ। ਕਾਨ੍ਹ ਸਿੰਘ ਨੇ ਇਹ ਭੀ ਦੱਸਿਆ ਕਿ ਮੈਨੂੰ ਡਿਸਟਰਿਕਟ ਸੁਪਿਰਟੈਂਡੈਂਟ ਪੁਲੀਸ ਵੱਲੋਂ ਇਕ ਤਮਗਾ ਮਿਲਿਆ ਹੈ ਜਿਸ ਦੇ ਗਲ ਵਿਚ ਪਹਿਨਣ ਦਾ ਹੁਕਮ ਹੈ, ਪਰ ਮੈਂ ਪਾਉਣਾ ਨਹੀਂ ਚਾਹੁੰਦਾ। ਭਾਈ ਰਾਮ ਸਿੰਘ ਨੇ ਕਿਹਾ 'ਜਿਤਨਾ ਚਿਰ ਏਥੇ ਹੈਗੇ, ਪਾ ਲੈ, ਜਦ ਤੁਰ ਜਾਣਗੇ, ਲਾਹ ਛੱਡੀਂ। ਭਾਵੇਂ ਸਾਨੂੰ ਤਰਖਾਣ ਆਖਿਆ ਜਾਂਦਾ ਹੈ, ਪਰ ਅਸੀਂ ਹੀ ਸਾਰਿਆਂ ਤੋਂ ਉੱਚੇ ਹੋਵਾਂਗੇ।' ਕਾਨ੍ਹ ਸਿੰਘ ਨੇ ਬੇਨਤੀ ਕੀਤੀ ਕਿ ਮੈਨੂੰ ਸਦਾ ਆਪਣੇ ਚਰਨਾਂ ਵਿਚ ਨਿਵਾਸ ਬਖਸ਼ੋ, ਜਿਸ ਦੇ ਉਤ੍ਰ ਵਿਚ ਭਾਈ ਸਾਹਿਬ ਨੇ ਕਿਹਾ ਕਿ ਜਾਓ, ਨੌਕਰੀ ਛੱਡ ਆਓ।

ਦੁਸਹਿਰੇ ਦੇ ਇਕੱਠ ਤੇ ਕੂਕਿਆਂ ਨੂੰ ਭਾਈ ਸਾਹਿਬ ਵਲੋਂ ਹਿਦਾਇਤ ਕੀਤੀ ਗਈ ਕਿ ਉਹ ਦੀਵਾਲੀ ਦੇ ਮੌਕੇ ਤੇ ਸ੍ਰੀ ਅੰਮ੍ਰਿਤਸਰ ਪੁਜਣ, ਤੇ ਖਿਆਲ ਸੀ ਕਿ ਪੰਦਰਾਂ ਕੁ ਹਜ਼ਾਰ ਕੂਕਾ ਜਮਾਂ ਹੋ ਜਾਏਗਾ।

ਇਸ ਮੌਕੇ ਤੇ ਇਹ ਗੱਲ ਭੀ ਆਮ ਸੁਣੀ ਗਈ ਕਿ ਭਾਈ ਰਾਮ ਸਿੰਘ ਆਪਣੇ ਆਪ ਨੂੰ ਉਹੋ ਹੀ ਅਵਤਾਰ ਦੱਸਦਾ ਹੈ ਜਿਸ ਵਲ ਕਿ ਗੁਰੂ ਨਾਨਕ ਸਾਹਿਬ ਨੇ ਬਾਬਰਵਾਣੀ ਸੰਬੰਧੀ ਸ਼ਬਦ ਵਿਚ 'ਮਰਦ ਕਾ ਚੇਲਾ' ਕਹਿ ਕੇ ਇਸ਼ਾਰਾ ਕੀਤਾ ਹੈ। ਤਿਲੰਗ ਰਾਗ ਦੇ ਇਕ ਸ਼ਬਦ ਵਿਚ ਗੁਰੂ ਨਾਨਕ, ਭਾਈ ਲਾਲੋ ਨੂੰ ਸਨਮੁਖ ਕਰ ਕੇ, ਸੰਮਤ (ਆਪਣੇ ਸਮੇਂ ਦੇ ਬਿਕਰਮੀ ਪੰਦਰਾਂ ਸੌ) ਅਠਤ੍ਰੇ ਦੇ ਬਾਬਰ ਹਿੰਦੋਸਤਾਨ ਪਰ ਹੱਲੇ ਦਾ ਹਾਲ ਦੱਸਦੇ ਹੋਏ ਕਹਿੰਦੇ ਹਨ ਕਿ ਬਾਬਰ ਦੀ ਪਾਪ ਦੀ ਜੰਞ ਦੇ ਜਾਂਞੀ ਕਾਬਲੀਏ

'ਆਵਨਿ ਅਠਤਰੇ, ਜਾਨਿ ਸਤਾਨਵੈ,
ਤੇ
ਹੋਰੁ ਭੀ ਉਠਸੀ ਮਰਦ ਕਾ ਚੇਲਾ।'

ਪਰ ਭਾਈ ਰਾਮ ਸਿੰਘ ਨੇ ਇਸ ਦਾ ਅਰਥ ਇਹ ਕੀਤਾ ਕਿ ਅਸਲ ਵਾਕੇ ਬਾਬਰ ਦੇ ਹੱਲੇ ਤੋਂ ਤਿੰਨ ਸੌ ਸਾਲ ਬਾਦ ਸੰਮਤ 1878 ਵਿਚ ਇਕ 'ਮਰਦ ਕਾ ਚੇਲਾ' ਜਨਮ ਲਏਗਾ ਤੇ 1897 ਵਿਚ ਆਪਣੇ ਗੁਰੂ ਪਾਸੋਂ ਗੁਰ ਦੀਖਿਆ ਪ੍ਰਾਪਤ ਕਰੇਗਾ ਅਤੇ ਇਸ ਆਪਣੇ ਅਰਥ ਨੂੰ ਖੁਦ ਆਪਣੇ ਉਤੇ ਘਟਾਉਣ ਲਈ ਆਪ ਨੇ ਇਹ ਜ਼ਾਹਰ ਕੀਤਾ ਕਿ ਉਨ੍ਹਾਂ ਦਾ ਜਨਮ ਸੰਮਤ 1878 (ਸੰਨ 1821 ਈ:) ਵਿਚ

1. ਇਹ ਪਤਾ ਨਹੀਂ ਚਲ ਸਕਿਆ ਕਿ ਹਰਨਾਮ ਸਿੰਘ ਕੂਕਾ ਤੇ ਪਿਰਾਗ ਦਾਸ ਨੂੰ ਕਿਸ ਤਰ੍ਹਾਂ ਦੇ ਮੁਕੱਦਮੇ ਵਿਚ ਸਜ਼ਾ ਹੋਈ ਸੀ।

ਹੋਇਆ ਸੀ ਤੇ ਸੰਮਤ 1897 (ਸੰਨ 1840-41) ਵਿਚ ਬਾਬਾ ਬਾਲਕ ਸਿੰਘ ਪਾਸੋਂ ਹਜ਼ਰੋ ਗੁਰ-ਮੰਤ੍ਰ ਲਿਆ ਸੀ।[2] ਇਤਿਹਾਸਕ ਗਵਾਹੀਆਂ ਦੇ ਅਧਾਰ ਤੇ ਇਹ ਦੱਸ ਦੇਣਾ ਲਾਭਦਾਇਕ ਹੋਵੇਗਾ ਕਿ ਭਾਈ ਰਾਮ ਸਿੰਘ ਦੇ ਜਨਮ ਦਾ ਸੰਮਤ 1872 ਬਿਕ੍ਰਮੀ ਹੈ।[3]

2. ਕੂਕਾ ਪੇਪਰਜ਼, ਸੰਨ 1867 ਦੀ ਰੀਪੋਰਟ
3. ਮਹਾਨ ਕੋਸ਼ ਜਿਲਦ 4, ਪੰ: 3094; ਸਤਿਜੁਗ ਦੇ ਸੰਮਤ 1986 ਦੇ ਬਸੰਤ ਨੰਬਰ ਵਿਚ ਭਾਈ ਇੰਦਰ ਸਿੰਘ ਚੱਕ੍ਰਵਰਤੀ ਦਾ ਲੇਖ।

ਸੰਮਤ 1824 ਦੀ ਦੀਵਾਲੀ
(ਅਕਤੂਬਰ 1867)

ਜਿਵੇਂ ਪਿਛੇ ਲਿਖਿਆ ਜਾ ਚੁੱਕਾ ਹੈ, ਦੁਸਹਿਰੇ ਦੇ ਮੇਲੇ ਤੇ ਭਾਈ ਰਾਮ ਸਿੰਘ ਨੇ ਕੂਕਿਆਂ ਨੂੰ ਹਿਦਾਇਤ ਕਰ ਦਿਤੀ ਸੀ ਕਿ ਆਉਣ ਵਾਲੀ ਦੀਵਾਲੀ ਦੇ ਮੌਕੇ ਤੇ ਸੰਗਤ ਹੁਮ-ਹੁਮਾ ਕੇ ਸ੍ਰੀ ਅੰਮ੍ਰਿਤਸਰ ਪਹੁੰਚੇ। ਭਰ ਚੂੰਕਿ ਦੇਸ਼ ਵਿਚ ਹੈਜ਼ੇ ਤੇ ਬੁਖਾਰ ਦੀ ਬੀਮਾਰੀ ਦਾ ਜ਼ੋਰ ਚੱਲ ਰਿਹਾ ਸੀ ਇਸ ਲਈ ਲੋਕ ਬੜੀ ਘੱਟ ਗਿਣਤੀ ਵਿਚ ਆਏ ਅਤੇ ਮੇਲੇ ਤੇ ਮਾਲ ਮੰਡੀ ਵਿਚ ਜ਼ਿਆਦਾ ਰੌਣਕ ਨਾ ਹੋਈ। ਮੇਲੇ ਦੇ ਮੌਕੇ ਤੇ ਪੁਲੀਸ ਦਾ ਪ੍ਰਬੰਧ ਡਿਸਟ੍ਰਿਕਟ ਸੁਪ੍ਰਿੰਟੈਂਡੈਂਟ ਕੈਪਟਨ ਮੈਨਜ਼ੀਜ਼ ਦਾ ਸੀ, ਜਿਸ ਨੂੰ ਕਿ ਭਾਈ ਰਾਮ ਸਿੰਘ ਸੰਬੰਧੀ ਦੇਖ ਭਾਲ ਕਰਨ ਦੀ ਹਿਦਾਇਤ ਸੀ। ਕਰਨਲ ਮੈਕਐਂਡਰੀਊ ਡਿਪਟੀ ਇੰਸਪੈਕਟਰ ਜਨਰਲ, ਲਾਹੌਰ ਸਰਕਲ, ਭੀ ਆਇਆ ਹੋਇਆ ਸੀ।

ਸੰਨ 1863 ਦੀ ਵਿਸਾਖੀ ਤੋਂ ਸਾਢੇ ਚਾਰ ਸਾਲ ਬਾਦ ਇਹ ਪਹਿਲਾ ਮੌਕਾ ਸੀ ਕਿ ਭਾਈ ਰਾਮ ਸਿੰਘ ਨੂੰ ਅੰਮ੍ਰਿਤਸਰ ਆਉਣ ਦੀ ਆਗਿਆ ਮਿਲੀ ਸੀ। ਭਾਈ ਰਾਮ ਸਿੰਘ 25 ਅਕਤੂਬਰ 1867 ਨੂੰ ਅੰਮ੍ਰਿਤਸਰ ਪੁੱਜੇ। ਇਨ੍ਹਾਂ ਦੇ ਪਿਤਾ ਬਾਬਾ ਜੱਸਾ ਸਿੰਘ, ਇਨ੍ਹਾਂ ਦੀ ਸਿੰਘਣੀ, ਅਤੇ ਲੜਕੀ ਬੀਬੀ ਰਾਮ ਦਈ ਭੀ ਇਨ੍ਹਾਂ ਦੇ ਨਾਲ ਸਨ ਅਤੇ ਬਾਰਾਂ ਯਾ ਚੌਦਾਂ ਹੋਰ ਸਿੰਘ ਇਨ੍ਹਾਂ ਦੇ ਨਾਲ ਸਨ। ਅੱਠ ਕੁ ਸੌ ਕੂਕੇ ਅੱਗੇ ਹੀ ਅੰਮ੍ਰਿਤਸਰ ਪੁਜੇ ਹੋਏ ਸਨ। ਭਾਈ ਰਾਮ ਸਿੰਘ ਦੇ ਡੇਰੇ ਦੀ ਥਾਂ ਸ਼ਹਿਰੋਂ ਮੀਲ ਕੁ ਦੀ ਵਿਥ ਤੇ ਚਾਟੀ ਵਿੰਡੋਂ ਬਾਹਰ ਇਕ ਖੂਹ ਤੇ ਨਿਯਤ ਕੀਤੀ ਹੋਈ ਸੀ ਤੇ ਤਾਲ ਉਨ੍ਹਾਂ ਦੇ ਸੰਗੀਆਂ ਲਈ ਪਾਣੀ ਨਾਲ ਭਰਿਆ ਹੋਇਆ ਸੀ, ਜਿਸ ਨੂੰ ਦੇਖ ਕੇ ਆਪ ਬੜੇ ਪ੍ਰਸੰਨ ਹੋਏ। 26 ਅਤੇ 27 ਅਕਤੂਬਰ ਨੂੰ ਚਾਰ ਕੁ ਸੌ ਕੂਕਾ ਹੋਰ ਆ ਪੁੱਜਾ ਤੇ ਸਾਰੀ ਵਹੀਰ ਬਾਰਾਂ ਕੁ ਸੌ ਦੀ ਹੋ ਗਈ। ਇਸ ਤੋਂ ਬਿਨਾਂ ਤਿੰਨ ਸਾਢੇ ਤਿੰਨ ਹਜ਼ਾਰ ਆਦਮੀ ਸ਼ਹਿਰ ਵਿਚ ਬੁੰਗਿਆਂ ਅਤੇ ਹੋਰ ਟਿਕਾਣਿਆਂ ਤੇ ਉਤਰਿਆ ਹੋਇਆ ਸੀ। ਇਸ ਮੌਕੇ ਉਤੇ ਸਾਰੇ ਸੂਬੇ, ਸਮੇਤ ਬੀਬੀ ਹੁਕਮੀ (ਸਪੁਤ੍ਰੀ ਭਾਈ ਰਤਨ ਸਿੰਘ, ਦਰੀਆ ਜ਼ਿਲ੍ਹਾ ਅੰਮ੍ਰਿਤਸਰ), ਜਿਸ ਨੂੰ ਕਿ ਸੂਬੇ ਦੀ ਪਦਵੀ ਮਿਲੀ ਹੋਈ ਸੀ, ਪੁਜੇ ਹੋਏ ਸਨ ਅਤੇ ਅੰਮ੍ਰਿਤਸਰ ਦੇ ਭਾਈ ਨਰੈਣ ਸਿੰਘ, ਜਵਾਹਰ ਸਿੰਘ ਤੇ ਰੂੜ ਸਿੰਘ ਭੀ ਹਾਜ਼ਰ ਸਨ।

ਭਾਈ ਰਾਮ ਸਿੰਘ ਨੂੰ ਅੰਮ੍ਰਿਤਸਰ ਪੁਜਦੇ ਸਾਰ ਇਤਲਾਹ ਦਿੱਤੀ ਗਈ ਕਿ

ਓਹ ਕਮਿਸ਼ਨਰ ਨੂੰ ਮਿਲਨ ਅਤੇ ਇੰਸਪੈਕਟਰ ਨਰੈਣ ਸਿੰਘ ਉਨ੍ਹਾਂ ਦੇ ਡੇਰੇ ਡਿਊਟੀ ਤੇ ਲਾਇਆ ਗਿਆ ਤਾਂਕਿ ਜਦ ਓਹ ਬਾਹਰ ਜਾਣ ਤਾਂ ਉਨ੍ਹਾਂ ਦੇ ਨਾਲ ਰਹੇ। ਭਾਈ ਰਾਮ ਸਿੰਘ 26 ਅਕਤੂਬਰ ਨੂੰ ਕਮਿਸ਼ਨਰ ਨੂੰ ਮਿਲੇ, ਉਨ੍ਹਾਂ ਨੂੰ ਕਿਹਾ ਗਿਆ ਕਿ ਜਿਥੇ ਓਹ ਚਾਹੁਣ, ਉਨ੍ਹਾਂ ਨੂੰ ਜਾਣ ਆਉਣ ਦੀ ਖੁਲ੍ਹ ਹੈ, ਪਰ ਜੇ ਓਹ ਠਾਠ ਨਾਲ ਦਰਬਾਰ ਸਾਹਿਬ ਜਾਣਾ ਚਾਹੁਣ ਤਾਂ ਓਹ ਸਿਰਫ ਐਤਵਾਰ 27 ਅਕਤੂਬਰ ਨੂੰ ਸਵੇਰੇ ਪੰਜ ਵਜੇ ਹੀ ਜਾ ਸਕਦੇ ਹਨ, ਤੇ ਪੰਜਾਹ ਆਦਮੀਆਂ ਤੋਂ ਜ਼ਿਆਦਾ ਉਨ੍ਹਾਂ ਨਾਲ ਨਹੀਂ ਜਾ ਸਕਣਗੇ। ਭਾਈ ਰਾਮ ਸਿੰਘ ਨੇ ਇਹ ਗੱਲ ਪ੍ਰਵਾਨ ਕਰ ਲਈ ਤੇ 27 ਅਕਤੂਬਰ ਨੂੰ ਸਵੇਰੇ ਪੰਜਾਹ ਸ਼ਰਧਾਲੂਆਂ ਸਮੇਤ ਦਰਬਾਰ ਸਾਹਿਬ ਦੇ ਦਰਸ਼ਨਾ ਲਈ ਗਏ। ਜਿਸ ਵੇਲੇ ਅੰਦਰ ਪੁਜੇ ਤਾਂ ਉਨ੍ਹਾਂ ਦੇ ਸੰਗੀਆਂ ਦੀ ਗਿਣਤੀ ਦੋ ਤਿੰਨ ਸੌ ਤਕ ਪੁੱਜ ਗਈ, ਕਿਉਂਕਿ ਜਿਤਨੇ ਭੀ ਕੂਕੇ ਇਸ ਵੇਲੇ ਦਰਬਾਰ ਸਾਹਿਬ ਵਿਚ ਸਨ, ਸਭ ਉਨ੍ਹਾਂ ਦੇ ਨਾਲ ਹੋ ਪਏ। ਸਭ ਤੋਂ ਪਹਿਲਾਂ ਆਪ ਦਰਬਾਰ ਸਾਹਿਬ ਹਾਜ਼ਰ ਹੋਏ ਜਿੱਥੋਂ ਕਿ ਆਪ ਨੂੰ ਇਕ ਦੁਸ਼ਾਲਾ ਤੇ ਦਸਤਾਰ ਸਿਰੋਪਾਉ ਵਜੋਂ ਮਿਲੇ, ਇਸੇ ਤਰ੍ਹਾਂ ਝੰਡੇ-ਬੁੰਗੇ ਤੋਂ ਦੁਪੱਟਾ ਤੇ ਦਸਤਾਰ ਅਤੇ ਬਾਬਾ ਅਟੱਲ ਤੋਂ ਕੱਢੀ ਹੋਈ ਕਿਨਾਰੀ ਵਾਲਾ ਦੁਪੱਟਾ ਤੇ ਦਸਤਾਰ ਮਿਲੇ। ਇਨ੍ਹੀਂ ਥਾਈਂ ਦਸਤੂਰ ਅਨੁਸਾਰ ਅਰਦਾਸ ਭੀ ਕਰ ਦਿੱਤੀ ਗਈ।

ਇਸ ਤੋਂ ਬਾਦ ਆਪ ਅਕਾਲ ਤਖਤ ਹਾਜ਼ਰ ਹੋਏ ਅਤੇ ਦੋ ਰੁਪਏ ਭੇਟਾ ਕੀਤੇ, ਜੋ ਪ੍ਰਵਾਣ ਕਰ ਲਏ ਗਏ। ਪਰ ਅਕਾਲ ਤਖਤ ਉਤੇ ਅਰਦਾਸ ਕੇਵਲ ਉਨ੍ਹਾਂ ਦੀ ਹੀ ਹੋ ਸਕਦੀ ਹੈ ਜੋ ਸਿੱਖੀ ਵਿਚ ਪੂਰਣ ਹੋਣ। ਇਸ ਲਈ ਓਥੇ ਦੇ ਪੁਜਾਰੀ ਸਿੰਘਾਂ ਨੇ ਭਾਈ ਰਾਮ ਸਿੰਘ ਉਤੇ ਕੁਝ ਇਤਰਾਜ਼ ਕੀਤੇ ਤੇ ਉਨ੍ਹਾਂ ਲਈ ਅਰਦਾਸ ਕਰਨੋਂ ਨਾਂਹ ਕਰ ਦਿੱਤੀ।

ਇੰਨਸਪੈਕਟਰ ਨਰਾਇਣ ਸਿੰਘ ਦਾ ਜੋ ਉਸ ਵੇਲੇ ਭਾਈ ਰਾਮ ਸਿੰਘ ਦੇ ਨਾਲ ਸੀ, ਬਿਆਨ ਹੈ ਕਿ ਪੁਜਾਰੀ ਸਿੰਘਾਂ ਨੇ ਭਾਈ ਰਾਮ ਸਿੰਘ ਨੂੰ ਦੋ ਵਾਰੀ ਆਖਿਆ ਸੀ ਕਿ ਜੇ ਉਹ ਆਪਣੀਆਂ ਨਵੀਆਂ ਕਾਢਾਂ ਛੱਡ ਦੇਣ ਤੇ ਤਨਖਾਹ ਲਿਆਉਣ ਤਾਂ ਅਰਦਾਸਾ ਕਰ ਦਿੱਤਾ ਜਾਏਗਾ, ਪਰ ਭਾਈ ਰਾਮ ਸਿੰਘ ਨੇ ਨਾਂਹ ਕਰ ਦਿੱਤੀ। ਇਸ ਲਈ ਪੁਜਾਰੀ ਸਿੰਘਾਂ ਨੇ ਅਰਦਾਸ ਨਾ ਕੀਤੀ।

28 ਅਕਤੂਬਰ ਨੂੰ ਭਾਈ ਰਾਮ ਸਿੰਘ ਫਿਰ ਦਰਬਾਰ ਸਾਹਿਬ ਦੇ ਦਰਸ਼ਨਾਂ ਨੂੰ ਗਏ। ਪਰ ਇਸ ਦਿਨ ਉਹ ਚੁਪ-ਚਾਪ ਹੀ ਗਏ। ਜਿਸ ਵੇਲੇ ਅੰਦਰ ਲੰਘ ਰਹੇ ਸਨ ਤਾਂ ਇੱਕ ਪੋਲੀਸ ਸਾਰਜੈਂਟ ਨੇ ਪੰਜਾਹ ਤੋਂ ਵੱਧ ਨਾਲ ਜਾਣ ਵਾਲਿਆਂ ਨੂੰ ਰੋਕ ਦਿੱਤਾ। ਇਸ ਪਰ ਭਾਈ ਲੱਖਾਂ ਸਿੰਘ ਨੂੰ, ਜੋ ਜ਼ਰਾ ਤੇਜ਼ ਤਬੀਅਤ ਸੀ, ਗੁੱਸਾ ਚੜ੍ਹ ਗਿਆ ਤੇ ਉਸ ਨੇ ਸਾਰਜੈਂਟ ਨੂੰ ਗਾਲੀ ਕੱਢ ਦਿੱਤੀ। ਇਬਰਾਹੀਮ ਖ਼ਾਨ ਇੰਸਪੈਕਟਰ

ਨੇ ਝੱਟ ਭਾਈ ਲੱਖਾ ਸਿੰਘ ਨੂੰ ਹੋਸ਼ ਲਿਆ ਦਿੱਤੀ, ਜਿਸ ਪਰ ਭਾਈ ਰਾਮ ਸਿੰਘ ਨੇ ਲੱਖਾ ਸਿੰਘ ਦੀ ਥਾਂ ਸਾਰਜੈਂਟ ਪਾਸੋਂ ਖ਼ਿਮਾ ਮੰਗ ਕੇ ਖਹਿੜਾ ਛੁਡਾਇਆ ਦਰਬਾਰ ਸਾਹਿਬ ਦੇ ਦਰਸ਼ਨ ਕਰਨ ਪਿਛੋਂ ਭਾਈ ਸਾਹਿਬ ਕੁਝ ਚਿਰ ਲਈ ਆਪਣੇ ਬੁੰਗੇ ਵਿਚ ਠਹਿਰੇ ਜਿਥੇ ਕਿ ਸਰਦਾਰ ਸ਼ਮਸ਼ੇਰ ਸਿੰਘ ਸੰਧਾਂਵਾਲੀਏ ਤੇ ਉਨ੍ਹਾਂ ਦੇ ਭਾਈ ਸਰਦਾਰ ਠਾਕਰ ਸੰਧਾਵਾਲੀਏ ਭਾਈ ਸਾਹਿਬ ਨੂੰ ਮਿਲਣ ਲਈ ਗਏ ਤੇ ਕੁਝ ਭੇਟ ਦਿੱਤੀ।

ਅੰਮ੍ਰਿਤਸਰ ਵਿਚ ਇਸ ਮੌਕੇ ਤੇ ਭਾਈ ਰਾਮ ਸਿੰਘ ਕੋਈ ਦੋ ਕੁ ਹਜ਼ਾਰ ਹੋਰ ਕੂਕੇ ਬਣਾਏ, ਜਿਨ੍ਹਾਂ ਵਿਚ ਆਦਮੀ, ਇਸਤ੍ਰੀਆਂ ਤੇ ਕੁਝ ਦਿਨਾਂ ਦੀ ਉਮਰ ਦੇ ਬੱਚੇ ਭੀ ਸਨ। ਇਨ੍ਹਾਂ ਬਚਿਆਂ ਨੂੰ ਕੂਕਿਆਂ ਵਿਚ ਇਸ ਲਈ ਸ਼ਾਮਿਲ ਕਰਨਾ ਜ਼ਰੂਰੀ ਸੀ ਤਾਂ ਕਿ ਸਾਰਾ ਟੱਬਰ ਇਕੱਠਾ ਪ੍ਰਸ਼ਾਦ ਛਕ ਸਕੇ, ਕਿਉਂਕਿ ਕੂਕੇ ਕਿਸੇ ਹੋਰ ਦੇ ਹੱਥੋਂ ਨਹੀਂ ਖਾਂਦੇ ਪੀਂਦੇ। ਗਿਣਤੀ ਚੂੰਕਿ ਜ਼ਿਆਦਾ ਸੀ ਅਤੇ ਭਾਈ ਸਾਹਿਬ ਲਈ ਇਕੱਲੇ ਇਕੱਲੇ ਨੂੰ ਗੁਰ-ਮੰਤ੍ਰ ਦੇਣਾ ਮੁਸ਼ਕਲ ਸੀ ਇਸ ਲਈ ਉਨ੍ਹਾਂ ਨੇ ਸਾਰਿਆਂ ਨੂੰ ਕਤਾਰਾਂ ਵਿਚ ਖੜ੍ਹੇ ਕਰ ਕੇ ਕਤਾਰ ਵਾਰ 'ਵਾਹਿਗੁਰ ਜੀ ਕਾ ਖਾਲਸਾ' ਉੱਚੀ ਆਵਾਜ਼ ਨਾਲ ਬੁਲਾ ਦਿੱਤਾ।

ਕਰਨਲ ਮੈਕਐਂਡਰੀਊ ਲਿਖਦਾ ਹੈ ਕਿ ਇਸ ਮੌਕੇ ਤੇ ਮੈਂ ਅੰਮ੍ਰਿਤਸਰ ਸਾਂ ਅਤੇ ਭਾਈ ਰਾਮ ਸਿੰਘ ਮੈਨੂੰ ਮਿਲਨ ਲਈ ਆਇਆ ਅਤੇ ਨਜ਼ਰ-ਬੰਦੀ ਤੋਂ ਆਪਣੀ ਖਲਾਸੀ ਲਈ ਸਰਕਾਰ ਦਾ ਧੰਨਵਾਦ ਕੀਤਾ।ਸ਼ਹਿਰ ਵਿਚ ਭਾਈ ਰਾਮ ਸਿੰਘ ਦੇ ਦਰਸ਼ਨਾਂ ਲਈ ਲੋਕਾਂ ਵਿਚ ਬੜੀ ਖਿੱਚ ਸੀ। ਮੈਂ ਸ੍ਰਦਾਰ ਮੰਗਲ ਸਿੰਘ ਰਾਮਗੜ੍ਹੀਆਂ ਸਰਬਰਾਹ ਸ੍ਰੀ ਦਰਬਾਰ ਸਾਹਿਬ ਅਤੇ ਕਈ ਸਿਖ ਪਤਵੰਤਿਆਂ ਪਾਸੋਂ ਭਾਈ ਰਾਮ ਸਿੰਘ ਸੰਬੰਧੀ ਰਾਏ ਪੁਛੀ। ਸਭ ਨੇ ਇਹ ਹੀ ਕਿਹਾ ਕਿ ਭਾਈ ਰਾਮ ਸਿੰਘ ਤਾਂ ਨੇਕ ਨੀਅਤ ਅਤੇ ਹਾਨੀ ਰਹਿਤ ਹੈ ਪਰ ਉਨ੍ਹਾਂ ਦੇ ਕੁਝ ਕੁ ਸੂਬਿਆਂ ਸੰਬੰਧੀ, ਤੇ ਖਾਸ ਕਰ ਭਾਈ ਸਾਹਿਬ ਸਿੰਘ ਸੰਬੰਧੀ ਜੋ ਉਨ੍ਹਾਂ ਦਾ ਜਾਨਸ਼ੀਨ ਬਣਨ ਵਾਲਾ ਹੈ, ਇਹ ਕੁਝ ਨਹੀਂ ਕਿਹਾ ਜਾ ਸਕਦਾ।

ਮੇਲਾ ਬੜੇ ਅਮਨ-ਅਮਾਨ ਨਾਲ ਗੁਜ਼ਾਰਿਆ। ਕੈਪਟਨ ਮੈਨਜ਼ੀਜ਼ ਲਿਖਦਾ ਹੈ ਕਿ ਮੈਂ ਅੰਮ੍ਰਿਤਸਰ ਦੀ ਦੀਵਾਲੀ ਦਾ ਕੋਈ ਮੇਲਾ ਇਤਨੇ ਅਮਨ ਨਾਲ ਗੁਜ਼ਾਰਿਆ ਨਹੀਂ ਦੇਖਿਆ ਜਿਤਨਾਂ ਕਿ ਇਹ ਸੰਨ 1867 ਦਾ ਸੀ। ਭਾਈ ਰਾਮ ਸਿੰਘ 9 ਨਵੰਬਰ ਤਕ ਅੰਮ੍ਰਿਤਸਰ ਠਹਿਰੇ ਤੇ ਫੇਰ ਭੈਣੀ ਨੂੰ ਮੁੜ ਗਏ।[1]

---

1. ਕੈਪਟਨ ਮੈਨਜ਼ੀਜ਼ ਦੀ ਰੀਪੋਰਟ; ਕਰਨਲ ਮੈਕਐਂਡਰੀਊ ਦੀ ਯਾਦਦਾਸ਼ਤ, ਇੰਸਪੈਕਟਰ ਜਨਰਲ ਪੋਲੀਸ ਦੀ ਰੀਪੋਰਟ, ਸੰਨ 1867 ।

ਮੜ੍ਹੀ ਮਸਾਣੀ ਢਾਇ ਕੇ ਕਰ ਦਿਓ ਮਦਾਨਾ

ਲੋਕਾਂ ਵਿਚ ਚੂੰਕਿ ਮੜ੍ਹੀ-ਪੂਜਾ ਤੇ ਕਬਰ-ਪ੍ਰਸਤੀ ਬੜੇ ਜ਼ੋਰਾਂ ਤੇ ਹੋ ਰਹੀ ਸੀ ਅਤੇ ਦੇਖਾ ਦੇਖੀ ਇਹ ਬੀਮਾਰੀ ਸਿਖਾਂ ਵਿਚ ਭੀ ਆ ਵੜੀ ਸੀ, ਇਸ ਲਈ ਲੋਕਾਂ ਨੂੰ ਇਸ ਅਨਮਤੀ ਮਨ-ਮਤ ਤੋਂ ਹਟਾ ਕੇ ਏਕ-ਸੇਵੀ ਬਣਾਉਣ ਲਈ ਭਾਈ ਰਾਮ ਸਿੰਘ ਜੀ ਉਪਦੇਸ਼ ਦੁਆਰਾ ਪ੍ਰੇਰਣਾ ਕਰਿਆ ਕਰਦੇ ਸਨ। ਕਿਸੇ ਮਤ ਦੇ ਭੀ ਨਵਿਆਂ ਨਵਿਆਂ ਚੇਲਿਆਂ ਵਿਚ ਬੜਾ ਜੋਸ਼ ਹੁੰਦਾ ਹੈ ਅਤੇ ਜੋ ਮਤ ਭੀ ਨਵਾਂ ਹੋਵੇ ਤਾਂ ਇਹ ਜੋਸ਼ ਹੋਰ ਭੀ ਜ਼ਿਆਦਾ ਹੁੰਦਾ ਹੈ। ਇਹ ਹੀ ਹਾਲ ਕੂਕਿਆਂ ਦਾ ਸੀ। ਲੋਕਾਂ ਨੂੰ ਪ੍ਰਚਾਰ ਤੇ ਪ੍ਰੇਰਣਾ ਦੁਆਰਾ ਮੜ੍ਹੀ-ਪੂਜਾ ਤੋਂ ਹਟਾਉਣ ਦੀ ਥਾਂ ਇਨ੍ਹਾਂ ਨੇ ਇਹ ਅੱਡੇ ਹੀ ਉੜਾ ਦੇਣਾ ਇਕ ਸਫਲ ਸਾਧਨ ਸਮਝਿਆ। ਇਹ ਢੰਗ ਕਈ ਵਾਰੀ ਤਾਂ ਕਾਮਯਾਬ ਭੀ ਹੋ ਜਾਂਦਾ ਹੈ ਪਰ ਕਈ ਥਾਂਈ ਪਰਾਇਆਂ ਨਾਲ ਬੇਲੋੜੀ ਵਧੀਕੀ ਭੀ ਹੋ ਜਾਂਦੀ ਹੈ। ਕੂਕਿਆਂ ਦੀ ਜ਼ਿਆਦਾ ਗਿਣਤੀ ਉਸ ਵੇਲੇ ਚੂੰਕਿ ਅਨਪੜ੍ਹਾਂ ਦੀ ਸੀ ਇਸ ਲਈ ਉਨ੍ਹਾਂ ਵਾਸਤੇ ਯੋਗ-ਅਯੋਗ ਦੀ ਬਰੀਕ ਪੜਤਾਲ ਪਛਾਣ ਵਿਚ ਪੈ ਸਕਣਾ ਮੁਸ਼ਕਲ ਸੀ, ਇਸ ਲਈ ਉਨ੍ਹਾਂ ਨੇ ਇਕੋ ਹੀ ਗੱਲ ਫੜ ਲਈ ਕਿ ਜਿਥੇ ਭੀ ਦੇਖੋ ਮੜ੍ਹੀ ਮਸਾਣੀ ਢਾਇ ਕੇ ਕਰ ਦਿਓ ਮਦਾਨ।" ਇਹ ਲਹਿਰ ਸੰਨ 1866 ਵਿਚ ਜ਼ਿਆਦਾ ਤੇਜ਼ੀ ਨਾਲ ਹਨ੍ਹੇਰੀ ਦੀ ਤਰ੍ਹਾਂ ਸ਼ੁਰੂ ਹੋਈ ਤੇ 1867 ਤਕ ਇਸ ਤੇ ਤੇਜ਼ ਬੁੱਲਿਆਂ ਨਾਲ ਬੇਸ਼ੁਮਾਰ ਮੱਠ, ਮੜ੍ਹੀਆਂ ਤੇ ਕਬਰਾਂ ਢਹਿ ਢੇਰੀ ਹੋ ਗਈਆਂ। ਆਪਣੇ ਆਪਣੇ ਪਿੰਡੀ ਜਿਥੇ ਭੀ ਕੂਕਿਆਂ ਦਾ ਜ਼ੋਰ ਚੜ੍ਹਿਆ ਉਨ੍ਹਾਂ ਨੇ ਇਨ੍ਹਾਂ ਦੀ ਸਫ਼ਾਈ ਕਰ ਛੱਡੀ। 1866 ਵਿਚ ਇਸ ਪ੍ਰਕਾਰ ਦੇ ਜੋ ਵਾਕਿਆਤ ਰੀਪੋਰਟਾਂ ਜਾਂ ਮੁਕੱਦਮਿਆਂ ਦੀ ਸੂਰਤ ਵਿਚ ਸਾਹਮਣੇ ਆਏ, ਓਨ੍ਹਾਂ ਵਿਚ ਕੁਝ ਕੁ ਦਾ ਜ਼ਿਕਰ ਪਿੱਛੇ ਨਜ਼ਰ-ਬੰਦੀ ਦੇ ਜ਼ਮਾਨੇ ਦੇ ਹਾਲਾਤ ਵਿਚ ਕੀਤਾ ਜਾ ਚੁਕਾ ਹੈ। ਇਥੇ ਸੰਨ 1867 ਦੇ ਕੁਝ ਕੁ ਵਾਕਿਆਤ ਜ਼ਿਲੇ ਵਾਰ ਦਿੱਤੇ ਜਾਂਦੇ ਹਨ।

ਲਾਹੌਰ :

24 ਦਸੰਬਰ (1866) ਸੇਖਵਾਂ ਦੇ ਬ੍ਰਾਹਮਣ ਰਤਨ ਸਿੰਘ ਨੇ ਮੁਰੀਦਕੇ ਦੇ ਠਾਣੇ ਰੀਪੋਰਟ ਦਿਤੀ ਕਿ ਕੂਕਿਆਂ ਨੇ ਉਸ ਦੇ ਪਿੰਡ ਹਨੂਮਾਨ ਤੇ ਲਛਮਨ ਦੀਆਂ ਮੂਰਤੀਆਂ ਪੱਟ ਕੇ ਭੰਨ ਦਿੱਤੀਆਂ ਹਨ। ਦੇਵਾ ਸਿੰਘ ਕੂਕਾ ਫੜਿਆ ਗਿਆ। ਉਸ ਨੇ ਆਪਣੇ ਸਾਥੀ ਅਰਜਨ ਸਿੰਘ ਦਾ ਨਾਮ ਲਿਆ। ਭਰ ਅਰਜਨ ਸਿੰਘ ਪਛਾਣ

ਵਿਚ ਨਾ ਆ ਸਕਣ ਕਰਕੇ ਛਡ ਦਿੱਤਾ ਗਿਆ, ਤੇ ਦੇਵਾ ਸਿੰਘ ਨੂੰ ਦੋ ਸਾਲ ਦੀ ਕੈਦ ਅਤੇ 25/- ਰੁਪਏ ਜੁਰਮਾਨੇ ਯਾ ਛੇ ਮਹੀਨੇ ਹੋਰ ਕੈਦ ਹੋਈ।

ਲੁਧਿਆਣਾ :

ਪਿੰਡ ਛਪਾਰ ਠਾਣਾ ਡੇਹਲੋਂ ਵਿਚ 22 ਕੂਕਿਆਂ ਦੇ ਇਕ ਜੱਥੇ ਨੇ ਇਕੱਠੇ ਜਾ ਕੇ ਪੁਜਾਰੀਆਂ ਦੇ ਹੱਥ ਬੰਨ੍ਹ ਕੇ ਇਕ ਪੂਜਾ ਅਸਥਾਨ ਢਾ ਦਿੱਤਾ। ਇਸੇ ਤਰ੍ਹਾਂ 27 ਕੂਕਿਆਂ ਦੇ ਇਕ ਜੱਥੇ ਨੇ ਪਿੰਡ ਖਟਰੀ ਕੋਸ਼ਿਹ ਦੀਆਂ ਮੜ੍ਹੀਆਂ ਢਾ ਦਿੱਤੀਆਂ। ਇਸ ਮੁਕੱਦਮੇ ਵਿਚ ਚਾਰ ਕੂਕੇ ਖਜ਼ਾਨ ਸਿੰਘ (ਖਜ਼ਾਨਾ), ਕਾਹਨ ਸਿੰਘ (ਕਾਹਨਾ), ਵਸਾਵਾ ਸਿੰਘ ਤੇ ਬਹਾਦੁਰ ਸਿੰਘ ਨੂੰ ਛੇ ਛੇ ਮਹੀਨੇ ਕੈਦ ਤੇ ਦਸ ਦਸ ਰੁਪਏ ਜੁਰਮਾਨਾ ਯਾ ਇਕ ਇਕ ਮਹੀਨਾ ਹੋਰ ਕੈਦ ਦੀ ਸਜ਼ਾ ਹੋਈ।

ਭੁਨਾਦੀ ਠਾਣਾ ਖੰਨਾ ਦੇ ਮੇਘ ਸਿੰਘ, ਸ਼ੇਰ ਸਿੰਘ, ਜੋਤਾ ਸਿੰਘ ਤੇ ਗੁਲਾਬ ਸਿੰਘ (ਗੁਲਾਬਾ) ਮਜ਼ਹਬੀ ਕੂਕਿਆਂ ਨੇ ਇਕ ਦਿਨ ਅੱਧੀ ਕੁ ਰਾਤੀਂ ਸ੍ਰੀ ਗੁਰੂ ਗ੍ਰੰਥ ਸਾਹਿਬ ਜੀ ਦੇ ਪਾਠ ਕਰਨ ਸੁਣਨ ਤੋਂ ਪਿੱਛੋ ਪਿੰਡੋਂ ਬਾਹਰ, ਇਕ ਮੜ੍ਹੀ, ਪੀਰ ਖਾਨਾ ਤੇ ਚਾਰ ਕਬਰਾਂ ਢਾ ਛੱਡੀਆਂ। ਲੁਧਿਆਣੇ ਦਾ ਡਿਪਟੀ ਇੰਸਪੈਕਟਰ ਜਦ ਤਫਤੀਸ਼ ਤੇ ਗਿਆ ਤਾਂ ਕੂਕਿਆਂ ਨੇ ਇਕਬਾਲ ਕਰ ਲਿਆ। ਇਨ੍ਹਾਂ ਤੇ ਮੁਕੱਦਮਾ ਚੱਲਿਆ ਅਤੇ ਛੇ ਛੇ ਮਹੀਨੇ ਕੈਦ ਤੇ ਦਸ ਦਸ ਰੁਪਏ ਜੁਰਮਾਨਾ, ਯਾ ਇਕ ਇਕ ਮਹੀਨਾ ਹੋਰ ਕੈਦ ਦੀ ਸਜ਼ਾ ਹੋਈ।

ਅੰਮ੍ਰਿਤਸਰ :

ਫਰਵਰੀ 1867 ਦੇ ਆਖੀਰ ਵਿਚ ਕੈਪਟਨ ਮੈਨਜ਼ੀਜ਼ ਪਾਸ ਰੀਪੋਰਟਾਂ ਪੁਜੀਆਂ ਕਿ ਸੂਬੇ ਜੋਤਾ ਸਿੰਘ ਤੇ ਬ੍ਰਹਮਾ ਸਿੰਘ ਜ਼ਿਲੇ ਵਿਚ ਚੱਕਰ ਲਾ ਰਹੇ ਹਨ ਤੇ ਦੀਵਾਨ ਕਰ ਰਹੇ ਹਨ। ਇਨ੍ਹਾਂ ਦੇ ਅਸਰ ਹੇਠਾਂ ਜੰਡਿਆਲੇ ਤੇ ਲੋਪੋਕੇ ਦੇ ਠਾਣਿਆਂ ਵਿਚ ਕੁਝ ਮਸੀਤਾਂ, ਠਾਕਰਦੁਆਰੇ ਤੇ ਕਬਰਾਂ ਭੀ ਢਾਈਆਂ ਗਈਆਂ ਹਨ, ਜੰਡਿਆਲੇ ਵਿਚ ਪਿੰਡ ਸ਼ੇਖ ਤ੍ਰਿਤਾ ਦੀ ਖਾਨਗਾਹ, ਲੋਪੋਕੇ ਵਿਚ ਪਿੰਡ ਕੁਹਾਲਾ ਦੀ ਖਾਨਗਾਹ, ਚਵਿੰਡੇ ਇਕ ਹਿੰਦੂ ਦੇਵਲ ਤੇ ਕੁਝ ਪਕੀਆਂ ਕਬਰਾਂ ਭੰਨੀਆਂ ਤੋੜੀਆਂ ਗਈਆਂ। ਰਈਏ ਦੇ ਠਾਣੇ ਵਿਚ ਧਾਰੀਵਾਲ (ਠਾਣਾ ਨਾਰੋਵਾਲ) ਦਾ ਇਕ ਵਸਾਖਾ ਸਿੰਘ ਮਾਲੋਕੀ ਦੀਆਂ ਕਬਰਾਂ ਢਾਉਂਦਾ ਫੜਿਆ ਗਿਆ।

ਦੋ ਵਾਕੇ ਅਜਨਾਲਾ ਤਹਿਸੀਲ ਵਿਚ ਹੋਏ। ਪਹਿਲੇ ਵਿਚ ਪਿੰਡ ਕੱਕੜ ਦੇ ਪ੍ਰਤਾਪ ਸਿੰਘ, ਲਹਿਣਾ ਸਿੰਘ, ਲੱਖਾ ਸਿੰਘ, ਪਿਆਰਾ ਸਿੰਘ, ਨਿਹਾਲ ਸਿੰਘ ਤੇ ਕੇਸਰ ਸਿੰਘ ਨੇ ਕੁਝ ਸਮਾਧਾਂ ਢਾਈਆਂ ਤੇ ਇਕ ਮਸੀਤ ਨੂੰ ਅੱਗ ਲਾਈ ਸੀ। ਦੂਸਰੇ ਵਿਚ ਇਸੇ ਪਿੰਡ ਦੇ ਵਧਾਵਾ ਸਿੰਘ ਤੇ ਭੂਪ ਸਿੰਘ ਨੇ ਦੋ ਵਾਰੀ ਪਿੰਡ ਦੇ ਜੁਠੇਰਿਆਂ ਦੀਆਂ ਸਮਾਧਾਂ ਢਾਈਆਂ ਸਨ। ਪਹਿਲੀ ਵਾਰੀ ਤਾਂ ਇਨ੍ਹਾਂ ਨੇ ਸਮਾਧਾਂ ਮੁੜ ਬਣਾ

ਦਿੱਤੀਆਂ ਸਨ, ਪਰ ਦੂਸਰੀ ਵਾਰੀ ਫੇਰ ਢਾ ਛੱਡੀਆਂ। ਪਿੰਡ ਕਕੜਾਂ ਦੇ ਮੁਸਲਮਾਨਾਂ ਤੇ ਹੋਰਨਾਂ ਨੇ ਇਹ ਭੀ ਸ਼ਿਕਾਇਤ ਕੀਤੀ ਕਿ ਕੂਕੇ ਸਾਡੇ ਬਜ਼ੁਰਗਾਂ ਦੀਆਂ ਕਬਰਾਂ ਤੇ ਸਮਾਧਾਂ ਦੀ ਬੇਅਦਬੀ ਕਰਦੇ ਹਨ ਤੇ ਨਾਲੇ ਸਾਡੀਆਂ ਤਮਾਕੂ ਦੀਆਂ ਫਸਲਾਂ ਭੀ ਵੱਢ ਛਡਦੇ ਹਨ। ਮੁਕੱਦਮਾ ਚਲਣ ਪਰ ਡਿਪਟੀ ਕਮਿਸ਼ਨਰ ਨੇ ਇਨ੍ਹਾਂ ਨੂੰ ਤਾੜਨਾਂ ਕਰਕੇ ਛੱਡ ਦਿੱਤਾ।

ਕਰਨਲ ਮੈਕਐਂਡਰੀਊ, ਡਿਪਟੀ ਇੰਸਪੈਕਟਰ ਜਨਰਲ ਲਾਹੌਰ ਲਿਖਦਾ ਹੈ ਕਿ ਮੈਂ ਆਨੰਦਪੁਰ ਦੇ ਮੇਲੇ ਦੇ ਮੌਕੇ ਤੇ ਭਾਈ ਰਾਮ ਸਿੰਘ ਨੂੰ ਦੱਸਿਆ ਸੀ ਕਿ ਕੂਕਿਆਂ ਦੀਆਂ ਲੋਕਾਂ ਦੇ ਬਜ਼ੁਰਗਾਂ ਦੀਆਂ ਮੜੀਆਂ ਤੇ ਕਬਰਾਂ ਯਾ ਮਸੀਤਾਂ ਤੇ ਖਾਨਗਾਹਾਂ ਢਾਉਣ ਦੀਆਂ ਕਾਰਵਾਈਆਂ ਉਨ੍ਹਾਂ ਨੂੰ ਬਦਨਾਮ ਕਰ ਰਹੀਆਂ ਹਨ। ਭਾਈ ਰਾਮ ਸਿੰਘ ਨੇ ਉਤਰ ਵਿਚ ਕਿਹਾ ਕਿ ਮੈਂ ਕੂਕਿਆਂ ਨੂੰ ਆਖ ਦਿੱਤਾ ਹੈ ਕਿ ਓਹ ਇਸ ਤਰ੍ਹਾਂ ਨਾ ਕਰਨ ਅਤੇ ਜੇ ਫਿਰ ਭੀ ਓਹ ਨਾ ਹਟਣ ਤਾ ਸਰਕਾਰ ਬੇਸ਼ੱਕ ਓਹਨਾਂ ਨੂੰ ਸਜ਼ਾ ਦੇਵੇ।

ਗੁਰਦਾਸਪੁਰ :

ਇਕ ਠਾਕਰਦੁਆਰੇ ਵਿਚ ਸ਼ਿਵਜੀ ਦੀ ਮੂਰਤੀ ਬਾਹਰ ਸੁਟ ਦੇਣ ਦੀ ਸ਼ੱਕ ਕੁਝ ਕੂਕਿਆਂ ਉਤੇ ਕੀਤੀ ਗਈ, ਪਰ ਪੱਕਾ ਸਬੂਤ ਨਾ ਮਿਲਣ ਕਰਕੇ ਕੋਈ ਮੁਕਦਮਾਂ ਨਾ ਚਲ ਸਕਿਆ। ਡੇਰਾ ਬਾਬਾ ਨਾਨਕ ਦੇ ਪ੍ਰਗਣੇ ਵਿਚ ਪਿੰਡ ਤਿਤਰਕੇ ਵਿਚ ਕੂਕਿਆਂ ਨੇ ਇਕ ਦੇਵੀ ਦੁਆਰੇ ਦੀ ਕੰਧ ਢਾ ਛੱਡੀ।

ਗੁਜਰਾਂਵਾਲਾ :

ਕਈ ਸਮਾਧਾਂ ਤੇ ਠਾਕਰਦਵਾਰੇ ਢਾਉਣ ਦੀਆਂ ਵਾਰਦਾਤਾਂ ਹੋਈਆਂ ਅਤੇ ਸ਼ੱਕ ਭੀ ਕੂਕਿਆਂ ਉਤੇ ਸੀ, ਪਰ ਚੂੰਕਿ ਇਹ ਸਾਰੇ ਕਾਰੇ ਰਾਤ ਨੂੰ ਕੀਤੇ ਗਏ ਸਨ ਇਸ ਲਈ ਕੋਈ ਪੱਕੀ ਗਵਾਹੀ ਨਾ ਮਿਲ ਸਕੀ। ਗੁਜਰਾਂਵਾਲੇ ਸ਼ਹਿਰੋਂ ਬਾਹਰ ਹੁਸੈਨ ਸ਼ਾਹ ਦੀ ਖਾਨਗਾਹ ਤੇ ਪੀਰ ਗੁਦੜੀ ਦੇ ਮਜ਼ਾਰ ਦੀ ਬੇਅਦਬੀ ਕੀਤੀ ਗਈ।

ਭਾਵੇਂ ਸਰਕਾਰ ਵਲੋਂ ਸਜ਼ਾਵਾਂ ਤੇ ਤਾੜਨਾਂ ਦਾ ਡਰ ਸੀ ਯਾ ਭਾਈ ਰਾਮ ਸਿੰਘ ਵਲੋਂ ਜਾਰੀ ਕੀਤੀਆਂ ਗਈਆਂ ਹਿਦਾਇਤਾਂ (ਜਿਸ ਦਾ ਜ਼ਿਕਰ ਕਿ ਖੁਦ ਭਾਈ ਰਾਮ ਸਿੰਘ ਨੇ ਆਨੰਦਪੁਰ ਦੇ ਮੇਲੇ ਤੇ 19 ਮਾਰਚ ਸੰਨ 1867 ਦੇ ਅਖੀਰ ਵਿਚ ਇਹ ਕਬਰ-ਤੋੜ ਤੇ ਮੜ੍ਹੀ-ਢਾ ਲਹਿਰ ਕੁਝ ਢਿੱਲੀ ਪੈ ਗਈ ਅਤੇ 1868 ਵਿਚ ਬਿਲਕੁਲ ਦਬ ਗਈ। ਕੂਕਿਆਂ ਦੀਆਂ ਦੋ ਸਾਲ ਦੀਆਂ ਇਸ ਕਿਸਮ ਦੀਆਂ ਸਰਗਰਮੀਆਂ ਨੇ ਆਮ ਲੋਕਾਂ ਵਿਚ ਭੀ ਇਨ੍ਹਾਂ ਨੂੰ ਜ਼ਿਆਦਾ ਨੇਕ-ਨਾਮ ਨਾ ਰਹਿਣ ਦਿੱਤਾ ਅਤੇ ਇਸ ਬਦਨਾਮੀ ਦਾ ਕੁਝ ਹਿੱਸਾ ਕੁਦਰਤੀ ਤੌਰ ਤੇ ਭਾਈ ਰਾਮ ਸਿੰਘ ਦੇ ਹਿੱਸੇ ਭੀ ਆਇਆ। ਲੋਕਾਂ ਵਿਚ ਇਹ ਖਿਆਲ ਪੈਦਾ ਹੋਣਾ ਸ਼ੁਰੂ ਹੋ ਗਿਆ ਕਿ ਲੋਕਾਂ ਦੀਆਂ

ਕਬਰਾਂ ਤੇ ਧਰਮ-ਅਸਥਾਨ ਢਾਉਣ ਦੇ ਕੂਕਿਆਂ ਦੇ ਕਾਰੇ ਭਾਈ ਰਾਮ ਸਿੰਘ ਦੇ ਉਪਦੇਸ਼ਾਂ ਦਾ ਸਿੱਟਾ ਹੈ, ਕਿਉਂਕਿ ਜੇ ਓਹ ਸਭ ਕੁਝ ਉਨ੍ਹਾਂ ਦੇ ਹੁਕਮ ਅਨੁਸਾਰ ਕਰਦੇ ਹਨ ਤਾਂ ਓਹ ਉਪਦੇਸ਼ ਕੁਝ ਬਹੁਤ ਚੰਗੇ ਨਹੀਂ ਹੋ ਸਕਦੇ।

ਮਾਨ ਪ੍ਰਤਿਸ਼ਟਾ ਵਿਚ ਘਾਟਾ

ਭਾਈ ਰਾਮ ਸਿੰਘ ਤੇ ਕੂਕਿਆਂ ਦੀ ਮਾਨ-ਪ੍ਰਤਿਸ਼ਟਾ ਤੇ ਪ੍ਰਸਿਧੀ ਨੂੰ ਨਜ਼ਰ-ਬੰਦੀ ਦੇ ਦਿਨਾਂ ਵਿਚ ਕਾਫ਼ੀ ਹੁਲਾਰਾ ਮਿਲਿਆ ਸੀ। ਹਰ ਕਿਸੇ ਨੂੰ ਕੁਦਰਤੀ ਤੌਰ ਤੇ ਇਹ ਖਿਆਲ ਪੈਦਾ ਹੋ ਜਾਂਦਾ ਸੀ ਕਿ ਭਾਈ ਰਾਮ ਸਿੰਘ ਦੇ ਉਪਦੇਸ਼ਾਂ ਤੇ ਮੰਤਵ ਵਿਚ ਕੋਈ ਤਾਂ ਐਸੀ ਗੱਲ ਜ਼ਰੂਰ ਹੈ ਜਿਸ ਤੋਂ ਕਿ ਸਰਕਾਰ ਅੰਗ੍ਰੇਜ਼ੀ ਭੀ ਭੈ ਖਾਂਦੀ ਹੈ ਅਤੇ ਭਾਈ ਰਾਮ ਸਿੰਘ ਨੂੰ ਖੁਲ੍ਹਾ ਫਿਰਨ ਦੇਣਾ ਖਤਰਨਾਕ ਸਮਝ ਕੇ ਪਿੰਡ ਵਿਚ ਨਜ਼ਰ ਬੰਦ ਕਰ ਦੇਣਾ ਜ਼ਰੂਰੀ ਸਮਝਦੀ ਹੈ। ਕੂਕਿਆਂ ਦੇ ਦੀਵਾਨਾਂ ਪਰ ਲਾਈਆਂ ਗਈਆਂ ਬੰਦਸ਼ਾਂ ਨੇ ਇਨ੍ਹਾਂ ਵਾਸਤੇ ਹਮਦਰਦੀ ਭੀ ਪੈਦਾ ਕਰ ਦਿੱਤੀ ਸੀ। ਪਰ ਜਦ ਭਾਈ ਰਾਮ ਸਿੰਘ ਨੂੰ ਨਜ਼ਰ-ਬੰਦੀ ਤੋਂ ਖੁਲ੍ਹ ਹੋ ਗਈ ਅਤੇ ਕੂਕਿਆਂ ਪਰ ਭੀ ਜ਼ਾਹਰਾ ਕੋਈ ਨਿਗਰਾਨੀ ਨਾ ਰਹੀ ਤਾਂ ਬਹੁਤ ਸਾਰਾ ਪਰਦਾ ਚੁੱਕਿਆ ਗਿਆ। ਆਮ ਸਿਖ ਇਨ੍ਹਾਂ ਨੂੰ ਮਨਮਤੀਏ ਤੇ ਇਨ੍ਹਾਂ ਦੀਆਂ ਕਈ ਗੱਲਾਂ ਨੂੰ ਧਰਮ-ਵਿਰੋਧੀ ਸਮਝਦੇ ਸਨ। ਇਸ ਦੇ ਨਾਲ ਹੀ ਕੂਕਿਆਂ ਦੀ ਕਬਰ-ਤੋੜ ਤੇ ਮੜ੍ਹੀ-ਢਾ ਲਹਿਰ ਜ਼ੋਰ ਫੜ ਗਈ ਜਿਸ ਨਾਲ ਆਮ ਜਨਤਾ ਵਿਚ ਭੀ ਇਨ੍ਹਾਂ ਦੇ ਵਿਰੁਧ ਘਿਰਣਾ ਪੈਦਾ ਹੋਣੀ ਸ਼ੁਰੂ ਹੋ ਗਈ ਤੇ ਹਮਦਰਦੀ ਘਟਦੀ ਗਈ।

ਇਸ ਵੇਲੇ ਭਾਈ ਰਾਮ ਸਿੰਘ ਦੇ ਕੁਝ ਕੁ ਸੂਬਿਆਂ ਨੇ ਇਨ੍ਹਾਂ ਨੂੰ ਵਾਹਿਗੁਰੂ ਦਾ ਅਵਤਾਰ ਅਤੇ ਗੁਰੂ ਨਾਨਕ-ਗੁਰੂ ਗੋਬਿੰਦ ਸਿੰਘ ਦੇ ਬਰਾਬਰ ਦਾ ਆਖਣਾ ਸ਼ੁਰੂ ਕਰ ਦਿੱਤਾ ਤੇ ਇਹ ਤੁਕਾਂ ਖੁਲ੍ਹਮ ਖੁਲ੍ਹਾ ਪੜ੍ਹਨੀਆਂ ਸ਼ੁਰੂ ਕਰ ਦਿੱਤੀਆਂ।

ਪੂਰਣ ਪੁਰਖ ਅਚੁਤ ਅਬਿਨਾਸ਼ੀ ਜਿਸ ਬੇਦ ਪੁਰਾਣ ਨੇ ਗਾਇਆ ਹੈ।
ਆਪਣਾ ਬਿਰਦ ਰਖਾ ਪਰਮੇਸ਼ਰ, ਰਾਮ ਸਿੰਘ ਨਾਮ ਕਹਾਇਆ ਹੈ।

ਇਹ ਦੋਨੋਂ ਤੁਕਾਂ ਸ੍ਰੀ ਗੁਰੂ ਗ੍ਰੰਥ ਦੇ ਇਕ ਸ਼ਬਦ ਦੀਆਂ ਦੋ ਤੁਕਾਂ ਨੂੰ ਭੰਨ ਕੇ ਬਣਾਈਆਂ ਗਈਆਂ ਹਨ।

ਪਰ ਇਸ ਘਾੜਤ ਤੇ ਭੰਨ-ਤੋੜ ਦੇ ਜ਼ਿਮੇਂਵਾਰ ਭਾਈ ਰਾਮ ਸਿੰਘ ਦੇ ਸੂਬੇ ਸਨ। ਖੁਦ ਭਾਈ ਰਾਮ ਸਿੰਘ ਨਹੀਂ, ਜਿਨ੍ਹਾਂ ਦਾ ਜ਼ਿਕਰ ਕਰਦਾ ਹੋਇਆ ਮੀਰ ਫਜ਼ੱਲ ਹੁਸੈਨ ਇੰਨਸਪੈਕਟਰ ਪੋਲੀਸ ਹੁਸ਼ਿਆਰਪੁਰ ਲਿਖਦਾ ਹੈ ਕਿ-

پیراں نمی پرند مریداں می پرانند ۔

ਅਰਥਾਤ-ਪੀਰ ਨਹੀਂ ਉਡਦੇ, ਮੁਰੀਦ ਉਡਾਂਦੇ ਹਨ।

ਇੰਨਸਪੈਕਟਰ ਜਨਰਲ ਪੋਲੀਸ ਲਾਹੌਰ ਕੂਕਿਆਂ ਸੰਬੰਧੀ ਸੰਨ 1868 ਦੀ ਆਪਣੀ ਰਿਪੋਰਟ ਵਿਚ ਲਿਖਦਾ ਹੈ ਕਿ ਭਾਈ ਰਾਮ ਸਿੰਘ ਦਾ ਨਜ਼ਰ-ਬੰਦੀ ਤੋਂ ਖੁਲ੍ਹ ਮੰਗਣ ਦਾ ਇਕ ਮੰਤਵ ਇਹ ਸੀ ਕਿ ਉਹ ਆਨੰਦਪੁਰ ਅਤੇ ਅੰਮ੍ਰਿਤਸਰ ਦੇ ਗੁਰਦਵਾਰਿਆਂ ਵਿਚ ਜਾ ਸਕੇ। ਓਸ ਨੂੰ ਆਸ ਇਹ ਸੀ ਕਿ ਇਨ੍ਹਾਂ ਗੁਰਦਵਾਰਿਆਂ ਦੇ ਮਹੰਤ, ਪੁਜਾਰੀ ਤੇ ਸਰਬਰਾਹ ਖੁਲ੍ਹਮ-ਖੁਲ੍ਹਾ ਉਸ ਨੂੰ ਇਕ ਗੁਰੂ ਪ੍ਰਵਾਣ ਕਰਨਗੇ ਤੇ ਗੁਰੂ ਨਾਨਕ ਗੁਰੂ ਗੋਬਿੰਦ ਸਿੰਘ ਵਾਲੀ ਇਜ਼ਤ ਤੇ ਪੋਜ਼ੀਸ਼ਨ ਦੇ ਦੇਣਗੇ। ਪਰ ਨਤੀਜਾ ਬਿਲਕੁਲ ਇਸ ਦੇ ਵਿਰੁਧ ਨਿਕਲਿਆ। ਜਿਸ ਕਰਕੇ ਰਾਮ ਸਿੰਘ ਨੂੰ ਸਖਤ ਨਿਰਾਸਤਾ ਹੋਈ। ਮੈਨੂੰ ਇਹ ਪਤਾ ਲੱਗਾ ਹੈ ਕਿ ਓਹ ਹੁਣ ਆਪਣੇ ਆਪ ਨੂੰ ਭੈਣੀ ਤੋਂ ਬਿਲਕੁਲ ਹੀ ਬਾਹਰ ਨਾ ਨਿਕਲਣ ਦਾ ਫੈਸਲਾ ਕਰ ਲੈਣ ਪਰ ਵਿਚਾਰ ਕਰ ਰਿਹਾ ਹੈ। ਅਸਲ ਗੱਲ ਇਹ ਹੈ ਕਿ ਖੁਦਾਈ ਤਾਕਤ ਵਾਲੇ ਹੋਣ ਦੀ ਮਸ਼ਹੂਰੀ ਦੇ ਚਾਹਵਾਨਾਂ ਲਈ ਆਮ ਜਨਤਾ ਨਾਲ ਮਿਲਨਾ ਜੁਲਨਾ ਢੁਕਦਾ ਨਹੀਂ। ਹਰ ਥਾਂ ਪੁਰਾਣੇ ਸਿੱਖ ਪੁਜਾਰੀਆਂ ਨੇ ਭਾਈ ਰਾਮ ਸਿੰਘ ਦੀਆਂ ਨਵੀਆਂ ਘਾੜਤਾਂ ਨੂੰ ਪ੍ਰਵਾਣ ਕਰਨੋਂ ਨਾਂਹ ਕਰ ਦਿੱਤੀ ਅਤੇ ਜਿਤਨੀ ਦੇਰ ਤਕ ਓਹ ਆਪਣੀਆਂ ਇਨ੍ਹਾਂ ਕਾਢਾਂ ਨੂੰ ਤਿਆਗਣਾ ਪ੍ਰਵਾਣ ਨਾ ਕਰੇ ਉਤਨੀ ਦੇਰ ਤਕ ਉਨ੍ਹਾਂ ਨੇ ਭਾਈ ਰਾਮ ਸਿੰਘ ਲਈ ਅਰਦਾਸਾ ਕਰਨੋਂ ਭੀ ਇਨਕਾਰ ਕਰ ਦਿੱਤਾ ਜੋ ਕਿ ਓਹ ਹਰ ਪੱਕੇ ਸਿਖ ਲਈ ਸੁਤੇ ਹੀ ਕਰ ਦਿੰਦੇ ਹਨ। ਚੂੰਕਿ ਭਾਈ ਰਾਮ ਸਿੰਘ ਨੇ ਪੁਜਾਰੀਆਂ ਦੀ ਇਹ ਸ਼ਰਤ ਪ੍ਰਵਾਣ ਕਰਨੋਂ ਨਾ ਕਰ ਦਿੱਤੀ, ਇਸ ਲਈ ਓਹ ਓਥੇ ਖੜੋਤੇ ਦਰਸ਼ਕਾਂ ਦੀ ਘ੍ਰਿਣਾਂ ਦਾ ਨਿਸ਼ਾਨਾਂ ਬਣਾ ਗਿਆ। ਓਸ ਨੇ ਪੁਰਾਤਨ ਸਿਖ ਰਹੁ-ਰੀਤਾਂ ਵਿਚ ਅਦਲਾ ਬਦਲੀ ਕਰਨ ਦਾ ਇਕ ਨਿਸਫਲ ਯਤਨ ਕੀਤਾ ਅਤੇ ਇਸ ਪਰ ਹੋ ਪਈਆਂ ਬਹਿਸਾਂ ਨੇ ਭਾਈ ਰਾਮ ਸਿੰਘ ਨੂੰ ਹੌਲੇ ਪਾਉਣ ਵਿਚ ਸਹਾਇਤਾ ਕੀਤੀ ਹੈ। ਇਸ ਤਰ੍ਹਾਂ ਭਾਈ ਰਾਮ ਸਿੰਘ ਦੇ ਆਮ ਜਨਤਾ ਵਿਚ ਹਾਸੇ ਦਾ ਨਿਸ਼ਾਨਾਂ ਬਣ ਜਾਣ ਪਰ ਕਈ ਕੂਕੇ ਭੀ ਡੋਲ ਗਏ।

ਇਨ੍ਹਾਂ ਹਾਲਾਤ ਵਿਚ ਹੀ ਇਕ ਹੋਰ ਘਟਨਾ ਹੋ ਗਈ ਜਿਸ ਨੇ ਕਿ ਭਾਈ ਰਾਮ ਸਿੰਘ ਦੇ ਕਰਾਮਾਤੀ ਹੋਣ ਸੰਬੰਧੀ ਕਈਆਂ ਦੇ ਨਿਸਚੇ ਨੂੰ ਹਿਲਾ ਦਿੱਤਾ। ਫੀਰੋਜ਼ਪੁਰ ਦਾ ਸੁਪ੍ਰਿੰਟੈਂਡੈਂਟ ਮਿਸਟਰ ਟਰਟਨ-ਸਮਿੱਥ ਲਿਖਦਾ ਹੈ ਕਿ ਇਕ ਸ਼ਰਧਾਲੂ ਕੂਕੇ ਦੇ ਮਨ ਵਿਚ ਭਾਈ ਸਾਹਿਬ ਦੀ ਅੰਤਰ-ਯਾਮਤਾ ਦੀ ਪਰਖ ਕਰਨ ਦਾ ਫੁਰਨਾ ਜੁ ਫੁਰਿਆ, ਤਾਂ ਉਸ ਨੇ ਚੁਪ ਕੀਤਿਆਂ ਹੀ ਇਕ ਦਿਨ ਭਾਈ ਰਾਮ ਸਿੰਘ ਦੇ ਕੁਝ ਬਸਤਰ ਚੁਕ ਕੇ ਲੁਕੋ ਦਿਤੇ। ਤਿਨ ਦਿਨ ਤੱਕ ਭਾਈ ਸਾਹਿਬ ਕਪੜਿਆਂ ਦੀ ਟੋਲ ਭਾਲ ਕਰਦੇ ਰਹੇ ਪਰ ਕੁਝ ਪਤਾ ਨਾ ਚਲ ਸਕਿਆ। ਇਸ ਗੱਲ ਨੇ ਕੂਕਿਆਂ ਦੀਆਂ ਅੱਖੀਆਂ ਖੋਲ੍ਹ ਦਿੱਤੀਆਂ। ਅੰਤ ਉਸ ਕੂਕੇ ਨੇ ਕਪੜੇ ਮੋੜ ਦਿੱਤੇ ਤੇ ਆਪਣੀ ਸ਼ਰਧਾ

ਭਾਵਨਾ ਛੱਡ ਕੇ ਭਾਈ ਰਾਮ ਸਿੰਘ ਤੋਂ ਵੱਖ ਹੋ ਗਿਆ। ਇਹ ਗੱਲ ਫੀਰੋਜ਼ਪੁਰ ਦੇ ਜ਼ਿਲੇ ਵਿਚ ਚੋਖੀ ਫੈਲ ਗਈ ਤੇ ਕਈ ਕੂਕਿਆਂ ਦਾ ਨਿਸਚਾ ਹਿੱਲ ਗਿਆ।

ਪਿਛੇ ਲਿਖਿਆ ਜਾ ਚੁੱਕਾ ਹੈ ਕਿ ਗਿਣਤੀ ਵਧਾਉਣ ਦੀ ਲਾਲਸਾ ਨੇ ਲੋਕਾਂ ਨੂੰ ਕੂਕਾ ਬਣਾਉਣ ਵੇਲੇ ਉਨ੍ਹਾਂ ਦੇ ਆਚਰਨ ਵਲ ਕਾਫ਼ੀ ਧਿਆਨ ਨਾ ਰੱਖਣ ਦਿੱਤਾ। ਜਿਸ ਦਾ ਕੁਦਰਤੀ ਨਤੀਜਾ ਇਹ ਹੋਇਆ ਕਿ ਕੂਕਿਆਂ ਦੇ ਆਚਰਨ ਵਿਚ ਢਿਲਿਆਈ ਆਉਂਦੀ ਗਈ ਤੇ ਭਾਈ ਰਾਮ ਸਿੰਘ ਦੇ ਨਿਕਟ ਵਰਤੀਆਂ ਸੰਬੰਧੀ ਹੀ ਇਕ ਦੋ ਕੋਝੇ ਵਾਕਿਆਤ ਹੋ ਗਏ। ਪਹਿਲੋਂ ਪਹਿਲ ਭਾਈ ਰਾਮ ਸਿੰਘ ਇਸ ਮਾਮਲੇ ਵਿਚ ਬੜੇ ਸਖਤ ਹੋਇਆ ਕਰਦੇ ਸਨ ਅਤੇ ਚੋਰੀ ਯਾਰੀ ਦੀ ਸ਼ਿਕਾਇਤ ਹੋਣ ਪਰ ਦੋਸ਼ੀਆਂ ਨੂੰ ਝਟ ਖਾਰਜ ਕਰ ਦਿੱਤਾ ਜਾਂਦਾ ਸੀ। ਇਸ ਲਈ ਕਿਸੇ ਵਾਸਤੇ ਉਨ੍ਹਾਂ ਦੇ ਆਚਰਨ ਵਲ ਉਂਗਲੀ ਕਰ ਸਕਣਾ ਭੀ ਮੁਸ਼ਕਿਲ ਸੀ ਪਰ ਗਿਣਤੀ ਵਧ ਜਾਣ ਨਾਲ ਹਾਲਾਤ ਬਦਲ ਗਏ ਅਤੇ ਕੂਕਿਆਂ ਵਿਚ ਇਸਤ੍ਰੀ ਮਰਦਾਂ ਦੇ ਆਪਸ ਵਿਚ ਮੇਲ ਜੋਲ ਦੀ ਜਲਦੀ ਹੀ ਹੋ ਗਈ ਜ਼ਿਆਦਾ ਖੁਲ੍ਹ ਨੇ ਕੁਝਕੁ ਖਤਰਨਾਕ ਨਤੀਜੇ ਪੈਦਾ ਕਰ ਦਿੱਤੇ ਅਤੇ ਕੂਕਿਆਂ ਦੇ ਵਿਰੋਧੀਆਂ ਨੂੰ ਉਨ੍ਹਾਂ ਦੇ ਆਚਰਨ ਸੰਬੰਧੀ ਭੀ ਗੱਲਾਂ ਧੁਮਾਉਣ ਲਈ ਕਾਫੀ ਮਸਾਲਾ ਮਿਲ ਗਿਆ।

ਇਸ ਸਮੇਂ ਵਿਚ ਅੰਮ੍ਰਿਤਸਰ ਦੇ ਜ਼ਿਲੇ ਵਿਚ ਕੂਕਿਆਂ ਦੀ ਇਕ ਪ੍ਰਚਾਰਿਕਾ ਚੰਦੋ, ਜੋ ਸੰਨ 1867 ਦੀ ਦੀਵਾਲੀ ਨੂੰ ਅੰਮ੍ਰਿਤਸਰ ਆਈ ਹੋਈ ਸੀ, ਗੰਡਾ ਸਿੰਘ ਨਾਮੀ ਇਕ ਤਰਖਾਣ ਨਾਲ ਉਠ ਗਈ। ਬਾਦ ਵਿਚ ਜਵਾਹਿਰ ਸਿੰਘ ਤੇ ਗੰਡਾ ਸਿੰਘ ਨੇ ਚੰਦੋ ਨੂੰ ਕਤਲ ਕਰ ਦਿੱਤਾ। ਸੰਨ 1868 ਦੀ ਰੀਪੋਰਟ ਵਿਚ ਲਿਖਿਆ ਹੋਇਆ ਹੈ ਕਿ ਜਵਾਹਰ ਸਿੰਘ ਤਾਂ ਫਾਹੇ ਲੱਗ ਗਿਆ ਹੈ, ਪਰ ਗੰਡਾ ਸਿੰਘ ਹਾਲ ਤੱਕ ਹੱਥ ਨਹੀਂ ਆਇਆ।[1]

ਇਸ ਦੁਖਦਾਇਕ ਘਟਨਾ ਨੇ ਆਮ ਜਨਤਾ ਵਿਚ ਕੂਕਿਆਂ ਦੇ ਜੀਵਨ ਸੰਬੰਧੀ ਕੋਈ ਚੰਗੀ ਰਾਏ ਨਾ ਰਹਿਣ ਦਿੱਤੀ। ਇਸੇ ਸਾਲ ਹੀ ਭਾਗ ਸਿੰਘ ਕੂਕਿਆਂ ਦਾ ਸੂਬਾ ਬਣਨ ਤੋਂ ਛੇਤੀ ਹੀ ਬਾਦ ਇਕ ਬੜੀ ਭਿਆਨਕ ਬੀਮਾਰੀ ਨਾਲ ਮਰਿਆ। ਇਸ ਦਾ ਹੋਸ਼ਿਆਰਪੁਰ ਦੇ ਜ਼ਿਲੇ ਵਿਚ ਕੂਕਿਆਂ ਦੇ ਪ੍ਰਚਾਰ ਤੇ ਬਹੁਤ ਉਲਟਾ ਅਸਰ ਪਿਆ।

ਇਨ੍ਹਾਂ ਗੱਲਾਂ ਦੇ ਨਾਲ ਹੀ ਇਕ ਹੋਰ ਚੀਜ਼, ਜਿਸ ਨੇ ਲੋਕਾਂ ਨੂੰ ਕੂਕਿਆਂ ਤੋਂ ਦੁਰੇਡੇ ਕਰਨਾ ਸ਼ੁਰੂ ਕਰ ਦਿੱਤਾ, ਭਾਈ ਰਾਮ ਸਿੰਘ ਦੇ ਲਾਓ ਲਸ਼ਕਰ ਸਮੇਤ ਦੌਰੇ ਸਨ। ਇਹ ਦੌਰੇ ਪਿੰਡਾਂ ਦੇ ਗਰੀਬ ਕੂਕਿਆਂ ਨੂੰ ਬੜੇ ਮਹਿੰਗੇ ਪੈਂਦੇ ਸਨ। ਭਾਈ

1. ਦਯਾ ਕੌਰ ਤੇ ਚੰਦੋ ਸੰਬੰਧੀ ਮੁਕੱਦਮਿਆਂ ਦੀਆਂ ਮਿਸਲਾਂ ਦੇ ਆਧਾਰ ਤੇ ਵੇਰਵੇ ਵਿਚ ਜਾਣਾ ਯੋਗ ਨਹੀਂ ਸਮਝਿਆ। ਇਸ ਲਈ ਇਸ਼ਾਰੇ ਮਾਤ੍ਰ ਸੰਖੇਪ ਹੀ ਲਿਖਿਆ ਹੈ।

ਸਾਹਿਬ ਨਾਲ ਵੀਹ ਕੁ ਘੋੜੇ ਅਤੇ ਕੂਕਿਆਂ ਦੀ ਕਾਫੀ ਗਿਣਤੀ ਹੁੰਦੀ ਸੀ, ਜਿਨ੍ਹਾਂ ਦੇ ਖਾਣੇ ਦਾਣੇ, ਲੰਗਰ ਤੇ ਸਰਦਾਈਆਂ ਦਾ ਖਰਚ ਉਸ ਕੂਕੇ ਨੂੰ ਦੇਣਾ ਪੈਂਦਾ ਜਿਸ ਦੇ ਘਰ ਕਿ ਭਾਈ ਸਾਹਿਬ ਆਪਣੇ ਦੌਰੇ ਸਮੇਂ ਡੇਰਾ ਕਰਦੇ। ਸਸਤੇ-ਭਾ ਦੇ ਦਿਨਾਂ ਵਿਚ ਤਾਂ ਲੋਕ ਸੇਵਾ ਭਾਵ ਨਾਲ ਸਹਿ ਜਾਂਦੇ ਪਰ 1868 ਦੇ ਮਹਿੰਗਾਈ ਦੇ ਦਿਨਾਂ ਵਿਚ ਇਹ ਖਰਚ ਕਈ ਗਰੀਬ ਕੂਕਿਆਂ ਲਈ ਔਖ ਦਾ ਕਾਰਣ ਬਣ ਗਿਆ। ਇਸ ਨੇ ਲੋਕਾਂ ਦੇ ਉਤਸ਼ਾਹ ਨੂੰ ਬਹੁਤ ਠੰਡਾ ਪਾ ਦਿੱਤਾ।

ਇੰਨਸਪੈਕਟਰ ਜਨਰਲ ਪੋਲੀਸ ਲਾਹੌਰ ਆਪਣੀ 1868 ਦੀ ਰਿਪੋਰਟ ਦੇ ਅੰਤ ਵਿਚ ਲਿਖਦਾ ਹੈ ਕਿ ਇਹੋ ਜੇਹੇ ਕਈ ਕਾਰਨਾਂ ਨੇ ਰਲ ਕੇ ਸੰਨ 1868 ਨੂੰ ਕੂਕਿਆਂ ਲਈ ਇਕ ਅਭਾਗਾ ਵਰ੍ਹਾ ਬਣਾ ਦਿੱਤਾ। ਪਰ ਖਿਆਲ ਕੀਤਾ ਜਾਂਦਾ ਹੈ ਕਿ ਭਾਈ ਰਾਮ ਸਿੰਘ ਆਪਣੀ ਮਾਨ-ਪ੍ਰਤਿਸ਼ਟਾ ਨੂੰ ਮੁੜ ਕਾਇਮ ਰੱਖਣ ਲਈ ਜ਼ਰੂਰ ਯਤਨ ਕਰੇਗਾ। ਸਰਕਾਰ ਨੂੰ ਚਾਹੀਦਾ ਹੈ ਕਿ ਉਹ ਕੂਕਿਆਂ ਦੀ ਦੇਖਭਾਲ ਜਾਰੀ ਰੱਖੇ ਪਰ ਅੱਗੇ ਨਾਲੋਂ ਜ਼ਰਾ ਘਟ ਸਖਤ ਹੋ ਸਕਦਾ ਹੈ ਕਿ ਕੂਕਿਆਂ ਦੇ ਧਾਰਮਕ ਉਤਸ਼ਾਹ ਦੀ ਲਾਟ ਬੁਝਣ ਤੋਂ ਪਹਿਲਾਂ ਇਕ ਵਾਰੀ ਫੇਰ ਪ੍ਰਚੰਡ ਹੋਕੇ ਉੱਚੀ ਚੜ੍ਹੇ। ਇਸ ਲਈ ਸਾਨੂੰ ਸੰਨ 1869 ਵਲ ਜ਼ਰਾ ਗਹੁ ਨਾਲ ਦੇਖਣਾ ਚਾਹੀਦਾ ਹੈ ਕਿ ਭਾਈ ਰਾਮ ਸਿੰਘ ਕੂਕਿਆਂ ਦੇ ਉਤਸ਼ਾਹ ਨੂੰ ਜਗਾਈ ਰੱਖਣ ਲਈ ਕੀ ਨਵੇਂ ਸਾਧਨ ਵਰਤਦੇ ਹਨ। ਮੇਰਾ ਖਿਆਲ ਹੈ ਕਿ ਜੇ ਭਾਈ ਰਾਮ ਸਿੰਘ ਦਾ ਦੇਹਾਂਤ ਹੋ ਗਿਆ ਤਾਂ ਭਾਈ ਸਾਹਿਬ ਸਿੰਘ ਦੀ ਹਿੰਮਤ ਭੀ ਕੂਕਿਆਂ ਵਿਚ ਏਕਤਾ ਤੇ ਉਤਸ਼ਾਹ ਕਾਇਮ ਰਖ ਸਕਣ ਲਈ ਕਾਮਯਾਬ ਨਹੀਂ ਹੋ ਸਕੇਗੀ ਅਤੇ ਉਨ੍ਹਾਂ ਨੂੰ ਆਪਣੇ ਗਵਾਂਢੀਆਂ ਵਿਚ ਮੁੜ ਪੁਰਾਣੀ ਨੇਕ-ਨਾਮੀ ਹਾਸਲ ਹੋ ਗਈ ਤਾਂ ਇਸ ਦਾ ਨਤੀਜਾ ਬਿਲਕੁਲ ਉਲਟ ਹੋਵੇਗਾ।

ਸੰਨ 1869 ਵਿਚ ਭੀ ਕੂਕਿਆਂ ਦੀ ਗਿਣਤੀ ਵਿਚ ਕੋਈ ਖਾਸ ਵਾਧਾ ਨਾ ਹੋਇਆ ਤੇ ਕੰਮ ਦਿਨੋ ਦਿਨ ਠੰਡਾ ਪੈਂਦਾ ਗਿਆ। ਜ਼ਿਲਾ ਜਲੰਧਰ ਵਿਚ ਕੇਵਲ 137 ਨਵੇਂ ਕੂਕੇ ਬਣੇ ਤੇ ਬਾਕੀ ਜ਼ਿਲਿਆਂ ਵਿਚ ਇੱਕੜ ਦੁਕੜ ਹੀ ਨਵੇਂ ਆਦਮੀ ਇਨ੍ਹਾਂ ਵਿਚ ਰਲੇ।

ਬਰਾਜਵਾਲੇ ਦਾ ਵਾਕਿਆ[1]

ਫਰਵਰੀ 1869 ਦੇ ਆਖੀਰ ਵਿਚ ਫੀਰੋਜ਼ਪੁਰ ਦੇ ਸੁਪ੍ਰਿੰਟੈਂਡੈਂਟ ਪੋਲੀਸ ਮਿਸਟਰ ਟਰਟਨ-ਸਮਿਥ ਪਾਸ ਰੀਪੋਰਟਾਂ ਪੁੱਜੀਆਂ ਕਿ ਫੀਰੋਜ਼ਪੁਰ ਦੇ ਜ਼ਿਲ੍ਹੇ ਵਿਚ ਪਿੰਡ ਰੂਪਾਣੇ ਦੇ ਲਾਗੇ ਕੂਕੇ ਇਕਠੇ ਹੋ ਰਹੇ ਹਨ ਅਤੇ ਪਤਾ ਲੱਗਾ ਕਿ ਉਸ ਪਿੰਡ ਦਾ ਲੰਬੜਦਾਰ ਆਪਣੇ ਘਰ ਦੇ ਕੁਝ ਚਰਖੇ, ਇਕ ਮੰਜਾ, ਇਕ ਹਲ, ਗੱਡੇ ਦੇ ਹਿਸੇ ਆਦਿ ਫੂਕ ਕੇ ਕੂਕਿਆਂ ਦੇ ਇਕ ਜਥ ਨਾਲ ਜ਼ਿਲ੍ਹਾ ਸਰਸਾ ਦੇ ਪਿੰਡ ਬਰਾਜਵਾਲੇ ਵਲ ਨੂੰ ਤੁਰ ਗਿਆ ਹੈ।

ਡਿਪਟੀ ਇੰਸਪੈਕਟਰ ਦੀਵਾਨ ਬਖਸ਼ ਇਸ ਜਥੇ ਦੀਆਂ ਕਾਰਵਾਈਆਂ ਦੀ ਦੇਖ ਭਾਲ ਕਰ ਰਿਹਾ ਸੀ। ਦੋ ਕੁ ਦਿਨ ਪਿੱਛੋਂ ਦੀਵਾਨ ਬਖ਼ਸ਼ ਵੱਲੋਂ ਰੀਪੋਰਟ ਪੁੱਜੀ ਕਿ ਦੇਖ ਭਾਲ ਤੋਂ ਨਾਰਾਜ਼ ਹੋ ਕੇ ਕੂਕਿਆਂ ਨੇ ਉਸ ਤੇ ਹੱਲਾ ਕਰ ਦਿੱਤਾ ਸੀ, ਮੁਕਾਬਲੇ ਵਿਚ ਉਸਦੀ ਤਲਵਾਰ ਟੁਟ ਗਈ ਤੇ ਖੋਹ ਲਈ, ਉਸ ਦੇ ਘੋੜੇ ਦੇ ਇਕ ਬਰਛਾ ਲੱਗਾ। ਬੇਲੀ ਸਿੰਘ ਕੂਕੇ ਨੇ ਉਸ ਨੂੰ ਟਕੂਆ ਯਾ ਲਾਠੀ ਮਾਰੀ ਤੇ ਮਾਹਨਾ ਸਿੰਘ ਕੂਕੇ ਨੇ ਉਸ ਉਤੇ ਬਰਛੇ ਦਾ ਵਾਰ ਕੀਤਾ। ਦੀਵਾਨ ਬਖ਼ਸ਼ ਦੇ ਇਕ ਸਾਥੀ ਸਿਪਾਹੀ ਉਤੇ ਭੀ ਹੱਲਾ ਕੀਤਾ ਗਿਆ ਤੇ ਉਸ ਦੀ ਤਲਵਾਰ ਤੋੜ ਕੇ ਖੋਹ ਲਈ ਅਤੇ ਉਸ ਦਾ ਕੋਟ ਵਾਰ ਨਾਲ ਫਟ ਗਿਆ। ਇਸ ਵੇਲੇ ਡਿਪਟੀ ਕਮਿਸ਼ਨਰ ਸਦਰ ਵਿਚ ਮੌਜੂਦ ਨਹੀਂ ਸੀ, ਇਸ ਲਈ ਸੁਪ੍ਰਿੰਟੈਂਡੈਂਟ ਪੋਲੀਸ ਮਿਸਟਰ ਟਰਟਨ-ਸਮਿਥ, ਅਸਿਸਟੈਂਟ ਕਮਿਸ਼ਨਰ ਮਿਸਟਰ ਵੇਕਫੀਲਡ, ਵੀਹ ਪਿਆਦੇ ਪੋਲੀਸ ਦੇ ਸਿਪਾਹੀ ਤੇ ਪੰਦਰਾਂ ਘੋੜ-ਚੜ੍ਹੇ ਸਿਪਾਹੀ ਨਾਲ ਲੈ ਕੇ ਮੌਕੇ ਨੂੰ ਚਲ ਪਿਆ।

ਮਿਸਟਰ ਟਰਟਨ ਸਮਿਥ ਤੇ ਉਸ ਦੀ ਪਾਰਟੀ 1 ਮਾਰਚ ਦੇ ਦੋ ਵਜੇ ਸਵੇਰੇ ਮੁਕਤਸਰ ਪਹੁੰਚੇ। ਇਥੇ ਇਨ੍ਹਾਂ ਨੂੰ ਇਵਜ਼ੀ ਤਹਿਸੀਲਦਾਰ ਆਲਮਸ਼ਾਹ ਮਿਲਿਆ। ਉਸ ਨੇ ਦੱਸਿਆ ਕਿ ਕੂਕੇ ਬਰਾਜਵਾਲੇ ਇਕੱਠੇ ਹੋ ਰਹੇ ਹਨ ਅਤੇ ਆਪਣੇ ਆਪ ਨੂੰ ਹਵਾਲੇ ਕਰਨੋਂ ਨਾਂਹ ਕਰ ਰਹੇ ਹਨ। ਮੇਰੇ ਪਾਸ ਚੂੰਕਿ ਪੋਲੀਸ ਕਾਫੀ ਨਹੀਂ ਸੀ ਇਸ ਲਈ ਉਹਨਾਂ ਨੂੰ ਹੱਥ ਪਾਉਣਾ ਮੈਂ ਯੋਗ ਨਹੀਂ ਸਮਝਿਆ। ਸਮਿਥ ਤੇ ਵੇਕਫ਼ੀਲਡ ਘੋੜ-ਚੜ੍ਹੀ ਪੋਲੀਸ ਨੂੰ ਨਾਲ ਲੈ ਕੇ ਅੱਗੇ ਵਧੇ। ਇਨ੍ਹਾਂ ਦੇ ਆਉਣ ਦੀ ਖਬਰ ਸੁਣ ਕੇ ਸਹਾਇਤਾ ਦੇਣ ਲਈ ਸੋਢੀ ਮਾਨ ਸਿੰਘ ਤੇ ਉਨ੍ਹਾਂ ਦਾ ਭਾਈ ਭੀ ਆ ਲਏ।

---

1. ਕੂਕਿਆਂ ਸੰਬੰਧੀ ਸੰਨ 1869 ਦੀ ਰਿਪੋਰਟ, ਲੈਫਟਿਨੈਂਟ ਕਰਨਲ ਹਚਿਨਸਨ ਇੰਸਪੈਕਟਰ ਜਨਰਲ ਪੋਲੀਸ ਦੀ ਸਕਤ੍ਰ ਸਰਕਾਰ ਪੰਜਾਬ ਦੇ ਨਾਮ 14 ਜਨਵਰੀ 1870 ਦੀ ਚਿਠੀ ਨੰਬਰ 7-201

ਥਰਾਜਵਾਲਾ ਮੁਕਤਸਰੋਂ 25 ਕੁ ਮੀਲ ਹੈ। ਲਾਗੇ ਪੁੱਜ ਕੇ ਪੋਲੀਸ ਨੂੰ ਓਹਲੇ ਰੱਖ ਕੇ ਪਿੰਡ ਵਾਲਿਆਂ ਦੀ ਸਹਾਇਤਾ ਨਾਲ ਕੂਕਿਆਂ ਨੂੰ ਗ੍ਰਿਫਤਾਰ ਕਰਨ ਦੀ ਕੋਸ਼ਿਸ਼ ਕਰਨ ਦਾ ਫੈਸਲਾ ਹੋਇਆ, ਜੋ ਬੜੀ ਖੁਸ਼ੀ ਨਾਲ ਆ ਇਕੱਠੇ ਹੋਏ ਹਨ।

ਦੁਪਹਿਰੋਂ ਬਾਦ ਦੋ ਵਜੇ ਇਹ ਪਾਰਟੀ ਥਰਾਜਵਾਲੇ ਪੁੱਜੀ। ਕੁਤਬਸ਼ਾਹ ਇੰਸਪੈਕਟਰ ਤੇ ਅੱਠ ਸਿਪਾਹੀ ਅਤੇ ਬੰਦੋਬਸਤ ਦਾ ਸੁਪ੍ਰਿੰਟੈਂਡੈਂਟ ਆਦਿ ਪਿੰਡੋਂ ਬਾਹਰ ਖੜੋਤੇ ਉਡੀਕ ਕਰ ਰਹੇ ਸਨ। ਕੁਤਬਸ਼ਾਹ ਇੰਸਪੈਕਟਰ ਨੇ ਮਲੂਕ ਸਿੰਘ ਕੂਕੇ ਰਾਹੀਂ ਯਤਨ ਕੀਤਾ ਸੀ ਕਿ ਕੂਕੇ ਗ੍ਰਿਫਤਾਰ ਹੋ ਜਾਣ ਪਰ ਥਰਾਜਵਾਲੇ ਦੇ ਮਸਤਾਨ ਸਿੰਘ ਨੇ ਮਲੂਕ ਸਿੰਘ ਦੀ ਕੋਈ ਪੇਸ਼ ਨਹੀਂ ਸੀ ਜਾਣ ਦਿੱਤੀ। ਹਾਂ ਮਲੂਕ ਸਿੰਘ ਇਸ ਗੱਲ ਵਿਚ ਸਫ਼ਲ ਹੋ ਗਿਆ ਸੀ ਕਿ ਮਸਤਾਨ ਸਿੰਘ ਤੇ ਕੁਤਬ ਸ਼ਾਹ ਦੀ ਆਪਸ ਵਿਚ ਗੱਲ-ਬਾਤ ਕਰਾ ਦੇਵੇ। ਮਸਤਾਨ ਸਿੰਘ ਨੇ ਕੁਤਬਸ਼ਾਹ ਨੂੰ ਕਿਹਾ ਕਿ ਚੰਗਾ ਹੋਵੇ ਕਿ ਤੂੰ ਆਪਣਾ ਘੋੜਾ ਤਾਂ ਨਜ਼ਰਾਨੇ ਵਜੋਂ ਭੇਟ ਕਰ ਦੇਵੇਂ ਤੇ ਆਪ ਸਰਕਾਰ ਨੂੰ ਛਡ ਕੇ ਸਾਡੇ ਨਾਲ ਰਲ ਜਾਏਂ, ਇਹ ਵਹਿਮ ਦਿਲ 'ਚੋਂ ਕੱਢ ਛੱਡ ਕਿ ਸਰਕਾਰ ਤੇਰੀ ਕੋਈ ਸਹਾਇਤਾ ਕਰ ਸਕਦੀ ਹੈ। ਅਲੀਮੁੱਲਾ ਨੇ ਭੀ ਠੰਡ ਵਰਤਾਉਣ ਦਾ ਯਤਨ ਕੀਤਾ ਸੀ ਪਰ ਉਸ ਨੂੰ ਭੀ ਇੱਟਾਂ ਨਾਲ ਹੀ ਜਵਾਬ ਦਿੱਤਾ ਗਿਆ ਸੀ ਤੇ ਆਖਿਆ ਗਿਆ ਸੀ ਕਿ ਸਰਕਾਰ ਨੂੰ ਛੱਡ ਕੇ ਕੂਕਿਆਂ ਨਾਲ ਰਲ ਜਾਏ।

ਮਿਸਟਰ ਵੇਕਫੀਲਡ ਨੇ ਸੋਢੀ ਮਾਨ ਸਿੰਘ ਤੇ ਆਲਮਸ਼ਾਹ ਤਹਿਸੀਲਦਾਰ ਨੂੰ ਭੇਜਿਆ ਤਾਂ ਕਿ ਕੂਕਿਆਂ ਨੂੰ ਆਖਣ ਕਿ ਚੁਪ ਚਾਪ ਗ੍ਰਿਫਤਾਰ ਹੋ ਜਾਉ ਅਤੇ ਇਹ ਭੀ ਦੱਸ ਦੇਣ ਕਿ ਦੋ ਯੂਰਪੀਨ ਅਫਸਰ ਵਹੀਰ ਸਮੇਤ ਪੁੱਜ ਗਏ ਹਨ। ਇਹ ਅੱਧੇ ਕੁ ਘੰਟੇ ਪਿਛੋਂ ਬਾਕੀ ਕੂਕੇ ਜੋਸ਼ ਦੀ ਹਾਲਤ ਵਿਚ ਆ ਪੁੱਜੇ। ਪਹਿਲਾਂ ਤਾਂ ਉਹਨਾਂ ਨੇ ਮਸਤਾਨ ਸਿੰਘ ਤੋਂ ਬਿਨਾਂ ਹੋਰ ਕਿਸੇ ਦਾ ਹੁਕਮ ਮੰਨਣੋਂ ਨਾਂਹ ਕਰ ਦਿੱਤੀ। ਮਾਲੂਮ ਹੁੰਦਾ ਹੈ ਕਿ ਯੂਰਪੀਨਾਂ ਤੇ ਪਿੰਡਾਂ ਦੇ ਲੋਕਾਂ ਦੀ ਵਾਹਰ ਨੂੰ ਦੇਖ ਕੇ ਮਸਤਾਨ ਸਿੰਘ ਕੁਝ ਠਠੰਬਰ ਗਿਆ। ਕੁਝ ਮਿੰਟਾਂ ਵਿਚ ਹੀ ਕੂਕਿਆਂ ਨੂੰ ਖਾਲੀ ਹੱਥ ਕਰ ਕੇ ਇਕ ਦੂਸਰੇ ਨਾਲ ਜੂੜ ਲਿਆ ਗਿਆ ਤੇ ਇਸ ਤਰ੍ਹਾਂ 44 ਕੂਕਿਆਂ ਨੂੰ ਗ੍ਰਿਫਤਾਰ ਕਰ ਕੇ ਜ਼ਿਲ੍ਹਾ ਸਰਸਾ ਦੇ ਠਾਣਾ ਮਲੌਣ ਪਹੁੰਚਾ ਦਿੱਤਾ ਗਿਆ।

ਕੂਕਿਆਂ ਨੇ ਇਸ ਵੇਲੇ ਕਾਫ਼ੀ ਗੁੜ ਵੰਡਿਆ ਸੀ ਤੇ ਕਈ ਕੂਕੇ ਆਪਣੇ ਟੱਬਰ ਭੀ ਨਾਲ ਹੀ ਲੈ ਆਏ ਸਨ ਅਤੇ ਇਨ੍ਹਾਂ ਨੇ ਸੋਨੇ ਤੇ ਚਾਂਦੀ ਦੇ ਬਹੁਤ ਸਾਰੇ ਗਹਿਣੇ ਮਸਤਾਨ ਸਿੰਘ ਦੇ ਹਵਾਲੇ ਲਿਆ ਕੀਤੇ ਸਨ। ਤਲਾਸ਼ੀ ਵਿਚ ਪੰਜ ਕੁ ਹਜ਼ਾਰ ਰੁਪਏ ਦੇ ਗਹਿਣੇ ਮਿਲੇ, ਪਰ ਮਾਲੂਮ ਹੁੰਦਾ ਹੈ ਕਿ ਸਾਂਰਾ ਮਾਲ ਬਰਾਮਤ ਨਹੀਂ ਸੀ ਹੋ ਸਕਿਆ।

ਇਥੇ ਇਹ ਦੱਸ ਦੇਣਾ ਭੀ ਕੁਥਾਂਵੇਂ ਨਹੀਂ ਹੋਵੇਗਾ ਕਿ ਭਾਈ ਮਸਤਾਨ ਸਿੰਘ ਦਾ ਕੂਕਿਆਂ ਉਤੇ ਕਾਫ਼ੀ ਅਸਰ ਸੀ। ਕਹਿੰਦੇ ਹਨ ਕਿ ਇਸ ਨੇ ਇਹ ਪਹਿਲੋਂ ਹੀ

ਦੱਸ ਦਿੱਤਾ ਸੀ ਕਿ ਕਾਲ ਪੈਣ ਵਾਲਾ ਹੈ ਤੇ ਉਸ ਦੀ ਇਹ ਗੱਲ ਠੀਕ ਨਿਕਲ ਆਈ ਸੀ। ਇਸ ਤਰ੍ਹਾਂ ਕੂਕਿਆਂ ਵਲੋਂ ਮਸਤਾਨ ਸਿੰਘ ਦੀ ਜੋ ਇਜ਼ਤ ਹੋਣ ਲੱਗ ਪਈ ਉਸ ਨੇ ਇਸ ਦਾ ਸਿਰ ਫੇਰ ਦਿੱਤਾ। ਇਥੇ ਤੱਕ ਕਿ ਇਹ ਖੁਦ ਭਾਈ ਰਾਮ ਸਿੰਘ ਤੋਂ ਭੀ ਬੇ ਮੁਖ ਹੋ ਗਿਆ ਤੇ ਉਨ੍ਹਾਂ ਨੂੰ ਢਿੱਲੜ ਸਮਝ ਕੇ ਪੁਛੇ ਬਿਨਾਂ ਹੀ ਉਪਰੋਕਤ ਝਗੜਾ ਖੜ੍ਹਾ ਕਰ ਦਿੱਤਾ ਜਿਸ ਦਾ ਮੰਤਵ ਮੁੜ ਸਿੱਖ ਰਾਜ ਕਾਇਮ ਕਰਨਾ ਪ੍ਰਸਿੱਧ ਕੀਤਾ। ਮਾਲੂਮ ਹੁੰਦਾ ਹੈ ਮਸਤਾਨ ਸਿੰਘ ਨੇ ਕਈ ਥਾਂਈਂ ਇਹ ਭੀ ਆਖਿਆ ਕਿ ਭਾਈ ਰਾਮ ਸਿੰਘ ਚਲਾਣਾ ਕਰ ਗਏ ਹਨ ਤੇ ਮੈਂ ਉਨ੍ਹ ਦੀ ਥਾਂ ਥਾਪਿਆ ਗਿਆ ਹਾਂ। ਮਸਤਾਨ ਸਿੰਘ ਨੇ ਪਿੰਡ ਝੰਡੇਵਾਲਾ, ਠਾਣਾ ਮਲੌਟ ਦੀ ਇਕ ਸਿੰਘਣੀ ਨੂੰ ਆਪਣੀ ਪ੍ਰਚਾਰਿਕਾ ਸਥਾਪਨ ਕੀਤਾ ਤੇ ਇਹ ਮਸ਼ਹੂਰ ਕੀਤਾ ਕਿ ਭਾਈ ਰਾਮ ਸਿੰਘ ਦੀ ਪੁਤ੍ਰੀ ਦਯਾ ਕੌਰ ਦੀ ਜੋਤ ਉਸ ਵਿਚ ਆ ਬਿਰਾਜੀ ਹੈ ਤੇ ਉਸ ਨੇ ਇਸ ਨੂੰ ਮਜ਼ਬੂਰ ਕੀਤਾ ਹੈ ਕਿ ਉਹ ਮਸਤਾਨ ਸਿੰਘ ਨੂੰ ਕੂਕਾ ਸੰਪ੍ਰਦਾਇ ਦਾ ਆਗੂ ਪ੍ਰਗਟ ਕਰੇ।

ਗ੍ਰਿਫਤਾਰ ਕੀਤੇ ਗਏ 44 ਕੂਕਿਆਂ ਉਤੇ ਫੀਰੋਜ਼ਪੁਰ ਦੇ ਡਿਪਟੀ ਕਮਿਸ਼ਨਰ ਮਿਸਟਰ ਨੌਕਸ ਦੀ ਅਦਾਲਤ ਵਿਚ ਮੁਕਦਮਾ ਚੱਲਿਆ। ਲਾਹੌਰ ਦੇ ਕਮਿਸ਼ਨਰ ਲੈਫਟਿਨੈਂਟ ਕਰਾਕਰੌਫਟ ਵਲੋਂ ਮਿਸਟਰ ਨੌਕਸ ਨੂੰ ਹਦਾਇਤ ਕੀਤੀ ਗਈ ਕਿ ਕੂਕਿਆਂ ਵਿਰੁਧ ਬਗ਼ਾਵਤ ਦਾ ਮੁਕਦਮਾ ਨਾ ਚਲਾਇਆ ਜਾਏ, ਕੇਵਲ ਫਸਾਦ ਦਾ ਮੁਕਦਮਾ ਹੀ ਚਲੇ ਤੇ ਕੁਝ ਥੋੜੀਆਂ ਹੀ ਸਖਤ ਸਜ਼ਾਵਾਂ ਦਿੱਤੀਆਂ ਜਾਣ, ਚੁਨਾਂਚਿ 44 ਕੂਕਿਆਂ ਵਿਚੋਂ ਹੇਠ ਲਿਖੇ ਸੱਤਾਂ ਨੂੰ ਹੀ ਸਜ਼ਾਵਾਂ ਮਿਲੀਆਂ ਬਾਕੀ 37 ਨੂੰ ਬਿਨ੍ਹਾਂ ਮੁਕਦਮੇ ਦੇ ਛੱਡ ਦਿੱਤਾ ਗਿਆ।

1. ਮਸਤਾਨ ਸਿੰਘ ਥਰਾਜਵਾਲਾ (ਸਰਸਾ), ਡੇਢ੍ਹ ਸਾਲ ਸਖ਼ਤ ਕੈਦ ਤੇ ਪੰਜਾਹ ਰੁਪਏ ਜੁਰਮਾਨਾ ਯਾ ਛੇ ਮਹੀਨੇ ਹੋਰ ਕੈਦ।
2. ਮਾਣਾ ਸਿੰਘ, ਚੰਨੂੰ (ਸਰਸਾ), ਇਕ ਸਾਲ ਸਖ਼ਤ ਕੈਦ ਤੇ ਪੰਝੀ ਰੁਪਏ ਜੁਰਮਾਨਾ ਯਾ ਤਿੰਨ ਮਹੀਨੇ ਹੋਰ ਕੈਦ।
3. ਬੇਲੀ ਸਿੰਘ, ਥੰਰਾਜਵਾਲਾ (ਸਰਸਾ), ਦਸ ਰੁਪਏ ਜੁਰਮਾਨਾ ਯਾ ਤਿੰਨ ਮਹੀਨੇ ਮਹਿਜ਼ ਕੈਦ।
4. ਬਚਿੱਤ੍ਰ ਸਿੰਘ ਕੂਰਾਈਵਾਲਾ (ਮੁਕਤਸਰ), ਛੇ ਮਹੀਨੇ ਕੈਦ।
5. ਹਰਨਾਮ ਸਿੰਘ, ਔਲਖ (ਸਰਸਾ), ਇਕ ਸਾਲ ਕੈਦ ਤੇ ਪੰਝੀ ਰੁਪਏ ਜੁਰਮਾਨਾ ਯਾ ਤਿੰਨ ਮਹੀਨੇ ਹੋਰ ਕੈਦ।
6. ਸਰਮੁਖ ਸਿੰਘ, ਭੋਲਵਾਲਾ (ਮੁਕਤਸਰ) ਦਸ ਰੁਪਏ ਜੁਰਮਾਨਾ ਯਾ ਤਿੰਨ ਮਹੀਨੇ ਮਹਿਜ਼ ਕੈਦ ।

ਇਸ ਮੌਕੇ ਤੇ ਸਰਕਾਰ ਦੀ ਸੇਵਾ ਦੇ ਬਦਲੇ ਸੋਢੀ ਮਾਨ ਸਿੰਘ ਨੂੰ ਔਨਰੇਰੀ

ਮੈਜਿਸਟਰੇਟ ਬਣਾਇਆ ਗਿਆ ਤੇ ਕਈ ਪਿੰਡਾਂ ਵਾਲਿਆਂ ਨੂੰ ਨਕਦ ਇਨਾਮ ਦਿੱਤੇ ਗਏ। ਲੈਫਟਿਨੈਂਟ ਕਰਨਲ ਜੀ ਹਚਿਨਸਨ, ਇੰਸਪੈਕਟਰ ਜਨਰਲ ਪੋਲੀਸ, ਆਪਣੀ 14 ਜਨਵਰੀ 1850 ਦੀ ਚਿੱਠੀ ਨੰਬਰਜ 7-201 ਵਿਚ ਲਿਖਦਾ ਹੈ ਕਿ ਪੋਲੀਸ ਵਾਲਿਆਂ ਨੂੰ ਉਨ੍ਹਾਂ ਦੀ ਸੇਵਾ ਬਦਲੇ ਕੁਝ ਨਹੀਂ ਸੀ ਮਿਲਿਆ।

ਕਸ਼ਮੀਰ ਵਿਚ ਕੂਕਿਆਂ ਦੀ ਪਲਟਣ

ਸੰਨ 1869 ਦੀਆਂ ਗਰਮੀਆਂ ਵਿਚ ਰੋਜ਼ਗਾਰ ਦੀ ਤਲਾਸ਼ ਵਿਚ ਕੁਝ ਕੂਕੇ ਮਹਾਰਾਜਾ ਕਸ਼ਮੀਰ ਪਾਸ ਜੰਮੂੰ ਪਹੁੰਚੇ ਤੇ ਡੋਗਰਾ ਫੌਜ ਵਿਚ ਭਰਤੀ ਹੋਣ ਦੀ ਇੱਛਾ ਪ੍ਰਗਟ ਕੀਤੀ। ਇਨ੍ਹਾਂ ਦੀ ਗਿਣਤੀ ਤੀਹ ਪੈਂਤੀ ਦੇ ਨੇੜੇ ਸੀ। ਸਢੌਰਾ ਜ਼ਿਲਾ ਅੰਬਾਲੇ ਦਾ ਜਾਗੀਰਦਾਰ ਸਰਦਾਰ ਹੀਰਾ ਸਿੰਘ; ਕਿਲ੍ਹਾ ਦੇਸਾ ਸਿੰਘ ਜ਼ਿਲ੍ਹਾ ਅੰਮ੍ਰਿਤਸਰ ਦਾ ਤਾਰਾ ਸਿੰਘ, ਲਾਲ ਸਿੰਘ ਪਟਿਆਲੀਆ ਤੇ ਚੰਦਾ ਸਿੰਘ ਅੰਮ੍ਰਿਤਸਰੀਆ ਇਨ੍ਹਾਂ ਦੇ ਆਗੂ ਸਨ। ਮਹਾਰਾਜਾ ਰਣਬੀਰ ਸਿੰਘ ਨੇ ਇਨ੍ਹਾਂ ਨੂੰ ਜੰਮੂੰ ਸ਼ਹਿਰ ਤੋਂ ਬਾਹਰ ਥਾਂ ਦੇ ਦਿੱਤੀ ਤੇ ਕਿਹਾ ਕਿ ਜੇ ਤੁਸੀਂ ਇਕ ਪਲਟਣ ਦੀ ਨਫਰੀ ਜੋਗੇ ਆਦਮੀ ਲੈ ਆਓ ਤਾਂ ਤੁਹਾਡੀ ਇੱਕ ਵੱਖਰੀ ਪਲਟਣ ਖੜ੍ਹੀ ਕਰ ਦਿੱਤੀ ਜਾਏਗੀ। ਭਰਤੀ ਸ਼ੁਰੂ ਹੋਣ ਪਰ ਕੂਕੇ ਜੰਮੂੰ ਪੁਜਣ ਲੱਗ ਪਏ। ਇਸ ਗੱਲ ਦੀ ਖਬਰ ਨਵੰਬਰ ਦੇ ਮਹੀਨੇ ਇੰਸਪੈਕਟਰ ਜਨਰਲ ਪੋਲੀਸ ਨੂੰ ਲੱਗੀ, ਤੇ ਇਹ ਭੀ ਪਤਾ ਲੱਗਾ ਕਿ ਭਰਤੀ ਦਾ ਚਾਹਵਾਨ ਹਰ ਜਵਾਨ ਜੰਮੂੰ ਜਾਣ ਤੋਂ ਪਹਿਲਾਂ ਭਾਈ ਰਾਮ ਸਿੰਘ ਤੋਂ ਇਕ ਸਰਟੀਫਿਕੇਟ ਲੈ ਜਾਂਦਾ ਹੈ।

ਸੰਨ 1869 ਦੇ ਅਖੀਰ ਵਿਚ ਇਕ ਡਿਪਟੀ ਇੰਨਸਪੈਕਟਰ ਪੋਲੀਸ ਜੰਮੂੰ ਭੇਜਿਆ ਗਿਆ ਤਾਂ ਕਿ ਉਹ ਇਸ ਪਲਟਣ ਦੇ ਵੇਰਵੇ ਸਹਿਤ ਹਾਲਾਤ ਪਤਾ ਕਰੇ। ਇਹ ਪੋਲੀਸ ਅਫਸਰ ਫਰਵਰੀ 1870 ਵਿਚ ਜੰਮੂੰ ਤੋਂ ਮੁੜਿਆ ਤੇ ਇਸ ਨੇ ਰੀਪੋਰਟ ਕੀਤੀ ਕਿ ਨਵੀਂ ਖੜ੍ਹੀ ਹੋ ਰਹੀ ਇਸ ਪਲਟਣ ਦਾ ਕਮਾਨ ਅਫਸਰ ਸਰਦਾਰ ਹੀਰਾ ਸਿੰਘ ਹੈ ਤੇ ਡੇਢ ਸੌ ਆਦਮੀ ਭਰਤੀ ਹੋ ਚੁੱਕਾ ਹੈ। ਇਹ ਸਾਰੇ ਜੰਮੂੰ ਮੌਜੂਦ ਨਹੀਂ ਸਨ ਕੁਝ ਆਪਣੇ ਪਿੰਡਾਂ ਨੂੰ ਗਏ ਹੋਏ ਸਨ। 71 ਦੀ ਗਿਣਤੀ ਮੌਜੂਦ ਸੀ ਜਿਨ੍ਹਾਂ ਵਿਚ ਕੁਝ ਕੁ ਬਿਰਧ ਸਨ ਤੇ ਕੁਝ ਬਿਲਕੁਲ ਮੁੰਡੇ ਹੀ ਸਨ।

ਇਨ੍ਹਾਂ ਦੀ ਤਨਖਾਹ ਦਸ ਰੁਪਏ (ਚਿਲਕੀ) ਮਹੀਨਾ ਸੀ ਅਤੇ ਜੰਮੂੰ ਦੀ ਫੌਜ਼ ਦੇ ਦੂਸਰੇ ਸਿਪਾਹੀਆਂ ਨਾਲੋਂ ਇਨ੍ਹਾਂ ਨੂੰ ਇਕ ਰੁਪਈਆਂ ਜ਼ਿਆਦਾ ਮਿਲਦਾ ਸੀ। ਇਸ ਤਨਖਾਹ ਦਾ ਕੁਝ ਹਿੱਸਾ ਆਟੇ' ਦੀ ਸ਼ਕਲ ਵਿਚ ਮਿਲਦਾ ਸੀ ਤੇ ਬਾਕੀ ਨਕਦ ਮਿਲਦਾ ਸੀ। ਇਨ੍ਹਾਂ ਨੂੰ ਕਵਾਇਤ ਸਿਖਲਾਈ ਜਾਂਦੀ ਸੀ, ਪਰ ਹਾਲ ਤਕ ਪੂਰੀ ਤਰ੍ਹਾਂ ਹਥਿਆਰ ਨਹੀਂ ਸਨ ਮਿਲੇ। ਪਰੇਡ ਵੇਲੇ ਇਨ੍ਹਾਂ ਨੂੰ ਜ਼ਰੂਰੀ ਹਥਿਆਰ ਦੇ ਦਿੱਤੇ ਜਾਂਦੇ ਸਨ ਅਤੇ ਮੁੜਕੇ ਸਟੋਰ ਵਿਚ ਜਮ੍ਹਾਂ ਕਰਵਾ ਦਿੱਤੇ ਜਾਂਦੇ ਸਨ। ਇਨ੍ਹਾਂ ਨੂੰ ਵਰਦੀ

ਨਹੀਂ ਸੀ ਮਿਲੀ ਹੋਈ। ਇੱਕ ਰੀਪੋਰਟ ਤੋਂ ਇਹ ਪਤਾ ਚੱਲਦਾ ਹੈ ਕਿ ਜੰਮੂੰ ਵਿਚ ਨਾ ਤਾਂ ਕੂਕੇ ਹੀ ਬਹੁਤੇ ਖੁਸ਼ ਸਨ ਅਤੇ ਨਾ ਹੀ ਇਨ੍ਹਾਂ ਤੋਂ ਮਹਾਰਾਜਾ ਰਣਬੀਰ ਸਿੰਘ।

ਕੁੱਝ ਚਿਰ ਤੋਂ ਬਾਦ ਇਸ ਪਲਟਣ ਦਾ ਹੈਡ-ਕੁਆਟਰ ਜੰਮੂੰ ਤੋਂ ਸ੍ਰੀਨਗਰ ਬਦਲ ਦਿੱਤਾ ਗਿਆ। ਨਵੰਬਰ ਸੰਨ 1870 ਵਿਚ ਪਲਟਣ ਦੀ ਨਫਰੀ ਦੇ ਢਾਈ ਸੌ ਦੇ ਵਿਚਕਾਰ ਹੋ ਗਈ। ਇਨ੍ਹਾਂ ਨੂੰ ਪੂਰੀ ਤਰ੍ਹਾਂ ਕਵਾਇਤ ਭੀ ਸਿਖਾਈ ਜਾਣ ਲੱਗ ਪਈ ਤੇ ਹਥਿਆਰ ਭੀ ਦੇ ਦਿਤੇ ਗਏ। ਇਸ ਵੇਲੇ ਇਸ ਦਾ ਕਮਾਨ ਅਫਸਰ ਸਰਦਾਰ ਰਾਮ ਸਿੰਘ ਸੀ। ਸਰਦਾਰ ਹੀਰਾ ਸਿੰਘ ਇਸ ਵੇਲੇ ਛੁਟੀ ਤੇ ਸੀ।

ਇਸ ਸਮੇਂ ਵਿਚ ਕੂਕਿਆਂ ਦੇ ਹੋਰ ਭੀ ਕਈ ਰਾਜਿਆਂ ਦੀਆਂ ਪਲਟਣਾਂ ਵਿਚ ਇੱਕੇ ਦੁਕੇ ਭਰਤੀ ਹੋਣ ਦੀਆਂ ਖਬਰਾਂ ਪੁੱਜਦੀਆਂ ਰਹੀਆਂ ਸਨ, ਪਰ ਕਿਸੇ ਪਾਸਿਓ ਕੂਕਿਆਂ ਦੀ ਸਰਕਾਰ ਵਿਰੁਧ ਕਿਸੇ ਗੱਲ ਦੀ ਕੋਈ ਐਸੀ ਰਿਪੋਰਟ ਨਹੀਂ ਪੁੱਜੀ, ਜਿਸ ਕਰਕੇ ਇਨ੍ਹਾਂ ਪਾਸੋਂ ਰਾਜਸੀ ਖਤਰਾ ਭਾਸਦਾ। ਪਰ ਤਾਂ ਭੀ ਪੰਜਾਬ ਸਰਕਾਰ ਕੂਕਿਆਂ ਦੇ ਇਸ ਤਰ੍ਹਾਂ ਦੇਸੀ ਰਾਜਿਆਂ ਦੀਆਂ ਪਲਟਣਾ ਵਿਚ ਭਰਤੀ ਹੋ ਕੇ ਕਵਾਇਤ ਸਿਖਣ ਤੇ ਫੌਜੀ ਡਿਸਿਪਲਨ ਦੇ ਆਦੀ ਹੁੰਦੇ ਜਾਣ ਨੂੰ ਉੱਕਾ ਹੀ ਖਤਰੇ ਤੋਂ ਖਾਲੀ ਨਹੀਂ ਸੀ ਸਮਝਦੀ। ਘਟੋ ਘੱਟ ਇਸ ਤਰ੍ਹਾਂ ਉਨ੍ਹਾਂ ਦੇ ਓਹਲੇ ਹੋ ਜਾਣ ਨਾਲ ਉਨ੍ਹਾਂ ਦੀਆਂ ਕਾਰਵਾਈਆਂ ਨੂੰ ਅੱਖਾਂ ਹੇਠਾਂ ਰੱਖਣਾ ਔਖਾ ਜ਼ਰੂਰ ਹੋ ਰਿਹਾ ਸੀ।

ਜਿਵੇਂ ਪਿਛੇ ਲਿਖਿਆ ਜਾ ਚੁਕਿਆ ਹੈ ਕਿ ਕੁਝ ਕਾਰਣਾਂ ਕਰਕੇ, ਜਿਨ੍ਹਾਂ ਦਾ ਕੋਈ ਪਤਾ ਨਹੀਂ ਚਲ ਸਕਿਆ, ਨਾ ਤਾਂ ਕੂਕੇ ਹੀ ਜੰਮੂੰ ਕਸ਼ਮੀਰ ਦੀ ਪਲਟਣ ਵਿਚ ਖੁਸ਼ ਸਨ, ਅਤੇ ਨਾ ਹੀ ਮਹਾਰਾਜਾ ਇਨ੍ਹਾਂ ਨਾਲ ਕੋਈ ਬਹੁਤਾ ਪ੍ਰਸੰਨ ਸੀ। ਮਾਲੂਮ ਹੁੰਦਾ ਹੈ ਕਿ ਅੰਮ੍ਰਿਤਸਰ, ਰਾਏਕੋਟ ਆਦਿ ਵਿਚ ਕੂਕਿਆਂ ਦੀਆਂ ਕਾਰਵਾਈਆਂ ਨੇ ਮਹਾਰਾਜੇ ਨੂੰ ਕੁਝ ਡਰ ਪਾ ਦਿੱਤਾ ਸੀ ਅਤੇ ਚੂੰਕਿ ਸਰਕਾਰ ਦੀਆਂ ਨਜ਼ਰਾਂ ਵਿਚ ਭੀ ਕੂਕੇ ਸ਼ੱਕੀ ਹੋ ਰਹੇ ਸਨ, ਅਤੇ ਹੋ ਸਕਦਾ ਹੈ ਸਰਕਾਰ ਨੇ ਮਹਾਰਾਜੇ ਨੂੰ ਕੁਝ ਲਿਖਿਆ ਭੀ ਹੋਵੇ, ਇਸ ਲਈ 1871 ਵਿਚ ਕੂਕਿਆਂ ਦੀ ਪਲਟਣ ਤੋੜ ਦਿਤੀ ਗਈ ਤੇ ਇਹ ਘਰੋ ਘਰੀ ਚਲੇ ਗਏ।

ਇਸ ਪਲਟਣ ਦਾ ਕਮਾਨ ਅਫਸਰ ਸਰਦਾਰ ਹੀਰਾ ਸਿੰਘ ਸਢੌਰੀਆ 14-15 ਜਨਵਰੀ ਸੰਨ 1872 ਨੂੰ ਕੂਕਿਆਂ ਦੇ ਮਲੌਦ ਅਤੇ ਮਾਲੇਰ ਕੋਟਲੇ ਉਤੇ ਧਾਵਿਆਂ ਦਾ ਮੋਹਰੀ ਸੀ ਅਤੇ 17 ਜਨਵਰੀ ਨੂੰ ਮਲੇਰ ਕੋਟਲੇ ਤੋਪ ਨਾਲ ਉਡਾਇਆ ਗਿਆ ਸੀ।[1]

---

1. ਜੇ. ਡਬਲਯੂ, ਮੈਕਨੇਬ, ਇਵਜੀ ਕਮਿਸ਼ਨਰ ਅੰਬਾਲਾ ਦੀ ਯਾਦ-ਦਾਸ਼ਤ, 4 ਨਵੰਬਰ 1871; ਮਲੌਦ ਤੇ ਮਲੇਰ ਕੋਟਲੇ ਉਤੇ ਹੱਲੇ ਸੰਬੰਧੀ ਰਿਪੋਰਟਾਂ ਤੇ ਅਦਾਲਤੀ ਗਵਾਹੀਆਂ।

ਨਿਪਾਲ ਨੂੰ ਕੂਕਾ ਮਿਸ਼ਨ

ਸੰਨ 1870 ਦੇ ਪੁੰਗਾਰੇ ਦੇ ਮੌਸਮ ਵਿਚ ਭਾਈ ਰਾਮ ਸਿੰਘ ਵਲੋਂ ਨਿਪਾਲ ਦੇ ਵਡੇ ਵਜ਼ੀਰ ਮਹਾਰਾਜਾ ਸਰ ਜੰਗ ਬਹਾਦੁਰ ਕੰਵਰ ਰਾਣਾ ਜੀ ਪਾਸ ਇਕ ਮਿਸ਼ਨ ਭੇਜਿਆ ਗਿਆ। ਇਸ ਮਿਸ਼ਨ ਦੇ ਜਾਣ ਦਾ ਅਸਲੀ ਮਤਲਬ ਕੀ ਸੀ, ਇਸ ਦਾ ਪਤਾ ਨਹੀਂ ਚੱਲ ਸਕਿਆ, ਪਰ ਆਖਿਆ ਇਹ ਜਾਂਦਾ ਸੀ ਕਿ ਜੋ ਆਦਮੀ ਭੇਜੇ ਗਏ ਸਨ ਉਨ੍ਹਾਂ ਪਾਸ ਦੋ ਮੱਝਾਂ ਤੇ ਦੋ ਖੱਚਰਾਂ ਭੇਜੀਆਂ ਸਨ ਜਿਨ੍ਹਾਂ ਦੀ ਕਿ ਓਥੋਂ ਮੰਗ ਆਈ ਸੀ। ਪਰ ਇਸ ਗੱਲ ਤੋਂ ਕਿ ਭਾਈ ਰਾਮ ਸਿੰਘ ਦੇ ਦੋ ਨਿਕਟ ਵਰਤੀ ਸੂਬੇ ਭੇਜੇ ਗਏ ਸਨ ਅੰਦਾਜ਼ਾ ਲਾਇਆ ਜਾ ਸਕਦਾ ਹੈ ਕਿ ਇਸ ਦਾ ਅੰਦਰੂਨੀ ਮੰਤਵ ਮਹਾਰਾਜਾ ਜੰਗ ਬਹਾਦੁਰ ਨਾਲ ਮਿਤ੍ਰਾਨਾ ਸੰਬੰਧ ਪੈਦਾ ਕਰਨਾ ਸੀ।

ਨਿਪਾਲ ਰਾਜ ਵਿਚ ਪੰਦਰਾਂ ਵੀਹ ਸਿੱਖ ਨੌਕਰ ਸਨ। ਇਨ੍ਹਾਂ ਵਿਚੋਂ ਇਕ ਸਿੰਘ ਇਕ ਗੋਰਖਾ ਪਲਟਣ ਦਾ ਅਜੀਟਨ ਸੀ ਤੇ ਇਕ ਜਮਾਂਦਾਰ। ਇਹ ਕੂਕੇ ਨਹੀਂ ਸਨ। ਹਰੀ ਸਿੰਘ, ਕਿਰਪਾਲ ਸਿੰਘ, ਬੀਰ ਸਿੰਘ ਤੇ ਬਿਸ਼ਨ ਸਿੰਘ ਉਥੇ ਕਾਫ਼ੀ ਪ੍ਰਸਿੱਧ ਸਨ। ਨਿਹਾਲ ਸਿੰਘ ਤੇ ਆਸਾ ਸਿੰਘ ਮਹਾਰਾਜਾ ਜੰਗ ਬਹਾਦਰ ਦੇ ਖਾਸ ਆਪਣੇ ਨੌਕਰਾਂ ਵਿਚੋਂ ਸਨ। ਇਹ ਇਸ ਤੋਂ ਪਹਿਲਾਂ ਜੰਗ ਬਹਾਦੁਰ ਲਈ ਮੱਝਾਂ ਲੈ ਕੇ ਗਏ ਸਨ, ਨਿਹਾਲ ਸਿੰਘ ਫਰੀਦਕੋਟੋਂ ਤੇ ਆਸਾ ਸਿੰਘ ਉਪਰ ਪੰਜਾਬੋਂ।

ਸੂਬੇ ਕਾਹਨ ਸਿੰਘ ਦੇ ਬਿਆਨ ਵਿਚ ਲਿਖਿਆ ਹੋਇਆ ਹੈ ਕਿ ਕਿਰਪਾਲ ਸਿੰਘ ਨੇ ਭਾਈ ਰਾਮ ਸਿੰਘ ਨੂੰ ਲਿਖਿਆ ਸੀ ਕਿ ਇਥੇ ਮੱਝਾਂ ਤੇ ਖੱਚਰਾਂ ਦੀ ਮੰਗ ਹੈ। ਚੁਨਾਂਚਿ ਭਾਈ ਰਾਮ ਸਿੰਘ ਨੇ ਆਪਣੇ ਇਕ ਨਿਕਟ-ਵਰਤੀ ਭਗਵਾਨ ਸਿੰਘ ਨੂੰ ਗਿਆਰਾਂ ਸੌ ਰੁਪਈਆਂ ਦੇ ਕੇ ਲਾਹੌਰ ਵੱਲ ਭੇਜਿਆ ਕਿ ਇਕ ਜੋੜਾ ਖੱਚਰਾਂ ਤੇ ਦੋ ਮੱਝਾਂ ਲਿਆਵੇ। ਕਾਹਨ ਸਿੰਘ ਨੇ ਖੱਚਰਾਂ ਖਰੀਦੀਆਂ ਤੇ ਸਾਹਿਬ ਸਿੰਘ ਨੇ ਮੱਝਾਂ, ਜੋ ਇਹ ਲੈ ਕੇ ਨਿਪਾਲ ਗਏ। ਇਨ੍ਹਾਂ ਦੇ ਨਾਲ ਅਤਰ ਸਿੰਘ, ਜਾਮਨ ਸਿੰਘ, ਬੀਰ ਸਿੰਘ ਤੇ ਮਾਨ ਸਿੰਘ ਭੇਜੇ ਗਏ। ਇਹ ਖੱਚਰਾਂ ਤੇ ਮੱਝਾਂ ਮਹਾਰਾਜਾ ਜੰਗ ਬਹਾਦੁਰ ਤੇ ਉਸ ਦੇ ਪੁਤ੍ਰ ਟਿੱਕਾ ਬਬਰ ਜੰਗ ਲਈ ਸਨ।

ਜਿਸ ਵੇਲੇ ਇਹ ਨਿਪਾਲ ਪੁਜੇ ਤਾਂ ਕਿਰਪਾਲ ਸਿੰਘ ਨੇ ਬਾਬਾ ਸਾਹਿਬ ਸਿੰਘ ਤੇ ਕਾਹਨ ਸਿੰਘ ਸੂਬੇ ਦੀ ਮੁਲਾਕਾਤ ਟਿੱਕਾ ਬਬਰ ਜੰਗ ਨਾਲ ਕਰਾਈ ਤੇ ਟਿੱਕਾ ਬਬਰ ਜੰਗ ਨੇ ਆਪਣੇ ਪਿਤਾ ਮਹਾਰਾਜਾ ਜੰਗ ਬਹਾਦੁਰ ਨਾਲ। ਖੱਚਰਾਂ ਤੇ ਮੱਝਾਂ

ਜੰਗ ਬਹਾਦੁਰ ਤੇ ਟਿੱਕਾ ਬਬਰ ਜੰਗ ਨੇ ਰੱਖ ਲਈਆਂ ਤੇ ਸਾਹਿਬ ਸਿੰਘ ਨੂੰ ਪੰਜ ਸੌ ਰੁਪਈਆਂ ਨਕਦ, ਇਕ ਕਸਤੂਰੀ ਤੇ ਸੋਨੇ ਦੀ ਮਾਲਾ, ਇਕ ਦੋਸ਼ਾਲਾ, ਇਕ ਗੁੰਟ ਘੋੜਾ ਤੇ ਦੋ ਖੂਖਰੀਆਂ ਦਿਤੀਆਂ। ਨਿਪਾਲੋਂ ਮੁੜਨ ਵੇਲੇ ਉਥੇ ਦੇ ਅੰਗ੍ਰੇਜ਼ੀ ਰੈਜ਼ੀਡੈਂਟ ਨੇ ਦੋ ਖੂਖਰੀਆਂ ਨਾਲ ਪੰਜਾਬ ਲੈ ਆਉਣ ਲਈ ਪਾਸ ਦੇ ਦਿੱਤਾ ਤਾਂਕਿ ਰਸਤੇ ਵਿਚ ਕੋਈ ਮੁਸ਼ਕਲ ਨਾ ਪਵੇ।

ਜਿਵੇ ਸੂਬੇ ਸਾਹਿਬ ਸਿੰਘ ਤੇ ਕਾਹਨ ਸਿੰਘ ਨੇ ਆਪਣੇ ਬਿਆਨਾਂ ਵਿਚ ਦੱਸਿਆ ਸੀ, ਹੋ ਸਕਦਾ ਹੈ ਕਿ ਇਹ ਮਿਸ਼ਨ ਬਹੁਤ ਹਦ ਤੱਕ ਤਜ਼ਾਰਤੀ ਹੀ ਹੋਵੇ। ਸੂਬਾ ਸਾਹਿਬ ਸਿੰਘ ਭਾਈ ਰਾਮ ਸਿੰਘ ਦੇ ਤਬੇਲੇ ਤੇ ਡੰਗਰਖਾਨੇ ਦਾ ਇੰਨਚਾਰਜ ਸੀ ਜਿਥੇ ਕਿ ਕਾਫ਼ੀ ਗਿਣਤੀ ਵਿਚ ਡੰਗਰ ਵੱਛੇ ਪਾਲੇ ਜਾਂਦੇ ਸਨ ਤੇ ਬਾਹਰ ਵੇਚੇ ਜਾਂਦੇ ਸਨ। ਸਾਹਿਬ ਸਿੰਘ ਨੇ ਆਪਣੇ 24-25 ਅਪ੍ਰੈਲ 1872 ਦੇ ਬਿਆਨ ਵਿਚ ਦੱਸਿਆ ਸੀ ਕਿ ਕੁਝ ਵਰ੍ਹੇ ਹੋਏ ਹਨ ਮੈਂ ਭਾਈ ਰਾਮ ਸਿੰਘ ਦੇ ਤਬੇਲੇ ਦੇ ਕਈ ਘੋੜੇ ਹਰਦੁਆਰ ਵੇਚੇ ਸਨ। ਡੰਗਰਾਂ ਦੀ ਵਿਕਰੀ ਤੋਂ ਜੋ ਨਫਾ ਆਉਂਦਾ ਸੀ ਉਹ ਲੰਗਰ ਵਿਚ ਖਰਚ ਕੀਤਾ ਜਾਂਦਾ ਸੀ।[1]

ਇਨ੍ਹਾਂ ਦਿਨਾਂ ਵਿਚ ਹੀ ਮਾਲੂਮ ਹੁੰਦਾ ਹੈ, ਭਾਈ ਰਾਮ ਸਿੰਘ ਨੇ ਲਖਨਊ ਅਤੇ ਹੈਦਰਾਬਾਦ ਰਿਆਸਤ ਦੇ ਸਿੰਘਾਂ ਵਲ ਭੀ ਆਪਣੇ ਆਦਮੀ ਭੇਜੇ ਸਨ,[2] ਉਨ੍ਹਾਂ ਸੰਬੰਧੀ ਵਿਸਥਾਰ ਸਹਿਤ ਹਾਲਾਤ ਪ੍ਰਾਪਤ ਨਹੀਂ ਹੋ ਸਕੇ।

---

1. ਬਿਆਨ ਸੂਬਾ ਸਿੰਘ, ਰੂਬਰੂ ਜੇ. ਡਬਲ-ਯੂ ਮੈਕਨੇਬ, 24-25 ਅਪ੍ਰੈਲ, 1872; ਇਨ੍ਹਾਂ ਬਿਆਨਾਂ ਉਤੇ ਮੈਕਨੈਬ ਦੀ ਰਾਏ, ਲੈਫਟਿਨੈਟ ਕਰਨਲ ਜੀ, ਹਚਿਨਸਨ ਇੰਨਸਪੈਕਟਰ ਪੋਲੀਸ ਪੰਜਾਬ ਲਾਹੌਰ ਦੀ ਸਕਤਰ ਪੰਜਾਬ ਸਰਕਾਰ ਦੇ ਨਾਮ ਖੁਫ਼ੀਆਂ ਚਿੱਠੀ ਨੰਬਰ 12-376, 30 ਜਨਵਰੀ 1871, ਪੈਰ੍ਹਾ 6 ।
2. ਜੇ. ਡਬਲ-ਯੂ, ਮੈਕਨੈਬ ਦੀ ਯਾਦ-ਦਾਸ਼ਤ, 4 ਨਵੰਬਰ ਸੰਨ 1871 ।

ਦੀਵਾਨ ਬੂਟਾ ਸਿੰਘ ਸੰਬੰਧੀ ਰੀਪੋਰਟ

ਇਸੇ ਸਾਲ ਸੰਨ 1870 ਵਿਚ ਲਾਹੌਰ ਦਾ ਦੀਵਾਨ ਬੂਟਾ ਸਿੰਘ ਮਾਲਕ ਆਫਤਾਬਿ ਪੰਜਾਬ ਪ੍ਰੈਸ ਲਾਹੌਰ ਕੂਕਿਆਂ ਵਿਚ ਕਾਫ਼ੀ ਉਘਾ ਦਿਸਣ ਲੱਗ ਪਿਆ। ਕੂਕਿਆਂ ਦੇ ਕੁਝ ਸੰਤ ਤੇ ਸੂਬੇ ਇਸ ਪਾਸ ਆਮ ਆਉਂਦੇ ਜਾਂਦੇ ਦੇਖੇ ਗਏ। ਸਰਕਾਰ ਦੀਆਂ ਨਜ਼ਰਾਂ ਵਿਚ ਤਾਂ ਦੀਵਾਨ ਬੂਟਾ ਸਿੰਘ ਅੱਗੇ ਹੀ ਚੋਖਾ ਸ਼ੱਕੀ ਰਹਿ ਚੁਕਾ ਸੀ। ਜਦੋਂ ਪੰਜਾਬ ਤੇ ਅੰਗ੍ਰੇਜ਼ਾਂ ਨੇ ਨਵਾਂ ਨਵਾਂ ਕਬਜ਼ਾ ਕੀਤਾ ਤਾਂ ਦੀਵਾਨ ਬੂਟਾ ਸਿੰਘ ਮਹਾਰਾਜਾ ਦਲੀਪ ਸਿੰਘ ਦੀ ਮਾਤਾ ਮਹਾਰਾਣੀ ਜਿੰਦ ਕੌਰ ਨਾਲ ਅੰਗ੍ਰੇਜ਼ੀ ਰਾਜ ਵਿਰੁਧ ਸਾਜ਼ ਬਾਜ਼ ਦੇ ਸ਼ੱਕ ਵਿਚ ਫੜਿਆ ਗਿਆ ਸੀ ਜਿਸ ਦੇ ਬਦਲੇ ਇਸ ਨੂੰ ਪੰਜਾਬ ਤੋਂ ਜਲਾਵਤਨ ਕਰ ਦਿੱਤਾ ਗਿਆ ਸੀ ਤੇ ਸੱਤ ਸਾਲ ਆਗਰੇ ਦੇ ਕਿਲੇ ਵਿਚ ਬੰਦ ਰਿਹਾ ਸੀ। ਇਸ ਖਿਆਲ ਦੇ ਅਸਰ ਹੇਠਾਂ ਲੈਫਟਿਨੈਂਟ ਕਰਨਲ ਬੇਲੀ ਡਿਪਟੀ ਇੰਨਸਪੈਕਟਰ ਜਨਰਲ ਪੋਲੀਸ ਆਪਣੀ ਰੀਪੋਰਟ ਵਿਚ ਲਿਖਦਾ ਹੈ ਕਿ ਦੀਵਾਨ ਬੂਟਾ ਸਿੰਘ ਸਰਕਾਰ ਅੰਗ੍ਰੇਜ਼ੀ ਦਾ ਸ਼ੁਭਚਿੰਤਕ ਨਹੀਂ ਹੈ ਅਤੇ ਇਸ ਦੇ ਪਹਿਲੇ ਹਾਲ ਚਾਲ ਨੂੰ ਦੇਖ ਕੇ ਇਹ ਗੱਲ ਸ਼ੱਕ ਵਾਲੀ ਹੈ ਕਿ ਇਹ ਆਦਮੀ ਧਾਰਮਿਕ ਭਾਵਨਾ ਨਾਲ ਕੂਕਿਆਂ ਦੀ ਰਹੁਰੀਤ ਦਾ ਸ਼ਰਧਾਲੂ ਬਣਿਆ ਹੋਇਆ ਹੈ।[1]

ਦੀਵਾਨ ਬੂਟਾ ਸਿੰਘ ਤੋਂ ਕੁਝ ਕੁ ਸਰਕਾਰੀ ਅਫਸਰ ਇਤਨਾ ਡਰਦੇ ਸਨ ਕਿ ਉਨ੍ਹਾਂ ਨੂੰ ਇਤਨਾਂ ਭੀ ਹੌਂਸਲਾ ਨਹੀਂ ਸੀ ਪੈਂਦਾ ਕਿ ਉਹ ਕੂਕਿਆਂ ਸੰਬੰਧੀ ਆਪਣੀ ਕੋਈ ਚੀਜ਼ ਲਾਹੌਰ ਵਿਚ ਛਪਵਾ ਸਕਣ। ਅੰਬਾਲੇ ਦਾ ਕਮਿਸ਼ਨਰ ਮਿਸਟਰ ਜੇ. ਡਬਲ-ਯੂ ਮੈਕਨੈਬ 4 ਨਵੰਬਰ ਸੰਨ 1871 ਦੀ ਆਪਣੀ ਯਾਦ-ਦਾਸ਼ਤ ਵਿਚ ਲਿਖਦਾ ਹੈ ਕਿ ਲਾਹੌਰ ਦੇ ਛਾਪੇਖਾਨਿਆਂ ਵਿਚ ਦੀਵਾਨ ਬੂਟਾ ਸਿੰਘ ਦਾ ਬੜਾ ਜ਼ੋਰ ਤੇ ਪ੍ਰਭਾਵ ਹੈ ਇਸ ਲਈ ਚਿੱਠੀ ਪੱਤ੍ਰ ਨੂੰ (ਕੂਕਿਆਂ ਸੰਬੰਧੀ ਆਪਣੀ ਚਿੱਠੀ ਪੱਤ੍ਰ ਤੇ ਯਾਦ-ਦਾਸ਼ਤ ਸੰਬੰਧੀ ਜ਼ਿਕਰ ਕਰਦਾ ਹੋਇਆ ਲਿਖਦਾ ਹੈ) ਛਪਵਾਉਣਾ ਬਿਲਕੁਲ ਅਯੋਗ ਹੋਵੇਗਾ।[2]

---

1. ਲੈਫਟਿਨੈਂਟ ਕਰਨਲ ਜੀ, ਹਚਿਨਸਨ ਇੰਸਪੈਕਟਰ ਜਨਰਲ ਪੋਲੀਸ ਪੰਜਾਬ, ਲਾਹੌਰ, ਦੀ ਸਕਤ੍ਰ ਸਰਕਾਰ ਪੰਜਾਬ ਦੇ ਨਾਮ ਖੁਫ਼ੀਆਂ ਚਿਠੀ ਨੰਬਰ 12-376, 30 ਜਨਵਰੀ 1871, ਪੈਰ੍ਹਾ ਨੰਬਰ 11 ।
2. ਜੇ. ਡਬਲ-ਯੂ, ਮੈਕਨੈਬ, ਕਮਿਸ਼ਨਰ ਅੰਬਾਲਾ ਡਿਵੀਜ਼ਨ ਦੀ ਭਾਈ ਰਾਮ ਸਿੰਘ ਤੇ ਕੂਕਿਆਂ ਸੰਬੰਧੀ ਯਾਦ-ਦਾਸ਼ਤ, 4 ਨਵੰਬਰ ਸੰਨ 1871 ।

ਅੰਮ੍ਰਿਤਸਰ ਵਿਚ ਬੁਚੜਾਂ ਦੇ ਕਤਲ

[14 ਜੂਨ ਸੰਨ 1870 ਈ:]

ਅੰਮ੍ਰਿਤਸਰ ਵਿਚ ਕੂਕਿਆਂ ਵੱਲੋਂ 14 ਜੂਨ ਸੰਨ 1870 ਨੂੰ ਜੋ ਬੁਚੜਾਂ ਦੇ ਕਤਲ ਹੋਏ ਉਨ੍ਹਾਂ ਦੀ ਤਹਿ ਵਿਚ ਗਊ-ਬਧ ਦੇ ਕਾਰਣ ਉਨ੍ਹਾਂ ਦੇ ਵਿਰੁੱਧ ਗੁੱਸਾ ਸੀ। ਅੰਮ੍ਰਿਤਸਰ ਵਿਚ ਗਊ-ਬਧ ਦੀ ਮਨਾਹੀ ਸੀ। ਸੰਨ 1845-46 ਦੀ ਅੰਗ੍ਰੇਜ਼ਾਂ ਦੀ ਸਿਖਾਂ ਨਾਲ ਲੜਾਈ ਤੋਂ ਬਾਦ ਜਦ ਪੰਜਾਬ ਵਿਚ ਅੰਗ੍ਰੇਜ਼ ਰੈਜ਼ੀਡੈਂਟ ਨਿਯਤ ਹੋਇਆ ਤਾਂ ਉਸ ਨੇ ਇਕ ਖਾਸ ਪਟੇ ਰਾਹੀਂ ਅੰਮ੍ਰਿਤਸਰ ਵਿਚ ਗਊਆਂ ਮਾਰਨ ਦੀ ਮਨਾਹੀ ਕਰ ਦਿੱਤੀ ਸੀ,[1] ਪਰ 1849 ਵਿਚ ਪੂਰੀ ਤਰ੍ਹਾਂ ਪੰਜਾਬ ਵਿਚ ਅੰਗ੍ਰੇਜ਼ੀ ਰਾਜ ਹੋ ਜਾਣ ਪਿਛੋਂ ਇਸ ਮਨਾਹੀ ਪਰ ਕੋਈ ਕਾਰਬੰਦ ਨਾ ਰਿਹਾ ਤੇ ਲਾਹੌਰੀ ਦਰਵਾਜ਼ੇ ਦੇ ਬਾਹਰ ਬੁਚੜਾਂ ਦਾ ਇਕ ਅੱਡਾ ਬਣ ਗਿਆ।

ਅਪ੍ਰੈਲ ਤੇ ਮਈ ਸੰਨ 1870 ਦੇ ਮਹੀਨਿਆਂ ਵਿਚ ਸ਼ਹਿਰ ਅੰਮ੍ਰਿਤਸਰ ਵਿਚ ਗਊਆਂ ਮਾਰਨ ਸੰਬੰਧੀ ਕਾਫ਼ੀ ਭੜਕਾਟ ਸੀ, ਪਰ ਸਰਕਾਰ ਵਲੋਂ ਜ਼ਰੂਰੀ ਰੁਕਾਵਟੀ ਪ੍ਰਬੰਧ ਹੋ ਜਾਣ ਕਰਕੇ ਕੋਈ ਫਸਾਦ ਆਦਿ ਨਹੀਂ ਸੀ ਹੋਇਆ। ਕੂਕੇ ਗਊ ਦੇ ਮਾਮਲੇ ਵਿਚ ਹਿੰਦੂਆਂ ਨਾਲੋਂ ਭੀ ਵੱਧ ਕੱਟੜ ਸਨ ਤੇ ਭੜਕ ਪੈਂਦੇ ਸਨ। ਮਾਲੂਮ ਹੁੰਦਾ ਹੈ ਕਿ ਉਹ ਅੰਦਰੋਂ ਅੰਦਰ ਇਸ ਗੱਲ ਸੰਬੰਧੀ ਗੁੱਸਾ ਖਾ ਰਹੇ ਸਨ, ਤੇ ਮੌਕੇ ਦੀ ਤਾੜ ਵਿਚ ਸਨ ਤਾਂ ਕਿ ਬੁਚੜਾਂ ਨੂੰ ਸੋਧ ਕੱਢਣ। ਉਨ੍ਹਾਂ ਨੇ ਇਸ ਸੰਬੰਧੀ ਭਾਈ ਰਾਮ

---

1. ਪਟੇ ਦੇ ਅਸਲ ਅੱਖਰ ਇਹ ਹਨ। ਇਹ ਦਰਬਾਰ ਸਾਹਿਬ ਅੰਮ੍ਰਿਤਸਰ ਦੇ ਤੋਸ਼ੇਖਾਨੇ ਵਿਚ ਮੌਜੂਦ ਹੈ।

The Priests of Amritsar having complained of annoyances, this is to make known to all concerned that by order of the Governor General, British subjects are forbidden to enter the temple (called the Darbar) or its precincts, at Amritsar, or indeed any temple, with their shoes on.

Kine are not to be killed at Amritsar, nor are the Sikhs to be molested or in any way to be interfered with.

Shoes are to be taken off at the Bhoonga at the corner of the tank and no person is walk round the tank with his shoes on.

Lahore — Sd. Henry M. Lawrence

March 24th, 1847. — Resident.

ਸਿੰਘ ਪਾਸੋਂ ਆਗਿਆ ਭੀ ਪ੍ਰਾਪਤ ਕਰ ਲਈ ਪ੍ਰਤੀਤ ਹੁੰਦੀ ਹੈ। ਇਕ ਖ਼ਿਆਲ ਇਹ ਭੀ ਹੈ ਕਿ ਕੂਕਿਆਂ ਨੂੰ ਢਹਿੰਦੀ ਕਲਾ ਵਲ ਜਾਂਦੇ ਦੇਖ ਕੇ ਉਨ੍ਹਾਂ ਵਿਚ ਮੁੜ ਜੋਸ਼ ਭਰਨ ਲਈ ਇਹ ਅੰਮ੍ਰਿਤਸਰ ਦੀ ਵਾਰਦਾਤ ਖ਼ੁਦ ਭਾਈ ਰਾਮ ਸਿੰਘ ਦੇ ਇਸ਼ਾਰੇ ਨਾਲ ਹੋਈ ਸੀ। ਭਾਈ ਕਾਲਾ ਸਿੰਘ ਨਾਮਧਾਰੀ 'ਸਿੰਘਾਂ ਨਾਮਧਾਰੀਆਂ ਦਾ ਸ਼ਹੀਦ ਬਿਲਾਸ' ਵਿਚ ਲਿਖਦਾ ਹੈ ਕਿ ਇਕ ਦਿਨ ਨਾਮਧਾਰੀ (ਕੂਕੇ) ਸਿੰਘਾਂ ਦਾ ਜਥਾ ਸ਼ਬਦ ਪੜ੍ਹਦਾ ਜਦ ਲਾਹੌਰੀ ਦਰਵਾਜ਼ੇ ਤੋਂ ਸ਼ਹਿਰ ਅੰਦਰ ਵੜਨ ਲੱਗਾ ਤਾਂ ਬੁਚੜਖਾਨਾ ਉਨ੍ਹਾਂ ਦੀ ਨਜ਼ਰੀ ਪਿਆ ਤੇ ਬਚੜਾਂ ਦੇ ਹੱਥ ਵਿਚ ਗਊ ਦੇਖ ਦੇ ਉਨ੍ਹਾਂ ਦੇ ਸਰੀਰ ਭੜਕ ਉੱਠੇ।

ਕੂਕਿਆਂ ਨੇ ਆਪਸ ਵਿਚ ਵਿਚਾਰ ਕਰ ਕੇ ਫੈਸਲਾ ਕੀਤਾ ਕਿ ਮੌਕਾ ਪਾ ਕੇ ਅੰਮ੍ਰਿਤਸਰ ਦੇ ਇਸ ਬੁਚੜਖਾਨੇ ਤੇ ਹੱਲਾ ਬੋਲ ਦਿੱਤਾ ਜਾਵੇ ਤੇ ਬੁਚੜ ਕਤਲ ਕਰ ਦਿੱਤੇ ਜਾਣ। ਇਨ੍ਹਾਂ ਦੇ ਸਲਾਹ ਮਸ਼ਵਰੇ ਦੇ ਦੋ ਅਸਥਾਨ ਸਨ ਇਕ ਰਾਮਬਾਗ਼ ਦਰਵਾਜ਼ੇ ਕੋਲ ਫਤਿਹ ਸਿੰਘ ਦੀ ਦੁਕਾਨ ਤੇ ਦੂਸਰਾ ਮਿਸਤਰੀ ਲਹਿਣਾ ਸਿੰਘ ਦਾ ਘਰ। ਬੁਚੜਖਾਨੇ ਉਤੇ ਹੱਲਾ ਕਰਨ ਦੇ ਕੂਕਿਆਂ ਨੇ ਚਾਰ ਯਤਨ ਕੀਤੇ ਜਿਨ੍ਹਾਂ ਵਿਚੋਂ ਚੌਥਾ ਯਤਨ 14 ਜੂਨ ਸੰਨ 1870 ਨੂੰ ਕਾਮਯਾਬ ਹੋ ਸਕਿਆ।

ਪਹਿਲਾਂ, ਮਈ 1770 ਦੇ ਅਖੀਰ-ਜਿਸ ਵੇਲੇ ਹੱਲੇ ਦੀਆਂ ਸਲਾਹਾਂ ਹੋ ਰਹੀਆਂ ਸਨ ਤਾਂ ਮੇਹਰ ਸਿੰਘ ਤੇ ਝੰਡਾ ਸਿੰਘ ਨੇ ਭਾਈ ਰਾਮ ਸਿੰਘ ਦੀ ਆਗਿਆ ਪ੍ਰਾਪਤ ਕਰ ਲੈਣੀ ਜ਼ਰੂਰੀ ਸਮਝੀ। ਫਤਿਹ ਸਿੰਘ ਨੇ ਗੰਡਾ ਸਿੰਘ ਨੂੰ ਭਾਈ ਰਾਮ ਸਿੰਘ ਪਾਸ ਭੇਜਿਆ ਅਤੇ ਉਥੋਂ ਆਗਿਆ ਮਿਲ ਜਾਣ ਪਰ ਮਤਾ ਪੱਕਾ ਹੋ ਗਿਆ। ਗੁਲਾਬ ਸਿੰਘ ਆਪਣੀ ਗਵਾਹੀ ਵਿਚ ਕਹਿੰਦਾ ਹੈ ਕਿ ਉਸ ਨੂੰ ਖ਼ੁਦ ਭਾਈ ਸਾਹਿਬ ਨੇ ਇਸ ਹੱਲੇ, ਵਿਚ ਸ਼ਾਮਲ ਹੋਣ ਲਈ ਪ੍ਰੇਰਨਾ ਕੀਤੀ ਸੀ। ਗੁਲਾਬ ਸਿੰਘ ਲੋਪੋਕੇ ਗਿਆ ਤੇ ਉਥੇ ਝੰਡਾ ਸਿੰਘ, ਮੇਹਰ ਸਿੰਘ ਤੇ ਰਾਜਾ ਸਿੰਘ ਨਾਲ ਸਲਾਹ ਕੀਤੀ। ਉਨ੍ਹਾਂ ਨੇ ਕੁਝ ਹਥਿਆਰ ਪੈਦਾ ਕਰਨੇ ਮੰਨ ਲਏ ਤੇ ਗੁਲਾਬ ਸਿੰਘ ਨੂੰ ਅੰਮ੍ਰਿਤਸਰ ਭੇਜ ਦਿੱਤਾ ਤਾਂਕਿ ਉਥੇ ਲਾਲ ਸਿੰਘ ਸਿਪਾਹੀ ਰਾਹੀਂ ਤਲਵਾਰਾਂ ਪ੍ਰਾਪਤ ਕਰਨ ਦਾ ਪ੍ਰਬੰਧ ਕਰੇ। ਇਨ੍ਹਾਂ ਨੇ ਇਕੱਠੇ ਹੋਣ ਲਈ ਛੌਣੀ ਦੀ ਹੱਦ ਤੇ ਰਾਮਤੀਰਥ ਦੀ ਸੜਕ ਦੀ ਨੁੱਕਰ ਉਤੇ ਇਕ ਖੂਹ ਮਿਥਿਆ। ਗੁਲਾਬ ਸਿੰਘ ਤੇ ਲਛਮਨ ਸਿੰਘ ਤਾਂ ਵੇਲੇ ਸਿਰ ਠੀਕ ਟਿਕਾਣੇ ਤੇ ਪੁਜ ਗਏ ਪਰ ਲੋਪੋਕੇ, ਠਟੇ ਤੇ ਸ਼ਹਿਰ ਅੰਮ੍ਰਿਤਸਰ ਵਾਲੇ ਵੇਲੇ ਸਿਰ ਇਕ ਦੂਸਰੇ ਨੂੰ ਰਲ ਨਾ ਸਕੇ, ਜਿਸ ਕਰਕੇ ਇਨ੍ਹਾਂ ਦੀ ਗੱਲ ਸਿਰੇ ਨਾ ਚੜ੍ਹ ਸਕੀ। ਕਈ ਚਿਰ ਉਡੀਕ ਕਰਨ ਪਿਛੋਂ ਗੁਲਾਬ ਸਿੰਘ ਤੇ ਲਛਮਨ ਸਿੰਘ ਜਦ ਸ਼ਹਿਰ ਨੂੰ ਮੁੜੇ ਤਾਂ ਇਨ੍ਹਾਂ ਨੂੰ ਫਤਿਹ ਸਿੰਘ, ਜਵਾਹਰ ਸਿੰਘ ਤੇ ਲਾਲ ਸਿੰਘ ਸਿਪਾਹੀ ਰਸਤੇ ਵਿਚ ਟੱਕਰ ਪਏ। ਇਨ੍ਹਾਂ ਪਾਸ ਕਾਫ਼ੀ ਗਿਣਤੀ ਵਿਚ ਤਲਵਾਰਾਂ ਸਨ ਜੋ ਲਾਲ ਸਿੰਘ ਪੁਲੀਸ ਲਾਈਨ ਵਿਚੋਂ ਲਿਆਇਆ ਸੀ। ਮੇਹਰ ਸਿੰਘ, ਝੰਡਾ ਸਿੰਘ, ਗੁਲਾਬ

ਸਿੰਘ, ਲਛਮਨ ਸਿੰਘ, ਲਾਲ ਸਿੰਘ, ਜਵਾਹਰ ਸਿੰਘ ਤੇ ਲਹਿਣਾ ਸਾਰੇ ਫਤਹਿ ਸਿੰਘ ਦੀ ਦੁਕਾਨ ਤੇ ਇਕੱਠੇ ਹੋਏ ਤੇ ਫੈਸਲਾ ਹੋਇਆ ਕਿ ਇਸ ਹੱਲੇ ਨੂੰ ਪੰਦਰਾਂ ਕੁ ਦਿਨ ਪਿੱਛੇ ਪਾ ਦਿੱਤਾ ਜਾਏ, ਉਦੋਂ ਤੱਕ ਚੰਦ ਭੀ ਪਿੱਛੇ ਚੱਲਾ ਜਾਏਗਾ ਅਤੇ ਰਾਤਾਂ ਅਨ੍ਹੇਰੀਆਂ ਹੋ ਜਾਣਗੀਆਂ।

ਦੂਸਰਾ, ਐਤਵਾਰ, 11 ਜੂਨ 1870–ਭਗਵਾਨ ਸਿੰਘ, ਖ਼ੁਸ਼ਾਲ ਸਿੰਘ, ਸ਼ਾਹਬੇਗ ਸਿੰਘ, ਚਤਰ ਸਿੰਘ, ਝੰਡਾ ਸਿੰਘ, ਮੇਹਰ ਸਿੰਘ, ਲਛਮਨ ਸਿੰਘ, ਬੀਹਲਾ ਸਿੰਘ, ਫਤਿਹ ਸਿੰਘ, ਬਿਨਾਂ ਲਹਿਣਾ ਸਿੰਘ ਜੱਟ ਦੇ ਜੋ ਇਸ ਵਾਰੀ ਸ਼ਾਮਲ ਨਹੀਂ ਸੀ, ਲਹਿਣਾ ਸਿੰਘ ਤਰਖਾਣ ਦੇ ਘਰ ਇਕੱਠੇ ਹੋਏ। ਆਪਣੇ ਕਾਰਜ ਦੀ ਸਿਧੀ ਲਈ ਇਨ੍ਹਾਂ ਨੇ ਹਵਨ ਕੀਤਾ ਤੇ ਅਰਦਾਸੇ ਪਿੱਛੋਂ ਕੜਾਹ ਪ੍ਰਸ਼ਾਦ ਵਰਤਾ ਕੇ ਬਾਹਰ ਨਿਕਲੇ। ਪਰ ਲਛਮਨ ਸਿੰਘ ਤੇ ਫਤਹਿ ਸਿੰਘ ਹੀ ਬਾਹਰ ਜਾ ਸਕੇ, ਬਾਕੀਆਂ ਨੂੰ ਦਰਵਾਜ਼ੇ ਦੇ ਸੰਤਰੀ ਨੇ ਰੋਕ ਦਿੱਤਾ ਜਿਸ ਕਰਕੇ ਇਨ੍ਹਾਂ ਦਾ ਕਾਰਜ ਸਿੱਧ ਨਾ ਹੋ ਸਕਿਆ।

ਤੀਸਰਾ, ਮੰਗਲਵਾਰ, 14 ਜੂਨ 1870–ਦੂਸਰੀ ਵਾਰੀ ਮੇਹਰ ਸਿੰਘ ਤੇ ਝੰਡਾ ਸਿੰਘ ਦੇ ਕਹਿਣ ਪਰ ਗੱਲ ਤੀਸਰੇ ਦਿਨ ਤੇ ਪਾਈ ਗਈ, ਕਿਉਂਕਿ ਇਹ ਘਰਾਂ ਤੋਂ ਹੋਰ ਹਥਿਆਰ ਤੇ ਆਦਮੀ ਨਾਲ ਲਿਆਉਣਾ ਚਾਹੁੰਦੇ ਸਨ। ਇਕੱਠੇ ਹੋਣ ਲਈ ਮੁੜ ਛੌਣੀ ਦੇ ਕੋਲ ਗੁਲਾਬ ਰਾਏ ਦੇ ਬਾਗ ਦਾ ਖੂਹ ਮਿਥਿਆ ਗਿਆ। ਇਸ ਵਾਰੀ ਝੰਡਾ ਸਿੰਘ, ਮੇਹਰ ਸਿੰਘ ਲਹਿਣਾ ਸਿੰਘ ਜੱਟ, ਹਾਕਮ ਸਿੰਘ ਪਟਵਾਰੀ, ਖੁਸ਼ਾਲ ਸਿੰਘ, ਸ਼ਾਹਬੇਗ ਸਿੰਘ, ਚਤਰ ਸਿੰਘ, ਭਗਵਾਨ ਸਿੰਘ, ਫਤਹਿ ਸਿੰਘ, ਲਛਮਨ ਸਿੰਘ, ਬੀਹਲਾ ਸਿੰਘ, ਬਘੇਲ ਸਿੰਘ ਤੇ ਗੁਲਾਬ ਸਿੰਘ ਇਕੱਠੇ ਹੋਏ। ਇਸ ਵਾਰੀ ਭੀ ਕੁਝ ਅਟਕ ਪੈ ਗਈ। ਰੇਲ ਦੀ ਪਟੜੀਉਂ ਪਾਰ ਹੋਣ ਪਰ ਕੁਝ ਆਦਮੀ ਵਿਛੜ ਗਏ ਤੇ ਕੁਝ ਖੁਸ਼ਾਲ ਸਿੰਘ, ਸ਼ਾਹਬੇਗ ਸਿੰਘ, ਚਤਰ ਸਿੰਘ, ਬਘੇਲ ਸਿੰਘ ਆਦਿ ਖਿਸਕ ਗਏ। ਮੇਹਰ ਸਿੰਘ ਤੇ ਹਾਕਮ ਸਿੰਘ ਪਟਵਾਰੀ ਵਖ ਰਹਿ ਗਏ। ਮੁਖ ਜਥੇ ਨੇ ਕੁਝ ਚਿਰ ਸ਼ਾਹ ਮਹਿਮੂਦ ਦੇ ਆਵੇ ਤੇ ਉਡੀਕ ਕੀਤੀ ਤੇ ਫਿਰ ਇਨ੍ਹਾਂ ਪੈ ਗਏ ਘਾਟਿਆਂ ਦੇ ਕਾਰਣ ਹੱਲਾ ਦੂਸਰੇ ਦਿਨ ਤੇ ਪਾ ਦਿੱਤਾ। ਹਥਿਆਰ ਦੱਬ ਦਿੱਤੇ ਗਏ ਤੇ ਆਪ ਬਾਹਰ ਹੀ ਸੌਂ ਗਏ। ਸਵੇਰੇ ਇਹ ਸ਼ਹਿਰ ਨੂੰ ਮੁੜ ਆਏ। ਫਤਿਹ ਸਿੰਘ ਤਾਂ ਆਪਣੀ ਦੁਕਾਨ ਨੂੰ ਚਲਾ ਗਿਆ ਤੇ ਬਾਕੀਆਂ ਨੇ ਦਿਨ ਨਾਰਲੀ ਦੇ ਬੁੰਗੇ ਕੱਟਿਆ।

ਚੌਥਾ, ਬੁੱਧਵਾਰ, 14 ਜੂਨ ਸੰਨ 1870 (1 ਹਾੜ ਸੰਮਤ 1927 ਬਿ.)- ਕੂਕਿਆਂ ਦਾ ਅੰਮ੍ਰਿਤਸਰ ਦੇ ਬੁਚੜਖਾਨੇ ਉਤੇ ਇਹ ਚੌਥਾ ਹੱਲਾ ਕਾਮਯਾਬ ਹੋ ਗਿਆ। ਇਸ ਦਾ ਹਾਲ ਗੁਲਾਬ ਸਿੰਘ ਦੀ ਆਪਣੀ ਜ਼ਬਾਨੀ ਦਿੱਤਾ ਜਾਂਦਾ ਹੈ ਜੋ ਇਸ ਹੱਲੇ ਵਿਚ ਸ਼ਾਮਲ ਸੀ। ਇਸ ਦੇ ਸੱਚੇ ਹੋਣ ਦੀ ਸ਼ਾਹਦੀ ਇਸ ਦੇ ਦੂਸਰੇ ਸਾਥੀਆਂ ਲਹਿਣਾ ਸਿੰਘ ਜੱਟ, ਬੀਹਲਾ ਸਿੰਘ ਤੇ ਮਿਸਤਰੀ ਲਹਿਣਾ ਸਿੰਘ ਤੇ

ਬਿਆਨਾਂ ਤੋਂ ਹੁੰਦੀ ਹੈ। ਗੁਲਾਬ ਸਿੰਘ ਕਹਿੰਦਾ ਹੈ ਕਿ :-

"ਲੌਢੇ ਵੇਲੇ ਲਛਮਨ ਸਿੰਘ (ਜੋ ਦੌੜਿਆ ਹੋਇਆ ਹੈ) ਤੇ ਮੈਂ ਆਪਣੇ ਇਕੱਠੇ ਹੋਣ ਦੇ ਮਿਥੇ ਹੋਏ ਟਿਕਾਣੇ ਆਵੇ ਵਲ ਨੂੰ ਗਏ। ਅਸੀਂ ਬੁਚੜਖਾਨੇ ਦੇ ਕੋਲ ਦੀ ਲੰਘੇ ਤੇ ਉਸ ਨੂੰ ਜਾਚਿਆ। ਫੇਰ ਅਸੀਂ ਲਾਗੇ ਹੀ ਤਪਾ-ਬਣ ਦੇ ਮੰਦਰ ਨੂੰ ਗਏ। ਇਥੇ ਸਾਨੂੰ ਲਛਮਨ ਸਿੰਘ ਤੇ ਲਹਿਣਾ ਸਿੰਘ (ਤਰਖਾਣ) ਮਿਲ ਪਏ। ਛੇਤੀ ਹੀ ਪਿਛੋਂ ਅਸੀਂ ਆਵੇ ਵਲ ਨੂੰ ਮੁੜ ਪਏ ਜਿਥੇ ਅਨ੍ਹੇਰਾ ਹੋਣ ਵੇਲੇ ਪੁੱਜੇ। ਸ਼ਾਕੀ ਭੀ ਇੱਕ ਇੱਕ ਕਰ ਕੇ ਉਥੇ ਆ ਗਏ। ਉਥੇ ਫਤਿਹ ਸਿੰਘ, ਬੀਹਲਾ ਸਿੰਘ, ਹਾਕਿਮ ਸਿੰਘ ਪਟਵਾਰੀ, ਲਹਿਣਾ ਸਿੰਘ ਜੱਟ ਤੇ ਲਹਿਣਾ ਸਿੰਘ ਤਰਖਾਣ ਪੰਜ ਮੁਲਜ਼ਮ ਤੇ ਮੈਂ, ਭਗਵਾਨ ਸਿੰਘ, ਮੇਹਰ ਸਿੰਘ, ਝੰਡਾ ਸਿੰਘ ਤੇ ਲਛਮਣ ਸਿੰਘ ਸਾਂ। ਅਸੀਂ ਹਥਿਆਰ ਪੁੱਟੇ ਅਤੇ ਮੇਹਰ ਸਿੰਘ ਤੇ ਹਾਕਿਮ ਸਿੰਘ ਆਪਣੀਆਂ ਲਕੋਈਆਂ ਹੋਈਆਂ ਤਲਵਾਰਾਂ ਲੈ ਆਏ। ਅਸੀਂ ਫੇਰ ਲਾਹੌਰ ਵਾਲੀ ਗੱਡੀ ਦੇ ਆਉਣ ਤੱਕ ਉਡੀਕ ਕੀਤੀ। ਸਾਡੇ ਵਿਚੋਂ ਕੁਝ ਤਾਂ ਆਪਣੇ ਕੱਪੜੇ ਆਵੇ ਤੇ ਛੱਡ ਗਏ ਤੇ ਕੁਝ ਆਪਣੇ ਨਾਲ ਲੈ ਗਏ। ਮੈਂ ਭਗਵਾਨ ਸਿੰਘ, ਲਛਮਣ ਸਿੰਘ ਤੇ ਲਹਿਣਾ ਸਿੰਘ ਤਰਖਾਣ ਆਪਣੇ ਕੱਪੜੇ ਨਾਲ ਲੈ ਗਏ ਕਿਉਂਕਿ ਸਾਡਾ ਮਨਸ਼ਾ ਹਰੀਕੇ ਪੱਤਣ ਦੀ ਸੜਕ ਦੇ ਨਾਲ ਨਾਲ ਜਾਣ ਦਾ ਸੀ ਤੇ ਬਾਕੀਆਂ ਨੇ ਆਵੇ ਦੇ ਰਸਤੇ ਮੁੜਨਾ ਸੀ। ਫੇਰ ਅਸੀਂ ਸਾਰੇ ਬੁਚੜਖਾਨੇ ਵੱਲ ਨੂੰ ਤੁਰ ਪਏ। ਚੁਪ ਚਾਪ ਲਾਗੇ ਪੁਜ ਕੇ ਤੇ ਕੰਧ ਦੇ ਪਿੱਛੇ ਲੁਕ ਕੇ ਅਸੀਂ ਪਤਾ ਕਰਨ ਲਈ ਦੇਖਿਆ ਕਿ ਬੁਚੜ ਸੌਂ ਗਏ ਹਨ ਕਿ ਨਹੀਂ। ਜਿਸ ਵੇਲੇ ਅਸੀਂ ਦੇਖ ਰਹੇ ਸਾਂ ਅਤੇ ਹਾਲ ਤੱਕ ਸ਼ੱਕ ਵਿਚ ਹੀ ਸਾਂ, ਇਕ ਕੁੱਤਾ ਭੌਂਕ ਪਿਆ। ਇਸ ਪਰ ਅਸੀਂ ਬਿਨਾਂ ਕਿਸੇ ਦੇਰ ਦੇ ਹੱਲਾ ਕਰਨ ਦਾ ਫੈਸਲਾ ਕਰ ਲਿਆ। ਅਸੀਂ ਛੇਤੀ ਨਾਲ ਅੰਦਰ ਵੜ ਗਏ ਤੇ ਸੱਜੇ ਖੱਬੇ ਮਾਰਨਾ ਸ਼ੁਰੂ ਕਰ ਦਿੱਤਾ। ਦੋ ਆਦਮੀਆਂ ਨੇ ਚਬੂਤਰੇ ਤੋਂ ਹੇਠਾ ਛਾਲਾਂ ਮਾਰੀਆਂ ਤੇ ਦੌੜ ਗਏ। ਮੈਂ ਪਿੱਛੇ ਗਿਆ ਤੇ ਇਕ ਦੇ ਮੋਢਿਆਂ ਤੇ ਸੱਟ ਮਾਰੀ। ਉਹ ਡਿਗ ਪਿਆ। ਮੈਂ ਪਿਛੇ ਮੁੜਿਆ ਤੇ ਦੇਖਿਆ ਕਿ ਇਕ ਆਦਮੀ ਚਬੂਤਰੇ ਦੇ ਨਾਲ ਨਾਲ ਢਿਡ ਦੇ ਭਾਰ ਸਿਰਕ ਰਿਹਾ ਹੈ।ਮੈਂ ਚਬੂਤਰੇ ਤੇ ਚੜ੍ਹ ਕੇ ਜ਼ੋਰ ਨਾਲ ਇਕ ਗੰਡਾਸਾ ਉਸ ਦੀ ਪਿਠ ਤੇ ਮਾਰਿਆ। ਉਹ ਡਿਗ ਪਿਆ ਤੇ ਮੁੜ ਨਾ ਉਠਿਆ। ਫੇਰ ਅਸੀਂ ਸ਼ਹਿਰ ਦੇ ਗੰਦੇ ਨਾਲੇ ਦੇ ਪੁਲ ਤੱਕ ਦੌੜੇ। ਲਹਿਣਾ ਸਿੰਘ ਤਰਖਾਣ, ਭਗਵਾਨ ਸਿੰਘ, ਲਛਮਨ ਸਿੰਘ ਤੇ ਬੀਹਲਾ ਸਿੰਘ ਮੇਰੇ ਨਾਲ ਸਨ। ਸ਼ਹਿਰੋਂ ਮੀਲ ਕੁ ਦੀ ਵਿੱਥ ਤੇ ਲਹਿਣਾ ਸਿੰਘ ਨੇ ਆਪਣਾ ਸਫਾ-ਜੰਗ ਮੁੱਲਾਂ ਚੱਕ ਦੇ ਇਕ ਖੂਹ ਵਿਚ ਸੁਟਾ ਦਿੱਤਾ ਤੇ ਲਛਮਨ ਸਿੰਘ ਨੇ ਆਪਣੀ ਤਲਵਾਰ ਖੂਹ ਦੇ ਕੋਲ ਹੀ ਇਕ ਤੂੜੀ ਦੇ ਕੁਪ ਵਿਚ ਖੋਭ ਦਿੱਤੀ (ਇਥੋਂ ਇਹ ਬਰਾਮਦ ਹੋ ਗਈਆਂ ਸਨ)। ਮੈਂ ਤੇ ਭਗਵਾਨ ਸਿੰਘ ਆਪਣੇ ਗੰਡਾਸੇ ਕੁਝ ਦੂਰ ਹੋਰ ਨਾਲ ਲਈ ਗਏ ਤੇ ਆਖੀਰ

ਪਿੰਡ ਗਿਲਵਾਲੀ ਦੇ ਲਾਗੇ ਨਹਿਰ ਦੇ ਦੂਸਰੇ ਪਾਸੇ ਪਾਣੀ ਦੇ ਇਕ ਸੂਏ ਵਿਚ ਸੁਟ ਦਿੱਤੇ।"

ਅੰਮ੍ਰਿਤਸਰ ਹਰਨ ਹੋ ਜਾਣ ਪਿਛੋਂ ਕੂਕੇ ਆਪੋ ਆਪਣੇ ਟਿਕਾਣੀਂ ਪੁੱਜ ਗਏ।

ਕੂਕਿਆਂ ਦੇ ਇਸ ਹੱਲੇ ਵਿਚ ਹੇਠ ਲਿਖੇ ਚਾਰ ਬਚੜ ਮਰੇ ਤੇ ਤਿੰਨ ਫਟੜ ਹੋਏ:-

ਮਰੇ-4; ਪੀਰਾ, ਜੀਊਣ, ਸ਼ਾਦੀ ਤੇ ਇਮਾਮੀ।

ਫੱਟੜ-3; ਕਰਮ ਦੀਨ, ਇਲਾਹੀ ਬਖਸ਼ ਤੇ ਖੀਵਾ।

ਕੂਕਿਆਂ ਨੇ ਹੱਲਾ ਚੂੰਕਿ ਅਨ੍ਹੇਰੀ ਰਾਤ ਵਿਚ ਕੀਤਾ ਸੀ ਇਸ ਲਈ ਉਨ੍ਹਾਂ ਵਿਚੋਂ ਕੋਈ ਪਛਾਣਿਆ ਨਹੀਂ ਸੀ ਗਿਆ। ਛੇਤੀ ਹੀ ਕੋਈ ਖੋਜੀ ਨਾ ਮਿਲਨ ਕਰਕੇ ਕਿਸੇ ਕੂਕੇ ਦਾ ਖੁਰਾ ਭੀ ਨੱਪਿਆ ਨਾ ਜਾ ਸਕਿਆ। ਦੌੜਨ ਵੇਲੇ ਕੂਕਿਆਂ ਦੀ ਪਿਛੇ ਕੋਈ ਐਸੀ ਨਿਸ਼ਾਨੀ ਭੀ ਨਹੀਂ ਸੀ ਰਹੀ ਜਿਸ ਕਰਕੇ ਉਨ੍ਹਾਂ ਉਤੇ ਕੋਈ ਸ਼ੱਕ ਪੈ ਸਕਦਾ। ਇਸ ਤੋਂ ਬਿਨ੍ਹਾਂ ਆਪਣੀ ਵੱਲ ਕੋਈ ਸ਼ੱਕ ਨਾ ਆਉਣ ਦੇਣ ਲਈ ਤੇ ਨਿਹੰਗ ਸਿੰਘ ਵੱਲ ਸ਼ੱਕ ਰੇੜ੍ਹਣ ਲਈ ਕੂਕੇ ਜਾਂਦੀ ਵਾਰੀ ਇਕ ਚੱਕਰ (ਜੋ ਨਿਹੰਗ ਸਿੰਘ ਦੁਮਾਲਿਆਂ ਉਪਰ ਸਜਾਉਂਦੇ ਹਨ) ਤੇ ਇਕ ਨੀਲੀ ਦਸਤਾਰ ਬੁਚੜਖਾਨੇ ਵਿਚ ਸੁਟ ਗਏ। ਇਸ ਚਾਲਾਕੀ ਵਿਚ ਕੂਕੇ ਪੂਰੀ ਤਰ੍ਹਾਂ ਕਾਮਯਾਬ ਹੋ ਗਏ ਤੇ ਉਨ੍ਹਾਂ ਉਤੇ ਕਿਸੇ ਨੇ ਸ਼ੱਕ ਤੱਕ ਭੀ ਨਾ ਕੀਤੀ ਅਤੇ ਪੁਲੀਸ ਦੋਸ਼ੀਆਂ ਦਾ ਪਤਾ ਲਗਾ ਸਕਣ ਵਿਚ ਬਿਲਕੁਲ ਹਾਰ ਗਈ। ਆਖਿਰ ਪੁਲੀਸ ਨੇ ਦੋਸ਼ੀਆਂ ਦਾ ਪਤਾ ਲਾਉਣ ਲਈ ਇਨਾਮ ਰੱਖਿਆ ਜਿਸ ਦੇ ਲਾਲਚ ਵਿਚ ਅੰਮ੍ਰਿਤਸਰ ਸ਼ਹਿਰ ਦੇ ਕੁਝ ਬਦਮਾਸ਼ਾਂ ਨੇ ਝੂਠੀ ਘਾੜਤ ਘੜ ਕੇ ਸ਼ਹਿਰ ਦੇ ਕੁਝ ਪੁਜਾਰੀ ਤੇ ਨਿਹੰਗ ਗ੍ਰਿਫ਼ਤਾਰ ਕਰਵਾ ਦਿੱਤੇ ਤੇ ਮੁਕੱਦਮਾ ਚੱਲਣ ਵਾਲਾ ਹੋ ਗਿਆ।

ਪਰ ਮੁਕੱਦਮਾ ਸ਼ੁਰੂ ਹੋਣ ਤੋਂ ਪਹਿਲਾਂ ਇਕ ਹੋਰ ਹੀ ਤਰ੍ਹਾਂ ਅਸਲੀ ਦੋਸ਼ੀਆਂ ਦਾ ਪਤਾ ਨਿਕਲ ਆਇਆ। 16 ਜੁਲਾਈ ਸੰਨ 1871 ਦੀ ਰਾਤ ਨੂੰ ਕੁਝ ਕੂਕਿਆਂ ਨੇ ਰਾਏਕੋਟ ਜ਼ਿਲ੍ਹਾ ਲੁਧਿਆਣਾ ਵਿਚ ਬਚੜਾਂ ਉਤੇ ਹੱਲਾ ਬੋਲਿਆ ਸੀ ਜਿਸ ਵਿਚ ਦਸੌਂਧੀ, ਗੁੱਜਰ ਤੇ ਉਸ ਦੀ ਔਰਤ ਬੱਸਣ ਮਾਰੇ ਗਏ ਸਨ ਤੇ ਦਸ ਕੁ ਹੋਰ ਬੰਦੇ ਫੱਟੜ ਹੋਏ ਸਨ। ਦੋਸ਼ੀ ਫੜੇ ਗਏ ਸਨ ਤੇ ਚਾਰ ਕੂਕਿਆਂ, 1. ਮਸਤਾਨ ਸਿੰਘ, 2. ਸਰਮੁਖ ਸਿੰਘ, 3. ਮੰਗਲ ਸਿੰਘ ਤੇ 4. ਗੁਲਾਬ ਸਿੰਘ ਨੂੰ ਜੇ. ਡਬਲ-ਯੂ ਮੈਕਨੈਬ ਸੈਸ਼ਨਜ਼ ਜੱਜ (ਕਮਿਸ਼ਨਰ ਤੇ ਸੁਪ੍ਰਿੰਟੈਂਡੈਂਟ ਅੰਬਾਲਾ ਡਿਵੀਜ਼ਨ) ਅੰਬਾਲਾ ਦੇ ਅਦਾਲਤ ਵਿਚੋਂ 27 ਜੁਲਾਈ ਸੰਨ 1871 ਨੂੰ ਫਾਂਸੀ ਦੀ ਸਜ਼ਾ ਬੋਲੀ ਗਈ ਸੀ। ਚੌਹਾਂ ਕੂਕਿਆਂ ਨੂੰ ਫਾਂਸੀ ਦੀ ਸਜ਼ਾ ਠੀਕ ਸਮਝ ਕੇ ਚੀਫ ਕੋਰਟ ਪੰਜਾਬ, ਲਾਹੌਰ, ਨੇ 1 ਅਗਸਤ ਸੰਨ 1871 ਨੂੰ ਮਨਜ਼ੂਰ ਕਰ ਦਿੱਤੀ। ਇਨ੍ਹਾਂ ਵਿਚੋਂ ਦੋਸ਼ੀ ਨੰਬਰ 4 ਗੁਲਾਬ ਸਿੰਘ ਨੇ, ਜੋ ਅੰਮ੍ਰਿਤਸਰ ਦੇ ਬਚੜਾਂ ਦੇ ਕਤਲ ਵਿਚ ਭੀ ਸ਼ਾਮਲ ਸੀ, ਬੇਨਤੀ ਕੀਤੀ ਕਿ ਜੇ ਮੇਰੀ ਜਾਨ ਬਖ਼ਸ਼

ਦਿੱਤੀ ਜਾਏ ਤਾਂ ਮੈਂ ਅੰਮ੍ਰਿਤਸਰ ਦੇ ਬਚੜਾਂ ਦੇ ਕਤਲਾਂ ਦੇ ਸਾਰੇ ਹਾਲ ਦੱਸ ਦਿਆਂਗਾ।

ਗੁਲਾਬ ਸਿੰਘ ਨੂੰ ਜਾਨ ਬਖ਼ਸ਼ੀ ਦਾ ਵਾਹਿਦਾ ਕਰ ਦਿੱਤਾ ਗਿਆ ਤੇ ਉਹ ਵਾਹਿਦਾ ਮੁਆਫ ਸਰਕਾਰੀ ਗਵਾਹ ਬਣ ਗਿਆ। ਕਰਨਲ ਬੋਲੀ ਡਿਪਟੀ ਇੰਨਸਪੈਕਟਰ ਜਨਰਲ ਪੁਲੀਸ ਨੇ ਉਸ ਮੌਕੇ ਤੇ ਰਾਏਕੋਟ ਹੀ ਗੁਲਾਬ ਸਿੰਘ ਦਾ ਬਿਆਨ ਲੈ ਲਿਆ। ਇਸ ਵਿਚ ਉਸ ਨੇ ਅੰਮ੍ਰਿਤਸਰ ਦੇ ਕਤਲਾਂ ਵਿਚ ਆਪਣੇ ਸਾਰੇ ਦਸਾਂ ਹੀ ਕੂਕੇ ਸਾਥੀਆਂ ਦੇ ਨਾਮ ਦੇ ਦਿੱਤੇ, ਕਤਲਾਂ ਦੇ ਪੂਰੇ ਪੂਰੇ ਹਾਲਾਤ ਭੀ ਦਸ ਦਿੱਤੇ ਤੇ ਉਹ ਪਤੇ ਟਿਕਾਣੇ ਭੀ ਦੇ ਦਿੱਤੇ ਜਿਥੇ ਕਿ ਉਸ ਦੇ ਕੁਝ ਸਾਥੀਆਂ ਨੇ ਦੌੜਨ ਵੇਲੇ ਆਪਣੇ ਹਥਿਆਰ ਲੁਕਾਏ ਸਨ। ਉਸਦਾ ਬਿਆਨ ਹਰ ਗੱਲ ਵਿਚ ਸੱਚਾ ਸਾਬਤ ਹੋਇਆ।

ਗੁਲਾਬ ਸਿੰਘ ਨੂੰ ਅੰਮ੍ਰਿਤਸਰ ਲਿਆਂਦਾ ਗਿਆ ਜਿਥੇ ਕਿ ਉਹ 1 ਅਗਸਤ ਸੰਨ 1871 ਨੂੰ ਪੁੱਜਾ। 2 ਅਗਸਤ ਨੂੰ ਕੁਝ ਦੂਸਰੇ ਦੋਸ਼ੀ ਫੜੇ ਗਏ। 4 ਅਗਸਤ ਨੂੰ ਗੁਲਾਬ ਸਿੰਘ ਨੇ ਸੁਪ੍ਰਿੰਟੈਂਡੈਂਟ ਪੁਲੀਸ ਮਿਸਟਰ ਟਰਟਨ ਸਕਿਮ ਨੂੰ ਮੁੱਲਾ ਚੱਕ ਨਾਲ ਲਿਜਾ ਕੇ ਉਹ ਥਾਂ ਦਿਖਾ ਦਿੱਤੀ ਜਿਥੇ ਕਿ ਲਛਮਣ ਸਿੰਘ (ਜੋ ਦੌੜ ਗਿਆ ਹੋਇਆ ਸੀ ਤੇ ਮੁਕੱਦਮੇ ਦੇ ਆਖੀਰ ਤੱਕ ਫੜਿਆ ਨਹੀਂ ਸੀ ਗਿਆ। ਤੇ ਲਹਿਣਾ ਸਿੰਘ ਤਰਖਾਣ ਨੇ ਆਪਣੇ ਹਥਿਆਰ ਲੁਕਾਏ ਸਨ। ਗੁਲਾਬ ਸਿੰਘ ਨੇ ਤੂੜੀ ਦੇ ਤਿੰਨ ਮੂਸਲਾਂ ਵਿਚੋਂ ਇਕ ਵੱਲ ਇਸ਼ਾਰਾ ਕੀਤਾ। ਇਹ ਮੂਸਲੀ ਗੰਡੂ ਜ਼ਿਮੀਂਦਾਰ ਦੇ ਸਨ। ਗੰਡੂ ਨੇ ਪਹਿਲਾਂ ਤਾਂ ਨਾਂਹ ਨੁੱਕਰ ਕੀਤੀ ਪਰ ਪਿਛੋਂ ਲੰਬੜਦਾਰ ਦੇ ਪੁੱਛਣ ਤੇ ਮੰਨ ਗਿਆ ਤੇ ਦੋ ਕੁ ਸੌ ਗਜ਼ ਦੀ ਵਿਥ ਉਤੇ ਰਾਜਵਾਹੇ ਦੇ ਹੌਜ਼ ਦੇ ਲਾਗੇ ਇਕ ਖੂਹ ਦੱਸਿਆ ਜਿਥੇ ਤਲਵਾਰ ਮੂਸਲ ਵਿਚੋਂ ਲੱਭਣ ਪਰ ਗੰਡੂ ਨੇ ਛਪਾ ਦਿੱਤੀ ਸੀ। ਤਲਵਾਰ ਇਥੋਂ ਲੱਭ ਪਈ। ਇਸੇ ਖੂਹ ਵਿਚੋਂ ਗੁਲਾਬ ਸਿੰਘ ਦੇ ਦੱਸਣ ਪਰ ਸ਼ਾਹਜ਼ਾਦੇ ਟੋਭੇ ਨੇ ਲਹਿਣਾ ਸਿੰਘ ਤਰਖਾਣ ਦਾ ਸਫਾ ਜੰਗ ਭੀ ਕੱਢ ਲਿਆਂਦਾ।

ਇਸ ਵੇਲੇ ਗੁਲਾਬ ਸਿੰਘ ਦਾ ਸਾਥੀ ਬੀਹਲਾ ਸਿੰਘ ਭੀ ਫੜ ਕੇ ਲੈ ਆਂਦਾ ਗਿਆ। ਉਸ ਨੇ ਭੀ ਆਪਣਾ ਦੋਸ਼ ਮੰਨ ਲਿਆ ਤੇ ਪਿੰਡ ਕੌਲਾਂਵਾਲੇ ਨਾਲ ਲਿਜਾ ਕੇ ਇਕ ਛੱਪੜ ਵਿਚੋਂ ਆਪਣੇ ਤੇ ਮੇਹਰ ਸਿਘ ਤੇ ਗੰਡਾਸੇ ਕਢਵਾ ਦਿੱਤੇ। ਇਸੇ ਤਰਾਂ ਹੀ ਲਹਿਣਾ ਸਿੰਘ ਨੇ ਭੀ 9 ਅਗਸਤ ਨੂੰ ਅੰਮ੍ਰਿਤਸਰੋਂ ਗਿਆਰਾਂ ਕੁ ਮੀਲ ਤੇ ਪਿੰਡ ਚਵਿੰਡੇ ਦੇ ਤੂੜੀ ਦੇ ਮੂਸਲਾਂ ਵਿਚੋਂ ਆਪਣਾ ਗੰਡਾਸਾ ਤੇ ਝੰਡਾ ਸਿੰਘ ਦੀ ਤਲਵਾਰ ਕੱਢਵਾ ਦਿੱਤੇ।

ਹੇਠ ਲਿਖੇ ਕੂਕੇ ਦੋਸ਼ੀ ਸਮਝ ਗਏ ਤੇ ਉਨ੍ਹਾਂ ਉਤੇ ਡਬਲ-ਯੂ. ਜੀ. ਡੇਵੀਜ਼ ਕਮਿਸ਼ਨਰ ਤੇ ਸੁਪ੍ਰਿੰਟੈਂਡੈਂਟ ਅਤੇ ਸੈਸਨਜ਼ ਜੱਜ ਅੰਮ੍ਰਿਤਸਰ ਡਿਵੀਜ਼ਨ ਦੀ ਅਦਾਲਤ ਵਿਚ ਮੁਕੱਦਮਾ ਚੱਲਿਆ।

1. ਫਤਿਹ ਸਿੰਘ ਦੁਕਾਨਦਾਰ, ਨਿਵਾਸ ਕਟੜਾ ਕਨ੍ਹਈਆਂ, ਸ਼ਹਿਰ ਅੰਮ੍ਰਿਤਸਰ।

2. ਬੀਹਲਾ ਸਿੰਘ, ਪਿੰਡ ਨਾਰਲੀ, ਜ਼ਿਲ੍ਹਾ ਲਾਹੌਰ।
3. ਹਾਕਿਮ ਸਿੰਘ, ਪਟਵਾਰੀ, ਮੌੜੇ, ਜ਼ਿਲ੍ਹਾਂ ਅੰਮ੍ਰਿਤਸਰ।
4. ਲਹਿਣਾ ਸਿੰਘ, ਪੁਤ੍ਰ ਦਲ ਸਿੰਘ ਦਾ, ਜੱਟ।
5. ਲਹਿਣਾ ਸਿੰਘ, ਪੁਤ੍ਰ ਮੁਤਸੱਦਾ ਸਿੰਘ ਦਾ, ਤਰਖਾਣ, ਰੰਧਾਵੇ ਪਖੋਕੇ, ਜ਼ਿਲ੍ਹਾ ਗੁਰਦਾਸਪੁਰ।
6. ਲਾਲ ਸਿੰਘ, ਸਿਪਾਹੀ ਪੁਲੀਸ, ਅੰਮ੍ਰਿਤਸਰ।
7. ਲਹਿਣਾ ਸਿੰਘ ਪੁਤ੍ਰ ਬੁਲਾਕਾ ਸਿੰਘ ਦਾ, ਤਰਖਾਣ, ਅੰਮ੍ਰਿਤਸਰ।

ਮਿਹਰ ਸਿੰਘ ਤੇ ਝੰਡਾ ਸਿੰਘ ਲੋਪੋਕਿਆਂ ਦੇ ਤੇ ਲਛਮਣ ਸਿੰਘ ਕਿਧਰੇ ਭੱਜ ਗਏ ਅਤੇ ਫੜੇ ਨਾ ਗਏ। ਜਿਵੇਂ ਦੱਸਿਆ ਜਾ ਚੁੱਕਾ ਹੈ, ਗੁਲਾਬ ਸਿੰਘ ਰਾਏਕੋਟ ਦੇ ਕਤਲਾਂ ਵਾਲਾ ਤਾਂ ਪਹਿਲਾਂ ਹੀ ਵਾਹਿਦਾ ਮੁਆਫ ਸਰਕਾਰੀ ਗਵਾਹ ਬਣ ਗਿਆ ਸੀ ਤੇ ਆਪਣੇ ਸਾਥੀਆਂ ਨੂੰ ਫੜਾਉਣ ਵਾਲਾ ਸੀ। ਲਹਿਣਾ ਸਿੰਘ, ਪੁਤ੍ਰ ਦਲ ਸਿੰਘ ਦਾ, ਦੋਸ਼ੀ ਨੰਬਰ 4, ਭੀ ਵਹਿਦਾ ਮੁਆਫ ਸਰਕਾਰੀ ਗਵਾਹ ਹੋ ਗਿਆ। ਬਾਕੀ ਛੇ ਆਦਮੀਆਂ ਉੱਤੇ ਫਰਦ ਜ਼ੁਰਮ ਲੱਗ ਕੇ 31 ਅਗਸਤ ਸੰਨ 1871 ਨੂੰ ਹੇਠ ਲਿਖੀਆਂ ਸਜ਼ਾਵਾਂ ਹੋਈਆਂ।

1.	ਫਤਿਹ ਸਿੰਘ	ਫਾਂਸੀ
2.	ਬੀਹਲਾ ਸਿੰਘ	
3.	ਹਾਕਮ ਸਿੰਘ	
4.	ਲਹਿਣਾ ਸਿੰਘ	
5.	ਲਾਲ ਸਿੰਘ	ਕਾਲੇ ਪਾਣੀ, ਉਮਰ ਕੈਦ
6.	ਲਹਿਣਾ ਸਿੰਘ	

9 ਸਤੰਬਰ ਸੰਨ 1871 ਨੂੰ ਚੀਫ ਕੋਰਟ ਪੰਜਾਬ, ਲਾਹੌਰ, ਦੇ ਜੱਜ ਜੇ. ਐਸ. ਕੈਂਬਲ ਤੇ 11 ਸਤੰਬਰ ਨੂੰ ਜੱਜ ਸੀ. ਆਰ. ਲਿੰਡਜੇ ਨੇ ਫਾਂਸੀ ਦੀਆਂ ਸਜ਼ਾਵਾਂ ਪੱਕੀਆਂ ਕਰ ਦਿੱਤੀਆਂ ਤੇ (ਭਾਈ ਕਾਲਾ ਸਿੰਘ ਦੀ ਲਿਖਤ ਅਨੁਸਾਰ) ਅਸੂ ਵਦੀ 10 ਸੰਮਤ 1928 (8 ਨਵੰਬਰ 1821 ਈ:) ਦਿਨ ਬੁੱਧਵਾਰ ਨੂੰ ਚੌਹਾਂ ਨੂੰ ਅੰਮ੍ਰਿਤਸਰ ਵਿਚ ਲਾਹੌਰੀ ਦਰਵਾਜ਼ੇ ਫਾਂਸੀ ਦੇ ਦਿੱਤੀ ਗਈ। ਲਾਲ ਸਿੰਘ ਤੇ ਲਹਿਣਾ ਸਿੰਘ ਕਾਲੇ ਪਾਣੀ ਭੇਜੇ ਗਏ।[2]

---

2. ਨਕਲ ਫੈਸਲਾ ਮੁਕੱਦਮਾ ਸਰਕਾਰ ਬਨਾਮ ਫਤਿਹ ਸਿੰਘ ਆਦਿ, ਅਦਾਲਤ ਡਬਲ-ਯੂ. ਜੀ. ਡੇਵੀਜ਼, ਸੈਸ਼ਨਜ਼ ਜੱਜ ਅੰਮ੍ਰਿਤਸਰ ਡਿਵੀਜ਼ਨ, 31 ਅਗਸਤ ਸੰਨ 1871; ਫੈਸਲਾ ਚੀਫ਼ ਕੋਰਟ ਪੰਜਾਬ, ਲਾਹੌਰ, ਜੱਜ ਜੇ. ਐਸ. ਕੈਂਬਲ ਤੇ ਸੀ. ਆਰ. ਲਿੰਡਜ਼ੇ, 9 ਸਤੰਬਰ ਤੇ 11 ਸਤੰਬਰ ਸੰਨ 1871; ਕਾਲਾ ਸਿੰਘ ਲਿਖਿਤ 'ਸਿੰਘਾਂ ਨਾਮਧਾਰੀਆਂ ਦਾ ਸ਼ਹੀਦ ਬਿਲਾਸ', 10-33 ।

ਖੋਟਿਆਂ ਦਾ ਮੇਲਾ
(ਮਾਰਚ 1871)

ਸੰਨ 1871 ਦੇ ਸ਼ੁਰੂ ਵਿਚ ਭਾਈ ਰਾਮ ਸਿੰਘ ਦਮਦਮਾ ਸਾਹਿਬ (ਤਲਵੰਡੀ ਸਾਬੋ ਰਿਆਸਤ ਪਟਿਆਲਾ) ਦੇ ਦਰਸ਼ਨਾਂ ਨੂੰ ਗਏ। ਇਥੋਂ ਮੁੜਦੇ ਹੋਏ ਮਾਰਚ ਸੰਨ 1871 ਵਿਚ ਆਪ ਪਿੰਡ ਖੋਟੇ ਜ਼ਿਲ੍ਹਾ ਫੀਰੋਜ਼ਪੁਰ ਆ ਠਹਿਰੇ। ਇਥੇ ਹੋਲੇ ਦੇ ਮੌਕੇ ਤੇ ਮੇਲਾ ਰੱਖਿਆ ਹੋਇਆ ਸੀ। ਉਘੇ ਉਘੇ ਸੂਬੇ ਆਪ ਦੇ ਨਾਲ ਸਨ ਤੇ ਸੈਂਕੜੇ ਕੂਕੇ ਆਏ ਹੋਏ ਸਨ। ਸਰਦਾਰ ਹੀਰਾ ਸਿੰਘ ਸਕਰੌਦੀ ਵਾਲਾ ਭੀ ਆਇਆ ਹੋਇਆ ਸੀ ਤੇ ਸੌ ਕੁ ਕੂਕਿਆਂ ਵਿਚ ਲੜਾਈ ਹੋ ਪਈ। ਇਸਦਾ ਕਾਰਣ ਹੀਰਾ ਸਿੰਘ ਦੇ ਦਿਲ ਵਿਚ ਬਾਬਾ ਜਵਾਹਰ ਸਿੰਘ ਦੇ ਵਿਰੁੱਧ ਪੁਰਾਣੀ ਕਿਰੜ ਸੀ ਜਿਸ ਕਰਕੇ ਹੀਰਾ ਸਿੰਘ ਨੇ ਮੇਲੇ ਵਿਚ ਬਾਬਾ ਜਵਾਹਰ ਸਿੰਘ ਨੂੰ ਗੋਡਾ ਕੱਢ ਮਾਰਿਆ।

ਗੱਲ ਇਹ ਸੀ ਕਿ ਹੀਰਾ ਸਿੰਘ ਦੀ ਇਸਤਰੀ ਕੂਕਣ ਨਹੀਂ ਸੀ ਅਤੇ ਕੂਕਿਆਂ ਦੀ ਰਹਿਤ ਨਹੀਂ ਸੀ ਰੱਖਦੀ। ਹੀਰਾ ਸਿੰਘ ਜ਼ੋਰੀਂ ਉਸ ਨੂੰ ਇਹ ਰਹਿਤ ਰਖਾਉਣਾ ਚਾਹੁੰਦਾ ਸੀ ਜਿਸ ਕਰਕੇ ਦੋਹਾਂ ਵਿਚ ਝਗੜਾ ਹੋ ਗਿਆ ਸੀ। ਹੀਰਾ ਸਿੰਘ ਨੇ ਗੁੱਸੇ ਵਿਚ ਆ ਕੇ ਆਪਣੀ ਇਸਤਰੀ ਨੂੰ ਮਾਰਿਆ ਤੇ ਉਸ ਦੇ ਕੇਸ ਵੱਢ ਦਿੱਤੇ। ਪਿੱਥੋਕੀ ਦੇ ਇਕੱਠ ਵਿਚ ਹੀਰਾ ਸਿੰਘ ਆਪਣੀ ਇਸਤਰੀ ਦੇ ਕੇਸ ਬਾਂਸ ਉਤੇ ਲਟਕਾਈ ਲਈ ਫਿਰ ਰਿਹਾ ਸੀ ਕਿ ਕੁਝ ਕੂਕਿਆਂ ਨੂੰ ਇਹ ਗੱਲ ਬਹੁਤ ਬੁਰੀ ਲੱਗੀ। ਬਾਬਾ ਜਵਾਹਰ ਸਿੰਘ ਸੂਬੇ ਨੇ ਹੀਰਾ ਸਿੰਘ ਨੂੰ ਟੋਕਿਆ ਤੇ ਕੱਟੇ ਹੋਏ ਕੇਸ ਪਰੇ ਸੁਟ ਦਿੱਤੇ। ਹੀਰਾ ਸਿੰਘ ਨੂੰ ਇਹ ਗੱਲ ਰੜਕਦੀ ਸੀ ਜਿਸ ਦਾ ਬਦਲਾ ਇਸ ਨੇ ਬਾਬਾ ਜਵਾਹਰ ਸਿੰਘ ਪਾਸੋਂ ਖੋਟਿਆਂ ਦੇ ਮੇਲੇ ਵਿਚ ਲੈਣ ਦਾ ਯਤਨ ਕੀਤਾ।

ਜਿਸ ਵੇਲੇ ਮੇਲੇ ਵਿਚ ਹੀਰਾ ਸਿੰਘ ਨੇ ਬਾਬਾ ਜਵਾਹਰ ਸਿੰਘ ਸੂਬੇ ਨੂੰ ਗੋਡਾ ਮਾਰਿਆ ਤਾਂ ਕੂਕਿਆਂ ਦਾ ਆਪਸ ਵਿਚ ਫਸਾਦ ਹੋ ਗਿਆ। ਇਕ ਪਾਸੇ ਹੀਰਾ ਸਿੰਘ ਦੇ ਦੋ ਕੁ ਸੌ ਸਾਥੀ ਕੂਕੇ ਸਨ ਤੇ ਦੂਸਰੇ ਪਾਸੇ ਚਾਰ ਕੁ ਸੌ। ਹੀਰਾ ਸਿੰਘ ਦੇ ਆਦਮੀਆਂ ਨੂੰ ਜ਼ਿਆਦਾ ਮਾਰ ਪਈ। ਭਾਈ ਰਾਮ ਸਿੰਘ ਤੇ ਬਾਬਾ ਜਵਾਹਰ ਸਿੰਘ ਨੇ ਵਿਚ ਪੈ ਕੇ ਲੜਾਈ ਰਫਾ ਦਫਾ ਕਰਾਈ। ਭਾਈ ਸਾਹਿਬ ਨੇ ਆਖਿਆ ਕਿ ਆਪਸ ਵਿਚ ਕਿਉਂ ਲੜ ਲੜ ਮਰਦੇ ਹੋ ਤੇ ਗਰੀਬਾਂ ਨੂੰ ਫੱਟੜ ਕਰਦੇ ਹੋ। ਜੇ ਆਦਮੀ ਹੈਗੇ ਓ ਤਾਂ ਜ਼ੋਰਾਵਰਾਂ ਨਾਲ ਕਿਉਂ ਨਹੀਂ ਲੜਦੇ ਜਿਹੜੇ ਕਿ ਹਾਰਨ

ਵਾਲਿਆਂ ਨੂੰ ਫਾਹੇ ਭੀ ਲਾਉਣਗੇ।

ਲੇਫਟਿਨੈਂਟ ਕਰਨਲ ਜੀ. ਮੈਕਐਂਡਰੀਉ, ਡਿਪਟੀ ਇੰਨਸਪੈਕਟਰ ਜਨਰਲ ਪੁਲੀਸ, ਅੰਬਾਲਾ ਸਰਕਲ, ਆਪਣੀ 20 ਨਵੰਬਰ ਸੰਨ 1871 ਦੀ ਯਾਦ-ਦਾਸ਼ਤ ਵਿਚ ਲਿਖਦਾ ਹੈ ਕਿ ਖੋਟਿਆਂ ਦੇ ਫਸਾਦ ਦੇ ਪਿਛੋਂ ਭਾਈ ਰਾਮ ਸਿੰਘ ਨੇ ਆਪਣੇ ਕੋਲ ਬੈਠੇ ਹੋਇਆਂ ਨੂੰ ਕਿਹਾ ਕਿ ਜੇ ਸਾਡੇ ਸਰਧਾਲੂ ਆਪਣੇ ਧਰਮ ਵਿਚ ਪੱਕੇ ਹੋਣ ਤਾਂ ਆਪਸ ਵਿਚ ਲੜਨ ਦੀ ਥਾਂ ਦੇਸ਼ ਨੂੰ ਗਊਆਂ ਮਾਰਨ ਵਾਲਿਆਂ ਤੋਂ ਸਾਫ ਕਰ ਦੇਣ ਅਤੇ ਕੋਈ ਐਸਾ ਬੰਦੋਬਸਤ ਕਰਨ ਕਿ ਗਊਆਂ ਮਾਰਨ ਦਾ ਕੰਮ ਹੀ ਬੰਦ ਹੋ ਜਾਏ। ਮੈਕਐਂਡਰੀਉ ਲਿਖਦਾ ਹੈ ਕਿ ਪਹਿਲੋਂ ਪਹਿਲ ਇਸ ਗੱਲ ਦਾ ਪਤਾ ਮੈਨੂੰ 8 ਜੁਲਾਈ ਨੂੰ ਹਰਨਾਮ ਸਿੰਘ ਨਾਮੀ ਇਕ ਕੂਕੇ ਤੋਂ ਲੱਗਾ ਸੀ, ਜੋ ਅੰਬਾਲੇ ਫੜਿਆ ਗਿਆ ਸੀ। ਇਹ ਗੱਲ ਰਾਏਕੋਟ ਵਿਚ ਬੁਚੜਖਾਨੇ ਉਤੇ ਕੂਕਿਆਂ ਵਲੋਂ ਕੀਤੇ ਗਏ ਹੱਲੇ ਤੋਂ ਅੱਠ ਦਿਨ ਪਹਿਲਾਂ ਦੀ ਹੈ।

ਪਿਛੇ ਲਿਖਿਆ ਜਾ ਚੁੱਕਾ ਹੈ ਕਿ ਇਸ ਤੋਂ ਪਹਿਲਾਂ ਜੂਨ 1870 ਨੂੰ ਅੰਮ੍ਰਿਤਸਰ ਵਿਚ ਕੂਕਿਆਂ ਵਲੋਂ ਬੁਚੜਾਂ ਉਤੇ ਹੱਲਾ ਹੋ ਚੁੱਕਾ ਸੀ। ਉਘੇ ਉਘੇ ਕੂਕਿਆਂ ਨੂੰ ਪਤਾ ਸੀ ਕਿ ਸਰਕਾਰ ਹਾਲ ਤੱਕ ਅਸਲੀ ਦੋਸ਼ੀਆਂ ਦਾ ਪਤਾ ਨਹੀਂ ਕੱਢ ਸਕੀ ਹੈ। ਇਸ ਗੱਲ ਨੂੰ ਕੂਕਿਆਂ ਦਾ ਹੋਰ ਥਾਂਈ ਇਸ ਪ੍ਰਕਾਰ ਦੇ ਹੱਲੇ ਕਰਨ ਲਈ ਹੌਸਲਾ ਵਧਾ ਦਿੱਤਾ।[1]

---

1. ਬਿਆਨ ਗਿਆਨੀ ਰਤਨ ਸਿੰਘ (ਪ੍ਰਸਿੱਧ ਗਿਆਨੀ ਸਿੰਘ), 21 ਸਤੰਬਰ 1871, ਅਦਾਲਤ ਐਲ, ਕਾਵਨ, ਮੈਜਿਸਟਰੇਟ, ਲੁਧਿਆਣਾ; ਬਿਆਨ ਬਾਬਾ ਜਵਾਹਰ ਸਿੰਘ ਸੂਬਾ, ਰੂਬਰੂ ਜੇ. ਡਬਲ-ਯੂ ਮੈਕਨੈਬ, ਕਿਲ੍ਹਾ ਅਲਾਹਾਬਾਦ, 25 ਅਪ੍ਰੈਲ 1872; ਯਾਦ-ਦਾਸ਼ਤ ਲੈਫਟਿਨੈਂਟ ਕਰਨਲ ਜੀ, ਮੈਕਐਂਡਰੀਊ, ਡਿਪਟੀ ਇੰਸਪੈਕਟਰ ਜਨਰਲ ਅੰਬਾਲਾ ਸਰਕਲ, 20 ਨਵੰਬਰ 1871 । ਬਾਬਾ ਜਵਾਹਰ ਸਿੰਘ ਨੇ ਆਪਣੇ ਬਿਆਨ ਵਿਚ ਕਿਹਾ ਕਿ ਭਾਈ ਰਾਮ ਸਿੰਘ ਨੇ ਸਾਨੂੰ ਇਹ ਗੱਲ ਨਹੀਂ ਸੀ ਕਹੀ ਕਿ 'ਜੇ ਲੜਨਾਂ ਹੀ ਚਾਹੁੰਦੇ ਤਾਂ ਸਰਕਾਰ ਨਾਲ ਕਿਉਂ ਨਹੀਂ ਲੜਦੇ', ਮੈਂ ਇਹੋ ਜੇਹੀ ਕੋਈ ਗੱਲ ਨਹੀਂ ਸੁਣੀ।

ਰਾਏਕੋਟ ਵਿਚ ਕਤਲ
(16 ਜੁਲਾਈ ਸੰਨ 1871 ਈ.)

ਕੂਕਿਆਂ ਦਾ ਦੂਸਰਾ ਬੁਚੜ-ਮਾਰ ਹੱਲਾ ਰਾਏਕੋਟ, ਤਹਿਸੀਲ ਜਗਰਾਵਾਂ, ਜ਼ਿਲ੍ਹਾ ਲੁਧਿਆਣਾ, ਵਿਚ ਹੋਇਆ ਭਾਈ ਕਾਲਾ ਸਿੰਘ ਲਿਖਦਾ ਹੈ ਕਿ ਇਸ ਦੀ ਛੇੜ ਇਸ ਤਰ੍ਹਾਂ ਛਿੜੀ ਕਿ ਸੰਮਤ 1926 ਵਿਚ ਪਿੰਡ ਖੋਟੇ ਜ਼ਿਲ੍ਹਾ ਫੀਰੋਜ਼ਪੁਰ ਵਿਚ ਕੂਕਿਆਂ ਦਾ ਇਕ ਦੀਵਾਨ ਹੋਇਆ। ਇਥੇ ਕੁਝ ਮਸਤਾਨਿਆਂ ਨੇ ਕਿਹਾ ਕਿ 'ਬੁਚੜ ਕੌਮ ਨੇ ਚਿਤ ਸਤਾਇਆ ਈ'। ਦੀਵਾਨ ਦੀ ਸਮਾਪਤੀ ਪਰ ਕੁਝ ਕੂਕੇ ਫਿਰਦੇ ਫਿਰਾਉਂਦੇ ਸ਼ਹਿਰ ਰਾਏਕੋਟ ਆ ਨਿਕਲੇ। ਇਥੇ ਬੁਚੜਖਾਨਾ ਦੇਖ ਕੇ ਇਨ੍ਹਾਂ ਨੂੰ ਰੋਹ ਚੜ੍ਹ ਗਿਆ। ਇਸ ਰੋਹ ਦੇ ਦੋ ਕਾਰਣ ਸਨ। ਇਕ ਤਾਂ ਗਊ-ਬਧ ਦੇ ਸੰਬੰਧ ਵਿਚ ਕੂਕੇ ਸੁਭਾਵਕ ਹੀ ਮੁਸਲਮਾਨਾਂ ਦੇ ਵਿਰੋਧੀ ਹੁੰਦੇ ਹਨ ਤੇ ਭੜਕ ਉਠਦੇ ਹਨ, ਦੂਸਰੇ ਸ਼ਹਿਰ ਰਾਏਕੋਟ ਗੁਰੂ ਗੋਬਿੰਦ ਸਿੰਘ ਦਾ ਵਰੋਸਾਇਆ ਹੋਇਆ ਸੀ ਇਥੇ ਦੇ ਰਾਏ ਕਲ੍ਹਾ ਨੇ ਸਰਹੰਦੋਂ ਗੁਰੂ ਸਾਹਿਬ ਦੇ ਛੋਟੇ ਸ਼ਹੀਦ ਸਾਹਿਬਜ਼ਾਦਿਆਂ ਦੀ ਖਬਰ ਮੰਗਵਾਈ। ਇਸ ਲਈ ਗੁਰੂ ਕੇ ਵਰੋਸਾਏ ਨਗਰ ਵਿੱਚ ਬੁਚੜਖਾਨਾ ਦੇਖਕੇ ਕੂਕੇ ਭੜਕ ਉਠੇ। ਪਹਿਲੇ ਬੁਚੜਖਾਨਾ ਨਹੀਂ ਸੀ ਹੁੰਦਾ। ਅੰਗਰੇਜ਼ੀ ਰਾਜ ਹੋ ਜਾਣ ਦੇ ਸੱਤ ਸਾਲ ਪਿਛੋਂ ਸੰਨ 1856 ਵਿਚ ਜ਼ਿਲੇ ਦੇ ਅਫ਼ਸਰ ਮਿਸਟਰ ਰਿਕੈਟਸ ਦੇ ਹੁਕਮ ਨਾਲ ਖੁਲ੍ਹਿਆ ਸੀ। ਇਨ੍ਹਾਂ ਦੀਆਂ ਕੁੱਲੀਆਂ ਸ਼ਹਿਰ ਦੀ ਦੀਵਾਰੋਂ ਬਾਹਰ ਦੋ ਕੁ ਸੌ ਗਜ਼ ਦੇ ਫਾਸਲੇ ਤੇ ਸਨ ਤੇ ਠਾਣਾ ਦੋ ਕੁ ਫਰਲਾਂਗ ਤੇ ਸੀ।

ਕੂਕਿਆਂ ਦੇ ਹੱਲੇ ਤੋਂ ਕੁਝ ਚਿਰ ਪਹਿਲਾਂ ਸ਼ਹਿਰ ਦੇ ਖੱਤਰੀਆਂ ਨੇ ਸ਼ਿਕਾਇਤ ਕੀਤੀ ਸੀ ਕਿ ਬੁਚੜਾਂ ਨੇ ਬੁਚੜਖਾਨੇ ਦੇ ਲਾਗੇ ਦੇ ਛੱਪੜ ਵਿਚ ਇਕ ਪਿੰਜਰ ਸੁਟ ਦਿੱਤਾ ਹੈ, ਇਸ ਪਰ ਤਹਿਸੀਲਦਾਰ ਨੇ ਬੂਟੇ ਬੁਚੜ ਨੂੰ ਦਸ ਰੁਪਏ ਜੁਰਮਾਨਾ ਕੀਤਾ ਸੀ।

ਰਾਂਝਾ ਬਚੜ ਆਪਣੇ ਬਿਆਨ ਵਿਚ ਕਹਿੰਦਾ ਹੈ ਕਿ ਕਤਲਾਂ ਤੋਂ ਪਹਿਲਾਂ ਸਾਨੂੰ ਆਖਿਆ ਗਿਆ ਸੀ ਤੇ ਧਮਕੀ ਦਿੱਤੀ ਗਈ ਸੀ ਕਿ ਚੰਗਾ ਹੋਵੇ ਜੇ ਤੁਸੀਂ ਆਪਣਾ ਇਹ ਕੰਮ ਛੱਡ ਦਿਉ।

ਮਾਲੂਮ ਹੁੰਦਾ ਹੈ ਕਿ ਭੜਕੇ ਹੋਏ ਕੂਕਿਆਂ ਨੇ ਭੈਣੀ ਵਿਚ ਸਲਾਹ ਕੀਤੀ ਕਿ ਰਾਏਕੋਟ ਦੇ ਬਚੜਾਂ ਤੇ ਹੱਲਾ ਕਰ ਕੇ ਉਨ੍ਹਾਂ ਨੂੰ ਕਤਲ ਕਰ ਦਿੱਤਾ ਜਾਏ। ਪਿਛੋਂ ਇਨ੍ਹਾਂ ਸਲਾਹਾਂ ਦੀ ਪਕਿਆਈ ਪਿੰਡ ਛੀਨੀਵਾਲ (ਰਿਆਸਤ ਪਟਿਆਲਾ) ਵਿਚ

ਦਲ ਸਿੰਘ ਦੇ ਘਰ ਹੋਈ ਤੇ ਵੇਰਵੇ ਵਾਰ ਗੱਲ ਗਿਣੀ ਮਿਥੀ ਗਈ। ਇਨ੍ਹਾਂ ਸਲਾਹਾਂ ਵਿਚ ਦਲ ਵਿਚ ਛੀਨੀਵਾਲੀਆ, ਅਤਰ ਸਿੰਘ ਰਣੋਈ ਦਾ, ਤੇ ਜਗਤ ਸਿੰਘ ਚੌਹਾਕੀ ਦਾ ਮੁਖੀ ਸਨ। ਪਿਥੋਕੀ ਦੇ ਮਸਤਾਨ ਸਿੰਘ, ਗੁਰਮੁਖ ਸਿੰਘ ਤੇ ਮੰਗਲ ਸਿੰਘ, ਤੇ ਨਾਈਵਾਲੇ ਦਾ ਰਤਨ ਸਿੰਘ ਲੰਡਾ ਇਨ੍ਹਾਂ ਦੇ ਸਾਥੀ ਤੇ ਸਲਾਹਕਾਰ ਸਨ। 14 ਜੁਲਾਈ ਨੂੰ ਦਸ ਕੁ ਬਜੇ ਸਵੇਰੇ ਅਤਰ ਸਿੰਘ ਤੇ ਜਗਤ ਸਿੰਘ ਆਪਣੇ ਪਿੰਡਾਂ ਤੋਂ ਛੀਨੀਵਾਲ ਆਏ। ਇਨ੍ਹਾਂ ਦੇ ਨਾਲ ਹੀ ਗੁਲਾਬ ਸਿੰਘ ਸੀ। ਇਸ ਵੇਲੇ ਦਲ ਸਿੰਘ ਘਰ ਨਹੀਂ ਸੀ। ਉਸ ਦੀ ਸਿੰਘਣੀ ਰਾਮ ਕੌਰ ਉਸ ਨੂੰ ਸੱਦ ਲਿਆਈ। ਸਾਰਿਆਂ ਨੇ ਦਲ ਸਿੰਘ ਦੇ ਘਰ ਪ੍ਰਸ਼ਾਦ ਛਕਿਆ। ਪ੍ਰਸ਼ਾਦ ਪਿਛੋਂ ਦਲ ਸਿੰਘ ਗੁਰਮੁਖ ਸਿੰਘ ਨੂੰ ਸੱਦ ਲਿਆਇਆ ਤੇ ਆਪਣੇ ਲਈ ਭੀ ਰਾਮ ਸਿੰਘ ਪਾਸੋਂ, ਜੋ ਕੂਕਾ ਨਹੀਂ ਸੀ, ਇਕ ਤਲਵਾਰ ਮੰਗ ਲਿਆਇਆ। ਇਸ ਵੇਲੇ ਜਗਤ ਸਿੰਘ ਪਿੰਡੋਂ ਬਾਹਰ ਗਿਆ ਤੇ ਰਤਨ ਸਿੰਘ ਨਾਈਵਾਲੀਏ ਨੂੰ, ਜੋ ਲੰਙਾ ਹੋਣ ਕਰਕੇ ਊਠ ਤੇ ਚੜ੍ਹਿਆ ਹੋਇਆ ਸੀ, ਅਤੇ ਅੰਮ੍ਰਿਤਸਰ ਦੇ ਜ਼ਿਲ੍ਹੇ ਦੇ ਤਿੰਨ ਆਦਮੀਆਂ ਭਗਵਾਨ ਸਿੰਘ, ਲਛਮਣ ਸਿੰਘ ਤੇ ਬੀਰ ਸਿੰਘ ਨੂੰ ਜੋ ਖਜ਼ਾਨ ਸਿੰਘ ਦੇ ਤਕੀਏ ਉਤਰੇ ਹੋਏ ਸਨ, ਲੈ ਆਇਆ। ਰਾਮ ਕੌਰ ਦਾ ਬਿਆਨ ਹੈ ਕਿ ਬਾਕੀ ਤਾਂ ਬੋਪਾਰਾਏ ਨੂੰ ਤੁਰ ਗਏ ਪਰ ਜਗਤ ਸਿੰਘ ਮੁੜ ਆਇਆ ਤੇ ਰਾਤ ਸਾਡੇ ਘਰ ਰਿਹਾ। ਦੂਸਰੇ ਦਿਨ ਸਵੇਰੇ ਜਾਣ ਲੱਗਾ ਰਾਮ ਕੌਰ ਨੂੰ ਕਹਿ ਗਿਆ ਕਿ ਪਿਥੋਕਿਆਂ ਦੇ ਮਸਤਾਨ ਸਿੰਘ, ਗੁਰਮੁਖ ਸਿੰਘ ਤੇ ਮੰਗ ਸਿੰਘ ਦੀ ਉਡੀਕ ਰੱਖੀਂ ਤੇ ਉਨ੍ਹਾਂ ਨੂੰ ਬੋਪਾਰਾਏ ਦੇ ਜੰਗਲ ਨੂੰ ਭੇਜ ਦੇਈ।

ਊਠ ਵਾਲ ਜੱਥੇ ਨਾਲ ਰਤਨ ਸਿੰਘ ਨਾਈਵਾਲੀਆ ਊਠ ਵਾਲਾ, ਦਲ ਸਿੰਘ ਛੀਨੀਵਾਲੀਆਂ, ਗੁਲਾਬ ਸਿੰਘ ਅਤੇ ਤਿੰਨ ਅੰਮ੍ਰਿਤਸਰ ਜ਼ਿਲ ਦੇ ਸਿੰਘ ਸਨ। ਬੋਪਾਰਾਏ ਦੀ ਜੂਹ ਵਿਚ ਪੁਜ ਕੇ ਅੰਮ੍ਰਿਤਸਰੀਆਂ ਨੂੰ ਤਾਂ ਉਥੇ ਛੱਡ ਦਿੱਤਾ ਤੇ ਰਤਨ ਸਿੰਘ, ਦਲ ਸਿੰਘ ਤੇ ਗੁਲਾਬ ਸਿੰਘ ਪਿੰਡ ਵਿਚ ਗਏ ਤੇ ਅਮਰ ਸਿੰਘ ਕੂਕੇ ਨੂੰ ਜਾ ਜਗਾਇਆ ਤੇ ਚਾਰ ਤਲਵਾਰਾਂ ਉਸ ਦੇ ਹਵਾਲੇ ਕੀਤੀਆਂ। ਰਤਨ ਸਿੰਘ ਪਿਥੋਕੀ ਵਾਲਿਆਂ ਦਾ ਪਤਾ ਕਰਨ ਚਲਾ ਗਿਆ ਤੇ ਬਾਕੀ ਜਥਾ ਜੂਹੋ ਜੂਹੀ ਰਾਏਕੋਟ ਦੇ ਲਾਗੇ ਚਲਾ ਗਿਆ ਤੇ ਉਥੋਂ ਤਾਜਪੁਰ ਨੂੰ ਹੋ ਲਿਆ ਜਿਥੇ ਕਿ ਇਹ ਸੂਰਜ ਦ ਚੜ੍ਹਾ ਨਾਲ ਪੁੱਜਾ। ਦਲ ਸਿੰਘ ਨੇ ਬੂਟਾ ਰਾਮ ਉਦਾਸੀ ਸਾਧ ਨਾਲ ਸਲਾਹ ਕਰ ਕੇ ਸਾਰਿਆਂ ਨੂੰ ਸੰਤਾਂ ਦੇ ਡੇਰੇ ਲੈ ਆਂਦਾ। ਦੁਪਹਿਰ ਨੂੰ ਪ੍ਰਸ਼ਾਦਿ ਛੱਕਣ ਪਿਛੋਂ ਚਾਰੇ ਅੰਮ੍ਰਿਤਸਰੀਏ, ਭਗਵਾਨ ਸਿੰਘ, ਲਛਮਣ ਸਿੰਘ ਤੇ ਬੀਰ ਸਿੰਘ ਅਤੇ ਗੁਲਾਬ ਸਿੰਘ (ਗੁਲਾਬ ਸਿੰਘ ਭੀ ਅਸਲ ਵਿਚ ਅੰਮ੍ਰਿਤਸਰੀਆ ਹੀ ਸੀ) ਡੇਰ ਦੇ ਦਰਵਾਜ਼ੇ ਦੇ ਰਸਤੇ ਬਾਹਰ ਨਿਕਲੇ ਤੇ ਰਾਏਕੋਟ ਸ਼ਹਿਰ ਵਿਚ ਦੀ ਹੋ ਕੇ ਰਾਏਕੋਟ ਤੋਂ

ਜਲਾਲਦੀਵਾਲ ਤੇ ਛੀਨੀਵਾਲ ਨੂੰ ਜਾਂਦੀ ਸੜਕ ਉਤੇ ਇਕ ਕਿੱਕਰ ਕੋਲ ਪੁੱਜੇ। ਉਥੇ ਇਨ੍ਹਾਂ ਨ ਦਲ ਸਿੰਘ ਭੀ ਆ ਮਿਲਿਆ, ਜੋ ਡੇਰੇ ਦ ਪਿਛਲੇ ਪਾਸਿਓਂ ਦੀ ਨਿਕਲ ਕੇ ਜੰਗਲੋ ਜੰਗਲ ਤਲਵਾਰਾਂ ਭੂਰੇ ਵਿਚ ਲਪੇਟੀਆਂ ਹੋਈਆਂ ਲੈ ਕੇ ਆਇਆ ਸੀ। ਇਨ੍ਹਾਂ ਨੇ ਤਲਵਾਰਾਂ ਇਕ ਖੇਤ ਦੇ ਸਿਆੜਾਂ ਵਿਚ ਲੁਕੋ ਦਿੱਤੀਆਂ ਤੇ ਆਪ ਵੱਖੋ ਵੱਖ ਹੋ ਗਏ।

ਦਲ ਸਿੰਘ ਬੋਪਾਰਾਏ ਨੂੰ ਮੁੜ ਗਿਆ ਤੇ ਚਾਰੇ ਅੰਮ੍ਰਿਤਸਰੀਏ ਛੀਨੀਵਾਲ ਦੀ ਸੜਕ ਦੇ ਇਕ ਛੱਪੜ ਤੇ ਜਾ ਟਿਕੇ। ਇਥੇ ਇਕ ਪੁਲਸੀਏ ਸਿਪਾਹੀ ਨੇ ਇਨ੍ਹਾਂ ਨੂੰ ਸੂਤਰ ਦੀ ਹਾਲਤ ਵਿਚ ਨੰਗੇ ਸਿਰ ਮਾਰਦੇ ਤੇ ਜੋਸ਼ ਵਿਚ ਸ਼ਬਦ ਪੜ੍ਹਦੇ ਦੇਖਿਆ। ਇਨ੍ਹਾਂ ਨੂੰ ਦੇਖ ਕੇ ਸਿਪਾਹੀ ਡਰ ਗਿਆ ਤੇ ਆਪਣੀ ਤਲਵਾਰ ਬਾਂਹ ਹੇਠਾ ਲੁਕੋ ਕੇ ਪਰਿਓਂ ਦੀ ਲੰਘ ਗਿਆ। ਦਲ ਸਿੰਘ ਜਦ ਬੋਪਾਰਾਏ ਪੁੱਜਾ ਤਾਂ ਪਤਾ ਲੱਗਾ ਕਿ ਪਿਥੋਕੀ ਵਾਲੇ ਸਿੰਘ ਪੁੱਜ ਗਏ ਹਨ। ਅਮਰ ਸਿੰਘ ਬੋਪਾਰਾਈਏ ਨੇ ਇਨ੍ਹਾਂ ਨੂੰ ਬਾਹਰ ਇਕ ਖੂਹ ਤੇ ਰੋਟੀ ਪਾਣੀ ਛਕਾ ਦਿੱਤਾ ਸੀ। ਦਲ ਸਿੰਘ ਇਨ੍ਹਾਂ ਨੂੰ ਆਪਣੇ ਨਾਲ ਰਾਏਕੋਟੋਂ ਬਾਹਰ ਜਲਾਲਦੀਵਾਲ ਤੇ ਛੀਨੀਵਾਲ ਦੀ ਸੜਕ ਤੇ ਮਿਥੀ ਹੋਈ ਕਿੱਕਰ ਪਾਸ ਲੈ ਆਇਆ। ਹੁਣ ਇਹ ਸਾਰੇ ਅੱਠ ਹੋ ਗਏ, ਤਿੰਨ ਅੰਮ੍ਰਿਤਸਰੀਏ, ਭਗਵਾਨ ਸਿੰਘ, ਲਛਮਣ ਸਿੰਘ ਤੇ ਬੀਰ ਸਿੰਘ, ਚੌਥਾ ਗੁਲਾਬ ਸਿੰਘ (ਇਹ ਭੀ ਅੰਮ੍ਰਿਤਸਰੀਆ ਹੀ ਸੀ) ਪੰਜਵਾਂ ਦਲ ਸਿੰਘ ਛੀਨੀਵਾਲੀਆ ਤੇ ਬਾਕੀ ਤਿੰਨ ਪਿਥੋਕੀ ਵਾਲੇ ਮਸਤਾਨ ਸਿੰਘ, ਗੁਰਮੁਖ ਸਿੰਘ ਤੇ ਮੰਗਲ ਸਿੰਘ। ਇਸ ਵੇਲੇ ਰਾਤ ਪੈ ਗਈ ਹੋਈ ਸੀ ਤੇ ਵਕਤ ਦਸ ਵਜੇ ਤੋਂ ਟੱਪ ਚੁੱਕਾ ਸੀ।

ਇਥੋਂ ਥੋੜ੍ਹੀ ਦੂਰ ਨਿਕਲ ਕੇ ਇਨ੍ਹਾਂ ਨੇ ਆਪਣੇ ਵਾਧੂ ਕੱਪੜੇ ਤੇ ਜੁਤੀਆਂ ਲਾਹ ਲਈਆਂ ਤੇ ਰਾਏਕੋਟੋਂ ਜਲਾਲਦੀਵਾਲ ਨੂੰ ਜਾਣ ਵਾਲੀ ਸੜਕੇ ਪੈ ਗਏ। ਦੋ ਖੂਹਾਂ ਦੇ ਲਾਗਿਓਂ ਖੇਤਾਂ ਵਿਚ ਦੀ ਲੰਘ ਕੇ ਇਹ ਰਾਏਕੋਟ ਡਢਾਲ ਨੂੰ ਜਾਣ ਵਾਲੀ ਸੜਕ ਤੇ ਚੜ੍ਹ ਗਏ। ਇਹ ਸੜਕ ਇਕ ਡੂੰਘਾ ਪੈਹਾ ਸੀ ਜਿਸ ਵਿਚ ਕਿ ਪਾਣੀ ਖੜ੍ਹਾ ਸੀ ਤੇ ਬੁਚੜਾਂ ਦੇ ਘਰਾਂ ਕੋਲ ਜਾ ਕੇ ਮੁਕਦਾ ਸੀ। ਇਸ ਵੇਲੇ ਗਿਆਰਾਂ ਬਜੇ ਰਾਤ ਦਾ ਵੇਲਾ ਹੋ ਗਿਆ ਸੀ। ਹੁਣ ਕੂਕਿਆਂ ਨੇ ਫੈਸਲਾ ਕੀਤਾ ਕਿ ਪਾਣੀ ਵਿਚ ਦੀ ਲੰਘਦਿਆਂ ਨੂੰ ਜੇ ਕਿਸੇ ਸੁਣ ਲਿਆ ਤਾਂ ਕਹਿ ਦਿਆਂਗੇ ਕਿ ਅਸੀਂ ਊਠਾਂ ਵਾਲੇ ਹਾਂ।

ਪਾਣੀ ਵਿਚ ਦੀ ਲੰਘ ਕੇ ਜਿਸ ਵੇਲੇ ਇਹ ਬਚੜਾਂ ਦੇ ਘਰਾਂ ਦੇ ਸਾਹਮਣੇ ਪੁਜੇ ਤਾਂ ਉਥੇ ਇਨ੍ਹਾਂ ਨੇ ਮੰਜਿਆਂ ਉਤੇ ਕੁਝ ਬੰਦੇ ਪਏ ਡਿਠੇ। ਕਕੇ ਇਨ੍ਹਾਂ ਉਤੇ ਟੁਟ ਪਏ ਤੇ ਕਟਾ ਵੱਢ ਸ਼ੁਰੂ ਕਰ ਦਿੱਤੀ, ਪਰ ਰੌਲੀ ਪੈ ਜਾਣ ਪਰ ਛੇਤੀ ਹੀ ਹਰਨ ਹੋ ਗਏ।

ਇਸ ਰਾਤੀਂ ਕਈ ਗੁੱਜਰ ਤੇ ਗੁਜਰੀਆਂ ਦੋ ਬੁਚੜਾਂ ਦੇ ਘਰ ਪਰਾਹੁਣੇ ਆਏ ਹੋਏ ਸਨ। ਬੂਟਾ ਬੁਚੜ ਤਹਿਸੀਲਦਾਰ ਵਲੋਂ ਹੋਏ ਦਸ ਰੁਪਏ ਜੁਰਮਾਨੇ ਵਿਰੁੱਧ

ਅਪੀਲ ਕਰਨ ਲਈ ਲੁਧਿਆਣੇ ਗਿਆ ਹੋਇਆ ਸੀ। ਰੰਗਾ ਬੁਚੜ, ਮੁਸੱਮਾਤ ਨੂਰੀ ਤੇ ਬਾਬੀਆ ਕੋਠੇ ਤੇ ਸੁਤੇ ਹੋਏ ਸਨ। ਇਸ ਲਈ ਇਹ ਕੂਕਿਆਂ ਦੀ ਮਾਰ ਤੋਂ ਬਾਹਰ ਸਨ। ਜੇਹੜੇ ਹੇਠਾਂ ਮੰਜੀਆਂ ਤੇ ਸੁਤੇ ਪਏ ਸਨ ਓਨ੍ਹਾਂ ਵਿਚੋਂ ਕੂਕਿਆਂ ਹਥੋਂ ਹੇਠ ਲਿਖੇ ਮਰੇ ਤੇ ਜ਼ਖਮੀ ਹੋਏ।

ਮਰੇ

1. ਦਸੌਂਧੀ ਗੁੱਜਰ
2. ਬਸਣ ਗੁੱਜਰੀ
} ਛੇਤੀ ਹੀ ਓਸੇ ਵੇਲੇ ਮਰ ਗਏ
3. ਰਾਂਝਾ, ਮੁੰਡਾ, ਉਮਰ 3-4 ਸਾਲ, ਚੌਥੇ ਦਿਨ ਮਰ ਗਿਆ

ਫੱਟੜ

1. ਕੌੜੀ, ਇਸਤਰੀ, ਉਮਰ 40 ਸਾਲ
2. ਬੰਨੀਆ, ਲੜਕੀ, ਉਮਰ 8-9 ਸਾਲ
3. ਹਾਕੂ, ਉਮਰ 30 ਸਾਲ
4. ਇਕ ਬੱਚਾ, ਉਮਰ 20 ਕੁ ਦਿਨ
} ਸਖਤ ਫੱਟੜ
5-9. ਪੰਜ ਹੋਰ ਜ਼ਖਮੀ — ਘੱਟ ਫੱਟੜ

ਰਾਂਝਾ, ਮੁੰਡਾ, ਉਮਰ 3-4, ਭੀ ਜ਼ਿਆਦਾ ਫੱਟੜਾਂ ਵਿਚੋਂ ਸੀ, ਜੋ ਚੌਥੇ ਦਿਨ ਮਰ ਗਿਆ ਸੀ। ਬਾਕੀਆਂ ਵਿਚੋਂ ਇਕ ਨੂੰ ਦਸ ਤੇ ਇਕ ਨੂੰ 3 ਜ਼ਖਮ ਸਨ।

ਜਿਸ ਵੇਲੇ ਕੂਕਿਆਂ ਨੇ ਹੱਲਾ ਕੀਤਾ ਤੇ ਕਟਾ ਵੱਢ ਪਰ ਰੌਲੀ ਪਈ ਤਾਂ ਰੰਗੇ ਮੁਸੱਮਾਤ ਨੂਰੀ ਤੇ ਬਾਬੀਆ ਨੇ ਕੋਠੇ ਤੋਂ ਛਾਲਾਂ ਮਾਰ ਦਿੱਤੀਆਂ ਅਤੇ ਚੀਕਾਂ ਮਾਰਦੇ ਠਾਣੇ ਨੂੰ ਭੱਜੇ। ਰਸਤੇ ਵਿਚ ਉਨ੍ਹਾਂ ਨੂੰ ਚੌਂਕੀਦਾਰਾਂ ਦਾ ਦਫ਼ੇਦਾਰ ਅਹਿਮਦ ਖਾਨ ਮਿਲਿਆ। ਓਹ ਛੇਤੀ ਹੀ ਮੌਕੇ ਤੇ ਪੁੱਜ ਗਿਆ। ਪਰ ਕੂਕੇ ਇਤਨੀ ਦੇਰ ਨੂੰ ਹਰਨ ਹੋ ਚੁੱਕੇ ਸਨ। ਛੇਤੀ ਹੀ ਪਿਛੋਂ ਅਲੀਆ ਜੱਰਾਹ ਆ ਗਿਆ ਤੇ ਉਸ ਨੇ ਫੱਟੜਾਂ ਦੇ ਫੱਟ ਦੁਆਈ ਲਾ ਕੇ ਬੰਨ੍ਹ ਦਿੱਤੇ।

ਰਾਤ ਚੂੰਕਿ ਅਨ੍ਹੇਰੀ ਸੀ, ਅੱਧੀ ਰਾਤ ਦਾ ਵੇਲਾ ਸੀ ਅਤੇ ਸਖਤ ਝੱਖੜ ਚੱਲ ਗਿਆ ਸੀ ਇਸ ਲਈ ਉਸੇ ਵੇਲੇ ਦੋਸ਼ੀਆਂ ਦਾ ਪਿੱਛਾ ਕਰਨਾ ਯਾ ਕੋਈ ਹੋਰ ਤਫ਼ਤੀਸ਼ ਕਰਨਾ ਮੁਮਕਿਨ ਨਹੀਂ ਸੀ। ਇਸ ਲਈ ਤਫ਼ਤੀਸ਼ ਸਵੇਰ ਤੇ ਛੱਡੀ ਗਈ।

ਦੂਸਰੇ ਦਿਨ ਸਵੇਰੇ 17 ਜੁਲਾਈ ਸੰਨ 1871 ਨੂੰ ਭੰਗਾ ਸਿੰਘ ਤੇ ਭੂਪਾ ਖੋਜੀਆਂ ਨੇ ਖੁਰਾ ਨੱਪ ਲਿਆ ਤੇ ਮਗਰ ਲਗ ਤੁਰੇ। ਦੋ ਖੁਰੇ ਰਾਹ ਵਿਚ ਰੇਤ ਦੇ ਟਿੱਬਿਆਂ ਵਿਚ ਔਟਲ ਗਏ ਤੇ ਛਿਆਂ ਨੂੰ ਛੀਨੀਵਾਲ ਤਕ ਲੈ ਗਏ। ਇਥੇ ਤਕੀਏ ਵਾਲੇ ਖਜ਼ਾਨ ਸਿੰਘ ਤੋਂ ਪਿਥੋਕੀ ਦੇ ਤਿੰਨ ਕੂਕਿਆਂ ਅਤੇ ਦਲ ਸਿੰਘ ਦਾ ਪਤਾ ਲੱਗ ਗਿਆ ਜੋ ਫੜੇ ਗਏ ਤੇ ਬਸੀਆਂ ਦੇ ਮੁਕਾਮ ਤੇ ਮੈਜਿਸਟਰੇਟ ਦੇ ਪੇਸ਼ ਹੋਏ। ਦਲ ਸਿੰਘ ਨੇ ਲਕੋਈਆਂ

ਹੋਈਆਂ ਛੇ ਹੀ ਤਲਵਾਰਾਂ ਕੱਢਵਾ ਦਿੱਤੀਆਂ। ਤਲਾਸ਼ੀ ਵਿਚ ਗੁਰਮੁਖ ਸਿੰਘ ਪਿਥੋਕੀ ਵਾਲੇ ਦੇ ਘਰੋਂ ਧੋਤੇ ਹੋਏ ਲਹੂ ਦੇ ਨਿਸ਼ਾਨਾਂ ਵਾਲੀ ਇਕ ਚਾਦਰ ਤੇ ਇਕ ਸ਼ੱਕੀ ਨਿਸ਼ਾਨ ਵਾਲਾ ਕੁੜਤਾ ਨਿਕਲੇ। ਤਲਵਾਰਾਂ ਕੱਢਵਾ ਦੇਣ ਪਿਛੋਂ ਦਲ ਸਿੰਘ ਨੇ ਆਪਣਾ ਜ਼ੁਰਮ ਮੰਨ ਲਿਆ ਅਤੇ ਉਸ ਦੇ ਬਿਆਨ ਅਨੁਸਾਰ ਗੁਲਾਬ ਸਿੰਘ 23 ਜੁਲਾਈ ਨੂੰ ਆਪਣੇ ਪਿੰਡ ਚੂੜ੍ਹਚੱਕੋਂ ਫੜਿਆ ਗਿਆ।

ਪਿਥੋਕੀ ਦੇ ਤਿੰਨਾਂ ਹੀ ਕੂਕਿਆਂ ਨੇ ਆਪਣੇ ਬਚਾਓ ਲਈ ਇਕੋ ਹੀ ਗੱਲ ਆਖੀ ਕਿ ਅਸੀਂ ਤਾਂ ਭੈਣੀ ਗਏ ਹੋਏ ਸਾਂ ਜਿਥੇ ਅਸੀਂ ਆਪਣੇ 'ਗੁਰੂ' ਤੇ ਸੂਬਿਆਂ ਦੇ ਦਰਸ਼ਨ ਕੀਤੇ ਤੇ ਫਿਰ ਮੁੜਦੇ ਹੋਏ ਛੀਨੀਵਾਲ ਵਿਚ ਦੀ ਲੰਘੇ, ਦਿਨ ਖਜ਼ਾਨ ਸਿੰਘ ਦੇ ਤਕੀਏ ਕੱਟਿਆ ਤੇ ਰਾਮ ਕੌਰ ਦੇ ਘਰ ਪ੍ਰਸ਼ਾਦ ਛੱਕ ਕੇ ਚਲ ਪਏ, ਰਾਤ ਰਾਏ ਸਿੰਘ ਦੇ ਜੰਗਲ ਵਿਚ ਕੱਟੀ ਤੇ 17 ਜੁਲਾਈ ਦੀ ਸਵੇਰੇ ਆਪਣੇ ਪਿੰਡ ਪੁੱਜ ਗਏ। ਪਰ ਭਾਈ ਰਾਮ ਸਿੰਘ ਤੇ ਉਨ੍ਹਾਂ ਦੇ ਸੂਬਿਆਂ ਨੇ ਆਪਣੀਆਂ ਗਵਾਹੀਆਂ ਵਿਚ ਪਿਥੋਕੀ ਵਾਲਿਆਂ ਦੋਸ਼ੀ ਕੂਕਿਆਂ ਮਸਤਾਨ ਸਿੰਘ, ਗੁਰਮੁਖ ਸਿੰਘ ਤੇ ਮੰਗਲ ਸਿੰਘ ਸੰਬੰਧੀ ਆਖਿਆ ਕਿ ਇਹ ਭੈਣੀ ਨਹੀਂ ਆਏ ਅਤੇ ਅਸੀਂ ਇਨ੍ਹਾਂ ਨੂੰ ਕਈ ਚਿਰ ਤੋਂ ਨਹੀਂ ਦੇਖਿਆ। ਇਸੇ ਤਰ੍ਹਾਂ ਦੂਸਰੀਆਂ ਭੀ ਗਵਾਹੀਆਂ ਇਨ੍ਹਾਂ ਦੇ ਵਿਰੁੱਧ ਗਈਆਂ ਤੇ ਇਹ ਦੋਸ਼ੀ ਠਹਿਰਾਏ ਗਏ।

ਗੁਲਾਬ ਸਿੰਘ ਨੇ ਭੀ ਆਪਣੇ ਬਚਾਓ ਵਿਚ ਇਹ ਹੀ ਆਖਿਆ ਕਿ ਰਾਏ ਕੋਟ ਵਿਚ ਬੁਚੜਖਾਨੇ ਉਤੇ ਹੱਲੇ ਵਾਲੇ ਦਿਨ ਮੈਂ ਭੈਣੀ ਸਾਂ। ਪਰ ਭਾਈ ਰਾਮ ਸਿੰਘ ਦੀ ਗਵਾਹੀ ਬਿਲਕੁਲ ਗੁਲਾਬ ਸਿੰਘ ਦੇ ਵਿਰੁੱਧ ਸੀ। ਏਸੇ ਤਰ੍ਹਾਂ ਬਾਕੀ ਗੱਲਾਂ ਵਿਚ ਭੀ ਗੁਲਾਬ ਸਿੰਘ ਦਾ ਬਿਆਨ ਸੱਚਾ ਨਾ ਸਾਬਤ ਹੋਇਆ ਅਤੇ ਪੇਸ਼ ਸਬੂਤਾਂ ਦੇ ਆਧਾਰ ਤੇ ਓਹ ਭੀ ਦੋਸ਼ੀ ਠਹਿਰਾਇਆ ਗਿਆ।

ਸੈਸ਼ਨਜ ਜੱਜ ਜੇ. ਡਬਲ-ਯੂ ਮੈਕਨੈਬ ਨੇ 27 ਜੁਲਾਈ ਸੰਨ 1871 ਨੂੰ ਫੈਸਲਾ ਸੁਣਾਇਆ ਅਤੇ ਮਸਤਾਨ ਸਿੰਘ, ਗੁਰਮੁਖ ਸਿੰਘ, ਮੰਗਲ ਸਿੰਘ ਤੇ ਗੁਲਾਬ ਸਿੰਘ ਨੂੰ ਫਾਂਸੀ ਦੀ ਸਜ਼ਾ ਬੋਲੀ। 1 ਅਗਸਤ ਨੂੰ ਚੀਫ਼ ਕੋਰਟ ਪੰਜਾਬ, ਲਾਹੌਰ, ਨੇ ਚੌਹਾਂ ਦੀ ਫਾਂਸੀ ਦੀ ਸਜਾ ਪੱਕੀ ਕਰ ਦਿੱਤੀ।

ਇਸ ਵੇਲੇ ਗੁਲਾਬ ਸਿੰਘ ਚੂੜ੍ਹਚਕੀਏ ਨੇ ਬੇਨਤੀ ਕੀਤੀ ਕਿ ਜੇ ਮੇਰੀ ਜਾਨ ਬਖ਼ਸ਼ ਦਿਤੀ ਜਾਏ ਤਾਂ ਮੈਂ ਅੰਮ੍ਰਿਤਸਰ ਵਿਚ ਹੋਏ ਬੁਚੜਾਂ ਦੇ ਕਤਲਾਂ ਦਾ ਹਾਲ ਦੱਸ ਦਿਆਂਗਾ ਜਿਨ੍ਹਾਂ ਦਾ ਕਿ, ਜਿਵੇਂ ਪਿਛੇ ਦੱਸਿਆ ਜਾ ਚੁੱਕਾ ਹੈ, ਹਾਲ ਤੱਕ ਕੋਈ ਪਤਾ ਨਹੀਂ ਸੀ ਚਲ ਸਕਿਆ ਅਤੇ ਜਿਸ ਮੁਕੱਦਮੇ ਵਿਚ ਇਨਾਮ ਦੇ ਲਾਲਚ ਨਾਲ ਅੰਮ੍ਰਿਤਸਰ ਸ਼ਹਿਰ ਦੇ ਕੁਝ ਬਦਮਾਸ਼ਾਂ ਨੇ ਝੂਠੀ ਘਾੜਤ ਬਣਾ ਕੇ ਕੁਝ ਨਿਹੰਗਾਂ ਨੂੰ ਫਸਾ ਦਿੱਤਾ ਹੋਇਆ ਸੀ। ਚੁਨਾਂਚਿ ਗੁਲਾਬ ਸਿੰਘ ਅੰਮ੍ਰਿਤਸਰ ਦੇ ਮੁਕੱਦਮੇ ਵਿਚ

ਸਰਕਾਰੀ ਵਾਹਿਦਾ ਮੁਆਫ ਗਵਾਹ ਬਣ ਕੇ ਬਚ ਗਿਆ ਅਤੇ ਪਿਥੋਕੀ ਵਾਲੇ ਮਸਤਾਨ ਸਿੰਘ, ਗੁਰਮੁਖ ਸਿੰਘ ਤੇ ਮੰਗਲ ਸਿੰਘ ਫਾਂਸੀ ਲਗ ਗਏ।[1]

1. ਨਕਲ ਮੁਕੱਦਮਾ ਸਰਕਾਰ ਬਨਾਮ ਮਸਤਾਨ ਸਿੰਘ, ਗੁਰਮੁਖ ਸਿੰਘ, ਮੰਗਲ ਸਿੰਘ ਤੇ ਗੁਲਾਬ ਸਿੰਘ, ਅਦਾਲਤ ਜੇ. ਡਬਲ-ਯੂ. ਮੈਕਨੈਬ ਸ਼ੈਸ਼ਨਜ਼ ਜੱਜ ਅੰਬਾਲਾ ਡਿਬੀਜਨ, 27 ਜੁਲਾਈ 1871, ਫੈਸਲਾ ਚੀਫ ਕੋਰਟ ਪੰਜਾਬ, ਲਾਹੌਰ, 1 ਅਗਸਤ, 1871, ਕਾਲਾ ਸਿੰਘ ਲਿਖਿਤ ਸਿੰਘਾਂ ਨਾਮਧਾਰੀਆਂ ਦਾ ਸ਼ਹੀਦ ਬਿਲਾਸ', 31-45 । ਕਾਲਾ ਸਿੰਘ ਨੇ ਮਸਤਾਨ ਸਿੰਘ, ਗੁਰਮੁਖ ਸਿੰਘ ਤੇ ਮੰਗਲ ਸਿੰਘ ਦੇ ਨਾਲ ਹੀ ਇਕ ਚੌਥੇ ਭਾਈ ਹਰਨਾਮ ਸਿੰਘ ਦਾ ਫਾਂਸੀ ਚੜ੍ਹਨਾ ਲਿਖਿਆ ਹੈ। ਪਰ ਮੁਕੱਦਮੇ ਦੇ ਫੈਸਲੇ ਦੀਆਂ ਨਕਲਾਂ ਵਿਚ ਇਸ ਦਾ ਕੋਈ ਜ਼ਿਕਰ ਨਹੀਂ ਆਉਂਦਾ। ਸ਼ਾਇਦ ਭਾਈ ਹਰਨਾਮ ਸਿੰਘ ਉਤੇ ਕੋਈ ਹੋਰ ਮੁਕੱਦਮਾ ਹੋਵੇ ਯਾ ਲਿਖਾਰੀ ਨੂੰ ਕੁਝ ਭੁਲੇਖਾ ਲੱਗਾ ਹੋਵੇ।

ਗਿਆਨੀ ਰਤਨ ਸਿੰਘ ਨੂੰ ਫਾਂਸੀ

ਰਾਏਕੋਟ ਦੇ ਕਤਲਾਂ ਸੰਬੰਧੀ ਇਕ ਹੋਰ ਸਿੰਘ ਨੂੰ ਫਾਂਸੀ ਦੀ ਸਜ਼ਾ ਹੋਈ। ਇਸ ਦਾ ਨਾਮ ਗਿਆਨੀ ਰਤਨ ਸਿੰਘ ਸੀ ਤੇ ਇਹ ਗਿਆਨੀ ਸਿੰਘ ਕਰਕੇ ਪ੍ਰਸਿਧ ਸੀ। ਕੂਕਿਆਂ ਵਿਚ ਇਹ ਚੰਗਾ ਪੜ੍ਹਿਆ ਲਿਖਿਆ ਤੇ ਵਿਦਵਾਨ ਮੰਨਿਆ ਜਾਂਦਾ ਸੀ ਤੇ ਉਹ ਇਸ ਦੀ ਬੜੀ ਇਜ਼ਤ ਕਰਿਆ ਕਰਦੇ ਸਨ। ਖਾਸ ਕਰਕੇ ਸਕਰੌਦੀ ਦੇ ਸਰਦਾਰ ਹੀਰਾ ਸਿੰਘ ਤੇ ਲਹਿਣਾ ਸਿੰਘ ਤਾਂ ਇਸ ਨੂੰ ਜੇ ਵੱਧ ਯਾ ਬਰਾਬਰ ਦਾ ਨਹੀਂ ਤਾਂ ਭਾਈ ਰਾਮ ਸਿੰਘ ਨਾਲੋਂ ਕੋਈ ਬਹੁਤਾ ਘੱਟ ਭੀ ਨਹੀਂ ਸਨ ਮੰਨਦੇ। ਮਲੇਰ ਕੋਟਲੇ ਦੇ ਸਾਕੇ ਦੀ ਤਹਿ ਵਿਚ ਜੇ ਕੋਈ ਚੀਜ਼ ਸਭ ਤੋਂ ਜ਼ਿਆਦਾ ਕੰਮ ਕਰ ਰਹੀ ਦਿਸਦੀ ਹੈ ਤਾਂ ਉਹ ਗਿਆਨੀ ਰਤਨ ਸਿੰਘ ਦੀ ਮੌਤ ਦਾ ਬੁਚੜ ਕੌਮ ਪਾਸੋਂ ਬਦਲਾ ਲੈਣ ਲਈ ਸਕਰੌਦੀਏ ਸਰਦਾਰਾਂ ਦੇ ਦਿਲਾਂ ਵਿਚ ਬਲ ਰਹੀ ਅੱਗ ਸੀ। ਇਸ ਜੋਸ਼ ਵਿਚ ਉਹ ਇਤਨੇ ਮਸਤਾਨੇ ਹੋ ਰਹੇ ਸਨ ਕਿ ਜਿਸ ਵੇਲੇ ਕੂਕਿਆਂ ਵਿਚ ਭੜਕਾਹਟ ਪੈਦਾ ਕਰ ਕੇ ਕੋਈ ਸ਼ੋਰ ਸ਼ਰਾਬਾ ਖੜ੍ਹਾ ਕਰਨੋਂ ਭਾਈ ਰਾਮ ਸਿੰਘ ਨੇ ਇਨ੍ਹਾਂ ਨੂੰ ਹਟਕਣ ਦਾ ਯਤਨ ਕੀਤਾ ਤਾਂ , ਖੁਦ ਭਾਈ ਰਾਮ ਸਿੰਘ ਦੇ 18 ਜਨਵਰੀ 1872 ਦੇ ਮਿਸਟਰ ਟੀ. ਡਗਲਸ ਫ਼ੋਰਸਾਈਥ ਦੇ ਸਾਹਮਣੇ ਲੁਧਿਆਣੇ ਵਿਚ ਦਿਤੇ ਆਪਣੇ ਬਿਆਨ ਅਨੁਸਾਰ, ਸਰਦਾਰ ਹੀਰਾ ਸਿੰਘ ਸਕਰੌਦੀ ਵਾਲੇ ਨੇ ਭਾਈ ਰਾਮ ਸਿੰਘ ਦਾ ਸਾਰਾ ਲਿਹਾਜ਼ ਇਕ ਪਾਸੇ ਰੱਖ ਕੇ ਉਨ੍ਹਾਂ ਦੇ ਮੂੰਹ ਤੇ ਕਿਹਾ ਕਿ ਤੂੰ ਸਾਡੇ ਨਾਲ ਨਹੀਂ ਰਲਦਾ ਹੈ, ਇਸ ਲਈ ਜਿਸ ਵੇਲੇ ਅਸੀਂ ਮੁੜ ਕੇ ਆਵਾਂਗੇ ਤਾਂ ਤੇਰੇ ਸਿਰ ਵਿਚ ਤੇਲ ਪਾ ਕੇ ਸਾੜਾਂਗੇ, ਅਤੇ ਨੰਦ ਸਿੰਘ ਨਾਮ ਇਕ ਕੂਕਾ ਭਾਈ ਰਾਮ ਸਿੰਘ ਦੇ ਕੋਠੇ ਦੀ ਛੱਤ ਤੇ ਚੜ੍ਹ ਗਿਆ ਤੇ ਉਨ੍ਹਾਂ ਦੇ ਟੱਬਰ ਨੂੰ ਕਹਿਣ ਲੱਗਾ ਕਿ ਤੁਹਾਡੇ ਸਾਰਿਆਂ ਦੇ ਕੇਸਾਂ ਨੂੰ ਅੱਗ ਲਾਈ ਜਾਏਗੀ। ਸਕਰੌਦੀਏ ਸਰਦਾਰਾਂ ਨੂੰ ਪਟਿਆਲਾ, ਨਾਭਾ ਤੇ ਜੀਂਦ ਦੇ ਰਾਜਿਆਂ ਵਿਰੁੱਧ ਭੀ ਗਿਆਨੀ ਰਤਨ ਸਿੰਘ ਦੇ ਕਾਰਣ ਹੀ ਗੁੱਸਾ ਸੀ ਤੇ ਉਹ ਕੋਈ ਸ਼ੋਰਸ਼ ਖੜ੍ਹੀ ਕਰ ਕੇ ਇਨ੍ਹਾਂ ਪਾਸੋਂ ਭੀ ਬਦਲਾ ਲੈਣਾ ਚਾਹੁੰਦੇ ਸਨ।

ਗਿਆਨੀ ਰਤਨ ਸਿੰਘ ਪਿੰਡ ਰਿਆਸਤ ਪਟਿਆਲੇ ਦਾ ਜ਼ਿਮੀਦਾਰ ਸੀ। ਪੜ੍ਹਿਆ ਹੋਇਆ ਤੇ ਵਿਦਵਾਨ ਹੋਣ ਕਰਕੇ ਲੋਕੀਂ ਇਸ ਨੂੰ 'ਗਿਆਨੀ ਸਿੰਘ' ਕਰਕੇ ਸਦਦੇ ਸਨ। ਕਈ ਤਾਂ ਇਸ ਦਾ ਅਸਲੀ ਨਾਮ ਜਾਣਦੇ ਹੀ ਨਹੀਂ ਸਨ। ਸੰਮਤ 1920 (ਸੰਨ 1863-64 ਈਂ) ਵਿਚ ਇਹ ਭਾਈ ਰਾਮ ਸਿੰਘ ਦੀ ਸੰਗਤ

ਵਿਚ ਆ ਕੇ ਕੂਕਾ ਬਣਿਆ। ਇਸ ਪਰ ਕੂਕਿਆਂ ਨੂੰ ਇਤਨੀ ਸਰਧਾ ਸੀ ਕਿ ਜੇ ਕਿਧਰੇ ਕੂਕਿਆਂ ਵਿਚ ਕੋਈ ਝਗੜਾ ਹੋ ਜਾਂਦਾ ਤਾਂ ਉਥੇ ਇਸੇ ਨੂੰ ਫੈਸਲਾ ਕਰਨ ਲਈ ਸੱਦਿਆ ਯਾ ਭੇਜਿਆ ਜਾਂਦਾ ਸੀ।

ਲੁਧਿਆਣੇ ਦੇ ਮੈਜਿਸਟਰੇਟ ਮਿਸਟਰ ਐਲ. ਕਾਵਨ ਦੀ ਅਦਾਲਤ ਵਿਚ 21 ਸਤੰਬਰ ਸੰਨ 1871 ਨੂੰ ਦਿੱਤੇ ਆਪਣੇ ਬਿਆਨ ਵਿਚ ਗਿਆਨੀ ਰਤਨ ਸਿੰਘ ਨੇ ਦੱਸਿਆ ਕਿ ਪੰਜ ਸਾਲ ਹੋਏ ਹਨ (ਸੰਨ 1866 ਦੀ ਗੱਲ ਹੋਵੇਗੀ) ਕਿ ਪਟਿਆਲਾ ਰਿਆਸਤ ਦੇ ਪਿੰਡ ਉੱਬਾ (ਵਾਲ) ਵਿਚ ਇਕ ਹਰਨਾਮ ਸਿੰਘ ਨੇ ਇਹ ਗੱਲ ਘੜ ਕੇ ਕਿ ਉਹ ਗੁਰੂ ਗੋਬਿੰਦ ਸਿੰਘ ਹੈ ਰਾਜ ਪਟਿਆਲਾ ਦੇ ਕਰਮਚਾਰੀਆਂ ਦਾ ਟਾਕਰਾ ਸ਼ੁਰੂ ਕਰ ਦਿੱਤਾ ਸੀ। ਹਰਨਾਮ ਸਿੰਘ ਨੂੰ ਪੰਜ ਸਾਲ ਦੀ ਕੈਦ ਹੋਈ ਅਤੇ ਮੈਨੂੰ (ਗਿਆਨੀ ਰਤਨ ਸਿੰਘ) ਨੂੰ 18 ਮਹੀਨੇ ਦੀ ਸਜ਼ਾ ਇਸ ਕਰਕੇ ਹੋਈ ਕਿ ਮੈਂ ਫਸਾਦ ਨਹੀਂ ਸੀ ਦਬਾਇਆ।

ਰਾਏਕੋਟ ਵਿਚ ਬੁਚੜਾਂ ਦੇ ਕਤਲ ਦੇ ਸੰਬੰਧ ਵਿਚ ਗਿਆਨੀ ਰਤਨ ਸਿੰਘ ਭੀ ਫੜਿਆ ਗਿਆ ਸੀ। ਭਾਈ ਕਾਲਾ ਸਿੰਘ ਲਿਖਦਾ ਹੈ ਕਿ ਰਾਏਕੋਟ ਦੇ ਕਤਲਾਂ ਵਿਚ ਗਿਆਨੀ ਰਤਨ ਸਿੰਘ ਸ਼ਾਮਲ ਨਹੀਂ ਸੀ, ਕਾਨ੍ਹੇ ਕਮਾਲਪੁਰੀਏ ਤੇ ਦੱਲੂ (ਦੱਲ ਸਿੰਘ) ਛੀਨੀਵਾਲੀਏ ਨੇ ਝੂਠ ਮਾਰ ਕੇ ਗਿਆਨੀ ਸਿੰਘ ਨੂੰ ਫਸਾ ਦਿੱਤਾ ਸੀ। ਖੁਦ ਗਿਆਨੀ ਰਤਨ ਸਿੰਘ ਨੂੰ ਭੀ ਆਪਣੇ ਬਿਆਨ ਵਿਚ ਇਹ ਹੀ ਕਿਹਾ ਸੀ ਕਿ ਮੈਂ ਆਪਣੇ ਪਿੰਡ ਮੰਡੀ ਸਾਂ ਤੇ ਮੈਂ ਕਤਲਾਂ ਦੀ ਖਬਰ ਉਥੇ ਸੁਣੀ ਸੀ। ਪਰ ਅੰਤ ਅਦਾਲਤ ਨੇ ਗਿਆਨੀ ਸਿੰਘ ਨੂੰ ਦੋਸ਼ੀ ਠਹਿਰਾ ਕੇ ਫਾਂਸੀ ਦੀ ਸਜ਼ਾ ਦੇ ਦਿੱਤੀ। ਕੂਕੇ ਚੂੰਕਿ ਗਿਆਨੀ ਰਤਨ ਸਿੰਘ ਨੂੰ ਨਿਰਦੋਸ਼ ਸਮਝਦੇ ਸਨ ਅਤੇ ਸਕਰੌਦੀ ਵਾਲੇ ਸਰਦਾਰ ਹੀਰਾ ਸਿੰਘ ਤੇ ਲਹਿਣਾ ਸਿੰਘ ਉਸ ਦੇ ਖਾਸ ਸ਼ਰਧਾਲੂ ਸਨ, ਇਸ ਲਈ ਉਨ੍ਹਾਂ ਦੇ ਦਿਲ ਵਿਚ ਬਦਲੇ ਦੀ ਅੱਗ ਭੜਕ ਉੱਠੀ ਤੇ ਅੰਤ ਇਸ ਦੇ ਭਾਂਬੜਾਂ ਨਾਲ ਮਲੌਦ ਤੇ ਮਲੇਰ ਕੋਟਲੇ ਵਿਚ ਕਈਆਂ ਦੇ ਝੁੱਗੇ ਸੜ ਕੇ ਖਾਕ ਸਿਆਹ ਹੋ ਗਏ।[1]

---

1. ਬਿਆਨ ਭਾਈ ਰਾਮ ਸਿੰਘ, ਰੂਬਰੂ ਮਿਸਟਰ ਟੀ. ਡੀ. ਫ਼ੋਰਸਾਈਥ ਕਮਿਸ਼ਨਰ ਅੰਬਾਲਾ, 18 ਜਨਵਰੀ ਸੰਨ 1872; ਬਿਆਨ ਗਿਆਨੀ ਰਤਨ ਸਿੰਘ; ਰੂਬਰੂ ਮਿਸਟਰ ਐਲ. ਕਾਵਨ ਮੈਜਿਸਟਰੇਟ, 21 ਸਤੰਬਰ 1871; ਬਿਆਨ ਗੰਗਾ ਪ੍ਰਸ਼ਾਦ ਈ. ਏ. ਸੀ; ਕਾਲਾ ਸਿੰਘ, ਸਿੰਘਾਂ ਨਾਮਧਾਰੀਆਂ ਦਾ ਸ਼ਹੀਦ ਬਿਲਾਸ 38-53

ਭਾਈ ਕਾਲਾ ਸਿੰਘ ਦੀ ਲਿਖਤ ਤੋਂ ਪ੍ਰਤੀਤ ਹੁੰਦਾ ਹੈ ਕਿ ਰਤਨ ਸਿੰਘ ਨਾਈਵਾਲੀਆ ਭੀ ਗਿਆਨੀ ਸਿੰਘ ਦੇ ਨਾਲ ਹੀ ਫਾਂਸੀ ਲੱਗਾ ਸੀ, ਪਰ ਮੁਕੱਦਮੇ ਦੇ ਕਾਗਜ਼ ਨਾ ਮਿਲ ਸਕਣ ਕਰਕੇ ਇਨ੍ਹਾਂ ਦਾ ਵੇਰਵੇ ਸਹਿਤ ਹਾਲ ਨਹੀਂ ਦਿੱਤਾ ਜਾ ਸਕਿਆ।

ਜੇ. ਡਬਲ-ਯੂ, ਮੈਕਨੈਬ ਦੀ ਰਿਪੋਰਟ

4 ਨਵੰਬਰ ਸੰਨ 1871 ਨੂੰ ਅੰਬਾਲੇ ਦੇ ਪਹਿਲੇ ਕਮਿਸ਼ਨਰ ਮਿਸਟਰ ਜੇ. ਡਬਲ-ਯੂ. ਮੈਕਨੈਬ ਨੇ ਭਾਈ ਰਾਮ ਸਿੰਘ ਤੇ ਕੂਕਿਆਂ ਸੰਬੰਧੀ ਇਕ ਯਾਦ-ਦਾਸ਼ਤੀ ਰਿਪੋਰਟ ਤਿਆਰ ਕਰ ਕੇ ਸਰਕਾਰ ਪੰਜਾਬ ਨੂੰ ਭੇਜੀ ਜਿਸ ਵਿਚ ਜ਼ਬਰਦਸਤ ਸਫਾਰਸ਼ ਕੀਤੀ ਕਿ ਚੂੰਕਿ ਅੰਮ੍ਰਿਤਸਰ ਤੇ ਰਾਏਕੋਟ ਆਦਿ ਦੇ ਕਤਲਾਂ ਵਿਚ ਭਾਈ ਰਾਮ ਸਿੰਘ ਦਾ ਹੱਥ ਦਿਸਦਾ ਹੈ ਅਤੇ ਇਨ੍ਹਾਂ ਦਾ ਫਿਰਕਾ ਸਰਕਾਰ ਦਾ ਵਿਰੋਧੀ ਤੇ ਬਗ਼ਾਵਤੀ ਹੁੰਦਾ ਜਾ ਰਿਹਾ ਹੈ, ਇਸ ਲਈ ਭਾਈ ਰਾਮ ਸਿੰਘ ਨੂੰ ਕਾਲੇ ਪਾਣੀ ਜਲਾਵਤਨ ਕਰ ਦਿੱਤਾ ਜਾਏ; ਘੱਟੋ ਘੱਟ ਉਹ ਕੂਕਿਆਂ ਦੀ ਉਕਸਾਹਟ ਦਾ ਕਾਰਣ ਹੋਣ ਕਰਕੇ ਸਜ਼ਾ ਤੋਂ ਸੁਕਾ ਨਾ ਬਚਿਆ ਰਹੇ।

ਰੀਪੋਰਟ ਇਸ ਤਰ੍ਹਾਂ ਹੈ :

ਸੰਨ 1867 ਅਤੇ ਸੰਨ 1868 ਬਾਬਤ ਸੈਂਟਰਲ ਪੁਲੀਸ ਔਫਿਸ ਵਲੋਂ ਰਿਪੋਰਟਾਂ ਛਪੀਆਂ ਹੋਣ ਕਰਕੇ ਇਸ ਗੱਲ ਦੀ ਲੋੜ ਨਹੀਂ ਸੀ ਭਾਸਦੀ ਕਿ ਇਸ ਫਿਰਕੇ ਦੇ ਮੁਢ ਬੱਝਣ ਸੰਬੰਧੀ ਕੁਝ ਕਿਹਾ ਜਾਏ।

ਉਪਰੋਕਤ ਚਿਠੀ-ਪੱਤ੍ਰ ਨੂੰ ਪੜ੍ਹਨ ਅਤੇ ਉਨ੍ਹਾਂ ਗੱਲਾਂ ਦੇ ਵਿਚਾਰਣ ਪਰ, ਜਿਨ੍ਹਾਂ ਦੇ ਆਧਾਰ ਤੇ ਉਹ ਲਿਖਾ-ਪੜ੍ਹੀ ਹੋਈ ਹੈ, ਮੇਰਾ ਖਿਆਲ ਪੱਕਾ ਹੋ ਗਿਆ ਹੈ ਕਿ ਆਰੰਭ ਵਿਚ ਇਸ ਫਿਰਕੇ ਦੇ ਆਗੂਆਂ ਦੀ ਮਨਸ਼ਾ ਕੁਝ ਭੀ ਕਿਉਂ ਨਾ ਹੋਵੇ, ਹੁਣ ਇਸ ਫਿਰਕੇ ਦਾ ਰੁਝਾਨ ਰਾਜਸੀ ਹੈ।

ਪੁਰਾਣੇ ਕਾਗਜ਼ਾਂ ਤੋਂ ਪਤਾ ਲਗਦਾ ਹੈ ਕਿ ਰਾਮ ਸਿੰਘ ਨੂੰ ਸੰਤ ਗੁਰੂ ਨਾਨਕ ਦਾ ਜਾਂ-ਨਸ਼ੀਨ ਯਾ ਅਵਤਾਰ ਸਮਝਿਆ ਜਾਂਦਾ ਸੀ। ਹੁਣ ਉਹ ਯੋਧੇ ਗੁਰੂ ਗੋਬਿੰਦ (ਸਿੰਘ) ਦਾ ਪ੍ਰਤਿਨਿਧ ਬਣ ਰਿਹਾ ਹੈ।

ਉਪਰੋਕਤ ਰਿਪੋਰਟਾਂ ਵੇਲੇ ਪਟਿਆਲੇ ਦੇ ਸਰਦਾਰ ਮੰਗਲ ਸਿੰਘ ਕਿਸ਼ਨ ਪੁਰੀਏ ਤੋਂ ਬਿਨਾਂ ਕੋਈ ਭੀ ਸਰਕਾਰ ਇਸ ਲਹਿਰ ਨਾਲ ਸੰਬੰਧਤ ਨਹੀਂ ਸੀ। ਹੁਣ ਕਈ ਵਡੇ ਆਦਮੀ ਇਸ ਫਿਰਕੇ ਵਿਚ ਰਲ ਰਹੇ ਹਨ; ਮਿਸਾਲ ਦੇ ਤੌਰ ਤੇ

ਖਮਾਣੋ (ਭੈਣੀ ਦੇ ਲਾਗੇ ਹੀ) ਦੇ ਸਰਦਾਰ।

ਗੁਰਦਿਤ ਸਿੰਘ, ਨਾਈਵਾਲਾ (ਪਟਿਆਲਾ)।

ਸਰਦਾਰ ਬੀਰ ਸਿੰਘ, ਦਿਆਲਗੜ੍ਹ।

ਸਰਦਾਰ ਗੁਰਸਰਨ ਸਿੰਘ ਤੇ ਉਸ ਦੇ ਤਿੰਨ ਭਤੀਜੇ, ਮੁਸਤਫਾਬਾਦ (ਇਸ ਸਰਦਾਰ ਨੇ, ਜੋ ਬੜਾ ਭਾਰਾ ਕਰਜ਼ਾਈ ਹੈ, ਮੈਨੂੰ ਦੱਸਿਆ ਸੀ ਕਿ ਉਹ ਕੂਕਾ ਹੈ)।

ਹੀਰਾ ਸਿੰਘ, ਜਾਗੀਰਦਾਰ, ਸਢੌਰਾ, ਜੋ ਜੰਮੂੰ ਵਿਚ ਬਝਣ ਵਾਲੀ ਕੂਕਾ ਪਲਟਣ ਦਾ ਕਮਾਨ ਅਫਸਰ ਹੋ ਕੇ ਸੌ ਆਦਮੀ ਲੈ ਕੇ ਗਿਆ ਸੀ।

ਸਢੌਰੇ ਦੇ ਹੋਰ ਸਾਰੇ ਛੋਟੇ ਜਾਗੀਰਦਾਰ।

ਬੇਦਾ ਸਿੰਘ, ਸੋਹਾਣੇ ਦੇ ਔਨਰੇਰੀ ਮੈਜਿਸਟਰੇਟ ਦਾ ਇਕ ਰਿਸ਼ਤੇ ਵਿਚੋਂ ਭਰਾ।

ਦਿਆਲ ਗੜ੍ਹੀਏ ਉਪਰੋਕਤ ਸਰਕਾਰ ਦਾ ਇਕ ਰਿਸ਼ਤੇਦਾਰ।

ਜ਼ੈਮਲ ਸਿੰਘ ਤੇ ਦਲੀਪ ਸਿੰਘ, ਕਲਸੀਆਂ।

ਇਨ੍ਹਾਂ ਵਿਚ ਕੁਝ ਆਦਮੀ ਤਾਂ ਚੰਗੇ ਵੱਡੇ ਹਨ, ਪਰ ਉਹ ਤਰਖਾਣਾਂ, ਲੋਹਾਰਾਂ ਤੇ ਹੋਰ ਛੋਟੀਆਂ ਜਾਤਾਂ ਦੇ ਸਿਖਾਂ ਨਾਲੋਂ, ਜੋ ਪਹਿਲਾਂ ਇਸ ਲਹਿਰ ਵਿਚ ਸ਼ਾਮਲ ਹੋਏ ਸਨ, ਬਿਲਕੁਲ ਵੱਖਰੀ ਸ਼ਰੇਣੀ ਦੇ ਹਨ। ਅੰਬਾਲੇ ਦਾ ਜ਼ਿਲਾ ਐਸੇ ਚੰਗੇ ਸਿੱਖ ਘਰਾਣਿਆਂ ਦੇ ਆਦਮੀਆਂ ਨਾਲ ਭਰਿਆ ਪਿਆ ਹੈ ਜਿਨ੍ਹਾਂ ਨੂੰ ਜਾਗੀਰ ਦੇ 'ਘੋੜ-ਚੜ੍ਹੀ' ਹਿੱਸੇ ਵਿਚੋਂ ਨਾਮ-ਮਾਤ੍ਰ ਹੀ ਕੁਝ ਮਿਲਦਾ ਹੈ ਅਤੇ ਜਿਨ੍ਹਾਂ ਦੀ ਉਪਜੀਵਕਾ ਦਾ ਹੋਰ ਕੋਈ ਪ੍ਰਤੱਖ ਸਾਧਨ ਨਹੀਂ ਅਤੇ ਜੋ ਭਾਵੇਂ ਮਾਝੇ ਦੇ ਸਿੱਖਾਂ ਦੀ ਤਰ੍ਹਾਂ ਚੰਗੇ ਲੜਾਕੇ ਭੀ ਨਹੀਂ ਕਹੇ ਜਾਂਦੇ, ਪਰ ਖਾਲਸਾ ਰਾਜ ਦੀ ਵਾਪਸੀ ਦੇ ਹੱਕ ਵਿਚ ਹੋਣ ਵਾਲੇ ਲੋਕਾਂ ਦੀ ਗਿਣਤੀ ਵਿਚ ਸ਼ਾਮਲ ਹੋ ਜਾਣ ਵਾਲੇ ਹਨ। ਇਨ੍ਹਾਂ ਲੋਕਾਂ ਵਿਚ ਇਸ ਚੀਜ਼ ਦੇ ਵੱਧਣ ਫੁੱਲਣ ਦੀ ਸੰਭਾਵਨਾ ਹੈ।

ਪਿਛਲੇ ਤੋਂ ਪਹਿਲੇ ਵਰ੍ਹੇ, ਕਿਹਾ ਜਾਂਦਾ ਹੈ, ਰਾਮ ਸਿੰਘ ਨੇ ਮਹਾਰਾਜਾ ਕਸ਼ਮੀਰ ਲਈ ਇਕ ਪਲਟਨ ਖੜ੍ਹੀ ਕਰਨਾ ਪੇਸ਼ ਕੀਤਾ ਸੀ। ਹਰ ਹਾਲਤ ਵਿਚ ਇਕ ਪਲਟਨ ਖੜ੍ਹੀ ਹੋਈ ਅਤੇ ਜਿਵੇਂ ਪਿਛੇ ਦੱਸਿਆ ਗਿਆ ਹੈ, ਇਸ ਜ਼ਿਲ੍ਹੇ ਦੇ ਸਢੌਰੇ ਦੇ ਜਾਗੀਰਦਾਰ ਹੀਰਾ ਸਿੰਘ ਦੀ ਕਮਾਨ ਹੇਠਾਂ ਜੰਮੂੰ ਵਿਚ ਤਿੰਨ ਸੌ ਆਦਮੀ ਭੀ ਜਮਾਂ ਹੋ ਗਏ ਸਨ। ਪਿਛੇ ਜਿਹੇ ਇਹ ਪਲਟਲ ਮਹਾਰਾਜੇ ਨੇ ਤੋੜ ਦਿੱਤੀ ਹੈ।

ਪਿਛਲੇ ਵਰ੍ਹੇ ਮਾਨ ਸਿੰਘ ਤੇ ਬੀਰ ਸਿੰਘ ਸੂਬੇ ਯੁਵਰਾਜ ਵਾਸਤੇ ਤੋਹਫੇ ਦੇ ਕੇ ਨਿਪਾਲ ਭੇਜੇ ਗਏ ਸਨ ਤੇ ਉਥੋਂ ਸ਼ਾਹਜ਼ਾਦੇ ਵਲੋਂ ਮੋੜਵੇਂ ਤੋਹਫੇ ਲਿਆਏ ਸਨ।

ਇਕ ਐਸੇ ਫਿਰਕੇ ਵਿਚ ਥੋੜ੍ਹੇ ਚਿਰ ਪਿਛੋਂ ਲੋਕਾਂ ਦੇ ਕਰਤਵ ਲਈ ਰਾਜਸੀ ਹੁਲਾਰਾ ਪੈਦਾ ਹੋ ਜਾਣਾ ਕਦੇ ਭੀ ਨਹੀਂ ਰੁਕ ਸਕਦਾ, ਜੋ ਆਪਣੇ ਆਪ ਨੂੰ ਜ਼ਿਲਿਆਂ ਵਿਚ ਜਥੇਬੰਦ ਕਰਦਾ ਹੈ ਤੇ ਉਥੇ ਹਾਕਮ ਤੇ ਨਾਇਬ ਨਿਯਤ ਕਰਦਾ ਹੈ, ਲਖਨਊ ਯਾ ਹੈਦਰਾਬਾਦ ਨੂੰ ਯਾ ਜਿਥੇ ਕਿਤੇ ਭੀ ਸਿਖ ਹਨ ਪ੍ਰਤੀਨਿਧ ਭੇਜਦਾ ਹੈ ਅਤੇ ਆਪਣੇ ਪ੍ਰਚਾਰ ਦਾ ਇਸ ਪ੍ਰਕਾਰ ਨਾਲ ਪ੍ਰਬੰਧ ਕਰਦਾ ਹੈ ਕਿ ਸਿਖ ਧਰਮ ਦੇ ਵਿਰੁਧ ਕੋਈ

ਗੱਲ ਭੀ ਨਾ ਕਹੀ ਕੀਤੀ ਜਾਏ। ਹਰ ਇਕ ਗੱਲ ਇਸ ਵੱਲ ਇਸ਼ਾਰਾ ਕਰ ਰਹੀ ਹੈ। ਰਾਮ ਸਿੰਘ ਆਪਣੇ ਲਈ ਸੰਤੀ-ਫਕੀਰੀ ਦਾ ਕੋਈ ਦਾਵਾ ਨਹੀਂ ਕਰਦਾ। ਉਹ ਅੱਧੀ ਕੁ ਦਰਜਨ ਘੋੜ-ਚੜ੍ਹੇ ਨਾਲ ਲੈ ਕੇ ਤੁਹਾਨੂੰ ਮਿਲਦਾ ਹੈ, ਉਸ ਦੇ ਨਾਲ ਵੀਹਾਂ ਹੀ ਪਿਆਂਦੇ ਹੁੰਦੇ ਹਨ, ਉਹ ਆਲੇ ਦੁਆਲੇ ਦਰਬਾਰ ਲਾਈ ਤੁਹਾਡੇ ਕਮਰੇ ਵਿਚ ਆਉਂਦਾ ਹੈ। ਉਹ ਤੇ ਉਸ ਦੇ ਸੰਗੀ ਬੜੇ ਸੋਹਣੇ ਸਫੈਦ ਬਸਤਰ ਪਹਿਨਦੇ ਹਨ।

ਉਸ ਦੇ ਫਿਰਕੇ ਦੀਆਂ ਮੁਢਲੀਆਂ ਹਦਾਇਤਾਂ ਵਿਚ ਵਿਭਚਾਰ ਦੇ ਵਿਰੁੱਧ ਬੜਾ ਸਖਤ ਹੁਕਮ ਹੈ। ਉਸ ਦੇ ਆਪਣੇ ਆਚਰਣ ਦੇ ਵਿਰੁੱਧ ਪੱਕੀ ਤਰ੍ਹਾਂ ਲਾਇਆ ਗਿਆ ਕੋਈ ਇਲਜ਼ਾਮ ਮੈਂ ਨਹੀਂ ਸੁਣਿਆ। ਪਰ ... ਉਸ ਦੇ ਸੂਬਿਆਂ ਸੰਬੰਧੀ ਭੀ ਕੋਈ ਚੰਗੀਆਂ ਗੱਲਾਂ ਨਹੀਂ ਸੁਣੀਦੀਆਂ। ਇਨ੍ਹਾਂ ਦੇ ਮੁਕੱਦਮਿਆਂ ਵਿਚ ਜਿਤਨੀਆਂ ਭੀ ਸ਼ਹਾਦਤਾਂ ਮੈਂ ਲਈਆਂ ਹਨ, ਉਨ੍ਹਾਂ ਤੋਂ ਸੁਤੇ ਹੀ ਇਹ ਪ੍ਰਤੀਤ ਹੁੰਦਾ ਕਿ ਕੂਕਾ ... ਆਚਰਣ ਬਹੁਤ ਢਿੱਲਾ ਹੈ।[1]

ਜਦ ਭੀ ਸੂਬਾ ਗਿਆਨੀ ਸਿੰਘ ਕਿਸੇ ਪਿੰਡ ਵਿਚ ਆਪਣੇ ਗਏ ਹੋਏ ਹੋਣ ਦਾ ਕਾਰਣ ਦਸਣਾ ਚਾਹੁੰਦਾ ਹੈ ਤਾਂ ਉਹ ਕਹਿੰਦਾ ਹੈ ਕਿ ਉਹ ਇਕ ਥਾਂ ਕੂਕਿਆਂ ਦੇ ਆਪਸ ਦੇ ਝਗੜੇ ਮਿਟਾਉਣ ਲਈ ਗਿਆ ਹੋਇਆ ਸੀ ਯਾ ਦੂਸਰੇ ਥਾਂ ਪਟਿਆਲਾ ਪੁਲੀਸ ਦੇ ਸਾਹਮਣੇ ਗਏ ਹੋਏ ਕੂਕਿਆਂ ਦੇ ਮਾਮਲੇ ਦੀ ਦੇਖ ਭਾਲ ਲਈ ਗਿਆ ਸੀ।

ਉਪਰੋਕਤ ਤੋਂ ਮੇਰਾ ਖਿਆਲ ਹੈ, ਕੁਦਰਤੀ ਨਤੀਜਾ ਇਹ ਹੀ ਨਿਕਲਦਾ ਹੈ ਕਿ (ਆਰੰਭ ਵਿਚ ਭਾਵੇਂ ਕੁਝ ਹੀ ਕਿਉਂ ਨਾ ਹੋਵੇ, ਹੁਣ) ਇਹ ਲਹਿਰ ਰਾਜਸੀ ਬਣ ਗਈ ਹੈ ਅਤੇ ਨਿਰੋਲ ਧਾਰਮਕ ਨਹੀਂ ਰਹੀ।

ਹੁਣ ਅੱਗੇ ਚੱਲ ਕੇ ਇਹ ਦੱਸਣਾ ਹੈ ਕਿ ਰਾਮ ਸਿੰਘ (ਜਿਵੇਂ ਕਿ ਆਖਿਆ ਜਾਂਦਾ ਹੈ) ਚਾਲਾਕ ਆਦਮੀਆਂ ਦੇ ਹੱਥ ਵਿਚ ਇਕ ਕਾਠ ਦੀ ਪੁਤਲੀ ਹੀ ਨਹੀਂ ਹੈ। ਉਸ ਦੇ ਠਾਠ-ਬਾਠ ਦਾ ਜ਼ਿਕਰ ਮੈਂ ਕਰ ਆਇਆ ਹਾਂ। ਜਿਸ ਕਿਸੇ ਨੇ ਭੀ ਰਾਮ ਸਿੰਘ ਨੂੰ ਦੇਖਿਆ ਹੈ ਯਾ ਉਸ ਨਾਲ ਗੱਲਬਾਤ ਕੀਤੀ ਹੈ ਉਸ ਨੇ ਉਸ ਦੀ ਅਕਲ, ਦ੍ਰਿੜ੍ਹਤਾ ਤੇ ਆਚਰਨ ਦੀ ਅਡੋਲਤਾ ਨੂੰ ਦੇਖਣ ਵਿਚ ਉਕਾਈ ਨਹੀਂ ਕੀਤੀ ਹੋਣੀ। ਆਪਣੇ ਉਤੇ ਬੜੇ ਤਕੜੇ ਕਾਬੂ ਵਾਲੀਆਂ ਇਹ ਖੂਬੀਆਂ, ਇਕ ਜੋਸ਼ੀਲੇ ਨਿਰੋਲ ਧਾਰਮਕ ਪ੍ਰਚਾਰਕ ਵਿਚ ਨਹੀਂ ਹੁੰਦੀਆਂ, ਕਿਸੇ ਕਠ ਪੁਤਲੀ ਵਿਚ ਤਾਂ ਕੀ ਹੋਣੀਆਂ ਹਨ।

---

1. ਜਿਥੇ ਕਿਧਰੇ ਭੀ ਇਕ ਦਮ ਹੀ ਮਰਦਾਂ ਤੇ ਇਸਤਰੀਆਂ ਵਿਚ ਬਹੁਤ ਜ਼ਿਆਦਾ ਖੁੱਲ੍ਹਾ ਮੇਲ ਜੋਲ ਸ਼ੁਰੂ ਹੋ ਜਾਵੇ ਉਹ ਭਾਵੇਂ ਕਿਸੇ ਦੇਸ਼ ਯਾ ਫ਼ਿਰਕੇ ਵਿਚ ਭੀ ਕਿਉਂ ਨਾ ਹੋਣ, ਇਕ ਐਸਾ ਦਾਇਰਾ ਤੇ ਵਾਯੂ ਮੰਡਲ ਬਣ ਜਾਂਦਾ ਹੈ ਜਿਸ ਵਿਚ ਕਿ ਆਚਰਨ ਦੇ ਢਿੱਲੇ ਹੋ ਜਾਣ ਦੇ ਸਾਧਨ ਪੈਦਾ ਹੋ ਹੀ ਜਾਂਦੇ ਹਨ। ਇਹ ਇਕ ਇਨਸਾਨੀ ਕਮਜ਼ੋਰੀ ਹੈ।

ਬਹੁਤ ਸਾਰਿਆਂ (ਕੂਕਿਆਂ ਵਲੋਂ ਹੋਏ) ਕਤਲ ਦੇ ਮੁਕਦਮਿਆਂ ਵਿਚ ਲਈਆਂ ਗਈਆਂ ਸ਼ਹਾਦਤਾਂ ਇਹ ਗਲ ਬਿਨ੍ਹਾਂ ਕਿਸੇ ਸ਼ੱਕ ਦੇ ਸਾਬਤ ਕਰਦੀਆਂ ਹਨ ਕਿ ਕਤਲਾਂ ਦੀ ਜਦ ਭੀ (ਕੂਕੇ) ਲੋਕਾਂ ਨੇ ਆਗਿਆ ਲੈਣੀ ਹੁੰਦੀ ਸੀ ਤਾਂ ਉਹ ਸਿਧੇ ਰਾਮ ਸਿੰਘ ਪਾਸ ਜਾਂਦੇ ਸਨ। ਉਹ ਆਦਮੀ ਭੀ, ਜਿਹੜੇ ਕਹਿੰਦੇ ਹਨ ਕਿ ਸਾਨੂੰ ਉਸ ਨੇ ਕਿਹਾ ਸੀ ਕਿ ਉਸ ਦਾ ਸਾਡੇ ਨਾਲ ਕੋਈ ਸੰਬੰਧ ਨਹੀਂ, ਹੁਕਮ ਲਈ ਉਸ ਵੱਲ ਹੀ ਤੱਕਦੇ ਸਨ। ਇਸ ਗੱਲ ਦਾ ਕਿਧਰੇ ਕੋਈ ਜ਼ਿਕਰ ਨਹੀਂ ਆਉਂਦਾ ਕਿ ਭੈਣੀ ਵਿਚ ਸੂਬਿਆਂ ਦੀ ਭੀ ਸਲਾਹ ਲਈ ਜਾਂਦੀ ਸੀ। ਉਹ ਸਿਧੇ ਉਸ ਨੂੰ ਮਿਲਦੇ ਸਨ। ਉਹ ਇਸ ਗੱਲ ਦਾ ਬੜਾ ਖਿਆਲ ਰੱਖਦਾ ਸੀ ਕਿ ਇਕ ਵੇਲੇ ਇਕੋ ਆਦਮੀ ਨਾਲ ਗੱਲਬਾਤ ਕਰੇ। ਉਹ ਹੀ ਸਾਰੀ ਗੱਲ ਦਾ ਆਧਾਰ ਸੀ ਤੇ ਮਾਲੂਮ ਹੁੰਦਾ ਹੈ ਕਿ ਲੋਕੀਂ ਉਸੇ ਤੇ ਹੀ ਭਰੋਸਾ ਕਰਦੇ ਸਨ, ਸੂਬਿਆਂ ਉਤੇ ਨਹੀਂ।

ਅਖੀਰਲੀ ਗੱਲ। ਹਰ ਕੂਕੇ ਪਾਸ ਜੋ ਪੜ੍ਹ ਸਕਦਾ ਹੈ ਲਾਹੌਰ ਦੇ ਮਸ਼ਹੂਰ ਬਾਗੀ ਸੁਭਾ ਵਾਲੇ ਦੀਵਾਨ ਬੂਟਾ ਸਿੰਘ ਦੀ ਛਾਪੀ ਹੋਈ ਇਕ ਪੋਥੀ ਹੈ। ਇਸ ਪੋਥੀ ਵਿਚ ਗੁਰੂ ਗੋਬਿੰਦ ਸਿੰਘ ਦੇ ਗ੍ਰੰਥ ਵਿਚੋਂ ਯੁਧ ਪ੍ਰਚੰਡ ਕਰਨ ਵਾਲੇ ਸਾਰੇ ਹਿਸੇ ਹਨ ਜਿਵੇਂ ਕਿ 'ਗੁਰਦੰਤੀ' ਤੇ 'ਚੰਡੀ ਪਾਠ'। ਇਸ ਤੋਂ ਬਿਨ੍ਹਾਂ ਤਿੰਨ ਹੋਰ ਪੋਥੀਆਂ ਹਨ।ਇਕ 'ਸੌ ਸਾਖੀ', ਜੋ ਪੁਰਾਣੀ ਦੱਸੀ ਜਾਂਦੀ ਹੈ, ਪਰ ਜਿਸ ਵਿਚ ਰਾਮ ਸਿੰਘ ਤੇ ਉਸ ਦੇ ਪਿਤਾ ਦੇ ਨਾਮ ਹਨ ਅਤੇ ਅਸਲ ਵਿਚ ਨਵੀਂ ਹੈ। ਦੂਸਰੀ 'ਬਾਬੇ ਅਜਿਤੇ ਦੀ ਗੋਸ਼ਟ', ਅਰਥਾਤ ਬਾਬਾ ਅਜਿਤੇ ਦੀਆਂ ਭਵਿੱਖ-ਬਾਣੀਆਂ। ਇਹ ਪਹਿਲੀ ਪੋਥੀ ਵਰਗੀ ਹੈ। ਤੀਸਰੀ ਪੋਥੀ ਹੈ 'ਕਰਨੀ ਨਾਮਾ'। ਇਹ ਭੀ ਭਵਿਖ-ਬਾਣੀ ਹੈ ਜਿਸ ਵਿਚ ਦੱਸਿਆ ਹੋਇਆ ਹੈ ਕਿ ਖਾਲਸਾ ਕਿਵੇਂ ਫ਼ਰੰਗੀਆਂ ਨੂੰ ਕਢੇਗਾ ਤੇ ਦਿਲੀ ਤੇ ਕਬਜਾ ਕਰੇਗਾ। ਇਹ ਤਿੰਨ ਪੋਥੀਆਂ ਆਮ ਤੌਰ ਤੇ ਕੂਕੇ ਨਹੀਂ ਰੱਖਦੇ, ਪਰ ਇਸ ਤੋਂ ਕੋਈ ਭੀ ਇੰਨਕਾਰ ਨਹੀਂ ਕਰੇਗਾ ਕਿ ਇਹ ਪੋਥੀਆਂ ਕੂਕੇ ਫਿਰਕੇ ਦੀਆਂ ਹਨ ਅਤੇ ਰਾਮ ਸਿੰਘ ਵਲੋਂ ਪ੍ਰਵਾਣੀਕ ਹਨ। ਇੰਨਸਪੈਕਟਰ ਇਮਾਦ ਆਲੀ ਆਖਦਾ ਹੈ ਕਿ ਉਸ ਨੇ (ਅੰਮ੍ਰਿਤਸਰ ਦੇ ਕਤਲ ਦੇ ਮੁਕੱਦਮੇ ਵਿਚ) ਬੇਲਾ ਸਿੰਘ ਦੇ ਘਰੋਂ ਫੜੀਆਂ ਇਹ ਤਿੰਨੋਂ ਪੋਥੀਆਂ ਮਿਸਟਰ ਟਰਟਨ ਸਮਿੱਥ ਨੂੰ ਦਿੱਤੀਆਂ ਸਨ ਤੇ ਉਸ ਨੇ ਇਨ੍ਹਾਂ ਦਾ ਤਰਜਮਾ ਕੀਤਾ ਹੈ। ਇਹ ਕਿਤਾਬਾਂ ਇਨ੍ਹਾਂ ਹਥਾਂ ਵਿਚ ਸਾਫ ਬਗ਼ਾਵਤੀ ਹਨ। ਇਹ ਪਿਛਲੀਆਂ ਛਪੀਆਂ ਹੋਈਆਂ ਨਹੀਂ।

ਰਾਮ ਸਿੰਘ ਦੇ ਵਿਰੁੱਧ ਰਾਜਸੀ ਮੁਕੱਦਮਾ ਇਸ ਤਰ੍ਹਾਂ ਹੈ:-

ਇਹ ਏਸ ਫਿਰਕੇ ਦਾ ਅਸਲੀ ਤੇ ਨਾਮ-ਧਰੀਕ ਆਗੂ ਹੈ ਜੋ ਖਾਲਸਾ ਦੇ ਮੁੜ ਸੁਰਜੀਤ ਹੋਣ ਦੀ ਆਸ ਵਿਚ ਅੰਗਰੇਜ਼ੀ ਰਾਜ ਦੇ ਵਿਰੁਧ ਹੈ। ਇਹ ਇਸ ਫਿਰਕੇ ਦਾ ਇਕੱਲਾ ਹੀ ਹਾਕਮ ਹੈ ਜਿਸ ਫਿਰਕੇ ਨੇ ਕਿ ਆਮ ਤੌਰ ਤੇ ਫਸਾਦੀ ਹੋਣ ਕਰਕੇ

ਪੰਜਾਬ ਦੇ ਇਸ ਹਿਸੇ ਵਿਚ ਦੇ ਸਾਰੇ ਬੁੱਚੜਾਂ ਨੂੰ ਕਤਲ ਕਰਨ ਲਈ ਤਜਵੀਜ਼ ਕੀਤੀ ਹੋਈ ਹੈ। ਸੂਬੇ ਗਿਆਨੀ ਸਿੰਘ ਨੇ ਇਹ ਮੰਨਿਆ ਸੀ ਕਿ ਰਾਮ ਸਿੰਘ ਨੂੰ ਅੰਮ੍ਰਿਤਸਰ ਦੇ ਕਤਲਾਂ ਦਾ ਝੱਟ ਹੀ ਪਿਛੋਂ ਪਤਾ ਲੱਗ ਗਿਆ ਸੀ। ਇਸ ਗੱਲ ਸੰਬੰਧੀ ਸਿਧੀ ਗਵਾਹੀ ਨੂੰ ਲਾਂਭੇ ਰੱਖ ਕੇ ਇਹ ਫਰਜ਼ ਕਰ ਲੈਣਾ ਵਾ-ਹਯਾਤ ਹੈ ਕਿ ਉਸ ਨੂੰ ਪਤਾ ਨਹੀਂ ਸੀ ਕਿ ਇਹ ਕਤਲ ਕੂਕਿਆਂ ਨੇ ਕੀਤੇ ਸਨ। ਉਸ ਨੂੰ ਇਸ ਦਾ ਭੀ ਜ਼ਰੂਰ ਪਤਾ ਹੋਣਾ ਹੈ ਕਿ ਅੰਮ੍ਰਿਤਸਰ ਦੀ ਮਿਸਾਲ ਹੋਰ ਥਾਈ ਭੀ ਜ਼ਰੂਰ ਕਾਇਮ ਕੀਤੀ ਜਾਵੇਗੀ ਪਰ ਫਿਰ ਭੀ ਉਸ ਨੇ ਇਕ ਅਖਰ ਨਹੀਂ ਆਖਿਆ, ਜਿਸ ਨਾਲ ਕਿ ਖੂੰਨ ਖਰਾਬਾ ਰੁਕ ਸਕਦਾ ਸੀ। ਮੇਰੇ ਸਾਹਮਣੇ ਭਰੀ ਅਦਾਲਤ ਵਿਚ ਉਸ ਨੇ ਰਾਇਕੋਟ ਵਿਚ ਬੇਗੁਨਾਹ ਇਸਤਰੀਆਂ ਤੇ ਬੱਚਿਆਂ ਦੇ ਕਤਲ ਦੀ ਨਿਖੇਧੀ ਕਰਨੋਂ ਨਾਂਹ ਕਰ ਦਿੱਤੀ ਸੀ।

ਮੇਰੇ ਖਿਆਲ ਵਿਚ ਸਰਕਾਰ ਅੰਗਰੇਜ਼ੀ ਵਲੋਂ ਮਨਜ਼ੂਰ ਹੋਈਆਂ ਥਾਵਾਂ ਵਿਚ ਆਪਣਾ ਵਪਾਰ ਕਰ ਰਹੇ ਬੁਚੜਾਂ ਦਾ ਓਪਰਿਆਂ ਵਲੋਂ ਕਤਲ ਕੀਤਾ ਜਾਣਾ ਸਾਡੇ ਅਧਕਾਰ ਦੀ ਖੁਲ੍ਹੀ ਵਿਰੋਧਤਾ ਹੈ, ਅਤੇ ਮੇਰੀ ਬੇਨਤੀ ਹੈ ਕਿ ਇਸ ਤਰ੍ਹਾਂ ਦੀ ਵਿਰੋਧਤਾ ਦਾ ਬਿਨ੍ਹਾਂ ਸਖਤ ਸਜ਼ਾਵਾਂ ਦੇ ਲੰਘ ਜਾਣਾ ਸਾਡੀ ਤਾਕਤ ਲਈ ਖਤਰਨਾਕ ਹੈ।

ਇਸ ਆਮ ਰਾਏ ਨੂੰ ਮੁਖ ਰੱਖਦੇ ਹੋਏ ਕਿ ਵਿਰੋਧਤਾ ਦੇ ਇਨਾਂ ਕੰਮਾਂ ਵਿਚ ਫਿਰਕੇ ਦੇ ਆਗੂ ਦੀ ਸਾਫ ਆਗਿਆ ਹੈ, ਦੇਸ਼ ਦੇ ਅਮਨ ਚੈਨ ਲਈ ਜ਼ਰੂਰੀ ਪ੍ਰਤੀਤ ਹੁੰਦਾ ਹੈ ਕਿ ਰਾਮ ਸਿੰਘ ਨੂੰ ਕਿਸੇ ਐਸੇ ਥਾਂ ਦੇਸ਼ ਨਿਕਾਲਾ ਦ ਦਿੱਤਾ ਜਾਏ ਜਿਥੇ ਕਿ ਇਸ ਦ ਸ਼ਰਧਾਲੂ ਇਸ ਨੂੰ ਮਿਲ ਨਾ ਸਕਣ ਅਤੇ ਇਸ ਦੇ ਸੂਬਿਆਂ ਨੂੰ ਉਨ੍ਹਾਂ ਦੇ ਘਰੀਂ ਨਜ਼ਰ ਬੰਦ ਕਰ ਦਿੱਤਾ ਜਾਏ ਤੇ ਮੇਲੇ ਲਾਉਣ ਦੀ ਮਨਾਹੀ ਕਰ ਦਿੱਤੀ ਜਾਏ।

ਜੇ ਇਹ ਨਾ ਕੀਤਾ ਗਿਆ, ਤਾਂ ਸਾਡੇ ਕੁਝ ਨਾ ਕਰਨ ਵਿਚ ਸਾਡਾ ਡਰ ਜਾਣਾ ਸਮਝਿਆ ਜਾਏਗਾ ਅਤੇ ਰਾਮ ਸਿੰਘ ਅੱਗੇ ਨਾਲੋਂ ਬਹੁਤ ਵੱਡਾ ਬਣ ਜਾਏਗਾ ਅਤੇ ਇਸ ਗੱਲ ਵਿਚ ਸ਼ੱਕ ਨਹੀਂ ਕਿ ਉਸ ਦੀ ਤਾਕਤ ਤੇ ਕੂਕਿਆਂ ਦੀ ਗਿਣਤੀ ਦਾ ਵੱਧ ਜਾਣਾ ਬੜੇ ਫਸਾਦਾਂ ਦੇ ਖਤਰੇ ਦਾ ਕਾਰਣ ਹੋਵੇਗਾ।

ਹੁਣ ਮੈਂ ਰਾਮ ਸਿੰਘ ਦੀ ਫੌਜਦਾਰੀ ਗ਼ਰਿਫਤਾਰੀ ਲਈ ਅੰਮ੍ਰਿਤਸਰ ਤੇ ਰਾਇਕੋਟ ਦੇ ਕਤਲਾਂ ਦੀ ਉਕਸਾਹਟ ਲਈ ਸ਼ਹਾਦਤ ਦਾ ਵੇਰਵਾ ਦਿੰਦਾ ਹਾਂ। ਇਸ ਤੋਂ ਬਾਦ ਸ਼ਹਾਦਤਾਂ ਦੀ ਛਾਣ ਪੁਣ ਕਰ ਕੇ ਭਾਈ ਰਾਮ ਸਿੰਘ ਨੂੰ ਅੰਮ੍ਰਿਤਸਰ ਰਾਇਕੋਟ ਤੇ ਮੋਰਿੰਡੇ ਦੇ ਕਤਲਾਂ ਵਿਚ ਉਕਸਾਹਟ ਦਾ ਦੋਸ਼ੀ ਦੱਸਣ ਦਾ ਯਤਨ ਕੀਤਾ ਹੈ।

ਮੇਰੀ ਪੱਕੀ ਰਾਏ ਹੈ ਕਿ ਸਭ ਤੋਂ ਸੌਖੀ ਗੱਲ ਇਹ ਹੈ ਕਿ ਰਾਮ ਸਿੰਘ ਨੂੰ ਉਮਰ ਭਰ ਲਈ ਕਾਲੇ ਪਾਣੀ ਭੇਜ ਦਿੱਤਾ ਜਾਏ।

ਜੇ ਅਦਾਲਤ ਵਿਚ ਮੁਕੱਦਮਾ ਰਹਿ ਭੀ ਜਾਏ ਤਾਂ ਭੀ ਫੈਸਲੇ ਵਿਚ ਉਹ ਬਰੀ ਨਹੀਂ ਹੋਵੇਗਾ ਬਲਕਿ ਇਹ ਕਿ ਮੁਕੱਦਮਾ 'ਸਾਬਤ ਨਹੀਂ ਹੁੰਦਾ'। ਔਰ, ਇਨ੍ਹਾਂ ਹਾਲਾਤ ਵਿਚ ਭੀ ਮੈਂ ਸੰਨ 1818 ਦੇ ਐਕਟ ਨੰਬਰ 3 ਹੇਠਾਂ ਕਾਰਵਾਈ ਕਰਾਂਗਾ। ਜੇ ਸਰਕਾਰ ਸੰਨ 1818 ਦੇ ਐਕਟ ਨੰ : 3 ਹੇਠਾਂ ਸਿੱਧੀ ਕਾਰਵਾਈ ਕਰਨੀ ਚਾਹੇ ਤਾਂ ਉਨ੍ਹਾਂ ਨੂੰ ਝੱਟ ਪੱਟ ਕਰਨੀ ਚਾਹੀਦੀ ਹੈ, ਫੌਜਾਂ ਦੇ ਦਿੱਲੀ ਨੂੰ ਜਾਣ ਤੋਂ ਪਹਿਲਾਂ ਪਹਿਲਾਂ।

ਮੇਰਾ ਯਕੀਨ ਹੈ ਕਿ ਉਹ ਲੜਾਈ ਕਰਨ ਦਾ ਖਿਆਲ ਨਹੀਂ ਕਰੇਗਾ ਤੇ ਮਾਮੂਲੀ ਸੰਮਨ ਤੇ ਹਾਜ਼ਰ ਹੋ ਜਾਏਗਾ।

ਲੁਧਿਆਣੇ ਪੁਲੀਸ ਮਜ਼ਬੂਤ ਕਰ ਲੈਣੀ ਚਾਹੀਦੀ ਹੈ ਤੇ ਕੁਝ ਫੌਜ ਜਾਲੰਧਰ ਤਿਆਰ ਰੱਖਣੀ ਚਾਹੀਦੀ ਹੈ।

ਦੂਸਰਾ ਬਾਕੀ ਤਰੀਕਾ ਇਹ ਹੈ ਕਿ ਰਾਮ ਸਿੰਘ ਨੂੰ ਸਾਫ ਤੌਰ ਤੇ ਸਮਝਾ ਦਿੱਤਾ ਜਾਏ ਕਿ ਉਹ ਆਪਣੇ ਤੇ ਆਪਣੇ ਸੂਬਿਆਂ ਦਾ ਪ੍ਰਚਾਰ ਬੰਦ ਕਰ ਦੇਵੇ ਤੇ ਆਪਣੇ ਸਰਧਾਲੂਆਂ ਦੀਆਂ ਕਾਰਵਾਈਆਂ ਦੀ ਜ਼ਿੰਮੇਵਾਰੀ ਲਵੇ।

ਮੇਰਾ ਖਿਆਲ ਨਹੀਂ ਕਿ ਇਸ ਤਰ੍ਹਾਂ ਮਤਲਬ ਪੂਰਾ ਹੋ ਸਕੇ। ਉਹ ਆਪਣੇ ਸੂਬਿਆਂ ਨੂੰ ਬੰਦ ਨਹੀਂ ਕਰੇਗਾ, ਔਰ ਉਹ ਆਪ, ਜੇ ਸਾਡੀ ਸਹਿਨਸ਼ੀਲਤਾ ਨੂੰ ਡਰ ਨਾ ਭੀ ਸਮਝੇ, ਜੋ ਮੇਰਾ ਖਿਆਲ ਹੈ ਉਹ ਜ਼ਰੂਰ ਸਮਝੇਗਾ, ਮੁਕਾਮੀ ਅਫਸਰਾਂ ਦੀ ਤਬਦੀਲੀ ਦੀ ਉਡੀਕ ਕਰੇਗਾ ਤੇ ਆਪਣੀਆਂ ਸਾਜ਼ਸ਼ਾਂ ਫੇਰ ਸ਼ੁਰੂ ਕਰ ਦੇਵੇਗਾ।

ਪਰ ਇਸ ਸਭ ਤੋਂ ਉਪਰ ਮੈਂ ਸਮਝਦਾ ਹਾਂ ਕਿ ਰਾਮ ਸਿੰਘ ਦੀ ਖਾਤਰ, ਉਸ ਦੀ ਉਕਸਾਹਟ ਅਤੇ ਉਸ ਦੀ ਮਨਜ਼ੂਰੀ ਨਾਲ ਅਤੇ ਉਸ ਦੇ ਅੱਖਾਂ ਪਰੇ ਕਰ ਲੈਣ ਨਾਲ ਇਕ ਬੜਾ ਭਾਰੀ ਜ਼ੁਰਮ ਕੀਤਾ ਗਿਆ ਅਤੇ ਮੈਂ ਇਹ ਅਰਜ਼ ਕਰਨ ਦੀ ਦਲੇਰੀ ਕਰਦਾ ਹਾਂ ਕਿ ਸਰਕਾਰ ਲਈ ਇਹ ਹੀ ਸੋਭਦਾ ਹੈ ਕਿ ਉਹ ਦੇਖੇ ਕਿ ਇਹ ਬਿਨ੍ਹਾਂ ਸਜ਼ਾ ਸੁੱਕਾ ਹੀ ਨਾ ਬਚ ਜਾਏ।

ਚੂੰਕਿ ਲਾਹੌਰ ਦੇ ਛਾਪਾਖਾਨਿਆਂ ਵਿਚ ਦੀਵਾਨ ਬੂਟਾ ਸਿੰਘ ਦਾ ਬੜਾ ਰਸੂਖ ਹੈ, ਇਸ ਲਈ ਇਸ ਲਿਖਾ-ਪੜ੍ਹੀ ਨੂੰ ਛਪਵਾਣਾ ਠੀਕ ਨਹੀਂ ਹੋਵੇਗਾ।

ਮਾਲੂਮ ਹੁੰਦਾ ਹੈ ਕਿ ਸਰਕਾਰ ਪੰਜਾਬ ਨੇ ਮੈਕਨੈਬ ਦੀ ਇਸ ਰਿਪੋਰਟ ਉਤੇ ਝੱਟ ਪੱਟ ਕੋਈ ਕਾਰਵਾਈ ਕਰਨਾ ਯੋਗ ਨਾ ਸਮਝਿਆ।

ਭੈਣੀ ਵਿਚ ਮਾਘੀ ਦਾ ਮੇਲਾ
(12-13 ਜਨਵਰੀ ਸੰਨ 1872)

ਸੰਨ 1870 ਦੇ ਅਖੀਰ ਵਿਚ ਸਰਕਾਰ ਪੰਜਾਬ ਨੇ ਭਾਈ ਰਾਮ ਸਿੰਘ ਅਤੇ ਕੂਕਿਆਂ ਉਤੇ ਬੰਦਸ਼ ਲਾ ਦਿੱਤੀ ਸੀ ਕਿ ਉਹ ਸੰਮਤ 1928 (ਜਨਵਰੀ ਸੰਨ 1872) ਦੀ ਮਾਘੀ ਦੇ ਮੌਕੇ ਤੇ ਮੁਕਤਸਰ ਨਾ ਜਾਣ ਅਤੇ ਹੋਰ ਕਿਸੇ ਮੇਲੇ ਤੇ ਇਕੱਠੇ ਨਾ ਹੋਣ। ਪਰ ਉਨ੍ਹਾਂ ਨੂੰ ਭੈਣੀ ਜਾਣ ਤੋਂ ਰੋਕ ਨਹੀਂ ਸੀ। ਇਸ ਲਈ ਭਾਈ ਰਾਮ ਸਿੰਘ ਨੇ ਕੂਕਾ ਸੰਗਤਾਂ ਦੇ ਨਾਮ ਹੁਕਮ ਜਾਰੀ ਕਰ ਦਿਤੇ ਕਿ ਉਹ ਸਾਰੇ ਮਾਘੀ ਦੇ ਮੌਕੇ ਤੇ ਭੈਣੀ ਮੇਲਾ ਲਾਉਣ ਜਿਥੇ ਕਿ ਕੁਝ ਜ਼ਰੂਰੀ ਹੁਕਮ ਦਿੱਤੇ ਜਾਣਗੇ। ਭਾਈ ਰਾਮ ਸਿੰਘ ਦਾ ਇਹ ਹੁਕਮ ਲਾਹੌਰ ਵਿਚ ਮੱਖਣ ਸਿੰਘ ਨਾਮੀ ਇਕ ਕੂਕੇ ਨੇ ਮਾਘੀ ਤੋਂ ਪੰਦਰਾਂ ਕੁ ਦਿਨ ਪਹਿਲਾਂ ਨਸ਼ਰ ਕੀਤਾ ਸੀ। ਸਰਕਾਰ ਨੂੰ ਇਸ ਦਾ ਵੇਲੇ ਸਿਰ ਪਤਾ ਲੱਗ ਗਿਆ ਸੀ, ਪਰ ਇਸ ਨੂੰ ਇਕ ਮਾਮੂਲੀ ਹਵਾੜਾ ਸਮਝ ਕੇ ਇਸ ਵਲ ਕੋਈ ਗੌਹ ਨਾ ਕੀਤਾ ਗਿਆ ਅਤੇ ਭੈਣੀ ਜਾਣ ਵਾਲੇ ਕੂਕਿਆਂ ਉਤੇ ਕੋਈ ਬੰਦਸ ਨਾ ਲਾਈ ਗਈ।

ਵੀਰਵਾਰ 11 ਜਨਵਰੀ ਨੂੰ ਲੋਹੜੀ ਸੀ ਤੇ ਸ਼ੁਕਰਵਾਰ 12 ਜਨਵਰੀ ਨੂੰ ਮਾਘੀ। ਇਸ ਤੋਂ ਪਹਿਲਾਂ ਭੈਣੀ ਵਿਚ ਮਾਘੀ ਦਾ ਮੇਲਾ ਕਦੀ ਨਹੀਂ ਸੀ ਲੱਗਾ। ਕੂਕੇ 10 ਜਨਵਰੀ ਤੋਂ ਹੀ ਇਕੱਠੇ ਹੋਣੇ ਸ਼ੁਰੂ ਹੋ ਗਏ। ਕੂਕਿਆਂ ਵਿਚ ਕੁਝ ਚਿਰ ਤੋਂ ਇਹ ਆਮ ਹਵਾਈ ਸੀ ਕਿ ਸੰਮਤ ਅਠਾਈਏ (1928 ਬਿਕ੍ਰਮੀ) ਦੇ ਚੇਤ (ਮਾਰਚ-ਅਪ੍ਰੈਲ ਸੰਨ 1872 ਈਸਵੀ) ਵਿਚ ਕੋਈ ਭਾਣਾ ਵਰਤਣ ਵਾਲਾ ਹੈ, ਇਸ ਲਈ ਕਈ ਪਿੰਡਾਂ ਦੇ ਕੂਕੇ ਤਾਂ ਆਪਣੀ ਭੋਂ ਤੇ ਡੰਗਰ ਵੱਛਾ ਵੇਚ ਵੱਟ ਕੇ ਪਹਿਲੇ ਹੀ ਭੈਣੀ ਪੁੱਜ ਗਏ ਹੋਏ ਸਨ। ਮੇਲਾ ਚੋਖਾ ਭਰ ਗਿਆ। ਅੱਖੀਂ ਦੇਖਣ ਵਾਲਿਆਂ ਦਾ ਅੰਦਾਜ਼ਾ ਇਕ ਹਜ਼ਾਰ ਤੱਕ ਦਾ ਸੀ। ਸਰਫਰਾਜ਼ ਖਾਨ ਡਿਪਟੀ ਇਨਸਪੈਕਟਰ ਪੁਲੀਸ ਲੁਧਿਆਣਾ ਦਾ ਅੰਦਾਜ਼ਾ ਪੰਜ ਕੁ ਸੌ ਆਦਮੀ ਦਾ ਸੀ।

ਇਸ ਮੌਕੇ ਤੇ ਦੀਵਾਨ ਆਦਿ ਤੋਂ ਬਿਨ੍ਹਾਂ 25 ਗੁਰੂ ਗ੍ਰੰਥ ਸਾਹਿਬਾਂ ਦਾ ਪਾਠ ਉਨ੍ਹਾਂ ਸਿੰਘਾਂ ਦੇ ਨਮਿਤ ਰਖਿਆ ਹੋਇਆ ਸੀ ਜਿਹੜੇ ਕਿ ਗਊਆਂ ਮਾਰਨ ਵਾਲਿਆਂ ਨੂੰ ਮਾਰਨ ਬਦਲੇ ਫਾਂਸੀ ਚੜ੍ਹੇ ਸਨ। ਇਨ੍ਹਾਂ ਦੀ ਬਹਾਦਰੀ ਤੇ ਕੁਰਬਾਨੀ ਦੀ ਆਮ ਚਰਚਾ ਸੀ ਅਤੇ ਉਨ੍ਹਾਂ ਦੀ ਸਿਫਤ ਵਿਚ ਬੜੇ ਜੋਸ਼ੀਲੇ ਗੀਤ ਗਾਏ ਜਾ ਰਹੇ ਸਨ। ਇਸ ਕਰਕੇ ਕੂਕਿਆਂ ਵਿਚ ਕਾਫ਼ੀ ਜੋਸ਼ ਸੀ ਅਤੇ ਉਨ੍ਹਾਂ ਦੇ ਦਿਲਾਂ ਵਿਚ ਬਦਲੇ ਦੀ

ਅੱਗ ਭੜਕ ਰਹੀ ਸੀ, ਖਾਸ ਕਰਕੇ ਗਿਆਨੀ ਰਤਨ ਸਿੰਘ ਦੇ ਬਦਲੇ ਲਈ ਤਾਂ ਬੜਾ ਹੀ ਜੋਸ਼ ਸੀ, ਕੂਕਿਆਂ ਵਿਚ ਉਸ ਦੀ ਬੜੀ ਇਜ਼ਤ ਸੀ ਤੇ ਇਹ ਉਸ ਨੂੰ ਨਿਰਦੋਸ਼ ਸਮਝਦੇ ਸਨ। ਕਈ ਕੂਕੇ ਭਾਈ ਰਾਮ ਸਿੰਘ ਨੂੰ ਇਨ੍ਹਾਂ ਦਾ ਬਦਲਾ ਲੈਣ ਲਈ ਕਹਿੰਦੇ ਸਨ, ਪਰ ਉਹ ਇਸ ਨੂੰ 'ਮਾੜਾ ਕੰਮ' ਆਖ ਕੇ ਉਨ੍ਹਾਂ ਨੂੰ ਵਰਜਦੇ ਸਨ। ਪਰ ਸਕਰੌਦੀ ਦੇ ਸਰਦਾਰ ਹੀਰਾ ਸਿੰਘ ਤੇ ਲਹਿਣਾ ਸਿੰਘ ਕੁਝ ਨਾ ਕੁਝ ਖੋਲ੍ਹਣ ਤੇ ਤੁਲੇ ਹੋਏ ਸਨ ਤੇ ਉਨ੍ਹਾਂ ਦੇ ਮਸਤਾਨੇ ਸਾਥੀਆਂ ਦਾ ਜੋਸ਼ ਵਧਦਾ ਜਾ ਰਿਹਾ ਸੀ।

13 ਜਨਵਰੀ ਸਨਿਚਰਵਾਰ ਨੂੰ ਕੂਕਿਆਂ ਨੇ ਦੋ ਵਜੇ ਸਵੇਰੇ (ਅੱਧੀ ਰਾਤੋਂ ਦੋ ਘੰਟੇ ਪਿਛੋਂ) ਰਾਮਸਰ ਵਿਚ ਅਸ਼ਨਾਨ ਕੀਤਾ ਤੇ ਛੇ ਵਜੇ ਸਵੇਰੇ ਤੱਕ ਦੀਵਾਨ ਲੱਗਾ ਰਿਹਾ। ਦੀਵਾਨ ਪਿਛੋਂ ਭਾਈ ਰਾਮ ਸਿੰਘ ਨੇ ਕੂਕਿਆਂ ਨੂੰ ਘਰਾਂ ਨੂੰ ਜਾਣ ਲਈ ਕਿਹਾ। ਜਦ ਮੇਲਾ ਛਿੜੋ-ਛਿੜੀ ਤੇ ਆਇਆ ਅਤੇ ਕੂਕੇ ਘਰੋ ਘਰੀ ਜਾ ਰਹੇ ਸਨ ਤਾਂ ਪਤਾ ਲੱਗਾ ਕਿ ਜੋਸ਼ ਵਿਚ ਆਏ ਹੋਏ ਕੂਕੇ ਮਸਤਾਨੇ ਅਕਾਲ ਬੁੰਗੇ ਦੇ ਖੂਹ ਤੇ, ਜੋ ਭਾਈ ਰਾਮ ਸਿੰਘ ਨੇ ਆਪਣੇ ਡੇਰੇ ਤੋਂ ਦੋ ਕੁ ਸੌ ਕਦਮ ਤੇ ਲਗਵਾਇਆ ਹੋਇਆ ਸੀ ਅਤੇ ਜਿਥੇ ਮਸਤਾਨਿਆਂ ਦਾ ਉਤਾਰਾ ਸੀ, ਡਟ ਬੈਠੇ ਹਨ। ਉਨ੍ਹਾਂ ਦੇ ਰਵੱਈਏ ਤੋਂ ਪ੍ਰਤੀਤ ਹੁੰਦਾ ਸੀ ਕਿ ਕੋਈ ਭਾਣਾ ਵਰਤਨ ਵਾਲਾ ਹੈ। 'ਚਲੋ ਖਾਲਸਾ ਜੀ, ਕੋਟਲਾ ਮਾਰੋ' ਕਹਿੰਦੇ ਸੁਣੀਂਦੇ ਸਨ ਅਤੇ ਬੜਾ ਰੌਲਾ ਪਿਆ ਹੋਇਆ ਸੀ। ਪਿੰਡ ਦੇ ਲੰਬੜਦਾਰ ਤੇ ਚੌਂਕੀਦਾਰ ਨੇ ਸਾਹਨੇਵਾਲ ਦੇ ਠਾਣੇਦਾਰ ਸਰਫਰਾਜ਼ ਖਾਨ ਡਿਪਟੀ ਇਨਸਪੈਕਟਰ ਨੂੰ, ਜੋ ਮੇਲੇ ਦੀ ਦੇਖ ਭਾਲ ਲਈ ਆਇਆ ਹੋਇਆ ਸੀ, ਖਬਰ ਦਿੱਤੀ।[1] ਸਰਫਰਾਜ਼ ਖਾਨ ਮਿਸਟਰ ਟੀ. ਡੀ. ਫ਼ੋਰਸਾਈਥ ਸੈਸ਼ਨ ਜੱਜ ਦੇ ਸਾਹਮਣੇ ਆਪਣੇ ਬਿਆਨ ਵਿਚ ਕਹਿੰਦਾ ਹੈ :-

> 13 (ਜਨਵਰੀ) ਦੀ ਸਵੇਰੇ ਮੈਂ ਸੁਣਿਆ ਕਿ ਮਸਤਾਨੇ ਕੂਕਿਆਂ ਦਾ ਇਕ ਜੱਥਾ ਬਾਕੀਆਂ ਨਾਲੋਂ ਵੱਖਰਾ ਹੋ ਗਿਆ ਹੈ। ਲੰਬੜਦਾਰ ਤੇ ਚੌਂਕੀਦਾਰ ਨੇ ਮੈਨੂੰ ਇਹ ਦੱਸਿਆ ਤੇ ਕਿਹਾ ਕਿ ਇਹ ਕੋਈ ਸ਼ਰਾਰਤ ਖੜ੍ਹੀ ਕਰਨ ਵਾਲੇ ਹਨ। ਇਸ ਪਰ ਮੈਂ ਝੱਟ ਰਾਮ ਸਿੰਘ ਪਾਸ ਗਿਆ ਤੇ ਕਿਹਾ ਕਿ ਮੈਂ ਤੁਹਾਡੇ ਨਾਲ ਇਕੱਲੇ ਗੱਲ ਕਰਨਾ ਚਾਹੁੰਦਾ ਹਾਂ। ਉਸ ਨੇ ਕਿਹਾ ਕਿ ਇਹ ਲੋਕ,

---

1. ਲੈਫਟਿਨੈਂਟ ਕਰਨਲ ਬੇਲੀ ਡਿਪਟੀ ਇਨਸਪੈਕਟਰ ਜਨਰਲ ਦੀ ਚਿਠੀ ਇਨਸਪੈਕਟਰ ਜਨਰਲ ਪੁਲੀਸ ਪੰਜਾਬ ਦੇ ਨਾਮ, 21 ਜਨਵਰੀ 1872; ਕਾਵਾਨ ਦੀ ਕਮਿਸ਼ਨਰ ਅੰਬਾਲਾ ਦੇ ਨਾਮ ਚਿਠੀ ਨੰਬਰ 14, 15 ਜਨਵਰੀ 1872; ਕੈਪਟਨ ਮਨਜ਼ੀਜ਼ ਡੀ. ਆਈ. ਜੀ. ਦੀ ਕਰਨਲ ਹਚਿਨਸਨ ਆਈ ਜੀ. ਦੇ ਨਾਮ ਡੀ. ਓ. 17 ਜਨਵਰੀ 1872; ਕਮਿਸ਼ਨਰ ਅੰਬਾਲੇ ਦੀ ਮਲੌਦ ਤੋਂ ਸਕੱਤ੍ਰ ਸਰਕਾਰ ਪੰਜਾਬ ਦਿਲੀ ਦੇ ਨਾਮ ਚਿਠੀ 18 ਜਨਵਰੀ 1872, ਪੈਰ੍ਹਾ 4; ਬਿਆਨ ਸਰਫਰਾਜ਼ ਖਾਨ ਡਿਪਟੀ ਇਨਸਪੈਕਟਰ ਸਾਹਨੇਵਾਲ ਰੂਬਰੂ ਸੈਸ਼ਨ ਜੱਜ ਅੰਬਾਲਾ; ਬਿਆਨ ਬਾਬਾ ਸਾਹਿਬ ਸਿੰਘ ਸੂਬਾ ਰੂਬਰੂ ਜੇ. ਡਬਲ-ਯੂ. ਮੈਕਨੈਬ, 24 ਅਪ੍ਰੈਲ 1872, ਬਿਆਨ ਕਰਮ ਸਿੰਘ ਕੰਙਣ ਵਾਲੀਆ।

ਅਰਥਾਤ ਹੀਰਾ ਸਿੰਘ ਤੇ ਲਹਿਣਾ ਸਿੰਘ ਸਕਰੌਂਦੀ (ਇਲਾਕਾ) ਪਟਿਆਲਾ ਵਾਲੇ, ਇਸ ਜਥੇ ਦੇ ਆਗੂ ਹਨ ਤੇ ਮੇਰੀ ਗੱਲ ਨਹੀਂ ਮੰਨਦੇ। ਮੈਂ ਕਿਹਾ ਇਨ੍ਹਾਂ ਦੀ ਮਨਸ਼ਾ ਕੀ ਹੈ? ਉਸ ਨੇ ਕੋਈ ਜਵਾਬ ਨਾ ਦਿਤਾ ਤੇ ਕੇਵਲ ਇਹ ਹੀ ਕਿਹਾ ਕਿ ਇਹ ਮਸਤਾਨੇ ਹੋ ਗਏ ਹਨ।

ਮੈਂ ਉਸ ਨੂੰ ਕਿਹਾ ਕਿ ਮੈਨੂੰ ਇਨ੍ਹਾਂ ਦੇ ਨਾਮਾਂ ਦੀ ਫਹਿਰਿਸਤ ਦੇ ਦਿਓ। ਉਸ ਨੇ ਮੈਨੂੰ 13 ਨਾਮਾਂ ਦੀ ਫਹਿਰਿਸਤ ਦੇ ਦਿੱਤੀ। ਇਹ ਫਹਿਰਿਸਤ ਪਿਛੋਂ ਮੈਂ ਦਫਤਰ ਵਿਚ ਦੇ ਦਿੱਤੀ। ਮੇਰੇ ਪਾਸ ਇਸ ਦੀ ਨਕਲ ਹੈ, ਜੋ ਮੈਂ ਪੜ੍ਹਦਾ ਹਾਂ।

ਲਹਿਣਾ ਸਿੰਘ, ਪੁਤ੍ਰ ਮਹਿਤਾਬ ਸਿੰਘ ਦਾ	ਆਗੂ
ਹੀਰਾ ਸਿੰਘ	
ਅਨੂਪ ਸਿੰਘ	ਹੰਡਿਆਏ ਦੇ
ਊਧਮ ਸਿੰਘ	
ਨੰਦ ਸਿੰਘ	
ਜਗਪਾ ਸਿੰਘ	ਮਹਿਰਾਜ ਦੇ
ਵਰਿਆਮ ਸਿੰਘ	
ਭਾਗ ਸਿੰਘ	
ਨੰਦ ਸਿੰਘ	ਬੀੜ ਦਾ
ਸੋਭਾ ਸਿੰਘ	ਬਿਲਹਾੜੀ ਦੇ
ਸੁਜਾਨ ਸਿੰਘ	
ਗਿਆਨ ਸਿੰਘ	
ਰਾਮ ਸਿੰਘ	

ਉਸ ਨੇ ਕਿਹਾ ਮੈਂ ਹੋਰ ਕਿਸੇ ਨੂੰ ਨਹੀਂ ਜਾਣਦਾ।

ਫਿਰ ਮੈਂ ਸੂਬੇ ਲੰਬੜਦਾਰ, ਬਲਭ ਸਿੰਘ ਲੰਬੜਦਾਰ, ਭਗਵਾਨੇ ਚੌਂਕੀਦਾਰ ਤੇ ਕਲੰਦਰ ਖਾਨ ਸਾਰਜੰਟ ਨੂੰ ਕਿਹਾ ਕਿ ਪਤਾ ਕਰੋ ਕਿ ਭੈਣੀ ਦੇ ਕੋਲ ਖੂਹ ਉਤੇ ਵੱਖਰੇ ਜੱਥੇ ਵਿਚ ਕਿਤਨੇ ਕੁ ਕੂਕੇ ਇਕੱਠੇ ਹੋਏ ਹਨ। ਉਨ੍ਹਾਂ ਨੇ ਦੱਸਿਆ ਕਿ ਸੌ ਕੁ ਦੀ ਗਿਣਤੀ ਹੈ।

ਇਸ ਤੋਂ ਬਾਅਦ ਮੈਂ ਰਾਮ ਸਿੰਘ ਨੂੰ ਕਿਹਾ ਕਿ ਇਨ੍ਹਾਂ ਨੂੰ ਸਮਝਾ ਦਿਓ ਕਿ ਇਹ ਕੋਈ ਫਸਾਦ ਨਾ ਕਰਨ, ਅਤੇ ਇਨ੍ਹਾਂ ਨੂੰ ਤੋਰ ਦਿਓ। ਉਹ ਗਿਆ ਅਤੇ ਆਪਣੇ ਗਲ ਵਿਚ ਪੱਲਾ ਪਾ ਕੇ ਉਨ੍ਹਾਂ ਨੂੰ ਕਿਹਾ 'ਆਪਣੇ ਘਰਾਂ ਨੂੰ ਚਲੇ ਜਓ, ਕੋਈ ਰੌਲਾ ਨਾ ਪਾਓ, ਨਹੀਂ ਤਾਂ ਮੇਰੇ ਲਈ ਬਹੁਤ ਖਰਾਬੀ

ਹੋਵੇਗੀ'। ਉਨ੍ਹਾਂ ਉਤਰ ਦਿੱਤਾ, 'ਸਾਨੂੰ ਕੁਝ ਪ੍ਰਸਾਦ ਛਕਾਓ, ਅਸੀਂ ਚਲੇ ਜਾਵਾਂਗੇ'। ਉਸ ਨੇ ਉਨ੍ਹਾਂ ਨੂੰ ਲੰਗਰ ਛਕਾਇਆ ਤੇ ਉਹ ਤੁਰ ਗਏ, ਅਤੇ ਰਾਮ ਸਿੰਘ ਨੇ ਮੈਨੂੰ ਉਨ੍ਹਾਂ ਦੇ ਚਲੇ ਜਾਣ ਦੀ ਖਬਰ ਪਹੁੰਚਾ ਦਿੱਤੀ।

ਮੈਂ ਸਾਰਜੰਟ ਅਤੇ ਹਮੀਰ ਸਿੰਘ ਨੂੰ ਉਨ੍ਹਾਂ ਦੇ ਪਿਛੇ ਭੇਜਿਆ ਕਿ ਪਤਾ ਕਰੋ ਇਹ ਕਿਧਰ ਨੂੰ ਜਾਂਦੇ ਹਨ। ਉਹ ਰਿਆਸਤ ਪਟਿਆਲਾ ਦੇ ਪਿੰਡ ਰ਼ਾਮਪੁਰ ਕਟਾਣੀ ਨੂੰ ਗਏ। ਜਦ ਇਹ ਰਿਆਸਤ ਪਟਿਆਲੇ ਦੇ ਇਲਾਕੇ ਵਿਚ ਜਾ ਪਹੁੰਚੇ ਤਾਂ ਸਾਰਜੰਟ ਤੇ ਦੂਸਰੇ ਆਦਮੀ ਮੁੜ ਆਏ ਤੇ ਮੈਨੂੰ ਖਬਰ ਆ ਦਿੱਤੀ। ਮੈਂ ਝੱਟ ਦੋਰਾਹੇ ਦੇ ਠਾਣੇਦਾਰ ਨੂੰ ਇਤਲਾਹ ਲਿਖ ਭੇਜੀ। ਫੇਰ ਮੈਂ ਸ਼ਾਮ ਦੀ ਗੱਡੀ ਲੁਧਿਆਣੇ ਨੂੰ ਮੁੜ ਆਇਆ ਤੇ ਦਸ ਵਜੇ ਰਾਤ ਪਹਿਲਾਂ ਡਿਸਟ੍ਰਿਕਟ ਸੁਪ੍ਰਿੰਟੈਂਡੈਂਟ ਤੇ ਫੇਰ (ਉਸ ਦੇ ਨਾਲ ਜਾ ਕੇ) ਡਿਪਟੀ ਕਮਿਸ਼ਨਰ ਨੂੰ ਖਬਰ ਦਿੱਤੀ। ਫਿਰ ਮੈਨੂੰ ਹੁਕਮ ਹੋਇਆ ਕਿ (ਰਿਆਸਤਾਂ ਦੇ) ਵਖਰੇ ਵਖਰੇ ਵਕੀਲਾਂ ਪਾਸ ਜਾ ਕੇ ਉਨ੍ਹਾਂ ਨੂੰ ਖਬਰ ਕਰ ਦਿਆਂ।

ਇਸ ਵਾਕੇ ਸੰਬੰਧੀ ਖੁਦ ਭਾਈ ਰਾਮ ਸਿੰਘ ਮਿਸਟਰ ਟੀ. ਡੀ. ਫ਼ੋਰਸਾਈਥ ਕਮਿਸ਼ਨਰ ਅੰਬਾਲਾ ਦੇ ਰੂਬਰੂ ਹੋਏ। 18 ਜਨਵਰੀ ਸੰਨ 1872 ਦੇ ਆਪਣੇ ਬਿਆਨ ਵਿਚ ਕਹਿੰਦੇ ਹਨ :-

ਵਾਕਿਆਤ ਇਹ ਹਨ ਕਿ ਕੂਕੇ ਬੁਚੜਾਂ ਨੂੰ ਕਤਲ ਕਰਨ ਬਾਬਤ ਮੈਨੂੰ ਪੁਛਿਆ ਕਰਦੇ ਸਨ। ਮੈਂ ਹਰ ਵਾਰੀ ਉਨ੍ਹਾਂ ਨੂੰ ਰੋਕਦਾ ਰਿਹਾ ਹਾਂ। ਅੰਮ੍ਰਿਤਸਰ ਵਿਚ ਕਤਲ ਦੇ ਮਾਮਲੇ ਤੋਂ ਇਕ ਮਹੀਨੇ ਤੋਂ ਜ਼ਰਾ ਕੁ ਜ਼ਿਆਦਾ ਪਹਿਲਾਂ ਝੰਡਾ ਸਿੰਘ, ਮੇਹਰ ਸਿੰਘ, ਉਤਮ ਸਿੰਘ ਤੇ ਦੋ ਹੋਰਨਾਂ ਨੇ, ਜਿਨ੍ਹਾਂ ਦੇ ਨਾਮ ਮੈਨੂੰ ਹੁਣ ਯਾਦ ਨਹੀਂ, ਮੈਨੂੰ ਇਸ ਬਾਬਤ ਪੁਛਿਆ ਸੀ। ਮੈਂ ਉਨ੍ਹਾਂ ਨੂੰ ਰੋਕ ਦਿੱਤਾ ਸੀ ਤੇ ਉਹ ਮੰਨ ਗਏ ਸਨ। ਜਦ ਰਾਏਕੋਟ ਵਿਚ ਕਤਲ ਹੋਏ ਤਾਂ ਦਲ ਸਿੰਘ ਨੇ ਮੰਗਲ ਸਿੰਘ, ਦੀਵਾਨ ਸਿੰਘ ਤੇ ਦੋ ਹੋਰਨਾਂ ਨੂੰ, ਜਿਨ੍ਹਾਂ ਦੇ ਨਾਮ ਮੈਨੂੰ ਯਾਦ ਨਹੀਂ, ਰਾਏ ਕੋਟ ਵਿਚ ਕਤਲ ਕਰਨ ਲਈ ਕਿਹਾ ਸੀ। ਉਨ੍ਹਾਂ ਨੇ ਜਵਾਬ ਦਿੱਤਾ ਸੀ ਕਿ ਜੇ ਮੈਂ (ਰਾਮ ਸਿੰਘ) ਆਗਿਆ ਦੇ ਦਿਆਂ ਤਾਂ ਉਹ ਇਹ ਕਰਨ ਨੂੰ ਤਿਆਰ ਹਨ। ਉਹ ਪੰਜੇ ਮੇਰੇ ਪਾਸ ਆਏ ਅਤੇ ਜੋ ਦਲ ਸਿੰਘ (ਪ੍ਰਸਿਧ ਦਲ) ਨੇ ਉਨ੍ਹਾਂ ਨੂੰ ਕਿਹਾ ਸੀ, ਮੈਨੂੰ ਦੱਸਿਆ। ਮੈਂ ਉਨ੍ਹਾਂ ਨੂੰ ਮਨਾਂਹ ਕੀਤਾ ਤੇ ਉਨ੍ਹਾਂ ਨੂੰ ਸੁਗੰਦ ਖੁਆਈ ਕਿ ਉਹ ਇਹ ਨਹੀਂ ਕਰਨਗੇ। ਉਨ੍ਹਾਂ ਸਾਰਿਆਂ ਨੇ ਇਹ ਇਰਾਦਾ ਛੱਡ ਦਿੱਤਾ ਸੀ, ਪਰ ਪਿਛੋਂ ਦਲ ਸਿੰਘ ਆਦਿ ਨੇ ਇਹ ਕਤਲ ਕੀਤੇ। ਮੈਂ ਇਹ ਨਹੀਂ ਕਹਿ ਸਕਦਾ ਕਿ ਦਲ ਸਿੰਘ ਨੇ ਹੋਰਨਾਂ ਬਦਮਾਸ਼ਾਂ ਨੂੰ ਆਪਣੇ ਨਾਲ ਰਲਣ ਲਈ ਪ੍ਰੇਰਿਆ ਸੀ ਯਾ ਉਹ ਖੁਦ ਉਸ ਨਾਲ ਇਸ ਕੰਮ ਵਿਚ ਆ ਰਲੇ ਸਨ, ਪਰ ਉਸ

ਨੇ ਜ਼ਰੂਰ ਜ਼ੁਰਮ ਵਿਚ ਹਿੱਸਾ ਲਿਆ ਸੀ। ਮੈਂ ਸਰਕਾਰ ਨੂੰ ਇਨ੍ਹਾਂ ਵਾਕਿਆਂ ਦੀ ਰਿਪੋਰਟ ਨਹੀਂ ਦਿੱਤੀ ਕਿਉਂਕ ਮੈਨੂੰ ਕਾਨੂੰਨ ਦਾ ਪਤਾ ਨਹੀਂ ਸੀ। ਮੈਂ ਇਸ ਗੱਲ ਦਾ ਕਮਿਸ਼ਨਰ ਨਾਲ ਜ਼ਿਕਰ ਨਹੀਂ ਸੀ ਕੀਤਾ ਜਦ ਮੈਨੂੰ ਉਸ ਨੇ ਰਾਏਕੋਟ ਸੱਦਿਆ ਸੀ। ਮੈਨੂੰ ਯਾਦ ਨਹੀਂ ਮੈਂ ਉਸ ਵੇਲੇ ਕੀ ਆਖਿਆ ਸੀ। ਮੈਂ ਇਹ ਇਸ ਵਾਸਤੇ ਨਹੀਂ ਸੀ ਦੱਸਿਆ ਕਿਉਂਕ ਦੋਸ਼ੀਆਂ ਨੇ ਜ਼ੁਰਮ ਮੰਨ ਲਿਆ ਸੀ ਅਤੇ ਕਤਲ ਸੰਬੰਧੀ ਕੋਈ ਚੀਜ਼ ਸਾਬਤ ਕਰਨ ਵਾਲੀ ਬਾਕੀ ਨਹੀਂ ਸੀ ਰਹਿੰਦੀ।

ਹੀਰਾ ਸਿੰਘ ਤੇ ਲਹਿਣਾ ਸਿੰਘ ਸਕਰੌਦੀ ਇਲਾਕਾ ਪਟਿਆਲਾ ਨਾਭਾ ਵਾਲਿਆਂ ਅਤੇ ਨੰਦ ਸਿੰਘ ਹੰਡਿਆਏ ਵਾਲੇ ਨੇ ਮੈਨੂੰ ਕਿਹਾ ਕਿ ਅਸੀਂ 'ਰੰਗ ਜ਼ਾਹਰ ਕਰਾਂਗੇ'। ਮੈਂ ਉਨ੍ਹਾਂ ਨੂੰ ਰੋਕਿਆ, ਪਰ ਉਹ ਮੇਰੇ ਕਹਿਣੇ ਤੋਂ ਬਾਹਰ ਹੋ ਗਏ ਅਤੇ ਮੇਰੀ ਪਰਵਾਹ ਨਾ ਕੀਤੀ। ਤਦ ਮੈਂ ਝੱਟ[2] ਸਾਹਨੇਵਾਲ ਦੇ ਠਾਣੇਦਾਰ ਨੂੰ ਕਿਹਾ ਕਿ ਇਨ੍ਹਾਂ ਕੂਕਿਆਂ ਦੀ ਮਨਸ਼ਾ ਕੋਈ ਖ਼ੂਨ ਖਰਾਬਾ ਕਰਨ ਦੀ ਹੈ ਅਤੇ ਮੇਰੀ ਗੱਲ ਨਹੀਂ ਸੁਣਦੇ, ਇਸ ਗੱਲ ਦੀ ਸਰਕਾਰ ਨੂੰ ਜ਼ਰੂਰ ਰਿਪੋਰਟ ਕਰ ਦੇਣੀ ਚਾਹੀਦੀ ਹੈ। ਤਦ ਮੈਂ ਆਪਣੇ ਨਿਕਟ-ਵਰਤੀ ਲੱਖਾ ਸਿੰਘ ਨੂੰ ਲੁਧਿਆਣੇ ਭੇਜਿਆ ਕਿ ਜੇ ਠਾਣੇਦਾਰ ਨੇ ਇਸ ਗੱਲ ਦੀ ਸਰਕਾਰ ਨੂੰ ਰਿਪੋਰਟ ਨਾ ਦਿੱਤੀ ਹੋਵੇ ਤਾਂ ਤੂੰ ਦੱਸ ਆਵੀਂ।

ਜਦ ਮੈਂ ਹੀਰਾ ਸਿੰਘ ਆਦਿ ਨੂੰ ਆਪਣੇ ਤੋਂ ਬੇਮੁਖ ਹੋਏ ਨੂੰ ਦੇਖਿਆ ਤਾਂ ਉਹ ਕੇਵਲ ਦਸ ਬਾਰਾਂ ਆਦਮੀ ਹੀ ਸਨ ਤੇ ਉਨ੍ਹਾਂ ਪਾਸ ਕੋਈ ਹਥਿਆਰ ਨਹੀਂ ਸਨ। ਭਾਵੇਂ ਉਨ੍ਹਾਂ ਵਿਚੋਂ ਦੋ ਤਿੰਨਾਂ ਕੋਲ ਦੰਦਾਂ ਲਈ ਦਾਤਨਾਂ ਵਾਸਤੇ ਬਿਰਛਾਂ ਦੀਆਂ ਟਾਹਣੀਆਂ ਵੱਢਣ ਵਾਲੇ ਟਕੂਏ ਸਨ, ਉਨ੍ਹਾਂ ਨੇ ਮੈਨੂੰ ਨਹੀਂ ਸੀ ਦੱਸਿਆ ਕਿ ਉਨ੍ਹਾਂ ਨੇ ਕਿਥੇ ਤੇ ਕੀ ਕਰਨਾ ਹੈ। ਉਨ੍ਹਾਂ ਕੇਵਲ ਇਹ ਹੀ ਕਿਹਾ ਸੀ ਕਿ ਅਸੀਂ 'ਰੰਗ ਖੋਲ੍ਹਾਂਗੇ'। ਜਦ ਮੈਂ ਉਨ੍ਹਾਂ ਦੇ ਕਿਸੇ ਕੰਮ ਵਿਚ ਕੋਈ ਹਿੱਸਾ ਲੈਣੋਂ ਨਾਂਹ ਕਰ ਦਿੱਤੀ ਤਾਂ ਉਹ ਮੇਰੇ ਨਾਲ ਗੁਸੇ ਹੋ ਗਏ ਤੇ ਆਖਣ ਲੱਗੇ 'ਚੂੰਕਿ ਤੂੰ ਸਾਡੇ ਨਾਲ ਨਹੀਂ ਰਲਦਾ ਹੈ। ਇਸ ਲਈ ਜਿਸ ਵੇਲੇ ਅਸੀਂ ਮੁੜ ਕੇ ਆਵਾਂਗੇ ਤਾਂ ਤੇਰੇ ਸਿਰ ਵਿਚ ਤੇਲ ਪਾ ਕੇ ਸਾੜਾਂਗੇ।' ਨੰਦ ਸਿੰਘ ਸਾਡੇ ਡੇਰੇ ਦੀ ਛੱਤ ਉਤੇ ਚੜ੍ਹ ਗਿਆ ਤੇ ਉੱਚੀ ਆਵਾਜ਼ ਨਾਲ ਮੇਰੇ ਟੱਬਰ

---

2. ਕਮਿਸ਼ਨਰ ਅੰਬਾਲਾ ਟੀ. ਡਗਲਸ ਫ਼ੋਰਸਾਈਥ ਸਰਫਰਾਜ਼ ਖਾਨ ਦੇ ਬਿਆਨ ਦੇ ਆਧਾਰ ਤੇ ਇਸ ਸੰਬੰਧੀ ਨੋਟ ਲਿਖਦਾ ਹੋਇਆ ਕਹਿੰਦਾ ਹੈ ਕਿ ਭਾਈ ਰਾਮ ਸਿੰਘ ਨੇ 'ਝੱਟ' ਹੀ ਨਹੀਂ ਸੀ ਦੱਸਿਆ ਬਲਕਿ ਉਦੋਂ ਤੱਕ ਨਹੀਂ ਸੀ ਦੱਸਿਆ ਜਦ ਤੱਕ ਕਿ ਡਿਪਟੀ ਇੰਨਸਪੈਕਟਰ (ਸਰਫਰਾਜ਼ ਖਾਨ) ਨੇ ਖਾਸ ਤੌਰ ਤੇ ਸਵਾਲ ਨਹੀਂ ਸੀ ਕੀਤਾ।

ਨੂੰ ਕਹਿਣ ਲੱਗਾ ਕਿ ਤੁਹਾਡੇ 'ਸਾਰਿਆਂ ਦੇ ਕੇਸਾਂ ਨੂੰ ਅੱਗ ਲਾਈ ਜਾਏਗੀ'।

ਸੂਬਾ ਸਾਹਿਬ ਸਿੰਘ ਭੀ ਮਿਸਟਰ ਜੇ. ਡਬਲ-ਯੂ. ਮੈਕਨੈਬ ਦੇ ਰੂਬਰੂ 24 ਅਪ੍ਰੈਲ ਸੰਨ 1872 ਦੇ ਆਪਣੇ ਬਿਆਨ ਵਿਚ ਕਹਿੰਦਾ ਹੈ ਕਿ ਭਾਈ ਰਾਮ ਸਿੰਘ ਨੇ ਪਹਿਲਾਂ ਮੈਨੂੰ ਭੇਜਿਆ ਸੀ ਕਿ ਮੈਂ ਮਸਤਾਨਿਆਂ ਨੂੰ ਘਰੋ ਘਰੀ ਤੋਰ ਆਵਾਂ। ਉਨ੍ਹਾਂ ਮੈਨੂੰ ਗਾਲੀਆਂ ਕੱਢੀਆਂ ਤੇ ਜਾਣੋਂ ਨਾਂਹ ਕਰ ਦਿੱਤੀ। ਫਿਰ ਮੈਂ ਹੋਰਨਾਂ ਨੂੰ ਬੁਲਾਇਆ ਤੇ ਅੰਤ ਖੁਦ ਭਾਈ ਰਾਮ ਸਿੰਘ ਆਏ ਅਤੇ ਅਧੀਨਗੀ ਨਾਲ ਉਨ੍ਹਾਂ ਪਾਸੋਂ ਚਲੇ ਜਾਣ ਦੀ ਮੰਗ ਕੀਤੀ। ਉਨ੍ਹਾਂ ਨੇ ਕਿਹਾ ਕਿ ਅਸੀਂ ਭੁਖੇ ਹਾਂ। ਸੋ ਭਾਈ ਰਾਮ ਸਿੰਘ ਨੇ ਉਨ੍ਹਾਂ ਨੂੰ ਆਪਣੇ ਵੇਹੜੇ ਵਿਚ ਲੰਗਰ ਛਕਾਇਆ ਤੇ ਫੇਰ ਉਹ ਤੁਰ ਗਏ। ਮੈਂ ਠਾਣੇਦਾਰ ਨੂੰ ਉਨ੍ਹਾਂ ਦਾ ਧਿਆਨ ਰੱਖਣ ਲਈ ਕਿਹਾ ਤੇ ਉਨ੍ਹਾਂ ਦੇ ਨਾਮ ਲਿਖ ਦਿੱਤੇ।

ਵੰਗਾ ਪ੍ਰਸਾਦਿ ਈ. ਏ. ਸੀ. ਭੀ ਭਾਈ ਰਾਮ ਸਿੰਘ ਦੀ ਗਵਾਹੀ ਦੀ ਪੁਸ਼ਟੀ ਕਰਦਾ ਹੋਇਆ ਕਹਿੰਦਾ ਹੈ ਕਿ ਸਰਦਾਰ ਲਹਿਣਾ ਸਿੰਘ ਤੇ ਹੀਰਾ ਸਿੰਘ ਇਸ ਗੱਲ ਲਈ ਤਿਆਰ ਹੋ ਕੇ ਆਏ ਸਨ ਕਿ ਭਾਈ ਰਾਮ ਸਿੰਘ ਨੂੰ ਇਸ ਕਾਰੇ ਦੀ ਆਗਿਆ ਦੇਣ ਅਤੇ ਇਸ ਦੇ ਮੋਹਰੀ ਬਣਨ ਲਈ ਮਜ਼ਬੂਰ ਕਰਨਗੇ ਅਤੇ ਇਸ ਗੱਲ ਵਿਚ ਭੀ ਸ਼ੱਕ ਨਹੀਂ ਸੀ ਕਿ ਜੇ ਭਾਈ ਰਾਮ ਸਿੰਘ ਇਨ੍ਹਾਂ ਨਾਲ ਸ਼ਾਮਲ ਨਾ ਹੋਵੇ ਤਾਂ ਉਹ ਉਨ੍ਹਾਂ (ਭਾਈ ਰਾਮ ਸਿੰਘ) ਨੂੰ ਕਤਲ ਕਰ ਦੇਣ ਤੱਕ ਦੀ ਧਮਕੀ ਦੇਣਗੇ।

ਪ੍ਰਸ਼ਾਦਿ ਛੱਕ ਲੈਣ ਪਿਛੋਂ ਮਸਤਾਨਿਆਂ ਦਾ ਜੱਥਾ ਸਰਦਾਰ ਹੀਰਾ ਸਿੰਘ ਤੇ ਲਹਿਣਾ ਸਿੰਘ ਦੀ ਅਗਵਾਈ ਹੇਠਾਂ ਭੈਣੀ ਤੋਂ ਮਲੇਰਕੋਟਲੇ ਨੂੰ ਚਾਲੇ ਪਾਉਣ ਲਈ ਤਿਆਰ ਹੋ ਪਿਆ। ਮਲੌਦ ਤੇ ਮਲੇਰਕੋਟਲੇ ਦੇ ਕਤਲਾਂ ਦੇ ਮੁਕੱਦਮਿਆਂ ਵਿਚ ਹੋਈਆ ਕੁਝ ਗਵਾਹੀਆਂ ਤੋਂ ਪਤਾ ਚਲਦਾ ਹੈ ਕਿ ਤੁਰਨ ਵੇਲੇ ਮਸਤਾਨਿਆਂ ਨੇ ਸੂਬਾ ਲੱਖਾ ਸਿੰਘ ਤੇ ਸੂਬਾ ਹਰਨਾਮ ਸਿੰਘ (ਗਿਆਨੀ ਰਤਨ ਸਿੰਘ ਦੇ ਭਰਾ) ਨੂੰ ਕਿਹਾ ਕਿ ਆਓ ਸਾਡੇ ਨਾਲ ਚਲੋ। ਇਨ੍ਹਾਂ ਦੇ ਉਤਰ ਵਿਚ ਮਸਤਾਨਿਆਂ ਨੂੰ ਕਿਹਾ ਸੀ ਕਿ ਤੁਸੀਂ ਚਲੋ ਅਸੀਂ ਭੀ ਆਉਂਦੇ ਹਾਂ। ਹੋ ਸਕਦਾ ਹੈ ਆਪਣਾ ਪਿੱਛਾ ਛੁਡਾਉਣ ਲਈ ਇਨ੍ਹਾਂ ਨੇ ਇਹ ਕਹਿ ਭੀ ਛੱਡਿਆ ਹੋਵੇ।

ਦੋ ਵਜੇ ਬਾਦ ਦੁਪਹਿਰੋਂ ਮਸਤਾਨਿਆਂ ਦੇ ਜੱਥੇ ਨੇ ਭੈਣੀ ਤੋਂ ਚਾਲੇ ਪਾਏ ਤੇ ਜਾਂਦੀ ਵਾਰੀ ਆਪਣੀਆਂ ਰਜਾਈਆਂ ਨੂੰ ਅੱਗ ਲਾ ਗਏ।

ਮਲੌਦ ਉਤੇ ਧਾਵਾ

13 ਜਨਵਰੀ ਸੰਨ 1871 ਦਿਨ ਸਨਿਚਰਵਾਰ ਨੂੰ ਕੂਕਿਆਂ ਦਾ ਜੱਥਾ ਜਦ ਦੋ ਵਜੇ ਦਿਨ ਦੇ ਭੈਣੀ ਤੋਂ ਮਲੇਰ ਕੋਟਲੇ ਵਲ ਨੂੰ ਤੁਰਿਆ ਤਾਂ ਡਿਪਟੀ ਇੰਨਸਪੈਕਟਰ ਸਰਫਰਾਜ਼ ਖਾਨ ਠਾਣੇਦਾਰ ਸਾਹਨੇਵਾਲ ਦੇ ਹੁਕਮ ਨਾਲ ਸਾਰਜੰਟ ਕਲੰਦਰ ਖਾਨ, ਹਮੀਰ ਸਿੰਘ, ਸੁਖੂ ਲੰਬੜਦਾਰ, ਦੌਲਤਰਾਮ ਲੰਬੜਦਾਰ ਤੇ ਭਗਵਾਨਾ ਚੌਂਕੀਦਾਰ ਇਨ੍ਹਾਂ ਦੇ ਮਗਰ ਹੋ ਤੁਰੇ। ਦੋਨੋਂ ਲੰਬੜਦਾਰ ਲਾਟੋਂ ਤੱਕ ਜੱਥੇ ਦੇ ਨਾਲ ਗਏ ਤੇ ਉਥੋਂ ਪਿਛੇ ਹੱਟ ਆਏ। ਜੱਥਾ ਲਾਟੋਂ ਤੋਂ ਰਾਮਪੁਰ ਕਟਾਣੀ ਨੂੰ ਚਲਾ ਗਿਆ ਜੋ ਇਲਾਕੇ ਪਟਿਆਲੇ ਵਿਚ ਹੈ। ਜੱਥਾ ਜਦ ਅੰਗਰੇਜ਼ੀ ਇਲਾਕੇ ਵਿਚੋਂ ਨਿਕਲ ਕੇ ਪਟਿਆਲੇ ਦੇ ਇਲਾਕੇ ਵਿਚ ਦਾਖਲ ਹੋ ਗਿਆ ਤਾਂ ਸਾਰਜੰਟ ਕਲੰਦਰ ਖਾਨ, ਹਮੀਰ ਸਿੰਘ ਤੇ ਭਗਵਾਨਾ ਚੌਂਕੀਦਾਰ ਭੀ ਮੁੜ ਆਏ ਤੇ ਠਾਣੇਦਾਰ ਨੂੰ ਖਬਰ ਆ ਦਿਤੀ।

ਰਾਮਪੁਰ ਤੋਂ ਜੱਥਾ ਪਾਇਲ ਦੇ ਰਸਤੇ ਮਲੇਰ ਕੋਟਲੇ ਵੱਲ ਨੂੰ ਤੁਰਿਆ ਗਿਆ ਅਤੇ ਰਿਆਸਤ ਦੀ ਹੱਦ ਟੱਪ ਕੇ ਰਾਤ ਦੇ ਦਸ ਕੁ ਵਜੇ ਜ਼ਿਲ੍ਹਾ ਲੁਧਿਆਣੇ ਵਿਚ, ਮਲੌਦੋਂ ਸਾਢੇ ਕੁ ਤਿੰਨ ਮੀਲ ਉਰੇ ਪਟਿਆਲੇ ਦੀ ਹੱਦ ਤੇ, ਪਿੰਡ ਰੱਬੋਂ (ਠਾਣਾ ਡੇਹਲੋਂ) ਵਿਚ ਪੁੱਜਾ ਤੇ ਪਿੰਡੋਂ ਚਾਰ ਪੰਜ ਸੌ ਕਦਮ ਦੀ ਵਿਥ ਤੇ ਲਹਿਣਾ ਸਿੰਘ ਤੇ ਸਾਹਿਬ ਸਿੰਘ ਕੂਕਿਆਂ ਦੇ ਖੂਹ ਤੇ ਰਾਤ ਕੱਟੀ।

14 ਜਨਵਰੀ ਦਾ ਦਿਨ ਭੀ ਇਥੇ ਹੀ ਕੱਟਿਆ। ਸ਼ਾਇਦ ਖਿਆਲ ਇਹ ਸੀ ਕਿ ਹੋਰ ਕੂਕੇ ਉਨ੍ਹਾਂ ਦੇ ਨਾਲ ਆ ਰਲਣਗੇ। ਪਰ ਆਇਆ ਕੋਈ ਨਾ ਇਨ੍ਹਾਂ ਲਹਿਣਾ ਸਿੰਘ ਤੇ ਨਰਾਇਣ ਸਿੰਘ ਸਾਧ ਪਾਸੋਂ ਭਾਂਡੇ ਮੰਗ ਕੇ ਲੰਗਰ ਸਜਾਇਆ ਤੇ ਕੁਝ ਕੁ ਨੂੰ ਪਿੰਡ ਵਾਲਿਆਂ ਨੇ ਇਥੇ ਲਿਆ ਕੇ ਪ੍ਰਸ਼ਾਦ ਛਕਾਇਆ। ਸ਼ਾਮ ਨੂੰ ਜਿਸ ਵੇਲੇ ਕੂਕੇ ਰਬੋਂ ਤੋਂ ਮਲੇਰ ਕੋਟਲੇ ਨੂੰ ਤੁਰਨ ਲਗੇ ਤਾਂ ਖਿਆਲ ਆਇਆ ਕਿ ਮਲੌਦ ਰਾਹ ਵਿਚ ਹੈ, ਜੇ ਇਥੋਂ ਕੁਝ ਹਥਿਆਰ ਤੇ ਘੋੜੇ ਹੱਥ ਲੱਗ ਜਾਣ ਤਾਂ ਮਲੇਰ ਕੋਟਲੇ ਦਾ ਹੱਲਾ ਜ਼ਿਆਦਾ ਚੰਗੀ ਤਰ੍ਹਾਂ ਸਫਲ ਹੋ ਸਕੇਗਾ। ਮਲੌਦ ਵਿਚ ਸਰਦਾਰ ਬਦਨ ਸਿੰਘ ਪਾਸ ਕੋਈ ਫੌਜ ਹੈ ਹੀ ਨਹੀਂ ਸੀ ਜਿਸ ਤੋਂ ਕਿਸੇ ਨੁਕਸਾਨ ਦਾ ਡਰ ਹੁੰਦਾ, ਇਸ ਲਈ ਉਨ੍ਹਾਂ ਦਾ ਹੌਸਲਾ ਹੋਰ ਭੀ ਵੱਧ ਗਿਆ ਤੇ ਆਸ ਹੋ ਗਈ ਕਿ ਸਰਦਾਰ ਦੇ ਚਾਲੀ ਘੋੜੇ ਤੇ ਕਾਫ਼ੀ ਹਥਿਆਰ ਸੁਖਾਲੇ ਹੀ ਹੱਥ ਆ ਜਾਣਗੇ। ਸੋ ਇਸ ਖਿਆਲ ਨਾਲ ਸਰਦਾਰ ਹੀਰਾ ਸਿੰਘ ਤੇ ਲਹਿਣਾ ਸਿੰਘ ਆਪਣੇ ਜੱਥੇ ਸਮੇਤ ਮਲੌਦ ਵੱਲ ਨੂੰ ਸਿਧੇ ਹੋ ਪਏ ਤੇ ਦੀਵੇ ਬੱਤੀ ਵੇਲੇ ਉਥੇ ਪੁਜੇ।

ਫੈਸਲਾ ਇਹ ਹੋਇਆ ਕਿ ਲਾਠੀਆਂ ਵਾਲੇ ਜਾ ਕੇ ਛੋਟਿਆਂ ਦਰਵਾਜਿਆਂ ਤੇ ਪਹਿਰਾ ਰੱਖਣ ਤੇ ਬਾਕੀ ਦੇ ਦੋ ਪਾਰਟੀਆਂ ਵਿਚ ਅੰਦਰ ਜਾ ਕੇ ਧਾਵਾ ਬੋਲਣ। ਇਹ ਲਹਿੰਦੇ ਦਰਵਾਜ਼ੇ ਦੇ ਰਸਤੇ ਸ਼ਹਿਰ ਵਿਚ ਦਾਖਲ ਹੋਏ। ਦਰਵਾਜ਼ੇ ਉਤੇ ਧੋਂਕਲ ਸਿੰਘ ਰਾਜਪੂਤ ਪਹਿਰੇ ਤੇ ਸੀ। ਕੂਕਿਆਂ ਨੇ ਉਸ ਦੇ ਹੱਥ ਪਿਠ ਪਿਛੇ ਬੰਨ ਦਿੱਤੇ ਤੇ ਚਾਰ ਆਦਮੀ ਉਸ ਦੇ ਉਤੇ ਲਾ ਦਿਤੇ। ਇਕ ਪਾਰਟੀ ਤਾਂ ਝੱਟ ਸਰਦਾਰ ਬਦਨ ਸਿੰਘ ਦੇ ਘਰ ਨੂੰ ਗਈ ਤੇ ਦੂਸਰੀ ਤਬੇਲੇ ਵੱਲ ਨੂੰ ਹੋ ਪਈ।

ਸਰਦਾਰ ਬਦਨ ਸਿੰਘ ਸ਼ਿਕਾਰੋਂ ਮੁੜ ਕੇ ਆਇਆ ਸੀ। ਬਾਰਾਂ ਤੇਰਾਂ ਕੂਕਿਆਂ ਨੇ ਅੰਦਰ ਵੜ ਕੇ ਫਤਿਹ ਬੁਲਾਈ ਤੇ ਸਰਦਾਰ ਉਤੇ ਟੁੱਟ ਪਏ। ਕੇਸਾਂ ਤੋਂ ਫੜ ਕੇ ਸਰਦਾਰ ਨੂੰ ਗਾਲੀਆਂ ਕਢਦੇ ਤੇ ਮਾਰਦੇ ਬਾਹਰ ਖਿੱਚ ਲਿਆਏ ਤੇ ਹਥਿਆਰ ਤੇ ਘੋੜੇ ਮੰਗਣ ਲੱਗ ਪਏ। ਇਸ ਖਿਚਾ-ਖਿੱਚੀ ਵਿਚ ਦਰਵਾਜ਼ਿਓ ਬਾਹਰ ਹੁੰਦੇ ਹੀ ਸਰਦਾਰ ਦੇ ਕੇਸ ਛੁਟ ਗਏ ਤੇ ਸਰਦਾਰ ਨੇ ਇਕ ਕੂਕੇ ਪਾਸੋਂ ਟਕੂਆਂ ਖੋਹ ਲਿਆ ਤੇ ਸੱਜ ਖੱਬੇ ਵਾਹੁਣਾ ਸ਼ੁਰੂ ਕਰ ਦਿੱਤਾ। ਇਕ ਦੋ ਕੂਕਿਆਂ ਨੂੰ ਸੱਟਾਂ ਵੱਜੀਆਂ ਤੇ ਬਾਕੀ ਭੱਜ ਨਿਕਲੇ।

ਦੂਜੇ ਪਾਸੇ ਜਦ ਇਕ ਪਾਰਟੀ ਅਸਤਬਲ ਵੱਲ ਗਈ ਤਾਂ ਉਥੇ ਬੂਟਾ ਕੋਚਵਾਨ ਤੇ ਉਸ ਦਾ ਭਰਾ ਦਸੌਂਧੀ ਤੇਲੀ ਮੌਜੂਦ ਸਨ। ਬੂਟੇ ਨੇ ਰੌਲਾ ਸੁਣ ਕੇ ਦਸੌਂਧੀ ਨੂੰ ਕਿਹਾ ਕਿ ਤੂੰ ਘਰ ਨੂੰ ਚਲਾ ਜਾ। ਕੂਕਿਆਂ ਨੇ ਅੰਦਰ ਵੜਦੇ ਸਾਰ ਬੂਟੇ ਨੂੰ ਕਤਲ ਕਰ ਦਿੱਤਾ ਤੇ ਘੋੜੀਆਂ ਖੋਲ੍ਹਣ ਲੱਗ ਪਏ।

ਕਚਹਿਰੀ ਵਿਚ ਮੁਨਸ਼ੀ ਕਾਜ਼ੀ ਨਬੀ ਬਖ਼ਸ਼, ਕਿਸ਼ਨ ਰਾਜਪੂਤ ਚਪੜਾਸੀ ਤੇ ਪ੍ਰਭੂ ਚਪੜਾਸੀ ਮੌਜੂਦ ਸਨ। ਕੂਕਿਆਂ ਨੇ ਬੈਠੇ ਹੋਏ ਮੁਨਸ਼ੀ ਨਬੀ ਬਖ਼ਸ਼ ਨੂੰ ਕਿਹਾ ਕਿ ਸਾਨੂੰ ਹਥਿਆਰ ਕੱਢ ਦੇ। ਮੁਨਸ਼ੀ ਨੇ ਕਿਹਾ ਮੇਰੇ ਕੋਲ ਕੋਈ ਨਹੀਂ। ਇਹ ਕਹਿਣ ਦੀ ਦੇਰ ਸੀ ਕਿ ਕੂਕੇ ਮੁਨਸ਼ੀ ਦੀ ਧੌਣ ਤੇ ਕੁਹਾੜੀਆਂ ਮਾਰਨ ਲੱਗ ਪਏ ਤੇ ਉਸ ਨੂੰ ਥਾਂ ਹੀ ਮਾਰ ਦਿੱਤਾ। ਇਹ ਦੇਖ ਕੇ ਕਿਸ਼ਨਾ ਚਪੜਾਸੀ ਭੱਜ ਗਿਆ। ਉਸ ਨੂੰ ਇਕ ਹੀ ਲਾਠੀ ਪਈ ਸੀ। ਪ੍ਰਭੂ ਚਪੜਾਸੀ ਲਾਠੀ ਲੈ ਕੇ ਕੂਕਿਆਂ ਉਤੇ ਟੁੱਟ ਪਿਆ ਅਤੇ ਅਨ੍ਹੇਰੇ ਵਿਚ ਅਨ੍ਹੇ ਵਾਹ ਹੀ ਵਾਹੁਣੀ ਸ਼ੁਰੂ ਕਰ ਦਿੱਤੀ। ਇਸ ਨਾਲ ਕੂਕੇ ਠਠਿੰਬਰ ਗਏ।

ਵੀਹ ਕੁ ਕੂਕੇ ਨਾਲ ਹੀ ਜੈਮਲ ਸਿੰਘ ਦੇ ਘਰ ਜਾ ਵੜੇ। ਜੈਮਲ ਸਿੰਘ ਸਰਦਾਰ ਬਦਨ ਸਿੰਘ ਦਾ ਨੌਕਰ ਸੀ। ਕੂਕਿਆਂ ਵਿਚੋਂ ਇਕ ਨੇ ਜਾਂਦੇ ਸਾਰ ਜੈਮਲ ਸਿੰਘ ਦੇ ਮੁੰਡੇ ਦੇ ਡਾਂਗ ਮਾਰੀ, ਜਿਸ ਨਾਲ ਉਸ ਦੀ ਬੀਣੀ ਤੇ ਸੱਟ ਵੱਜੀ। ਜੈਮਲ ਸਿੰਘ ਪਾਸੋਂ ਹਥਿਆਰਾਂ ਅਤੇ ਸੰਦੂਕਾਂ ਦੀਆਂ ਚਾਬੀਆਂ ਮੰਗੀਆਂ। ਜੈਮਲ ਸਿੰਘ ਦੀ ਇਕ ਦੁਨਾਲੀ ਬੰਦੂਕ ਨੂੰ ਸਰਦਾਰ ਬਦਨ ਸਿੰਘ ਦੀ ਇਕ ਤਲਵਾਰ ਕੂਕਿਆਂ ਦੇ ਹੱਥ

ਆ ਗਈ।

ਇਤਨੀ ਦੇਰ ਨੂੰ ਮਲੌਦ ਵਿਚ ਨਗਾਰਾ ਖੜਕ ਗਿਆ ਤੇ ਕਿਸ਼ਨਾ ਚਪੜਾਸੀ ਤੇ ਇਕ ਚੂੜ੍ਹਾ ਦੌੜ ਕੇ ਨਾਲ ਦੇ ਪਿੰਡ ਖੇੜੀ ਗਏ ਤੇ ਰੌਲਾ ਪਾਇਆ ਕਿ ਮਲੌਦ ਵਿਚ ਡਾਕੂ ਆ ਵੜੇ ਹਨ। ਖੇੜੀ ਦੇ ਲੰਬੜਦਾਰ ਤੇ ਅਸੀਂ ਨੱਬੇ ਆਦਮੀ ਸੁਣਦੇ ਸਾਰ ਦੌੜ ਕੇ ਮਲੌਦ ਦੇ ਦਰਵਾਜ਼ੇ ਨੂੰ ਆਏ। ਅੱਗੇ ਬੂਹਾ ਵੱਜਾ ਹੋਇਆ ਸੀ। ਇਹ ਦੇਖ ਕੇ ਖੇੜੀ ਵਾਲੇ ਇਕ ਬੁਰਜ ਰਾਹੀਂ ਅੰਦਰ ਵੜੇ ਅਤੇ ਇਕੱਠੇ ਹੋ ਕੇ ਅੱਗੇ ਵਧੇ ਤੇ ਗਲੀ ਵਿਚ ਲੜਾਈ ਸ਼ੁਰੂ ਹੋ ਪਈ। ਖੇੜੀ ਵਾਲਿਆਂ ਪਾਸ ਕੋਈ ਹਥਿਆਰ ਨਹੀਂ ਸੀ, ਕੇਵਲ ਡਾਂਗਾਂ ਹੀ ਸਨ। ਸ਼ਹਿਰ ਵਿਚ ਰੌਲਾ ਪੈ ਜਾਣ ਕਰਕੇ ਲੋਕੀਂ ਭੀ ਇਕੱਠੇ ਹੋ ਗਏ ਸਨ। ਹੁਣ ਕੂਕਿਆਂ ਵਾਸਤੇ ਜ਼ਿਆਦਾ ਦੇਰ ਅੜ ਸਕਣਾ ਸੌਖਾ ਨਹੀਂ ਸੀ। ਉਹ ਭੱਜ ਤੁਰੇ। ਕਈ ਲਾਠੀਆਂ, ਪੱਥਰਾਂ ਤੇ ਇੱਟਾਂ ਦੀ ਲੜਾਈ ਵਿਚ ਫੱਟੜ ਹੋਏ। ਦੋ ਕੂਕੇ ਥਾਂ ਹੀ ਮਾਰੇ ਗਏ ਤੇ ਚਾਰ ਜ਼ਖਮੀ ਫੜੇ ਗਏ। ਕੂਕਿਆਂ ਦੇ ਸਾਰੇ ਫੱਟੜਾਂ ਦੀ ਗਿਣਤੀ ਠੀਕ ਪਤਾ ਨਹੀਂ ਲੱਗ ਸਕੀ। ਹੋ ਸਕਦਾ ਹੈ ਕੁਝ ਮਾਮੂਲੀ ਫੱਟੜ ਭੱਜ ਕੇ ਜੱਥੇ ਨਾਲ ਰਲ ਗਏ ਹੋਣ ਯਾ ਲਾਂਭੇ ਹੋ ਗਏ ਹੋਣ। ਕੂਕੇ 16 ਘੋੜੇ ਘੋੜੀਆਂ ਖੋਲ੍ਹ ਲਿਆਏ ਸਨ, ਉਨ੍ਹਾਂ ਵਿਚੋਂ ਬਾਰਾਂ ਉਨ੍ਹਾਂ ਪਾਸੋਂ ਲੜਾਈ ਵਿਚ ਖੋਹ ਲਈਆਂ ਗਈਆਂ ਤੇ ਇਕ ਕਿਸੇ ਹੋਰ ਦੇ ਹੱਥ ਆ ਗਈ, ਤਿੰਨ ਕੂਕੇ ਲੈ ਗਏ।[1]

ਦੋਹਾਂ ਪਾਸਿਆਂ ਦੇ ਨੁਕਸਾਨ ਦਾ ਵੇਰਵਾ ਇਸ ਪ੍ਰਕਾਰ ਹੈ।

ਮਲੌਦ ਵਾਲਿਆ ਦਾ

ਮਰੇ – 2

ਮੁਨਸ਼ੀ ਕਾਜ਼ੀ ਨਬੀ ਬਖ਼ਸ਼

---

1. ਐਲ, ਕਾਵਨ ਡਿਪਟੀ ਕਮਿਸ਼ਨਰ ਲੁਧਿਆਣਾ ਦੀ ਕਮਿਸ਼ਨਰ ਅੰਬਾਲਾ ਦੇ ਨਾਮ ਚਿਠੀ ਨੰ : 14, 15 ਜਨਵਰੀ 1872; ਚਿਠੀ ਨੰ : 15, 17 ਜਨਵਰੀ 1872, ਪੈਰ੍ਹਾ 2 ਤੋਂ 5 ਤੱਕ; ਚਿਠੀ ਨੰ : 16, 17 ਜਨਵਰੀ 1872; ਸਕੱਤ੍ਰ ਸਰਕਾਰ ਪੰਜਾਬ ਦੀ ਸਕੱਤ੍ਰ ਸਰਕਾਰ ਹਿੰਦ ਦੇ ਨਾਮ ਚਿਠੀ ਨੰ : 9 ਸੀ, 16 ਜਨਵਰੀ 1872 ।

ਕੈਪਟਨ ਮੈਨਜ਼ੀਜ਼ ਡੀ. ਆਈ. ਜੀ. ਦੀ ਕਰਨਲ ਹਚਿੰਸਨ ਆਈ. ਜੀ. ਨਾਮ ਡੀ. ਓ. 17 ਜਨਵਰੀ 1872; ਲੈਫਟਿਨੈਂਟ ਕਰਨਲ ਪਰਕਿਨਜ਼ ਡੀ. ਐਸ. ਪੀ. ਲੁਧਿਆਣਾ ਦੀ ਡੀ. ਆਈ. ਜੀ. ਅੰਬਾਲਾ ਦੇ ਨਾਮ ਚਿਠੀ ਨੰ : 66, 6 ਫਰਵਰੀ 1872; ਡਾਕਟਰ ਜੌਨ ਇੰਨਿਸ ਸਿਵਲ ਸਰਜਨ ਲੁਧਿਆਣਾ ਦੀ ਰਿਪੋਰਟ, 18 ਜਨਵਰੀ 1872; ਚਿਠੀ ਜੋਗ ਡਿਪਟੀ ਕਮਿਸ਼ਨਰ ਲੁਧਿਆਣਾ, 18 ਜਨਵਰੀ 1872; ਬਿਆਨ ਧੌਂਕਲ ਸਿੰਘ ਦਰਬਾਨ, ਦਸੌਂਧੀ ਤੇਲੀ, ਕਿਸ਼ਨਾ ਚਪੜਾਸੀ, ਦੇਵਾ ਸਿੰਘ ਜੱਟ, ਹਰੀ ਸਿੰਘ (ਸਾਰੇ ਮਲੌਦ ਵਾਲੇ), ਸਾਹਿਬ ਸਿੰਘ ਜੱਟ ਖੇਵੀ ਦਾ, ਸੂਬਾ ਗੁੱਜਰ ਮਲੌਦ ਦਾ, ਸਰਦਾਰ ਬਦਨ ਸਿੰਘ ਮਲੌਦ; ਬਿਆਨ ਭਗਵਾਨ ਸਿੰਘ, ਗਿਆਨ ਸਿੰਘ, ਥੱਮਨ ਸਿੰਘ ਤੇ ਮੇਹਰ ਸਿੰਘ (ਚਾਰੇ ਕੂਕੇ); ਮਿਸਲ ਫੈਸਲਾ ਮੁਕੱਦਮਾ ਸਰਕਾਰ ਨਾਮ ਭਗਵਾਨ ਸਿੰਘ, ਗਿਆਨ ਸਿੰਘ ਆਦਿ, 19 ਜਨਵਰੀ 1872 ।

ਬੂਟਾ ਕੋਚਵਾਨ

ਜ਼ਖ਼ਮੀ - 2

ਸਰਦਾਰ ਬਦਨ ਸਿੰਘ, ਤਿੰਨ ਜ਼ਖ਼ਮ ਤਲਵਾਰ ਦੇ, ਇਕ ਗੰਡਾਸੇ ਦਾ, ਦੋ ਡਾਂਗਾਂ ਦੇ।

ਨਿਹਾਲ ਸਿੰਘ, ਤਿੰਨ ਜ਼ਖ਼ਮ ਤਲਵਾਰ ਦੇ।

ਕੂਕਿਆਂ ਦਾ

ਮਰੇ -2

ਜ਼ਖ਼ਮੀ- 4

ਗਿਆਨ ਸਿੰਘ, ਗੋਲੀ ਦਾ ਜ਼ਖ਼ਮ

ਭਗਵਾਨ ਸਿੰਘ, ਫਿਸੀਆਂ ਹੋਈਆਂ ਅੰਦਰੂਨੀ ਸੱਟਾਂ ਤੇ ਫੱਟ ਲਾਠੀਆਂ ਦੇ।

ਥੱਮਨ ਸਿੰਘ, ਫਿਸੀਆਂ ਹੋਈਆਂ ਸੱਟਾਂ ਤੇ ਫੱਟ ਲਾਠੀਆਂ ਦੇ।

ਮੇਹਰ ਸਿੰਘ, ਫਟਿਆ ਹੋਇਆ ਬੁਲ।[2]

ਕੂਕਿਆਂ ਦੇ ਹੱਥ ਜੋ ਮਾਲ ਆਇਆ :-

ਤਲਵਾਰਾਂ	–	3
ਦੁਨਾਲੀ ਬੰਦੂਕ	–	1
ਘੋੜੀਆਂ ਦੋ, ਘੋੜਾ,	-	3

2. ਡਾਕਟਰ ਜੌਨ ਇੰਨਿਸ ਐਮ. ਡੀ. ਸਿਵਲ ਸਰਜਨ ਲੁਧਿਆਣਾ ਦੀ ਰਿਪੋਰਟ, 14 ਜਨਵਰੀ 1872; ਚਿਠੀ ਜੋਗ ਡਿਪਟੀ ਕਮਿਸ਼ਨਰ ਲੁਧਿਆਣਾ, 18 ਜਨਵਰੀ 1872 ।

ਮਲੇਰ ਕੋਟਲੇ ਉਤੇ ਹੱਲਾ ਤੇ ਰੜ ਵਿਚ ਗ੍ਰਿਫਤਾਰੀ

(15 ਜਨਵਰੀ 1872)

ਜਿਵੇਂ ਪਿਛੇ ਲਿਖਿਆ ਜਾ ਚੁਕਾ ਹੈ, ਕੂਕਿਆ ਦਾ ਨਿਸ਼ਾਨਾ ਮਲੇਰ ਕੋਟਲਾ ਸੀ। ਮਲੌਦ ਤਾਂ ਰਾਹ ਜਾਂਦਾ ਝੂੰਗਾ ਹੀ ਸੀ ਕਿ ਜੇ ਹਥਿਆਰਾਂ ਤੇ ਘੋੜੀਆਂ ਦਾ ਦਾਓ ਲੱਗ ਗਿਆ ਤਾਂ ਮਲੇਰ ਕੋਟਲੇ ਦੇ ਹੱਲੇ ਵਿਚ ਸੁਖਾਲਾ ਹੋ ਜਾਏਗਾ।

ਮਲੇਰ ਕੋਟਲੇ ਦੇ ਹੱਲੇ ਵਿਚ ਭੀ ਕੂਕਿਆਂ ਦਾ ਕੋਈ ਰਾਜਸੀ ਨਿਸ਼ਾਨਾ ਨਹੀਂ ਸੀ, ਕੇਵਲ ਬਚੜਾਂ ਪਾਸੋਂ ਫਾਹੇ-ਲੱਗੇ ਕੂਕਿਆਂ (ਖਾਸ ਕਰ ਗਿਆਨੀ ਰਤਨ ਸਿੰਘ ਮੰਡੀ, ਰਿਆਸਤ ਪਟਿਆਲਾ ਵਾਲੇ) ਦਾ ਬਦਲਾ ਲੈਣਾ ਅਤੇ ਥਾਂ ਥਾਂ ਸ਼ੋਰ ਸ਼ਰਾਬਾ ਕਰ ਕੇ ਬਚੜਾਂ ਨੂੰ ਡਰਾਉਣਾ ਤੇ ਗਊਆਂ ਮਾਰਨ ਦਾ ਕੰਮ ਬੰਦ ਕਰਵਾਉਣਾ ਸੀ। ਪਰ ਬਚੜਾਂ ਪਾਸੋਂ ਬਦਲਾ ਲੈਣ ਅਤੇ ਉਨ੍ਹਾਂ ਨੂੰ ਥਾਂ ਥਾਂ ਕਤਲਾਂ ਨਾਲ ਡਰਾਉਣ ਵਿਚ ਸਫਲਤਾ ਲਈ ਭੀ ਹਥਿਆਰਾਂ ਦੀ ਲੋੜ ਸੀ। ਹਥਿਆਰ ਚੂੰਕਿ ਕਿਸੇ ਦੇਸੀ ਰਿਆਸਤ ਵਿਚੋਂ ਹੀ ਮਿਲ ਸਕਦੇ ਸਨ, ਇਸ ਲਈ ਉਨ੍ਹਾਂ ਨੇ ਇਸ ਮਤਲਬ ਲਈ ਮਲੇਰ ਕੋਟਲੇ ਨੂੰ ਚੁਣਿਆ ਸੀ, ਕਿਉਂਕਿ ਉਨ੍ਹਾਂ ਨੂੰ ਖਿਆਲ ਸੀ ਕਿ ਕਿਸੇ ਹੋਰ ਥਾਂ ਨਾਲੋਂ ਇਥੇ ਦਾਉ ਸੁਖਾਲਾ ਲੱਗ ਜਾਏਗਾ। ਅੰਬਾਲੇ ਦਾ ਕਮਿਸ਼ਨਰ ਤੇ ਸੁਪ੍ਰਿੰਟੈਂਡੈਂਟ ਮਿਸਟਰ ਟੀ. ਡਗਲਸ ਫ਼ੋਰਸਾਈਥ ਆਪਣੀ 20 ਜਨਵਰੀ ਦੀ ਚਿਠੀ ਵਿਚ ਲਿਖਦਾ ਹੈ ਕਿ ਮਲੇਰ ਕੋਟਲੇ ਵਿਚ ਤਿੰਨ ਪਾਰਟੀਆਂ ਹੋਣ ਕਰਕੇ ਕੁਝ ਚਿਰ ਤੋਂ ਬੜੀ ਬਦ-ਇੰਤਜ਼ਾਮੀ ਫੈਲੀ ਹੋਈ ਸੀ ਤੇ ਸ਼ਹਿਰ ਦੀ ਰਾਖੀ ਦਾ ਕੋਈ ਪ੍ਰਬੰਧ ਨਹੀਂ ਸੀ। ਨਵਾਬ ਗੁਲਾਮ ਮੁਹੰਮਦ ਖਾਨ ਬਿਨਾਂ ਪੁੱਛੇ ਹੀ ਕਲਕੱਤੇ ਚਲਾ ਗਿਆ ਹੋਇਆ ਸੀ ਤੇ ਆਪਣੀ ਗ਼ੈਰ-ਹਾਜ਼ਰੀ ਵਿਚ ਰਿਆਸਤ ਦੇ ਇੰਤਜ਼ਾਮ ਲਈ ਕੋਈ ਚੰਗਾ ਪ੍ਰਬੰਧ ਨਹੀਂ ਸੀ ਕਰ ਗਿਆ ਹੋਇਆ। ਪਿੱਛੇ ਉਸ ਦੇ ਪੁਤ੍ਰ ਤੇ ਨਾਜ਼ਿਮ ਦੀ ਨਹੀਂ ਸੀ ਬਣਦੀ ਤੇ ਉਸ ਨੇ ਨਾਜ਼ਿਮ ਦੇ ਫੜੇ ਹੋਏ ਕੁਝ ਦੋਸ਼ੀ ਛੱਡ ਦਿੱਤੇ ਸਨ। ਮਿਸਟਰ ਫ਼ੋਰਸਾਈਥ ਦੇ ਕਈ ਵਾਰੀ ਲਿਖਣ ਪਰ ਭੀ ਨਵਾਬ ਗੁਲਾਮ ਮੁਹੰਮਦ ਖਾਨ ਕਲਕਤਿਓਂ ਨਹੀਂ ਸੀ ਮੁੜਿਆ। ਸਕਰੌਦੀਏ ਸਰਦਾਰ ਹੀਰਾ ਸਿੰਘ ਤੇ ਲਹਿਣਾ ਸਿੰਘ ਇਨ੍ਹਾਂ ਗੱਲਾਂ ਤੋਂ ਅਣਜਾਣ ਨਹੀਂ ਸਨ ਹੋ ਸਕਦੇ। ਇਸੇ ਲਈ ਹੀ ਉਨ੍ਹਾਂ ਨੇ ਪਹਿਲਾਂ ਨਿਸ਼ਾਨਾ ਮਲੇਰ ਕੋਟਲੇ ਨੂੰ ਚੁਣਿਆ ਜਾਪਦਾ ਹੈ।

14 ਜਨਵਰੀ ਦੀ ਰਾਤ ਨੂੰ ਮਲੌਦ ਤੋਂ ਨਿਕਲਨ ਪਿਛੋਂ ਕੂਕੇ ਸਕਰੌਦੀਏ ਸਰਦਾਰਾਂ ਦੀ ਅਗਵਾਈ ਵਿਚ ਮਲੇਰ ਕੋਟਲੇ ਵੱਲ ਨੂੰ ਹੋ ਪਏ। 13 ਜਨਵਰੀ ਦੀ

ਰਾਤ ਨੂੰ ਹੀ ਡਿਪਟੀ ਕਮਿਸ਼ਨਰ ਸਰਫਰਾਜ਼ ਖਾਨ ਨੇ ਡਿਪਟੀ ਕਮਿਸ਼ਨਰ ਲੁਧਿਆਣੇ ਦੇ ਕਹਿਣ ਪਰ ਰਿਆਸਤਾਂ ਦੇ ਵਕੀਲਾਂ ਨੂੰ ਖਬਰ ਕਰ ਦਿੱਤੀ ਸੀ। ਮਲੇਰ ਕੋਟਲੇ ਦੇ ਅਹਿਲਕਾਰਾਂ ਨੂੰ 14 ਜਨਵਰੀ ਦੀ ਸ਼ਾਮ ਨੂੰ ਖਬਰ ਪੁਜ ਗਈ ਸੀ ਤੇ ਉਨ੍ਹਾਂ ਨੇ ਰਾਤ ਨੂੰ ਸ਼ਹਿਰ ਦੇ ਆਲੇ ਦੁਆਲੇ ਗਸ਼ਤੀ ਪਹਿਰੇ ਲਾ ਦਿਤੇ ਸਨ ਅਤੇ ਦਰਵਾਜ਼ਿਆਂ ਉਤੇ ਭੀ ਪਹਿਰਾ ਤਕੜਾ ਕਰ ਦਿੱਤਾ ਸੀ, ਪਰ ਚੂੰਕਿ ਰਾਤ ਨੂੰ ਹੱਲਾ ਕੋਈ ਨਹੀਂ ਸੀ ਹੋਇਆ ਇਸ ਲਈ 15 ਜਨਵਰੀ ਦੀ ਸਵੇਰੇ ਹੀ ਇਹ ਪਹਿਰੇ ਹਟਾ ਲਏ ਗਏ।

14-15 ਜਨਵਰੀ ਦੀ ਰਾਤ ਦੇ ਮਲੌਦੋਂ ਚੱਲੇ ਹੋਏ ਕੂਕੇ 15 ਦੀ ਸਵੇਰੇ ਹੀ ਕੋਟਲੇ ਪੁੱਜ ਗਏ। ਇਨ੍ਹਾਂ ਦੀ ਗਿਣਤੀ ਦਾ ਠੀਕ ਅੰਦਾਜ਼ਾ ਨਹੀਂ ਲਗ ਸਕਿਆ, ਪਰ ਖਿਆਲ ਇਹ ਹੈ ਕਿ ਇਸ ਜੱਥੇ ਦੀ ਗਿਣਤੀ ਸਵਾ ਸੌ ਤੋਂ ਜ਼ਿਆਦਾ ਕਦੀ ਭੀ ਨਹੀਂ ਵਧੀ। ਇਨ੍ਹਾਂ ਨੇ ਸਵੇਰੇ ਸਤ ਕੁ ਵਜੇ ਅਚਾਨਕ ਹੀ ਹੱਲਾ ਬੋਲ ਦਿੱਤਾ। ਸ਼ਹਿਰ ਵਿਚ ਦਾਖਲ ਹੋਣ ਵਿਚ ਇਨ੍ਹਾਂ ਨੂੰ ਕਿਸੇ ਪਾਸਿਓਂ ਕੋਈ ਰੁਕਾਵਟ ਨਾ ਹੋਈ। ਸ਼ਹਿਰ ਵਿਚ ਫਸੀਲ ਇਕ ਥਾਂ ਤੋਂ ਢੱਠੀ ਹੋਈ ਸੀ। ਇਹ ਓਥੋਂ ਦੀ ਚੜ੍ਹ ਕੇ ਅੰਦਰ ਵੜ ਗਏ ਤੇ ਬਿਨ੍ਹਾਂ ਰੁਕਾਵਟ ਦੇ ਮਹਲ ਦੇ ਚੌਂਕ ਤੱਕ ਪੁੱਜ ਗਏ। ਕੂਕਿਆਂ ਦਾ ਖਜ਼ਾਨੇ ਵਿਚ ਜਾਣ ਦਾ ਮਕਸਦ ਹਥਿਆਰਖਾਨਾ ਭੰਨ ਕੇ ਬੰਦੂਕਾਂ ਤੇ ਤਲਵਾਰਾਂ ਕੱਢਣ ਦਾ ਸੀ, ਪਰ ਗ਼ਲਤੀ ਨਾਲ ਤਾਲਾ ਕਾਗਜ਼ਾਂ ਵਾਲੀ ਅਲਮਾਰੀ ਦਾ ਭੰਨ ਦਿੱਤਾ ਜਿਸ ਵਿਚ ਕਿ ਮਿਸਲਾਂ ਭਰੀਆਂ ਹੋਈਆਂ ਸਨ। ਇਨ੍ਹਾਂ ਦੇ ਹੱਥ ਇਕ ਕੋਠੜੀ ਵਿਚੋਂ ਦੋ ਚਾਰ ਹਥਿਆਰ ਲੱਗੇ ਪਰ ਗੋਲੀ ਬਰੂਦ ਨਾ ਲੱਭਣ ਕਰਕੇ ਇਨ੍ਹਾਂ ਨੇ ਬੰਦੂਕਾਂ ਖੂਹ ਵਿਚ ਸੁਟ ਦਿੱਤੀਆਂ, ਜਿਥੋਂ ਕਿ ਪਿਛੋਂ ਕੱਢੀਆਂ ਗਈਆਂ। ਦੋ ਘੋੜੀਆਂ ਤੇ ਕੁਝ ਤਲਵਾਰਾਂ ਹੀ ਉਨ੍ਹਾਂ ਕੋਲ ਰਹੀਆਂ। ਇਤਨੇ ਨੂੰ ਕੋਟਲਾ ਪੁਲੀਸ ਦਾ ਵੱਡਾ ਅਫਸਰ ਅਹਿਮਦ ਖਾਨ ਕੋਤਵਾਲ ਥੋੜੇ ਜਿਹੇ ਆਦਮੀਆਂ ਨਾਲ ਕੂਕਿਆਂ ਉਤੇ ਟੁੱਟ ਪਿਆ ਤੇ ਲੜਾਈ ਸ਼ੁਰੂ ਹੋ ਪਈ। ਇਥੇ ਅਹਿਮਦ ਖਾਨ ਕੋਤਵਾਲ ਮਾਰਿਆ ਗਿਆ ਤੇ ਦੋਹਾਂ ਪਾਸਿਆਂ ਦੇ ਕਈ ਆਦਮੀ ਮਾਰੇ ਗਏ ਤੇ ਫੱਟੜ ਹੋਏ। ਕੂਕਿਆਂ ਨੂੰ ਹੋਰ ਹਥਿਆਰ ਲੱਭਣ ਦੀ ਕੋਈ ਆਸ ਨਾ ਰਹੀ, ਇਸ ਲਈ ਉਨ੍ਹਾਂ ਨੇ ਪਿਛੇ ਹੱਟਣਾ ਸ਼ੁਰੂ ਕਰ ਦਿੱਤਾ ਤਾਂ ਕਿ ਜਿਵੇਂ ਹੋ ਸਕੇ ਕੋਟਲਿਓਂ ਬਾਹਰ ਨਿਕਲ ਸਕਣ। ਕੋਟਲੇ ਦੇ ਲੋਕ ਇਕੱਠੇ ਹੋ ਕੇ ਪਿਛੇ ਹੱਟ ਰਹੇ ਕੂਕਿਆਂ ਦੇ ਮਗਰ ਪੈ ਗਏ ਜਿਸ ਕਰਕੇ ਕੂਕੇ ਕੋਟਲਿਓਂ ਭੱਜ ਨਿਕਲਣ ਪਰ ਮਜ਼ਬੂਰ ਹੋ ਗਏ।[1]

---

1. ਟੀ. ਡੀ. ਫ਼ੋਰਸਾਈਥ ਕਮਿਸ਼ਨਰ ਅੰਬਾਲੇ ਦੀ ਮਲੌਦੋਂ ਸਕੱਤ੍ਰ ਸਰਕਾਰ ਪੰਜਾਬ, ਦਿੱਲੀ, ਦੇ ਨਾਮ ਚਿਠੀ 20 ਜਨਵਰੀ 1872; ਐਲ. ਕਾਵਨ ਦੀ ਚਿਠੀ ਜੋਗ ਕਮਿਸ਼ਨਰ ਅੰਬਾਲਾ, ਨੰ. 15, 17 ਜਨਵਰੀ 1872; ਜ਼ਿਲ੍ਹਾ ਲੁਧਿਆਣੇ ਦੇ ਮਹਿਕਮਾ ਪੁਲੀਸ ਦੀ ਸਪੈਸ਼ਡ ਰਿਪੋਰਟ ਨੰ : 3, 17 ਜਨਵਰੀ 1872; ਕਰਨਲ ਈ. ਐਨ. ਪਰਕਿਨਜ਼ ਡੀ. ਐਸ. ਪੀ. ਲੁਧਿਆਣੇ ਦੀ ਡੀ. ਆਈ. ਜੀ. ਅੰਬਾਲੇ ਦੇ ਨਾਮ ਚਿਠੀ ਨੰ. 66, 6 ਫਰਵਰੀ 1872; ਕੂਕਿਆਂ ਦੇ ਵਾਕੇ ਸੰਬੰਧੀ ਯਾਦ-ਦਾਸ਼ਤ।

ਕੋਟਲੇ ਦੇ ਹੱਲੇ ਤੇ ਟਾਕਰੇ ਵਿਚ ਦੋਹਾਂ ਪਾਸਿਆਂ ਦਾ ਹੇਠ ਲਿਖਿਆ ਜਾਨੀ ਨੁਕਸਾਨ ਹੋਇਆ :-

ਮਰੇ-8- ਅਹਿਮਦ ਖਾਨ ਕੋਤਵਾਲ ਤੇ 7 ਸਿਪਾਹੀ

ਫੱਟੜ

ਬਹੁਤ ਜ਼ਿਆਦਾ ਫੱਟੜ 2 } ਮੁਨਸ਼ੀ ਹਾਫਿਜ਼ ਅਲੀ ਸ਼ੇਰ, ਗੈਂਡਾ ਸਿਪਾਹੀ

ਜ਼ਿਅਦਾ ਫੱਟੜ 4 } ਮੀਰਾਂ ਬਖ਼ਸ਼, ਝੰਡਾ, ਕੌੜਾ, ਜੱਸਾ

ਮਾਮੂਲੀ ਫੱਟੜ 9 ਬੀਰਾ, ਗੰਡਾ, ਕੰਮਾ, ਮਾਹੀਓ, ਸੂਬੇਦਾਰ, ਸ਼ਹਾਦਤ ਖਾਨ, ਅਬਦੁਲ ਰਹੀਮ ਖਾਨ, ਗੁਲਾਮ ਮੁਹੱਮਦ, ਖਦੀਆ, ਦੀਨਾ।

ਕੂਕਿਆਂ ਦਾ

ਮਰੇ - 7

ਫੱਟੜ -

ਬਹੁਤ ਜ਼ਿਆਦਾ ਫੱਟੜ - 1 ਵਜ਼ੀਰ ਸਿੰਘ

ਜ਼ਿਆਦਾ ਫੱਟੜ - 1 (ਨਾਮ ਨਹੀਂ ਮਿਲਿਆ)

ਮੋਇਆ ਤੇ ਫੱਟੜਾਂ ਦੀ ਗਿਣਤੀ ਡਾਕਟਰ ਜੌਨ ਇੰਨਿਸ ਸਰਜਨ ਲੁਧਿਆਣਾ ਦੀ ਰਿਪੋਰਟ ਅਨੁਸਾਰ ਹੈ।[2] ਕੂਕੇ ਫੱਟੜਾਂ ਦੀ ਗਿਣਤੀ ਠੀਕ ਠੀਕ ਨਹੀਂ ਦੱਸੀ ਜਾ ਸਕਦੀ। ਬਹੁਤ ਸਾਰੇ ਫੱਟੜਾਂ ਨੂੰ ਕੋਟਲਿਓਂ ਨਿਕਲਣ ਵੇਲੇ ਕੂਕੇ ਨਾਲ ਹੀ ਲੈ ਗਏ ਸਨ। ਕੁਝ ਸ਼ਾਇਦ ਅੱਗੇ ਪਿਛੇ ਹੋ ਗਏ ਹੋਣ। 29 ਫੱਟੜ ਰੜੋਂ ਫੜੇ ਗਏ ਕੂਕਿਆਂ ਵਿਚ ਸ਼ਾਮਲ ਸਨ।

ਕੂਕੇ ਮਲੇਰ ਕੋਟਲਿਓਂ ਨਿਕਲ ਕੇ ਨਰਵਲ ਦੇ ਖੂਹ ਦੇ ਲਾਗਿਓਂ ਦੀ ਸੜਕੇ ਪੈ ਕੇ ਸਿਕੰਦਰਪੁਰ ਵੱਲ ਹੋ ਤੁਰੇ। ਚਾਰ ਕੂਕੇ ਘੋੜੀਆਂ ਤੇ ਸਵਾਰ ਸਨ ਤੇ ਬਾਕੀ ਪੈਰੀਂ ਸਨ। ਇਨ੍ਹਾਂ ਦੇ ਮਗਰ ਮਗਰ ਹੀ ਨਵਾਬ ਦੇ ਕੁਝ ਨੌਕਰ ਤੇ ਕੋਟਲੇ ਦੇ ਆਦਮੀ ਸਨ। ਜਦ ਭੀ ਕੂਕੇ ਪਿਛੇ ਨੂੰ ਮੁੜ ਕੇ ਪੈਂਦੇ ਤਾਂ ਨਵਾਬ ਦੇ ਨੌਕਰ ਭੱਜ ਨਿਕਲਦੇ। ਕੋਟਲਿਓਂ ਕੋਹ ਕੁ ਦੀ ਵਿਥ ਤੇ ਬਾਕਰ ਅਲੀ ਤੇ ਨੱਥੂ ਕੋਟਲੀਆਂ ਨੇ ਕੂਕਿਆਂ ਉਤੇ ਦੋ ਵਾਰੀ ਗੋਲੀ ਚਲਾਈ। ਨੱਥੂ ਨੇ ਇਕ ਕੂਕੇ ਦੀ ਘੋੜੀ ਗੋਲੀ ਨਾਲ

2. ਡਾਕਟਰ ਜੌਨ ਇੰਨਿਸ, ਐਮ. ਡੀ. ਸਿਵਲ ਸਰਜਨ ਲੁਧਿਆਣਾ ਦੀ ਰਿਪੋਰਟ, (15 ਜਨਵਰੀ), 18 ਜਨਵਰੀ 1872 ।

ਮਾਰ ਦਿੱਤੀ। ਮਲੇਰ ਕੋਟਲੀਆਂ ਨੇ ਤਿੰਨ ਥਾਈਂ ਕੂਕਿਆਂ ਤੇ ਹੱਲੇ ਕੀਤੇ, ਇਕ ਨਾਈ ਵਾਲੇ ਦੇ ਖੂਹ ਉਤੇ, ਦੂਸਰਾ ਪਜਬੇਰੀ ਤੇ ਤੀਸਰਾ ਪਿੰਡ ਭੋਡੋਂ। ਕੂਕੇ ਮੁੜ ਮੁੜ ਕੇ ਕੋਟਲੀਆਂ ਨੂੰ ਇਹ ਹੀ ਆਖਦੇ ਸਨ ਕਿ ਤੁਸੀਂ ਸਾਡੇ ਪਿਛੇ ਨਾ ਪਵੋ ਅਸੀਂ ਇਥੋਂ ਨਾਭੇ ਪਟਿਆਲੇ ਨੂੰ ਚਲੇ ਜਾਣਾ ਹੈ।

ਰਿਸਾਲਦਾਰ ਸਰਮਸਤ ਖਾਨ, ਕਾਜ਼ੀ ਖੁਦਾ ਬਖ਼ਸ਼, ਰਿਸਾਲਦਾਰ ਮੀਰਾਂ ਬਖਸ਼, ਸ਼ੇਰ ਖਾਨ ਸਵਾਰ, ਨੱਥੂ ਆਦਿ ਕੋਟਲੇ ਤੋਂ ਰੜ ਤਕ ਬਾਰਾਂ ਕੁ ਮੀਲ ਪਿਛੇ ਲੱਗੇ ਚਲੇ ਗਏ ਤੇ ਇਥੋਂ ਕੋਟਲੇ ਨੂੰ ਮੁੜ ਗਏ। ਇਹ ਭੀ ਹਵਾਈ ਉਡੀ ਹੋਈ ਸੀ ਕਿ ਰਾਮਪੁਰ ਆਦਿ ਦੇ ਕੂਕਿਆਂ ਦਾ ਇਕ ਹੋਰ ਜੱਥਾ ਕੋਟਲੇ ਤੇ ਇਕ ਹੋਰ ਹੱਲਾ ਕਰੇਗਾ। ਜਿਸ ਵੇਲੇ ਦਸ ਗਿਆਰਾਂ ਬਜੇ (15 ਜਨਵਰੀ 1872) ਦੇ ਕਰੀਬ ਕੂਕੇ ਰੜ ਪੁੱਜੇ ਤਾਂ ਇਨ੍ਹਾਂ ਦੀ ਗਿਣਤੀ ਸੱਤਰ ਅੱਸੀ ਕੁ ਸੀ। ਇਸ ਪਿੰਡ ਦੇ ਛੇ ਕੂਕੇ ਗੁਰਦਿੱਤ ਸਿੰਘ, ਹੀਰਾ ਸਿੰਘ, ਬਿਸ਼ਨ ਸਿੰਘ, ਕਰਮ ਸਿੰਘ, ਸੁੰਦਰ ਸਿੰਘ ਤੇ ਹਰਨਾਮ ਸਿੰਘ ਤਾਂ ਆਪਣੇ ਘਰਾਂ ਨੂੰ ਚਲੇ ਗਏ ਤੇ ਬਾਕੀ ਸਾਰੇ ਬਾਹਰ ਪਿੱਪਲ ਵਾਲੇ ਖੂਹ ਤੇ ਬੰਸੀ ਦੀ ਹੱਟੀ ਕੋਲ ਟਿਕ ਗਏ। ਇਨ੍ਹਾਂ ਦੇ ਲਹੂ ਨਾਲ ਭਰੇ ਗੰਡਾਸੇ ਤੇ ਤਲਵਾਰਾਂ ਵੇਖ ਕੇ ਪਿੰਡ ਵਾਲੇ ਡਰ ਗਏ ਤੇ ਘਰਾਂ ਤੋਂ ਬਾਹਰ ਨੂੰ ਭੱਜ ਗਏ। ਅਤਰ ਸਿੰਘ ਲੰਬੜਦਾਰ ਰੜ ਤੇ ਭੂਪ ਸਿੰਘ ਜ਼ਿਮੀਦਾਰ ਨੇ ਠਾਣੇ ਖਬਰ ਦੇਣ ਲਈ ਜਮਾਂਦਾਰ ਜੈਮਲ ਸਿੰਘ (ਭੂਪ ਸਿੰਘ ਦੇ ਭਤੀਜੇ) ਨੂੰ ਸ਼ੇਰਪੁਰ ਭੇਜਿਆ।

ਅਮਰ ਗੜ੍ਹ (ਰਿਆਸਤ ਪਟਿਆਲਾ) ਦਾ ਨਾਇਬ ਨਾਜ਼ਿਮ ਸੱਯਦ ਨਿਆਜ਼ ਅਲੀ ਇਸ ਵੇਲੇ (15 ਜਨਵਰੀ ਦੀ ਦੁਪਹਿਰੇ) ਸ਼ੇਰਪੁਰ ਸੀ। ਰਿਪੋਰਟ ਮਿਲਦੇ ਸਾਰ ਸੱਯਦ ਨਿਆਜ਼ ਅਲੀ ਨੇ ਤਿੰਨ ਸਵਾਰ ਤੇ ਇਕ ਮੁਹੱਰਰ ਨਾਲ ਲਿਆ ਤੇ ਰੜ ਨੂੰ ਚੱਲ ਪਿਆ। ਰਸਤੇ ਵਿਚ ਪਿੰਡ ਰਾਮਨਗਰ ਸੀ। ਨਾਇਬ ਨਾਜ਼ਿਮ ਨੇ ਇਥੇ ਦੇ ਲੰਬੜਦਾਰ ਪੰਜਾਬ ਸਿੰਘ ਨੂੰ ਭੀ ਆਪਣੇ ਨਾਲ ਲੈ ਲਿਆ। ਇਹ ਇਕ ਵਜੇ ਬਾਦ ਦੁਪਹਿਰ ਰੜ ਪੁਜੇ।

ਨਾਇਬ ਨਾਜ਼ਿਮ ਸੱਯਦ ਨਿਆਜ਼ ਅਲੀ ਨੇ ਮਿਸਟਰ ਐਲ. ਕਾਵਨ ਮੈਜਿਸਟ੍ਰੇਟ ਦੇ ਸਾਹਮਣੇ 18 ਜਨਵਰੀ ਨੂੰ ਆਪਣੇ ਬਿਆਨ ਵਿਚ ਦੱਸਿਆ :-

> 15 ਜਨਵਰੀ ਨੂੰ ਦੁਪਹਿਰ ਕੁ ਵੇਲੇ ਰੜ ਤੋਂ ਇਕ ਜਮਾਂਦਾਰ ਆਇਆ ਤੇ ਉਸ ਨੇ ਮੈਨੂੰ ਸ਼ੇਰਪੁਰ ਰਿਪੋਰਟ ਦਿੱਤੀ ਕਿ ਕੂਕਿਆਂ ਦੇ ਇਕ ਜੱਥੇ ਨੇ ਕੋਟਲੇ

---

3. ਚਿਠੀ ਟੀ. ਡੀ. ਫ਼ੋਰਸਾਈਥ ਜੋਗ ਸਕੱਤ੍ਰ ਸਰਕਾਰ ਪੰਜਾਬ ਦਿਲੀ, 20 ਜਨਵਰੀ 1872, ਐਲ. ਕਾਵਨ ਜੋਗ ਕਮਿਸ਼ਨਰ ਅੰਬਾਲਾ, ਚਿਠੀ ਨੰ: 15, 17 ਜਨਵਰੀ 1872, ਪੈਰ੍ਹਾ 7; 16 ਜਨਵਰੀ 1872; ਪੈਰ੍ਹਾ 2; ਤਾਰ ਵਲੋਂ ਮਹਾਰਾਜਾ ਪਟਿਆਲਾ ਜੋਗ ਸਕਤ੍ਰ ਸਰਕਾਰ ਪੰਜਾਬ ਦਿਲੀ, 17 ਜਨਵਰੀ 1872; ਬਿਆਨ ਸ਼ੇਰਖਾਨ ਸਵਾਰ, ਭੂਪ ਸਿੰਘ ਜ਼ਿਮੀਦਾਰ ਰੜ ਅਤਰ ਸਿੰਘ ਲੰਬੜਦਾਰ ਰੜ, ਜਾਨੀ ਲੰਬੜਦਾਰ ਭੋਡੋਂ, ਨਥੂ ਰਿਸਾਲਦਾਰ ਮਰਮਸਤਖਾਨ, ਗੁਲਾਬ ਸਿੰਘ ਲੰਬੜਦਾਰ ਰੜ।

ਵਿਚ ਫਸਾਦ ਕੀਤਾ ਸੀ ਤੇ ਉਹ ਰੜ ਆਇਆ ਹੋਇਆ ਹੈ। ਮੈਂ ਝੱਟ ਤਿੰਨ ਸਵਾਰ ਤੇ ਇਕ ਮੁਹੱਰਰ ਲੈ ਕੇ ਰੜ ਨੂੰ ਤੁਰ ਪਿਆ। ਇਕ ਵਜੇ ਦੁਪਹਿਰ ਪਿਛੋਂ ਉਥੇ ਪੁੱਜਾ। ਮੈਂ ਪਿੰਡੋਂ ਬਾਹਰ ਤੀਹ ਚਾਲੀ ਕਦਮ ਦੀ ਵਿਥ ਤੇ ਜੰਗਲ ਵਿਚ 68 ਕੂਕੇ ਦੇਖੇ ਜਿਨ੍ਹਾਂ ਵਿਚ 29 ਫੱਟੜ ਸਨ, ਕੁਝ ਨੂੰ ਮਾਮੂਲੀ ਝਰੀਟਾਂ ਸਨ। ਮੈਂ ਉਨ੍ਹਾਂ ਨੂੰ ਪੁਛਿਆ ਤੁਸੀਂ ਕਿੱਥੋਂ ਆਏ ਹੋ। ਉਨ੍ਹਾਂ ਨੇ ਕਿਹਾ ਅਸੀਂ ਮਲੌਦ ਅਤੇ ਕੋਟਲੇ ਤੇ ਹੱਲਾ ਕਰ ਕੇ ਆਏ ਹਾਂ। ਮੈਂ ਉਨ੍ਹਾਂ ਨੂੰ ਕਿਹਾ ਕਿ ਹਥਿਆਰ ਛੱਡ ਦਿਉ। ਕਝ ਤਾਂ ਹਥਿਆਰ ਰੱਖ ਦੇਣਾ ਮੰਨ ਗਏ, ਦਸਰਿਆਂ ਨੇ ਨਾਂਹ ਕਰ ਦਿੱਤੀ ਤੇ ਇਸ ਬਾਬਤ ਝਗੜਨ ਲਗ ਪਏ। ਅੰਤ ਉਨ੍ਹਾਂ ਨੇ 16 ਤਲਵਾਰਾਂ, ਇਕ ਬਰਛਾ, ਕੁਝ ਗੰਡਾਸੇ, ਕੁਹਾੜੀਆਂ (ਟਕੂਏ) ਤੇ ਲਾਠੀਆਂ ਦੇ ਦਿੱਤੀਆਂ। ਕਚਹਿਰੀ ਵਿਚ ਜੋ ਤਲਵਾਰਾਂ ਹਨ ਇਹ ਉਹੀ ਹਨ ਜੋ ਉਨ੍ਹਾਂ ਨੇ ਦਿੱਤੀਆਂ ਸਨ। ਮੈਂ ਇਨ੍ਹਾਂ (68 ਕੂਕਿਆਂ) ਨੂੰ ਗ੍ਰਿਫ਼ਤਾਰ ਕਰ ਕੇ ਸ਼ੇਰ ਪੁਰ ਲੈ ਗਿਆ। ਉਥੇ ਕੋਟਲੇ ਦੇ ਕੋਈ ਫੌਜੀ ਤੇ ਦੂਸਰੇ ਆਦਮੀ ਨਹੀਂ ਸਨ। ਮੈਨੂੰ ਕੋਟਲਿਓ ਕੋਈ ਇਤਲਾਹ ਨਹੀਂ ਸੀ ਮਿਲੀ। ਉਨ੍ਹਾਂ ਕੋਲ ਚਾਰ ਘੋੜੇ ਸਨ। ਇਨ੍ਹਾਂ ਵਿਚੋਂ ਤਿੰਨ ਮਲੌਦ ਦੇ ਸਰਦਾਰ ਦੇ ਹਨ ਤੇ ਇਕ ਕਿਸੇ ਕੋਟਲੇ ਵਾਲੇ ਦਾ। ਉਨ੍ਹਾਂ ਪਾਸ ਕੋਟਲੇ ਦੇ ਇਕ ਚਪੜਾਸੀ ਦੀ ਚਪੜਾਸ ਸੀ। ਮੈਂ ਕਚਹਿਰੀਓਂ ਬਾਹਰ ਘੋੜਿਆਂ ਨੂੰ ਪਛਾਣਦਾ ਹਾਂ। ਇਹ ਮੇਰੇ ਸਾਹਮਣੇ ਵਾਲੇ 16 ਆਦਮੀ ਤੇ 2 ਇਸਤਰੀਆਂ ਉਨਾਂ ਵਿਚੋਂ ਹੀ ਹਨ ਜਿਨ੍ਹਾਂ ਨੂੰ ਮੈਂ ਗ੍ਰਿਫ਼ਤਾਰ ਕੀਤਾ ਸੀ। ਇਨ੍ਹਾਂ ਦੇ ਮੋਹਰੀ ਸਕਰੌਦੀ ਵਾਲੇ ਹੀਰਾ ਸਿੰਘ ਤੇ ਲਹਿਣਾ ਸਿੰਘ ਅਤੇ ਕੋਟਲੇ ਦੇ ਪਿੰਡ ਫਰਵਾਹੀ ਦਾ ਲੰਬੜਦਾਰ ਗੁਰਮੁਖ ਸਿੰਘ ਸਨ। ਉਨ੍ਹਾਂ ਮੈਨੂੰ ਦੱਸਿਆ ਸੀ ਕਿ ਅਸੀਂ ਭੈਣੀ ਤੋਂ ਕੋਟਲੇ ਦੇ ਗਊਆਂ ਮਾਰਨ ਵਾਲਿਆਂ ਨੂੰ ਮਾਰਨ ਦੀ ਮਨਸ਼ਾ ਨਾਲ ਚੱਲੇ ਸਾਂ ਅਤੇ ਰਾਹ ਵਿਚ ਮਲੌਦ ਨੂੰ ਹਥਿਆਰ ਲੈਣ ਲਈ ਮੁੜ ਪਏ ਸਾਂ।ਉਨ੍ਹਾਂ ਮੈਨੂੰ ਇਹ ਨਹੀਂ ਦੱਸਿਆ ਕਿ ਕੋਟਲੇ ਤੋਂ ਬਾਦ ਉਹਨਾਂ ਦੀ ਮਨਸ਼ਾ ਕੀ ਕਰਨ ਦੀ ਸੀ। ਮੈਂ ਉਨ੍ਹਾਂ ਨੂੰ ਕਿਹਾ ਕਿ ਮੁਕਾਬਲਾ ਕਰਨ ਦਾ ਕੋਈ ਫਾਇਦਾ ਨਹੀਂ, ਮੈਨੂੰ ਤਾਂ ਭਾਵੇਂ ਤੁਸੀਂ ਕਾਬੂ ਕਰ ਹੀ ਲਓ, ਪਰ ਮਹਾਰਾਜਾ ਸਾਹਿਬ ਇਕ ਬੰਦਾ ਭੀ ਜੀਊਂਦਾ ਨਹੀਂ ਛੱਡਣਗੇ। ਹਥਿਆਰ ਲੈ ਲੈਣ ਪਿਛੋਂ ਮੈਂ ਕੁਝ ਆਦਮੀ ਇਕੱਠੇ ਕੀਤੇ ਤੇ ਕੂਕਿਆਂ ਨੂੰ ਸ਼ੇਰਪੁਰ ਪਹੁੰਚਾਇਆ ਜੋ ਰੜ ਤੋਂ ਚਾਰ ਕੋਹ ਹੈ। ਮੈਂ ਕੈਦੀਆਂ ਨੂੰ ਇਕ ਦਿਨ ਸ਼ੇਰਪੁਰ ਰੱਖਿਆ ਤੇ ਫੇਰ (17 ਜਨਵਰੀ ਨੂੰ) ਉਨ੍ਹਾਂ ਨੂੰ ਤੁਹਾਡੇ ਪਾਸ ਕੋਟਲੇ ਭੇਜ ਦਿੱਤਾ।[4]

---

4. ਟਾਕਰੇ ਤੇ ਪੁਸ਼ਟੀ ਹੋਰ ਦੇਖੋ ਬਿਆਨ ਪੰਜਾਬ ਸਿੰਘ ਲੰਬੜਦਾਰ ਰੜ, ਨਰੈਣ ਸਿੰਘ ਮੁਖਤਾਰ ਮਲੌਦ, 18 ਜਨਵਰੀ 1872 ।

ਕੂਕਿਆਂ ਦਾ ਤੋਪਾਂ ਨਾਲ ਉਡਾਏ ਜਾਣਾ

ਲੁਧਿਆਣੇ ਦੇ ਡਿਪਟੀ ਕਮਿਸ਼ਨਰ ਮਿਸਟਰ ਐਲ. ਕਾਵਨ ਨੂੰ ਡਿਪਟੀ ਇੰਨਸਪੈਕਟਰ ਸਰਫਰਾਜ਼ ਖਾਨ ਕੋਤਵਾਲ ਸਾਹਨੇਵਾਲ ਨੇ 13 ਫਰਵਰੀ ਦੀ ਰਾਤ ਨੂੰ ਹੀ ਕੂਕਿਆਂ ਦੇ ਜਥੇ ਸੰਬੰਧੀ ਖਬਰ ਪਹੁੰਚਾ ਦਿੱਤੀ ਸੀ, ਪਰ ਰਿਆਸਤਾਂ ਦੇ ਵਕੀਲਾਂ ਨੂੰ ਇਤਲਾਹ ਦੇ ਦੇਣ ਤੋਂ ਵੱਧ ਉਸ ਨੇ 15 ਜਨਵਰੀ ਦੀ ਸਵੇਰ ਤੱਕ ਕੋਈ ਹੋਰ ਕਾਰਵਾਈ ਨਾ ਕੀਤੀ। 15 ਜਨਵਰੀ ਦੀ ਸਵੇਰੇ ਜਿਸ ਵੇਲੇ ਮਲੌਦ ਉਤੇ ਕੂਕਿਆਂ ਦੇ ਹੱਲੇ ਦੀ ਖਬਰ ਲੁਧਿਆਣੇ ਪੁਜੀ ਤਾਂ ਮਿਸਟਰ ਐਲ ਕਾਵਨ ਡਿਪਟੀ ਕਮਿਸ਼ਨਰ ਆਪਣੇ ਸਦਰ ਲੁਧਿਆਣੇ ਸੀ। ਇਸ ਵੇਲੇ ਅੰਬਾਲੇ ਦਾ ਕਮਿਸ਼ਨਰ ਮਿਸਟਰ ਟੀ. ਡੀ. ਫੋਰਸਾਈਥ ਦਿੱਲੀ ਗਿਆ ਹੋਇਆ ਸੀ। ਇਹ ਖਬਰ ਪੁਜਦੇ ਸਾਰ ਕਾਵਨ ਨੇ ਸਿੱਧੀ ਸਕਤ੍ਰ ਸਰਕਾਰ ਪੰਜਾਬ, ਦਿੱਲੀ, ਨੂੰ ਤਾਰ ਦੇ ਦਿੱਤੀ ਤੇ ਕਿਹਾ ਕਿ ਮੈਂ ਝਟ ਪਟ ਮਲੌਦ ਜਾ ਰਿਹਾ ਹਾਂ।

ਮਲੌਦ ਨੂੰ ਜਾਂਦੇ ਹੋਏ ਰਾਹ ਵਿਚ ਮਿਸਟਰ ਕਾਵਨ ਨੂੰ ਮਲੇਰ ਕੋਟਲੇ ਦੇ ਹੱਲੇ ਦੀ ਖਬਰ ਪੁੱਜੀ। ਇਸ ਦੀ ਖਬਰ ਤਾਰ ਰਾਹੀਂ ਦਿੰਦੇ ਹੋਏ ਉਸ ਨੇ ਛੇਤੀ ਹੀ ਫੌਜ਼ ਭੇਜੇ ਜਾਣ ਦੀ ਮੰਗ ਕੀਤੀ ਅਤੇ ਮਹਾਰਾਜਾ ਸਾਹਿਬ ਪਟਿਆਲਾ ਤੇ ਰਾਜਾ ਸਾਹਿਬ ਨਾਭਾ ਤੇ ਜੀਂਦ ਪਾਸੋਂ ਭੀ ਸਹਾਇਤਾ ਮੰਗ ਭੇਜੀ। ਲਾਰਡ ਨੇਪੀਅਰ ਔਫ ਮੈਗਡਾਲਾ ਕਮਾਂਡਰ-ਇਨ-ਚੀਫ ਨੇ ਝਟ ਜਲੰਧਰੋਂ 54 ਨੰਬਰ ਪਲਟਣ ਦੀਆਂ ਦੋ ਕੰਪਨੀਆਂ ਤੇ ਅੱਧੀ ਬਾਤਰੀ ਰਾਇਲ ਆਰਟਿੱਲਰੀ ਨੂੰ 54 ਨੰਬਰ ਦੀ ਤੀਜੀ ਕੰਪਨੀ ਲੁਧਿਆਣੇ ਜਾਣ ਦਾ ਹੁਕਮ ਕਰ ਦਿੱਤਾ।

15 ਜਨਵਰੀ ਦੇ ਲੌਢੇ ਵੇਲੇ ਮਿਸਟਰ ਕਾਵਨ ਮਲੌਦ ਪੁੱਜ ਗਿਆ। ਦੋ ਤਿੰਨ ਬਜੇ ਦੇ ਵਿਚਕਾਰ ਲੌਢੇ ਵੇਲੇ ਡਾਕਟਰ ਜੌਨ ਇੰਨਿਸ ਸਿਵਲ ਸਰਜਨ ਲੁਧਿਆਣਾ ਜਿਸ ਅਸਿਸਟੈਂਟ ਪੁਲੀਸ ਦੀ ਜ਼ੁਬਾਨੀ ਸੁਨੇਹਾ ਭੇਜ ਗਿਆ ਸੀ ਤੇ ਉਸ ਦਾ ਹੌਸਪੀਟਲ ਅਸਿਸਟੈਂਟ ਮਿਰਜ਼ਾ ਅਮੀਰ ਬੇਗ ਭੀ ਮਲੌਦ ਪੁੱਜ ਗਏ। ਇਸ ਦਿਨ ਦੀ ਸ਼ਾਮ ਤੇ 16 ਜਨਵਰੀ ਦੀ ਸਵੇਰੇ ਡਿਪਟੀ ਕਮਿਸ਼ਨਰ ਨੇ ਮਲੌਦ ਮੌਕਾ ਦੇਖਿਆ ਤੇ ਮਾਮਲੇ ਦੀ ਪੜਤਾਲ ਕੀਤੀ। ਸਭ ਦੋਸ਼ੀ ਉਸ ਦੇ ਸਾਹਮਣੇ ਪੇਸ਼ ਹੋਏ ਜਿਨ੍ਹਾਂ ਵਿਚੋਂ ਚਾਰ ਦੇ ਦੋਸ਼ੀ ਹੋਣ ਦਾ ਉਸ ਨੂੰ ਪੂਰਾ ਪੂਰਾ ਯਕੀਨ ਹੋ ਗਿਆ। ਇਨ੍ਹਾਂ ਸੰਬੰਧੀ 16 ਜਨਵਰੀ ਨੂੰ ਮਿਸਟਰ ਕਾਵਨ ਨੇ ਸਰਕਾਰ ਪੰਜਾਬ ਨੂੰ ਦਿੱਲੀ ਤਾਰ ਦਿੱਤੀ ਤੇ ਇਨ੍ਹਾਂ ਨੂੰ ਮੌਕੇ

ਉਤੇ ਮੌਤ ਦੀ ਸਜ਼ਾ ਦੇ ਦੇਣ ਦੀ ਆਗਿਆ ਮੰਗੀ।

ਮਿਸਟਰ ਕਾਵਨ ਨੇ ਭਾਈ ਰਾਮ ਸਿੰਘ ਨੂੰ ਸੁਪ੍ਰਿੰਟੈਂਡੈਂਟ ਪੁਲੀਸ ਦੀ ਰਾਹੀਂ ਭੈਣੀ ਤੋਂ ਉਚੇਚਾ ਮਲੌਦ ਬੁਲਾਇਆ ਸੀ ਅਤੇ ਭਾਈ ਰਾਮ ਸਿੰਘ 16 ਜਨਵਰੀ ਨੂੰ ਬਾਰਾਂ ਕੁ ਵਜੇ ਦੁਪਹਿਰੇ ਮਲੌਦ ਪੁੱਜ ਗਏ, ਪਰ ਮਿਸਟਰ ਕਾਵਨ ਨੇ ਹੁਕਮ ਦਿੱਤਾ ਕਿ ਮੈਂ ਹੁਣ ਮਲੇਰ ਕੋਟਲੇ ਜਾ ਰਿਹਾ ਹਾਂ ਤੁਸੀਂ ਹੁਣ ਮੁੜ ਜਾਓ ਤੇ ਲੁਧਿਆਣੇ ਹਾਜ਼ਰ ਹੋਣਾ। ਭਾਈ ਰਾਮ ਸਿੰਘ ਨੇ ਕਾਵਲ ਦੇ ਸਲੂਕ ਨੂੰ ਬਹੁਤ ਬੁਰਾ ਮਨਾਇਆ ਤੇ ਮੁਰਝਾਈ ਹੋਈ ਹਾਲਤ ਵਿਚ ਮੁੜਦੇ ਹੋਏ ਕਿਹਾ ਕਿ ਇਸ ਤਰ੍ਹਾਂ ਦੀਆਂ ਬੇ-ਇੱਜ਼ਤੀਆਂ ਸਹਿਣ ਨਾਲੋਂ ਤਾਂ ਮਰ ਜਾਣਾ ਚੰਗਾ ਹੈ।

16 ਜਨਵਰੀ ਦੀ ਦੁਪਹਿਰੇ ਡਿਪਟੀ ਕਮਿਸ਼ਨਰ ਮਿਸਟਰ ਕਾਵਨ ਨੇ ਸੁਪ੍ਰਿੰਟੈਂਡੈਂਟ ਪੁਲੀਸ ਲੈਫਟਿਨੈਂਟ ਕਰਨਲ ਈ. ਐਚ. ਪਰਕਿਨਜ਼ ਮਲੇਰ ਕੋਟਲੇ ਨੂੰ ਚਲ ਪਏ। ਰਸਤੇ ਵਿਚ ਜੀਂਦ ਤੇ ਨਾਭੇ ਦੇ ਰਿਸਾਲੇ ਦੇ ਆਦਮੀ ਤੇ ਅਮਰਗੜ੍ਹ ਦਾ ਨਾਇਬ ਨਾਜ਼ਿਮ ਸੱਯਦ, ਨਿਆਜ਼ ਅਲੀ ਮਿਲ ਪਏ। ਸੱਯਦ ਨਿਆਜ਼ ਅਲੀ ਨੇ ਦੱਸਿਆ ਕਿ ਸ਼ੇਰਪੁਰ ਦੇ ਲਾਗੇ ਰੜ ਤੋਂ ਕੂਕਿਆਂ ਦਾ ਲਗ-ਭਗ ਸਾਰੇ ਦਾ ਸਾਰਾ ਜਥਾ ਫੜ ਲਿਆ ਗਿਆ ਹੈ। ਜਿਸ ਵੇਲੇ ਇਹ ਕੋਟਲੇ ਪੁੱਜੇ ਤਾਂ ਕੋਟਲੇ ਦੇ ਲੋਕ ਬੜੇ ਘਬਰਾਏ ਹੋਏ ਸਨ ਕਿਉਂਕਿ ਹਵਾਈਆਂ ਉੜ ਰਹੀਆਂ ਸਨ ਕਿ ਕੂਕਿਆਂ ਦੇ ਜੱਥੇ ਮਲੇਰ ਕੋਟਲੇ ਵਲ ਧਾਈ ਕਰੀ ਆ ਰਹੇ ਹਨ ਤੇ ਉਨ੍ਹਾਂ ਦੇ ਦੂਸਰੇ ਹੱਲੇ ਦਾ ਡਰ ਹੈ। ਪਰ ਆਲੇ ਦੁਆਲੇ ਦੀਆਂ ਰਿਆਸਤਾਂ ਦੇ ਫੌਜੀ ਦਸਤੇ ਪੁੱਜ ਗਏ ਦੇਖ ਕੇ ਉਨ੍ਹਾਂ ਦੀ ਧੀਰਜ ਬੱਝ ਗਈ।

17 ਜਨਵਰੀ ਦੀ ਸਵੇਰੇ ਮਿਸਟਰ ਕਾਵਨ ਤੇ ਲੈਫਟਿਨੈਂਟ ਕਰਨਲ ਪਰਕਿਨਜ਼ ਨੇ ਕੋਟਲੇ ਸ਼ਹਿਰ ਤੇ ਮੌਕੇ ਦੀ ਦੇਖਭਾਲ ਕੀਤੀ। 12 ਵਜੇ ਦੁਪਹਿਰੇ ਤੱਕ ਸ਼ੇਰਪੁਰੋਂ ਚੂੰਕਿ ਕੈਦੀਆਂ ਦਾ ਜਥਾ ਕੋਟਲੇ ਨਹੀਂ ਸੀ ਪੁੱਜਾ, ਇਸ ਲਈ ਪਰਕਿਨਜ਼ ਕਾਵਨ ਨਾਲ ਸਲਾਹ ਕਰ ਕੇ, ਕੁਝ ਘੋੜ-ਚੜ੍ਹੇ ਨਾਲ ਲੈ ਕੇ ਆਪ ਗਿਆ ਤੇ ਕੋਟਲਿਓਂ ਛੇ ਕੁ ਮੀਲਾਂ ਤੋਂ ਓਨ੍ਹਾਂ ਨੂੰ ਨਾਲ ਲੈ ਆਇਆ। ਇਹ ਚਾਰ ਕੁ ਵਜੇ ਕੋਟਲੇ ਪੁੱਜੇ।

ਜਿਸ ਵੇਲੇ ਕੂਕੇ ਕੋਟਲੇ ਪੁੱਜੇ ਤਾਂ ਇਨ੍ਹਾਂ ਦੀ ਗਿਣਤੀ 68 ਸੀ ਇਨ੍ਹਾਂ ਵਿਚ 2 ਇਸਤਰੀਆਂ ਸਨ ਜੋ ਰਿਆਸਤ ਪਟਿਆਲਾ ਦੇ ਰਹਿਣ ਵਾਲੀਆਂ ਸਨ। ਡਿਪਟੀ ਕਮਿਸ਼ਨਰ ਕਾਵਨ ਨੇ ਇਨ੍ਹਾਂ ਨੂੰ ਪਟਿਆਲੇ ਪਹੁੰਚਾ ਦੇਣ ਲਈ ਪਟਿਆਲਾ ਫੌਜ਼ ਦੇ ਕਮਾਨ ਅਫਸਰ ਦੇ ਹਵਾਲੇ ਕਰ ਦਿੱਤਾ ਅਤੇ ਬਾਕੀਆਂ ਨੂੰ ਤਤਕਾਲ ਤੋਪਾਂ ਨਾਲ ਉਡਾ ਦੇਣ ਦੀ ਪੱਕੀ ਧਾਰ ਲਈ। ਅਸਲ ਵਿਚ ਤਾਂ ਕਾਵਨ ਨੇ ਇਨ੍ਹਾਂ ਨੂੰ ਮਾਰ ਮੁਕਾਉਣ ਦੀ ਪਹਿਲਾਂ ਹੀ ਧਾਰੀ ਹੋਈ ਸੀ। ਆਪਣੀ 17 ਜਨਵਰੀ ਦੀ ਕੂਕਿਆਂ ਦੇ ਜੱਥੇ ਦੇ ਕੋਟਲੇ ਪੁਜਣ ਤੋਂ ਪਹਿਲਾਂ ਕਮਿਸ਼ਨਰ ਅੰਬਾਲੇ ਨੂੰ ਲਿਖੀ ਹੋਈ ਚਿਠੀ ਨੰਬਰ 15 ਦੇ ਪੈਰਾ ਨੰ: 11 ਵਿਚ ਲਿਖਦਾ ਹੈ 'ਮੈਂ ਹਰ ਘੜੀ ਕੈਦੀਆਂ ਦੇ ਰੜੋਂ

ਆਉਣ ਦੀ ਉਡੀਕ ਵਿਚ ਹਾਂ। ਮੇਰਾ ਇਰਾਦਾ ਉਨ੍ਹਾਂ ਸਾਰਿਆਂ ਨੂੰ ਜੋ ਮਲੌਦ ਤੇ ਕੋਟਲੇ ਦੇ ਹੱਲਿਆਂ ਵਿਚ ਸ਼ਾਮਿਲ ਸਨ ਝੱਟ ਪੱਟ ਕਤਲ ਕਰ ਦੇਣ ਦਾ ਹੈ। ਮੈਂ ਸਮਝਦਾ ਹਾਂ ਕਿ ਮੈਂ ਓਹ ਅਧਿਕਾਰ ਵਰਤਨ ਵਿਚ ਜੋ ਮੈਨੂੰ ਨਹੀਂ ਮਿਲੇ ਹੋਏ ਕਿਤਨੀ ਵੱਡੀ ਜ਼ਿੰਮੇਵਾਰੀ ਚੁਕ ਰਿਹਾ ਹਾਂ, ਪਰ ਇਹ ਮਾਮਲਾ ਇਕ ਅਨੋਖਾ ਹੈ।[1]

ਸੋ ਕਾਵਨ ਨੇ ਫੈਸਲਾ ਇਹ ਕੀਤਾ ਕਿ 50 ਕੂਕਿਆਂ ਨੂੰ ਝੱਟ ਪੱਟ ਓਸੇ ਲੌਢੇ ਵੇਲੇ (17 ਜਨਵਰੀ 1872) ਕੋਟਲੇ ਵਿਚ ਤੋਪਾਂ ਨਾਲ ਉਡਾ ਦੇਵੇ ਤੇ ਬਾਕੀ 16 ਨੂੰ ਦੂਸਰੇ ਦਿਨ ਸਵੇਰੇ ਮਲੌਦ ਲਿਜਾ ਕੇ ਉਡਾ ਦੇਵੇ।

ਮਿਸਟਰ ਟੀ. ਡੀ. ਫੋਰਸਾਈਥ ਦਿਲੀਓਂ 16 ਜਨਵਰੀ ਦੀ ਸ਼ਾਮ ਨੂੰ ਲੁਧਿਆਣੇ ਪੁੱਜਾ ਸੀ ਤੇ ਇਥੇ ਇਸ ਨੂੰ ਕਾਵਨ ਦੀ ਇਕ ਚਿਠੀ ਮਿਲੀ ਜਿਸ ਵਿਚ ਕੂਕਿਆਂ ਨੂੰ ਝੱਟ ਪੱਟ ਮਾਰ ਮੁਕਾਉਣ ਦੀ ਇੱਛਾ ਪ੍ਰਗਟ ਕੀਤੀ ਹੋਈ ਸੀ। ਇਸ ਦੇ ਉਤਰ ਵਿਚ ਫੋਰਸਾਈਥ ਨੇ ਕਾਵਨ ਨੂੰ ਲਿਖ ਦਿੱਤਾ ਸੀ ਕਿ ਜਿਤਨੀ ਦੇਰ ਤੱਕ ਮੈਂ ਕੂਕਿਆਂ ਨੂੰ ਲੁਧਿਆਣੇ ਲਿਆ ਕੇ ਮੁਕੱਦਮਾ ਚਲਾਉਣ ਲਈ ਗਾਰਦ ਨਾ ਭੇਜਾਂ, ਇਨ੍ਹਾਂ ਸਾਰਿਆਂ ਨੂੰ ਪਟਿਆਲੇ ਦੇ ਅਫ਼ਸਰਾਂ ਦੇ ਪਾਸ ਹੀ ਰਹਿਣ ਦਿਤਾ ਜਾਵੇ। ਫੋਰਸਾਈਥ ਕਹਿੰਦਾ ਹੈ ਕਿ ਇਹ ਚਿਠੀ ਕਿਸੇ ਇਕ ਕੂਕੇ ਨੂੰ ਭੀ ਮਾਰਨ ਤੋਂ ਪਹਿਲਾਂ ਹੀ ਜ਼ਰੂਰ ਐਲ, ਕਾਵਨ ਨੂੰ ਪੁੱਜ ਗਈ ਹੋਣੀ ਹੈ। (ਸਕੱਤ੍ਰ ਸਰਕਾਰ ਹਿੰਦ ਦੀ ਫੋਰਟ ਵਿਲੀਅਮ ਕਲੱਕਤਾ ਤੋਂ 22 ਮਾਰਚ 1872 ਦੀ ਚਿਠੀ ਨੰ. 569 ਜੱਗ ਸਕੱਤ੍ਰ ਸਰਕਾਰ ਪੰਜਾਬ)[2]

ਇਸ ਚਿੱਠੀ ਦੇ ਮਿਲਨ ਨੂੰ ਖ਼ੁਦ ਕਾਵਨ ਭੀ ਮੰਨਦਾ ਹੋਇਆ ਸਕੱਤ੍ਰ ਸਰਕਾਰ ਪੰਜਾਬ ਦੇ ਨਾਮ ਆਪਣੀ 8 ਅਪ੍ਰੈਲ 1872 ਦੀ ਚਿੱਠੀ ਦੇ ਪੈਰ੍ਹਾ 3 ਵਿਚ ਲਿਖਦਾ

---

1 I am in hourly expectation of the arrival of the prisoners from Rur. I propose to execute at once all who were engaged in the attack on Maloudh and Kotla. I am sensible of the great responsibility. I incure in exercising an autority which is not vested in me, but the case is an exceptional one No. 15, L Cowan, Ludhiana to Commissioner Ambala Division – 17th January 1872.

2 … I am directed to state that a paper drawn up by Mr. Forsyth, and contain ing the following passage, has been confidentially communicated to the Viceroy and Governor General :-

"On reaching Ludhiana on the evening of the 16th, I received a letter form Mr. Cowan expressing his desire to execute his prisoners at once. I wrote requesting him to leave all men caught by Patiala authorities in their charge till I could send out a guard to bring them to Ludhiana for trial.

This letter Mr. Cowan must have received some time before he executed any." *[No. 569 dated fort William March 22, 1872, from Secretary to Government of India to Offg. Secry. Govt. of the Punjab.]*

ਹੈ ਕਿ :-

ਜਲਦੀ ਹੀ ਦਿਨੇ, ਦੁਪਹਿਰ ਤੋਂ ਪਹਿਲਾਂ ਯਾਂ ਦੁਪਹਿਰ ਕੁ ਵੇਲੇ (17 ਜਨਵਰੀ 1872 ਨੂੰ) ਜਿਸ ਵੇਲੇ ਮੈਂ ਸ਼ਹਿਰ ਕੋਟਲੇ ਵਿਚ ਦੀ ਘੋੜੇ ਤੇ ਜਾ ਰਿਹਾ ਸਾਂ ਤਾਂ ਮਿਸਟਰ ਫੋਰਸਾਈਥ ਵਲੋਂ, ਜੋ ਪਹਿਲੀ ਰਾਤੇ ਲੁਧਿਆਣੇ ਪੁੱਜ ਚੁੱਕਾ ਸੀ, ਇਕ ਚਿਠੀ ਮੇਰੇ ਹੱਥ ਦਿੱਤੀ ਗਈ। ਇਸ ਨੋਟ ਦਾ ਮਤਲਬ ਇਹ ਸੀ ਕਿ ਉਸ ਨੇ ਸੁਣ ਲਿਆ ਹੈ ਕਿ ਬਾਗੀ ਫੜੇ ਜਾ ਚੁੱਕੇ ਹਨ ਅਤੇ ਦੇਸ਼ ਦੀ ਮੌਜੂਦਾ ਗੜ-ਬੜ ਦੀ ਹਾਲਤ ਵਿਚ ਇਹ ਚੰਗਾ ਹੋਵੇਗਾ ਕਿ ਉਨ੍ਹਾਂ ਨੂੰ ਪਟਿਆਲੇ ਦੇ ਕਿਲ੍ਹਾ ਸ਼ੇਰਪੁਰ ਵਿਚ ਰੋਕੀ ਰੱਖਿਆ ਜਾਵੇ ਜਿਤਨੀ ਦੇਰ ਤਕ ਕਿ ਉਹ (ਮਿਸਟਰ ਫੋਰਸਾਈਥ) ਉਨ੍ਹਾਂ ਨੂੰ ਮੰਗਾਉਣ ਲਈ ਕਾਫ਼ੀ ਤਕੜੀ ਗਾਰਦ ਨਾ ਭੇਜੇ। ਇਸ ਨੋਟ ਵਿਚ ਕੋਈ ਐਸੀ ਹਿਦਾਇਤ ਨਹੀਂ ਸੀ ਕਿ ਇਨ੍ਹਾਂ ਤੇ ਮੁਕੱਦਮਾ ਚਲਾਇਆ ਜਾਏ।

ਮੈਂ ਇਹ ਨੋਟ ਆਪਣੀ ਜੇਬ ਵਿਚ ਪਾ ਲਿਆ ਤੇ ਮੁੜ ਇਸ ਦਾ ਕੋਈ ਖਿਆਲ ਨਾ ਕੀਤਾ। ਇਸ ਵਿਚ ਕੇਵਲ ਇਕ ਸੂਚਨਾ ਯਾ ਸੈਨਤ ਹੀ ਸੀ ਜਿਸ ਨੂੰ ਮੰਨਿਆ ਨਹੀਂ ਸੀ ਜਾ ਸਕਦਾ ਕਿਉਂਕਿ ਓਸ ਵੇਲੇ ਫੜੇ ਹੋਏ ਕੂਕੇ ਕੋਟਲੇ ਨੂੰ ਲਿਆਏ ਜਾ ਰਹੇ ਸਨ ਤੇ ਰਾਹ ਵਿਚ ਸਨ।[3]

ਇਸ ਸਭ ਕੁਝ ਦੇ ਹੁੰਦੇ ਹੋਏ ਭੀ ਮਿਸਟਰ ਕਾਵਨ ਨੇ ਆਪਣੀ ਪੱਕੀ ਠਾਣ ਲਈ ਗੱਲ ਨੂੰ ਪੂਰੀ ਕਰਨ ਲਈ 50 ਕੂਕਿਆਂ ਦੇ ਓਸੇ ਲੌਢੇ ਵੇਲੇ (17 ਜਨਵਰੀ 1872 ਨੂੰ) ਤੋਪਾਂ ਨਾਲ ਉੜਾਏ ਜਾਣ ਦਾ ਹੁਕਮ ਦੇ ਦਿੱਤਾ। ਤੋਪਾਂ ਕੋਟਲੇ ਦੇ ਪਰੇਟ ਮੈਦਾਨ (ਪਰੇਡ ਗਰਾਊਂਡ) ਵਿਚ ਗੱਡੀਆਂ ਗਈਆਂ ਅਤੇ ਪਟਿਆਲਾ, ਨਾਭਾ ਤੇ ਮਲੇਰ ਕੋਟਲਾ ਰਿਆਸਤ ਦੇ ਫੌਜੀਆਂ ਦੇ ਸਾਹਮਣੇ ਕੂਕੇ ਤੋਪਾਂ ਨਾਲ ਬੰਨ੍ਹ ਕੇ ਉੜਾਏ ਜਾਣੇ ਸ਼ੁਰੂ ਹੋ ਗਏ। ਜਿਸ ਵੇਲੇ ਕੂਕੇ ਇਸ ਤਰ੍ਹਾਂ ਉੜਾਏ ਜਾ ਰਹੇ ਸਨ ਤਾਂ ਇਕ ਕੂਕਾ ਗਾਰਦ ਵਿਚੋਂ ਨਿਕਲ ਕੇ ਕਾਵਨ ਨੂੰ ਜਾ ਪਿਆ ਤੇ ਉਸ ਦੀ ਦਾੜ੍ਹੀ ਫੜ ਕੇ ਉਸ ਦੀ

---

* [January 17, 1872]

3. Earlier in the day, before or about noon, as I was riding through the town of Kotla, a letter was put into my hand from Mr. Forsyth, who had arrived at Ludhiana late on the previous night. This note was to the effect that he had heard of the capture of the rebels, and that, in the present state of the country, it would be better that they should be detained in the Patiala fort of Sherpur till he could send out a sufficiently strong guard to take charge of them. This note did not contain any instructions to have them brought to trial. I put the note in my pocket and thought no more about it. It contained only a suggestion which could not be acted on, for the captured Kukas were then close the Kotla on their way in. *[From L. Cowan, Mussourie, to the Offg. Secy. To Govt. Punjab, 8th April, 1872.]*

ਸੰਘੀ ਜਾ ਦੱਬੀ। ਇਹ ਕੂਕਾ ਬੜਾ ਤਕੜਾ ਸੀ ਤੇ ਕਾਵਨ ਨੇ ਬੜੀ ਮੁਸ਼ਕਿਲ ਨਾਲ ਆਪਣੇ ਆਪ ਨੂੰ ਇਸ ਪਾਸੋਂ ਛੁਡਾਇਆ। ਇਹ ਫੇਰ ਝੁੰਜਲਾ ਕੇ ਕੁਝ ਰਿਆਸਤੀ ਅਫ਼ਸਰਾਂ ਨੂੰ ਜਾ ਪਿਆ ਜਿਨ੍ਹਾਂ ਨੇ ਤਲਵਾਰਾਂ ਨਾਲ ਇਸ ਦੇ ਟੋਟੇ ਕਰ ਦਿੱਤੇ।

ਜਿਸ ਵੇਲੇ ਕੂਕਿਆਂ ਦਾ ਅਖੀਰੀ ਦਸਤਾ ਤੋਪਾਂ ਨਾਲ ਜੁੜਿਆ ਜਾ ਰਿਹਾ ਸੀ ਤਾਂ ਕਾਵਨ ਨੂੰ ਮਿਸਟਰ ਫੋਰਸਾਈਥ ਦੀ ਇਕ ਚਿਠੀ ਮਿਲੀ ਜਿਸ ਵਿਚ ਲਿਖਿਆ ਹੋਇਆ ਸੀ ਕਿ ਕਾਵਨ ਪੜਤਾਲ ਕਰ ਕੇ ਸਜ਼ਾ ਦੇਣ ਲਈ ਕਾਰਵਾਈ ਉਸ ਨੂੰ (ਖ਼ੁਦ ਕਮਿਸ਼ਨਰ ਫੋਰਸਾਈਥ ਨੂੰ) ਭੇਜ ਦੇਵੇ। ਇਹ ਚਿੱਠੀ 17 ਜਨਵਰੀ ਦੀ ਜਾਪਦੀ ਹੈ ਜਿਸ ਦੇ ਆਖਰੀ ਚੌਥੇ ਪੈਰ੍ਹੇ ਦੇ ਲਫਜ਼ ਇਹ ਸਨ :-

'ਮਲੇਰ ਕੋਟਲੇ ਵਿਚ ਕੀਤੇ ਗਏ ਜ਼ੁਰਮਾਂ ਸੰਬੰਧੀ ਓਥੇ ਦੇ ਕਰਮਚਾਰੀਆਂ ਨੂੰ ਦੋਸ਼ੀਆਂ ਉਤੇ ਮੁਕੱਦਮੇ ਚਲਾਉਣ ਅਤੇ ਸਜ਼ਾ ਦੇਣ ਦੇ ਪੂਰੇ ਅਖ਼ਤਿਆਰ ਹਨ ਅਤੇ ਜੇ ਮੌਤ ਦੀ ਸਜ਼ਾ ਦੇਣੀ ਹੋਵੇ ਤਾਂ ਕਮਿਸ਼ਨਰ ਪਾਸ ਆਗਿਆ ਲਈ ਮਾਮਲਾ ਭੇਜ਼ ਸਕਦੇ ਹਨ।'

'ਮੇਰੀ ਬੇਨਤੀ ਹੈ ਕਿ ਤੁਸੀਂ ਛੇਤੀ ਹੀ ਉਨ੍ਹਾਂ ਦੇ ਵਿਰੁਧ, ਜਿਨ੍ਹਾਂ ਨੂੰ ਕਿ ਤੁਸੀਂ ਮੌਤ ਦੀ ਸਜ਼ਾ ਦੇ ਭਾਗੀ ਸਮਝਦੇ ਹੋ, ਮੁਕੱਦਮਾ ਤਿਆਰ ਕਰੋ ਤੇ ਮੈਂ ਤਦੋਂ ਝੱਟ ਹੁਕਮ ਦੇ ਦਿਆਂਗਾ। ਪਰ ਤੁਹਾਡੀ ਛੇਤੀ ਕਰਨ ਦੀ ਇੱਛਾ ਸੰਬੰਧੀ ਗੱਲ ਇਹ ਹੈ ਕਿ ਮਾਮਲਾ ਇਤਨਾ ਕਾਫ਼ੀ ਜ਼ਿਆਦਾ ਜ਼ਰੂਰੀ ਨਹੀਂ ਕਿ ਜਿਸ ਕਰਕੇ ਸਾਡੇ ਪਾਸ ਦੇ ਬਹੁਤ ਹੀ ਮਾਮੂਲੀ ਕਾਨੂੰਨੀ ਕਾਰਵਾਈ ਦੇ ਤਰੀਕੇ ਨੂੰ ਛੱਡਣਾ ਉਚਿਤ ਠਹਿਰਾਇਆ ਜਾ ਸਕੇ। ਮੈਂ ਬਹੁਤ ਛੇਤੀ ਮਲੇਰ ਕੋਟਲੇ ਨੂੰ ਜਾ ਰਿਹਾ ਹਾਂ।'[4]

ਇਸ ਦੇ ਝੱਟ ਹੀ ਪਿੱਛੋਂ ਮਿਸਟਰ ਫੋਰਸਾਈਥ ਨੇ ਹੇਠ ਲਿਖੀ ਨਿੱਜੀ ਚਿੱਠੀ ਕਾਵਨ ਨੂੰ ਲਿਖੀ ਸੀ। ਹੋ ਸਕਦਾ ਹੈ ਇਹ ਹੀ ਕਾਵਨ ਨੂੰ ਕੂਕਿਆਂ ਦੇ ਅਖੀਰੀ ਦਸਤੇ ਨੂੰ ਤੋਪਾਂ ਨਾਲ ਜੁੜਨ ਵੇਲੇ ਮਿਲੀ ਹੋਵੇ :-

"ਮੇਰੇ ਪਿਆਰੇ ਕਾਵਨ,

---

* 3. As regards offences committed in Maler Kotla, the authorities there have full Powers to try and sentence criminals, sending the case up to the Commissioner for sanction when the sentence is for capital punishment.

4. I Request that you will prepare atonce the case against such as appear to you to be deserving of capital punishment, and I shall then give immediate orders. But with reference to your expressed desire for promptitude, the case is not sufficiently urgent to justify the abandonment of the very simple form of procedure we have at hand. *I propose proceeding to Maler Kotla very shortly. [From T.D. Forsyth, Commissioner Ambala, to the Deputy Commissioner, Ludhiana, January 17, 1872]*

ਤੂੰ ਬਹੁਤ ਚੰਗਾ ਕੀਤਾ ਹੈ, ਪਰ ਰੱਬ ਦੇ ਵਾਸਤੇ ਕਿਸੀ ਉਤਾਵਲੀ ਕਾਰਵਾਈ ਨਾਲ ਸਾਰੀ ਗੱਲ ਦੀ ਪੂਰੀ ਸਫਲਤਾ ਵਿਚ ਕੋਈ ਘਾਟਾ ਨਾ ਪਾ ਲਵੀਂ। ਜੇਹੜੇ ਆਦਮੀ ਕੋਟਲੇ ਦੇ ਇਲਾਕੇ ਵਿਚ ਦੋਸ਼ੀਆਂ ਵਾਂਗੂ ਫੜੇ ਗਏ ਹਨ, ਉਨ੍ਹਾਂ ਨਾਲ ਨਿਪਟਣ ਲਈ ਇਹੋ ਜਿਹੇ ਸਾਰੇ ਹਾਲਾਤ ਵਿਚ ਮੇਰੇ ਪਾਸ ਕਾਰਵਾਈ ਭੇਜ ਕੇ ਨਿਯਮ ਪੂਰਾ ਕਰ ਕੇ, ਚੀਫ ਕੋਰਟ ਪਾਸ ਮੁਕੱਦਮਾ ਭੇਜਣ ਦੀ ਦੇਰ ਤੋਂ ਬਿਨ੍ਹਾਂ ਹੀ, ਉਨ੍ਹਾਂ ਨੂੰ ਫਾਹੇ ਲਾਇਆ ਜਾ ਸਕਦਾ ਹੈ ਅਤੇ ਵਕਤ ਤੇ ਤਕਲੀਫ ਬਚਾਉਣ ਲਈ ਰਾਮ ਸਿੰਘ ਦਾ ਫੈਸਲਾ ਕਰ ਕੇ ਮੈਂ ਕੋਟਲੇ ਜਾ ਰਿਹਾ ਹਾਂ। ਪਰ ਜੇ ਤੂੰ ਮਲੌਦੋਂ ਫੜੇ ਹੋਏ ਆਦਮੀ ਆਪਣੇ ਆਪ ਫਾਹੇ ਲਾ ਦਿੱਤੇ ਤਾਂ ਪੂਰੀ ਕਾਮਯਾਬੀ ਵਿਚ ਘਾਟਾ ਪਾ ਲਵੇਂਗਾ। ਬਾਰਾਂ ਘੰਟਿਆਂ ਦੀ ਦੇਰ ਨਾਲ ਕੋਈ ਨੁਕਸਾਨ ਨਹੀਂ ਹੋ ਜਾਣ ਲੱਗਾ, ਪਰ ਬੇ-ਕਾਨੂੰਨੀ ਕਾਰਵਾਈ ਦੁੱਖ ਦਾ ਕਾਰਣ ਹੋ ਸਕਦੀ ਹੈ। ਮੈਂ ਭਲਕੇ ਸਵੇਰੇ ਰਾਮ ਸਿੰਘ ਦੇ ਆਉਣ ਦੀ ਉਡੀਕ ਕਰ ਰਿਹਾ ਹਾਂ, ਫਿਰ ਮੈਂ ਝੱਟ ਚੱਲ ਪਵਾਂਗਾ।'[5]

ਪਰ ਕਾਵਨ ਤਾਂ ਇਸ ਵੇਲੇ ਮਲੌਦ ਵਾਲੇ ਚੌਂਹ ਨੂੰ ਇਕ ਪਾਸੇ ਛੱਡ ਕੇ ਮਲੇਰ ਕੋਟਲੇ ਵਾਲੇ 49-50 ਕੂਕਿਆਂ ਨੂੰ ਤੋਪਾਂ ਨਾਲ ਉਡਾਈ ਜਾ ਰਿਹਾ ਸੀ, ਅਤੇ ਕਮਿਸ਼ਨਰ ਦੀ ਚਿੱਠੀ ਪੁਜ ਜਾਣ ਪਰ ਅਖੀਰੀ ਦਸਤੇ ਨੂੰ ਭੀ ਨਾ ਛੱਡਿਆ।

ਇਸ ਸਾਰੀ ਬੇ-ਨਿਯਮੀ ਤੇ ਓਤਾਵਲੀ ਕਾਰਵਾਈ ਲਈ ਮਿਸਟਰ ਕਾਵਨ ਦੀ ਦਲੀਲ ਇਹ ਸੀ ਕਿ ਕੂਕਿਆਂ ਦੇ ਮਲੌਦ ਅਤੇ ਕੋਟਲੇ ਉੱਤੇ ਹੱਲਿਆਂ ਦੇ ਬਗ਼ਾਵਤ ਦੀ ਸ਼ਕਲ ਅਖ਼ਤਿਆਰ ਕਰ ਜਾਣ ਦਾ ਡਰ ਪੈਦਾ ਹੋ ਰਿਹਾ ਸੀ, ਪਰ ਇਹ ਕੇਵਲ ਉਸ ਦੇ ਆਪਣੇ ਮਨ ਦਾ ਭਰਮ ਹੀ ਸੀ। ਕੂਕਿਆਂ ਦੇ ਮਲੇਰ ਕੋਟਲੇ ਉੱਤੇ ਹੱਲੇ ਦਾ ਅਸਲੀ ਮੰਤਮ ਕੇਵਲ ਗਊਆਂ ਮਾਰਨ ਵਾਲੇ ਕੁਝ ਕੁ ਥਾਵਾਂ ਦੇ ਬਚੜਾਂ ਨੂੰ ਮਾਰ ਕੇ ਬਾਕੀਆਂ ਨੂੰ ਡਰਾਉਣਾ ਤੇ ਇਸ ਕੰਮ ਨੂੰ ਬੰਦ ਕਰਾਉਣਾ ਹੀ ਸੀ ਅਤੇ ਮਲੌਦ ਓਹ ਇਸ ਵਿਚ

---

5 My dear Cowan,

You have done admirably, but for heaven's sake don't let the whole thing fall sort of perfect success by any hasty act. By dealing with the men caught as culprits in the Kotla territory they can be hanged legally without the delay of sending the case to the Chief Court, by attending to the form usual in all such cases, i.e., sending up the proceedings to me, and, to save time and trouble, I am going out to Kotla as soon as I have disposed Ram Singh. But if you hang (yourself) these men, i.e., the men caught at Maloudh, you will fall short of perfect success; a delay of 12 hours cannot produce harm, whereas illegal action may cause trouble. I only wait for Ram Singh to come in tomorrow morning and I shall then be out atonce *[Forsyth to cowan, D.O., 17th January, 1872; G. of I. Memo]*

ਸਫਲਤਾ ਲਈ ਹਥਿਆਰਾਂ ਵਾਸਤੇ ਗਏ ਸਨ। ਭਾਵੇਂ ਕੁਝ ਕੁ ਗਵਾਹਾਂ ਨੇ ਆਪਣੇ ਬਿਆਨਾਂ ਵਿਚ ਇਹ ਕਿਹਾ ਸੀ ਕਿ ਕੂਕੇ ਭਾਈ ਰਾਮ ਸਿੰਘ ਨੂੰ ਰਾਜ-ਗੱਦੀ ਤੇ ਬਿਠਾਉਣ ਦੀਆਂ ਗੱਲਾਂ ਕਰਿਆ ਕਰਦੇ ਸਨ, ਤੇ ਓਹ ਕੂਕਿਆਂ ਦਾ ਰਾਜ ਕਾਇਮ ਕਰਨਾ ਚਾਹੁੰਦੇ ਸਨ, ਪਰ ਇਹ ਗਵਾਹੀਆਂ ਕੇਵਲ ਭਾਈ ਰਾਮ ਸਿੰਘ, ਉਨ੍ਹਾਂ ਦੇ ਸੂਬਿਆਂ ਅਤੇ ਕੂਕਿਆਂ ਨੂੰ ਰਾਜ-ਵਿਦਰੋਹੀ ਦੱਸ ਦੇ ਫਸਾਉਣ ਅਤੇ ਸਰਕਾਰੀ ਅਫ਼ਸਰਾਂ ਦੀ ਹਾਂ ਵਿਚ ਹਾਂ ਮਿਲਾਉਣ ਲਈ ਇੱਕੜ ਦੁੱਕੜ ਮਸਤਾਨ ਕੂਕਿਆਂ ਦੀਆਂ ਅਵੇਸਲੇ ਹੀ ਲਾ-ਪਰਵਾਹੀ ਵਿਚ ਕੀਤੀਆਂ ਮਾਮੂਲੀ ਗੱਲਾਂ ਨੂੰ ਖਿੱਚ ਵਧਾ ਕੇ ਦਿੱਤੀਆਂ ਗਈਆਂ ਜਾਪਦੀਆਂ ਹਨ, ਨਹੀਂ ਤਾਂ ਸਾਰੇ ਰਿਕਾਰਡ ਵਿਚੋਂ ਸਰਕਾਰ ਪੰਜਾਬ ਅਤੇ ਸਰਕਾਰ ਹਿੰਦ ਕੋਈ ਐਸੀ ਗੱਲ ਕੂਕਿਆਂ ਦੇ ਵਿਰੁਧ ਨਹੀਂ ਕੱਢ ਸਕੀ ਜਿਸ ਤੋਂ ਰਾਜ-ਵਿਦਰੋਹ ਲਈ ਕੂਕਿਆਂ ਦੀ ਕੋਈ ਬਾਕਾਇਦਾ ਸੰਗਠਿਤ ਸਾਜਿਸ਼ ਸਾਬਤ ਕੀਤੀ ਜਾ ਸਕੇ। ਕਾਵਨ ਦੀਆਂ ਆਪਣੀਆ ਲਿਖਤਾਂ ਅਨੁਸਾਰ ਭੀ 16 ਤਾਰੀਖ ਨੂੰ ਹੀ ਸਾਰਾ ਖਤਰਾ ਖਤਮ ਹੋ ਚੁੱਕਾ ਸੀ, ਕੂਕੇ ਬਲਵਈਆਂ ਦੀ ਗਿਣਤੀ ਸਵਾ ਸੌ ਤੋਂ ਜ਼ਿਆਦਾ ਕਦੇ ਨਹੀਂ ਸੀ ਵਧੀ, ਸਾਰੇ ਦੋਸ਼ੀ ਕੂਕੇ ਫੜੇ ਜਾ ਚੁੱਕੇ ਸਨ, ਅਮਨ ਕਾਇਮ ਹੋ ਗਿਆ ਸੀ, ਫੌਜ਼ ਦੀ ਲੋੜ ਨਹੀਂ ਸੀ ਰਹੀ, ਬਲਕਿ ਕਮਿਸ਼ਨਰ ਅੰਬਾਲਾ ਦੇ ਕੋਟਲੇ ਆਉਣ ਦੀ ਭੀ ਜ਼ਰੂਰਤ ਨਹੀਂ ਸੀ, ਪਰ ਫਿਰ ਭੀ ਸਰਕਾਰ ਦੀ ਆਗਿਆ ਬਿਨਾਂ ਅਤੇ ਕਮਿਸ਼ਨਰ ਦੇ ਹੁਕਮਾਂ ਦੀ ਪਰਵਾਹ ਨਾ ਕਰਦੇ ਹੋਏ, ਉਸ ਨੂੰ ਉਡੀਕ ਬਗੈਰ ਹੀ, ਬਿਨਾਂ ਕੋਈ ਪੜਤਾਲ ਕੀਤੇ ਅਤੇ ਮੁਕੱਦਮਾ ਚਲਾਏ, ਸਾਰੇ ਸਰਕਾਰੀ ਦਸਤੂਰ ਨੂੰ ਪਰੇ ਸੁਟ ਕੇ ਕਾਵਨ ਨੇ ਬੇਨਿਯਮੇ ਤੌਰ ਤੇ ਆਪਣੇ ਮਨ ਵਿਚ ਪੱਕੀ ਧਾਰੀ ਹੋਈ ਇੱਛਾ ਨ ਪੂਰਾ ਕਰਨ ਲਈ 49 ਕੂਕੇ ਤੋਪਾਂ ਨਾਲ ਉੜਵਾ ਦਿਤੇ ਤੇ ਇਕ ਤਲਵਾਰਾਂ ਨਾਲ ਕੱਟਿਆ ਗਿਆ। ਇਸ ਤਰ੍ਹਾਂ 50 ਦੀ ਗਿਣਤੀ ਪੂਰੀ ਹੋ ਗਈ। ਇਨ੍ਹਾਂ ਵਿਚ ਹੀ ਜੱਥੇ ਦੇ ਆਗੂ ਸਰਦਾਰ ਹੀਰਾ ਸਿੰਘ ਤੇ ਲਹਿਣਾ ਸਿੰਘ ਸਕਰੌਦੀ ਵਾਲੇ ਸਨ।

ਸ਼ਾਮ (17 ਜਨਵਰੀ 1872) ਨੂੰ ਸਤ ਵਜੇ ਤੋਂ ਪਹਿਲਾਂ ਪਹਿਲਾਂ ਇਹ ਕਾਰਾ ਖਤਮ ਹੋ ਗਿਆ।[6]

---

6 ਕੋਟਲੇ ਵਿਚ 17 ਜਨਵਰੀ ਦੀ ਸ਼ਾਮ ਨੂੰ ਤੋਪਾਂ ਨਾਲ ਉਡਾਏ ਗਏ 49 ਕੂਕਿਆਂ ਦੇ ਉਪ੍ਰੋਕਤ ਅਧਿਆਇ ਸੰਬੰਧੀ ਪ੍ਰਮਾਣਾਂ ਲਈ ਦੇਖੋ ਕਮਿਸ਼ਨਰ ਅੰਬਾਲਾ ਦੀ ਲੁਧਿਆਣਿਓਂ ਚਿੱਠੀ ਜੋਗ ਸਕਤ੍ਰ ਸਰਕਾਰ ਪੰਜਾਬ, 17 ਜਨਵਰੀ 1872; ਐਲ. ਕਾਵਨ ਦੀ ਚਿੱਠੀ ਨੰ: 15 ਜੋਗ ਕਮਿਸ਼ਨਰ ਅੰਬਾਲਾ, 17 ਜਨਵਰੀ 1872; ਕਰਨਲ ਬੇਲੀ, ਡੀ. ਆਈ. ਜੀ. ਲਹੌਰ, ਜੋਗ ਆਈ. ਜੀ., 21 ਜਨਵਰੀ 1872; ਲੈਫਟਿਨੈਂਟ ਕਰਨਲ ਈ. ਐਨ. ਪਰਕਿਨਜ਼, ਡੀ. ਆਈ. ਜੀ. ਲੁਧਿਆਣਾ, ਜੋਗ ਆਈ. ਜੀ. ਅੰਬਾਲਾ, ਚਿੱਠੀ ਨੰ: 66, 6 ਫਰਵਰੀ 1872; ਕਮਿਸ਼ਨਰ ਅੰਬਾਲਾ ਜੋਗ ਡਿਪਟੀ ਕਮਿਸ਼ਨਰ ਲੁਧਿਆਣਾਂ, 17 ਜਨਵਰੀ 1872; ਅਤੇ ਡੀ. ਓ., 17 ਜਨਵਰੀ 1872; ਕੂਕਿਆਂ ਸੰਬੰਧੀ ਸਰਕਾਰ ਹਿੰਦ ਦੀ ਯਾਦ-ਦਾਸ਼ਤ।

2

ਕਮਿਸ਼ਨਰ ਟੀ. ਡੀ. ਫੋਰਸਾਈਥ ਦੇ ਬੁਲਾਏ ਹੋਏ ਭਾਈ ਰਾਮ ਸਿੰਘ 18 ਜਨਵਰੀ 1872 ਨੂੰ 1 ਵਜੇ ਸਵੇਰੇ (17 ਜਨਵਰੀ ਦੀ ਅੱਧੀ ਰਾਤ ਤੋਂ ਬਾਦ) ਲੁਧਿਆਣੇ ਪੁਜੇ। ਕਮਿਸ਼ਨਰ ਨੇ ਉਨ੍ਹਾਂ ਦੀ ਜਲਾ-ਵਤਨੀ ਦਾ ਹੁਕਮ ਦੇ ਕੇ 18 ਜਨਵਰੀ ਦੀ ਚਾਰ ਵਜੇ ਸਵੇਰੇ ਦੀ ਗੱਡੀ ਅਲਾਹਾਬਾਦ ਨੂੰ ਤੋਰ ਦਿੱਤਾ ਤੇ ਆਪ ਦਿਨ ਚੜ੍ਹੇ ਨਾਲ ਗੌਫ਼ ਦੇ ਰਿਸਾਲੇ ਦਾ ਇਕ ਦਸਤਾ ਤੇ ਉਸ ਨੂੰ ਨਾਲ ਲੈ ਕੇ ਮਲੇਰ ਕੋਟਲੇ ਨੂੰ ਤੁਰ ਪਿਆ।

ਜਦ ਮਿਸਟਰ ਫੋਰਸਾਈਥ ਕੋਟਲੇ ਪਹੁੰਚਾ ਤਾਂ ਕਾਵਨ ਨੇ ਉਸ ਦੀਆਂ ਚਿੱਠੀਆਂ ਰਾਹੀਂ ਪੁਜੀਆਂ ਹਦਾਇਤਾਂ ਅਨੁਸਾਰ 66 ਵਿਚੋਂ ਬਾਕੀ ਰਹਿੰਦੇ 16 ਕੂਕਿਆਂ ਦਾ ਨਾਜ਼ਿਮ ਤੇ ਤਹਿਸੀਲਦਾਰ ਕੋਟਲਾ ਦੀ ਸਹਾਇਤਾ ਨਾਲ ਮੁਕੱਦਮਾ ਕਰਕੇ ਉਨ੍ਹਾਂ ਦੀ ਸਜ਼ਾ ਦੇ ਕਾਗਜ਼ ਕਮਿਸ਼ਨਰ ਦੇ ਹੁਕਮ ਲਈ ਤਿਆਰ ਕੀਤੇ ਹੋਏ ਸਨ। ਕਾਵਨ ਦਾ ਫੈਸਲਾ ਇਸ ਪ੍ਰਕਾਰ ਸੀ :-

> ਇਸ ਮੁਕੱਦਮੇ ਦੇ ਸਾਰੇ ਦੋਸ਼ੀ ਕੋਟਲੇ ਸ਼ਹਿਰ ਉਤੇ ਹੱਲੇ ਤੋਂ ਛੇਤੀ ਹੀ ਪਿੱਛੋਂ ਫੜੇ ਗਏ ਸਨ। ਇਨ੍ਹਾਂ ਦੇ ਪਾਸ ਲਹੂ ਦੇ ਦਾਗਾਂ ਨਾਲ ਭਰੇ ਹੋਏ ਹਥਿਆਰ ਅਤੇ ਰਿਆਸਤ ਕੋਟਲਾ ਤੇ ਮਲੌਦ ਦੇ ਸਰਦਾਰ ਦਾ ਚੁਰਾਇਆ ਹੋਇਆ ਮਾਲ ਸੀ। ਸਾਰੇ ਹੀ ਮੰਨਣ ਵਾਲੇ ਜੋ ਬਿਆਨ ਦਿੰਦੇ ਹਨ ਉਹ ਦੋਸ਼ ਸ੍ਵੀਕਾਰ ਕਰਨ ਦੇ ਬਰਾਬਰ ਹਨ ਅਤੇ ਇਨ੍ਹਾਂ ਦੇ ਦੋਸ਼ੀ ਹੋਣ ਵਿਚ ਸ਼ੱਕ ਦੀ ਕੋਈ ਥਾਂ ਨਹੀਂ। ਜੋ ਜ਼ੁਰਮ ਇਨ੍ਹਾਂ ਲੋਕਾਂ ਨੇ ਕੀਤੇ ਹਨ, ਉਹ ਮਾਮੂਲੀ ਨਹੀਂ। ਇਨ੍ਹਾਂ ਨੇ ਖੁਲ੍ਹਮ ਖੁਲ੍ਹੀ ਬਗਾਵਤ ਦਾ ਪ੍ਰਤੱਖ ਕੰਮ ਕੀਤਾ ਹੈ, ਇਸ ਲਈ ਇਹ ਕਾਨੂੰਨ ਅਨੁਸਾਰ ਸਭ ਤੋਂ ਸਖਤ ਸਜ਼ਾ ਦੇ ਭਾਗੀ ਹਨ। ਮੈਂ ਇਨ੍ਹਾਂ ਦੋਸ਼ੀਆਂ ਨੂੰ ਸਜ਼ਾ ਲਈ ਕਮਿਸ਼ਨਰ ਅਤੇ ਕੋਟਲਾ ਰਿਆਸਤ ਦੇ ਏਜੰਟ ਦੇ ਸਪੁਰਦ ਕਰਦਾ ਹਾਂ।
>
> 18 ਜਨਵਰੀ 1872. ਐਲ. ਕਾਵਨ, ਮੈਜਿਸਟਰੇਟ

ਇਸ ਦੇ ਅੰਤ ਵਿਚ ਅਮਰਗੜ੍ਹ ਦੇ ਨਾਇਬ ਨਾਜ਼ਿਮ ਨਿਆਜ਼ ਅਲੀ ਤੇ ਉਸ ਦੇ ਸਹਾਇਕਾਂ ਨੂੰ ਅਠਾਰਾਂ ਸੌ ਰੁਪਏ ਰਿਆਸਤ ਮਲੇਰ ਕੋਟਲੇ ਵਲੋਂ ਇਨਾਮ ਦੇਣ ਦੀ ਸਫਾਰਸ਼ ਕੀਤੀ ਹੋਈ ਸੀ।

ਮਿਸਟਰ ਫੋਰਸਾਈਥ ਨੇ ਮਲੇਰ ਕੋਟਲੇ ਪੁਜਦੇ ਸਾਰ ਮੁਕੱਦਮੇ ਦੀ ਮਿਸਲ ਵਾਚ ਕੇ ਕਾਵਨ ਦੀ ਕਾਰਵਾਈ ਪੱਕੀ ਕਰ ਦਿੱਤੀ ਤੇ 16 ਹੀ ਦੋਸ਼ੀਆਂ ਨੂੰ ਮੌਤ ਦੀ ਸਜ਼ਾ ਮਨਜ਼ੂਰ ਕਰ ਦਿੱਤੀ ਅਤੇ ਹੁਕਮ ਦੇ ਦਿੱਤਾ ਕਿ ਸਜ਼ਾ ਤਤਕਾਲ ਦੇ ਦਿੱਤੀ ਜਾਵੇ। ਫੋਰਸਾਈਥ ਨੇ ਆਪਣੇ ਫੈਸਲੇ ਵਿਚ ਲਿਖਿਆ ਕਿ :-

ਹੁਣ ਉਨ੍ਹਾਂ ਆਦਮੀਆਂ ਦਾ ਨਿਖੇੜਾ ਕਰਨਾ ਅਸੰਭਵ ਹੈ ਕਿ ਅਸਲ ਵਿਚ ਜਿਨ੍ਹਾਂ ਦੀਆਂ ਚੋਟਾਂ ਨਾਲ ਇਨ੍ਹਾਂ (ਮਰਨ ਵਾਲਿਆਂ) ਦੀਆਂ ਮੌਤਾਂ ਹੋਈਆਂ ਹਨ; ਨਾ ਹੀ ਐਸੇ ਟੋਲੇ ਨਾਲ ਰਹਿਮ ਕਰਨਾ ਅਕਲ ਦੀ ਗੱਲ ਹੋਵੇਗੀ, ਜਿਨ੍ਹਾਂ ਵਿਚੋਂ ਹਰ ਇਕ ਕਾਨੂੰਨ ਅਨੁਸਾਰ ਇੱਕੋ ਜਿਹੀ ਸਜ਼ਾ ਦਾ ਭਾਗੀ ਹੈ। ਇਸ ਟੋਲੇ ਦੀਆਂ ਮਨਸ਼ਾਵਾਂ (ਇਸ ਸੰਪ੍ਰਦਾਇ ਦੇ) ਆਗੂ ਰਾਮ ਸਿੰਘ ਨੇ ਸਾਫ਼ ਜ਼ਾਹਰ ਕਰ ਦਿੱਤੀਆਂ ਹਨ। (ਦੇਖੋ ਬਿਆਨ ਜੋ ਮੇਰੇ ਸਾਮ੍ਹਣੇ ਲੁਧਿਆਣੇ 18 ਤਾਰੀਖ ਨੂੰ ਦਿੱਤਾ) ਕੈਦੀ ਨੰ: 1, 2,3,4,5,7,10,12,13,15 ਤੇ 16 ਦੇ ਬਿਆਨ ਉਨ੍ਹਾਂ ਦੇ ਕੋਟਲੇ ਦੇ ਅੰਦਰ ਹੋਣ ਨੂੰ ਸਾਫ਼ ਮੰਨਦੇ ਹਨ। ਨੰ: 8 ਤੇ 9 ਮੰਨਦੇ ਹਨ ਕਿ ਉਹ ਕੋਟਲੇ ਸਨ। ਨੰ: 6, 11 ਤੇ 14 ਮੰਨਦੇ ਹਨ ਕਿ ਉਹ ਫੜੇ ਜਾਣ ਵੇਲੇ ਟੋਲੇ ਦੇ ਨਾਲ ਸਨ, ਅਤੇ ਇਨ੍ਹਾਂ ਦਾ ਮੰਨਣਾ ਅਤੇ 3 ਔਰ 4 ਦੇ ਬਿਆਨ ਇਕੱਠੇ ਪੜ੍ਹਨ ਤੋਂ ਮੇਰੇ ਦਿਲ ਵਿਚ ਕੋਈ ਸ਼ੱਕ ਨਹੀਂ ਰਹੀ ਕਿ ਇਹ ਟੋਲੇ ਵਾਲੇ ਹੀ ਸਨ, ਅਤੇ ਇਸ ਲਈ ਇਨ੍ਹਾਂ ਦੇ ਨਾਲ ਹੀ ਸਜ਼ਾ ਦੇ ਭਾਗੀ ਹਨ।

ਮੈਂ ਪਹਿਲਾਂ ਸਜ਼ਾ ਦੇਣ ਵਾਲੇ ਅਫਸਰ (ਮੈਜਿਸਟਰੇਟ ਐਲ ਕਾਵਨ) ਨਾਲ ਸਹਿਮਤ ਹਾਂ ਅਤੇ ਸਾਰਿਆਂ ਦੀ ਮੌਤ ਦੀ ਸਜ਼ਾ ਪੱਕੀ ਕਰਦਾ ਹਾਂ। ਜਿਹੜੀ ਕਿ ਝੱਟ ਪੱਟ ਦਿੱਤੀ ਜਾਏ।

ਦਸਖਤ ਟੀ. ਡੀ. ਫੋਰਸਾਈਥ,
ਕਮਿਸ਼ਨਰ ਤੇ ਸੁਪ੍ਰਿੰਟੈਂਡੈਂਟ,
ਐਕਸ-ਔਫ਼ੀਸ ਏਜੰਟ ਲੈਫਟਿਨੈਂਟ
ਗਵਰਨਰ, ਪੰਜਾਬ

ਕੋਟਲਾ
18 ਜਨਵਰੀ 1872

ਸੋ ਇਸ ਤਰ੍ਹਾਂ ਕਮਿਸ਼ਨਰ ਟੀ. ਡੀ. ਫੋਰਸਾਈਥ ਦੇ ਹੁਕਮ ਨਾਲ ਬਾਕੀ 16 ਕੂਕੇ ਭੀ 18 ਜਨਵਰੀ 1872 ਦੇ ਲੌਢੇ ਵੇਲੇ ਯੂਰਪੀਅਨ ਅਫਸਰਾਂ ਤੇ ਮਲੇਰ ਕੋਟਲਾ ਅਤੇ ਨਾਲ ਦੀਆਂ ਰਿਆਸਤਾਂ ਦੇ ਕਰਮਚਾਰੀਆਂ ਦੇ ਸਾਮ੍ਹਣੇ ਕੋਟਲੇ ਵਿਚ ਤੋਪਾਂ ਨਾਲ ਉਡਾ ਦਿੱਤੇ ਗਏ।

ਉਸੇ ਸ਼ਾਮ ਨੂੰ ਮਿਸਟਰ ਫੋਰਸਾਈਥ ਨੇ ਕੋਟਲੇ ਵਿਚ ਦਰਬਾਰ ਕੀਤਾ ਤੇ ਕਾਵਨ ਦੀ ਸਫਾਰਿਸ਼ ਅਨੁਸਾਰ ਹੇਠ ਲਿਖੇ ਆਦਮੀਆਂ ਨੂੰ ਕੂਕਿਆਂ ਦੇ ਜੱਥੇ ਨੂੰ ਫੜਨ ਤੇ ਉਸ ਵਿਚ ਸਹਾਇਤਾ ਦੇਣ ਦੀ ਸ਼ਲਾਘਾ ਯੋਗ ਸੇਵਾ ਬਦਲੇ ਕੋਟਲੇ ਦੇ ਖਜ਼ਾਨੇ ਵਿਚੋਂ ਇਨਾਮ ਵੰਡੇ ਅਤੇ ਮਲੇਰ ਕੋਟਲੇ ਦੇ ਨਾਜ਼ਮ ਨੂੰ ਹਿਦਾਇਤ ਦਿੱਤੀ ਕਿ ਕੋਟਲੇ ਦੇ ਹੱਲੇ ਵਿਚ ਜਾਨਾਂ ਦੇ ਕੇ ਰਿਆਸਤ ਦੀ ਜਾਇਦਾਦ ਦੀ ਰੱਖਿਆ ਕਰਨ ਵਾਲੇ ਕੋਤਵਾਲ ਅਹਿਮਦ ਖਾਨ ਅਤੇ ਦੂਸਰਿਆਂ ਦੇ ਟੱਬਰਾਂ ਲਈ ਯੋਗ ਪ੍ਰਬੰਧ ਕਰੇ।

ਨਿਆਜ਼ ਅਲੀ ਨਾਇਬ ਨਾਜ਼ਮ ਅਮਰਗੜ੍ਹ	1000 ਰੁਪਏ
ਪੰਜਾਬ ਸਿੰਘ ਦਰਬਾਰੀ	300 ਰੁਪਏ
ਜੈਮਲ ਸਿੰਘ, ਜਿਸ ਨੇ ਖਬਰ ਦਿੱਤੀ ਸੀ	200 ਰੁਪਏ
ਮਸਤਾਨ ਅਲੀ	100 ਰੁਪਏ
ਉੱਤਮ ਸਿੰਘ	50 ਰੁਪਏ
ਰਤਨ ਸਿੰਘ	50 ਰੁਪਏ
ਗੁਲਾਬ ਸਿੰਘ	50 ਰੁਪਏ
ਪਰਤਾਬ ਸਿੰਘ	50 ਰੁਪਏ

ਇਸੇ ਦਰਬਾਰ ਵਿਚ ਉਸੇ ਵੇਲੇ ਰਿਆਸਤ ਮਲੇਰ ਕੋਟਲਾ ਵਲੋਂ ਮਹਾਰਾਜਾ ਸਾਹਿਬ ਪਟਿਆਲਾ ਤੇ ਰਾਜਾ ਸਾਹਿਬਾਨ ਜੀਂਦ ਤੇ ਨਾਭਾ ਦੇ ਨਾਮ ਧੰਨਵਾਦ-ਪੱਤ੍ਰ ਉਨ੍ਹਾਂ ਦੇ ਵਕੀਲਾਂ ਨੂੰ ਦਿੱਤੇ ਗਏ।

ਇਸ ਤਰ੍ਹਾਂ 18 ਜਨਵਰੀ 1872 ਦੀ ਸ਼ਾਮ ਨੂੰ ਮਲੇਰ ਕੋਟਲੇ ਦਾ ਖ਼ੂਨੀ ਕਾਂਡ ਸਮਾਪਤ ਹੋਇਆ।

19 ਜਨਵਰੀ ਦੀ ਸਵੇਰੇ ਕਮਿਸ਼ਨਰ ਮਿਸਟਰ ਟੀ. ਡੀ. ਫੋਰਸਾਈਥ, ਡਿਪਟੀ ਕਮਿਸ਼ਨਰ ਐਲ. ਕਾਵਨ, ਡਿਸਟਰਿਕਟ ਸੁਪਰਿੰਟੈਂਡੈਂਟ ਪੁਲੀਸ ਲੈਫਟਿਨੈਂਟ ਕਰਨਲ ਈ. ਐਨ. ਪਰਕਿਨਜ਼, ਰਿਸਾਲੇ ਦਾ ਅਫਸਰ ਕਰਨਲ ਗੌਫ਼ ਤੇ ਹੋਰ ਸਾਥੀ ਮਾਲੇਰ ਕੋਟਲਿਓਂ ਮਲੌਦ ਆ ਗਏ। ਇਥੇ ਆ ਕੇ ਮਲੌਦ ਵਾਲੇ ਪਹਿਲੇ ਚਾਰ ਦੋਸ਼ੀਆਂ ਭਗਵਾਨ ਸਿੰਘ, ਗਿਆਨ ਸਿੰਘ, ਥੰਮਨ ਸਿੰਘ ਤੇ ਮੇਹਰ ਸਿੰਘ ਦਾ ਮੁਕੱਦਮਾ ਸੁਣਿਆ। ਇਹ ਉਹ ਹੀ ਚਾਰ ਕੂਕੇ ਸਨ, ਜਿਨ੍ਹਾਂ ਨੂੰ ਝੱਟ-ਪਟ ਮੌਤ ਦੀ ਸਜ਼ਾ ਦੇਣ ਦੀ ਆਗਿਆ ਮਿਸਟਰ ਕਾਵਨ ਨੇ 16 ਜਨਵਰੀ ਨੂੰ ਤਾਰ ਰਾਹੀਂ ਸਰਕਾਰ ਪੰਜਾਬ ਪਾਸੋਂ ਮੰਗੀ ਸੀ। ਕਮਿਸ਼ਨਰ ਫੋਰਸਾਈਥ ਨੇ ਸੈਸ਼ਨ ਜੱਜ ਦੀ ਹੈਸੀਅਤ ਵਿਚ ਇਨ੍ਹਾਂ ਨੂੰ ਦੋਸ਼ੀ ਠਹਿਰਾਇਆ, ਪਰ ਫੈਸਲੇ ਦੇ ਅੰਤ ਵਿਚ ਲਿਖਿਆ :-

> ਦੋ ਕਾਰਣਾ ਕਰਕੇ ਮੈਂ ਕਾਨੂੰਨ ਦੀ ਆਖਰੀ ਹੱਦ ਦਰਜ਼ੇ ਦੀ ਸਜ਼ਾ ਦੇਣੋਂ ਝਿਜਕਦਾ ਹਾਂ, ਹੁਣ ਹੀ ਮਲੇਰ ਕੋਟਲੇ ਵਿਚ ਸਖਤ ਮਿਸਾਲਾਂ ਕਾਇਮ ਕੀਤੀਆਂ ਗਈਆਂ ਹਨ, ਅਤੇ ਹੁਣ ਰਹਿਮ ਦਿਖਾਉਣ ਦੀ ਥਾਂ ਹੈ।
>
> ਦੂਸਰਾ ਕਾਰਣ ਇਹ ਹੈ ਕਿ ਸਾਰੇ ਹੀ ਕੈਦੀ ਘਟ ਵੱਧ ਸਖਤ ਫੱਟੜ ਹਨ। ਦੋ ਦੋ ਅੰਗ ਟੁੱਟੇ ਹੋਏ ਹਨ, ਅਤੇ ਸੰਭਵ ਹੈ ਕਿ ਇਕ ਦੀ ਜਾਨ ਖਤਰੇ ਵਿਚ ਹੋਵੇ।
>
> ਇਸ ਕਰਕੇ ਮੈਂ ਮੌਤ ਦੀ ਸਜ਼ਾ ਮਾਫ਼ ਕਰਦਾ ਹਾਂ, ਅਤੇ ਚੌਹਾਂ ਨੂੰ ਉਮਰ ਕੈਦ ਦੀ ਸਜ਼ਾ ਦਿੰਦਾ ਹਾਂ।

ਵਾਇਸਰਾਇ ਲਾਰਡ ਮਿਓ ਨੇ ਕਾਵਨ ਤੇ ਫੋਰਸਾਈਥ ਦੇ ਕੂਕਿਆਂ ਨੂੰ ਤੋਪਾਂ ਨਾਲ ਉੜਾ ਦੇਣ ਨੂੰ ਹੱਦੋਂ ਵੱਧ ਬੇਨਿਯਮੀ ਤੇ ਬੇਲੋੜੀ ਸਖਤੀ ਸਮਝਿਆ ਅਤੇ ਲਾਟ ਸਾਹਿਬ ਪੰਜਾਬ ਨੂੰ 19 ਜਨਵਰੀ ਨੂੰ ਤਾਰ ਦਿੱਤੀ ਕਿ ਕੂਕਿਆਂ ਨੂੰ ਝੱਟ-ਪੱਟ ਮੌਤ ਦੀ ਸਜ਼ਾ ਦੇਣੀ ਬੰਦ ਕੀਤੀ ਜਾਏ, ਜਿਤਨੀ ਦੇਰ ਕਿ ਤੁਹਾਡਾ ਖਾਸ ਹੁਕਮ ਨਾ ਹੋਵੇ।[7] ਇਸ ਦੇ ਉਤਰ ਵਿਚ ਲਾਟ ਸਾਹਿਬ ਨੇ ਵਾਇਸਰਾਏ ਨੂੰ ਉਸੇ ਦਿਨ ਤਾਰ ਦਿੱਤੀ ਕਿ ਕਾਵਨ ਤੋਂ ਬਾਦ ਫੋਰਸਾਈਥ ਨੇ ਮਲੇਰ ਕੋਟਲੇ ਪੁੱਜ ਕੇ ਕੱਲ 16 ਹੋਰ ਕੂਕੇ ਉਡਾ ਦਿੱਤੇ ਸਨ। ਅੰਗ੍ਰੇਜ਼ੀ ਇਲਾਕੇ ਵਿਚ ਫੜੇ ਗਏ ਕੂਕਿਆਂ ਉਤੇ ਬਾਕਾਇਦਾ ਮੁਕੱਦਮਾ ਚਲਾਇਆ ਜਾਏਗਾ। ਹੁਣ ਹੋਰ ਕੋਈ ਝੱਟ-ਪੱਟ ਮੌਤ ਦੀ ਸਜ਼ਾ ਨਹੀਂ ਦਿੱਤੀ ਜਾਵੇਗੀ। ਇਹ ਹੁਕਮ ਸਕੱਤ੍ਰ ਸਰਕਾਰ ਪੰਜਾਬ ਨੇ 19 ਜਨਵਰੀ ਨੂੰ ਹੀ ਕਮਿਸ਼ਨਰ ਨੂੰ ਲੁਧਿਆਣੇ ਤਾਰ ਰਾਹੀਂ ਭੇਜ ਦਿੱਤਾ। ਇਹ ਤਾਰ ਫੋਰਸਾਈਥ ਨੂੰ ਦੂਸਰੇ ਦਿਨ 20 ਜਨਵਰੀ ਨੂੰ ਮਲੌਦ ਪੁਜੀ। ਇਸ ਵੇਲੇ ਉਹ ਆਪਣਾ ਸਾਰਾ ਕੰਮ ਮੁਕਾ ਕੇ ਅੰਬਾਲੇ ਨੂੰ ਮੁੜਨ ਵਾਲਾ ਸੀ। ਇਸ ਹੁਕਮ ਦੀ ਪਹੁੰਚ ਦਿੰਦੇ ਹੋਏ ਉਸ ਨੇ ਸਕੱਤ੍ਰ ਸਰਕਾਰ ਪੰਜਾਬ ਨੂੰ ਦਿੱਲੀ ਇਹ ਤਾਰ ਦਿੱਤੀ :-

> ਜਲਾਵਤਨ ਹੋਏ ਸੂਬਿਆਂ ਸਮੇਤ ਸਾਰੇ ਕੂਕੇ ਫੜੇ ਗਏ ਹਨ ਉਨ੍ਹਾਂ ਦੀ ਕੁਲ ਗਿਣਤੀ 130 ਹੈ, ਇਨ੍ਹਾਂ ਵਿਚੋਂ 50 ਨੂੰ ਮਲੇਰ ਕੋਟਲੇ ਕਾਵਨ ਨੇ ਮੌਤ ਦੀ ਸਜ਼ਾ ਦਿੱਤੀ, 16 ਉਤੇ ਕੋਟਲੇ ਵਿਚ ਜ਼ੁਰਮ ਕਰਨ ਬਦਲੇ ਮੁਕੱਦਮਾ ਚੱਲਿਆ ਤੇ ਮੇਰੀ ਵਲੋਂ ਮੌਤ ਦਿੱਤੀ ਗਈ, 4 ਨੂੰ ਕਾਲੇ ਪਾਣੀ ਦੀ ਸਜ਼ਾ ਹੋਈ, 50 ਨੂੰ ਜ਼ਮਾਨਤ ਨਾ ਦੇ ਸਕਣ ਬਦਲੇ ਕੈਦ ਹੋਵੇਗੀ, 10 ਨੂੰ ਕੋਈ ਸਜ਼ਾ ਨਹੀਂ ਮਿਲੀ। ਮੈਂ ਅੰਬਾਲੇ ਵਾਪਸ ਜਾ ਰਿਹਾ ਹਾਂ।[8]

---

7 Telegram, dated 19th January, 1872.
From the Viceroy, Calcutta, to the Lt. Gvt., Punjab.
Stop Summary Execution of Kookas without your express orders.

8 ਕੋਟਲੇ ਵਿਚ 18 ਜਨਵਰੀ, 1872 ਨੂੰ ਕਮਿਸ਼ਨਰ ਫੋਰਸਾਈਥ ਦੇ ਹੁਕਮ ਨਾਲ ਕੋਟਲੇ ਵਿਚ ਤੋਪਾਂ ਨਾਲ ਉਡਾਏ ਗਏ 16 ਕੂਕਿਆਂ ਸੰਬੰਧੀ ਅਤੇ ਮਲੌਦ ਵਿਚ ਚੌਂਹ ਨੂੰ ਉਮਰ ਕੈਦ ਸੰਬੰਧੀ ਪ੍ਰਮਾਣਾਂ ਲਈ ਦੇਖੋ ਕਮਿਸ਼ਨਰ ਫੋਰਸਾਈਥ ਦੀ ਕੋਟਲਿਓਂ ਚਿੱਠੀ ਜੋਗ ਸਕੱਤ੍ਰ, ਸਰਕਾਰ ਪੰਜਾਬ, 19 ਜਨਵਰੀ 1872, ਯਾਦ-ਦਾਸ਼ਤ ਸਰਕਾਰ ਹਿੰਦ; ਨਕਲ ਹੁਕਮ ਮਿਸਟਰ ਕਾਵਨ ਮੈਜਿਸਟ੍ਰੈਟ ਮੁਕੱਦਮਾ ਰਿਆਸਤ ਕੋਟਲਾ; ਬਨਾਮ ਅਲਬੇਲ ਸਿੰਘ ਤੇ 15 ਹੋਰ, ਤੇ ਨਕਲ ਹੁਕਮ ਮਿਸਟਰ ਫੋਰਸਾਈਥ, 19 ਜਨਵਰੀ 1872; ਚਿੱਠੀ ਨੰਬਰ 66 ਡੀ. ਐਸ. ਪੀ. ਲੁਧਿਆਣਾ ਜੋਗ ਡੀ. ਆਈ. ਜੀ. ਅੰਬਾਲਾ, 6 ਫਰਵਰੀ 1872; ਨਕਲ ਹੁਕਮ ਮਿਸਟਰ ਫੋਰਸਾਈਥ ਸੈਸ਼ਨ ਜੱਜ ਬਨਾਮ ਭਗਵਾਨ ਸਿੰਘ ਤੇ ਤਿੰਨ ਹੋਰ, ਮੁਕਾਮ ਮਲੌਦ; 19 ਜਨਵਰੀ 1872; ਚਿੱਠੀ ਵਲੋਂ ਫੋਰਸਾਈਥ ਮੁਕਾਮ ਮਲੌਦ ਜੋਗ ਸਕੱਤ੍ਰ ਸਰਕਾਰ ਪੰਜਾਬ, 20 ਜਨਵਰੀ 1872; ਵਾਇਸਰਾਏ, ਪੰਜਾਬ ਸਰਕਾਰ ਤੇ ਫੋਰਸਾਈਥ ਦੀਆਂ ਤਾਰਾਂ 19-20 ਜਨਵਰੀ 1872 ।

3

ਮਿਸਟਰ ਕਾਵਨ ਨੇ ਜਿਨ੍ਹਾਂ 49 ਕੂਕਿਆਂ ਨੂੰ ਤੋਪਾਂ ਨਾਲ ਉਡਵਾਇਆ ਸੀ, ਉਨ੍ਹਾਂ ਉੱਤੇ ਨਾ ਤਾਂ ਕੋਈ ਬਾਕਾਇਦਾ ਮੁਕੱਦਮਾ ਹੀ ਚਲਾਇਆ ਅਤੇ ਨਾਂ ਹੀ ਉਨ੍ਹਾਂ ਦੇ ਨਾਮ ਪਤੇ ਦਾ ਕੋਈ ਰੀਕਾਰਡ ਰੱਖਿਆ ਸੀ, ਇਸ ਲਈ ਇਨ੍ਹਾਂ ਦੇ ਠੀਕ ਨਾਮ ਅਤੇ ਪੂਰੇ ਪਤੇ ਦੇ ਸਕਣਾ ਸੰਭਵ ਨਹੀਂ। 'ਸਤਿਜੁਗ' ਦੇ 22 ਮਾਘ ਸੰਮਤ 1986 ਦੇ ਪਰਚੇ ਵਿਚ ਇਕ ਸੂਚੀ ਦਿੱਤੀ ਹੋਈ ਹੈ, ਪਰ ਓਹ ਕਿਸੇ ਪੱਕੇ ਭਰੋਸੇ ਯੋਗ ਵਸੀਲੇ ਤੋਂ ਪ੍ਰਾਪਤ ਨਾ ਹੋਈ ਹੋਣ ਕਰ ਕੇ ਸਾਰੀ ਦੀ ਸਾਰੀ ਪ੍ਰਵਾਣੀ ਨਹੀਂ ਜਾ ਸਕਦੀ, ਇਸ ਲਈ ਇਸ ਦੀ ਜ਼ਿੰਮੇਵਾਰੀ ਨਾ ਲੈ ਸਕਣ ਕਰਕੇ ਅਸਾਂ ਇਸ ਨੂੰ ਇਥੇ ਨਹੀਂ ਦਿੱਤਾ।

ਜੋ 18 ਜਨਵਰੀ 1872 ਨੂੰ ਕਮਿਸ਼ਨਰ ਟੀ.ਡੀ. ਫੋਰਸਾਈਥ ਦੇ ਹੁਕਮ ਨਾਲ ਕੋਟਲੇ ਵਿਚ ਤੋਪਾਂ ਨਾਲ ਉਡਾਏ ਗਏ।

1.	ਅਲਬੇਲ ਸਿੰਘ	ਪਿੰਡ ਵਾਲੀਆਂ	ਇਲਾਕਾ ਪਟਿਆਲਾ
2.	ਰੂੜ ਸਿੰਘ	ਮੱਲੂ ਮਾਜਰਾ	ਇਲਾਕਾ ਪਟਿਆਲਾ
3.	ਕੇਸਰਾ ਸਿੰਘ	ਗਿੱਲਾਂ	ਨਾਭਾ
4.	ਸੇਠਾ ਸਿੰਘ	ਰੱਬੋਂ	ਲੁਧਿਆਣਾ
5.	ਅਨੂਪ ਸਿੰਘ	ਸਕਰੌਦੀ	ਪਟਿਆਲਾ
6.	ਸੋਭਾ ਸਿੰਘ	ਰਬੋਂ	ਲੁਧਿਆਣਾ
7.	ਵਰਿਆਮ ਸਿੰਘ	ਰਬੋਂ	ਲੁਧਿਆਣਾ
8.	ਸ਼ਾਮ ਸਿੰਘ	ਜੋਗੇ	ਨਾਭਾ
9.	ਹੀਰਾ ਸਿੰਘ	ਪਿੱਥੋਕੀ	ਨਾਭਾ
10.	ਭਗਤ ਸਿੰਘ	ਕਾਂਝਲਾ	ਪਟਿਆਲਾ
11.	ਹਾਕਿਮ ਸਿੰਘ	ਝੱਭਾਲ	ਅੰਮ੍ਰਿਤਸਰ
12.	ਵਰਿਆਮ ਸਿੰਘ	ਮਰ੍ਹਾਜ	ਫੀਰੋਜ਼ਪੁਰ
13.	ਸੋਭਾ ਸਿੰਘ	ਭੱਦਲ	ਨਾਭਾ
14.	ਸੁਜਾਨ ਸਿੰਘ	ਰਬੋਂ	ਲੁਧਿਆਣਾ
15.	ਬੇਲਾ ਸਿੰਘ	ਰਬੋਂ	ਲੁਧਿਆਣਾ
16.	ਜਵਾਹਿਰ ਸਿੰਘ	ਵਾਲੀਆਂ	ਪਟਿਆਲਾ

4

ਜੋ 19 ਜਨਵਰੀ 1872 ਨੂੰ ਕਮਿਸ਼ਨਰ ਟੀ. ਡੀ. ਫੋਰਸਾਈਥ ਦੇ ਹੁਕਮ ਨਾਲ ਕਾਲੇ ਪਾਣੀ ਭੇਜੇ ਗਏ।

1.	ਭਗਵਾਨ ਸਿੰਘ	ਪੁਤ੍ਰ ਰਾਮ ਸਿੰਘ	ਦਾ	ਨੰਗਲ,	ਪਟਿਆਲਾ
2.	ਗਿਆਨ ਸਿੰਘ	ਪੁਤ੍ਰ ਦੱਲ ਸਿੰਘ	ਦਾ	ਫੁਲੇੜੀ	ਪਟਿਆਲਾ
3.	ਥੰਮਣ ਸਿੰਘ	ਪੁਤ੍ਰ ਅਲਬੇਲ ਸਿੰਘ	ਦਾ		ਪਟਿਆਲਾ
4.	ਮੇਹਰ ਸਿੰਘ	ਪੁਤ੍ਰ ਗੁਲਾਬਾ	ਦਾ	ਅਲਾਵਲਪੁਰ	ਜਾਲੰਧਰ

ਮੋਇਆ ਤੇ ਮਾਰਿਆਂ ਗਿਆਂ ਕੂਕਿਆਂ ਦੀ ਗਿਣਤੀ

14 ਜਨਵਰੀ	ਮਲੌਦ	ਹੱਲੇ ਵਿਚ ਮਰੇ	2
15 ਜਨਵਰੀ	ਕੋਟਲਾ	ਹੱਲੇ ਵਿਚ ਮਰੇ	7
17 ਜਨਵਰੀ	ਕੋਟਲਾ	ਤੋਪਾਂ ਨਾਲ ਉਡਾਏ ਗਏ	49
17 ਜਨਵਰੀ	ਕੋਟਲਾ	ਤਲਵਾਰ ਨਾਲ ਕੱਟਿਆ ਗਿਆ	1
18 ਜਨਵਰੀ	ਕੋਟਲਾ	ਤੋਪਾਂ ਨਾਲ ਉਡਾਏ ਗਏ	16
		ਕੁਲ ਜੋੜ	75

ਭਾਈ ਰਾਮ ਸਿੰਘ ਤੇ ਸੂਬਿਆਂ ਨੂੰ ਦੇਸ਼ ਨਿਕਾਲਾ

ਮਿਸਟਰ ਟੀ. ਡੀ. ਫੋਰਸਾਈਥ ਮਲੌਦ ਦੇ ਮਲੇਰ ਕੋਟਲੇ ਦੀਆਂ ਖਬਰਾਂ 15 ਜਨਵਰੀ 1872 ਨੂੰ ਦਿੱਲੀ ਸੁਣ ਕੇ ਲਾਟ ਸਾਹਿਬ ਪੰਜਾਬ ਨੂੰ ਦਿੱਲੀ ਮਿਲਿਆ ਸੀ ਤੇ ਉਨ੍ਹਾਂ ਦੀਆਂ ਹਿਦਾਇਤਾਂ ਲੈ ਕੇ 16 ਜਨਵਰੀ ਮਿਸਟਰ ਕਾਵਨ ਦੇ ਬੁਲਾਏ ਹੋਏ ਮਲੌਦ ਗਏ ਹੋਏ ਸਨ। ਇਹ ਜਿਸ ਵੇਲੇ ਬਾਰਾਂ ਕੁ ਵਜੇ ਦੁਪਹਿਰੇ ਮਲੌਦ ਪੁੱਜੇ ਤਾਂ ਕਾਵਨ ਨੇ ਇਨ੍ਹਾਂ ਨੂੰ ਕਿਹਾ ਕਿ ਮੈਂ ਹੁਣ ਕੋਟਲੇ ਨੂੰ ਜਾ ਰਿਹਾ ਹਾਂ ਤੁਸੀਂ ਹੁਣੇ ਮੁੜ ਜਾਓ ਤੇ ਲੁਧਿਆਣੇ ਹਾਜ਼ਰ ਹੋਣਾ।

ਫੋਰਸਾਈਥ ਨੂੰ ਇਹ ਖਿਆਲ ਸੀ ਕਿ ਭਾਈ ਰਾਮ ਸਿੰਘ ਆਪੇ ਹੀ ਲੁਧਿਆਣੇ ਆ ਜਾਣਗੇ। ਇਸ ਲਈ ਉਹ 17 ਜਨਵਰੀ ਦੀ ਸ਼ਾਮ ਤੱਕ ਉਨ੍ਹਾਂ ਨੂੰ ਉਡੀਕਦਾ ਰਿਹਾ। ਅੰਤ 17 ਦੀ ਸ਼ਾਮ ਨੂੰ ਉਸ ਨੇ ਲੈਫਟਿਨੈਂਟ ਕਰਨਲ ਬੇਲੀ ਡਿਪਟੀ ਇੰਸਪੈਕਟਰ ਜਨਰਲ ਪੁਲੀਸ ਲਾਹੌਰ ਸਰਕਲ ਨੂੰ ਭੇਜਿਆ ਕਿ ਭਾਈ ਰਾਮ ਸਿੰਘ ਨੂੰ ਟੋਲ ਕੇ ਲਿਆਵੇ। ਬੇਲੀ ਨੂੰ ਚੂੰਕਿ ਉਨ੍ਹਾਂ ਦੇ ਮਲੌਦ ਨੂੰ ਗਏ ਹੋਏ ਹੋਣ ਦਾ ਪਤਾ ਸੀ ਇਸ ਲਈ ਉਹ ਲੈਫਟਿਨੈਂਟ ਗਰੀਨ ਦੀ ਕਮਾਨ ਹੇਠਾਂ 12 ਨੰਬਰ ਬੰਗਾਲ ਰਿਸਾਲੇ ਦੇ 25 ਸਵਾਰ ਨਾਲ ਲੈ ਕੇ ਮਲੌਦ ਵੱਲ ਨੂੰ ਗਿਆ। ਡੇਹਲੋਂ ਪਹੁੰਚ ਕੇ ਬੇਲੀ ਨੂੰ ਪਤਾ ਲਗਾ ਕਿ ਭਾਈ ਰਾਮ ਸਿੰਘ ਉਸੇ ਦਿਨ (17 ਜਨਵਰੀ) ਨੂੰ ਸਵੇਰੇ ਮਲੌਦੋਂ ਭੈਣੀ ਨੂੰ ਮੁੜ ਗਏ ਹਨ। ਇਥੋਂ ਬੇਲੀ ਸਿੱਧਾ ਸਾਹਨੇਵਾਲ ਨੂੰ ਇਸ ਉਮੈਦ ਨਾਲ ਹੋ ਪਿਆ ਕਿ ਉਹ ਭਾਈ ਰਾਮ ਸਿੰਘ ਨੂੰ ਰਸਤੇ ਵਿਚ ਹੀ ਰੋਕ ਸਕੇਗਾ। ਸਾਹਨੇਵਾਲ ਪੁੱਜਣ ਤੇ ਪਤਾ ਲੱਗਾ ਕਿ ਉਹ ਭੈਣੀ ਪੁੱਜ ਗਏ ਹਨ ਤੇ ਉਨ੍ਹਾਂ ਦੇ ਮਗਰ ਹੀ ਡਿਪਟੀ ਇੰਸਪੈਕਟਰ ਪੁਲੀਸ ਸ਼ਾਹ ਵਲੀ ਖਾਨ ਇਹ ਹੁਕਮ ਲੈ ਕੇ ਗਿਆ ਹੈ ਕਿ ਉਹ ਬਿਨ੍ਹਾਂ ਕਿਸੇ ਦੇਰ ਦੇ ਆਪਣੇ ਆਪ ਨੂੰ ਲੁਧਿਆਣੇ ਕਮਿਸ਼ਨਰ ਪਾਸ ਪੇਸ਼ ਕਰਨ।

ਇਹ ਪਤਾ ਲੱਗਣ ਪਰ ਬੇਲੀ ਭੈਣੀ ਤੋਂ ਖਬਰ ਦੀ ਉਡੀਕ ਲਈ ਸਾਹਨੇਵਾਲ ਹੀ ਠਹਿਰ ਗਿਆ। ਘੰਟੇ ਕੁ ਪਿਛੋਂ ਸ਼ਾਹ ਵਲੀ ਖਾਨ ਨੇ ਆ ਕੇ ਰਿਪੋਰਟ ਦਿੱਤੀ ਕਿ ਭਾਈ ਰਾਮ ਸਿੰਘ, ਬਾਬਾ ਸਾਹਿਬ ਸਿੰਘ ਸੂਬਾ ਤੇ ਚਾਰ ਹੋਰ ਕੂਕੇ ਡਿਪਟੀ ਇੰਸਪੈਕਟਰ ਗੁਲਾਬ ਸਿੰਘ ਦੇ ਚੌਕੀ ਪਹਿਰੇ ਨਾਲ ਭੈਣੀ ਤੋਂ ਲੁਧਿਆਣੇ ਨੂੰ ਚਲੇ ਗਏ ਹਨ।

ਭਾਈ ਰਾਮ ਸਿੰਘ 17 ਜਨਵਰੀ ਦੀ ਅੱਧੀ ਰਾਤ ਤੋਂ ਬਾਦ ਇਕ ਵਜੇ 18 ਜਨਵਰੀ ਦੇ ਸਵੇਰੇ ਲੁਧਿਆਣੇ ਪਹੁੰਚੇ। ਮਿਸਟਰ ਫੋਰਸਾਈਥ ਨੇ ਉਸੇ ਵੇਲੇ ਉਨ੍ਹਾਂ ਦੇ ਬਿਆਨ ਲੈ ਲਏ ਤੇ ਤਤਕਾਲ ਜਲਾਵਤਨੀ ਦਾ ਹੁਕਮ ਕਰ ਕੇ ਸਵੇਰੇ 4 ਵਜੇ ਦੀ ਗੱਡੀ ਦਿੱਲੀ ਰਾਹੀਂ ਅਲਾਹਾਬਾਦ ਨੂੰ ਭੇਜ ਦਿੱਤਾ ਜਿਥੇ ਕਿ ਉਨ੍ਹਾਂ ਨੂੰ ਕਿਲੇ ਵਿਚ ਨਜ਼ਰ-ਬੰਦ ਕਰ ਦਿੱਤਾ ਗਿਆ।

ਬਾਬਾ ਲੱਖਾ ਸਿੰਘ ਆਪੇ ਹੀ 15 ਜਨਵਰੀ ਦੇ ਲੁਧਿਆਣੇ ਆਏ ਹੋਏ ਸਨ, ਬਾਬਾ ਸਾਹਿਬ ਸਿੰਘ ਭਾਈ ਸਾਹਿਬ ਦੇ ਨਾਲ ਹੀ ਆਇਆ ਸੀ। ਇਸ ਤਰ੍ਹਾਂ ਥੋੜ੍ਹੇ ਦਿਨਾਂ ਵਿਚ ਹੀ ਬਾਕੀ ਦੇ ਸੂਬੇ ਭੀ ਫੜ ਕੇ ਸਰਕਾਰ ਦਾ ਨਵਾਂ ਹੁਕਮ ਆਉਣ ਤੱਕ ਅਲਾਹਾਬਾਦ ਦੇ ਕਿਲੇ ਵਿਚ ਡੱਕ ਦਿੱਤੇ ਗਏ।

ਭਾਈ ਰਾਮ ਸਿੰਘ ਦੀ ਜਲਾਵਤਨੀ ਤੇ ਨਜ਼ਰ ਬੰਦੀ ਦੀ ਜ਼ਰੂਰਤ ਦੱਸਦੇ ਹੋਏ ਮਿਸਟਰ ਟੀ. ਡੀ. ਫੋਰਸਾਈਥ ਨੇ ਜੋ ਦੋਸ਼ ਉਨ੍ਹਾਂ ਦੇ ਜ਼ੁੰਮੇ ਲਾਏ, ਉਨ੍ਹਾਂ ਦਾ ਜ਼ਿਕਰ ਉਹ ਨੇ ਆਪਣੀ 18 ਜਨਵਰੀ 1872 ਦੀ ਲੁਧਿਆਣੇ ਤੋਂ ਸਕੱਤ੍ਰ ਸਰਕਾਰ ਪੰਜਾਬ ਦੇ ਨਾਮ ਹੇਠ ਲਿਖੀ ਚਿੱਠੀ ਵਿਚ ਕੀਤਾ ਹੈ :-

"ਮੁਕਾਮ ਲੁਧਿਆਣਾ, ਤਾਰੀਖ 18 ਜਨਵਰੀ 1872* ਵਲੋਂ ਟੀ. ਡੀ.

---

* Dated Camp Ludhiana, 18th January, 1872.

From T.D. Forsyth Esq., C.B. Commissioner and Supdt. Ambala Division.

To Offg. Secretary to the Government Punjab.

I have the honour to inform you that I have considered it absoulutely necessary for the preservation of peace in this district, if not for the peace of the whole, province, to deport Ram Singh, leader of the Kuka Sect, at once from the Punjab, and to send him to Allahabad for safety until the pleasure of the Government regarding his final disposal be known.

2. The complicity of Ram Singh in the outrages committed by his followers at Maloudh and in the State of Maler Kotla has not yet been thoroughly enquired into and it is fact that he reported to the police the intention of Lehna Singh and Hira Singh, the chief actors in the present case, to commit outrages. But by his own admission his followers make use of his name and take advantage of his presence among their fellows to commit murders and create disturbances.

3. He admits, whilst I am now writing down his words, that some time (he says about a month or six weeks) before the Amritsar murder, two men, Jhandha Singh and Mehar Singh, asked leave to kill the butchers; others joined in the request, but he strenuously forbade them; nevertheless they peretrated the crime. He admits that, through he has a strong suspicion that these men were the culprits, he did not give any information to the Government. Some time afterwards, he says, that Dal

(ਬਾਕੀ ਸਫਾ 125 ਤੇ ਦੇਖੋ)

ਫੋਰਸਾਈਥ ਸੀ. ਬੀ., ਕਮਿਸ਼ਨਰ ਤੇ ਸੁਪਰਿੰਟੈਂਡੈਂਟ ਅੰਬਾਲਾ ਡਵੀਜ਼ਨ, ਜੋਗ ਸੈਕਰਿਟਰੀ ਗਵਰਮੈਂਟ ਪੰਜਾਬ।

ਆਪ ਦੀ ਇਤਲਾਹ ਲਈ ਮੇਰੀ ਬੇਨਤੀ ਹੈ ਕਿ ਮੈਂ ਇਸ ਜ਼ਿਲ੍ਹੇ ਦੇ ਅਮਨ ਦੇ ਬਚਾਓ ਲਈ (ਜੇ ਸਾਰੇ ਸੂਬੇ ਦੇ ਅਮਨ ਦੇ ਬਚਾਓ ਲਈ ਨਹੀਂ ਤਾਂ) ਕੂਕਾ ਫਿਰਕੇ ਦੇ ਆਗੂ ਰਾਮ ਸਿੰਘ ਨੂੰ ਇਕ ਦਮ ਪੰਜਾਬ ਤੋਂ ਜਲਾਵਤਨ ਕਰਨਾ ਅਤੇ ਸਰਕਾਰ ਵਲੋਂ ਉਸ ਦੀ ਬਾਬਤ ਅੰਤਮ ਹੁਕਮ ਦਾ ਪਤਾ ਲੱਗਣ ਤੱਕ ਹਿਫਾਜ਼ਤ ਲਈ ਅਲਾਹਾਬਾਦ ਭੇਜ ਦੇਣਾ ਅਤਿ ਜ਼ਰੂਰੀ ਸਮਝਿਆ ਹੈ।

2. ਹਾਲ ਤੱਕ ਇਸ ਗੱਲ ਦੀ ਪੂਰੀ ਪੂਰੀ ਪੜਤਾਲ ਨਹੀਂ ਹੋਈ ਕਿ ਉਸ ਦੇ ਸ਼ਰਧਾਲੂਆਂ ਵਲੋਂ ਮਲੌਦ ਅਤੇ ਰਿਆਸਤ ਮਲੇਰ ਕੋਟਲੇ ਵਿਚ ਕੀਤੇ ਗਏ ਬਲਵਿਆਂ ਵਿਚ ਰਾਮ ਸਿੰਘ ਦਾ ਭੀ ਕੋਈ ਹੱਥ ਹੈ ਕਿ ਨਹੀਂ; ਹਾਂ ਇਹ ਠੀਕ ਹੈ ਕਿ ਓਸ ਨੇ ਮੌਜੂਦਾ ਮਾਮਲੇ ਦੇ ਵੱਡੇ ਕਤਰਿਆਂ ਲਹਿਣਾ ਸਿੰਘ ਤੇ ਹੀਰਾ ਸਿੰਘ ਦੇ ਬਲਵਾ ਕਰਨ ਦੀ ਨੀਯਤ ਬਾਬਤ ਪੁਲੀਸ ਨੂੰ ਰਿਪੋਰਟ ਕਰ ਦਿੱਤੀ ਸੀ। ਪਰ ਉਸ ਦੇ ਆਪਣੇ ਸਵੀਕਾਰ ਅਨੁਸਾਰ ਉਸ ਦੇ ਸ਼ਰਧਾਲੂ ਕਤਲ ਅਤੇ ਬਲਵੇ ਕਰਨ ਲਈ ਆਪਣੇ ਸਾਥੀਆਂ ਵਿਚ ਉਸ ਦੇ ਨਾਮ ਨੂੰ ਵਰਤਦੇ ਅਤੇ ਆਪਣੇ ਵਿਚ ਉਸ ਦੀ ਮੌਜੂਦਗੀ ਦਾ ਫਾਇਦਾ ਉਠਾਉਂਦੇ ਹਨ।

3. ਉਹ ਮੰਨਦਾ ਹੈ ਕਿ, ਹੁਣ ਜਦ ਕਿ ਮੈਂ ਉਸ ਦੇ ਲਫਜ਼ ਲਿਖ ਰਿਹਾ

(ਸਫੇ 124 ਦਾ ਬਾਕੀ)

Singh Mangal Singh Diwan Singh and two others, came and asked his leave to commit the Raikot murder, but the forbade them, and they did the deed without his knowledge. But he admits that he never gave any clue to the Government officers, not even when he was summoned to Bassian by Mr. Macnabb and interrogated. It is therefore quite evident that he kept the Government in the dark as to the proceedings of his followers. His excuse is that he was ignorant of our laws, and that as he had forbidden his followers to be guilty of murder, there was on obligation resting on him to report the matter to Government, not even when he found that murders proposed by his followers had been committed.

4. To allow such a man to be at liberty is in the highest degree dangerous, even supposing his statement to be true, and then to be no more guilty of complicity than is to be fnferred from his silence when information from him, as in the Amritsar case, would have led to a prompt apprehension of the real culpris.

5. I trust that the action I am now about to take may receive the sanction of the Government, and that warrant may be issued under regulation III of 1818 for the detention in custody of Ram Singh and those of his subas who, during the next day or two, shall be appreheneded and forwarded to the Magistrate of Allahabad.

ਹਾਂ, ਅੰਮ੍ਰਿਤਸਰ ਦੇ ਕਤਲ ਤੋਂ ਕੁਝ ਚਿਰ (ਉਹ ਕਹਿੰਦਾ ਹੈ ਮਹੀਨਾ ਯਾ ਛੇ ਹਫਤੇ ਪਹਿਲੋਂ) ਦੋ ਆਦਮੀਆਂ ਝੰਡਾ ਸਿੰਘ ਤੇ ਮੇਹਰ ਸਿੰਘ ਨੇ ਬੁੱਚੜ ਮਾਰਨ ਦੀ ਆਗਿਆ ਮੰਗੀ ਸੀ; ਹੋਰ ਭੀ ਇਹ ਬੇਨਤੀ ਕਰਨ ਵਿਚ ਰਲ ਗਏ ਸਨ। ਉਸ (ਭਾਈ ਰਾਮ ਸਿੰਘ) ਨੇ ਉਨ੍ਹਾਂ ਨੂੰ ਪੂਰੇ ਜ਼ੋਰ ਨਾਲ ਮਨਾਂਹ ਕੀਤਾ; ਫੇਰ ਭੀ ਉਨ੍ਹਾਂ ਜ਼ੁਰਮ ਕਰ ਦਿੱਤਾ। ਉਹ ਮੰਨਦਾ ਹੈ ਕਿ ਭਾਵੇਂ ਉਸ ਨੂੰ ਪੱਕਾ ਸ਼ੱਕ ਸੀ ਕਿ ਇਹ ਆਦਮੀ ਦੋਸ਼ੀ ਸਨ ਪਰ ਉਸ ਨੇ ਸਰਕਾਰ ਨੂੰ ਕੋਈ ਖਬਰ ਨਾ ਦਿੱਤੀ। ਉਹ ਕਹਿੰਦਾ ਹੈ ਕਿ ਕੁਝ ਚਿਰ ਪਿਛੋਂ ਦਲ ਸਿੰਘ, ਮੰਗਲ ਸਿੰਘ, ਦੀਵਾਨ ਸਿੰਘ ਤੇ ਦੋ ਹੋਰਨਾਂ ਨੇ ਆ ਕੇ ਰਾਏ ਕੋਟ ਦੇ ਕਤਲ ਕਰਨ ਲਈ ਆਗਿਆ ਮੰਗੀ, ਪਰ ਉਸ ਨੇ ਰੋਕਿਆ, ਅਤੇ ਉਨ੍ਹਾਂ ਇਸ ਨੂੰ ਦੱਸੇ ਬਿਨ੍ਹਾਂ ਜਾ ਕਾਰਾ ਕੀਤਾ। ਪਰ ਉਹ ਮੰਨਦਾ ਹੈ ਕਿ ਸਰਕਾਰੀ ਅਫਸਰਾਂ ਨੂੰ ਉਸ ਨੇ ਕਦੀ ਕੋਈ ਦੱਸ ਨਾ ਪਾਈ। ਬਲਕਿ ਓਦੋਂ ਭੀ ਕੁਝ ਨਹੀਂ ਸੀ ਦੱਸਿਆ ਜਦੋਂ ਕਿ ਮਿਸਟਰ ਮੈਕਨੈਬ ਨੇ ਉਸ ਨੂੰ ਬਸੀਆਂ ਬੁਲਾ ਕੇ ਪੁਛਿਆ ਸੀ। ਇਸ ਲਈ ਇਹ ਗੱਲ ਬਿਲਕੁਲ ਸਾਫ਼ ਹੈ ਕਿ ਇਸ ਨੇ ਆਪਣੇ ਸ਼ਰਧਾਲੂਆਂ ਦੀਆਂ ਕਾਰਵਾਈਆਂ ਤੋਂ ਸਰਕਾਰ ਨੂੰ ਅਨ੍ਹੇਰੇ ਵਿਚ ਰੱਖਿਆ ਹੈ। ਉਸ ਦਾ ਬਹਾਨਾ ਇਹ ਹੈ ਕਿ ਉਹ ਸਾਡੇ ਕਾਨੂੰਨਾਂ ਤੋਂ ਆਣਜਾਣ ਸੀ ਅਤੇ ਚੂੰਕਿ ਉਸ ਨੇ ਅਪਣੇ ਸ਼ਰਧਾਲੂਆਂ ਨੂੰ ਕਤਲ ਦੇ ਜ਼ੁਰਮ ਕਰਨੋਂ ਰੋਕ ਦਿੱਤਾ ਸੀ, ਇਸ ਲਈ ਉਸ ਦੀ ਕੋਈ ਜ਼ਿੰਮੇਵਾਰੀ ਨਹੀਂ ਸੀ ਕਿ ਉਹ ਇਹ ਗੱਲ ਦੀ ਸਰਕਾਰ ਨੂੰ ਖਬਰ ਦੇਵੇ, ਅਤੇ ਉਸ ਵੇਲੇ ਭੀ ਨਹੀਂ, ਜਦ ਕਿ ਉਸ ਦੇ ਸ਼ਰਧਾਲੂਆਂ ਨੇ ਉਹ ਜ਼ੁਰਮ ਕਰ ਭੀ ਦਿੱਤੇ ਸਨ।

4. ਜੇ ਇਹ ਮੰਨ ਭੀ ਲਿਆ ਜਾਏ ਕਿ ਉਸ ਦਾ ਬਿਆਨ ਸੱਚਾ ਹੈ ਅਤੇ ਉਹ ਨਾਲ ਹੋਣ ਦਾ ਇਸ ਤੋਂ ਜ਼ਿਆਦਾ ਕਸੂਰ ਵਾਰ ਨਹੀਂ ਜਿਤਨਾ ਕਿ ਉਸ ਦੀ ਚੁਪ ਤੋਂ ਬਣਾਇਆ ਜਾ ਸਕਦਾ ਹੈ, ਜਦ ਕਿ ਅੰਮ੍ਰਿਤਸਰ ਵਰਗੇ ਮਾਮਲੇ ਵਿਚ ਉਸ ਦੀ ਇਤਲਾਹ ਨਾਲ ਅਸਲੀ ਦੋਸ਼ੀ ਝੱਟ ਫੜੇ ਜਾ ਸਕਦੇ ਸਨ, ਤਾਂ ਭੀ ਇਹੋ ਜਿਹੇ ਆਦਮੀ ਨੂੰ ਖੁਲ੍ਹੇ ਰਹਿਣ ਦੇਣਾ ਬਹੁਤ ਹੀ ਖਤਰਨਾਕ ਹੈ।

5. ਮੈਨੂੰ ਭਰੋਸਾ ਹੈ ਕਿ ਜੋ ਕਾਰਵਾਈ ਮੈਂ ਕਰਨ ਲੱਗਾ ਹਾਂ, ਸਰਕਾਰ ਵਲੋਂ ਉਸ ਦੀ ਮਨਜ਼ੂਰੀ ਹੋ ਜਾਏਗੀ, ਅਤੇ ਰਾਮ ਸਿੰਘ ਔਰ ਉਸ ਦੇ ਉਨ੍ਹਾਂ ਸੂਬਿਆਂ ਦੇ ਸੰਨ 1818 ਦੇ ਕਾਨੂੰਨ ਨੰਬਰ 3 ਹੇਠਾਂ ਵਾਰੰਟ ਜਾਰੀ ਕਰ ਦਿੱਤੇ ਜਾਣਗੇ, ਜਿਨ੍ਹਾਂ ਨੂੰ ਕਿ ਅਗਲੇ ਇਕ ਦੋ ਦਿਨਾਂ ਵਿਚ ਫੜ ਕੇ ਅਲਾਹਬਾਦ ਦੇ ਮੈਜਿਸਟਰੇਟ ਪਾਸ ਭੇਜ ਦਿੱਤਾ ਜਾਏਗਾ।

ਅਲਾਹਬਾਦ ਵਿਚ ਨਜ਼ਰ ਬੰਦ ਕੀਤੇ ਗਿਆਂ ਦੇ ਨਾਮ

ਭਾਈ ਰਾਮ ਸਿੰਘ, ਕੂਕਾ ਸੰਪ੍ਰਦਾਇ ਦਾ ਆਗੂ।

ਸਾਹਿਬ ਸਿੰਘ, ਪੁਤ੍ਰ ਦਿਆਲ ਸਿੰਘ ਤ੍ਰਖਾਣ ਦਾ, ਪਿੰਡ ਬੰਗਵਾਲੀਪੁਰ,

ਤਰਨਤਾਰਨ, ਜ਼ਿਲ੍ਹਾ ਅੰਮ੍ਰਿਤਸਰ, ਉਮਰ 39 ਸਾਲ।

ਰੂੜ ਸਿੰਘ, ਭਾਈ ਸਾਹਿਬ ਸਿੰਘ ਦਾ ਭਾਈ, ਉਮਰ 41 ਸਾਲ।

ਲੱਖਾ ਸਿੰਘ, ਪੁਤ੍ਰ ਰਾਣਾ ਸਿੰਘ ਦਾ, ਮਲੌਦ, ਲੁਧਿਆਣਾ, ਉਮਰ 36 ਸਾਲ।

ਕਾਨ੍ਹ ਸਿੰਘ, ਬਾਬਾ (ਪ੍ਰਸਿੱਧ ਨਿਹੰਗ ਸਿੰਘ), ਜੱਟ, ਪਿੰਡ ਚੱਕ, ਮਲੇਰ ਕੋਟਲਾ, ਉਮਰ 60 ਸਾਲ।

ਬ੍ਰਹਮਾ ਸਿੰਘ, ਪੁਤ੍ਰ ਗੁਲਾਬ ਸਿੰਘ ਦਾ, ਜੱਟ, ਪਿੰਡ ਦਰੀਆਪੁਰ, ਕੈਥਲ, ਉਮਰ, 50 ਸਾਲ।

ਜਵਾਹਰ ਸਿੰਘ ਬਾਬਾ, ਪੁਤ੍ਰ ਦਲ ਸਿੰਘ ਦਾ, ਜੱਟ, ਪਿੰਡ ਦਿਓਲੀ, ਤਹਿਸੀਲ ਮੋਗਾ ਜ਼ਿਲ੍ਹਾ ਫੀਰੋਜ਼ਪੁਰ, ਉਮਰ 50 ਸਾਲ।

ਮਲੂਕ ਸਿੰਘ, ਪੁਤ੍ਰ ਸੁੱਖਾ ਸਿੰਘ ਦਾ, ਪਿੰਡ ਫੂਲੇਵਾਲਾ, ਮੁਕਤਸਰ, ਜ਼ਿਲ੍ਹਾ ਫੀਰੋਜ਼ਪੁਰ ਉਮਰ 39 ਸਾਲ।

ਮਾਨ ਸਿੰਘ, ਪੁਤ੍ਰ ਮੱਖਣ ਸਿੰਘ ਦਾ, ਜੱਟ, ਪਿੰਡ ਸਿਆਲੋਕੀ, ਜ਼ਿਲ੍ਹਾ ਫੀਰੋਜ਼ਪੁਰ, ਉਮਰ 40 ਸਾਲ।

ਹੁਕਮਾ ਸਿੰਘ, ਜੱਟ, ਪਿਥੋਕੀ, ਰਿਆਸਤ ਨਾਭਾ, ਉਮਰ 35 ਸਾਲ।

ਪਹਾੜਾ ਸਿੰਘ, ਪੁਤ੍ਰ ਹੇਮੇ ਦਾ, ਜੱਟ, ਮਲੌਦ, ਉਮਰ 42 ।

ਮੰਗਲ ਸਿੰਘ, ਸਰਦਾਰ ਬਿਸ਼ਨਪੁਰ ਰਿਆਸਤ ਪਟਿਆਲਾ ਤੇ ਰਾਏਪੁਰ ਜ਼ਿਲਾ ਲੁਧਿਆਣਾ।

ਕਮਿਸ਼ਨਰ ਟੀ, ਡਗਲਸ ਫੋਰਸਾਈਥ ਚਾਹੁੰਦਾ ਸੀ ਕਿ ਪੰਜਾਹ ਹੋਰ ਕੂਕਿਆਂ ਨੂੰ, ਜਿਨ੍ਹਾਂ ਨੂੰ ਕਿ ਉਹ ਖਤਰਨਾਕ ਸਮਝਦਾ ਸੀ ਅਤੇ ਜੋ ਜਮਾਨਤ ਨਹੀਂ ਸਨ ਦੇ ਸਕਦੇ, ਦੇਸ਼-ਨਿਕਾਲਾ ਦੇ ਦਿੱਤਾ ਜਾਵੇ, ਅਤੇ ਇਸ ਗੱਲ ਦੀ ਆਗਿਆ ਉਸ ਨੇ 22 ਜਨਵਰੀ 1872 ਨੂੰ ਅੰਬਾਲਿਓਂ ਤਾਰ ਰਾਹੀਂ ਮੰਗੀ, ਪਰ ਲਾਟ ਸਾਹਿਬ ਪੰਜਾਬ ਨੇ ਭਾਈ ਰਾਮ ਸਿੰਘ ਅਤੇ ਉਨ੍ਹਾਂ ਦੇ ਉਪ੍ਰੋਕਤ ਦਸ ਸੰਗੀਆਂ (ਸਰਦਾਰ ਮੰਗਲ ਸਿੰਘ ਨੂੰ ਮਹੀਨੇ ਪਿਛੋਂ 17 ਫਰਵਰੀ ਨੂੰ ਭੇਜਿਆ ਗਿਆ ਸੀ) ਨੂੰ ਹੀ ਜਲਾਵਤਨ ਕਰਨਾ ਕਾਫੀ ਸਮਝਿਆ ਅਤੇ ਕਮਿਸ਼ਨਰ ਦੀ ਤਾਰ ਦੇ ਉਤਰ ਵਿਚ ਉਸੇ ਦਿਨ (22 ਜਨਵਰੀ 1872) ਹੀ ਸਕੱਤ੍ਰ ਸਰਕਾਰ ਪੰਜਾਬ ਨੇ ਹੁਕਮ ਭੇਜ ਦਿੱਤਾ ਕਿ "ਤੁਹਾਡੀ ਪੰਜਾਹ ਕੂਕਿਆਂ ਸੰਬੰਧੀ ਤਾਰ (ਪੁੱਜੀ), ਲੈਫਟਿਨੈਂਟ ਗਵਰਨਰ ਹੋਰ ਦੇਸ਼-ਨਿਕਾਲਿਆਂ ਦੀ ਮਨਜ਼ੂਰੀ ਨਹੀਂ ਦਿੰਦੇ।"

ਭਾਈ ਰਾਮ ਸਿੰਘ ਦੇ ਡੇਰੇ ਦੀ ਤਲਾਸ਼ੀ

ਭਾਈ ਰਾਮ ਸਿੰਘ ਦੀ ਗਰਿਫ਼ਤਾਰੀ ਦੇ ਹਾਲ ਵਿਚ ਦੱਸਿਆ ਜਾ ਚੁੱਕਾ ਹੈ ਕਿ ਕਮਿਸ਼ਨਰ ਫੋਰਸਾਈਥ ਨੇ ਲੈਫਟਿਨੈਂਟ ਕਰਨਲ ਬੇਲੀ ਡਿਪਟੀ ਇੰਸਪੈਕਟਰ ਜਨਰਲ ਪੁਲੀਸ, ਲਾਹੌਰ ਸਰਕਲ, ਨੂੰ 17 ਜਨਵਰੀ ਦੀ ਸ਼ਾਮ ਨੂੰ ਭਾਈ ਰਾਮ ਸਿੰਘ ਦੀ ਭਾਲ ਵਿਚ ਭੇਜਿਆ ਸੀ। ਬੇਲੀ ਨੂੰ ਹੁਕਮ ਇਹ ਦਿੱਤਾ ਗਿਆ ਸੀ ਕਿ ਉਹ 12 ਨੰਬਰ ਬੰਗਾਲ ਰਿਸਾਲੇ ਦੇ 25 ਸਵਾਰ ਅਤੇ ਜਿਤਨੇ ਪੁਲਸੀਏ ਉਸ ਨੂੰ ਲੁਧਿਆਣਾ ਪੁਲੀਸ ਲਾਈਨ ਵਿਚੋਂ ਮਿਲ ਸਕਣ, ਨਾਲ ਲੈ ਕੇ ਭੈਣੀ ਜਾਏ ਅਤੇ ਉਥੋਂ ਸੂਬਿਆਂ ਤੇ ਕੂਕਿਆਂ ਨੂੰ ਲੁਧਿਆਣੇ ਭੇਜ ਦੇਵੇ। ਇਨ੍ਹਾਂ ਦੇ ਸਾਰੇ ਗੰਡਾਸੇ, ਡਾਂਗਾਂ ਤੇ ਹੋਰ ਹਰ ਪ੍ਰਕਾਰ ਦੇ ਹਥਿਆਰ ਲੈ ਲਏ ਜਾਣ। ਆਦਮੀਆਂ ਨੂੰ ਪਿੰਡੋਂ ਬਾਹਰ ਕੱਢ ਕੇ ਹਥਿਆਰ ਤੇ ਜ਼ਰੂਰੀ ਕਾਗਜ਼-ਪਤ੍ਰਾਂ ਲਈ ਚੰਗੀ ਤਰ੍ਹਾਂ ਤਲਾਸ਼ੀ ਲਈ ਜਾਏ। ਜੇ ਕੂਕਿਆਂ ਵਲੋਂ ਮੁਕਾਬਲੇ ਯਾ ਰੁਕਾਵਟ ਦਾ ਡਰ ਦਿਸੇ ਤਾਂ ਸਾਹਨੇਵਾਲੋਂ ਗੋਰਖਿਆਂ ਦੀ ਇਕ ਕੰਪਨੀ ਮੰਗਵਾ ਲਈ ਜਾਵੇ ਤੇ ਆਦਮੀ ਫੜ ਲਏ ਜਾਣ। ਤਲਾਸ਼ੀ ਪਿਛੋਂ ਦੂਸਰਾ ਹੁਕਮ ਆਉਣ ਤਕ ਪੁਲੀਸ ਤੇ ਸਵਾਰਾਂ ਦੀ ਗਾਰਦ ਭੈਣੀ ਰਹਿਣ ਦਿੱਤੀ ਜਾਵੇ।[1]

ਭਾਈ ਰਾਮ ਸਿੰਘ, ਸੂਬਾ ਸਾਹਿਬ ਸਿੰਘ ਤੇ ਚਾਰ ਹੋਰ ਕੂਕਿਆਂ ਦੇ ਡਿਪਟੀ ਇੰਨਸਪੈਕਟਰ ਗੁਲਾਬ ਸਿੰਘ ਨਾਲ ਲੁਧਿਆਣੇ ਨੂੰ ਚਲੇ ਜਾਣ ਦੀ ਖਬਰ ਡਿਪਟੀ ਇੰਸਪੈਕਟਰ ਸ਼ਾਹ ਵਲੀ ਖਾਨ ਨੇ ਬੇਲੀ ਨੂੰ ਸਾਹਨੇਵਾਲ ਆ ਦਿੱਤੀ ਸੀ। ਬੇਲੀ 18 ਜਨਵਰੀ ਸਵੇਰੇ ਤਕ ਕੁਝ ਕੂਕਿਆਂ ਨੂੰ ਰੇਲ ਰਾਹੀਂ ਲੁਧਿਆਣੇ ਭੇਜਣ ਅਤੇ ਗੋਰਖਿਆਂ ਦੀ ਇਕ ਪਾਰਟੀ ਦੀ ਉਡੀਕ ਕਰਨ ਲਈ ਸਾਹਨੇਵਾਲ ਠਹਿਰਿਆ ਰਿਹਾ। ਕਾਨ੍ਹ ਸਿੰਘ, ਬ੍ਰਹਮਾ ਸਿੰਘ, ਪਹਾੜਾ ਸਿੰਘ, ਹੁਕਮਾ ਸਿੰਘ, ਗੁਪਾਲ ਸਿੰਘ ਤੇ ਸੁਜਾਨ ਸਿੰਘ ਨੂੰ ਸਾਹਨੇਵਾਲੋਂ ਲੁਧਿਆਣੇ ਨੂੰ ਗੱਡੀ ਚੜ੍ਹਾ ਕੇ ਬੇਲੀ 18 ਜਨਵਰੀ ਦੀ ਸਵੇਰੇ ਭੈਣੀ ਨੂੰ ਗਿਆ।

ਜਦ ਬੇਲੀ ਭੈਣੀ ਪੁੱਜਾ ਤਾਂ ਉਥੇ ਭਾਈ ਰਾਮ ਸਿੰਘ ਦੇ ਡੇਰੇ ਡੇਢ ਕੁ ਸੌ ਕੂਕਾ ਮੌਜੂਦ ਸੀ ਜਿਨ੍ਹਾਂ ਵਿਚ ਬਹੁ ਸਾਰੇ ਘਰ-ਬਾਰ ਰਹਿਤ ਬਿਹੰਗਮ ਸਨ। ਉਥੇ ਬਹੁਤ

1. ਕਮਿਸ਼ਨਰ ਫੋਰਸਾਈਥ ਦੀ ਚਿੱਠੀ ਜੋਗ ਡੀ. ਆਈ. ਜੀ. ਲਾਹੌਰ ਸਰਕਲ, 17 ਜਨਵਰੀ 1872 ।

ਸਾਰੀਆਂ ਇਸਤਰੀਆਂ ਭੀ ਸਨ, ਜਿਨ੍ਹਾਂ ਵਿਚੋਂ ਕਈਆਂ ਨਾਲ ਉਨ੍ਹਾਂ ਦਾ ਕੋਈ ਸਬੰਧੀ ਉਥੇ ਨਹੀਂ ਸੀ। ਇਹ ਚਰਖੇ ਕੱਤ ਰਹੀਆਂ ਸਨ, ਤੇ ਲੰਗਰ ਵਿਚ ਸਾਰਿਆਂ ਲਈ ਪ੍ਰਸ਼ਾਦ ਤਿਆਰ ਹੋ ਰਿਹਾ ਸੀ।

ਬੇਲੀ ਨੇ ਇਨ੍ਹਾਂ ਸਾਰਿਆਂ ਨੂੰ ਬਾਹਰ ਕੱਢ ਕੇ ਪਿੰਡੋਂ ਬਾਹਰ ਰਸਤੇ ਤੇ ਜਮ੍ਹਾ ਕਰ ਲਿਆ ਤੇ ਫੇਰ ਲੁਧਿਆਣੇ ਭੇਜ ਦਿੱਤਾ ਤਾਂ ਕਿ ਉਨ੍ਹਾਂ ਨੂੰ ਆਪੋ ਆਪਣੇ ਟਿਕਾਣੇ ਭੇਜ ਦਿੱਤਾ ਜਾਵੇ।

ਦੋ ਦਿਨ 18 ਤੇ 19 ਜਨਵਰੀ ਨੂੰ ਤਲਾਸ਼ੀ ਹੁੰਦੀ ਰਹੀ, ਅਤੇ ਆਦਿ ਤੋਂ ਅੰਤ ਤੱਕ ਹਰ ਇਕ ਚੀਜ਼ ਦੀ ਕਰਨਲ ਬੇਲੀ ਨੇ ਖੁਦ ਦੇਖ ਭਾਲ ਕੀਤੀ। ਜੋ ਚੀਜ਼ਾਂ ਮਿਲੀਆਂ ਉਨ੍ਹਾਂ ਦੀ ਸੂਚੀ ਇਸ ਪ੍ਰਕਾਰ ਹੈ :-

ਟਕੂਏ ਯਾ ਸਫਾ-ਜੰਗ	36
ਗੰਡਾਸੇ	6
ਖੁਖਰੀਆਂ	2
ਡਾਂਗਾਂ ਤੇ ਚੱਕਰ	ਗਿਣਤੀ ਨਹੀਂ ਲਿਖੀ ਹੋਈ
ਕਾਗਜ਼-ਪੱਤ੍ਰ	ਕੋਈ ਖਾਸ ਜ਼ਰੂਰੀ ਨਹੀਂ ਮਿਲੇ
ਰੁਪੱਈਏ	ਲਗਭਗ 1500
ਗਹਿਣੇ, ਸੋਨੇ ਚਾਂਦੀ ਦੇ	ਮੁਲ ਨਹੀਂ ਲਿਖਿਆ ਹੋਇਆ

ਬੇਲੀ ਨੇ ਰੁਪਈਏ, ਗਹਿਣਾ-ਗੱਟਾ, ਕੀਮਤੀ ਦੁਸ਼ਾਲੇ ਤੇ ਕੱਢੇ ਹੋਏ ਚੋਗੇ ਇਕ ਸੰਦੂਕ ਵਿਚ ਬੰਦ ਕਰ ਕੇ ਖਜ਼ਾਨੇ ਭੇਜ ਦਿੱਤੇ। ਖੁਦ ਭਾਈ ਰਾਮ ਸਿੰਘ ਦੇ ਪਹਿਨਣ ਦੇ ਬਸਤਰਾਂ ਦੇ ਸੰਦੂਕ ਸਦਰ ਲੁਧਿਆਣੇ ਭੇਜ ਦਿੱਤੇ। ਇਸ ਦੇ ਉਪ੍ਰੰਤ ਡੇਰੇ ਨੂੰ ਤਾਲਾ ਲਾ ਦਿੱਤਾ, ਅਤੇ ਡਿਪਟੀ ਇੰਸਪੈਕਟਰ ਉਮਰਾਓ ਅਲੀ ਦੇ ਹੇਠਾਂ 20 ਸਿਪਾਹੀਆਂ ਦੀ ਗਾਰਦ ਬਿਠਾ ਦਿੱਤੀ। ਕੇਵਲ ਹੇਠ ਲਿਖਿਆਂ ਨੂੰ ਹੀ ਭੈਣੀ ਰਹਿਣ ਦੀ ਆਗਿਆ ਦਿੱਤੀ ਗਈ।

1. ਬਾਬਾ ਜੱਸਾ ਸਿੰਘ, ਭਾਈ ਰਾਮ ਸਿੰਘ ਦੇ ਪਿਤਾ, ਉਮਰ 90 ਸਾਲ।
2. ਭਾਈ ਬੁਧ ਸਿੰਘ, ਭਾਈ ਰਾਮ ਸਿੰਘ ਦੇ ਭਰਾ, ਉਮਰ 50 ਕੁ ਸਾਲ।
3. ਬੀਬੀ ਨੰਦੋ, ਭਾਈ ਰਾਮ ਸਿੰਘ ਦੀ ਲੜਕੀ ਤੇ ਉਸ ਦੇ ਤਿੰਨ ਬੱਚੇ।
4. ਵਰਿਆਮ ਸਿੰਘ, ਭਾਈ ਰਾਮ ਸਿੰਘ ਦੀ ਦੁਕਾਨ ਦਾ ਪ੍ਰਬੰਧਕ।
5. ਮੱਖਣ ਸਿੰਘ, ਭਾਈ ਰਾਮ ਸਿੰਘ ਦਾ ਨਿਜੀ ਸੇਵਕ।

6.-16 ਗਿਆਰਾਂ ਆਦਮੀ ਮਾਲ ਡੰਗਰ ਦੀ ਸੰਭਾਲ ਲਈ।

ਘੋੜੇ, ਊਠ, ਗਾਈਆਂ, ਮੱਝਾਂ ਆਦਿ ਸਾਰੇ ਡੰਗਰਾਂ ਦੀ ਗਿਣਤੀ 82 ਸੀ। ਤਲਾਸ਼ੀ ਵੇਲੇ ਆਲੇ ਦੁਆਲੇ ਦੇ ਤਿੰਨਾਂ ਪਿੰਡਾਂ ਦੇ ਲੰਬੜਦਾਰ ਬੇਲੀ ਦੇ ਨਾਲ

ਸਨ। ਲੰਬੜਦਾਰਾਂ ਨੇ ਕਿਹਾ ਕਿ ਆਮ ਖ਼ਿਆਲ ਇਹ ਹੈ ਕਿ ਘੱਟੋ ਘੱਟ ਦੋ ਲੱਖ ਰੁਪਈਆਂ ਇਥੇ ਕਿਤੇ ਦੱਬਿਆ ਹੋਇਆ ਹੈ, ਤੇ ਹੋ ਸਕਦਾ ਹੈ ਕਿ ਹਥਿਆਰ ਭੀ ਇਸੇ ਤਰ੍ਹਾਂ ਕਿਤੇ ਲਕੋਏ ਹੋਏ ਹੋਣ। ਪਰ ਕਈ ਥਾਈਂ ਦਾਣੇ ਤੂੜੀ ਅਤੇ ਚਾਰੇ ਦੇ ਵੱਡੇ ਵੱਡੇ ਢੇਰ ਲੱਗੇ ਹੋਏ ਸਨ, ਅਤੇ ਚੂੰਕਿ ਪਹਿਲਾਂ ਇਨ੍ਹਾਂ ਨੂੰ ਖਾਲੀ ਕੀਤੇ ਬਿਨਾਂ ਤਲਾਸ਼ੀ ਨਹੀਂ ਸੀ ਲਈ ਜਾ ਸਕਦੀ, ਇਸ ਲਈ ਬੇਲੀ ਨੇ ਇਨ੍ਹਾਂ ਨੂੰ ਹੱਥ ਨਾ ਪਾਇਆ।

ਬੇਲੀ ਲਿਖਦਾ ਹੈ ਕਿ ਭੈਣੀ ਵਿਚ ਭਾਈ ਰਾਮ ਸਿੰਘ ਬਹੁਤ ਹਰਮਨ-ਪਿਆਰੇ ਪ੍ਰਤੀਤ ਨਹੀਂ ਸੀ ਹੁੰਦੇ, ਪਰ ਡਰ ਦੇ ਮਾਰੇ ਕੋਈ ਉਨ੍ਹਾਂ ਦੀ ਸਰਕਾਰੇ ਸ਼ਿਕਾਇਤ ਨਹੀਂ ਸੀ ਕਰਦਾ। ਲੰਬੜਦਾਰਾਂ ਉਤੇ ਉਨ੍ਹਾਂ ਦਾ ਰੋਹਬ ਪਿਆ ਹੋਇਆ ਸੀ ਤੇ ਉਨ੍ਹਾਂ ਨੂੰ ਕੂਕੇ ਬਣਾ ਲਿਆ ਹੋਇਆ ਸੀ। ਦਬਾਉ ਨਾਲ ਉਨ੍ਹਾਂ ਕੋਲੋਂ ਸੂਬੇ ਮਲੂਕ ਸਿੰਘ ਨੂੰ ਕੁਝ ਜ਼ਮੀਨ ਦਿਵਾਈ ਹੋਈ ਸੀ ਜਿਥੇ ਕਿ ਮਲੂਕ ਸਿੰਘ ਨੇ ਸਰਸਾ, ਫੀਰੋਜ਼ਪੁਰ, ਨਾਭਾ, ਪਟਿਆਲਾ ਆਦਿ ਤੋਂ ਲਿਆ ਕੇ ਕੁਝ ਆਦਮੀ ਬਸਾਏ ਹੋਏ ਸਨ ਜੋ ਨਹਿਰ ਤੇ ਕੰਮ ਕਰਦੇ ਸਨ ਜਿਥੇ ਕਿ ਮਲੂਕ ਸਿੰਘ ਨੇ ਠੇਕਾ ਲਿਆ ਹੋਇਆ ਸੀ। ਆਪਣੀ ਗਿਣਤੀ ਦੇ ਮਾਣ ਵਿਚ ਕਈ ਵਾਰੀ ਇਹ ਲੋਕ ਪਿੰਡ ਵਾਲਿਆਂ ਨੂੰ ਤੰਗ ਭੀ ਕਰਦੇ ਸਨ।

ਬੇਲੀ ਨੇ ਮਲੂਕ ਸਿੰਘ ਨੂੰ ਨਹਿਰ ਤੋਂ ਬੁਲਾ ਕੇ ਗਾਰਦ ਦੇ ਨਾਲ ਸਦਰ ਲੁਧਿਆਣੇ ਭੇਜ ਦਿੱਤਾ ਤੇ ਉਸ ਦੇ ਆਦਮੀਆਂ ਨੂੰ 24 ਘੰਟੇ ਦੇ ਅੰਦਰ ਅੰਦਰ ਭੈਣੀ ਤੋਂ ਨਿਕਲ ਜਾਣ ਦਾ ਹੁਕਮ ਦੇ ਦਿੱਤਾ।

ਬੇਲੀ ਨੂੰ ਦੱਸਿਆ ਗਿਆ ਕਿ ਕੂਕਿਆਂ ਵਲੋਂ ਫਸਾਦ ਖੜ੍ਹਾ ਕਰਨ ਵਿਚ ਬਹੁਤ ਸਾਰਾ ਹੱਥ ਸਾਹਿਬ ਸਿੰਘ, ਲੱਖਾ ਸਿੰਘ, ਗੋਪਾਲ ਸਿੰਘ, ਕਾਨ੍ਹ ਸਿੰਘ ਪ੍ਰਸਿੱਧ ਨਿਹੰਗ ਸਿੰਘ, ਲਹਿਣਾ ਸਿੰਘ ਤੇ ਬੁਧ ਸਿੰਘ ਦਾ ਸੀ, ਪਰ ਬੇਲੀ ਕਹਿੰਦਾ ਹੈ ਕਿ ਮੇਰੇ ਖਿਆਲ ਵਿਚ ਭਾਈ ਰਾਮ ਸਿੰਘ ਦੇ ਭਰਾ ਭਾਈ ਬੁਧ ਸਿੰਘ ਸੰਬੰਧੀ ਇਹ ਖਬਰ ਸ਼ੱਕ ਵਾਲੀ ਹੈ, ਉਸ ਨੂੰ ਕੂਕਾ ਬਣੇ ਨੂੰ ਬਹੁਤਾ ਚਿਰ ਨਹੀਂ ਹੋਇਆ।

ਬੇਲੀ ਨੇ ਤਲਾਸ਼ੀ ਦੀ ਰਿਪੋਰਟ 20 ਜਨਵਰੀ 1872 ਨੂੰ ਕਮਿਸ਼ਨਰ ਅੰਬਾਲਾ ਮਿਸਟਰ ਟੀ. ਡੀ. ਫੋਰਸਾਈਥ ਨੂੰ ਭੇਜੀ, ਜੋ ਉਸ ਨੇ ਦੂਸਰੇ ਦਿਨ 21 ਜਨਵਰੀ ਨੂੰ ਅਗੇ ਸਕੱਤ੍ਰ ਸਰਕਾਰ ਪੰਜਾਬ ਨੂੰ ਭੇਜ ਦਿੱਤੀ। ਇਸ ਨੂੰ ਪੜ੍ਹਦੇ ਸਾਰ ਸਕੱਤ੍ਰ ਸਰਕਾਰ ਪੰਜਾਬ ਨੇ 22 ਜਨਵਰੀ ਨੂੰ ਡਿਪਟੀ ਕਮਿਸ਼ਨਰ ਨੂੰ ਲੁਧਿਆਣੇ ਤਾਰ ਦਿੱਤੀ ਕਿ ਪਿੰਡਾਂ ਵਾਲਿਆਂ ਵਲੋਂ ਦੱਸੇ ਗਏ ਦੱਬੇ ਹੋਏ ਖਜ਼ਾਨੇ ਅਤੇ ਹਥਿਆਰਾਂ ਲਈ ਭਾਈ ਰਾਮ ਸਿੰਘ ਦੇ ਡੇਰੇ ਦੀ ਪੂਰੀ ਪੂਰੀ ਤਲਾਸ਼ੀ ਕੀਤੀ ਜਾਏ, ਜੋ ਕਰਨਲ ਬੇਲੀ ਨੇ ਛੱਡ ਦਿੱਤੀ ਸੀ।

ਇਸ ਤਾਰ ਪੁੱਜਣ ਪਰ ਮਿਸਟਰ ਕਾਵਨ ਨੇ ਅਸਿਸਟੈਂਟ ਸੁਪਿਰਿੰਟੈਂਡੈਂਟ ਪੁਲੀਸ ਮਿਸਟਰ ਜੈਕਸ਼ਨ ਨੂੰ ਭੈਣੀ ਭੇਜਿਆ ਤੇ ਉਸ ਨੇ ਉਹ ਸਾਰੀਆਂ ਥਾਵਾਂ ਬੜੀਆਂ ਡੂੰਘੀਆਂ ਰੱਖ ਕੇ ਪਟਵਾ ਦਿੱਤੀਆਂ ਜਿੱਥੇ ਜਿੱਥੇ ਕਿ ਖਜ਼ਾਨਾ ਯਾ ਹਥਿਆਰ ਲੁਕਾਏ ਹੋਏ ਹੋਣ ਦਾ ਖਿਆਲ ਪੈ ਸਕਦਾ ਸੀ, ਪਰ ਮਿਲਿਆ ਕੁਝ ਭੀ ਨਾ। ਦੋ ਲੱਖ ਰੁਪਏ ਖਜ਼ਾਨਾ ਅਤੇ ਹਥਿਆਰਾਂ ਦੇ ਦੱਬੇ ਹੋਣ ਸੰਬੰਧੀ ਹਵਾਈ ਕਿਸੇ ਲੰਬੜਦਾਰ ਨੇ ਐਵੇਂ ਉਡਾ ਛੱਡੀ ਹੋਣੀ ਹੈ।[2]

---

2. ਲੈਫਟਿਨੈਂਟ ਕਰਨਲ ਬੇਲੀ ਦੀ ਚਿੱਠੀ ਜੋਗ ਕਮਿਸ਼ਨਰ ਅੰਬਾਲਾ, 20 ਜਨਵਰੀ 1872; ਸਕੱਤ੍ਰ ਸਰਕਾਰ ਪੰਜਾਬ ਦੀ ਤਾਰ, ਜੋਗ ਡਿਪਟੀ ਕਮਿਸ਼ਨਰ ਲੁਧਿਆਣਾ, 22 ਜਨਵਰੀ 1872; ਕਾਵਨ ਦੀ ਚਿੱਠੀ ਨੰ; 26, ਜੋਗ ਕਮਿਸ਼ਨਰ ਅੰਬਾਲਾ, 29 ਜਨਵਰੀ 1872 ।

ਸਰਕਾਰ ਪੰਜਾਬ ਨੂੰ ਬੇਲੋੜੀ ਅਫਰਾ ਤਫਰੀ

ਇਸ ਵੇਲੇ ਪੰਜਾਬ ਸਰਕਾਰ ਦੇ ਅਫਸਰ ਐਵੇਂ ਹੀ ਡਰੇ ਹੋਏ ਸਨ। ਜੇ ਕਿਧਰੇ ਅੱਠਦੱਸ ਕੂਕੇ ਭੀ ਇਕੱਠੇ ਜਾਂਦੇ ਦਿਸਦੇ, ਤਾਂ ਭੀ ਕੂਕਿਆਂ ਦੇ 'ਵਧੇ ਚਲੇ ਆ ਰਹੇ' ਹੋਣ ਦੀਆਂ ਤਾਰਾਂ ਖੜਕ ਜਾਂਦੀਆਂ, ਅਫਸਰਾਂ ਨੂੰ ਅਫਰਾ ਤਫਰੀ ਪੈ ਜਾਂਦੀ, ਫੌਜ਼ ਤੇ ਪੁਲੀਸ ਨੂੰ ਤਿਆਰੀ ਦੇ ਹੁਕਮ ਮਿਲ ਜਾਂਦੇ, ਰੇਲ ਦੇ ਸਟੇਸ਼ਨਾਂ ਤੇ ਪਹਿਰੇ ਲਾ ਦਿਤੇ ਜਾਂਦੇ ਤੇ ਦਰਿਆਵਾਂ ਦੇ ਪੱਤਣ ਰੋਕ ਲਏ ਜਾਂਦੇ। ਇਸ ਪ੍ਰਕਾਰ ਦੀਆਂ ਹਵਾਈਆਂ ਦੇ ਕਾਰਣ, ਜਲੰਧਰ, ਹੁਸ਼ਿਆਰਪੁਰ ਤੇ ਅੰਮ੍ਰਿਤਸਰ ਦੇ ਕਈ ਪਿੰਡਾਂ ਦੇ ਕੂਕਿਆਂ ਦੀ ਨਿਗਰਾਨੀ ਹੋਣ ਲੱਗ ਪਈ।

17 ਯਾ 18 ਜਨਵਰੀ ਨੂੰ ਰਾਹੋਂ ਦੇ ਪੁਲੀਸ ਸਾਰਜੰਟ ਨੂੰ ਆਪਣੇ ਜ਼ਿਲ੍ਹਾ ਜਲੰਧਰ ਦੇ ਡਿਪਟੀ ਕਮਿਸ਼ਨਰ ਮਿਸਟਰ ਬਰਚ ਨੂੰ ਇਕ 'ਜ਼ਰੂਰੀ ਤੇ ਛੇਤੀ' ਦੀ ਚਿਠੀ ਦੌਰੇ ਵਿਚ ਫਲੌਰ ਭੇਜੀ ਤੇ ਲਿਖਿਆ ਕਿ ਅੰਮ੍ਰਿਤਸਰ ਤੋਂ ਆਏ ਕੂਕਿਆਂ ਦੇ ਇਕ ਜਥੇ ਨੇ ਰਾਹੋਂ ਵਿਚ ਮੁਜ਼ਾਹਰਾ ਕੀਤਾ ਹੈ। ਬਰਚ ਨੇ ਜਲੰਧਰ ਦੇ ਕਮਿਸ਼ਨਰ ਨੂੰ ਇਤਲਾਹ ਘੱਲ ਦਿੱਤੀ ਤੇ ਉਸ ਨੇ ਸਰਕਾਰ ਪੰਜਾਬ ਤੇ ਡਿਪਟੀ ਕਮਿਸ਼ਨਰ ਅੰਮ੍ਰਿਤਸਰ ਨੂੰ ਤਾਰਾਂ ਖੜਕਾ ਦਿੱਤੀਆਂ ਤੇ ਸਰਕਾਰ ਪੰਜਾਬ ਨੇ ਵਾਇਸਰਾਏ ਨੂੰ ਖਬਰ ਕਰ ਦਿੱਤੀ। ਕਮਿਸ਼ਨਰ ਜਲੰਧਰ ਨੇ ਤਾਰ ਪੁੱਜਣ ਪਰ ਅੰਮ੍ਰਿਤਸਰ ਦੇ ਡਿਪਟੀ ਕਮਿਸ਼ਨਰ ਨੂੰ ਲਿਖ ਦਿੱਤਾ ਕਿ ਕੋਈ ਕੂਕਾ ਰੇਲ ਰਾਹੀਂ ਯਾ ਬਿਆਸਾ ਦੇ ਪੱਤਣ ਤੋਂ ਦੀ ਜਲੰਧਰ ਦੇ ਜ਼ਿਲ੍ਹੇ ਵਿਚ ਲੰਘਣਾ ਨਾ ਪਾਵੇ। ਆਪ ਉਸ ਨੇ ਜਲੰਧਰ ਸਟੇਸ਼ਨ ਤੇ ਖੜ੍ਹੀ ਇਕ ਰੇਲ ਗੱਡੀ ਛਾਣ ਕੱਢੀ, ਇਕ ਤਹਿਸੀਲਦਾਰ ਬਿਆਸਾ ਦੇ ਪੱਤਣ ਤੇ ਲਾ ਦਿੱਤਾ, ਅਤੇ ਮਹਾਰਾਜਾ ਕਪੂਰਥਲਾ ਨੂੰ ਕਹਿ ਘੱਲਿਆ ਕਿ 100 ਸਿਪਾਹੀ ਤੇ 25 ਘੋੜ-ਚੜ੍ਹੇ ਭੇਜ ਕੇ ਫਗਵਾੜੇ ਦੀਆਂ ਚੌਂਕੀਆਂ ਤਕੜੀਆਂ ਕਰ ਲਵੇ। ਇਸ ਦੇ ਨਾਲ ਹੀ ਇੰਤਜ਼ਾਮ ਕਰ ਦਿੱਤੇ ਕਿ ਕੋਈ ਕੂਕਾ ਅਨੰਦਪੁਰ ਮਾਖੋਵਾਲ ਨੂੰ ਨਾਂ ਲੰਘ ਸਕੇ। ਇਸੇ ਤਰ੍ਹਾਂ ਖਬਰ ਪੁਜਦੇ ਸਾਰ ਡਿਪਟੀ ਕਮਿਸ਼ਨਰ ਅੰਮ੍ਰਿਤਸਰ ਕੈਪਟਨ ਸੀ. ਐਚ. ਟੀ ਮਿੱਚਲ ਨੇ ਅੰਮ੍ਰਿਤਸਰ ਸਟੇਸ਼ਨ ਤੇ ਆਵਾ-ਜਾਈ ਰੋਕਣ ਲਈ ਪਹਿਰਾ ਲਾ ਦਿੱਤਾ, ਸਾਰੇ ਪੱਤਣ ਤੇ ਘਾਟ ਰੋਕ ਲਏ ਤੇ ਨਿਗਰਾਨੀ ਲਾ ਦਿੱਤੀ ਤੇ ਪਿੰਡ ਲੋਪੋਕੀ ਇਕ ਕਰੜੀ ਗਾਰਦ ਬਿਠਾ ਦਿੱਤੀ। ਪਰ ਪਿਛੋਂ ਜਦ ਜਲੰਧਰ ਤੇ ਕਮਿਸ਼ਨਰ ਮੇਜਰ ਪਾਸਕਿ ਨੇ ਡਿਪਟੀ ਕਮਿਸ਼ਨਰ ਬਰਚ ਨੂੰ ਹੋਰ ਵੇਰਵੇ ਲਈ ਤਾਰ

ਦਿੱਤੀ ਤਾਂ ਪਤਾ ਲੱਗਾ ਕਿ ਉਥੇ ਤਾਂ ਕੂਕੇ ਹੈ ਹੀ ਨਹੀਂ ਸਨ ਉਹ ਤਾਂ ਕੇਵਲ 10 ਯਾ 15 ਨਿਹੰਗ ਸਨ, ਜੋ ਆਨੰਦਪੁਰ ਮਾਖੋਵਾਲ ਨੂੰ ਜਾ ਰਹੇ ਸਨ।

21 ਜਨਵਰੀ ਨੂੰ ਇੰਸਪੈਕਟਰ ਜਨਰਲ ਪੁਲੀਸ ਨੂੰ ਦਿੱਲੀ ਤਾਰ ਪੁੱਜੀ ਕਿ ਲੁਧਿਆਣੇ ਤੇ ਫਿਰੋਜ਼ਪੁਰ ਦੇ ਵਿਚਕਾਰ ਤਾਰ ਕੱਟੀ ਗਈ ਹੈ ਤੇ ਜ਼ੀਰੇ ਤੋਂ ਦੋ ਸੌ ਕੂਕਾ ਫੀਰੋਜ਼ਪੁਰ ਉਤੇ ਚੜ੍ਹਿਆ ਜਾ ਰਿਹਾ ਹੈ। ਜਦ ਸਰਕਾਰ ਪੰਜਾਬ ਨੇ ਦਿਲੀ ਤੋਂ ਲੁਧਿਆਣੇ ਤੇ ਫੀਰੋਜ਼ਪੁਰ ਦੇ ਡਿਪਟੀ ਕਮਿਸ਼ਨਰਾਂ ਨੂੰ ਤਾਰਾਂ ਦਿੱਤੀਆਂ ਤਾਂ ਪਤਾ ਲੱਗਾ ਕਿ ਨਾਂ ਤਾਂ ਕੋਈ ਤਾਰ ਹੀ ਕਿਧਰੇ ਕੱਟੀ ਗਈ ਹੈ ਤੇ ਨਾਂ ਹੀ ਕੋਈ ਕੂਕਾ ਫ਼ੀਰੋਜ਼ਪੁਰ ਉੱਤੇ ਚੜ੍ਹਾਈ ਕਰ ਰਿਹਾ ਹੈ।[1]

---

1. ਡਿਪਟੀ ਕਮਿਸ਼ਨਰ ਅੰਮ੍ਰਿਤਸਰ ਕੈਪਟਨ ਮਿਚੱਲ ਦੀ ਚਿਠੀ ਜੋਗਾ ਸਕੱਤ੍ਰ ਸਰਕਾਰ ਪੰਜਾਬ, 18 ਜਨਵਰੀ 1872; ਕਮਿਸ਼ਨਰ ਜਲੰਧਰ ਦੀ ਚਿਠੀ, 20 ਜਨਵਰੀ 1872; ਸਰਕਾਰ ਪੰਜਾਬ ਦੀਆਂ ਤਾਰਾਂ ਜੋਗ ਡਿਪਟੀ ਕਮਿਸ਼ਨਰ ਫ਼ੀਰੋਜ਼ਪੁਰ ਤੋਂ ਲੁਧਿਆਣਾ, ਤੇ ਉਨ੍ਹਾਂ ਦੇ ਉਤਰ 21-22 ਜਨਵਰੀ 1872 ।

ਕਾਵਨ ਤੇ ਫ਼ੋਰਸਾਈਥ ਨੂੰ ਸਜ਼ਾਵਾਂ

ਸਰਕਾਰ ਪੰਜਾਬ ਸ਼ੁਰੂ ਤੋਂ ਹੀ ਮਿਸਟਰ ਕਾਵਨ ਡਿਪਟੀ ਕਮਿਸ਼ਨਰ ਲੁਧਿਆਣਾ ਦੀ ਮਲੇਰ ਕੋਟਲੇ ਵਿਚ ਕੂਕਿਆਂ ਨੂੰ ਬੇ-ਨਿਯਮੇ ਤੌਰ ਤੇ ਆਪਣੇ ਹੀ ਹੁਕਮ ਨਾਲ ਤੋਪਾਂ ਨਾਲ ਉਡਾ ਦੇਣ ਦੀ ਕਾਰਵਾਈ ਦੇ ਸਖਤ ਵਿਰੁੱਧ ਸੀ। ਆਪਣੇ ਵਡੇ ਅਫਸਰ ਕਮਿਸ਼ਨਰ ਫ਼ੋਰਸਾਈਥ ਦੀਆਂ ਹਦਾਇਤਾਂ ਦਾ ਖਿਆਲ ਨਾ ਕਰ ਕਰਕੇ ਉਹ ਇਸ ਨੂੰ ਹੁਕਮ ਅਦੂਲੀ ਸਮਝਦੇ ਸਨ; ਉਸ ਦੀ ਉਡੀਕ ਤਕ ਨਾ ਕਰਨ, ਕੋਈ ਬਾਕਾਇਦਾ ਮੁਕੱਦਮਾ ਨਾ ਚਲਾਉਣ ਅਤੇ ਨਾ ਹੀ ਕੋਈ ਰੀਕਾਰਡ ਰੱਖਣ ਨਾਲ ਉਹ ਨੇ ਉਹ ਗੱਲਾਂ ਕੀਤੀਆਂ ਸਨ ਜਿਨ੍ਹਾਂ ਦਾ ਕਿ ਉਸ ਨੂੰ ਅਖਿਤਿਆਰ ਹੀ ਨਹੀਂ ਸੀ। ਇਸ ਤੋਂ ਇਲਾਵਾ ਸਭ ਤੋਂ ਵੱਧ ਜੋ ਉਹ ਨੇ ਬੇ-ਨਿਯਮੇ ਤੌਰ ਤੇ ਬਿਨ੍ਹਾਂ ਅਖਿਤਿਆਰ ਦੇ ਅੰਨ੍ਹੇ ਵਾਹ 49 ਕੂਕਿਆਂ ਨੂੰ ਤੋਪਾਂ ਨਾਲ ਉਡਾ ਦੇਣ ਦਾ ਕਾਰਾ ਕਰ ਦਿੱਤਾ ਉਹ ਕਿਸੇ ਤਰ੍ਹਾਂ ਭੀ ਲਕੋਈ ਨਾ ਜਾ ਸਕਣ ਵਾਲੀ ਬੇਲੋੜੀ ਤੇ ਹੱਦੋਂ ਵਧ ਸਖਤੀ ਸੀ। ਸੋ ਸਰਕਾਰ ਹਿੰਦ ਨੇ 24 ਜਨਵਰੀ ਸੰਨ 1872 ਨੂੰ ਕਲਕੱਤੇ ਤੋਂ ਆਪਣੀ ਚਿਠੀ ਨੰ: 122 ਰਾਹੀਂ ਹੁਕਮ ਜਾਰੀ ਕਰ ਦਿੱਤੇ ਕਿ ਮਿਸਟਰ ਕਾਵਨ ਨੂੰ ਹੋਰ ਕੋਈ ਹੁਕਮ ਮਿਲਨ ਤੱਕ ਮੁਅੱਤਲ ਕਰ ਦਿੱਤਾ ਜਾਏ ਤੇ ਉਸ ਤੋਂ ਜਵਾਬ ਤਲਬੀ ਕੀਤੀ ਜਾਏ, ਜੋ ਲਾਟ ਸਾਹਿਬ ਪੰਜਾਬ ਸਾਰੇ ਮਾਮਲੇ ਉਤੇ ਆਪਣੀ ਰਾਏ ਨਾਲ ਦੇ ਕੇ ਸਰਕਾਰ ਹਿੰਦ ਨੂੰ ਭੇਜ ਦੇਵੇ। ਏਸੇ ਤਰ੍ਹਾਂ ਹੀ ਸਰਕਾਰ ਹਿੰਦ ਦੀ ਇਹ ਭੀ ਰਾਏ ਸੀ ਕਿ ਕਮਿਸ਼ਨਰ ਟੀ. ਡੀ. ਫ਼ੋਰਸਾਈਥ ਨੇ ਭੀ ਹੋਰ 16 ਕੂਕੇ ਤੋਪਾਂ ਨਾਲ ਉਡਾ ਦੇਣ ਨਾਲ ਬੇਲੋੜੇ ਹੀ ਬੇਹੱਦ ਜ਼ਿਆਦਾ ਤੇ ਬੇ-ਤਹਾਸ਼ਾ ਸਖਤੀ ਕੀਤੀ ਹੈ, ਇਸ ਲਈ ਉਸ ਦੀ ਭੀ ਜਵਾਬ ਤਲਬੀ ਕੀਤੀ ਜਾਏ।

29 ਜਨਵਰੀ ਨੂੰ ਸਕੱਤ੍ਰ ਸਰਕਾਰ ਪੰਜਾਬ ਨੇ ਸਰਕਾਰ ਹਿੰਦ ਨੂੰ ਤਾਰ ਦਿੱਤੀ ਕਿ ਚੂੰਕਿ ਕਾਵਨ ਦਾ ਮਾਮਲਾ ਫ਼ੋਰਸਾਈਥ ਦੇ ਮਾਮਲੇ ਦੇ ਨਾਲ ਹੀ ਵਿਚਾਰਣ ਵਾਲਾ ਹੈ, ਇਸ ਲਈ ਕਾਵਨ ਦੀ ਮੁਅੱਤਲੀ ਹਾਲ ਤੱਕ ਅਮਲ ਵਿਚ ਨਾ ਲਿਆਂਦੀ ਜਾਏ, ਪਰ ਸਰਕਾਰ ਹਿੰਦ ਨੇ ਇਹ ਗੱਲ ਪ੍ਰਵਾਣ ਨਾ ਕੀਤੀ ਤੇ ਕਾਵਨ ਨੂੰ ਮੁਅੱਤਲ ਕਰ ਦਿੱਤਾ।*

---

* ਸਕੱਤ੍ਰ ਸਰਕਾਰ ਹਿੰਦ (ਹੋਮ ਡੀਪਾਰਟਮੈਂਟ) ਦੀ ਚਿਠੀ ਜੋਗ ਸਕੱਤ੍ਰ ਸਰਕਾਰ ਪੰਜਾਬ ਨੰ : 122 24 ਜਨਵਰੀ 1872, ਨੰ : 289, 12 ਫਰਵਰੀ 1872; ਸਰਕਾਰ ਹਿੰਦ ਦੀ ਸੈਕਰਿਟਰੀ ਔਫ਼ ਸਟੇਟ ਜੋਗ ਡਿਸਪੈਚ ਨੰਬਰ 28, 2 ਮਈ 1872 (ਹੋਮ ਡੀਪਾਰਟਮੈਂਟ); ਡਿਸਪੈਚ ਨੰਬਰ 151, 15 ਮਈ 1872 (ਫਾਈਨੈਨਸ਼ਲ ਡੀਪਾਰਟਮੈਂਟ)।

ਤਿੰਨ ਮਹੀਨੇ ਕਾਵਨ ਤੇ ਫ਼ੋਰਸਾਈਥ ਦੇ ਜਵਾਬ ਮੰਗਣ ਤੇ ਭੇਜਣ, ਇਨ੍ਹਾਂ ਦੇ ਵਿਸਥਾਰ ਪ੍ਰਾਪਤ ਕਰਨ ਅਤੇ ਸਰਕਾਰ ਪੰਜਾਬ ਤੇ ਸਰਕਾਰ ਹਿੰਦ ਵਿਚ ਲਿਖਾ-ਪੜ੍ਹੀ ਵਿਚ ਲੱਗ ਗਏ, ਪਰ ਕੋਈ ਚੀਜ਼ ਭੀ ਵਾਇਸਰਾਇ ਲਾਰਡ ਨੇਪੀਅਰ ਔਫ ਮੈਗਡਾਲਾ ਦੀ ਰਾਏ ਵਿਚ ਕੋਈ ਖਾਸ ਤਬਦੀਲੀ ਨਾ ਲਿਆ ਸਕੀ ਅਤੇ 30 ਅਪ੍ਰੈਲ 1872 ਨੂੰ ਹੁਕਮ ਜਾਰੀ ਕਰ ਦਿੱਤਾ ਗਿਆ ਕਿ ਮਿਸਟਰ ਐਲ. ਕਾਵਨ ਡਿਪਟੀ ਕਮਿਸ਼ਨਰ ਲੁਧਿਆਣਾ ਨੂੰ ਨੌਕਰੀ ਤੋਂ ਬਰਖਾਸਤ ਕਰ ਦਿੱਤਾ ਜਾਏ ਅਤੇ ਮਿਸਟਰ ਟੀ. ਡੀ. ਫ਼ੋਰਸਾਈਥ ਕਮਿਸ਼ਨਰ ਅੰਬਾਲਾ ਨੂੰ ਕਮਿਸ਼ਨਰੀ ਤੋਂ ਲਾਹ ਕੇ ਕਿਸੇ ਹੋਰ ਸੂਬੇ ਵਿਚ ਕਿਸੀ ਐਸੀ ਥਾਂ ਲਾਇਆ ਜਾਏ ਜਿੱਥੇ ਕਿ ਇਸ ਦੇ ਹੱਥ ਵਿਚ ਕਿਸੇ ਦੇਸੀ ਰਿਆਸਤ ਦੀ ਨਿਗਰਾਨੀ ਨਾ ਹੋਵੇ।

ਮਿਸਟਰ ਕਾਵਨ ਤੇ ਮਿਸਟਰ ਫ਼ੋਰਸਾਈਥ ਸੰਬੰਧੀ ਵਾਇਸਰਾਏ ਵਲੋਂ ਲਾਟ ਸਾਹਿਬ ਪੰਜਾਬ ਨੂੰ ਲਿਖਦਾ ਹੋਇਆ ਈ. ਸੀ. ਬੇਲੀ, ਸਕੱਤ੍ਰ ਸਰਕਾਰ ਹਿੰਦ (ਹੋਮ ਡੀਪਾਰਟਮੈਂਟ), ਆਪਣੀ 30 ਅਪ੍ਰੈਲ ਸੰਨ 1872 ਦੀ ਚਿਠੀ ਨੰਬਰ 857 ਵਿਚ ਫੋਰਟ ਵਿਲੀਅਮ ਕਲਕੱਤੇ ਤੋਂ ਇਵਜ਼ੀ ਸਕੱਤ੍ਰ ਸਰਕਾਰ ਪੰਜਾਬ ਨੂੰ ਲਿਖਦਾ ਹੈ :-

22. ... ... ਹਿਜ਼ ਐਕਸਿਲੈਂਸੀ (ਵਾਇਸਰਾਏ) ਇਹ ਗੱਲ ਮੁੜ ਪੱਕੀ ਤਰ੍ਹਾਂ ਆਖਣ ਦੀ ਲੋੜ ਸਮਝਦੇ ਸਨ ਕਿ ਕਾਵਨ ਨੇ ਜੋ ਰਾਹ ਫੜਿਆ ਸੀ ਉਹ ਬੇ-ਕਾਨੂਨਾ ਸੀ ਅਤੇ ਇਸ ਦੇ ਸੰਬੰਧਤ ਵਾਕਿਆਤ ਤੋਂ ਵਹਿਸ਼ੀਪੁਣੇ ਦੀ ਝਲਕ ਪੈਂਦੀ ਹੈ। ਇਹ ਕਾਰਾ ਵਡੇ ਅਫ਼ਸਰ ਦੀਆਂ ਹਦਾਇਤਾਂ ਦੇ ਭਾਵ ਦੇ ਵਿਰੁੱਧ ਆਰੰਭ ਕੀਤਾ ਗਿਆ ਅਤੇ ਉਸ ਮਨਜ਼ੂਰੀ ਤੋਂ ਬਿਨ੍ਹਾਂ ਹੀ ਜੋ ਮੰਗੀ ਗਈ ਸੀ ਪਰ ਜਿਸ ਨੂੰ ਉਡੀਕਿਆ ਭੀ ਨਾ ਗਿਆ ਅਤੇ ਮਿਲ ਚੁਕੇ ਹੋਏ ਸਪਸ਼ਟ ਹੁਕਮ ਦੀ ਉਲੰਘਣਾ ਕਰਦੇ ਹੋਏ ਇਸ ਨੂੰ ਪੂਰਾ ਕਰ ਦਿੱਤਾ।

23. ਇਨ੍ਹਾਂ ਸਭ ਹਾਲਾਤ ਵਿਚ ਹਿਜ਼ ਐਕਸਿਲੈਂਸੀ ਸਣੇ ਕੌਂਸਲ ਦੇ ਇਹ ਹੁਕਮ ਦੇਣ ਪਰ ਮਜ਼ਬੂਰ ਹੋ ਗਏ ਹਨ ਕਿ ਮਿਸਟਰ ਕਾਵਨ ਨੂੰ ਨੌਕਰੀ ਤੋਂ ਬਰਖਾਸਤ ਕਰ ਦਿੱਤਾ ਜਾਏ। ਉਹ ਇਹ ਕੁਝ ਬੜੇ ਅਫਸੋਸ ਨਾਲ ਕਰ ਰਹੇ ਹਨ ਕਿਉਂਕਿ ਮਿਸਟਰ ਕਾਵਨ ਦਾ ਪਹਿਲਾ ਚਾਲ ਚਲਨ ਬੇਦਾਗ ਰਿਹਾ ਅਤੇ ਉਸ ਨੇ ਲਹਿਰ ਨੂੰ ਦਬਾਉਣ ਦੇ ਪ੍ਰਬੰਧ ਵਿਚ ਹੁਸ਼ਿਆਰੀ ਨਾਲ ਕੰਮ ਕੀਤਾ ਹੈ।

....

30. ਹਿਜ਼ ਐਕਸਿਲੈਂਸੀ ਤੇ ਕੌਂਸ਼ਲ ਦਾ ਖਿਆਲ ਹੈ ਕਿ ਮਿਸਟਰ ਫ਼ੋਰਸਾਈਥ ਨੂੰ ਉਸ ਦੀ ਕਾਰਵਾਈ ਦੀ ਇਤਨੇ ਨਾਲ ਹੀ ਕਾਫ਼ੀ ਸਜ਼ਾ ਮਿਲ ਜਾਏਗੀ ਕਿ ਉਸ ਨੂੰ ਅੰਬਾਲੇ ਦੀ ਕਮਿਸ਼ਨਰੀ ਤੋਂ ਲਾਹ ਕੇ ਕਿਸੇ ਹੋਰ ਸੂਬੇ ਵਿਚ ਕਿਸੀ ਐਸੀ ਥਾਂ ਲਾਇਆ ਜਾਏ ਜਿਥੇ ਉਸ ਪਾਸ ਕਿਸੇ ਦੇਸੀ ਰਿਆਸਤ ਦੀ ਅਦਾਲਤੀ ਕਾਰਵਾਈ

ਦੀ ਨਿਗਰਾਨੀ ਨਾ ਹੋਵੇ ਅਤੇ ਅੱਗੇ ਲਈ ਸਰਕਾਰ ਹਿੰਦ ਦੀ ਇਹ ਰਾਏ ਹੈ ਕਿ ਉਸ ਨੂੰ ਅੱਗੇ ਦਾ ਪ੍ਰਬੰਧ ਤੇ ਨਿਗਰਾਨੀ ਕਰਨ ਦਾ ਮੌਕਾ ਹੋਵੇ।* ਪਰ ਪਿਛੋਂ ਕਾਵਨ ਦੀ ਤੇਈ ਸਾਲਾਂ ਦੀ ਨੌਕਰੀ ਦਾ ਖਿਆਲ ਕਰ ਕੇ ਸਰਕਾਰ ਹਿੰਦ ਨੇ 3 ਮਈ ਸੰਨ 1872 ਨੂੰ ਆਪਣੀ ਡਿਸਪੈਚ ਨੰਬਰ 152 ਏ. (ਫਾਈਨੈਨਸ਼ਲ ਡੀਪਾਰਟਮੈਂਟ) ਰਾਹੀਂ ਉਸ ਨੂੰ ਤਿੰਨ ਸੌ ਰੁਪਇਆ ਮਹੀਨਾ ਪੈਨਸ਼ਨ ਦਿੱਤੇ ਜਾਣ ਦੀ ਸਫਾਰਿਸ਼ ਕੀਤੀ ਜੋ ਸੈਕਰਿਟਰੀ ਔਫ਼ ਸਟੇਟ ਫ਼ਾਰ ਇੰਡੀਆ ਨੇ ਮਨਜ਼ੂਰ ਕਰ ਦਿੱਤੀ।*

** 22. xxx His Excellency is under the painful necessity of affirming that the course followed by Mr. Cowan ws illegal, that it was not palliated by any public necessity, and that it was characterized by incidents which gave it a complexion of barbarity. That course was commenced in opposition to the spirit of instructions received from superior authority, and, in the absence of sanction, involked but not awaited it was pro secuted to completion in contravention of positive orders.

23. Under all these circumstances, His Excellency in council is compelled to direct that Mr. Cowan be removed from the service. He does so with deep regret, as Mr. Cowan's previous character and conduct have been unexceptionable, and as he acted with promptitude in concerting measures for the repression of the movement.

... ...

30. His Excellency in Council considers that Mr. Forsyth's conduct will be adequately dealt with by his removal form the Commissionership of Ambala to a position in another province in which he will not have to superintend the judicial proceedings of any Native State, and by and expression of the opinion of the Government of India that he ought not in future to be placed in a position in which he would be called upon to exercise similar control and superintendence.

[*Secretary to the Government of India, Home Dept., to the Officiating Secretary to Govt, of the Punjab,* No. 857, dated 30th April 1872.]

' ਸੈਕਰਿਟਰੀ ਔਫ ਸਟੇਟ ਦੀ ਸਰਕਾਰ ਹਿੰਦ ਜੋਗ ਡਿਸਪੈਚ ਨੰਬਰ 32 ਜੁਡੀਸ਼ਲ), 1872 ।

ਭਾਈ ਰਾਮ ਸਿੰਘ ਦੀ ਜਲਾਵਤਨੀ ਦਾ ਜ਼ਮਾਨਾ

ਭਾਈ ਰਾਮ ਸਿੰਘ ਤੇ ਉਨ੍ਹਾਂ ਦੇ ਚਾਰ ਸੰਗੀ ਲੱਖਾ ਸਿੰਘ, ਸਾਹਿਬ ਸਿੰਘ, ਜਵਾਹਰ ਸਿੰਘ ਤੇ ਰੂੜ ਸਿੰਘ 18 ਫਰਵਰੀ ਨੂੰ ਅਲਾਹਾਬਾਦ ਪੁੱਜੇ, ਤੇ ਕਿਲੇ ਵਿਚ ਬੰਦ ਕਰ ਦਿੱਤੇ ਗਏ। ਮਿਸਟਰ ਜੇ. ਸੀ. ਰੌਬਰਟਸਨਜ਼, ਮੈਜਿਸਟਰੇਟ ਅਲਾਹਾਬਾਦ ਕਮਿਸ਼ਨਰ ਅੰਬਾਲੇ ਨੂੰ ਆਪਣੀ 20 ਜਨਵਰੀ 172 ਦੀ ਚਿਠੀ ਨੰ : 42 ਵਿਚ ਲਿਖਦਾ ਹੈ ਕਿ ਮੈਂ ਇਨ੍ਹਾਂ ਦੇ ਰੇਲ ਖਰਚ ਵਜੋਂ 139 ਮਿਸਟਰ ਜੈਕਸ਼ਨ ਅਸਿਸਟੈਂਟ ਸੁਪਿਰਿੰਟੈਂਡੈਂਟ ਪੁਲੀਸ ਨੂੰ, ਜੋ ਇਨ੍ਹਾਂ ਕੈਦੀਆਂ ਦੇ ਨਾਲ ਆਇਆ ਸੀ, ਦੇ ਦਿੱਤੇ ਹਨ, ਇਹ ਰਕਮ ਮੈਨੂੰ ਭੇਜ ਦੇਣੀ, ਮੈਂ ਕਿਲੇ ਦੇ ਕਮਾਨ ਅਫਸਰ ਨੂੰ ਅਖਤਿਆਰ ਦੇ ਦਿੱਤਾ ਹੈ ਕਿ ਉਹ ਹਰ ਇਕ ਕੈਦੀ ਨੂੰ ਚਾਰ ਆਨੇ ਤੇ ਨੌਕਰ ਨੂੰ ਇਕ ਆਨਾ ਰੋਜ਼ ਖਰਚ ਖੁਰਾਕ ਦੇ ਦੇਵੇ।

ਲੈਪਲ ਗ੍ਰਿਫਿਨ ਇਵਜ਼ੀ ਸਕੱਤ੍ਰ, ਸਰਕਾਰ ਪੰਜਾਬ ਨੇ ਭਾਈ ਰਾਮ ਸਿੰਘ ਸੰਬੰਧੀ ਯੂ. ਪੀ. ਦੀ ਹਕੂਮਤ ਨੂੰ ਲਿਖਦੇ ਹੋਏ 17 ਜਨਵਰੀ ਨੂੰ ਆਪਣੀ ਖੁਫ਼ੀਆ ਚਿਠੀ ਨੰ : 17 ਸੀ. ਵਿਚ ਸਕੱਤ੍ਰ ਨੂੰ ਲਿਖਿਆ ਸੀ ਕਿ ਜਿਵੇਂ ਸਰ ਵਿਲੀਅਮ ਮਿਉਰ)ਗਵਰਨਰ ਯੂ. ਪੀ.) ਨੂੰ ਪਤਾ ਹੀ ਹੈ ਕਿ ਰਾਮ ਸਿੰਘ ਦਾ ਆਪਣੇ ਸਰਧਾਲੂਆਂ ਉਤੇ ਬੜਾ ਅਸਰ ਰਸੂਖ ਹੈ, ਇਸ ਲਈ ਬੜਾ ਜ਼ਰੂਰੀ ਹੈ ਕਿ ਇਸ ਗੱਲ ਲਈ ਖਾਸ ਪੇਸ਼-ਬੰਦੀਆਂ ਕਰ ਲਈਆਂ ਜਾਣ ਕਿ ਨਾਂ ਤਾਂ ਕੋਈ ਇਸ ਨੂੰ ਕੱਢ ਕੇ ਲੈ ਜਾ ਸਕੇ ਅਤੇ ਨਾਂ ਇਹ ਖੁਦ ਹੀ ਨਿਕਲ ਕੇ ਖਿਸਕ ਸਕੇ।

ਦੋ ਮਹੀਨੇ ਪਿਛੋਂ ਸਰਕਾਰ ਹਿੰਦ ਦੀ ਇੱਛਾ ਅਨੁਸਾਰ ਸਰਕਾਰ ਪੰਜਾਬ ਨੇ 19 ਮਾਰਚ ਨੂੰ ਮਿਸਟਰ ਜੇ. ਡਬਲਯੂ ਨੂੰ ਮੈਕਨੈਬ ਡਿਪਟੀ ਕਮਿਸ਼ਨਰ ਅੰਬਾਲਾ ਨੂੰ ਚਿੱਠੀ ਨੰ : 118 ਰਾਹੀਂ ਹੁਕਮ ਦਿੱਤਾ ਕਿ ਉਹ ਅਲਾਹਾਬਾਦ ਦੇ ਕਿਲੇ ਵਿਚ ਜਾ ਕੇ ਭਾਈ ਰਾਮ ਸਿੰਘ ਦੇ ਸੰਗੀ ਨਜ਼ਰਬੰਦਾਂ ਬਾਬਤ ਪੜਤਾਲ ਕਰ ਕੇ ਰਿਪੋਰਟ ਕਰੇ ਕਿ ਉਨ੍ਹਾਂ ਵਿਚ ਜ਼ਾਤੀ ਤੌਰ ਤੇ ਕੋਈ ਇਤਨੇ ਖਤਰਨਾਕ ਤਾਂ ਨਹੀਂ ਕਿ ਜੇ ਉਨ੍ਹਾਂ ਨੂੰ ਛੱਡ ਦਿੱਤਾ ਜਾਏ ਤਾਂ ਪੰਜਾਬ ਵਿਚ ਮੁੜ ਫਸਾਦ ਖੜ੍ਹਾ ਹੋ ਜਾਏ।

ਮੈਕਨੈਬ ਅਲਾਹਾਬਾਦ ਗਿਆ ਤੇ ਅਪ੍ਰੈਲ 1872 ਦੇ ਆਖਰੀ ਹਫਤੇ ਪੜਤਾਲ ਕਰ ਕੇ ਜੋ ਰਿਪੋਰਟ ਉਸ ਨੇ ਕੀਤੀ ਉਸ ਦਾ ਅੰਤਮ ਸਾਰ ਇਸ ਤਰ੍ਹਾਂ ਸੀ :-

1. ਸਾਹਿਬ ਸਿੰਘ ਨੂੰ ਸਾਰੀ ਉਮਰ ਲਈ ਨਜ਼ਰਬੰਦੀ ਵਿਚ ਰੱਖਿਆ

ਜਾਵੇ।

2. ਰੂੜ ਸਿੰਘ ਨੂੰ ਦੋ ਸਾਲਾਂ ਪਿਛੋਂ ਛੱਡ ਦਿੱਤਾ ਜਾਏ ਤੇ ਉਸ ਉਤੇ ਸ਼ਰਤ ਲਾ ਦਿੱਤੀ ਜਾਏ ਕਿ ਉਹ ਚੁਪ-ਚਾਪ ਆਪਣੇ ਘਰ ਰਹੇ, ਮੇਲਿਆਂ ਉਤੇ ਨਾ ਜਾਏ ਤੇ ਦੀਵਾਨ ਨਾ ਲਾਏ।
3. ਲੱਖਾ ਸਿੰਘ ਸਾਰੀ ਉਮਰ ਨਜ਼ਰਬੰਦ ਰੱਖਿਆ ਜਾਵੇ।
4. ਕਾਨ੍ਹ ਸਿੰਘ ਸਾਰੀ ਉਮਰ ਨਜ਼ਰਬੰਦ ਰੱਖਿਆ ਜਾਵੇ।
5. ਬ੍ਰਹਮਾ ਸਿੰਘ, ਜੇ ਦਸਾਂ ਕੁ ਸਾਲਾਂ ਵਿਚ ਕੂਕੇ ਸੁਸਤ ਪੈ ਜਾਣ ਤਾਂ ਇਸ ਨੂੰ ਰੂੜ ਸਿੰਘ ਵਾਲੀਆਂ ਸ਼ਰਤਾਂ ਲਾ ਕੇ ਛੱਡ ਦਿੱਤਾ ਜਾਏ।
6. ਜਵਾਹਰ ਸਿੰਘ ਨੂੰ ਸਾਰੀ ਉਮਰ ਨਜ਼ਰਬੰਦ ਰੱਖਿਆ ਜਾਏ।
7. ਮਲੂਕ ਸਿੰਘ ਨੂੰ ਦੋ ਸਾਲਾਂ ਪਿਛੋਂ ਰੂੜ ਸਿੰਘ ਦੀ ਤਰ੍ਹਾਂ ਸ਼ਰਤਾਂ ਲਾ ਕੇ ਛੱਡ ਦਿੱਤਾ ਜਾਏ।
8. ਮਾਨ ਸਿੰਘ ਨੂੰ ਤਿੰਨ ਸਾਲਾਂ ਪਿੱਛੋਂ ਉਪਰੋਕਤ ਸ਼ਰਤਾਂ ਲਾ ਕੇ ਛੱਡ ਦਿੱਤਾ ਜਾਏ, ਪਰ ਮਾਨ ਸਿੰਘ ਨੂੰ ਮਲੂਕ ਸਿੰਘ ਦੇ ਨਾਲ ਹੀ ਕਦਾਚਿਤ ਭੀ ਨਾ ਛੱਡਿਆ ਜਾਏ, ਕਿਉਂਕਿ ਇਹ ਇੱਕੋ ਹੀ ਇਲਾਕੇ ਦੇ ਹਨ।
9. ਹੁਕਮ ਸਿੰਘ ਨੂੰ ਇਕ ਸਾਲ ਪਿੱਛੋਂ ਛੱਡ ਦਿੱਤਾ ਜਾਏ ਤੇ ਮਹਾਰਾਜਾ ਨਾਭਾ ਦੇ ਹਵਾਲੇ ਕਰ ਦਿੱਤਾ ਜਾਏ ਤੇ ਉਪਰੋਕਤ ਸ਼ਰਤਾਂ ਲਾ ਦਿੱਤੀਆਂ ਜਾਣ।
10. ਪਹਾੜਾ ਸਿੰਘ ਨੂੰ ਦਸ ਸਾਲਾਂ ਪਿੱਛੋਂ ਛੱਡ ਦਿੱਤਾ ਜਾਏ, ਉਪਰੋਕਤ ਸ਼ਰਤਾਂ ਲਾ ਦਿੱਤੀਆਂ ਜਾਣ ਤੇ ਪੁਲੀਸ ਨਿਗਰਾਨੀ ਰੱਖੇ।
11. ਸਰਦਾਰ ਮੰਗਲ ਸਿੰਘ ਨੇ ਕਿਹਾ ਕਿ ਮੈਂ ਸਾਲ ਡੇਢ ਸਾਲ ਤੋਂ ਕੂਕਾ ਨਹੀਂ ਹਾਂ, ਮੈਂ ਮਾਸ ਛੱਕਣਾ ਤੇ ਨਸ਼ਾ ਪੀਣਾ ਸ਼ੁਰੂ ਕਰ ਦਿੱਤਾ ਹੋਇਆ ਹੈ, ਜੇ ਸਰਕਾਰ ਮੈਨੂੰ ਛੱਡ ਦੇਵੇ ਤਾਂ ਮੈਂ ਅੰਮ੍ਰਿਤਸਰ ਅਕਾਲ ਤਖਤ ਜਾਵਾਂਗਾ ਤੇ ਸਰਬ ਸੰਗਤ ਵਿਚ ਪਸਚਾਤਾਪ ਕਰਾਂਗਾ। ਸਰਦਾਰ ਮੰਗਲ ਸਿੰਘ ਨੂੰ ਯਾ ਤਾਂ ਸਾਰੀ ਉਮਰ ਨਜ਼ਰਬੰਦ ਰੱਖਿਆ ਜਾਏ ਯਾ ਝੱਟ-ਪੱਟ ਛੱਡ ਦਿੱਤਾ ਜਾਏ।

22 ਫਰਵਰੀ 1872 ਨੂੰ ਸਰਕਾਰ ਪੰਜਾਬ ਨੇ ਆਪਣੀ ਚਿਠੀ ਨੰ : 93 ਸੀ. ਰਾਹੀਂ ਸਰਕਾਰ ਹਿੰਦ ਨੂੰ ਲਿਖਿਆ ਸੀ ਕਿ ਅਲਾਹਾਬਾਦ ਚੂੰਕਿ ਨਜ਼ਦੀਕ ਅਤੇ ਹਿੰਦੂਆਂ ਦਾ ਇਕ ਤੀਰਥ ਹੋਣ ਕਰਕੇ ਖਤਰੇ ਤੋਂ ਖਾਲੀ ਨਹੀਂ, ਇਸ ਲਈ ਭਾਈ ਰਾਮ ਸਿੰਘ ਤੇ ਉਨ੍ਹਾਂ ਦੇ ਸੰਗੀ ਨਜ਼ਰਬੰਦਾਂ ਨੂੰ ਹਿੰਦੁਸਤਾਨ ਤੋਂ ਬਾਹਰ ਰੰਗੂਨ ਯਾ

ਵਿਦੇਸ਼ ਵਿਚ ਕਿਸੇ ਹੋਰ ਥਾਂ ਜਿਥੇ ਵਾਇਸਰਾਏ ਸਾਹਿਬ ਮੁਨਾਸਬ ਸਮਝਣ ਭੇਜ ਦਿੱਤਾ ਜਾਏ। ਜਿਤਨੀ ਦੇਰ ਤੱਕ ਭਾਈ ਰਾਮ ਸਿੰਘ ਤੇ ਉਨ੍ਹਾਂ ਦੇ ਸੰਗੀ ਹਿੰਦੁਸਤਾਨ ਵਿਚ ਹਨ, ਉਨ੍ਹਾਂ ਦੇ ਸ਼ਰਧਾਲੂ ਉਨ੍ਹਾਂ ਦੇ ਛੇਤੀ ਮੁੜ ਆਉਣ ਦੀਆਂ ਆਸਾਂ ਲਾਈ ਰੱਖਣਗੇ ਤੇ ਪੇਸ਼ੀਨਗੋਈਆਂ ਕਰੀ ਜਾਣਗੇ, ਇਸ ਲਈ ਇਨ੍ਹਾਂ ਨੂੰ ਬਾਹਰ ਭੇਜ ਦੇਣਾ ਚਾਹੀਦਾ ਹੈ, ਤਾਂ ਕਿ ਸਰਕਾਰ ਨੂੰ ਇਹ ਤੌਖਲਾ ਲੱਗਾ ਨਾ ਰਹੇ। ਇਸ ਨਾਲ ਕੂਕਿਆਂ ਦੀਆਂ ਉਮੀਦਾਂ ਠੰਡੀਆਂ ਪੈ ਜਾਣਗੀਆਂ ਤੇ ਹੌਲੀ ਹੌਲੀ ਉਹ ਮੱਠੇ ਹੋ ਜਾਣਗੇ।

ਭਾਈ ਰਾਮ ਸਿੰਘ ਨੂੰ ਕੁਝ ਚਿਰ ਜੇਹਲਖਾਨੇ ਰੱਖ ਤੇ ਅਲਾਹਾਬਾਦ ਤੋਂ ਰੰਗੂਨ ਭੇਜ ਦਿੱਤਾ ਤੇ ਉਨ੍ਹਾਂ ਦੇ ਸਾਥੀਆਂ ਨੂੰ ਚੁਨਾਰ ਦੇ ਕਿਲੇ, ਮੋਰਮਈ ਤੇ ਅੰਡੇਮਾਨ (ਕਾਲੇ ਪਾਣੀ) ਭੇਜ ਦਿੱਤਾ। ਭਾਈ ਰਾਮ ਸਿੰਘ ਦੀ ਬਰਮਾ ਵਿਚ ਜਲਾਵਤਨੀ ਦੇ ਵੇਰਵੇ ਸਹਿਤ ਹਾਲਾਤ ਪ੍ਰਾਪਤ ਨਹੀਂ ਹੋ ਸਕੇ, ਪਰ ਇਤਨਾ ਨਿਰਸੰਦੇਹ ਆਖਿਆ ਜਾ ਸਕਦਾ ਹੈ ਕਿ ਇਥੇ ਬੰਦੀਵਾਨੀ ਦੀ ਹਾਲਤ ਵਿਚ ਕੋਈ ਐਸੀ ਘਟਨਾ ਨਹੀਂ ਹੋਈ ਜੋ ਕਿਸੀ ਖਾਸ ਇਤਿਹਾਸਕ ਵਿਸ਼ੇਸ਼ਤਾ ਵਾਲੀ ਹੋਵੇ। ਆਪ ਦੇ ਸਰਧਾਲੂ ਇਕੇ ਦੁੱਕੇ ਆਪ ਦੇ ਦਰਸ਼ਨਾਂ ਨੂੰ ਇਥੇ ਜਾਇਆ ਕਰਦੇ ਸਨ, ਇਨ੍ਹਾਂ ਦੇ ਹੱਥੀ ਜੋ ਪੱਤ੍ਰ ਭਾਈ ਰਾਮ ਸਿੰਘ ਲਿਖ ਕੇ ਭੇਜਿਆ ਕਰਦੇ ਸਨ, ਉਨ੍ਹਾਂ ਤੋਂ ਆਪ ਦੇ ਜੀਵਨ ਪਰ ਬਹੁਤ ਕੁਝ ਚਾਨਣਾ ਪੈਂਦਾ ਹੈ, ਇਹ ਪੱਤ੍ਰ ਵੱਖ ਵੱਖ ਥਾਵਾਂ ਤੋਂ ਪ੍ਰਾਪਤ ਹੋਏ ਹਨ ਅਤੇ ਅੱਗੇ ਦਿੱਤੇ ਜਾ ਰਹੇ ਹਨ।

ਜਲਾਵਤਨੀ ਵਿਚ ਹੀ ਆਪ ਦਾ ਦੇਹਾਂਤ ਸੰਨ 1885 ਨੂੰ ਰੰਗੂਨ ਦੇ ਮੁਕਾਮ ਤੇ ਹੋਇਆ।[1]

---

1. ਮਹਾਨ ਕੋਸ਼, 3094; ਡਗਲਸ ਫ਼ੋਰਸਾਈਥ ਦੀ Autobiograpy, 38, ਕੂਕੇ ਆਖਦੇ ਹਨ ਕਿ ਭਾਈ ਰਾਮ ਸਿੰਘ ਹਾਲ ਤੱਕ ਜੀਉਂਦੇ ਹਨ। ਉਨ੍ਹਾਂ ਦਾ ਵਿਸ਼ਵਾਸ ਹੈ ਕਿ ਭਾਈ ਰਾਮ ਸਿੰਘ ਨੇ ਇਹ ਕਿਹਾ ਸੀ, 'ਅੰਗਰੇਜ਼ ਮਨ ਭਉਂਦਾ ਅਤਿਆਚਾਰ ਕਰਨਗੇ। ਗਊ ਗਰੀਬ ਦੁਖਾਏ ਜਾਣਗੇ। ਆਖਿਰ ਭਾਈ ਸਾਨੂੰ ਵੀ ਕਿਧਰੇ ਲੈ ਜਾਣਗੇ। ਫੇਰ ਰੂਸ ਆਵੇਗਾ, ਤੇ ਨਾਲ ਮੈਂ ਆਵਾਂਗਾ।' (ਸਤਿਜੁਗ 22 ਮਾਘ 1986, ਪੰਨਾ 41, ਕਾਲਮ 1, ਸਤਰਾਂ 137) ਚੂੰਕਿ ਰੂਸ ਹਾਲ ਤੱਕ ਹਿੰਦੁਸਤਾਨ ਵਿਚ ਨਹੀਂ ਆਇਆ, ਅਤੇ ਭਾਈ ਰਾਮ ਸਿੰਘ ਨੇ ਰੂਸ ਦੇ ਨਾਲ ਇਥੇ ਆਉਣਾ ਹੈ, ਇਸ ਲਈ ਭਾਈ ਰਾਮ ਸਿੰਘ ਦਾ ਦੇਹਾਂਤ ਹਾਲ ਤੱਕ ਨਹੀਂ ਹੋਇਆ, ਇਹ ਕੋਈ ਟਿਕ ਸਕਣ ਵਾਲੀ ਦਲੀਲ ਨਹੀਂ। ਜੇ ਰੂਸ ਕਦੀ ਭੀ ਹਿੰਦੁਸਤਾਨ ਵਿਚ ਨਾ ਆਇਆ, ਤਾਂ ਕੀ ਭਾਈ ਰਾਮ ਸਿੰਘ ਦਾ ਪੰਜ-ਭੂਤਕ ਸਰੀਰ ਸਦੈਵ ਕਾਲ ਲਈ ਅਮਰ ਹੋ ਜਾਏਗਾ? ਜੋ ਭਾਈ ਰਾਮ ਸਿੰਘ ਹਾਲ ਤਕ ਮਨੁੱਖੀ ਸਰੀਰ ਵਿਚ ਸਹੀ ਸਲਾਮਤ ਮੌਜੂਦ ਹਨ ਤੇ ਉਨ੍ਹਾਂ ਦੀ ਥਾਂ ਤੇ ਹੋਰ ਕਿਸੇ ਨੂੰ ਜਾਨਸ਼ੀਨ ਟਿੱਕਣਾ ਤੇ ਗਿਣਤੀ ਵਿਚ ਵਧਾ ਕੇ ਗਿਣੀ ਜਾਣਾ ਠੀਕ ਨਹੀਂ।

Punjabi Notes & Queries, April 1886, p. 117, no. 536 29 ਨਵੰਬਰ, 1884 ।

ਬਾਬਾ ਰਾਮ ਸਿੰਘ ਦੀਆਂ ਅਰਦਾਸਾਂ ਤੇ ਰਹਿਤ ਨਾਮੇ

ਇਹ ਅਰਦਾਸਾਂ ਜਿਵੇਂ ਪ੍ਰਾਪਤ ਹੋਈਆਂ ਹਨ, ਤਿਵੇਂ ਹੀ ਪ੍ਰਕਾਸ਼ਤ ਕੀਤੀਆਂ ਜਾ ਰਹੀਆਂ ਹਨ। ਇਨ੍ਹਾਂ ਵਿਚੋਂ ਬਹੁਤੀਆਂ ਪਰ ਚੂੰਕਿ ਕੋਈ ਤਾਰੀਖ ਨਹੀਂ ਦਿੱਤੀ ਹੋਈ ਇਸ ਲਈ ਇਨ੍ਹਾਂ ਨੂੰ ਤਾਰੀਖਵਾਰ ਭੀ ਨਹੀਂ ਕੀਤਾ ਜਾ ਸਕਿਆ। ਅਸੀਂ ਇਨ੍ਹਾਂ ਦੇ ਸਿਲਸਿਲੇ ਨੂੰ ਭੀ ਬਦਲਨਾ ਮੁਨਾਸਿਬ ਨਹੀਂ ਸਮਝਿਆ, ਭਾਵੇਂ ਇਸ ਦੀ ਲੋੜ ਜ਼ਰੂਰ ਭਾਸਦੀ ਸੀ। ਲਿਖਤ ਯਾ ਸ਼ਬਦ-ਜੋੜਾਂ ਵਿਚ ਅਸੀਂ ਆਪਣੀ ਵਲੋਂ ਕੋਈ ਤਬਦੀਲੀ ਨਹੀਂ ਕੀਤੀ ਤਾਂਕਿ ਇਨ੍ਹਾਂ ਦੀ ਅਸਲੀ ਹਾਲਤ ਜਿਉਂ ਦੀ ਤਿਉਂ ਕਾਇਮ ਰਹੇ।

ਚਿੱਠੀਆਂ ਦੇ ਆਰੰਭ ਵਿਚ ਸਿਲਸਿਲੇ ਵਾਰ ਅੰਕ ਅਸੀਂ ਲਾਏ ਹਨ। ਅੰਤ ਵਿਚ ਲੱਗੇ ਹੋਏ ਅੰਕ ਪ੍ਰਾਪਤ ਹੋਈਆਂ ਨਕਲਾਂ ਵਿਚ ਲੱਗੇ ਹੋਏ ਹਨ। ਉਨ੍ਹਾਂ ਨੂੰ ਅਸੀਂ ਨਹੀਂ ਛੇੜਿਆ।

ਇਹ ਅਰਦਾਸਾਂ ਤੇ ਰਹਿਤ ਨਾਮੇ ਇਤਿਹਾਸਕ ਲਿਖਤਾਂ ਹਨ। ਜਿਥੇ ਇਹ ਬਾਬਾ ਰਾਮ ਸਿੰਘ ਦੇ ਵਿਚਾਰਾਂ ਤੇ ਸਿਖਿਆ ਦਾ ਸਹੀ ਨਕਸ਼ਾ ਹਨ, ਉਥੇ ਇਹ ਉਨੀਂਵੀਂ ਸਦੀ ਦੀ ਵਾਰਤਕ ਲਿਖਤ ਦਾ ਭੀ ਇਕ ਬੜਾ ਵਧੀਆ ਨਮੂਨਾ ਹੈ। ਲਿਖਤ ਦੀ ਇਸ ਪ੍ਰਕਾਰ ਦੀ ਰਵਾਨੀ, ਸਰਲਤਾ, ਜ਼ੋਰ ਤੇ ਸਪਸ਼ਟਤਾ ਹੋਰ ਕਿਧਰੇ ਬਹੁਤ ਘੱਟ ਮਿਲਦੀ ਹੈ। ਇਸ ਲਈ ਇਹ ਲਿਖਤਾਂ ਜਿੱਥੇ ਇਤਿਹਾਸਕ ਤੇ ਧਾਰਮਕ ਪਹਿਲੂਆਂ ਤੋਂ ਖਾਸ ਵਿਸ਼ੇਸ਼ਤਾ ਵਾਲੀਆਂ ਹਨ, ਉਥੇ ਸਾਹਿਤਕ ਮੈਦਾਨ ਵਿਚ ਭੀ ਇਨ੍ਹਾਂ ਦੀ ਬੜੀ ਮਹੱਤਤਾ ਹੈ।

1

ੴ ਸਤਿਨਾਮ ਕਰਤਾ ਪੁਰਖੁ ਨਿਰਭਉ ਨਿਰਵੈਰੁ

ਅਕਾਲ ਮੂਰਤਿ ਅਜੂਨੀ ਸੈਭੰ ਗੁਰ ਪ੍ਰਸਾਦਿ॥

ਲਿਖਤਮ ਰਾਮ ਸਿੰਘ ਜੋਗ ਸਿਖਾਂ ਪ੍ਰਤਿ ਰਹਿਤ ਨਾਮਾ, ਸੋ ਸੰਬੂਹ ਸੰਗਤ ਕੋ

'ਅਰਦਾਸ' ਸ਼ਬਦ ਉਨ੍ਹੀਵੀਂ ਸਦੀ ਦੇ ਸਾਹਿਤ ਵਿਚ 'ਚਿੱਠੀ' ਲਈ ਆਇਆ ਹੈ ਤੇ ਬਾਬਾ ਰਾਮ ਸਿੰਘ ਭੀ ਚਿੱਠੀ ਵਾਸਤੇ ਹੀ ਵਰਤਦੇ ਹਨ। ਅਸੀਂ ਭੀ ਇਹ ਸ਼ਬਦ ਹੀ ਵਰਤਨਾ ਮੁਨਾਸਿਬ ਸਮਝਿਆ ਹੈ। ਨੰਬਰ 1 ਵਿਚ ਉਹ ਆਪਣੇ ਸ਼ਰਧਾਲੂਆਂ ਨੂੰ ਰਹਿਤ ਲਿਖ ਕੇ ਭੇਜਦੇ ਹਨ, ਇਸ ਨੂੰ ਉਹ 'ਰਹਿਤ ਨਾਮਾ' ਆਖਦੇ ਹਨ।

ਇਹ ਹੁਕਮ ਹੈ ਖਾਲਸੇ ਜੀ ਕੋ ਜੋ ਸਭ ਨੇ ਬਾਣੀ ਕੰਠ ਕਰਨੀ। ਬੁਢੇ ਬਾਲੇ ਨੇ॥ ਨਾਲੇ ਲਟਕੀਆਂ ਨੇ। ਹੋਰ ਸਰਬਤਿ ਬੀਬੀਆ ਨੇ ਪਿਛਲੀ ਰਾਤਿ ਉਠ ਕੇ ਸਭ ਨੇ ਇਸਨਾਨ ਕਰਨਾ। ਲੜਕਿਆਂ ਅਰ ਬੀਬੀਆਂ ਨੇ ਅੱਖਰ ਪੜਨੇ ਘਰ ਬੈਠ ਕੇ॥ ਜੋਟੀਆਂ ਦੇ ਸ਼ਬਦ ਪੜ੍ਹਨੇ ਨਹੀਂ, ਬਾਣੀ ਕੰਠ ਕਰਨੀ। ਜੋਟੀਆਂ ਦੇ ਸ਼ਬਦ ਗੁਰੂ ਜਦ ਪੜਾਵੇਗਾ ਤਾਂ ਫੇਰ ਪੜੇ ਜਾਵੇਂਗੇ। ਹਾਲ ਤਾਂ ਲੋਗ ਆਖਦੇ ਹੈਨਿ ਕੂਕੇ ਰੌਲਾ ਪਾਉਂਦੇ ਹੈਨਿ। ਸੋ ਇਹ ਰੌਲਾ ਤਾਂ ਨਹੀਂ ਸੀ ਪਰ ਰੌਲਾ ਭੀ ਇਨ੍ਹਾਂ ਨੂੰ ਗੁਰੂ ਦਿਖਾਲ ਦੇਊਗਾ। ਗੁਰੂ ਦੇ ਘਰ ਕਿਸੇ ਬਾਤਿ ਦੀ ਕਮੀ ਨਹੀਂ॥ ਗੁਰੂ ਜੀ ਦਾ ਹੁਕਮ ਹੈ। ਰੌਲੀ ਪਵੇ ਦੇਸ ਸਭੇ ਰੁਝੇ। ਜੇ ਬਣਿ ਆਵੇ ਤਾਂ ਪੰਜ ਗਰੰਥ ਕੰਠ ਕਰਨੇ ਜ਼ਰੂਰ। ਨਹੀਂ ਤਾਂ ਜਪੁ ਜਾਪ, ਰਹਿਰਾਸ, ਆਰਤੀ, ਸੋਹਿਲਾ, ਹਜ਼ਾਰੇ ਦੇ ਸ਼ਬਦ ਆਸਾ ਦੀ ਵਾਰ, ਸੁਖਮਨੀ ਸਾਹਿਬ, ਏਤਨੀ ਬਾਣੀ ਜਰੂਰ ਕੰਠ ਕਰਨੀ, ਨਿਤ ਨਾਇਕੇ ਝਲਾਂਗੇ ਪੜਨੀ, ਗੁਰੂ ਗ੍ਰੰਥ ਸਾਹਿਬ ਦਾ ਭੋਗ ਪਾਉਣਾ, ਜਥਾ ਸਕਤਿ ਪ੍ਰਸਾਦਿ ਕਰਨਾ। ਏਸ ਰੀਤੀ ਵਿਚ ਜੋ ਚਲੇਗਾ ਭਾਈ ਖਾਲਸਾ ਜੀ, ਉਸ ਨੂੰ ਦੁਖ ਨਾ ਹੋਵੇਗਾ, ਸੈ ਉਪਾਧ ਉਸ ਦੇ ਸਿਰੋਂ ਟਲ ਜਾਣਗੇ॥ ਇਹ ਬਚਨ ਮੇਰੇ ਜਰੂਰ ਮੰਨਣੇ, ਏਹੋ ਨਫੇ ਦਾ ਕੰਮ ਹੈ ਬਡਾ॥ ਦੇਖੋ ਭਜਨ ਬਾਣੀ ਦਾ ਇਹ ਐਸਾ ਪ੍ਰਤਾਪ ਹੈ ਭਾਵੇਂ ਕੋਈ ਕੈਸੇ ਕਸ਼ਟ ਨੂੰ ਪ੍ਰਾਪਤ ਹੋਵੇ, ਭਜਨ ਬਾਣੀ ਕਰੇਗਾ ਤਾਂ ਬਡਾ ਸੁਖ ਪ੍ਰਾਪਤ ਹੋਵੇਗਾ, ਦੇਖੋ ਅਸੀਂ ਕੈਦ ਤਾਂ ਹੋਇ ਗਏ ਹਾਂ ਸਾਡੇ ਕਿਸੇ ਕਰਮ ਨੇ ਕਰਾਇ ਦਿਤੇ ਹੈਂ ਹੋਰ ਕਿਸੇ ਨੂੰ ਕੀ ਦੋਸ ਹੈ ਪਰ ਇਥੇ ਭੀ ਸਾਨੂੰ ਬਡਾ ਸੁਖ ਹੈ। ਬਾਣੀ ਜਰੂਰ ਸਭ ਨੇ ਕੰਠ ਕਰਨੀ ਰਾਤਿ ਨੂੰ ਇਕੱਠੇ ਹੋ ਕੇ, ਦੇਖੋ ਭਾਈ ਸਮਾਂ ਕੈਸਾ ਹੈ ਮੂਰਖ ਲੋਕ ਆਖਦੇ ਹੈ ਕੂਕੇ ਪਏ ਰੌਲਾ ਪਾਂਦੇ ਹੈਨ, ਗੁਰੂ ਜੀ ਨੇ ਰੌਲਾ ਭੀ ਦੇਖਾਲਣਾ ਹੈ॥ ਗੁਰੂ ਕੇ ਘਰ ਸਭ ਕਿਛ ਬਹੁਤੇਰਾ ਹੈ, ਕਿਸੇ ਬਾਤ ਦੀ ਕਮੀ ਨਹੀਂ ਹੈ। ਭਾ. ਸ਼ਿਆਮ ਸਿੰਘ ਜੀ ਤੁਸੀਂ ਪ੍ਰਤੀਤ ਕਰਕੇ ਜਾਣਨੀ, ਏਹ ਸੰਤ ਖਾਲਸੇ ਦਾ ਹੀ ਮੁਢ ਹੈ। ਇਹ ਨਿਉਂ ਸੰਤ ਖਾਲਸੇ ਦੀ ਗੁਰੂ ਸਾਹਿਬ ਆਪ ਰਖੀ ਹੈ ਮਨੁਖ ਦੀ ਹਟਾਈ ਨਹੀਂ ਹਟਦੀ॥ ਹਟਾਉਣ ਨੂੰ ਬਹੁਤੇ ਝਖ ਮਾਰ ਰਹੇ ਹੈਨ। ਮਨੁਖ ਤਾਂ ਮਨੁਖ ਨੂੰ ਹਟਾਇ ਦਿੰਦਾ ਹੈ ਪਰ ਈਸਰ ਕ੍ਰਿਤ ਮਨੁਖ ਤੇ ਨਹੀਂ ਹਟਦੀ, ਮੂਹ ਕਾਲਾ ਬਹੁਤੇਰਿਆਂ ਸਿਖ ਸਾਧਾਂ ਨੇ ਕਰਾਇ ਲਿਆ ਹੈ ਹਟਾਉਣ ਨੂੰ ਅਰ ਨਿੰਦਾ ਕਰ ਕੇ ਰਾਜਿਆਂ ਪ੍ਰਜਿਆ ਨੇ ਝਖ ਮਾਰ ਲਈ ਹੈ ਪਰ ਇਹ ਗੁਰੂ ਜੀ ਦਾ ਹੁਕਮ ਹੈ ਮੈਂ ਮੇਰੀ ਸੰਗਤ ਸਿਖ ਦੁਖ ਪਾਵੇ, ਸੋ ਖਾਲਸਾ ਜੀ ਸਿਖਾਂ ਨੇ ਦੁਖ ਪਾਉਣਾ ਸੀ, ਪਰ ਫੇਰ ਰਛਿਆ ਦੀ ਉਮੈਦ ਅਸੀਂ ਭੀ ਰੱਖਦੇ ਹਾਂ ਅਗੇ ਜੋ ਗੁਰੂ ਨੂੰ ਭਾਵੇ। ਉਹ ਜੋ ਅਰਦਾਸ ਤੁਸਾਨੂੰ ਦਿਖਾਈ ਸੀ, ਮਾਲਵੇ ਉਸ ਕੰਮ ਦੀ ਤਿਆਰੀ ਹੋਈ ਸੁਣਦੇ ਹਾਂ ਅੱਛਿਆਂ 2 ਲੋਕਾਂ ਦੀ ਜ਼ਬਾਨੀ॥ ਅਤੇ ਹੋਰ ਗੁਰੂ ਜੀ ਦੀਆਂ ਸਾਖੀਆਂ ਦਾ ਭੀ ਕੁਛ ਬਚਨ ਬਿਚਾਰਦੇ ਹਾਂ ਅਛੀ ਤਰਾਂ, ਕੁਛ ਕੁ ਇਹ ਕੰਮ

ਚੌਤੀਆਂ ਸਾਲ ਲਗੇ ਸੂਰੂ ਚਾਹੀਦਾ ਹੈ ਭਾਈ ਅਗੇ ਗੁਰੂ ਦੀ ਗੁਰੂ ਜਾਣੇ॥ ਅਰ ਜੋ ਸਾਖੀਆਂ ਹੈਨ ਸੋ ਸਤਿ ਹੈ ਪਰ ਦ੍ਰਿਸ਼ਟ ਕੂਟਾ ਹੈਨ॥ ਵਿਚਾਰਨੇ ਮੈ ਫਰਕ ਹੈ। ਗੁਰੂ ਜੀ ਦੇ ਕਥਨ ਸਤਿ ਹੈਨਿ। ਪਚੀ ਸਾਲ ਮੇਂ ਗੁਰੂ ਜੀ ਦਾ ਹੁਦਮ ਥਾ ਕਿ ਸਿਖ ਹੋਵੇਗੇ। ਸੋ ਤੁਸੀਂ ਇਹ ਤਾਂ ਆਪਨੀ ਅਖੀਂ ਵੇਖਿਆ ਹੈ ਸਿਖ ਏਹੀ ਹੋਏ ਹੈਨ। ਅਗੇ ਜੇ ਸਿਖ ਹੁੰਦੇ ਤਾਂ ਇਉਂ ਕਿਉਂ ਆਖਦੇ। ਗੁਰੂ ਦੇ ਸਿਖਾਂ ਦੀ ਨਿੰਦਾ ਕਿਉਂ ਕਰਦੇ। ਗੁਰੂ ਗ੍ਰੰਥ ਸਾਹਿਬ ਦੇ ਭੋਗ ਪਾਉਂਦਿਆਂ ਨੂੰ ਕਿਉਂ ਹਟਾਉਂਦੇ। ਮੈਂ ਭੀ ਸਿਖਾਂ ਵਿਚ ਰਹਿ ਕੇ ਡਿੱਠਾ ਹੈ ਲਾਹੌਰ ਮੈਂ ਤੁਸੀਂ ਭੀ ਜਾਣਦੇ ਹੋ ਜੋ ਜੈਸੀ ਸਿਖੀ ਲਾਹੌਰ ਮੈ ਸੀ। ਮੁਸਲੀ ਲੜਕਾ ਮਾਸ ਦਾਰੂ ਆਮ, ਏਹ ਭਜਨ ਬਾਣੀ ਕਿਤੇ ਨਾਮ ਮਾਤ੍ਰ ਸੀ। ਤੁਸਾਡੀ ਏਤਨੀ ਉਮਰ ਹੋਈ ਹੈ ਐਤਨੇ ਭੋਗ ਕਿਥੇ ਪਾਉਂਦੇ ਸਨ, ਅਰ ਜਦਿ ਤਾਂ ਕੋਈ ਹਟਾਉਂਦਾ ਨਹੀਂ ਸੀ ਭੋਗਾਂ ਨੂੰ, ਹੁਣ ਹੀ ਦੇਖੋ ਭੋਗ ਕਿਤਨੇ ਕੁ ਪਾਉਂਦੇ ਹੈਨ ਬਿਨਾਂ ਨਾਮਧਾਰੀਆਂ, ਤੇ ਅਰ ਵਡੇ 2 ਭਾਰੇ ਸਿਖ ਬਣ ਬੈਠੇ ਹੈਨ॥

ਪੁਜਾਰੀ ਮਹੰਤ ਗਰੰਥੀ ਗਿਆਨੀ ਸਾਡੇ ਲੋਕਾਂ ਨੂੰ ਕਹਿੰਦੇ ਹਨ ਤਨਖਾਹੀਆ, ਸੋ ਦੇਖ ਏਨਾਂ ਤਨਖਾਹੀਆਂ ਮੇ ਤਾਂ ਕਿਨੇ ਭੋਗ ਪੈਂਦੇ ਹਨ, ਅਤੇ ਵਡੇ ਸਿਖਾਂ ਮੇਂ ਤੁਸੀਂ ਵੇਖਦੇ ਹੋ। ਦੇਖੋ ਕਰਤਾਰ ਕੀ ਕਰਦਾ ਹੈ। ਭਜਨ ਬਾਣੀ ਤਕੜੇ ਹੋ ਕੇ ਕਰੋ॥ ਪ੍ਰਮੇਸ਼ਰ ਅਛੂ ਕਰੂਗਾ॥ ਜਿਥੇ 2 ਤੂੰ ਜਾਵੇਂ ਭਾਈ ਉਥੇ ਸਭ ਸਿਖਾਂ ਨੂੰ ਸੁਣਾਇ ਦੇਣਾ॥ ਸੰਭੂਹ ਸੰਗਤ ਨੂੰ ਹੁਕਮ ਹੈ, ਅਰਜੀਆਂ ਪਾਓ, ਗੁਰੂ ਕਾ ਹੁਕਮ ਹੈ, ਚਾਹੇ ਮੋੜਨ, ਫੇਰ ਪਾਈ ਜਾਵੋ। ਇਹ ਮੇਰੀ ਅਰਦਾਸ ਤੂੰ ਦਸੀਂ ਬੀਂਹ ਦਿਨੀਂ ਪੜ ਲੈਣੀ, ਅਤੇ ਹਮੇ ਸਾਂ ਪੜੋ।

॥ਇਤਿ॥

2

ੴ ਸਿਤਿਗੁਰ ਪ੍ਰਸਾਦਿ॥

ਲਿਖਤਮ ਜੋਗ ਜੁਆਲਾ ਦੇਈ ਬਹੁਤ ਕਰਕੇ ਰਾਮ ਸਤਿ ਵਾਚਨੀ॥ ਹੋਰ ਮੇਰਾ ਕਹਿਣਾ ਇਹ ਹੈ ਜੋ ਇਕ ਤਾਂ ਤੂੰ ਹਮੇਸ਼ਾਂ ਚੌਬੀ ਹਜ਼ਾਰ ਮਾਲਾ ਫੇਰਿਆ ਕਰੋ॥ ਅਰ ਹਮੇਸ਼ਾਂ ਦਾਤਨ ਕਰਿਆ ਕਰ ਅਰ ਅਧੀ ਰਾਤਿ ਦੇ ਪਿਛੇ ਦੋ ਬਜੇ ਉਠ ਕੇ ਇਸਨਾਨ ਕਰਿਆ ਕਰ, ਸਣੇ ਕੇਸੀਂ॥ ਬਾਣੀ ਪੜਨੀ, ਜਪੁ, ਜਾਪ, ਸੁਖਮਨੀ, ਆਸਾ ਕੀ ਵਾਰ। ਫੇਰ ਦਿਨ ਮੇਂ ਰਾਤ ਤਾਈਂ ਮਾਲਾ ਕਰ ਕੇ ਸੋਇ ਜਾਣਾ॥ ਅਰ ਕੰਮ ਕੁਛ ਨ ਕਰਿਆ ਕਰ ਕੱਤਣ ਤੁੰਬਣ ਦਾ, ਇਕ ਪ੍ਰਸਾਦਿ ਪਕਾ ਲਿਆ ਕਰ॥ ਭਜਨ ਕਰਿਆ ਕਰ, ਭਜਨ ਕਰਨ ਬਾਲਿਆਂ ਦਾ ਭਾਵੇਂ ਥੋੜਾ ਹੀ ਪਦਾਰਥ ਹੋਵੇ ਤਾਂ ਵੀ ਮੁਕਦਾ ਨਹੀਂ, ਏਹ ਬਾਤ ਸਤਿ ਕਰਕੇ ਜਾਨਣੀ ਅਰ ਜਿਤਨਾ ਕੁ ਸਰੇ ਉਤਨਾ

ਕੂ ਪੁੰਨ ਦਾਨ ਕਰ ਦੇਣਾ ਜਥਾ ਸਕਤਿ॥ ਭੁਖੇ ਨੂੰ ਰੋਟੀ, ਨੰਗੇ ਨੂੰ ਕਪੜਾ, ਜੋੜਾ ਜਿਤਨਾ ਸਰੇ॥ ਅਰ ਦੂਜਾ ਅਸ਼ਨਾਨ ਦਿਨ ਚੜੇ ਕਰਨਾ, ਖਪਾਨੇ ਜਦੋਂ ਜਾਣਾ ਤਦ ਹੀ ਅਸ਼ਨਾਨ ਕਰ ਲੈਣਾ। ਅਰ ਹਰ ਵਕਤਿ ਗੁਰੂ ਸਾਹਿਬ ਅਗੇ ਬੇਨਤੀ ਕਰਨੀ ਹੇ ਗੁਰੂ ਸਾਹਿਬ ਜੀ ਅਸੀਂ ਅਪ੍ਰਾਧੀ ਪਾਪੀ ਜੀਊ ਹਾਂ ਤੇਰਾ ਪਤਤਿ ਪਾਵਨ ਬਿਰਧ ਸੁਣ ਕੇ ਤੇਰ ਬੂਹੇ ਆਇ ਡਿਗੇ ਹਾਂ, ਸਾਨੂੰ ਆਪਣੀ ਕਿਰਪਾ ਕਰਕੇ ਗੁਰਮਤਿ ਦਾ ਖੈਰ ਪਾਉ; ਅਰ ਮਨੁੱਖਾਂ ਦਾ ਮੇਲਾ ਜਿਥੇ ਹੋਵੇ ਤਾਂ ਗੁਰਮੁਖਾਂ ਦਾ ਮੇਲਾ ਹੋਵੇ, ਮਨਮੁਖਾਂ ਦੀ ਸੰਗਤ ਤੇ ਰਖ ਲਈਂ ਮਹਾਰਾਜ ਜਿਥੇ ਜੀਉ ਜਾਵੇ॥ ਅਰ ਹੇ ਮਹਾਰਾਜ ਜੋ ਤੈਂ ਗੁਰੂ ਰੂਪ ਪਾ ਕੇ ਹੁਕਮ ਦਿਤਾ ਹੈ ਗੁਰੂ ਗਰੰਥ ਸਾਹਿਬ ਮੈਂ, ਸੋ ਤੂੰ ਆਪਣਾ ਹੁਕਮ ਮੈਨੂੰ ਸਦਾ ਈ ਮਨਾਈਂ॥ ਜਿਥੇ ਮੇਰਾ ਜੀਉ ਜਾਵੇ ਸਦਾ ਈ ਮੈਨੂੰ ਆਪਣੇ ਹੁਕਮ ਉਤੇ ਪ੍ਰਤੀਤ ਦਾ ਦਾਨ ਦੇਈਂ, ਹੇ ਮਹਾਰਾਜ ਮੈਨੂੰ ਦੂਜੇ ਭਾਉ ਤੇ ਸਦਾ ਹੀ ਰੱਖ ਲਈਂ, ਤੇਰਿਆਂ ਚਰਨਾਂ ਤੇ ਬਿਨਾਂ ਮੇਰੀ ਦੂਜੇ ਥਾਂ ਕਦੇ ਭੀ ਨਾ ਪ੍ਰਤੀਤ ਹੋਏ। ਮਹਾਰਾਜ ਮੈਨੂੰ ਸਦਾ ਹੀ ਬੇਮੁਖੀ ਤੋਂ ਰਖ ਲਈਂ॥ ਬੇਮੁਖੀ ਇਸ ਦਾ ਨਾਉਂ ਹੈ ਜੋ ਗੁਰੂ ਦੇ ਹੁਕਮ ਤੇ ਫਿਰ ਜਾਣਾ। ਅਰ, ਬਡਾ ਦੁਖ ਹੈ ਬੇਮੁਖੀ ਦਾ। ਇਹ ਮੰਗ ਗੁਰੂ ਸਾਹਿਬ ਤੇ ਹਰ ਵਕਤ ਕਦੇ ਬੋਲ ਕੇ ਮੰਗਣੀ, ਕਦੇ ਅੰਦਰ ਹੀ, ਅੰਤਰਯਾਮੀ ਸਾਰੇ ਹੀ ਸੁਣਦਾ ਹੈ॥ ਹਰ ਵਕਤ ਗੁਰੂ ਜੀ ਤੇ ਇਹ ਮੰਗਣਾ, ਹੇ ਮਹਾਰਾਜ ਸਾਸ 2 ਤੇਰਾ ਨਾਮ ਚਿਤ ਆਵੇ। ਮਹਾਰਾਜ ਨਾ ਕਦੇ ਦੁਖ ਵਿਚ ਵਿਸਰੀਂ, ਨਾ ਸੁਖ ਵਿਚ ਵਿਸਰੀਂ, ਸਦਾ ਹੀ ਮੇਰੇ ਹਿਰਦੇ ਬਸੀਂ, ਮੈਨੂੰ ਕੋਈ ਹੋਰ ਨਾ ਰਹੇ, ਸਦਾ ਈ ਤੇਰੇ ਨਾਮ ਦੀ ਭੁਖ ਲੱਗੀ ਰਹੇ। ਸਾਰਿਆਂ ਪਦਾਰਥਾਂ ਤੇ ਆਪਣੀ ਦਰਗਾਹੋਂ ਆਪਣੇ ਦਿਤੇ ਉਤੇ ਸੰਤੋਖ ਦਾ ਦਾਨ ਦੇਈਂ॥ ਹਮੇਸ਼ਾਂ ਇਹ ਅਰਦਾਸ ਤੂੰ ਆਪਣੇ ਪਾਸ ਰੱਖੀਂ ਅਰ ਜੋ ਮੈਂ ਆਖੀ ਹੈ ਸੋ ਮੰਗ ਹਮੇਸ਼ਾਂ ਈ ਮੰਗਣੀ ਗੁਰੂ ਸਾਹਿਬ ਪਾਸ ਤੇ, ਅਰ ਮੰਨਣ ਵਾਲਾ ਹੋਵੇ ਕੋਈ ਸਰੀਰ ਤਾਂ ਉਸ ਕੋ ਭੀ ਸੁਣਾਇ ਦੇਣੀ। ਏਸ ਮੰਗ ਮੰਗਣ ਤੇ ਸਾਰੇ ਹੀ ਕਾਰਜ ਸਰ ਜਾਣਗੇ॥ ਅਰ ਕਦੇ ਭੀ ਕੋਈ ਦੁਖ ਨਾ ਹੋਊਗਾ, ਏਸ ਹਾਲ ਚਲਣਿ ਤੇ ਮੈਂ ਕੀ ਆਖਣਾ ਹੈ ਸਾਰੇ ਗੁਰੂ ਗਰੰਥ ਸਾਹਿਬ ਮੇਂ ਇਹੋ ਬਾਤਿ ਲਿਖੀ ਹੈ। ਜੀਆਂ ਦਾ ਮੰਗਣ ਦਾ ਕੰਮ ਹੈ, ਦੇਣ ਵਾਲਾ ਗੁਰੂ ਹੈ। ਜੀਆਂ ਨੂੰ ਮੰਗ ਮੰਗਣ ਦਾ ਈ ਦੁਖ ਹੋਇ ਰਿਹਾ ਹੈ। ਸਤਿ ਪ੍ਰਤੀਤ ਜਾਨਣੀ॥ ਅਰ ਉਤਮੀ ਨੂੰ ਇਹ ਅਰਦਾਸ ਉਤਾਰ ਦੇਣੀ, ਉਹ ਭੀ ਤੇਰੀ ਸਹੇਲੀ ਹੈ, ਉਤਮੀ, ਏਸ ਅਰਦਾਸ ਨੂੰ ਆਪਣੇ ਪਾਸ ਰਖ, ਹਰ ਵਕਤ ਪ੍ਰਮੇਸ਼ਰ ਦਾ ਸਿਮਰਨ ਕਰਨਾ॥ ਹਰ ਵਕਤ ਆਖਣਾ ਹੇ ਪ੍ਰਮੇਸ਼ਰ, ਤੇਰੀ ਸ਼ਰਣ ਹੈ ਮਨਮੁਖੀਉਂ ਤੋਂ ਰਖਿ ਲਈ। ਗੁਰਮਤਿ ਦਾ ਦਾਨ ਦੇਈਂ, ਆਪਣੀ ਦਰਗਾਹੋਂ॥ ਗੁਰੂ ਦਿਇਆਲ ਹੈ, ਜੋ ਸਰਨ ਆਵੈ ਤਿਸ ਕੰਠ ਲਾਵੇ, ਇਹ ਬਿਰਦ ਸੁਆਮੀ ਸੰਦਾ॥ ਜਿਤਨੇ ਸੁਖ ਹੈਨ ਲੋਕ ਪ੍ਰਲੋਕ ਦੇ, ਸੋ ਸਾਰੇ ਗੁਰਮਤਿ ਮੇਂ ਹੈਨ ਜਿਤਨੇ ਦੁਖ ਹੈਨ ਸੁ

ਮਨਮਤ ਮੇਂ ਹੈਨ। ਗੁਰੂ ਜੀ ਨੇ ਲਿਖਿਆ ਹੈ। ਜਿਤਨੇ ਦੁਖ ਸਭ ਮਨਮੁਖ ਭੋਗੇ। ਗੁਰਮੁਖਿ ਲੇਪ ਨਾ ਮਾਸਾ ਹੈ। ਮੈਂ ਤਾਂ ਜੋ ਬਾਤ ਆਖਦਾ ਹਾਂ, ਸੋ ਗੁਰੂ ਜੀ ਦਾ ਹੁਕਮ ਸੁਣਾਉਂਦਾ ਹਾਂ, ਮੈਂ ਤਾਂ ਬੁਰੇਵਾਲ ਦਾ ਮਾਫਕ ਹਾਂ॥ ਰਪਟੀਆ ਕੋਈ ਬਡਾ ਆਦਮੀ ਨਹੀਂ ਹੁੰਦਾ॥ "ਸਿਰੀ ਵਾਹਿਗੁਰੂ" 2, ਇਹ ਅਰਦਾਸ ਦੇਣੀ ਜੁਆਲਾ ਦੇਈ। ਅਰਦਾਸ ਲਿਖੀ ਚੇਤ੍ਰ ਵਦੀ ਸਾਲ 1937॥ ਹੋਰ ਬਾਤ ਕਰਨੀ ਜੋ ਸੂਰਜ ਚੜੇ ਤੇ ਅਗੇ ਪਲ ਸਾਇਤ ਪਹਿਲਾਂ ਚੰਡੀ ਦੀ ਵਾਰ ਦਾ ਪਾਠ ਕਰਨਾਂ ਹਮੇਸ਼ਾਂ, ਹੋਰ ਪਾਠ ਭਾਵੇਂ ਅਗੇ ਪਿਛੇ ਹੋਵੇ ਤਾ ਪਰਵਾਹ ਨਹੀਂ। ਪਰ ਚੰਡੀ ਪਾਠ ਜ਼ਰੂਰ ਕਰਨਾਂ ਸਵੇਰੇ, ਉੱਚੀ ਨਹੀਂ ਕਰਨਾ, ਬਹੁਤ ਭਲਾ ਹੋਵੇਗਾ॥4॥

3

ੴ ਸਤਿਗੁਰ ਪ੍ਰਸਾਦਿ॥

ਲਿਖਤੋ ਦਿਆਲ ਸਿੰਘ ਉਪਮਾ ਭਾਈ ਹਰੀ ਸਿੰਘ, ਬਸੰਤ ਸਿੰਘ, ਸੂਰਤ ਸਿੰਘ, ਹਰਨਾਮ ਸਿੰਘ, ਨਰੈਣ ਸਿੰਘ, ਦਰਬਾਰਾ ਸਿੰਘ, ਸੋਭਾ ਸਿੰਘ, ਸੰਗਤ ਸਿੰਘ, ਲਹਿਣਾਂ ਸਿੰਘ, ਗੁਰਦਿਤ ਸਿੰਘ, ਸ਼ੇਰ ਸਿੰਘ, ਦੋਵੇਂ ਜਮੀਤ ਸਿੰਘ, ਮਸਤਾਨ ਸਿੰਘ ਰਾਗੀ, ਰਾਘੋ ਸਿੰਘ, ਸੌਣ ਸਿੰਘ, ਹਿਮਤ ਸਿੰਘ, ਈਸ਼ਰ ਸਿੰਘ, ਅਤਰ ਸਿੰਘ, ਬੂਟਾ ਸਿੰਘ, ਮਲ ਸਿੰਘ, ਕਾਨਾਂ ਦਿਆਲ ਸਿੰਘ, ਰਾਈਏ ਕੋਟਲਾਨੀ ਕੁਬੀ, ਹੋਰ ਸਰਬਤ ਸੰਗਤ ਕੋ ਸ੍ਰੀ ਵਾਹਿਗੁਰੂ ਜੀ ਕੀ ਫਤੇ ਬੁਲਾਈ ਪ੍ਰਵਾਨ ਕਰਨੀ ਜੀ। ਬੀਬੀ ਨੰਦਾ ਸਾਹਿਬੋ, ਭੋਲੀ, ਸੁਖਾਂ, ਭਾਗਣ, ਉਤਮੀ, ਹੋਰ ਸਰਬਤ ਕੋ ਰਾਮ ਸਤਿ ਬੁਲਾਈ ਵਾਚਣੀ ਜੀ॥ ਅਸੀਂ ਅਨੰਦ ਹਾਂ ਸ੍ਰਬਤ ਸੰਗਤ ਦੀ ਸੁਖ ਆਨੰਦ ਸ੍ਰੀ ਗੁਰੂ ਸਾਹਿਬ ਪਾਸੋਂ ਹਮੇਸ਼ਾਂ ਮੰਗਦੇ ਹਾਂ ਸਰਬਤ ਸੰਗਤ ਦੀ॥ ਹੋਰ ਸਾਨੂੰ ਕੋਈ ਦੁਖ ਨਹੀਂ, ਇਕ ਸੰਗਤ ਦੇ ਵਿਛੋੜੇ ਦਾ ਦੁਖ ਹੈ, ਸੰਗਤਾਂ ਨੂੰ ਭੀ, ਸੋ ਜੀ ਸਾਰੇ ਗੁਰੂ ਜੀ ਅੱਗੇ ਬੇਨਤੀ ਕਰੋ ਤਾਂ ਇਹ ਦੁਖ ਕਟਿਆ ਜਾਊਗਾ। ਗੁਰੂ ਦਾ ਬਿਰਦ ਪਤਤ ਪਾਵਨ ਹੈ ਹੋਰ ਹੁਣੇ ਇਉਂ ਕਰੋ ਜੋ ਅਖੰਡ ਪਾਠ ਨਹੀਂ ਹੁੰਦੇ ਤਾਂ ਪਹਿਲੇ ਜਪ, ਜਾਪ ਦਾ ਪਾਠ, ਹੋਰ ਭਜਨ ਕੀਤਾ ਜਿਹਨਾਂ ਹੋਵੇ, ਨਹੀਂ ਜਪ ਜਾਪ ਤਾਂ ਜ਼ਰੂਰ ਕਰ ਲੈਣਾਂ, ਫੇਰ ਜਿਸ ਵੇਲੇ ਸੂਰਜ ਦੀਆਂ ਰਿਸ਼ਮਾਂ ਨਿਕਲਨ ਲਗਨ ਤਾਂ ਉਸ ਵੇਲੇ ਚੰਡੀ ਦਾ ਪਾਠ ਕਰਨ ਲਗਣਾਂ॥ ਅਰਦਾਸ ਕਰਕੇ ਪਾਠ ਤੋਰਨਾਂ, ਫੇਰ ਪਾਠ ਕਰ ਕੇ ਫੇਰ ਬੇਨਤੀ ਕਰਨੀ, ਹੇ ਭਗਵਤੀ ਮਾਤਾ, ਹੇ ਜਗਦੰਭਾ, ਆਦਿ ਅੰਤ ਦੈਂਤਾਂ ਦਾ ਨਾਸ ਕਰਨ ਵਾਲੀ, ਹੋਰ ਜੈਸੀ ਬਣਿ ਆਵੇ ਬੇਨਤੀ ਕਰਨੀ ਹਥ ਜੋੜ ਕੇ, ਹਮਾਰੀ ਮਾਤਾ, ਗਊ ਭਖਸ਼ਨ ਕਰਨ ਵਾਲਿਆਂ ਦਾ ਸਭਨਾਂ ਦਾ ਨਾਸ ਕਰ। ਇਹ ਪਾਠ ਸਭੇ ਸਿੰਘ ਕਰਨ, ਕੁੜੀ ਮੁੰਡਾ, ਬੁਢਾ ਬਾਲਾ, ਸਭ ਪਾਠ ਕਰੋ, ਨਿਤਨੇਮ ਨਾਲ ਇਹ ਮੰਗ ਮੰਗੋ। ਪਾਠ ਗੁਪਤ

ਕਰਨਾ, ਜਿਸ ਨੂੰ ਦਸਨਾਂ ਹੋਵੇ, ਗੁਪਤ ਹੀ ਦਸਣਾਂ, ਨਾਲੇ ਡੇਰੇ ਕਰਨਾਂ॥ ਨਾਲੇ ਜੋ ਡੇਰੇ ਆਵੇ ਕਿਸੇ ਦੇਸ ਦਾ ਹੋਵੇ ਉਸ ਨੂੰ ਭੀ ਆਖਣਾਂ ਤੂੰ ਭੀ ਆਪ ਦੇ ਦੇਸ ਤੇ ਪਿੰਡ ਜਾ ਕੇ ਇਹੋ ਪਾਠ ਕਰਾਉ॥ ਜੋ ਬਿਧ ਲਿਖੀ, ਏਸੇ ਬਿਧੀ ਸੰਜੁਗਤ ਪਾਟ ਕਰੂੰਗਾ ਅਰ ਜੋ ਕਰਾਊਗਾ, ਓਸ ਦਾ ਬਹੁਤ ਭਲਾ ਹੋਗਾ, ਸਤ ਕਰ ਮੰਨਣਾ। ਅਰ ਗੁਰੂ ਗ੍ਰੰਥ ਸਾਹਿਬ ਦੇ ਪਾਠ ਖੁਲੇ ਕਰਣੇ, ਇਹ ਚੰਡੀ ਦੀ ਬਾਰ ਦਾ ਪਾਠ ਸਾਰੇ ਈ ਕਰੋ। ਜਿਤਨੇ ਪੜੇ ਹੋਏ ਹੋ॥ ਕੁਛ ਬਹੁਤ ਪਾਠ ਨਹੀਂ, ਥੋੜਾ ਈ ਹੈ॥ ਸੰਚੀਂ ਉਤੋਂ ਪਾਠ ਕਰਨਾਂ, ਸੁਣਾਉਣਾਂ ਨਹੀਂ ਕਿਸੇ ਨੂੰ॥ ਅਰ ਇਹ ਕੋਈ ਕੁਸੰਗੀ ਨਾਂ ਸੁਣੇ, ਜੋ ਸਤਿਗੁਰਾਂ ਨੇ ਹੁਕਮ ਭੇਜਾ ਹੈ, ਇਸ਼ਨਾਨ ਕਰ ਕੇ ਪੜਨਾ ਏਹ ਪਾਠ॥ ਅਗੇ ਜੋ ਘੋੜੇ ਬਹੁਤ ਨਾ ਰਖਯਾ ਕਰੋ, ਦੋ ਤਿੰਨ, ਪੰਜ ਤਾਂਈਂ, ਸੋਹਣੇ ਛੋਟੇ ਜੇਹੇ। ਉਨ੍ਹਾਂ ਦੇ ਤਾਂ ਗਾਹਕ ਬਹੁਤੇ ਹੁੰਦੇ ਹੈਨ, ਬਧ ਘਟ ਕਰ ਕੇ ਬੇਚ ਦੇਣੇ ਕਿਉਂ ਖਰਚ ਏਨਾਂ ਰਖਿਆ ਹੈ ਘੋੜਿਆਂ ਦਾ॥ ਅਗੇ ਮੈਂ ਲਿਖਿਆ ਥਾ ਸਰੂਪ ਸਿੰਘ ਭਾਦਲੇ ਵਾਲੇ ਨੂੰ, ਸੋ ਤੁਸੀਂ ਲਿਖਿਆ ਨਹੀਂ ਦਿਤੀ ਹੈ ਕਿ ਨਹੀਂ ਦਿਤੀ॥ ਜੇ ਨਹੀਂ ਦਿਤੀ ਤਾਂ ਦੇ ਦੇਣੀ ਅਰ ਸਾਰੇ ਹੀ ਭਜਨ ਬਾਣੀ ਕਰੋ ਤਕੜੇ ਹੋ ਕੇ॥ ਅਰ ਇਹ ਹੁਕਮ ਦੇਣਾਂ ਸਭ ਨੂੰ ਜੋ ਡੇਰੇ ਆਵੇ ਉਸ ਨੂੰ ਆਖਣਾ ਭਾਈ ਜਿਤਨਾ ਪੁਜ ਆਵੇ ਉਤਨਾ ਪੁੰਨ ਕਰਨਾ, ਭੁਖੇ ਨੂੰ ਰੋਟੀ ਕਪੜਾ ਜੋੜਾ, ਕਿਸੇ ਭੇਖ ਦਾ ਹੋਵੇ, ਭਾਵੇ ਨਿੰਦਾ ਹੀ ਕਰਦਾ ਹੋਵੇ, ਪਰ ਲੋੜਵੰਦ ਨੂੰ ਦੇਖ ਕੇ ਉਸ ਨੂੰ ਭੀ ਦੇਣਾ ਜਿਤਨਾਂ ਕੁ ਆਪ ਤੇ ਸਰੇ, ਪੁੰਨ ਤੇ ਘਾਟਾ ਨਹੀਂ ਔਂਦਾ, ਪਰ ਦੇਣਾ ਔਖਾ ਹੈ। ਤੁਸੀਂ ਅਨੰਦ ਰਹਣਾ, ਜਿਸ ਨੂੰ ਏ ਪਿਆਦੇ ਔਣ ਦੇਣ, ਉਸ ਨੂੰ ਅੰਨ ਪਾਣੀ ਦੇ ਦੇਣਾ॥ ਜੇ ਔਣ ਨਾ ਦੇਣ ਏ ਜਾਨਣ। ਅਰ ਤੁਸੀਂ ਪੁਛੀ ਹੈ ਉਹ ਕੇਹੜੀ ਬਾਤ ਹੈ ਉਹ ਬਾਤ ਅੱਛੀ ਹੈ ਬੁਰੀ ਨਹੀਂ, ਪਰ ਮੈਂ ਇਹ ਅਰਜ ਕੀਤੀ ਜਿਸ ਤੇ ਮੈਂ ਸੁਣੀ ਥੀ ਹੇ ਮਹਾਰਾਜ ਮੈਂ ਤਾਂ ਮੰਨਦਾ ਹਾਂ ਏਹ ਬਾਤ। ਜੇ ਬਹੁਤ ਲੋਕ ਭਜਨ ਕਰਨ ਲਗ ਜਾਣ ਪਹਿਲੇ ਅਮਨ ਦੀ ਬਾਤ ਹੈ, ਪਰ ਨਿੰਦਕਾਂ ਨੂੰ ਬਹੁਤ ਘਾਟੇ ਦੀ ਹੈ।

ਅਰ ਜੋ ਪੁਛਿਆ ਹੈ ਤੁਸੀਂ ਕਿਥੇ 2 ਰਹੇ, ਸੋ ਅਸੀਂ ਦੋ ਮਹੀਨੇ ਕੋਈ ਦਿਨ ਘਟ ਪਰਾਗ ਰਹੇ। ਪਰਾਗ ਜਾ ਕੇ ਪੰਚ ਮਹੀਨੇ ਜੇਲਖਾਨੇ ਮੇ ਰਹੇ। ਓਥੇ ਜਗਾ ਤਾਂ ਖੁਲੀ ਸੀ ਪਰ ਗਰਮੀ ਸੀ, ਫੇਰ ਹੁਣ ਏਥੇ ਹਾਂ ਜਿਥੇ ਸਿੰਘ ਦੇਖ ਜਾਂਦੇ ਹੈਨ। ਏਕੇ ਥਾਂ ਪਲੰਘ ਲਗਾ ਹੋਇਆ ਹੈ। ਪਰਾਗੋਂ ਤੁਰ ਕੇ ਰਸਤੇ ਮੈ ਕਿਤੇ ਨਹੀਂ ਉਤਾਰੇ, ਏਥੇ ਹੀ ਆਣ ਉਤਾਰੇ ਜਿਥੇ ਹਾਂ॥ ਹੋਰ ਭਾਈ ਸਭ ਨੇ ਭਜਣ ਬਾਣੀ ਕਰਨਾ, ਤਕੜੇ ਹੋ ਕੇ॥ ਨਹੀਂ ਤਾਂ ਭਾਈ ਇਹ ਪੂਜਾ ਦਾ ਧਾਨ ਦਬਾਇ ਲੈਂਦਾ ਹੈ। ਬਿਨਾਂ ਭਜਨ ਮਤ ਮਾਰ ਲੈਂਦਾ ਹੈ। ਦੇਖੋ ਲਹੋ ਤੁਮਾਰੇ ਪੂਜਾਰੀਆਂ ਦੀ ਏਸੇ ਕਰ ਕੇ ਮਤ ਮਾਰੀ ਗਈ ਹੈ ਜੋ ਪੂਜਾ ਖਾ ਕੇ ਭਜਨ ਨਹੀਂ ਕੀਤਾ। ਤਾਂ ਹੀ ਤੇ ਗੁਰਮੁੱਖੀ ਚਾਲ ਕੋ ਕਲਾਮ ਵਕ ਉਠੇ, ਵਡੇ ਛੋਟੇ ਗਿਆਨੀ ਧਿਆਨੀ, ਸਾਧ, ਬੇਦੀ, ਸੋਢੀ, ਏ ਸਿਰਫ ਬਿਨਾ ਭਜਨ ਪੂਜਾ ਨੇ ਹੀ ਮਾਰ ਲਏ॥

ਬਹੁਤ ਆਂਧੇ ਹੈ ਸਾਨੂੰ ਮੁਸਲਮਾਨ ਜੋ ਮੁਖੀ ਹੋਏ ਹੈ ਅਜ ਕੇ ਸਮੇ ਮੈ॥

ਬੀਬੀ ਨੰਦਾ, ਲਟਕੀਆਂ ਨੂੰ ਬਹੂਆਂ ਨੂੰ ਬੀ ਅੱਖਰ ਪੜ੍ਹਾ ਦੇਣੇ, ਗੁਰਮੁਖੀ ਬਾਣੀ ਕੰਠ ਕਰਾਏ ਦੇਨੀ॥ ਅਰ ਪਿਛਲੀ ਰਾਮ ਸਭੀ ਭਜਨ ਕੀਤਾ ਕਰੋ॥ ਹੋਰ ਹੀਰੇ ਮਿਸ਼ਰ ਨੂੰ ਮੇਰੀ ਨਮਸਕਾਰ ਬੁਲਾਈ ਵਾਚਣੀ ਜੀ, ਮਿਸਰ ਹੀਰਾ, ਜੇ ਤੂੰ ਭਜਨ ਬਾਣੀ ਕਰੇਂਗਾ ਏਸੇ ਧਾਰਨਾਂ ਮੈ ਸਵੇਰੇ ਅਸ਼ਨਾਨ, ਫੇਰ ਦਿਨ ਚੜੇ ਅਸ਼ਨਾਨ, ਰਾਤ ਦਿਨ ਭਜਨ ਕਰੇਂਗਾ, ਤਾਂ ਤੇਰਾ ਗੁਜਾਰਾ ਖੇਤੀ ਕਰਨ ਵਾਲਿਆਂ ਤੇ ਅੱਛਾ ਹੋਵੇਗਾ, ਪ੍ਰਤੀਤ ਕਰ ਕੇ ਜਾਣਨੀ, ਨਾਲੇ ਸੁਖੀ ਰਹੇਂਗਾ।॥ ਨਾਲੇ ਤੇਰਾ ਆਦਰ ਕਰਨਗੇ ਬਹੁਤ ਲੋਕ॥ ਦੂਰ ਕੀ ਵੇਖਣਾ ਹੈ, ਤੂੰ ਸਾਡੀ ਵਲ ਦੇਖ ਲੈ, ਅਸੀਂ ਲੁਹਾਰ ਸਾਨੂੰ ਗੁਰੂ ਕਰਕੇ ਪੂਜੇ ਹੈਨ ਹਜ਼ਾਰਾਂ ਲੋਕ। ਨਾਲੇ ਹਜ਼ਾਰਾਂ ਰੁਪੈਯੇ ਭੇਟਾ ਚੜ੍ਹਾਉਂਦੇ ਹੈਨ। ਤੂੰ ਤਾਂ ਬ੍ਰਾਹਮਣ ਹੈਂ ਜੇ ਤੂੰ ਭਜਨ ਕਰੇਂ ਤੈਨੂੰ ਕਿਉਂ ਨਹੀਂ ਲੋਕ ਮੰਨਣਗੇ। ਅਸੀਂ ਕੋਈ ਜਾਦੂ ਮੰਤ੍ਰ ਨਹੀਂ ਕੀਤਾ, ਛੁਟ ਪ੍ਰਮੇਸ਼ਰ ਦੇ ਭਜਨ ਤੇ, ਤੇਰੇ ਦੇਖਦੇ ਦੇਖਦੇ ਕੈਸਾ ਪ੍ਰਤਾਪ ਹੈ ਭਜਨ ਦਾ। ਇਹ ਅਰਦਾਸ ਦੇਣੀ ਡੇਰੇ ਹੀਰ ਸਿੰਘ[1] ਨੂੰ ॥4॥

4

ੴ ਸਤਿਗੁਰ ਪ੍ਰਸਾਦ॥

ਲਿਖਤੋਂ ਦਿਆਲ ਸਿੰਘ, ਜੋਗ ਉਪਮਾ ਭਾਈ ਹੀਰਾ ਸਿੰਘ ਆਲੂਬਾਲ ਦਾ ਹੋਰ ਸਮੂੰਹ ਸੰਗਤ ਕੋ ਸ੍ਰੀ ਵਾਹਿਗੁਰੂ ਜੀ ਕੀ ਫਤੇ ਬੁਲਾਈ ਪਰਵਾਨ ਕਰਨੀ ਜੀ, ਹੋਰ ਬੀਬੀ ਕੋ ਹੋਰ ਸਰਬਤ ਕੋ ਰਾਮ ਸਤਿ ਵਾਚਨੀਜੀ॥ ਅਸੀਂ ਅਨੰਦ ਖੁਸ਼ੀ ਹੈ॥ ਤੁਸਾਂ ਨੂੰ ਗੁਰੂ ਮਹਾਰਾਜ ਅਨੰਦ ਖ਼ੁਸ਼ੀ ਰਖੇ॥ ਹੋਰ ਤਾਂ ਅਸੀਂ ਬਹੁਤ ਰਾਜੀ ਹੈ, ਇਕ ਸੰਗਤ ਦੇ ਦਰਸ਼ਨ ਦੀ ਚਾਹ ਹੈ ਸੋ ਇਹ ਚਾਹ ਗੁਰੂ ਪੂਰੀ ਕਰੇਗਾ ਤਾਂ ਹੋਇਆ ਜਾਊਗੀ॥ ਹੋਰ ਤੇ ਕਿਸੇ ਦੀ ਪੂਰੀ ਕਰਨ ਦੀ ਨਹੀਂ॥ ਸਮਾਂ ਤੋਂ ਆਇ ਪੁਜਾ ਤੇ ਅਗੇ ਗੁਰੂ ਦੀ ਗੁਰੂ ਜਾਣੇ, ਗੁਰੂ ਬੇਅੰਤ ਹੈ, ਇਹ ਭੀ ਗੁਰੂ ਜੀ ਦਾ ਹੁਕਮ ਹੈ। '8 ਅੱਠ ਦਸ 7 ਸਤ ਬੀਤੇ ਜਬ ਸਿਖ॥ ਮਹਾ ਦੁਰਭਿਖ ਨਿਰਪ ਨਾਸ, ਭੁਲੇ ਫਰੰਗੀ ਦੂਰ' ਸੋ ਹੁਣ ਹੋਰ ਤਾਂ ਸਭ ਕੁਛ ਹੋ ਗਿਆ ਹੈ ਪਚੀਸੈਂ ਸਾਲ ਮੈ ਸਿਖ ਭੀ ਹੋਇ ਅਰ ਦੁਰਭਿਖ ਭੀ ਹੈ ਅਰ ਹੁਣ ਏਹ ਬਾਤ ਰਹੀ ਹੈ ਨਿਰਪ ਨਾਸ ਤੇ ਫਰੰਗੀ ਦੂਰ ਹੋਵੇ। ਸਮਾ ਤੇ ਆਗਿਆ ਹੈ ਅਗੇ ਗੁਰੂ ਦੀ ਗੁਰੂ ਜਾਣੇ। ਹੋਰ ਜੋ ਪਾਠ ਲਿਖਿਆ ਹੈ, ਆਪ ਭੀ ਕਰਨ ਤੇ ਸੰਗਤ ਤੇ ਭੀ ਕਰਾਉਣਾ, ਸਿਖੀ ਤਾਂ ਭਜਨ ਬਾਣੀ ਦੀ ਹੈ, ਕਛ ਮਾਲਾ ਇਕ ਸੰਨ ਹੈ ਗੁਰੂ ਜੀ ਦੀ ਮੇਰਾ ਲਿਖਿਆ ਆਵਾਗਉਣ ਨਹੀਂ ਜਾਨਣਾ॥ ਹੁਕਮ ਹੈ ਗੁਰੂ ਜੀ ਦਾ, ਮੈ ਤਾਂ ਸੋ

1. ਭਾਈ ਰਾਮ ਸਿੰਘ ਆਪਨੇ ਛੋਟੇ ਭਰਾ ਭਾਈ ਬੁਧ ਸਿੰਘ ਨੂੰ 'ਹਰੀ ਸਿੰਘ' ਕਰਕੇ ਲਿਖਦੇ ਹਨ। ਪਿਛੋਂ ਇਨ੍ਹਾਂ ਨੇ ਆਪਣਾ ਨਾਮ ਹੀ 'ਹਰੀ ਸਿੰਘ' ਰਖ ਲਿਆ।

ਲਿਖਦਾ ਹਾਂ, ਮੈਂ ਤਾਂ ਗੁਰੂ ਨਹੀਂ, ਮੈਂ ਤਾਂ ਰਪਟੀਏ ਕੀ ਮਾਫ਼ਕ ਹਾਂ, ਜੋ ਮੰਨੇਗਾ ਸੋ ਸੁਖੀ ਹੋਵੇਗਾ, ਜੋ ਨਹੀਂ ਮਨੂੰ ਹੋਰ ਤਾਂ ਸੁਖ ਦਾ ਕੋਈ ਥਾਂਉਂ ਦਿਸ ਨਹੀਂ ਆਉਂਦਾ ਭਾਂਵੇ ਕੋਈ ਭੀ ਜਤਨ ਕਰੇ ਪਰਾਨੀ॥ ਹੋਰ ਭਾਈ ਘੋੜੇ ਬਹੁਤ ਰਖੇ ਹੈ, ਬੇਅਰਥ ਖਰਚ॥ ਚਾਰ ਪੰਜ ਛੇ ਬਹੁਤ ਹੈ, ਦੁਧ ਥੋੜਾ ਹੈ, ਡੇਰੇ ਬੈਲ ਕੰਮ ਤੇ ਬਾਧੂ ਨਾ ਰਖਣੇ। ਬਹੁਤ ਏਹ ਕਹਿਣਾ ਹੈ ਭਜਨ ਬਾਣੀ ਸਭ ਨੇ ਕਰਨਾ ਤਕੜੇ ਹੋ ਕੇ ਅਰ ਹਟੀ ਵਾਲਿਆਂ ਨੂੰ ਹੁਕਮ ਸੁਣਾਇ ਦੇਣਾਂ ਗੋਂਦੇ ਵਾਕੂੰ ਨਾ ਕੋਈ ਕਰੇ, ਜੇ ਕੋਈ ਕਰੇਗਾ ਉਸ ਦਾ ਲੋਕ ਪ੍ਰਲੋਕ ਦਾ ਸੁਖ ਦੂਰ ਹੋਇ ਜਾਊਗਾ॥ ਅਗੇ ਤੁਸੀਂ ਜਾਨੋ। ਮੈਨੂੰ ਜੋ ਹੁਕਮ ਹੈ ਗੁਰੂ ਸਾਹਿਬ ਦਾ ਸੋ ਮੈਂ ਲਿਖ ਦਿੰਦਾ ਹਾਂ, ਸਭ ਨੂੰ ਸੁਣਾਇ ਦੇਣੀ, ਜੋ ਕੋਈ ਭੀ ਚੀਜ਼ ਨਾ ਲਵੇ ਕਿਸੇ ਦੀ॥ ਖੋਹ ਲੈਣਾ, ਚੁਰਾਇ ਲੈਣਾ, ਲੈ ਕੇ ਨਾ ਦੇਣਾ ਇਹ ਮਹਾ ਪਾਪ ਹੈ॥ ਸੋ ਜੀ ਇਹ ਬਾਤ ਸਭ ਨੂੰ ਸੁਣਾਇ ਦੇਨੀ ਜੋ ਬਗਾਨੀ ਚੀਜ ਦਾ ਸਭ ਕੋਈ ਤਿਆਗ ਕਰੇ॥ ਇਕ ਹੋਰ ਭੀ ਬਾਤ ਸਭ ਨੂੰ ਸੁਣਾ ਦੇਣੀ ਜੋ ਨਾ ਕੋਈ ਕੁੜੀ ਮਾਰੇ ਨਾ ਬੇਚੇ, ਨਾ ਬਟਾ ਕਟੇ। ਜੋ ਇਹ ਬਾਤ ਨਾ ਮੰਨੇ ਤਾਂ ਉਸ ਨੂੰ ਸੰਗਤ ਮੈ ਨਾ ਬੜਨ ਦੇਨਾ। ਜੇ ਨਾ ਮੰਨੇ, ਤਾਂ ਆਖਣਾ ਫੇਰ ਨ ਆਈਂ। ਨਾ ਹਟੇ ਜੁਤੀਆ ਮਾਰ ਕੇ ਕਢ ਦੇਣਾ, ਕੁਛ ਕਰਦਾ ਫਿਰੇ॥ ਸਗਮਾ ਤੁਸੀਂ ਭੀ, ਕਾਲਾ ਸਿੰਘ, ਜੋ ਇਥੇ ਲਿਖਾ ਹੈ ਸੋ ਸਭ ਨੂੰ ਆਪ ਦੇ ਦੇਸ ਇਹ ਹੁਕਮ ਸੁਣਾ ਦੇਣਾ, ਜੇ ਨਾ ਮੰਨੇ ਤੁਸੀਂ ਭੀ ਏਵੇਂ ਕਰਨਾ। ਸਿੱਖ ਤਾਂ ਪੱਟੇ ਗਏ ਕੁੜੀਆਂ ਦੇ ਮਾਰਨੇ ਤੇ। ਅਰ, ਮਲੇਛਾਂ ਦਾ ਨਾਸ ਗਊਆਂ ਪਿਛੇ ਹੋਊ ਹੁਣ, ਪਿਛੇ ਭੀ ਹੋਆ ਹੈ।॥ ਜੇ ਤੇ ਸੰਗਤ ਮਨੂੰ ਤਾਂ ਤੇ ਬਹੁਤ ਅਰਦਾਸਾਂ ਲਿਖ ਕੇ ਦਿਤੀਆਂ ਹਨ, ਜੇ ਨਾ ਮੰਨਿਆ ਤਾਂ ਇਸ ਤੇ ਭਾਵੇਂ ਦਸ ਗੁਨਾਂ ਲਿਖ ਕੇ ਭੇਜੀਏ ਕੁਛ ਨਹੀਂ ਫੈਦਾ ਲਿਖਣ ਦਾ॥ ਅਗੇ ਮੈ ਤਾਂ ਸਾਰੀ ਸੰਗਤ ਦੇ ਸੁਖ ਦੀ ਬਾਤ ਲਿਖਦਾ ਹਾਂ, ਜਿਸ ਤੇ ਸੁਖ ਹੋਵੇ ਅਰ ਦੁਖ ਕਟਿਆ ਜਾਵੇ, ਅਗੇ ਸੰਗਤ ਜਾਣੇ॥ ਇਕ ਨੂੰ ਨਹੀਂ, ਏਹ ਅਰਦਾਸ ਸਾਰੀ ਸੰਗਤਿ ਨੂੰ ਹੈ। ਅਰ ਹੁਣ ਜੋ ਨਾਮਧਾਰੀ ਹੈਨ, ਏਸ ਪਿੰਡ ਦਾ ਨਾਉ ਰਾਮਦਾਸਪੁਰਾ ਸਦਿਆ ਕਰੋ ਹੋਰ ਲੋਕਾਂ ਨੂੰ ਨਹੀਂ ਆਖਣਾ ਸੰਗਤ ਆਖੇ ਰਾਮਦਾਸਪੁਰਾ[1]॥ ਹੋਰ ਭਾਈ ਹੁਣ ਤੁਸੀਂ ਏਥੇ ਔਣ ਤੇ ਬੰਦ ਕਰੋ॥ ਸਿੰਘਾਂ ਦੇ ਏਥੇ ਔਣ ਤੇ ਖਰਚ ਖੇਚਲ ਤੇ ਬਹੁਤ ਹੁੰਦੀ ਹੈ ਅਰ ਮੇਲਾ ਕੁਛ ਨਹੀਂ ਹੁੰਦਾ। ਜੇ ਏ ਲੋਕ ਮਲੂਮ ਕਰ ਲੈਣ ਤਾਂ ਏਹ ਖਬਰ ਨਹੀਂ ਕੀ ਦੁਖ ਦੇਣ। ਸਾਨੂੰ ਭੀ ਤੇ ਆਉਣ ਵਾਲਿਆਂ ਨੂੰ ਭੀ। ਏਨਾ ਮੈ ਮਨ ਮੈ ਰਹਮ ਨਹੀਂ। ਅਮਲੇਛਾਂ ਦੇ। ਜੋ ਨਾ ਮਨੇ ਹੋਵੇ ਓਧੇ ਅਗੇ ਜੋ ਹਥ ਜੋੜ ਕੇ ਮਨੇ ਕਰਨਾ, ਜੇ ਸਾਨੂੰ ਕੋਈ ਦੁਖ ਹੋਇਆ ਤਾਂ ਵੀ ਬੁਰਾ ਹੈ ਜੇ ਆਉਣ ਵਾਲਿਆਂ ਨੂੰ ਦੁਖ ਕਿਸੇ ਤਰਹ ਦਾ ਹੋਇਆ ਤਾਂ ਸਾਨੂੰ ਆਪਨੇ ਦੁਖ ਤੇ ਬਡਾ ਦੁਖ ਹੈ।

---

2. ਇਸ ਦਾ ਮਤਲਬ ਹੈ ਕਿ ਅੱਗੇ ਨੂੰ ਭੈਣੀ ਦਾ ਨਾਮ 'ਰਾਮਦਾਸ ਪੁਰਾ' ਕਰ ਕੇ ਬੁਲਾਇਆ ਜਾਏ।

ਇਹ ਤਾਂ ਬਾਤ ਹੀ ਮੁਕੀ ਹੋਈ ਹੈ ਜੇ ਤਾਂ ਮੇਰਾ ਸਰੀਰ ਉਹ ਹੈ ਜੋ ਗੁਰੂ ਜੀ ਨੇ ਆਖਿਆ ਹੈ ਤਾਂ ਤੇ ਮੈਂ ਆਪੇ ਹੀ ਆ ਜਾਊਂ ਡੇਰੇ, ਕੋਈ ਦਿਨ ਤਾਂਈ॥ ਅਰ ਜੇ ਮੈਂ ਉਹ ਸਰੀਰ ਨਹੀਂ ਤਾਂ ਮੇਰਾ ਦਰਸ਼ਨ ਕਰ ਕੇ ਕੀ ਕਰਨਾ ਹੈ, ਤੁਸੀਂ ਦੇਖ ਲਵੋ ਵਿਚਾਰ ਕਰਕੇ। ਇਹ ਅਰਦਾਸ ਦੇਣੀ ਡੇਰੇ॥ ਨਾਲੇ ਤੁਸੀ ਭੀ ਏਸ ਦਾ ਤਾਤਪਰਜ ਸਮਝ ਲੈਣਾ॥ ਅਰ ਭਾਈ ਏਸ ਅਰਦਾਸ ਦੇ ਅਖਰ ਜੁੜ ਨ ਜਾਣ, ਬਡੀ ਮਿਹਨਤ ਨਾਲ ਲਿਖੀ ਹੈ ਭਜਨ ਬਾਣੀ ਛਡੇ ਕੇ॥ ਅਰਦਾਸ ਲਿਖੀ ਚੇਤ ਬਦੀ 2 ਸਾਲ 1937॥10॥

ੴ ਸਤਿਗੁਰ ਪ੍ਰਸਾਦਿ

ਕੋਈ ਬੇਹਲਾ ਨ ਰਹੇ ਡੇਰੇ, ਕੰਮ ਕਰੇ, ਨਹੀਂ ਪਾਠ ਕਰੇ ਸਾਰਾ ਦਿਨ ਗੁਰੂ ਗ੍ਰੰਥ ਸਾਹਿਬ ਜੀ ਦਾ। ਹੋਰ ਸਾਹਿਬ ਨੇ। ਗੁਰੂ ਸਚੇ ਸਾਹਿਬ ਨੇ ਲਿਖਾ ਹੈ ਸਤਾਨਵੇਂ ਸਾਲ ਮੈ ਮਦਰ ਦੇਸ ਮੈ ਉਨ ਕਾ ਔਣਾ ਭੀ ਲਿਖਾ ਹੈ ਮੇਰਾ ਆਉਣਾ ਭੀ ਲਿਖਾ ਹੈ ਹੁਣ ਸਤਾਨਵੇਂ ਸਾਲ ਕਾ ਤੀਆ ਹੀ ਚਲਿਆ ਹੈ ਹਿਜਰੀਂ ਨਾਮ ਸਾਲ ਕਾ।

ਅਗੇ ਜੋ ਗੁਰੂ ਨੂੰ ਭਾਵੇ, ਹੋਰ ਕੀ ਲਿਖੀਏ। ਬਥੇਰਾ ਲਿਖਿਆ ਹੈ। ਹੁਣ ਤਾਂ ਗੁਰੂ ਪਾਸੋਂ ਏਹ ਮੰਗਦੇ ਹਾਂ, ਮਹਾਰਾਜ ਦਰਸ਼ਨ ਕਰਾਉ ਸੰਗਤਾਂ ਦਾ ਸਾਨੂੰ, ਸਾਡੇ ਔਗਣ ਬਖਸ਼, ਤੂੰ ਪਤਤ ਪਾਵਨ ਹੈ, ਮਹਾਰਾਜ ਅਸੀਂ ਤਾਂ ਭੁਲਣ ਹਾਰ ਹਾਂ ਤੂੰ ਬਖਸ਼ਿੰਦ ਹੈਂ, ਅੱਗੇ ਜੋ ਗੁਰੂ ਨੂੰ ਭਾਵੈ। ਮਦਰ ਦੇਸ ਲਾਹੌਰ ਜਾਣੋ॥ ਜਗ ਨੇ ਅਤਿ ਚੁਕੀ ਹੈ ਪਰ ਜਗਤ ਤੇ ਭੀ ਬੜੀ ਆਫਤ ਉੱਠੀ ਹੈ, ਬਡਿਆਂ ਛੋਟਿਆਂ ਤੇ॥ ਅਗੇ ਜੋ ਗੁਰੂ ਨੂੰ ਭਾਵੇ। ਇਹ ਭੀ ਅਰਦਾਸ ਡੇਰੇ ਦੇਣੀ। ਹੋਰ ਜਿਸ ਦਿਨ ਪਾਠ ਟੁਟੇ ਹੈਨ ਅਖੰਡ, ਉਸ ਦਿਨ ਮੈਨੂੰ ਬਡਾ ਖੇਦ ਹੋਇਆ। ਦੋ ਚਾਰ ਦਿਨ ਤਕ ਵਡਾ ਮਰਨ ਵਾਲਾ ਹੋ ਗਯਾ ਥਾ, ਪਰ ਗੁਰੂ ਨੇ ਰਖ ਲਿਆ। ਪਾਣੀ ਅੰਨ ਲੰਘੇ ਨਹੀਂ, ਅੰਦਰ ਗਲ ਬੰਦ ਹੋਆ ਸੀ॥ ਹੋਰ ਹੁਣ ਇਉਂ ਕਰੋ ਜੀ, ਅਠ ਬਰਸ ਦੀ ਲੜਕੀ ਦਾ ਅਨੰਦ ਪੜੌਣਾ ਘਟ ਨਹੀਂ ਪੜੌਣਾ, ਜੇ ਕੋਈ ਬਟਾ ਕਰੂਗਾ ਬਿਆਜ ਲਿਊਗਾ ਕੰਨਿਆ ਦਾ ਪੈਸਾ ਲਊਗਾ, ਕੰਨਿਆ ਮਾਰੂਗਾ, ਉਸ ਕੇ ਨਾਲ ਨਹੀਂ ਵਰਤਣਾ। ਅਸੀਂ ਆਂਧੇ ਹਾਂ, ਏ ਗੁਰੂ ਜੀ ਜਾਂ ਤੇ ਸਾਨੂੰ ਚਕ ਲੈ ਜਾਂ ਤੇ ਏਨਾਂ ਦੁਸ਼ਟਾਂ ਦਾ ਨਾਸ ਕਰ। ਹੋਰ ਕਾਈ ਬਾਹ ਨਹੀਂ ਚਲਦੀ। ਏਨਾਂ ਨੂੰ ਮੇਰਾ ਸਰੀਰ ਕਾਲ ਕੀ ਸਮਾਨ ਦਿਸਦਾ ਹੈ। ਆਂਧੇ ਹੈਂ ਏਨਾ ਮੁਲਖ ਬਿਗਾੜ ਦਿਤਾ ਹੈ॥ ਮੈਂ ਤਾਂ ਕੁਛ ਨਹੀਂ ਕੀਤਾ, ਨ ਕਰ ਈ ਸਕਦਾ ਹਾਂ॥ ਗੁਰੂ ਜੀ ਦਾ ਖੇਲ ਰਚਿਆ ਹੋਇਆ ਹੈ, ਕੁਝ ਗੁਰੂ ਜੀ ਜਾਣੇ ਆਪਣੇ ਖੇਲ ਨੂੰ॥ ਉਥੇ ਗੁਰੂ ਲੈ ਆਊਗਾ ਤਾਂ ਬਥੇਰੇ ਬਲਾਸ ਕਰਾਂਗੇ, ਨਾਲੇ ਸੁਣਾਂਗੇ, ਹੁਣ ਸਮਾਂ ਐਸਾ ਹੀ ਹੈ, ਭਾਣਾ ਗੁਰੂ ਜੀ ਦਾ। ਗਿਆਨੀ ਗੁਣੀ ਸਭ ਬਦਲ ਗਏ। ਸਭ ਨੇ ਪ੍ਰਮੇਸ਼ਰ

ਨਾਲ ਦਾਈਆਂ ਬੰਨ ਲਿਆ ਹੈ। ਅਗੇ ਦੇਖੋ ਜੋ ਗੁਰੂ ਜੀ ਕੀ ਦਿਖਾਲਦਾ ਹੈ। ਇਹ ਅਰਦਾਸ ਤੁਮਾਰੀ ਹੈ ਦੂਹਾਂ ਦੀ। ਬਾਬਾ ਜੀ, ਜਹੂਦੀ ਕਿਤਾਬ ਵਿਚ ਲਿਖਿਆ ਹੈ ਚਾਲੀ ਸਾਲ ਵਿਚ ਇਕ ਪਾਤਸ਼ਾਹ ਨਿਕਲੇਗਾ, ਪਹਿਲ ਕਿਤਾ ਬਰਸ ਵਿਚ ਰਹੇਗਾ। ਐਤਵਾਰ ਦੇ ਦਿਨ ਰਾਤ ਬਾਰਾਂ ਘੰਟੇ ਨੂੰ ਤਾਲੇ ਖੁਲ ਜਾਣਗੇ, ਦੋ ਸੂਰਜ ਨਿਕਲੇਗਾ, ਸਜੇ ਖਬੇ॥ ਸੁਪੈਦ ਹਾਥੀ ਬੈਕੁੰਠ ਤੇ ਆਉਗਾ ਅਸਵਾਰੀ ਨੂੰ। ਸਭ ਦੇਵਤੇ ਉਸ ਦੇ ਨਾਲ ਪੈਦਾ ਪ੍ਰਿਥੀ ਪਰ ਹੂਏ ਹਨ, ਸਭ ਪ੍ਰਿਥਬੀ ਨੂੰ ਇਕ ਜਾਤ ਕਰੂਗਾ। ਜਿਸ ਤਰਫ ਗੁਸੇ ਨਾਲ ਦੇਖੂਗਾ ਉਹ ਮੁਲਖ ਜਲ ਜਾਊ। ਥੋੜੇ ਰੋਜ ਵਿਚ ਪ੍ਰਿਥੀ ਪਰ ਪ੍ਰਤਾਪ ਛਾਇ ਜਾਊਗਾ॥ ਇਹ ਓਨਾਂ ਦਾ ਅਸੀ ਸਾਲ ਹੈ, ੪੦॥ ਫਿਰੰਗੀਆਂ ਦੀ ਕਿਤਾਬ ਵਿਚ ਲਿਖਾ ਹੈ ਇਕ ਪਾਤਸ਼ਾਹੂ ਨਿਕਲੇਗਾ ਰਾਤਿ ਨੂੰ ਚੋਰ ਮਾਫਕ, ਦੋ ਸੂਰਜ ਨਿਕਲੇਗੇ ਹੋਰ ਰਾਜਾ ਇਕ ਨਾ ਰਹੂਗਾ ਅਰ ਵਲਾਇਤ ਇਕ ਦਿਨ ਪਕੜੇਗਾ, ਅਸੀ ਸਾਲ ਏਹ ਗਲ ਦਾ ਆਦਮੀ ਸਭ ਅਗ ਵਿਚ ਜਲ ਜਾਣਾ ਹੈ, ਇਹ ਉਨਾ ਦਾ ਅਸੀ ਸਾਲ ਹੈ॥ ੪੦॥ ਬ੍ਰਹਮੇ ਦੀ ਪੋਥੀ ਵਿਚ ਲਿਖਾ ਹੈ ਚਾਲੀ ਇਕ ਸਾਲ ਵਿਚ ਬਡਾ ਫਿਹਾ ਆਊਗਾ ਪਛਮ ਤੇ, ਪ੍ਰਿਥੀ ਦਾ ਓਹ ਰਾਜਾ ਹੋਇਗਾ, ਸਭ ਨੂੰ ਇਕ ਜਾਤ ਬਨਾਏਗਾ, ਬੁਤਖਾਨੇ ਸਭ ਤੋੜ ਦੇਊਗਾ, ਸਭ ਨੂੰ ਮਿਲਾਇ ਦੇਊਗਾ, ਮਾਸ ਮਛੀ ਖਾਣ ਬਾਲੇ ਸਭ ਮਰਨਗੇ, ਸੂਰਜ ਜੈਸਾ ਤੇਜ ਹੋ ਜਾਉਗਾ, ਗੋਤਮ ਏਸ ਮੁਲਕ ਤੇ ਚਲਿਆ ਜਾਊਗਾ ਬਾਬਾ ਜੀ ਬੜੀਆਂ 2 ਪੋਥੀਆਂ ਹੈਨ, ਮੈ ਬੜਾ 2 ਹੀ ਲਿਖਿਆ ਹੈ॥ 11॥

5

੧ਓ ਸਤਿਗੁਰ ਪ੍ਰਸਾਦਿ

ਲਿਖੁਤਮ ਰਾਮ ਸਿੰਘ ਹੋਰ ਸੰਮੂਹ ਖਾਲਸੇ ਜੀ ਭੈਣੀ ਦਾ। ਸਮੂਹ ਖਾਲਸੇ ਜੀ ਨੂੰ ਸ੍ਰੀ ਵਾਹਿਗੁਰੂ ਜੀ ਕਾ ਖਾਲਸਾ, ਸ੍ਰੀ ਵਾਹਿਗੁਰੂ ਜੀ ਕੀ ਫਤਹ ਬੁਲਾਈ ਪ੍ਰਮਾਨ ਕਰਨੀ ਜੀ॥ ਹੋਰ ਰਹਤ ਸਮੂਹ ਸੰਗਤ ਦੇ ਵਾਸਤੇ ਲਿਖਿਆ ਭੈਣੀ ਤੇ॥ ਪਿਛਲੀ ਰਾਤੀ ਉਠ ਕੇ ਦਾਤਨ ਕਰਨੀ ਫੇਰ ਅਸ਼ਨਾਨ ਕਰਨਾ ਬਾਣੀ ਪੜਨੀ, ਜੇ ਨਾ ਕੰਠ ਹੋਵੇ ਤਾਂ ਕੰਠ ਕਰ ਲੈਣੀ। ਸਰਬ ਮਾਈ, ਬੀਬੀ, ਸਰਬ ਨੇ। ਜਪ, ਜਾਪ, ਦੂਹਾਂ ਤੇ ਸਬਦ ਹਜਾਰੇ ਕਰਨੇ, ਰਹਿਰਾਸ, ਆਰਤੀ, ਸੋਹਿਲਾ ਏਤਨੀ ਜਰੂਰੀ ਕੰਠ ਕਰਨੀ ਤੇ ਸੀਲ ਸੰਤੋਖ ਸਭ ਨੇ ਰਖਣਾ। ਭਜਨ ਅਠੋ ਪਹਰ ਕਰਨਾ ਗੁਰੂ ਸੱਚੇ ਦਾ॥ ਹੋਰ ਪਰਾਈ ਧੀ ਭੈਣ ਆਪਨੀ ਜਾਣਨੀ॥ ਪਰਾਇਆ ਹਕ ਗੁਰੂ ਜੀ ਨੇ ਆਗੇ ਹੀ ਲਿਖ ਛਡਿਆ ਹੈ। ਹਕੁ ਪਰਾਇਆ ਨਾਨਕਾ ਉਸ ਸੂਅਰ ਉਸ ਗਾਇ॥ ਜੇ ਕੋਈ ਭਜਨ ਪੂਛ ਕੇ ਨਾ ਕਰੂਗਾ, ਉਸ ਦਾ ਮੂੰਹ ਦੂਹੀ ਜਹਾਨੀ ਕਾਲਾ ਹੋਊਗਾ। ਹੋਰ ਕਿਸੇ ਨੇ ਮੰਦਾ ਫਿਕਾ ਨਹੀਂ ਬੋਲਣਾ। ਖਿਮਾ ਕਰਨੀ ਬੋਲ ਕਬੋਲ ਸਹਿ ਜਾਣਾ, ਸਭ ਦਾ॥ ਜੇ

ਕੋਈ ਮਾਰੇ ਕੁਛ ਤਾਂ ਭੀ ਖਿਮਾ ਕਰਨੀ। ਤੁਸਾਂ ਦਾ ਰਛਕ ਗੁਰੂ ਹੈ। ਹਰ ਵਖਤ ਤੁਸੀ ਬਹੁਤ ਆਪਣੀ ਭਲਾਈ ਛਪਾਉਣ ਦੀ ਕਰਨੀ। ਹਰਿ ਵਖਤ ਦੁਵਾਨ ਲੌਨਾ, ਹਰਿ ਇਕ ਸਬਦ ਕੀਰਤਨ ਕਰਨਾ। ਜੇ ਕਰ ਜਗ ਕਰਨਾ ਹੋਵੇ, ਤਾਂ ਚੌਕਾ ਦੇਣਾ, ਭਾਂਡੇ ਕੋਰੇ ਲਿਆਉਣੇ, ਚੌਕੇ ਵਿਚ ਚਰਨ ਧੋਇ ਕੇ ਬੜਨਾ, ਅਰ ਹੋਮ ਭੀ ਕਰਨਾ, ਪਹਿਲਾ ਚੌਕਾ ਦੇਣਾ ਹੋਮ ਦੀ ਜਗਾ, ਲਕੜੀ ਹੋਮ ਬਿਚ ਪਲਾਸ ਦੀ ਪਾਉਣੀ ਜਾਂ ਤੇ ਬੇਰੀ ਪਾਉਣ, ਫੂਕ ਨਹੀਂ ਮਾਰਨੀ ਹੋਮ ਦੀ ਅੱਗ ਨੂੰ, ਪਖੀ ਨਾਲ ਜਲਾਣਾ, ਪੰਜ ਆਦਮੀਂ ਹੋਮ ਵਿਚ ਪੋਥੀਆਂ ਉਤੋਂ ਬਾਣੀ ਪੜਨੀ॥ ਚਉਪਈ, ਜਪ, ਜਾਪ ਚੰਡੀ ਚਰਿਤ੍ਰ ਅਕਾਲ ਉਸਤਤ, ਛੇਵਾਂ ਆਦਮੀ ਅਹੂਤੀਆਂ ਪਾਵੇ, ਸਤਵਾਂ ਮਗਰੋਂ ਨਾਲ ਜਲ ਦਾ ਛਿਟਾ ਦੇਵੇ ਥੋੜਾ ਥੋੜਾ। ਜੇ ਕੋਈ ਮੰਦਾ ਕਰਮ ਕਰੇ ਜਾਰੀ ਚੋਰੀ ਤਾਂ ਕਿਸੇ ਥਾਂ ਦੁਵਾਨ ਬਿਚ ਨਹੀਂ ਵੜਨ ਦੇਣਾ, ਜੇਕਰ ਜੋਰਾਵਰ ਹੋਵੇ ਤਾਂ ਸਭਨਾ ਨੇ ਏਹ ਅਰਦਾਸ ਕਰਨੀ, ਜੋ ਏਹ ਆਦਮੀ ਇਥੇ ਹੀ ਆਉਣ ਜੋਗਾ ਈ ਨ ਰਹੇ। ਹੋਰ ਜੀ ਸਭ ਨੇ ਹਥ ਜੋੜਨੇ ਪ੍ਰਮੇਸਰ ਅਗੇ, ਜੋ ਹੇ ਮਹਾਰਾਜ ਸਾਡਾ ਧਰਮ ਬਣਿਆ ਰਹੇ ਜੀ। ਹੋਰ ਕੱਛਾਂ ਰਖਣੀਆਂ। ਪਾਉਚਾ ਪਾ ਕੇ ਪਾਉਂਚਾ ਲਾਹਣਾ। ਹੋਰ ਜੀ ਕਿਸੇ ਦਾ ਮੰਦਾ ਕਰਮ ਛਪਵਾਉਣਾ ਨਹੀਂ। ਕਿਸੇ ਨੇ ਹੋਰ ਜੀ ਧੀ ਭੈਣ ਦਾ ਪੈਸਾ ਨਹੀਂ ਲੈਣਾ, ਬੱਟਾ ਨਹੀਂ ਕਰਨਾ। ਸਦਾ ਗੁਰੂ ਗੁਰੂ ਜਪਦੇ ਰਹਿਣਾ ਦਾਰੂ ਮਾਸ ਨਹੀਂ ਖਾਣਾ ਪੀਣਾ। ਖੌਫ਼ ਰਖਣਾ ਗੁਰੂ ਦਾ ਹਰਿ ਦੰਮ॥13॥ [ਬਾਰਵੀਂ ਅਰਦਾਸ ਵਖਰੀ ਲਿਖੀ ਹੋਈ ਹੈ ਏਸ ਵਾਸਤੇ ਏਥੇ ਨਹੀਂ ਲਿਖੀ]

6

ੴ ਸਿਤਿਗੁਰ ਪ੍ਰਸਾਦਿ

ਹੋਰ ਮਨੀ ਸਿੰਘ, ਬੇਖੀਂ ਕਿਤੇ ਅਤਰੀ ਤੁਰ ਨ ਪਵੇ ਏਥੇ ਨੂੰ। ਏਥੇ ਦਾ ਹਵਾਲ ਤਾਂ ਤੈਂ ਸਭ ਦੇਖਾ ਹੈ, ਏਥੇ ਸਾਡੇ ਪਾਸ ਤਾਂ ਕੋਈ ਆਉਂਦਾ ਨਹੀਂ॥ ਰਸਤ ਲੈ ਕੇ ਆਉਂਦੇ ਹੈ ਪਰ ਸਾਡੇ ਹਛੇ ਬਾਸਤੇ ਕੀਤੀ ਹੈ ਮਹਾਰਾਜ ਨੇ। ਜੇ ਆਉਂਦੇ ਮਿਲਣ ਤਾਂ ਕੋਈ ਲੋਬ ਆਉਣ ਸਾਡੇ ਪਾਸ, ਪਏ ਜਕੜ ਮਾਰਨ, ਮਗਜ ਖਾਣ॥ ਭਜਨ ਬਾਣੀ ਨਾ ਕਰਨ ਦੇਣ, ਹੁਣ ਸੁਖਾਲੇ ਭਜਨ ਬਾਣੀ ਕਰਦੇ ਹਾਂ ਕੁਛ ਵਖੇਪਤਾ ਨਹੀਂ। ਅੰਦਰ ਮੈਂ ਖੂਹੀ ਹੈ, ਅਸ਼ਨਾਨ ਦਾ ਵਡਾ ਸੁਖ ਹੈ, ਭਾਵ ਕਿਸੇ ਵੇਲੇ ਕਰ ਲਈਏ, ਕਦੇ ਇਕ ਬਜੇ ਕਦੇ ਦੋ ਬਜੇ ਰਾਤ ਦੇ ਨਹਾ ਲੈਂਦੇ ਹਾਂ, ਕਦੇ ਤਿਨ ਬਜੇ॥ ਜੇ ਚੰਦਾ ਸਿੰਘ ਬਾਤ ਮੰਨੇ, ਤਾਂ ਤੂੰ ਦੋ ਚਾਰ ਮਹੀਨੇ ਪਿਛੇ ਚੰਦਾ ਸਿੰਘ ਪਾਸ ਚਿਠੀ ਭੇਜੀਂ ਸਭ ਹਵਾਲ ਲਿਖ ਕੇ ਬ੍ਰੀਕ ਅਖਰੀਂ। ਚੰਦਾ ਸਿੰਘ ਦਾ ਕਿਰਪਾਲ ਸਿੰਘ ਲਿਖਣਾ, ਜੇਚੰਦਾ ਸਿੰਘ ਮੰਨੇ ਤਾਂ ਜਰੂਰ ਭੇਜੀਂ, ਜੇ ਨਾ ਮੰਨੇ ਤਾਂ ਓਹ ਜਾਣੇ, ਕੋਈ ਜੋਰ ਤਾਂ ਨਹੀਂ ਨਾਂ।

ਜਿਥੇ ਤੂੰ ਜਾਵੇਂ ਉਥੇ ਹੀ ਸਿੰਘਾਂ ਨੂੰ ਬਾਣੀ ਕੰਠ ਕਰਨ ਦਾ, ਭੋਗ ਪਾਉਣ ਦਾ ਹੁਕਮ ਸਭ ਨੂੰ ਆਖਦਾ ਜਾਂਈ, ਅਖਰ ਜੁੜ ਨ ਜਾਣ, ਬਡੀ ਮੇਹਨਤ ਕਰ ਕੇ ਲਿਖੇ ਹਨ ਭਜਨ ਬਾਣੀ ਛਡ ਕੇ॥ ਚੁਨੀ ਤੇ ਖਮਾਣੋ ਜਾਈਂ, ਬਚਨ ਬਿਲਾਸ ਸੁਣਾਈਂ। ਨਾਲੇ ਅਰਦਾਸ ਸੁਣਾਈਂ॥ ਸਭ ਨੂੰ ਬਾਣੀ ਕੰਠ ਕਰਣ ਦਾ ਹੁਕਮ ਸੁਣਾਈਂ। ਜੇ ਪੁਜ ਆਉਣ ਤਾਂ ਪੰਜ ਗਰੰਥੀ ਕੰਠ ਕਰਨ, ਨਹੀਂ ਤਾਂ ਜਪ, ਜਾਪ, ਰਹਿਰਾਸ ਆਰਤੀ, ਸੋਹਿਲਾ, ਸੁਖਮਨੀ, ਆਸਾ ਦੀ ਬਾਰ ਸਭ ਕੰਠ ਕਰਨ, ਜਨਾਨੇ ਮਰਦਾਨੇ, ਨਾਲੇ ਪਿਛਲੇ ਰਾਤਿ ਨ੍ਹਾਇ ਕੇ ਪੜਨ॥ ਨਾਲੇ ਫੇਰ ਬਾਣੀ ਪੜ ਕੇ ਜਿਤਨਾ ਬਣ ਆਵੇ ਉਤਨਾ, ਭਜਨ ਕਰਨ। ਗੁਰੂ ਜੀ ਦੇ ਅਗੇ ਅਰਦਾਸ ਕਰਨੀ ਹਥ ਜੋੜ ਕੇ ਬਾਣੀ ਪੜ ਕੇ॥ ਖਾਸਲਾ ਜੀ ਗੁਰੂ ਕਹਾ ਹੈ "ਭਜਹੁ ਗੋਬਿੰਦ ਭੂਲ ਮਤ ਜਾਹੁ॥ ਮਾਨਸ ਜਨਮ ਕਾ ਏਹੀ ਤੇਰਾ ਲਾਹੁ॥" ਫਿਰ ਗੁਰੂ ਜੀ ਨੇ ਅਨੇਕ ਬਾਰ ਇਹ ਬਾਤ ਲਿਖੀ ਹੈ ਸਾਰੇ ਗੁਰੂ ਗਰੰਥ ਸਾਹਿਬ ਮੇ। ਫੇਰ ਘੰਗਰਾਲੀਂ, ਉਟਾਲੀਂ ਫਤੇ ਬੁਲਾਇ ਕੇ ਇਹ ਬਚਨ ਸੁਣਾਈਂ, ਭੈਣੀ ਜਾਇ ਕੇ, ਰਾਇਪੁਰ, ਗੁਜਰਬਾਲ, ਲੋਹਗੜ ਹੋਰ ਸਾਰੇ ਜਿਥੇ ਤੂੰ ਜਾਵੇਂ, ਨਾਲੇ ਸ੍ਰੀ ਵਾਹਿਗੁਰੂ ਜੀ ਕੀ ਫਤੇ ਬੁਲੋਂਦਾ ਜਾਈਂ, ਨਾਲੇ ਇਹ ਉਪਦੇਸ ਸੁਣਾਉਂਦਾ ਜਾਈਂ, ਜੋ ਮੰਨੇ ਤਾਂ ਅਛਾ ਹੈ, ਨਹੀਂ ਤਾਂ ਉਹ ਜਾਣੇ, ਬਾਣੀ ਨੂੰ ਇਉਂ ਬਹੁਤਾ ਕਹਾ ਹੈ, ਬਾਣੀ ਬਿਨਾਂ ਭਜਨ ਭੀ ਥੋੜਾ ਕਰਦੇ ਹਨ ਐਵੇਂ ਯਕੜ ਮਾਰੀ ਜਾਂਦੇ ਹਨ ਬਾਣੀ ਪੜ੍ਹੇ ਹੋਏ ਹੋਏ ਤਾਂ ਯਕੜ ਨਹੀਂ ਮਾਰੇ ਜਾਂਦੇ ਭਜਨ ਮੈਂ। ਯਕੜ ਮਾਰਦਾ ਮਾਰਦਾ ਫੇਰ ਜਕੜ ਦਾ ਭੀ ਸੁਭਾ ਪੈ ਜਾਂਦਾ ਹੈ। ਅਛੀ ਤਰਹ ਨਿਗਾ ਕਰ ਕੇ ਦੇਖ ਲੇਵਹੁ ਸਾਰੇ ਹੀ॥ ਬਾਣੀ ਪੜਨ ਬਾਲਾ ਭਾਵੇਂ ਕੋਈ ਡਿਗਾ ਹੋਵੇ, ਬਾਣੀ ਪੜਨ ਵਾਲੇ ਬਹੁਤ ਨਹੀਂ ਡਿਗੇ ਹੋਣਗੇ, ਮੈਨੂੰ ਤਾਂ ਇਉਂ ਮਾਲੂਮ ਹੁੰਦੀ ਹੈ, ਅਗੇ ਭਾਈ ਗੁਰੂ ਜੀ ਦੀ ਗੁਰੂ ਹੀ ਜਾਣੇ। ਹਮਾਰੀ ਮਤ ਮੈ ਜੋ ਆਇਆ ਹੈ ਸੋ ਮੈ ਲਿਖਾ ਹੈ, ਜੋ ਮੇਰੇ ਪਾਸੋਂ ਗੁਰੂ ਜੀ ਨੇ ਲਿਆਇਆ ਹੈ ਸੋ ਮੈ ਲਿਖਾ ਹੈ॥ ਬੋਲੋ ਭਾਈ ਜੀ ਵਾਹਿਗੁਰੂ ਜੀ, ਵਾਹਿਗੁਰੂ, ਸ੍ਰੀ ਵਾਹਿਗੁਰੂ ਜੀ॥ 14॥

(ਅ)

੧ਓ ਵਾਹਿਗੁਰੂ ਜੀ ਕੀ ਫਤਹ

ਅੰਮ੍ਰਿਤਸਰ ਜਾ ਕੇ ਸਰਬਤ ਕੋ ਮੇਰੀ ਰਾਮ ਸਤਿ ਬੁਲਾਈਂ, ਜੁਆਲਾ ਦੇਈਂ ਕੋ ਘਰ ਹਮਾਰੀ ਸੁਖ ਅਨੰਦ ਦੀ ਖਬਰ ਦੇਣੀ॥ ਆਖਣਾ ਜੋ ਤੈਨੂੰ ਧਾਰਨਾਂ ਬਤਾਈ ਹੈ ਲਿਖ ਕੇ ਉਹੋ ਧਾਰਨਾ ਖੂਬ ਤਕੜੀ ਹੋ ਕੇ ਧਾਰਨੀਂ, ਮੰਗ ਭੀ ਉਹੋ ਮੰਗਣੀਂ ਜੋ ਮੰਗਣੀਂ ਲਿਖੀ ਹੈ, ਹਮੇਸ਼ਾਂ ਹੀ ਮੰਗਣੀ, ਫੇਰ ਬਹੁਤ ਲਾਭ ਹੋਊ॥ ਮਾਲਾ ਜਰੂਰ ਫੇਰਨੀ ਹਮੇਸਾਂ 24000॥ ਫੇਰ ਕਦੇ ਕੋਈ ਆਵੈ ਸਾਡੀ ਤ੍ਰਫ ਤਾਂ ਤੈਂ ਜੁਆਲਾ ਦਈਂ

ਅਰਦਾਸ ਭੇਜਣੀਂ॥ ਹੋਰ ਸਾਨੂੰ ਅਰਦਾਸ ਲਿਖਿਆ ਕਰੋ ਤਾਂ ਅਖਰ ਸੁਧ ਲਿਖਿਆ ਕਰੋ॥ ਜੁਆਲਾ ਦਈ ਤੈਂ ਆਸਣ ਦੀ ਖੇਚਲ ਕਿਉਂ ਕਰਨੀ ਸੀ॥ ਤੇਰੀ ਅਗੇ ਹੀ ਚਾਦਰ ਆਈ ਹੋਈ ਹੈ ਮੈਂ ਹਮੇਸਾਂ ਹੀ ਪਹਿਰ ਲੈਂਦਾ ਹਾਂ ਥੋੜਾ ਬਹੁਤ ਚਿਰ॥ ਹੋਰ ਤਾਂ ਸਾਨੂੰ ਕੋਈ ਘਾਟਾ ਨਹੀਂ ਹੈ ਬਿਨਾ ਦਰਸ਼ਨ ਸੰਗਤ ਦੇ॥ ਹੁਣ ਅਰਦਾਸਾਂ ਬਹੁਤ ਲਿਖੀਆਂ ਹੈਨ, ਏਨਾਂ ਨੂੰ ਵਿਚਾਰਣਾ ਚਾਹੀਏ ਅਰ ਮੰਨਣਾ ਜੋ ਜੋ ਲਿਖਾ ਹੈ। ਬਿਨਾ ਮੰਨੇ ਬਹੁਤੀਆਂ ਕੀ ਕੰਮ ਦੇਣਾ ਹੈ॥ ਪਿਛੇ ਦਿਆਂ ਦਾ ਭੀ ਏਈ ਹੁਕਮ ਹੈ ਸਮਰਥਾ ਜੋ ਗਿਆਰਾ ਗੁਰੂ ਹੋਏ ਹੈਨ॥ ਮੈਂ ਭੀ ਉਨਾਂ ਦਾ ਈ ਹੁਕਮ ਸੁਣਾਉਂਦਾ ਹਾਂ॥ ਮੈਂ ਤਾਂ ਗੁਰੂ ਨਹੀਂ। ਗੁਰੂ ਕੀ ਵਡਿਆਈ ਨਾਮ ਤੋਂ ਮੰਗੋ ਜੋ ਮੰਗਣਾ ਹੈ ਅਰ ਨਾਮ ਹੀ ਸਭ ਕਿਛ ਦੇਣ ਨੂੰ ਸਮਰਥ ਹੈ, ਨਾਮ ਹੀ, ਬਖ਼ਸ਼ਣ ਵਾਲਾ ਹੈ, ਮੈਂ ਭੀ ਨਾਮ ਦਾ ਮੰਗਤਾ ਹਾਂ, ਮੇਰੀ ਵਡਿਆਈ ਕੁਛ ਨਾ ਕਹੋ, ਜਿਨਾਂ ਇਹ ਰਚਨ ਰਚਿਆ ਹੈ ਉਸ ਦੀ ਬਡਿਆਈ ਕਰੋ। ਭਜਨ ਬਾਣੀ ਦੇ ਕਰਨੇ ਵੇਲੇ, ਕੰਮ ਕਾਰ ਮੈ ਭੀ ਭਜਨ ਕਰੋ ਪ੍ਰਮੇਸਰ ਦਾ। ਭੱਜੇ ਫਿਰਨ ਮੈਂ ਭੀ ਫੈਦਾ ਕਿਛ ਨਹੀਂ।

ਜੇ ਕਰ ਪ੍ਰਮੇਸ਼ਰ ਮੇਲਾ ਕਰਾਊ ਤੇ ਹੋ ਜਾਊ, ਜੇ ਪ੍ਰਮੇਸ਼ਰ ਦੀ ਏਮੇ ਰਜਾਏ ਹੈ॥ ਅਨੰਦ ਮੇਲਾ ਸਬਦ ਨਾਲ ਰਖੋ, ਦੇਹ ਤਾਂ ਇਸਤਿਤ ਕਦੇ ਭੀ ਨਹੀਂ ਹੈ, ਸਬਦ ਗੁਰੂ ਸਦਾ ਹੀ ਥਿਰ ਹੈ, ਮਨੁਖ ਦੇ ਏਥੇ ਆਉਣ ਤੇ ਸਾਡਾ ਭਜਨ ਬਾਣੀ ਛੁਟ ਜਾਂਦੀ ਹੈ ਸਾਨੂੰ ਚਿੰਤਾ ਖੜੀ ਹੋਇ ਜਾਂਦੀ ਹੈ। ਰਾਤ ਦਿਨੇ ਆਂਧੇ ਹੈਂ ਪ੍ਰਮੇਸ਼ਰ ਕਿਮੇਂ ਇਨਾਂ ਸਿੰਘਾਂ ਨੂੰ ਸੁਖ ਸਾਂਤੀ ਨਾਲ ਏਥੋ ਤੋਰੀਂ॥ ਇਕ ਜਾਂਦਾ ਹੈ, ਇਕ ਉਨ੍ਹਾਂ ਦੇ ਪਿਛੇ ਆਇ ਜਾਂਦਾ ਹੈ, ਦੋ ਡੂਢ ਮਹੀਨੇ ਪਿਛੇ ਚਿੰਤਾ ਬਣੀ ਰਹਿੰਦੀ ਹੈ ਸਾਨੂੰ। ਗੁਰੂ ਜੀ ਦੀ ਕੁਛ ਐਸੀ ਹੀ ਰਜਾ ਹੈ, ਜੇ ਅਛੀ ਤਰਹ ਸੇ ਮਿਲਣ ਦੇਣ ਤਾਂ ਭਾਵੇਂ ਸੌ ਸੌ ਹਰ ਮਹੀਨੇ ਆਵੇ, ਤਾਂ ਭੀ ਅਸੀਂ ਵਡੇ ਅਨੰਦ ਹੈਂ। ਦੂਰੋਂ ਆਉਣਾ ਬੜੇ ਕਸ਼ਟ ਨਾਲ, ਏਥੇ ਮਲੇਛ ਸਾਡੇ ਪਾਸ ਕਿਸੇ ਨੂੰ ਖੜਾ ਭੀ ਨਹੀਂ ਹੋਣ ਦੇਂਦੇ॥ ਹੋਰ ਸਾਨੂੰ ਭੀ ਕਿਸੇ ਦੇ ਮਿਲਨ ਦੀ ਲੋੜ ਨਹੀਂ ਹੈ, ਬੈਠੇ ਭਜਨ ਬਾਨੀ ਕਰਦੇ ਹੈਂ, ਨਹੀਂ ਤਾਂ ਮੁਲਖ ਪਿਆ ਮਗਜ ਖਾਵੇ॥ ਏਨੀਂ ਦੂਰ ਆ ਕੇ ਆਪਨੇ ਸਿੰਘ ਬਿਨਾ ਮਿਲੇ ਚਲੇ ਜਾਂਦੇ ਹੈਂ ਤਾਂ ਸਾਨੂੰ ਬੜਾ ਅਫਸੋਸ ਹੁੰਦਾ ਹੈ ਏਸ ਬਾਤ ਦਾ, ਗੁਰੂ ਮਿਲਾਊ ਤਾਂ ਸਾਨੂੰ ਸੰਗਤ ਤੇ ਕੌਣ ਪਿਆਰਾ ਹੈ, ਪਰ ਹੁਣ ਸਮਾ ਐਸਾ ਹੀ ਹੈ, ਜੈਸਾ ਸਮਾ ਦੇਖਣਾ ਤੈਸਾ ਸਮਾ ਬ੍ਰਤਣਾ ਅਛਾ ਹੈ। ਗੁਰੂ ਗੁਰੂ ਜਪੋ ਮਹਾਰਾਜ ਅਛੀ ਕਰੂਗਾ, ਸਤਿ ਸ੍ਰੀ ਆਕਲ॥ (15) ਸਮਾਪਤ ॥15॥

(ੲ)

ੴ ਸਿਤਗੁਰ ਪ੍ਰਸਾਦਿ

ਹੋਰ ਭਾਈ ਹਰੀ ਸਿੰਘ ਜੀ ਜਿਤਨੀ ਬਾਰ ਹੁਣ ਸਿੰਘ ਆਏ ਹੈਨ ਉਤਨੀ ਬਾਰ

ਮੈ ਮਨੇਹ ਕਰ ਭੇਜਿਆ ਹੈ, ਤੈਨੂੰ ਲਿਖਿਆ ਹੈ ਜੋ ਇਕ ਤਾਂ ਛੇਤੀ ਨਾਂ ਆਵੇ। ਕੋਈ ਦਸ ਅਠ ਮਹੀਨੇ ਤੇ ਆਵੇ, ਅਰ ਜੇ ਆਵੇ ਭੀ ਤਾਂ ਇਕ ਸਰੀਰ ਆਵੈ। ਦੋ ਨਾਂ ਆਵਣ। ਅਰ ਜੇ ਗੋਰਿਆਂ ਨੂੰ ਖਬਰ ਹੋਇ ਗਈ ਤਾਂ ਸਾਨੂੰ ਭੀ ਦੁਖ ਦੇਣਗੇ ਅਤੇ ਨਾਲੇ ਏਨਾਂ ਔਣ ਬਾਲਿਆਂ ਕੋ। ਅਗੇ ਤੁਸੀ ਜਾਣੋ, ਜੋ ਅਗੇ ਕੋਈ ਦੁਖ ਦੀ ਕਸਰ ਰਹਿ ਗਈ ਹੈ ਤਾਂ ਔਣ ਦੇਵੋ ਜੋ ਆਉਂਦਾ ਹੈ। ਤੁਸਾਂ ਮੇਰਾ ਲਿਖਾ ਦੇਖਾ ਨਹੀਂ ਕਿ ਲਿਖੇ ਦਾ ਧਿਆਨ ਨਹੀਂ ਕੀਤਾ। ਜੇ ਮਿਲਣ ਦੇਣ ਏਥੇ ਅਛੀ ਤਰਾਂ ਭਾਂਵੇ ਸੌ ਸੌ ਅਕਠਾ ਆਵੇ ਕੁਛ ਡਰ ਨਹੀਂ ਹੈ। ਦਿਨ ਨੂੰ ਕਾਲਿਆਂ ਦਾ ਪਹਿਰਾ ਹੈ। ਰਾਤ ਨੂੰ ਗੋਰਿਆਂ ਦਾ। ਸਾਡੇ ਅਜ ਤਾਂਈ ਗੁਰੂ ਹੀ ਪੜਦੇ ਕਜੀ ਜਾਂਦੇ ਹਨ, ਹੋਰ ਕੋਈ ਆਸਰਾ ਨਹੀਂ ਹੈ। ਅਰ ਕੋਈ ਕੋਈ ਸਿੰਘ ਖਰਚ ਭੀ ਥੋੜਾ ਲੈ ਕੇ ਆਉਂਦੇ ਹੈਨ। ਏਥੇ ਪ੍ਰਦੇਸ ਮੈ ਤਾਂ ਕੋਈ ਕਿਸੇ ਸਾਥ ਸਿਆਣ ਭੀ ਨਹੀਂ ਲੈਣ ਦੇਣ ਦੀ। ਅਗੇ ਬਹੁਤ ਘਰਾਂ ਨੂੰ ਮੰਗ ਕੇ ਹਮੀਰ ਸਿੰਘ ਆਇਆ ਹੈ, ਜਿਸ ਦਿਨ ਸਾਨੂੰ ਆ ਕੇ ਮਿਲਾ ਤਾਂ ਬੋਲਾ ਮੇਰੇ ਪਾਸ ਅਜ ਰੋਟੀ ਖਾਣ ਨੂੰ ਭੀ ਨਹੀਂ ਹੈ ਤਾਂ ਅਸਾਂ ਉਹਨੂੰ ਸੌ ਰੁਪੈਏ ਦਿਤੇ ਜਦ ਸਾਡੇ ਪਾਸ ਥੇ॥ ਫੇਰ ਉਹ ਮੋਰਮਈ ਤੇ ਖਰਚਾ ਮੰਗ ਕੇ ਲੈ ਆਇਆ ਰੁਪੈਏ 51/- ਜੇ ਨਾਂ ਦੇਂਦੇ ਪ੍ਰਦੇਸ ਮੈ ਤਾਂ ਕੀ ਠਕਾਣਾ ਥਾ ਉਧਾ॥ ਤੁਸੀਂ ਕਿਉਂ ਨਹੀਂ ਮਨਾ ਕਰਦੇ। ਉਠ ਕੇ ਘਰ ਘਰ ਨੂੰ ਕਿਉਂ ਮੰਗਣ ਲਗਾ ਸੀ॥ ਅਰਦਾਸ ਦੇਣੀ ਭੈਣੀ ਮੈਂ॥ 16॥

7

ਲਿਖਤੋ ਜੋਗ ਉਪਮਾ ਜੁਆਲ ਦੇਈ ਰਾਮ ਸਤਿ ਵਾਚਣੀ। ਅਸੀ ਆਨੰਦ ਹਾਂ ਤੁਹਾਨੂੰ ਪ੍ਰਮੇਸ਼ਰ ਰਾਜ਼ੀ ਰਖੇ। ਜੁਆਲਾ ਦੇਈ, ਤੈਂ ਭਜਨ ਬਾਣੀ ਕਰਨਾ, ਰਾਤਿ ਦਿਨੇ ਗੁਰੂ ਗਰੰਥ ਸਾਹਿਬ ਦਾ ਪਾਠ ਕਰਨਾ, ਪਾਠ ਭੀ ਕੀਤਾ ਕਰ ਹਮੇਸ਼ਾਂ, ਮਾਲਾ ਭੀ ਫੇਰਿਆ ਕਰ ਥੋੜੀ ਬਹੁਤੀ। ਇਹ ਲਾਭ ਹੈ ਮਨੁਖਾ ਸਰੀਰ ਕੇ ਜਨਮ ਦਾ। ਇਹ ਦਿਹਾਂ ਦਾ ਮੇਲਾ ਕੋਈ ਦਿਨ ਹੈ। ਧਨ ਨੂੰ, ਪੁਤਾਂ ਧੀਆਂ ਨੂੰ, ਦੌਲਤ ਨੂੰ ਛਡਿ ਛਡਿ ਕੇ ਪ੍ਰਿਥੀ ਚਲੀ ਜਾਂਦੀ ਹੈ, ਏਹੋ ਏਸ ਪ੍ਰਾਨੀ ਦੇ ਪਲੇ ਰਹਿੰਦਾ ਹੈ, ਕੁਛ ਪੁੰਨ ਦਾਨ ਅਰ ਭਜਨ ਬੰਦਗੀ ਹੋਇ ਆਵੇ ਤਾਂ, ਸਰੀਰ ਦਾ ਕੁਝ ਇਤਬਾਰ ਨਹੀਂ ਹੈ। ਗੁਰੂ ਸਾਹਿਬ ਕਹਿਆ ਹੈ 'ਨਹਿ ਬਾਰਕ ਨਹਿ ਜੋਬਣੇ ਨਹਿ ਬਿਰਧੀ ਕੁਛ ਬੰਧ।' ਸਰੀਰ ਤਾਂ ਛਿਨ ਭੰਗ ਹੈ, ਦੋਹਾਂ ਦਾ ਮੇਲਾ ਭੀ ਐਸੇ ਹੀ ਬਣਾ ਹੈ, ਮਿਲਣਾ ਬਿਛੜ ਜਾਣਾ। ਹਥ ਮੈ ਤਾਂ ਇਕ ਪ੍ਰਮੇਸ਼ਰ ਦਾ ਨਾਮ ਕੁਛ ਪੁੰਨ ਦਾਨ ਹੋਇ ਜਾਵੇ, ਏਹੋ ਬਾਤ ਜੀ ਦੇ ਸਾਥ ਰਹਿੰਦੀ ਹੈ। ਹੋਰ ਧੀਆਂ ਪੁਤ੍ਰ ਸਭ ਬੇੜੀ ਦਾ ਈ ਪੂਰ ਹੈ। ਸੋ ਮਨੁਖ ਦੇਹ ਨੂੰ ਐਸੇ ਚਾਹੀਏ ਜੋ ਰਾਤਿ ਦਿਨੇ ਪ੍ਰਮੇਸ਼ਰ ਨੂੰ ਚਿਤ ਰਖਣ। ਹੋਰ ਦਇਆ ਕੌਰ ਨੂੰ ਮੇਰੀ ਰਾਮ

ਸਤਿ ਬੁਲਾਇ ਦੇਣੀ। ਜੋ ਬਣਿ ਆਵੇ ਤਾਂ ਭੋਗ ਭੀ ਪਾਇ ਦੇਣਾ ਕੋਈ ਮੇਰੇ ਬਾਸਤੇ। ਇਹ ਚਿਠੀ ਦੇਣੀ ਭਾਈ ਬਘੇਲ ਸਿੰਘ ਜੁਆਲੀ ਨੂੰ ਅੰਮ੍ਰਿਤਸਰ॥ 17 ॥

8

ੴ ਸਤਿਗੁਰ ਪ੍ਰਸਾਦਿ

ਜੋਗ ਭਾਈ ਗੁਰਦਿਤ ਸਿੰਘ, ਸਾਧੂ ਸਿੰਘ, ਅਰੂੜ ਸਿੰਘ, ਹਰੀ ਸਿੰਘ, ਕਿਰਪਾਲ ਸਿੰਘ। ਹੋਰ ਭਾਈ ਸਾਨੂੰ ਤਾਂ ਰਸਦ ਖਾਣ ਦੀ ਮਿਲਦੀ ਹੈ, ਪੈਸਾ ਤਾਂ ਇਕ ਨਹੀਂ ਮਿਲਦਾ॥ ਕੁਛ ਕੁ ਰੁਪੈਯੇ ਘਰੋਂ ਆਂਦੇ ਸਨ ਤੇ ਕੁਛ ਸਿੰਘ ਲੈ ਆਏ ਸਨ ਜੋ ਏਥੇ ਆਏ ਸਨ, ਸੌ ਰੁਪਏ ਪਹਿਲਾਂ ਸੁਹਾਲੀ ਵਾਲੇ, ਜੀਉਣ ਸਿੰਘ ਤੇ ਸੁਵੇਗ ਸਿੰਘ ਦੇ ਹਥ ਭੇਜ ਦਿਤੇ ਸਨ ਜੋ ਸਾਡੇ ਪਾਸ ਹੈਸੀ॥ ਫੇਰ ਭਗਵਾਨ ਸਿੰਘ ਉਰੀਂ ਜੋ ਸਾਨੂੰ ਦਿਤੇ ਸੋ ਭੀ ਅਸੀਂ ਉਨ੍ਹਾਂ ਦੇ ਹਥੀਂ ਈ ਮੋੜ ਦਿਤਾ, ਲੰਗਰ ਪਾਏ ਦੇਨ ਨੂੰ ਆਖ ਦਿਤਾ ਹੈ॥ ਫੇਰ ਆਏ ਮਲਵਈ ਸਿੰਘ ਤਿੰਨ, ਉਹ ਸਾਨੂੰ ਆਂਧੇ ਸਨ ਕੁਛ ਲੈ ਲਵੋ, ਅਸੀਂ ਉਨ੍ਹਾਂ ਦੇ ਪਾਸੋਂ ਇਕ ਪੈਸਾ ਨਹੀਂ ਲਿਆ। ਉਨ੍ਹਾਂ ਨੂੰ ਵੀ ਆਖ ਦਿੱਤਾ ਜੋ ਸਾਨੂੰ ਦੇਣਾ ਹੈ ਸੋ ਤੁਸੀਂ ਭੀ ਲੰਗਰ ਜਾਇ ਪਾਉ। ਇਕ ਸਾਨੂੰ ਚਾਂਦੀ ਦਾ ਕੌਲ ਦੇ ਗਿਆ ਸੀ ਭਗਵਾਨ ਸਿੰਘ, ਸੋ ਭੀ ਅਸੀਂ ਭਨਵਾ ਕੇ ਉਨ੍ਹਾਂ ਮਲਵਈਆਂ ਸਿੰਘਾਂ ਨੂੰ ਦੇ ਦਿਤਾ ਹੈ ਲੰਗਰ ਵਾਸਤੇ, ਹੁਣ ਤਾਂ ਸਾਡੇ ਪਾਸ ਦੇਣ ਨੂੰ ਕੁਛ ਨਹੀਂ॥ ਭਾਈ ਕਿਰਪਾਲ ਸਿੰਘ ਜੀ ਜੋ, ਤੂੰ 9/- ਰੁਪੈਯੇ ਆਂਧਾ ਸੀ ਦੇਣ ਨੂੰ, ਤੂੰ 9/- ਰੁਪੈਯੇ ਇਨ੍ਹਾਂ ਸਿੰਘਾਂ ਨੂੰ ਦੇ ਦੇਣੇ, ਤੇਰੇ ਪਹੁੰਚ ਗਏ ਲੰਗਰ॥ ਹੋਰ ਭਾਈ ਈ ਗੋਰੇ ਜਾਣ ਲੇਵਣਗੇ ਕੇ ਏਨਾਂ ਦੇ ਆਦਮੀ ਹੈਨ ਤਾਂ ਏ ਸਾਨੂੰ ਬਡਾ ਦੁਖ ਦੇਣਗੇ। ਕਿਆ ਜਾਣੇ ਕੌਣ ਸੇ ਟਾਪੂ ਲੈ ਜਾਣਗੇ ਅਰ ਕਿਸ ਤਰਹ ਰਖਣਗੇ ਅਰ ਤੁਹਾਨੂੰ ਭੀ ਦੁੱਖ ਦੇਣਗੇ। ਅਰ ਏਸੇ ਵਾਸਤੇ ਮਨਿਹ ਕਰਦੇ ਹੈਨ ਅਸੀਂ, ਭਾਈ ਸਾਡੇ ਪਾਸ ਕੋਈ ਨ ਆਵੇ ਸਮਾਂ ਐਸਾ ਹੈ। ਅਗੇ ਤਾਂ ਸੰਗਤ ਦੇ ਫੇੜ ਤੇ ਏਨਾ ਦੁਖ ਹੋਇਆ ਹੈ ਗੁਰੂ ਜਾਣਦਾ ਹੈ। ਅਰ ਦਲੀਪ ਸਿੰਘ[1] ਨੂੰ ਅਰਦਾਸ ਨਹੀਂ ਭੇਜਣੀ ਉਨੇ ਤਾਂ ਗਾਇ ਖਾ ਲਈ ਹੈ ਸਾਡਾ ਕੀ ਕੰਮ ਕਰਨਾ ਹੈ ਉਸ ਨੇ॥ ਅਰ ਅਰਜ਼ੀ ਗੁਰੂ ਅਗੇ ਪਾਉ ਹੋ ਕਿਸੇ ਅਗੇ ਕੀ ਪੌਣੀ ਹੈ। ਹੋਰ ਭਾਈ ਜਦ ਜਹਾਜ ਜਾਵੇ ਤਾਂ ਪੰਜੇ ਸਿੰਘ ਚੜ੍ਹ ਜਾਉ ਜਿਸ ਦੇ ਪਾਸ ਖਰਚਾ ਹੋਵੇ, ਜਿਸ ਪਾਸ ਨਾ ਹੋਵੇ ਸੋ ਦੇ ਦੇਵੇ ਕਲਕਤੇ ਤੇ ਭਾਈ॥ ਸੋ ਭਾਈ, ਖਰਚ ਨਾ ਹੋਵੇ ਤਾਂ ਦੇਸੋਂ ਨਾ ਆਵੇ, ਉਸ ਨੇ ਏਥੇ ਕਿਉਂ ਆਉਣਾ ਹੈ ਪ੍ਰਦੇਸ ਮੇਂ। ਘਰ ਬੈਠ ਕੇ ਭਜਨ ਬਾਣੀ ਕਰੇ ਤਾਂ ਭਲਾ ਹੈ, ਅਰ ਜੇ ਮੇਰੇ ਵਿਚ ਕੁਛ ਕਲਾ ਹੋਵੇ ਤਾਂ ਮੈਂ ਆਪ ਕੈਦ ਕਿਉਂ ਹੋ ਜਾਂਦਾ। ਕਲਾ ਤਾਂ ਨਾਮ ਤੇ ਗੁਰੂ ਵਿਚ ਹੈ ਸੋ ਜਪੋ॥ ਦੇਸ ਮੈਂ ਕਈ ਘਰ ਮੰਗਣੇ ਅਰ ਫੇਰ

1. ਮਹਾਰਾਜਾ ਦਲੀਪ ਸਿੰਘ।

ਭੀ ਖਰਚਾ ਥੁੜ ਜਾਣਾ॥ ਅਰ ਏਥੇ ਮਿਲਣ ਨਹੀਂ ਦੇਂਦੇ ਫੇਰ ਕਿਉਂ ਔਣਾ ਹੈ। ਏ ਨੀ ਦੂਰ ਨਾ ਮੇਲੇ ਦਾ ਸੁਖ ਹੋਯਾ ਸੋ ਆਉ ਤੇ ਕੋਈ ਨਹੀਂ॥ ਹੋਰ ਨਾ ਖਰਚਾ ਈ ਕੋਲ ਹੋਇਆ ਨਾਲ ਦੂਰ ਦਾ ਪੰਥ ਹੈ ਵਡੀ ਬੇਅਕਲੀ ਕੀਤੀ ਜਾਣੋ॥ ਗੁਰੂਆਂ ਗੁਰੂ ਗ੍ਰੰਥ ਸਾਹਿਬ ਗੁਰੂ ਹੈ, ਸੋ ਸਬਦ ਗੁਰੂ। ਜਿਥੇ ਕੋਈ ਮੰਨੂ, ਓਧਾ ਉਥੇ ਹੀ ਭਲਾ ਹੋਇ ਜਾਊਗਾ। ਸਤਿ ਮੰਨਣੀ ਇਹ ਬਾਤ ਹੈ॥ 18॥

9

ੴ ਸਤਿਗੁਰ ਪ੍ਰਸਾਦਿ॥

ਲਿਖਤੋ ਦਿਆਲ ਸਿੰਘ ਜੋਗ ਉਪਮਾ ਕਾਲਾ ਸਿੰਘ ਤ੍ਰੇ ਮੂਲਾ ਸਿੰਘ, ਹੋਰ ਸਰਬਤ ਕੋ ਸ੍ਰੀ ਵਾਹਿਗੁਰੂ ਜੀ ਕੀ ਫਤੇ ਬੁਲਾਈ ਪ੍ਰਵਾਨ ਕਰਨੀ, ਹੋਰ ਜੁਆਲਾ ਦੇਈ ਨੂੰ ਰਾਮ ਸਤਿ ਬਾਚਨੀ। ਹੋਰ ਜੁਆਲਾ ਦੇਈ, ਤੇਰੀ ਬਿਮਾਰੀ ਦੀ ਬਾਤ ਸੁਣ ਕੇ ਬਡਾ ਚਿਤ ਨੂੰ ਅਫਸੋਸ ਹੋਇਆ ਪਰ ਰਛਿਆ ਕਰਨ ਬਾਲਾ ਤੇ ਗੁਰੂ ਜੀ ਹੈ, ਜੀਆਂ ਦੇ ਕੋਈ ਬਸ ਨਹੀਂ। ਪਰ ਜੋ ਤੈਂ ਲਿਖਾ ਸੀ ਚਰਨ ਧੂਲੀ ਮਿਲੈ, ਸੋ ਤਾਂ ਮਿਟੀ ਦਾ ਤੇ ਕੁਛ ਘਾਟਾ ਨਹੀਂ, ਇਕ ਬਾਰ ਹਟ ਗਈ ਬਿਮਾਰੀ ਤੇ ਕਿ ਜਾਣੇ ਨਾ ਵੀ ਹਟੇ। ਫੇਰ ਕਦੇ ਬਿਮਾਰੀ ਹੋਈ, ਮਿਟੀ ਨਾ ਹੋਈ ਪਾਸ, ਫੇਰ ਭੀ ਤਾਂ ਉਤਨਾ ਹੀ ਕਜੀਆ ਰਿਹਾ॥ ਤਾਂ ਤੇ ਮਿਟੀ ਦਾ ਬਾਤ ਕੁਛ ਨਹੀਂ, ਜੋ ਤੈਨੂੰ ਮੈ ਅਰਦਾਸ ਲਿਖ ਕੇ ਦਿਤੀ ਹੈ ਸੋ ਤੂੰ ਏਸ ਅਰਦਾਸ ਮੈ ਜੋ ਬਿਧੀ ਲਿਖੀ ਹੈ ਸੋ ਤੂੰ ਉਹ ਬਿਧੀ ਕਰ, ਤਾਂ ਤੇ ਸਰਬ ਹੀ ਦੁਖ ਦੂਰ ਹੋਇ ਜਾਣਗੇ, ਇਹ ਦੁਆਈ ਸਰਬ ਦੁਖਾਂ ਦੇ ਦੂਰ ਕਰਨ ਵਾਲੀ ਹੈ। ਗੁਰੂ ਜੀ ਨੇ ਲਿਖਾ ਹੈ, ਸਰਬ ਰੋਗ ਕਾ ਔਖਦ ਨਾਮ॥ ਸਮਾ ਤਾਂ ਆਇਆ ਮਿਟਦਾ ਨਹੀਂ ਕਿਸੇ ਤੇ, ਪਰ ਨਾਮ ਜੈਸੀ ਦਾਰੂ ਹੋਰ ਕੋਈ ਨਹੀਂ ਹੈ। ਨਾਮ ਦੀਆਂ ਹੀ ਮੈਂ ਸਾਖਾਂ ਦੇਂਦਾ ਹਾਂ। ਬੇਦ ਤੇ ਸਾਸਤ੍ਰ ਭੀ॥ ਏਸ ਜੀ ਨੂੰ ਕੈਸਾ ਈ ਦੁਖ ਹੋਵੇ, ਸੋ ਨਾਮ ਸਰਬ ਦੁਖਾਂ ਨੂੰ ਦੂਰ ਕਰ ਦੇਂਦਾ ਹੈ ਪ੍ਰਤੀਤ ਕਰਨੀ ਇਸ ਬਾਤ ਦੀ, ਪ੍ਰਮੇਸ਼ਰ ਦਾ ਧਿਆਨ ਕਰਨਾ, ਪ੍ਰਮੇਸ਼ਰ ਅਗੇ ਬੇਨਤੀ ਕਰਨੀ ਇਹ ਹੀ ਵਡੀ ਔਖਧ ਹੈ। ਮੇਰੇ ਬਚਨਾਂ ਤੇ ਪ੍ਰਤੀਤ ਕਰਨੀ॥ ਹੋਰ ਪ੍ਰਤਾਪ ਸਿੰਘ ਨੂੰ ਆਖਣਾ ਜੋ ਪਾਠ ਤੇ ਕਰੇ, ਪਰ ਇਉਂ ਨਾ ਕਿਸੇ ਪਾਸ ਆਖੇ ਕਿ ਮੈਂ ਐਸਾ ਕਾਰਜ ਵਾਸਤੇ ਕਰਨ ਲਗਾ ਹਾਂ, ਗੁਪਤ ਪਾਠ ਕਰਨਾ। ਅਰ ਮੂਲ ਸਿੰਘ ਜੀ, ਤੁਸੀਂ ਜੋ ਪੁਛਦੇ ਹੋ ਸਾਥੋਂ ਪਾਠ ਦੀ ਜੁਗਤ, ਸੋ ਜੁਗਤ ਨੂੰ ਗੁਰੂ ਜੀ ਜਾਨਦੇ ਹੈਨ ਜੋ ਪਾਠ ਦਾ ਕਰਤਾ ਹੈ, ਪਰ ਜੋ ਮੇਰੇ ਤੇ ਗੁਰੂ ਜੀ ਕਹਿਆ ਹੈ ਸੋ ਮੈ ਲਿਖ ਦੀਆ ਹੈ, ਅਗੇ ਗੁਰੂ ਜਾਣੇ। ਜੋ ਅਸ਼ਨਾਨ ਕਰ ਕੇ ਸਵੇਰੇ ਤੇ ਅਕੰਤ ਬੈਠ ਕੇ ਭਜਨ ਬਾਣੀ ਕਰਨਾ, ਅਰ ਚੀਤੇ ਜਾਂਦੇ ਪਾਣੀ ਲੈ ਜਾਣਾ, ਅਰ ਗੁਰੂ ਜੀ ਦੇ ਅਗੇ ਹਰ ਵਕਤ ਬੇਨਤੀ ਕਰਨੀ ਕਦੇ ਮਨ ਬਿਚ ਕਦੇ ਬੋਲ ਕੇ ਕਰਨੀ॥ ਲੋਕਾਂ ਨੂੰ ਨਹੀਂ ਸੁਣਾਉਂਣੀ,

ਹੋਰ ਜਿਤਨਾ ਭਜਨ ਕਰੇਂਗਾ ਤਾਂ ਉਤਨੀਆਂ ਈ ਜੁਗਤਾਂ ਤੈਨੂੰ ਤੇਰੇ ਅੰਦਰੋਂ ਦੀ ਦਸੂਗਾ॥ ਤੂੰ ਭਜਨ ਬਾਣੀ ਕਰ ਤਕੜਾ ਹੋ ਕੇ॥ ਭਜਨ ਬਾਣੀ ਦੇ ਈ ਵਿਚ ਹੈਨ ਅਨੇਕ ਜੁਗਤਾਂ। ਸਤਿ ਕਰ ਕੇ ਮੰਨਣਾ। ਏਹ ਅਰਦਾਸ ਦੇਣੀ ਜੁਆਲਾ ਦੇਈਂ ਨੂੰ, ਭਾਵੇ ਕਲਕਤੇ ਹੋਵੇ ਭਾਵੇਂ ਅੰਮ੍ਰਿਤਸਰ॥19॥

10

ੴ ਸਤਿਗੁਰ ਪ੍ਰਸਾਦਿ॥

ਲਿਖਤੋ ਜੋਗ ਭਾਈ ਗੁਰਦਿਤ ਸਿੰਘ, ਸਾਧੂ ਸਿੰਘ, ਅਰੂੜ ਸਿੰਘ, ਭਾਈ ਹਰੀ ਸਿੰਘ, ਕਿਰਪਾਲ ਸਿੰਘ ਸ੍ਰੀ ਵਾਹਿਗੁਰੂ ਜੀ ਕੀ ਫਤੇ ਬੁਲਾਈ ਪ੍ਰਵਾਨ ਕਰਨੀ। ਧੰਨ ਤੁਮਾਰਾ ਜਨਮ ਹੈ ਜੋ ਤੁਸੀਂ ਇਤਨੀ ਦੂਰੋਂ ਚਲ ਕੇ ਦਰਸ਼ਨ ਦਿਤਾ ਹੈ ਸਾਨੂੰ ਗਰੀਬਾਂ ਨੂੰ॥ ਭਾਈ ਤੁਸੀਂ ਤਾਂ ਸਿਖੀ ਦਾ ਪੂਰਾ ਕੀਤਾ ਹੈ ਕੰਮ। ਸਮੁਦੰਰੋਂ ਪਾਰ ਆਏ ਹਜਾਰਾਂ ਕੋਹਾਂ, ਮੇਰੇ ਮੈ ਤਾਂ ਗੁਰਿਆਈ ਦਾ ਕੰਮ ਬਾਲ ਸਮਾਨ ਭੀ ਨਹੀਂ ਹੈ। ਸਰਨ ਪੜੇ ਹੋਏ ਹਾਂ ਗੁਰੂ ਜੀ ਕੀ॥ ਗੁਰੂ ਜੀ ਦੇ ਚਰਨਾਰਬਿੰਦ ਬੇਨਤੀ ਕਰਦੇ ਹਾਂ ਰਾਤਿ ਦਿਨ। ਜੋ ਹੇ ਗੁਰੂ ਜੀ ਤੂੰ ਗਊ ਗਰੀਬਾਂ ਨੂੰ ਬਖਸ਼ ਲੈ॥ ਗਰੀਬ ਏ ਨਾਮਧਾਰੀਏ ਹੈਂ, ਅਗੇ ਜੋ ਗੁਰੂ ਜੀ ਨੂੰ ਭਾਵੇ। ਬਚਨ ਤਾਂ ਅਗੇ ਬੀ ਹੁਣ ਭੀ ਬਹੁਤ ਸੁਨੇ ਹੈਂ ਚੰਗੇ 2, ਪਰ ਹੁਣ ਜੋ ਗੁਰੂ ਅਖੀਂ ਦਖਾਵੇਗਾ ਤਾਂ ਤ੍ਰਿਪਤਿ ਹੋਊਗੀ ਚਿਤ ਕੋ, ਹੁਣ ਦੇਖੋ ਜੋ ਗੁਰੂ ਦਿਖਲਾਵੰਦਾ ਹੈ ਜੋ ਕੁਝ ਹੋਣਾ ਹੈ ਤਾਂ ਹੁਣ ਛੇਤੀ ਹੀ ਹੁਇ ਜਾਣਾ ਹੈ, ਹੁਣ ਬਚਨਾਂ ਦਾ ਸਮਾਂ ਨਹੀਂ, ਹੁਣ ਅਖੀਂ ਦੇਖਣ ਦਾ ਸਮਾ ਹੈ॥ ਐਸਾ ਢੋਇ ਜੇ ਕੁਛ ਹੋਆ ਤਾਂ ਹੋਆ, ਨਹੀਂ ਤਾਂ ਬਚਨਾਂ ਨੂੰ ਫੇਰ ਜੋ ਸਾਡੇ ਪਿਛੋਂ ਹੋਣਗੇ ਓਹ ਪਏ ਦੇਖਣ ਭਾਵੇਂ ਨਾ ਦੇਖਣ॥ ਹੁਣ ਉਮੇਦ ਤੇ ਹੋਇ ਜਾਣ ਦੀ ਹੈ, ਅਗੇ ਭਾਈ ਪ੍ਰਮੇਸ਼ਰ ਬੇਅੰਤ ਹੈ ਅਵਤਾਰ ਨ ਜਾਣੇ ਅੰਤ॥ ਬੇਅੰਤ ਬਚਨ ਸੁਨਣੇ ਦੀ ਕੁਛ ਸਰ ਨਹੀਂ ਰਹੀ ਗੁਰੂ ਜੀ ਨੇ ਲਿਖਾ ਹੈ॥ "ਜਬ ਲਗ ਦੇਖੋ ਨਹੀਂ ਅਪਣੀ ਨੈਣੀਂ, ਤਬ ਲਗ ਪਤੀਜੋ ਨਾ ਗੁਰ ਕੀ ਬੈਨੀਂ॥" ਸੋ ਜੀ ਮੇਰੀ ਬੁਧ ਮੇਂ ਇਉਂ ਆਉਂਦੀ ਹੈ ਅਬ ਹਮਾਰੇ ਤੁਮਾਰੇ ਦੇਖਦੇ ਹੋਆ ਚੰਗਾ ਨਹੀਂ ਜੋ ਸਾਡੇ ਪਿਛੇ ਹੋਇਆ ਸੋ ਬਚਨ ਬੈਠ ਕੇ ਉਡੀਕਣ ਕੇ ਹੁਣ ਤੇ ਸਾਰੇ ਬਚਨਾਂ ਦਾ ਢੋਇ ਆਣ ਬਣਿਆ ਹੈ ਅਗੇ ਜੋ ਗੁਰੂ ਨੂੰ ਭਾਵੇ। ਬਚਨ ਤਾਂ ਗੁਰੂ ਜੀ ਅਗੇ ਹੀ ਕਰ ਗਏ ਹੈਨ ਸਾਖੀਆਂ ਮੈ ਲਿਖਿਆ ਹੈ॥ ਇਹ ਨੀਤ ਕਰਤੇ ਸਤ ਸਾਤ॥ ਫੇਰ ਬਰਸ ਬੀਤ ਜਾਹਿ ਦਸ ਸਾਤ॥ ਦੋਇ ਸਾਲ ਵਿਚ ਤਾ ਮੈ ਮਿਲੇ॥ ਇਹ ਬਰਸ ਸਾਰੇ ਹੋਏ 33॥ ਏਸ ਤੇ ਉਪਰ ਫਿਰ ਦੁੰਧ ਗੁਰੂ ਜੀ ਦਾ ਹੁਕਮ ਹੈ॥ ਰੌਲੀ ਪਵੇ ਦੇਸ ਸਭ ਰਲੇ॥ ਸੋਈ ਚੌਤੀਯੋ ਮੈਂ ਰੌਲੀ ਤਾ ਹੁਇ ਗਈ ਹੈ। ਹੁਣ ਏਸ ਦੇ ਅਗੇ ਸਭ ਕੁਛ ਹੋਣਾ ਚਾਹੀਯੇ ਜਰੂਰ॥ ਈਸਰਾਂ ਦੇ ਬਚਨ ਅਨਥਾ ਨਹੀਂ ਹੁੰਦੇ, ਮੇਰੇ

ਸਰੀਰ ਨੂੰ ਬੀ ਜਾਣੀ ਅਗ ਲਗੀ ਰਹੀ ਤੀਨ ਬਰਸ, ਸੁ ਹੁਣ ਨਹੀਂ॥ ਜਹਾ ਰਹੇ ਸੋ ਮੈ ਲਿਖ ਦੀਆ ਹੈ॥ ਜੋ ਹਾਲ ਪੁਛਦੇ ਹੋ ਤਾ ਹਾਲ ਐਸਾ ਬਰਤਦਾ ਹੈ। ਜੋ ਪੁਛਦੇ ਉ ਉਸੀ ਬਾਤ॥

"ਹਾਲ ਬਿਹਾਲ ਮਹਾ ਬਿਕਰਾਲ ਭੇਸ ਬੁਰੇ ਕੇਸ ਜੁਰੇ ਜਨ ਕਾਲ ਗ੍ਰਸ ਹੈ" ਹੋਰ ਬਹੁਤ ਕੀ ਲਿਖੀਯੇ ਤੁਸਾਂ ਥੋੜਾ ਲਿਖਾ ਬਹੁਤ ਜਾਨ ਲੈਣਾ ਬਾਰ ਹੀ ਬਾਰ ਪੁਕਾਰਦੇ ਹਾਂ॥ ਗੁਰੂ ਜੀ ਦੇ ਬਚਨ ਮੈ ਤੀਨ ਬ੍ਰਸ ਹੋਏ ਦੇ ਉਤ੍ਰ ਪਰ ਹੁਣ ਜੋ ਗੁਰੁ ਜੀ ਦੇ ਹੁਕਮ ਥਾ ਜੋ ਮੈ ਸੰਤ ਖਾਲਸੇ ਦੀ ਰਛਿਆ ਬਾਸਤੇ, ਪਛਮ ਦਿਸ਼ਾ ਤੇ ਲੈ ਆਵਾਂਗਾ ਭਾਈ ਜੇਤਾ ਏਹੀ ਸੇ ਭਾਈ ਜੇਤਾ ਉਹੀ ਆਹਿਆ ਹੈ ਰਛਾ ਬਾਲਾ॥20॥

11

ੴ ਸਤਿਗੁਰ ਪ੍ਰਸਾਦਿ

ਭਾਈ ਇਹ ਸੰਚੀ ਭੇਜੀ ਹੈ ਤੁਮਾਰੇ ਪਾਸ, ਤੁਸੀ ਪੜਕੇ ਫਿਰ ਸਾਨੂੰ ਦੇ ਦੇਣੀਂ। ਨਾਨੂੰ ਸਿੰਘ ਇਸ ਸੰਚੀ ਨਾਲ ਪਿਆਰ ਰਖਦਾ ਹੈ, ਨਿਤ ਦੇਖਦਾ ਪੜਦਾ ਹੈ ਜੇ ਤੁਸੀਂ ਰਖਣੀ ਹੋਵੇ ਤਾਂ ਤੁਸੀਂ ਉਤਾਰ ਕਰ ਲੈਂਣੀ, ਨਹੀਂ ਤੇ ਪੰਜਾਬ ਤੇ ਈ ਆਈ ਹੈ, ਜੋ ਤੁਸੀਂ ਉਥੇ ਜਾ ਕੇ ਦੇਖ ਲੈਣੀ, ਉਤਾਰ ਲੈਣੀ, ਇਹ ਸੰਚੀ ਪ੍ਰਹਲਾਦਸਰ ਬਾਲੀ ਪੋਥੀ ਤੇ ਨਿਕਲੀ ਹੈ, ਸਾਨੂੰ ਦੇ ਗਿਆ ਹੈ ਨਰੈਣ ਸਿੰਘ। ਏਦੂ ਪਿਛੇ ਜੋ ਸੰਚੀ ਮੈ ਲਿਖਾ ਹੈ ਮੈ ਸਭ ਪੂਰਾ ਹੁੰਦਾ ਆਇਆ ਹੈ॥ ਅਰ ਭਾਈ ਹੁਣ ਦੀ ਗੁਰੂ ਜਾਣੇ, ਸੋ ਏਸ ਗੁਰੂ ਜੀ ਨੇ ਕਰਨੀ ਹੈ॥ ਅਰ ਭਾਈ ਹੁਣ ਏਸ ਸੰਚੀ ਮੈ ਜੋ ਲਿਖਾ ਹੈ ਸੋ ਸਾਖੀਆ ਮੈ ਸੋ ਬਾਤ ਗੁਰੂ ਜੀ ਨੇ ਲਿਖੀ ਹੈ, ਅਗੇ ਗੁਰੂ ਜਾਣੇ। ਨਾਲੇ ਪ੍ਰੇਮ ਸੁਮਾਰਗ ਮੈ ਲਿਖਾ ਹੈ ਦੇਖ ਲੈਣਾ। ਅਗੇ ਹੋਰ ਏਸ ਸੰਚੀ ਦਾ ਦੀਦਾਰ ਕਰਿਆ ਕਰਨਾ। ਗੁਰੂ ਦੇ ਬਚਨ ਹੈਨ, ਇਹ ਅਰਦਾਸ ਪੜ ਕੇ ਸਾਨੂੰ ਦੇ ਦੇਣੀ ਕਲ ਬਾਰਾਂ ਬਜੇ॥ ਹੋਰ ਜੀ ਤੁਸੀਂ ਪੁਜਾਰੀਆਂ ਦੀ ਜੋ ਲਿਖੀ ਹੈ, ਸੋ ਮੈ ਸਮਝੀ ਹੈ, ਇਹ ਲੋਗ ਅਗੇ ਕੇ ਹੀ ਥਕੇ ਹੋਏ ਕਿਸੇ ਵਕਤ ਕੇ, ਇਓਂ ਤਾਂ ਗੁਰੂ ਦੋਖੀ ਹੈਂ॥ ਮੈਂ ਤਾਂ ਕੁਝ ਨਹੀਂ ਕੀਤਾ, ਨਾ ਕਰ ਹੀ ਸਕਦਾ ਹਾਂ, ਇਹ ਖਾਲਸਾ ਗੁਰੂ ਮਹਾਰਾਜ ਜੀ ਦਾ ਹੈ, ਅਰ ਬਹੁਤ ਅਛਾ ਹੈ ਜੀ। ਇਹ ਨਾਮ ਕਲਪ ਬਿਰਛ ਹੈ, ਜੋ ਏ ਨਾਮ ਨੂੰ ਜਪੇਗਾ, ਉਸ ਨੂੰ ਸਰਬ ਫਲ ਦੇਊਗਾ, ਪ੍ਰਤੀਤ ਜਾਨਣੀ ਅਤੇ ਤੁਸੀਂ ਸਤਿ ਕਰ ਕੇ ਜਾਨਣਾ॥ ਮੈਂ ਆਪਣੀ ਅਖੀਂ ਦੇਖੀ ਹੈ, ਨਾਲੇ ਸੁਣਾ ਭੀ ਹੈ, ਦੇਖ ਕੇ ਅਛੀ ਪ੍ਰਤੀਤ ਹੋਈ ਹੈ। ਹੁਣ ਦੇਖ ਕੇ ਚੰਗੀ ਪ੍ਰਤੀਤ ਹੋਈ ਹੈ, ਗੁਰੂ ਜੀ ਭੀ ਲਿਖਾ ਹੈ॥ ਪਾਰਜਾਤਿ ਇਹ ਹਰ ਕੋ ਨਾਮ॥ ਸੋ ਜੀ ਜੇ ਤਾਂ ਏਹ ਲੋਕ ਹੁਣ ਨਾ ਮਿਲੇ ਤਾਂ ਫੇਰ ਰਹਿ ਗਏ ਚੁਰਾਸੀ ਨੂੰ, ਏਨਾਂ ਤੇ ਖਸਮ ਨਾਲ

ਬਰਾਬਰੀ ਕੀਤੀ ਹੈ, ਹੁਣ ਏਨਾਂ ਦਾ ਕੋਈ ਠਕਾਨਾ ਨਹੀਂ ਹੈ, ਨਾ ਪਿਛੇ ਜਾਣ ਜੋਗੇ ਰਹੇ, ਨਾ ਹਟਣ ਜੋਗੇ ਰਹੇ, ਨਾ ਮਿਲਣ ਜੋਗੇ ਹੈਂ, ਕਿਉਂਕਿ ਇਨਾਂ ਨੇ ਦਾਵਾ ਪ੍ਰਮੇਸ਼ਰ ਨਾਲ ਬੰਨਿਆ ਹੈ, ਕਿਉਂਕਿ ਇਨਾਂ ਦਾਵਾ ਗੁਰੂ ਨਾਲ ਬੰਨਿਆ ਹੈ। ਮੈਂ ਤਾਂ ਗੁਰੂ ਨਹੀਂ ਪਰ ਏਹ ਰਚਨਾ ਗੁਰੂ ਜੀ ਹੀ ਰਚੀ ਹੈ॥ ਹੁਣ ਹਮੇਸ਼ਾ ਏਹੋ ਈ ਮੰਗ ਮੰਗਦੇ ਹੈਂ ਤੇ ਚਿਤਵਤੈ ਹੈ ਭਾਂਵੇ ਗੁਰੂ ਕੀ ਹੈ ਰਚੀ ਹੋਈ ਪਰ ਨਾ ਰਹਿ ਤਾਂ ਅਛਾ ਹੈ॥ ਉਨਾਂ ਦੀ ਅਰਦਾਸ ਬਿਨਾਂ ਤੁਮਾਰਾ ਕੁਝ ਨਹੀਂ ਥੁੜਾ ਹੈ, ਉਹ ਦੁਸ਼ਟ ਚੋਰ ਹੈਨ॥ ਹੋਰ ਤਾਂ ਸਾਨੂੰ ਕਾਸੇ ਦੀ ਲੋੜ ਨਹੀਂ, ਸਾਨੂੰ ਗੁਰੂ ਜੀ ਨੇ ਸਭ ਕੁਝ ਦੇ ਛਡਿਆ ਹੈ, ਇਕ ਤੁਮਾਰੇ ਦਰਸ਼ਨਾਂ ਕੀ ਲੋੜ ਹੈ। ਨਾਲੇ ਸੰਤ ਸੰਗ ਦੀ ਲੋੜ ਹੈ॥ ਉਨੀ ਸੇਰ ਸਰਦਾਰੀ ਮਿਲਦਾ ਹੈ ਸਰਕਾਰੋਂ, ਸੁਖ ਮੈ॥ ਅਰ ਘਿਉ ਸਾਲ ਮੈ ਮਿਲਦਾ ਹੈ ਚਾਰ ਮਣਿ ਚੌਵੀ ਸੇਰ, ਅਰ ਖੰਡ ਸਾਲ ਮੈ ਚੰਗੀ ਮਿਲਦੀ ਹੈ ਚੰਗੀ ਦਸ ਮਣ ਤੇ ਉਨੀਂ ਸੇਰ, ਏਨੇ ਹੀ ਚਾਉਲ ਚੰਗੇ ਕਲਕਤੇ ਦੇ ਪਾਈਂ ਸੇਰ ਮਿਲਦਾ ਹੈ, ਤੋਲ ਕੇ ਲੈ ਲੈਂਦੇ ਹਾਂ ਬਾਣੀਂਏ ਦਿਉਂ, ਅਰ ਦੁਧ ਮਿਲਦਾ ਹੈ, ਹੋਰ ਮਿਰਚ ਮਿਸਾਲਾ ਹੋਰ ਭੀ ਕੋਈ ਚੀਜ਼ ਦੀ ਲੋੜ ਹੋਵੇ ਤਾਂ ਮਿਲ ਜਾਂਦੀ ਹੈ, ਅਰ ਆਟਾ ਦਾਲ ਭੀ ਬਹੁਤ ਮਿਲਦਾ ਹੈ ਕਿਰਪਾ ਗੁਰੂ ਸਾਹਿਬ ਜੀ ਦੀ ਨਾਲ॥ ਨਹੀਂ ਤਾਂ ਹਮਾਰੇ ਜੈਸੇ ਪਥਰ ਕੁਟਦੇ ਹੈਂ ਜੇਲਖਾਨੇ ਮੈ, ਅਰ ਪੈਸਾ ਨਹੀਂ ਦੇਂਦੇ। ਇਕ ਹੋਰ ਸਭ ਕੁਛ ਦੇਂਦੇ ਹੈਨ ਜੋ ਲੋੜ ਹੋਵੇ ਪੈਸਾ ਧੇਲੀ ਭੀ॥ ਪੰਜ ਸੈ ਦੀ ਚੀਜ਼ ਭੇਜੀ ਬਾਬੇ ਹੋਰੀ, ਚਾਲੀ ਰੁਪੈਏ ਕੋਈ ਇਕ ਮਦਰਾਸੀ ਸਿਖ ਹੋਏ ਹੈ ਦੇ ਗਏ ਸੀ ਸੋ ਅਸੀਂ ਲੰਗਰ ਨੂੰ ਡੇਰੇ, ਭੇਜੇ ਸਾਨੂੰ ਕੁਛ ਨਾ॥ ਫੇਰ ਇਹ ਕਾਗਤ ਪੜਨਾਂ॥ ਇਥ ਬ੍ਰਾਮਣ ਰੈਂਦਾ ਹੈ ਉਸ ਨੂੰ ਭੀ ਮਣ ਸਮਾ ਮਣ ਘਿਉ ਦੇਂਦੇ ਹੈਂ ਸਾਲ ਵਿਚ ਟਹਿਲ ਕਰਦਾ ਹੈ ਸੁਚੇ ਭਾਂਡੇ ਮਾਂਜ ਦੇਂਦਾ ਤੇ ਚੌਕਾ ਦੇਂਦਾ ਹੈ ਹੋਰ ਭੀ ਕੋਈ ਕੰਮ ਹੋਵੇ ਸੋ ਕਰ ਲੈਂਦਾ ਹੈ ਅਛਾ ਭਲਾ ਆਦਮੀ ਹੈ। ਅਸੀਂ ਏਥੇ ਆਏ, ਤਾਂ ਪਿਛੇ ਤੇ ਤਾਰ ਮੈ ਹੁਕਮ ਆਇਆ, ਕੇ ਏਸ ਸਰੀਰ ਨੂੰ ਸਭ ਕੁਝ ਦੇਣਾ ਕੁਛ ਖਾਣ ਪੈਨਣ ਨੂੰ ਮੰਗੇਗੇ ਪ੍ਰਤਾਪ ਗੁਰੂ ਜੀ ਦਾ, ਤੁਸੀਂ ਸੰਤ੍ਰੀਆਂ ਨੂੰ ਕੁਛ ਨਹੀਂ ਦੇਣਾ ਤੁਹਾਨੂੰ ਜਾਚ ਨਹੀਂ ਭਾਈ ਕਿਸ ਨੂੰ ਦੇਣਾ ਹੈ॥ ਕੋਈ ਮੈਨੂੰ ਤਾਂ ਨਾਂ ਗੁਰੂ ਬਨਣ ਦੀ ਲੋੜ ਹੈ, ਨਾ ਮੈ ਗੁਰੂ ਹਾਂ, ਮੈ ਤਾਂ ਹੁਕਮੀ ਬੰਦਾ ਹਾਂ, ਮੇਰੇ ਨਾਲ ਜਹਾਨ ਨੇ ਬੇਅਰਥ ਦਾਵਾ ਬੰਨਿਆ ਹੈਂ, ਦੇਖੀਏ ਕੀਹ ਹੁੰਦੀ ਹੈ ਹੁਣ ਤਾਂ ਨੇੜੇ ਆ ਰਿਹਾ ਹੈ। ਏਨਾਂ ਲੋਕਾਂ ਨਿੰਦਕਾਂ ਝੂਠ ਬੋਲਾ ਬਹੁਤ ਨਿਸੰਗ ਹੋ ਕੇ॥ ਝੂਠ ਵਿਚ ਫੁਰਤੀ ਚਲਾਕੀ ਤਾਂ ਬਹੁਤ ਹੈ ਪਰ ਝੂਠ ਦਾ ਦਮ ਥੋੜਾ ਹੈ। ਸਚ ਤਾਂ ਥੋੜੇ ਥਾਇੰ ਰਿਹਾ, ਝੂਠ ਦੂਰ ਥਾਇ ਜਾਇ ਫਿਰਿਆ ਦੇਸੀਂ ਪ੍ਰਦੇਸ਼ੀਂ, ਪਰ ਦਮ ਥੋੜਾ ਝੂਠ ਦਾ॥ ਭਾਈ ਖਾਲਸਾ, ਗੁਰੂ ਜੀ ਦੇ ਚਰਨਾਂ ਵਿਚ ਧਿਆਨ ਧਰ ਕੇ ਹਥ ਜੋੜ ਕੇ ਇਹ ਮੰਗ ਮੰਗਣੀ ਹਮੇਸ਼ਾਂ ਈ॥ ਗੁਰੂ ਸਾਹਿਬ ਜੀ ਸੁਆਂਗੇ ਦੇ ਸਮੇਂ ਸਿਦਕ ਦਾਨ ਦੇਣਾ। ਸਦਾ ਹੀ ਗੁਰਮਤ ਦਾ ਦਾਨ ਦੇਈਂ, ਜਿਥੇ ਇਹ ਜੀਉ ਜਾਵੇ,

ਓਥੇ ਹੀ ਆਪਣਾ ਹੁਕਮ ਮਨਾਈਂ। ਹਮੇਸ਼ਾਂ ਇਹ ਮੰਗ ਮੰਗਣੀ ਗੁਰੂ ਸਾਹਿਬ ਜੀ ਤੇ॥ ਤੁਸੀਂ ਪੁਜਾਰੀਆਂ ਦੀ ਅਰਦਾਸ ਨੂੰ ਕੀਹ ਆਂਧੇ ਹੋ, ਇਹ ਤਾਂ "ਆਪ ਗਏ ਅਉਰਨ ਹੂੰ ਖੋਵਹਿ॥ ਆਪ ਨ ਦੇਏ ਚੂਰੂ ਭਰ ਪਾਨੀ, ਤਿਹ ਨਿੰਦੇ ਜਿਹ ਗੰਗਾ ਆਨੀ॥" ਇਹ ਤਾਂ ਗੁਰੂ ਜੀ ਨੇ ਚੰਗੇ ਨੇ ਦੀਆ ਹੈ ਤੁਸੀਂ ਭੀ ਦੇਖ ਲਵੋ ਜੋ ਕੌਣ ਸੀ ਬਾਤ ਬੁਰੀ ਹੈ ਸੁਤੰਤੀ ਹੈ॥ ਮੈਂ ਤਾਂ ਕੋਈ ਏਥੇ ਦੇਖਾ ਤੁਸੀਂ ਦੇਖ ਲੈਣਾ। ਇਹੋ ਨਾਮ ਕੀ ਗੰਗਾ ਆਂਦੀ ਹੈ॥ ਜਿਨ ਆਂਦੀ ਹੈ ਓਸੇ ਨੂੰ ਨਿੰਦਕ ਨਿੰਦਾ ਕਰਦੇ ਹੈਂ। ਮੈਂ ਤਾਂ ਕਈ ਬਾਤਾਂ ਦੇਖ ਕੇ ਈ ਲੜ ਲਗਾ ਹਾਂ, ਪੈਲੇ ਉਦਾਸੀ ਕਾ ਚੇਲਾ ਹੋਇਆ, ਫੇਰ ਨਿਰਮਲੇ ਦਾ ਫੇਰ ਖੰਡੇ ਪਹੁਲ ਲਈ, ਨਿਰਮਲਿਆਂ ਦਾ ਕੋਈ ਸੁਖ ਨਹੀਂ ਹੋਇਆ ਹੈ॥ ਫੇਰ ਏਸੇ ਨਾਮ ਵਿਚੋਂ ਸਭੋ ਕੁਝ ਪੂਰੇ ਹੁੰਦੇ ਹੈਂ, ਏਸ ਨਾਮ ਨੇ ਸਾਨੂੰ ਏਥੇ ਕੈਦ ਮੈ ਭੀ ਸੁਖ ਦੇ ਰਖਾ ਹੈ, ਧੰਨ ਨਾਮ ਹੈ ਏਹ। ਹੋਰ ਜੁਆਲ ਦਈ ਤੇਰੇ ਕਿਤਨੇ ਰੁਪੈਯੇ ਆਸਣ ਤੇ ਲਗੇ ਹੈਨ, ਆਸਣ ਅੱਛਾ ਹੈ ਕੋਈ ਬਾਲ ਰਹਿਆ ਹੈ ਚੁਭਨ ਵਾਲਾ ਇਉਂ ਕਾਗਜ਼ ਦੇਖ ਕੇ ਬਚਨ ਕੀਤਾ ॥21॥

12

ੴ ਵਾਹਿਗੁਰੂ ਜੀ ਕੀ ਫਤਹ॥

ਪਹਿਲੇ ਤੇ ਜੁਆਲਾ ਤੇਰੇ ਪਾਸ ਰਹਿਣ ਦਾ ਤਾਂ ਏਹ ਉਤਰ ਹੈ ਕਿ ਸਤਿ ਕਰ ਕੇ ਜਾਨਣਾਂ, ਝੂਠ ਨਹੀਂ ਲਿਖਦਾ ਮੈ। ਮੇਰੇ ਪਾਸ ਤੇ ਸੋਈ ਹੈ ਜੋ ਸਰੀਰ ਭਜਨ ਕਰਦਾ ਹੈ ਪ੍ਰਮੇਸ਼ਰ ਦਾ, ਅਰ ਗੁਰਮਤ ਬਿਚ ਚਲਦਾ ਹੈ ਸੇ ਤੈ ਜੋ ਆਪਣੀ ਧਾਰਨਾ ਲਿਖੀ ਹੈ ਸੋ ਇਹ ਧਾਰਨਾ ਗੁਰੂ ਦੀ ਬਡੀ ਮੇਹਰ ਜਾਣ ਤੇ ਤੇਰੇ ਉਤੇ ਗੁਰੂ ਜੀ ਦੀ ਬਡੀ ਮੇਹਰ ਹੈ, ਇਕ ਮੇਰੇ ਪਾਸ ਦੀ ਤਾਂ ਥੋੜੀ ਬਾਤ ਹੈ, ਗੁਰੂ ਜੀ ਨੇ ਲਿਖਾ ਹੈ ਸਿਫਤੀ ਗੰਢ ਪਵੇ ਦਰਬਾਰ। ਜਿਸ ਦੀ ਪ੍ਰਮੇਸ਼ਰ ਨਾਲ ਗੰਢ ਪੈ ਜਾਇ ਉਸ ਦੀ ਤਾਂ ਸਾਰੇ ਹੀ ਗੰਢ ਪੈ ਜਾਂਦੀ ਹੈ। ਮੇਰੇ ਤੇ ਸਰੀਰ ਕਰਕੇ ਤਾਂ ਭਾਮੇ ਕਿਤਨੀ ਹੀ ਦੂਰ ਰਹੇ ਪਰ ਭਜਨ ਬਾਣੀ ਕਰੇ ਤਕੜਾ ਹੋ ਕੇ ਤਾਂ ਉਹ ਮੇਰੇ ਪਾਸ ਹੈ ਮੈ ਉਸ ਦੇ ਪਾਸ ਹਾਂ ਸਦਾ ਈ, ਕਿਸ ਕਰਕੇ ਜੋ ਕਿਸੇ ਨੂੰ ਜਿਸ ਬਾਤਿ ਦੀ ਲੋੜ ਹੁੰਦੀ ਹੈ ਉਹੋ ਬਸਤ ਲੈ ਕੇ ਉਹ ਰਾਜੀ ਹੁੰਦਾ ਹੈ, ਸੋ ਮੈਨੂੰ ਤਾਂ ਏਹੋ ਲੋੜ ਹੈ ਭਜਨ ਕਰਨ ਦੀ ਤੇ ਨਾਲੇ ਕਰਾਉਣ ਦੀ। ਸੋ ਉਹ ਜੋ ਸਰੂਪ ਦਾ ਜੋ ਤੈਨੂੰ ਦਰਸ਼ਨ ਹੋਆ ਥਾ ਸੋ ਉਸ ਦਾ ਕਹਿਣਾ ਸਤਿ ਹੈ, ਤੂੰ ਸਦਾ ਹੀ ਮੇਰੇ ਪਾਸ ਈ ਹੈਂ ਪ੍ਰਤੀਤ ਕਰ ਕੇ ਮਨਣੀਂ। ਉਸ ਸਰੂਪ ਦਾ ਆਖਣਾ ਝੂਠਾ ਨਹੀਂ। ਬਿਨਾਂ ਭਜਨ ਬਾਣੀ ਜੋ ਮੇਰੇ ਪਾਸ ਭੀ ਭਾਮੇ ਰਹੇ ਰਾਤਿ ਦਿਨ, ਉਹ ਮੇਰੇ ਤੇ ਬਹੁਤ ਦੂਰ ਜਾਨਣਾ, ਨਾਲੇ ਪ੍ਰਮੇਸ਼ਰ ਤੇ ਭੀ ਦੂਰ ਜਾਣਾ। ਬਿਨਾਂ ਗੁਰਮਤਿ ਜੋ ਮੂਹਿ ਨਾਲ ਚਾਹੇ ਬਾਣੀ ਭੀ ਪੜੇ ਤਾਂ ਭੀ ਕੁਛ ਫਾਇਦਾ ਨਹੀਂ ਹੁੰਦਾ॥ ਮਨਮਤ ਏਸ ਦਾ

ਨਾਉਂ ਹੈ ਜੋ ਬਾਣੀ ਪੜੀ ਪਰ ਬਾਣੀ ਦਾ ਆਖਿਆ ਨ ਕੀਤਾ। ਫੇਰ ਬਾਣੀ ਭੀ ਛੁਟ ਜਾਂਦੀ ਹੈ॥ ਰੋੜੇ ਤਾਂ ਬਡੇ ਉਪਾਧੀ ਹੈਨ, ਗੁਰਦੋਖੀ ਹੈਨ ਜੋ ਸੰਗਤ ਦਾ ਦੋਖੀ ਹੈ, ਉਸ ਨੂੰ ਗੁਰਦੋਖੀ ਜਾਣ ਲੈਣਾ।

ਭਾਈ ਕਾਲਾ ਸਿੰਘ ਜੀ, ਤੁਸੀਂ ਭਜਨ ਬਾਣੀਂ ਕਰੋ ਤਕੜੇ ਹੋ ਕੇ, ਅਰ ਨਾਲੇ ਜਰਾ ਖਿਮਾ ਧੀਰਜ ਭੀ ਰਖੋ। ਜੋ ਰੋੜੇ ਨਾ ਹੱਕ ਬਾਧਾ ਕਰਨਗੇ ਤਾਂ ਓਹ ਆਪੇ ਹੀ ਹਾਰ ਜਾਣਗੇ। ਧੀਰਜ ਬਡੀ ਚੀਜ਼ ਹੈ ਜੈਸੀ ਤੈਂ ਉਨਾਂ ਦੀ ਬਾਤ ਸੁਨਾਈ ਹੈ, ਤਾਂ ਉਨ੍ਹਾਂ ਦਾ ਸੁਭਾਉ ਹੀ ਉਨ੍ਹਾਂ ਨੂੰ ਖਰਾਬ ਕਰ ਦੇਊਗਾ। ਰੋੜੇ ਕਿਸੇ ਦੇ ਬਿਚਾਰੇ ਹੈਨ, ਥਾਧਾ ਕਰਨੇ ਤਾਂ ਰਾਜਿਆਂ ਤੇ ਪਾਤਾਸ਼ਾਹੀਆਂ ਦਾ ਨਾਸ ਹੋਇ ਗਇਆ ਹੈ॥ ਪਰ ਤੁਸੀਂ ਧੀਰਜ ਰਖੋ ਜਰਾ॥ ਅਗੇ ਤਾਂ ਉਨਾਂ ਲਿਖਾ ਥਾ ਕੇ ਸਾਡੇ ਨਾਲ ਆਲੂਬਾਲੀਏ ਸਿੰਘ ਬਹੁਤਾ ਬਾਧਾ ਕਰਦੇ ਹੈਂ, ਪਰ ਮੈਂ ਜਾਣਾ ਹੈ ਝੂਠ ਹੈ। ਤੁਸੀਂ ਭਜਨ ਕਰੋ ਤੇ ਬਾਣੀਂ ਦਾ ਉਚਾਰ ਕਰੋ ਤਕੜੇ ਹੋ ਕੇ ਤੇ ਮੰਗ ਉਹੋ ਮੰਗੋ ਜੋ ਜੁਆਲਾ ਦੇਈ ਨੂੰ ਦਸੀ ਹੈ, ਤਾਂ ਸਭ ਈ ਕੰਮ ਸਰਿ ਜਾਣਗੇ। ਮੇਰਾ ਭੀ ਇਹ ਕਹਿਣਾ ਹੈ ਗੁਰੂ ਜੀ ਦਾ ਭੀ ਇਹੋ ਹੁਕਮ ਹੈ ਜੋ ਮੈ ਤੁਹਾਨੂੰ ਅਰਦਾਸ ਮੇਂ ਲਿਖਾ ਹੈ॥22॥

13

੧ਓ ਸਤਿਗੁਰ ਪ੍ਰਸਾਦਿ॥

ਹੋਰ ਭਾਈ ਮੈਂ ਤਾਂ ਬਹੁਤ ਉਪਮਾ ਕਰਕੇ ਦੇਖ ਰਿਹਾ ਹੈ ਪਰ ਮੈਨੂੰ ਤਾਂ ਕਿਤੇ ਭੀ ਨਹੀਂ ਸੁਖ ਹੋਇਆ, ਨਾ ਤਨ ਕਰਕੇ ਨ ਮਨ ਕਰਕੇ ਨਾ ਧਨ ਕਰਕੇ ਹੀ। ਪਰ ਜਦ ਗੁਰੂ ਬਾਲਕ ਸਿੰਘ ਜੀ ਨੇ ਨਾਮ ਦਾ ਦਾਨ ਦਿਤਾ ਸਾਰੇ ਈ ਸੁਖ ਹੋਏ ਗਏ। ਤਨ ਮਨ ਤੇ ਧਨ ਦੇ ਭੀ। ਐਥੇ ਦੇਖੋ ਬਹੁਤ ਬੁਰੀ ਜਾਗਾ ਹੈ ਕੈਦ, ਕਾਲਾ ਪਾਣੀ, ਪਰ ਨਾਮ ਦਾ ਐਸਾ ਪ੍ਰਤਾਪ ਹੈ ਏਥੇ ਭੀ ਅਸੀ ਬਡੇ ਰਾਜੀ ਹਾਂ। ਅਮੀਰੀ ਤੇ ਫਕੀਰੀ ਭੀ ਦੋਵੇਂ ਬਨੀਆਂ ਹੋਈਆਂ ਹੈਨ, ਕਿਸੇ ਬਾਤ ਦੀ ਥੁੜ ਨਹੀਂ, ਬਿਨ ਇਕ ਸੰਗਤ ਦੇ ਦਰਸ਼ਨ ਤੇ॥ ਧਨ ਬੀ ਕਈ ਸੈ ਰੁਪਿਆ ਏਥੇ ਈ ਆਇ ਜਾਏ ਰਿਹਾ ਏ॥ ਸੋ ਜੋ ਗੁਰੂ ਜੀ ਨੇ ਬਚਨ ਕੀਤਾ ਹੈ ਸੋ ਸਗਲ ਸ੍ਰਿਸ਼ਟ ਨਾਮ ਕੇ ਪਾਛੇ॥ ਸੋ ਜੀ ਮੇਰਾ ਤਾਂ ਇਹੋ ਕਹਿਣਾ ਹੈ ਬਾਰ 2 ਦਾ, ਜੋ ਬਾਣੀ ਪੜੋ, ਨਾਲੇ ਭਜਨ ਕਰੋ, ਦੋਵੇਂ ਕਰਣੇ, ਭਜਨ ਬਿਨਾਂ ਬਾਣੀ ਨਾਲ ਪ੍ਰੀਤ ਨਹੀਂ ਲਗਦੀ, ਭਜਨ ਬਿਨਾਂ ਬਾਣੀ ਭਾਮੇਂ ਪੜੇ ਈ, ਪਰ ਬਾਣੀ ਦੇ ਮਤ ਨੂੰ ਨਹੀਂ ਸਮਝਾ ਜਾਂਦਾ। ਤੁਸੀਂ ਦੇਖ ਲਉ ਆਪ ਦੀ ਨੇਤ੍ਰੀ, ਜੋ ਕਿਤਨੀ ਬਾਣੀ ਏਸ ਭਜਨ ਨੇ ਪੜਾਈ ਹੈ, ਅਰ ਜੋ ਏਹ ਭਜਨ ਨਹੀਂ ਕਰਦੇ ਸੋ ਦੇਖ ਲੇਉ ਜੋ ਕਿਥੇ ਕੋਈ ਬਾਣੀ ਪੜਦਾ ਹੈ। ਏਵੇਂ ਗਪਾਂ ਮਾਰਦੇ ਹੈ ਕੂਕੇ, ਏਉਂ ਹੈ ਮੈਨੂੰ ਆਂਧੇ ਹੈਂ ਠੋਕਾ, ਠੋਕ ਹੀ ਸਦਦੇ ਹੈ ਮੈਨੂੰ, ਬਹੁਤ ਲੋਕ ਮੂੰਹਿ ਆਇਆ ਹੋਰ

ਬਥੇਰਾ ਭੌਂਕਦੇ ਹੈਂ ਮੇਰੇ ਤੇ। ਅਨੰਦ ਈ ਹੈ ਕੋਈ ਭਾਂਮੇ ਠੋਕਾ ਕਹੇ ਭਾਂਵੇਂ ਕੁਛ ਔਰ ਕਹੇ॥ ਸੋ ਜੀ ਸਾਰਾ ਮਤਲਬ ਏਹ ਹੈ ਬਾਣੀ ਭੀ ਪੜਨੀ ਤੇ ਭਜਨ ਭੀ ਕਰਣਾ ਅਰ ਮੰਗਣਾਂ ਭੀ ਇਹੋ ਗੁਰੂ ਜੀ ਤੇ ਨਾਮ ਤੇ ਸਿਦਕ॥ ਸਿਦਕ ਏਸ ਦਾ ਨਾਉਂ ਹੈ ਜੋ ਕਦੇ ਨਾ ਫਿਰੀਯੇ ਗੁਰੂ ਤੇ, ਗੁਰੂ ਜੀ ਤੇਰੇ ਹੁਕਮ ਤੇ। ਇਹ ਬਚਨ ਤਾਂ ਇਕ ਦੇ ਵਾਸਤੇ ਨਹੀਂ, ਸਭ ਦੇ ਬ਼ਾਸਤੇ ਹੈਨ ਜੋ ਏਨਾਂ ਬਚਨਾਂ ਨੂੰ ਮੰਨੇਗਾ ਸੋ ਭਾਈ ਨਾਮ ਤੇ ਤਾਂ ਸਾਰੇ ਹੀ ਕੰਮ ਸਰਿ ਜਾਂਦੇ ਹੈਨ, ਅਰ ਇਕ ਸੁਖ ਕੀ ਅਨੇਕ ਸੁਖ ਹੋਇ ਜਾਂਦੇ ਹੈ ਅਰ ਸਾਰੇ ਹੀ ਦੁਖ ਮਿਟ ਜਾਂਦੇ ਹੈ, ਸਤਿ ਪ੍ਰਤੀਤ ਕਰ ਕੇ ਜਾਨਣੀ, ਅਰ ਸਾਰੀਆਂ ਬਖਸਾਂ ਭੀ ਕਰਨ ਵਾਲਾ ਨਾਮ ਈ ਹੈ ਜਿਥੇ ਨਾਮ ਹੋਊ, ਉਥੇ ਸਾਰੇ ਹੀ ਸੁਕ੍ਰਿਤਿ ਇਕਠੇ ਹੋਏ ਜਾਂਦੇ ਹੈਨ ਘਰ ਸਾਰੇ ਹੀ ਦੁਕ੍ਰਿਤ ਭਜ ਜਾਣਗੇ। ਸੋ ਜੀ ਮੈ ਤਾਂ ਜੋ ਲਿਖਿਆ ਹੈ ਸੋ ਇਹ ਸੋਈ ਲਿਖਾ ਹੈ ਜੋ ਗੁਰੂ ਜੀ ਦਾ ਹੁਕਮ ਹੈ, ਮੈਂ ਆਪਣੇ ਮਨ ਤੇ ਨਹੀਂ ਕੁਛ ਲਿਖਦਾ। ਮੈਂ ਗੁਰੂ ਨਹੀਂ, ਰਪਟੀਏ ਕੀ ਮਾਫਕ ਹਾਂ। ਪਰ ਏਹ ਹੁਕਮ ਗੁਰੂ ਦਾ ਹੈ, ਦਸ ਪਾਤਸ਼ਾਹੀਆਂ ਦਾ॥ ਪਰ ਮੈਂ ਭੀ ਇਹ ਨਾਮ ਦੀ ਵਡਿਆਈ ਤਾਂ ਲਿਖਦਾ ਹਾਂ ਜੋ ਮੈਂ ਆਪਣੀ ਅਖੀਂ ਦੇਖੀ ਹੈ॥ ਹੋਰ ਭਾਈ ਧਾਰਨਾਂ ਏਹ ਹੈ ਭਜਨ ਬਾਣੀ ਦੀ, ਜੇ ਕੰਮ ਕਾਰ ਤੇ ਬਿਹਲ ਹੋਵੇ ਤਾਂ ਇਕੰਤ ਹੋ ਕੇ ਭਜਨ ਬਾਣੀ ਕਰਨਾ, ਹੋਰ ਨਹੀਂ ਕੁਛ ਮੰਗਣਾ ਇਕ ਨਾਮ ਹੀ ਮੰਗਣਾ, ਜੇ ਨਾਮ ਹੋਊ ਆਪਣੇ ਪਾਸ ਤਾਂ ਉਥੇ ਸਾਰੇ ਦੀ ਸੁਖ ਆਏ ਜਾਣਗੇ, ਤਾਂ ਤੇ ਗੁਰੂ ਜੀ ਤੇ ਨਾਮ ਦਾਨ ਈ ਤੇ ਸਿਖੀ ਦਾਨ ਹੀ ਮੰਗਣਾਂ। ਮੈਂ ਆਪ ਤੇ ਦੇਣ ਨੂੰ ਕੁਛ ਸਮਰਥ ਨਹੀਂ ਪਰ ਏਸ ਉਪਾਇ ਤੇ ਸਭੋ ਕੁਛ ਹਥ ਆਇ ਜਾਂਦਾ ਹੈ॥ ਗੁਰੂ ਜੀ ਦਾ ਹੀ ਹੁਕਮ ਹੈ। "ਸਗਲ ਉਦਮ ਮੈ ਉਦਮ ਭਲਾ... ਹਰਿਆ॥" ਹੋਰ ਕੀ ਲਿਖਣਾ ਹੈ ਸਾਰੀ ਬਾਤ ਇਹ ਹੈ ਬਾਰੰਬਾਰ ਗੁਰੂ ਜੀ ਅਗੇ ਬੇਨਤੀ ਕਰਨੀ ਜੋ ਹੇ ਗੁਰੂ ਜੀ ਆਪਣਾ ਹੁਕਮ ਮਨਾਈਂ ਜੋ ਤੈਂ ਗੁਰੂ ਗਰੰਥ ਜੀ ਮੇ ਲਿਖਾ ਹੈ। ਏਹ ਤਾਂ ਅਰਦਾਸ ਸਭ ਦੀ ਸਾਂਝੀ ਹੈ।

ਅਗੇ ਦੇਵਾ ਸਿੰਘ ਤੈਨੂੰ ਥੋੜੀ ਬਿਹਾਰ ਦੀ ਬਾਤ ਲਿਖਦੇ ਹਾਂ ਭਾਈ ਕਾਲਾ ਸਿੰਘ ਤੂੰ ਭਾਈ ਜਮੀਤ ਸਿੰਘ ਨੂੰ ਸਾਡੀ ਫਤੇ ਬੁਲਾਈਂ, ਹਥ ਜੋੜ ਕੇ, ਨਾਲੇ ਜੋ ਤੇਰੇ ਪਾਸ ਅਰਦਾਸਾਂ ਹੋਣ ਸੋ ਭਾਈ ਜਮੀਤ ਸਿੰਘ ਨੂੰ ਸੁਣਾ ਦੇਈਂ॥ (23)

14

ੴ ਸਤਿਗੁਰ ਪ੍ਰਸਾਦਿ॥

ਹੋਰ ਹੁਣ ਇਉਂ ਕਰੋ, ਅਖੰਡ ਪਾਠ ਨਹੀਂ ਹੁੰਦੇ ਤਾਂ, ਪਹਿਲੇ ਤਾਂ ਜਪੁ ਜਾਪ ਦਾ ਪਾਠ ਕੀਤਾ, ਹੋਰ ਭਜਨ ਕੀਤਾ, ਜਿਤਨਾ ਹੋਇ ਆਵੇ, ਨਹੀਂ ਤਾਂ ਜਪ ਜਾਪ ਤਾਂ ਜਰੂਰ ਕਰ ਲੈਣਾ, ਫੇਰ ਜਿਸ ਵੇਲੇ ਸੂਰਜ ਦੀਆਂ ਰਿਸ਼ਮਾਂ ਨਿਕਲਣਿ ਲਗਣ ਤਾਂ ਓਸ

ਵੇਲੇ ਚੰਗੀ ਬਾਰ ਦਾ ਪਾਠ ਕਰਨ ਲਗਣਾ, ਅਰਦਾਸ ਕਰ ਕੇ ਪਾਠ ਤੋਰਨਾਂ ਫੇਰ ਪਾਠ ਕਰ ਕੇ ਫੇਰ ਬੇਨਤੀ ਕਰਨੀ ਹਥ ਜੋੜ ਕੇ, ਹੇ ਸਕਤਿ ਮਾਤਾ ਹੇ ਭਗਵਤੀ ਮਾਤਾ ਹੇ ਜਗਦੰਬਾ ਆਦਿ ਅੰਤ ਦੈਂਤਾਂ ਦਾ ਨਾਸ ਕਰਨ ਵਾਲੀ ਹੋਰ ਜੈਸੀ ਬਣ ਆਵੇ ਬੇਨਤੀ ਕਰਨੀ ਗਊ ਭਛਨ ਕਰਨ ਬਾਲਿਆਂ ਦਾ ਨਾਸ ਕਰ। ਏਹ ਪਾਠ ਸਭੋ ਸਿੰਘ ਕਰਨ, ਕੁੜੀ, ਮੁੰਡਾ, ਬੁਢਾ, ਬਾਲਾ, ਸਭ ਪਾਠ ਕਰੋ ਨਿਤ ਨੇਮ ਨਾਲ, ਅਰ ਏਹ ਮੰਗ ਮੰਗੋ। ਪਾਠ ਗੁਪਤ ਹੀ ਦਸਣਾ, ਗੁਪਤ ਹੀ ਕਰਨਾ, ਜੈਸੇ ਬਿਧਿ ਲਿਖੀ ਹੈ ਏਸੇ ਬਿਧੀ ਸੰਜੁਗਤ ਜੋ ਪਾਠ ਕਰੂਗਾ ਅਰ ਜੋ ਕਰਾਊਗਾ, ਉਸ ਦਾ ਬਹੁਤ ਭਲਾ ਹੋਊਗਾ, ਸਤਿ ਕਰ ਮੰਨਣਾਂ॥ ਪਾਠ ਸੂਰਜ ਵਲ ਮੂੰਹ ਰਖ ਕੇ ਕਰਨਾ, ਗੁਪਤ ਹੀ ਕਰਨਾ, ਹੋਰ ਅਠ ਬਰਸ ਦੀ ਲੜਕੀ ਦਾ ਅਨੰਦ ਭੜੌਣਾ, ਘਟ ਨਹੀਂ ਭੜੌਣਾ, ਕੁੜੀ ਦਾ ਪੈਸਾ ਨਹੀਂ ਲੈਣਾਂ, ਬੱਟਾ ਨਹੀਂ ਕਰਨਾਂ, ਜੋ ਬਟਾ ਕਰੂਗਾ ਉਹ ਲੜਕੀ ਬਿਬਚਾਰਨ ਹੋਇ ਜਾਂਦੀ ਹੈ, ਬਿਆਜ ਨਹੀਂ ਲੈਣਾਂ॥24॥

15

ੴ ਸਤਿਗੁਰ ਪ੍ਰਸਾਦਿ॥

ਲਿਖਤੋ ਜੋਗ ਭਾਈ ਸਮੁੰਦ ਸਿੰਘ ਤੇ ਸਰਮੁਖ ਸਿੰਘ ਵਾਹਿਗੁਰੂ ਜੀ ਕੀ ਫਤੇ ਬੁਲਾਈ ਪ੍ਰਵਾਨ ਕਰਨੀ। ਭਾਈ ਤੁਸੀ ਧੰਨ ਹੋ ਤੁਸੀ ਸਿਖੀ ਦਾ ਕੰਮ ਪੂਰਾ ਕੀਤਾ, ਜੋ ਬੜੀ ਦੂਰ ਸਮੁੰਦ੍ਰ ਲੰਘ ਕੇ ਦਰਸ਼ਨ ਦੀਆ ਹੈ, ਮੇਰੇ ਮੈ ਤਾਂ ਕਮ ਗੁਰਿਆਈ ਦਾ ਵਾਲ ਜਿਨਾਂ ਭੀ ਨਹੀਂ ਹੈ। ਹੋਰ ਭਾਈ ਏਥੇ ਦਾ ਹਵਾਲ ਏਹ ਹੈ॥ ਏਥੇ ਨੈਣਾਂ ਸਿੰਘ ਹੁਰੀ ਆਏ, ਉਨ੍ਹਾਂ ਨੂੰ ਅਸੀਂ ਇਕ ਅਰਦਾਸ ਦਿਤੀ, ਅਰਦਾਸ ਉਤੋਂ ਉਤਾਰ ਕਰ ਕੇ ਨੈਣਾ ਸਿੰਘ ਨੇ ਬਹੁਤ ਲੋਕਾਂ ਨੂੰ ਦਿਤੀ, ਸਾਰੇ ਲੋਕਾਂ ਮੈ ਡੰਡ ਪਾਈ॥ ਓਹ ਸਾਰੀ ਬਾਤ ਫਿਰੰਗੀਆਂ ਨੇ ਸੁਣ ਲਈ, ਫੇਰ ਅੰਮ੍ਰਿਤਸਰ ਵਾਲੇ ਗੋਰੇ ਨੇ ਬਡੇ ਲਾਟ ਗਵਰਨਰ ਨੂੰ ਲਿਖਾ, ਗਵਰਨਰ ਨੇ ਐਥੇ ਵਾਲਿਆਂ ਨੂੰ ਲਿਖਿਆ ਤੁਸੀਂ ਕਿਆ ਖਬਰਦਾਰੀ ਕਰਦੇ ਹੋ ਰਾਮ ਸਿੰਘ ਤੇ ਨੈਣਾ ਸਿੰਘ ਅਰਦਾਸ ਲੈ ਗਿਆ ਹੈ॥ ਦੇਸ ਮੇ ਜਾ ਕੇ ਸਭ ਕੂਕਿਆਂ ਲੋਕਾਂ ਨੂੰ ਨਕਲ ਉਤਾਰ ਦਿੰਦਾ ਹੈ॥ ਤਾਂ ਫੇਰ ਏਥੇ ਸਾਡੇ ਪਾਸ ਇਕ ਬਡਾ ਗੋਰਾ ਆ ਕੇ ਪੁਛਣ ਲਗਾ ਤੁਮਾਰੇ ਪਾਸ ਨੈਣਾ ਸਿੰਘ ਆਇਆ ਤੁਮ ਨੇ ਚਿਠੀ ਦਈ, ਅਸਾਂ ਕਹਾ ਨਹੀਂ ਦੇਖਾ ਨੈਣਾ ਸਿੰਘ॥ ਫੇਰ ਉਹ ਬੋਲਾ ਗਵਰਨਰ ਲਿਖਾ ਹੈ ਅਬ ਤੁਮ ਕੋ ਕਿਸੇ ਦੂਸਰੇ ਟਾਪੂ ਮੈਂ ਜਾਨਾ ਹੋਗਾ। ਅਗੇ ਤਾਂ ਜੇਲ ਖਾਨੇ ਮੈ ਜਾਣਾਂ ਹੋਊ। ਮੈਂ ਕਹਾ ਜਿਥੇ ਮਰਜੀ ਹੈ ਲੈ ਜਾਉ॥ ਤੁਸੀ ਆਪਣੇ ਬਚਣ ਦੀ ਬਾਤ ਕਰ ਲਉ, ਜਿਸ ਤਰਹ ਤੁਸੀਂ ਬਚੋ ਸੋ ਤੁਸੀ ਕਰ ਲਵੋ, ਤੀਜੀ ਬਾਰ ਏਥੋਂ ਬੋਲਤਾ ਗਿਆ ਹੈ, ਪਰ ਹਾਲ ਠਹਿਰੇ ਹੋਏ ਹਾਂ, ਅਗੇ ਸੋ ਹੋਊ ਜੋ ਗੁਰੂ

ਸਾਹਿਬ ਨੇ ਕਰਨੀ ਹੈ। ਲਾਟ ਨੇ ਏਨਾਂ ਨੂੰ ਬੜੀ ਸ਼ਰਮਿੰਦਗੀ ਦਿਤੀ ਹੈ ਏਥੇ ਬਾਲਿਆਂ ਨੂੰ। ਏਨਾ ਦੇ ਹਥ ਕੋਈ ਬਾਤ ਆਈ ਨਹੀ, ਹੁਣ ਏਹ ਬਡੀ ਬੰਦੋਬਸਤ ਕਰਨ ਲਗੇ ਹੈਂ ਸਾਡੇ ਆਦਮੀ ਦੀ॥ ਸਾਡੀ ਚਿਠੀ ਫੜਨ ਨੂੰ, ਗੁਰੂ ਹੀ ਪਰਦੇ ਕਜੇ ਹੈਂ, ਜੇ ਸਾਡੀ ਚਿਠੀ ਫਕੜ ਲੈਣ ਤਾਂ ਏ ਸਾਡੇ ਆਦਮੀ ਨੂੰ ਕੈਦ ਕਰ ਦੇਣਗੇ, ਸਾਨੂੰ ਕੇ ਜਾਣੇ ਕੇੜੇ ਟਾਪੂ ਲੈ ਜਾਣਗੇ, ਏਨਾਂ ਨੂੰ ਮੇਰੇ ਸਰੀਰ ਦਾ ਬਡਾ ਡਰ ਹੈ। ਮੈ ਤਾਂ ਕਿਸੇ ਨੂੰ ਕੁਛ ਨਹੀਂ ਕੀਤਾ, ਪਿਛੋਂ ਤਾਂ ਲਿਆਏ ਹੈਂ ਜੋ ਏਥੇ ਰਹਾਂ ਤਾਂ ਚੌਦੇ ਵਰਗਾ ਕੰਮ ਕਰ ਦੇਊਗਾ, ਅਰ ਹੁਣ ਏਹ ਡਰ ਹੈ ਭਾਈ ਚਿਠੀ ਭੇਜ ਕੇ ਪਿਛੇ ਸੂੜ ਕਰਾ ਦੇਵੂ, ਏਹ ਭਰਮ ਹੈ। ਹੁਣ ਮੇਰੇ ਸਰੀਰ ਦਾ ਕਾਲ ਵਰਗਾ ਭੈ ਹੈ ਏਨਾਂ ਨੂੰ, ਏਸ ਕਰਕੇ ਮੇਰੇ ਪਾਸ ਕਿਸੇ ਨੂੰ ਆਉਣ ਨਹੀਂ ਦੇਂਦੇ। ਏਥੇ ਸਾਨੂੰ ਸੁਖ ਵਡਾ ਹੈ, ਅਛੀ ਜਗਾ ਹੈ ਵਿਚ ਖੂਹੀ ਹੈ, ਹਵਾ ਬਡੀ ਲਗਦੀ ਹੈ, ਨਾਉਣ ਦਾ ਬਡਾ ਸੁਖ ਹੈ ਇਕ ਦੁਖ ਵਡਾ ਹੈ ਸੰਗਤ ਦੇ ਵਿਛੋੜੇ ਦਾ। ਸੁ ਦੁਖ ਗੁਰੂ ਸਾਹਿਬ ਦੇ ਦੂਰਿ ਕਰਨ ਦਾ ਹੈ। ਗੁਰੂ ਚਾਹੂ ਤਾਂ ਤੁਰਤ ਦੂਰ ਕਰ ਦੇਊ, ਸੰਗਤ ਨੇ ਭੀ ਬਡੀ ਮਿਹਰਬਾਨੀ ਕੀਤੀ ਹੈ ਜੋ ਏਨੇ ਭੋਗ ਪਾਠ ਕੀਤੇ ਹੈ ਮੇਰ ਬਾਸਤੇ, ਅਰ ਭਾਈ ਸਮੁੰਦ ਸਿੰਘ ਜੋ ਤੈ ਪ੍ਰਉਪਕਾਰ ਕੀਤਾ ਹੈ ਸੋ ਤਾਂ ਮੇਰੇ ਪਾਸੋਂ ਕਹਾ ਨਹੀਂ ਜਾਂਦਾ ਜੋ ਐਨੇ ਭੋਗ ਪਾਠ ਕਰਾਏ ਮੇਰੇ ਨਮਿਤ। ਧੰਨ ਤੇਰਾ ਜਨਮ ਹੈ। ਗੁਰੂ ਜੀ ਦਾ ਹੁਕਮ ਹੈ ਬਹੁ ਦੁਖ ਪਾਵੇ ਖਾਲਸਾ ਸੋ ਤਾਂ ਪਾਉਣਾ ਹੀ ਥਾ ਨਾ, ਐਸੇ ਹੀ ਪ੍ਰਮੇਸਰ ਦਾ ਭਾਣਾ ਵਰਤਿਆ ਹੈ, ਰਾਜੇ ਰਈਅਤ ਭੇਖ ਹੋਰ ਲੋਕ ਸਭੇ ਮਾਰ ਮਾਰ ਕਰਦੇ ਹੈ ਅਰ ਬਹੁੰ ਨਿੰਦਾ ਸੁਨਦੇ ਹਾਂ ਹੋਏ ਰਹੀ ਹੈ। ਦਮਦਮੀਆਂ ਨੇ ਬਡਾ ਅਚਰਜ ਕੀਤਾ ਜੋਰਾਬਰੀ ਸੰਗਤ ਨੂੰ ਮਥਾ ਨਾ ਟੇਕਣ ਦਿਤਾ॥25॥

16

੧ੳ ਸਤਿਗੁਰ ਪ੍ਰਸਾਦਿ॥

ਹੋਰ ਮੋਰਮਈ ਤੇ ਕੋਈ ਚਿਠੀ ਨਾ ਲਿਆਉਣੀ, ਸਾਨੂੰ ਲੈਣੀ ਏਥੇ ਮੁਸ਼ਕਲ ਹੈ। ਸੁਖ ਸਾਂਦ ਦੀ ਏਨੀ ਬਾਤ ਬੋਲ ਦੇਣੀ ਤੁਰੇ ਜਾਂਦੇ ਅਨੰਦ, ਅਰ ਤੁਸੀ ਓਸੇ ਅੰਬ ਹੇਠ ਬੈਠਿਆ ਕਰੋ, ਨੇੜੇ ਨਹੀਂ ਬੈਠਨਾ। ਜਦ ਅਸੀਂ ਪਲਾ ਹਿਲਾਈਏ ਤਾਂ ਆਇ ਜਾਣਾ, ਬੋਲਣਾ ਨਹੀਂ, ਖੜੇ ਨਹੀਂ ਹੋਣਾ, ਤੁਰੇ ਜਾਂਦੇ ਦ੍ਰਸ਼ਨ ਦੇ ਜਾਣਾਂ ਭਾਂਵੇ ਬੀਸ ਬਾਰ, ਕੋਈ ਡਰ ਨਹੀਂ। ਏਹ ਅਰਦਾਸਾਂ ਅਛੀ ਤਰਹ ਸਮਝ ਕੇ ਫੇਰ ਪਾਣੀ ਮੈ ਗਾਲ ਦੇਣੀਆਂ ਅਰ ਸਾਰੀਆਂ ਯਾਦ ਰਖਣੀਆਂ ਜੋ ਜੋ ਲਿਖੀ ਹੈ। ਭਾਣਾ ਪ੍ਰਮੇਸਰ ਦਾ, ਸਮਾਂ ਹੈ ਨਿਕਲ ਜਾਊਗਾ, ਹਮੇਸ਼ਾਂ ਐਸੀ ਤੰਗੀ ਨਾਮਧਾਰੀਆਂ ਨੂੰ ਨਹੀਂ ਰਹਿਣੀ ਅਰ ਜਿਸ ਜਿਸ ਦੀ ਅਰਦਾਸ ਆਈ ਹੈ ਸੋ ਅਸੀਂ ਅਛੀ ਤਰਹ ਪੜੀ ਹੈ ਸਮਝ ਲਈ

ਹੈ। ਗੁਰੂ ਜੀ ਨੇ ਤਾਂ ਬਡਾ ਢੂੰਢ ਲਿਖਾ ਹੈ ਅਗਲਿਆਂ ਬਰਸਾਂ ਚਾਲੀਏ ਤਾਂਈ, ਅਗੇ ਗੁਰੂ ਜਾਣੇ॥ ਅਰ ਭਾਈ ਪ੍ਰਿਥੀ ਨੇ ਭੀ ਬਡੀ ਸਿੰਙ ਮਿਟੀ ਚੁਕੀ ਹੈ, ਜੁਲਮ ਉਤੇ ਲਕ ਬੰਨ ਲਿਆ ਹੈ ਭਲੇ ਬੁਰੇ ਨੇ, ਦੇਖੀਏ ਅਗੇ ਹੁਣ ਕੀ ਵਰਤਾਰਾ ਵਰਤਦਾ ਹੈ, ਦਿਨ ਤਾਂ ਪੁਜੇ ਹੋਏ ਹੈਨ ਅਰ ਹੁਣ ਗੁਰੂ ਬੇਅੰਤ ਹੈ ਭਾਈ, ਅਰ ਭਾਈ ਅਚਰਜ ਖੇਲ ਰਚਾ ਹੈ ਗੁਰੂ ਨੇ, ਇਕ ਤਾਂ ਆਂਧੈ ਹੈਂ ਜੇ ਬਸ ਲਗੇ ਤਾਂ ਜਾਨ ਮਾਰ ਦੇਈਏ। ਖਬਰ ਨਹੀਂ ਕਉਣ ਕਮਲੇ ਕਉਣ ਸਿਆਣੇ ਹਨ॥ ਤਪੇ ਨੇ ਸਲਾਹ ਕੀਤੀ ਸੀ, ਆਖੇ ਮਾਰ ਦੇਈਏ ਕੱਲੇ ਬੇਠੇ ਨੂੰ॥ ਸਿਖੀ ਖਰਾਬ ਕਰ ਦਿਤੀ ਫੇਰ ਹਟ ਗਏ ਦੇਖੋਂ ਹਟ ਜਾਊਗਾ ਕਲਾਮ ਤੇ ਕਛਾ ਪੁਆਈਆਂ ਹੈਨ। ਲੋਕ ਏ ਤਾਂ ਜੀ ਠੀਕ ਅੰਨੇ ਬੋਲੇ ਹੋਇ ਗਏ ਨੇ, ਗੁਰੂ ਜੀ ਦੇ ਬਚਨਾਂ ਨੂੰ ਸੁਣਦੇ ਨਾ, ਅਤੇ ਨਾ ਅਖੀਂ ਦਿਸਦਾ ਹੈ ਦੇਖੋ ਏਹ ਕਲਾਮ ਦਾ ਲਛਣ ਹੈ, ਕਹੇ ਸੁਣੇ ਨੂੰ ਨਹੀਂ ਮੰਨਦੇ, ਏ ਕੀ ਕਰਨ। ਗੁਰੂ ਸਾਹਿਬ ਦਾ ਹੁਕਮ ਥੀ ਇਕ ਸੰਤ ਖਾਲਸੇ ਤੇ ਬਿਨਾਂ ਹੋਰ ਮਲੇਛ ਪੰਥ ਮੈ ਮਿਲ ਜਾਵਹਿਗੇ। ਸੋ ਸਭਨਾਂ ਇਕ ਸੁਭਾਉ ਹੋਇ ਗਇਆ, ਬਿਲਿਆਂ ਜੇਹਾ ਹੀ॥ ਅਗੇ ਮਲੇਛ ਪੰਥ ਦਾ ਨਾਸ ਦਾ ਹੁਕਮ ਹੈ, ਸੋ ਸਮਾ ਤਾਂ ਆਇ ਪਹੁੰਚਾ ਹੈ ਨੇੜੇ ਹੀ, ਅਗੇ ਭਾਈ ਗੁਰੂ ਬੇਅੰਤ ਹੈ। ਏਥੇ ਆ ਕੇ ਸਾਖੀਆਂ ਦੇ ਅਰਬ ਭੀ ਗੁਰੂ ਜੀ ਨੇ ਬਹੁਤ ਮਲੂਮ ਕਰਬਾਏ ਹੈਂ॥ ਹੋਰ ਜੀ ਅਰਦਾਸਾਂ ਤਾਂ ਬਹੁਤ 2 ਲਿਖ ਹੋ ਗਈਆਂ, ਤੁਸਾਂ ਦੇ ਕਹੇ ਮੂਜਬ, ਪਰ ਕੀ ਕਰੀਏ ਅਰਦਾਸ ਦੇਣੀ ਲੈਣੀ ਮੁਸ਼ਕਲ ਹੈ, ਬਡੀ ਕੁਸ਼ਾਮਤ ਕਰ ਕੇ ਦਈਦੀ ਹੈ ਜੀ, ਏਨਾਂ ਨੂੰ ਭੀ ਡਰ ਹੈ ਸਾਨੂੰ ਭੀ ਡਰ ਹੈ। ਹੋਰ, ਨਾ ਤੁਸੀਂ ਲਿਖੋ ਨਾ ਅਸੀਂ ਲਿਖੀਏ। ਦਰਸ਼ਨ ਆਉਂਦੇ ਜਾਂਦੇ ਦਿੰਦੇ ਰਹਿਣਾਂ॥26॥

17

ੴ ਸੇਤਿਗੁਰ ਪ੍ਰਸਾਦਿ॥

ਲਿਖਤਮ ਦਿਆਲ ਸਿੰਘ ਤੇ ਕਿਰਪਾਲ ਸਿੰਘ ਜੋਗ ਉਪਮਾ ਭਾਈ ਦਿਆ ਸਿੰਘ ਤੇ ਮਿਹਰ ਸਿੰਘ ਸ੍ਰੀ ਵਾਹਿਗੁਰੂ ਜੀ ਕੀ ਫਤੇ ਹੋਰ ਸ੍ਰਵਤ ਨੂੰ ਫਤਹ ਬੁਲਾਈ ਪ੍ਰਵਾਨ ਕਰਨੀਂ। ਹੋਰ ਏਥੇ ਸੁਖ ਅਨੰਦ ਹੈ ਥੁਆਡੀ ਸੁਖ ਗੁਰੂ ਮਹਾਰਾਜ ਪਾਸੋਂ ਮੰਗਦੇ ਹਾਂ॥ ਹੋਰ ਅਸੀਂ ਹਰ ਤਰਖ ਕਰਕੇ ਬਹੁਤ ਸੁਖੀ ਹਾਂ ਇਕ ਸੰਗਤ ਦੇ ਬਛੋੜੇ ਦਾ ਦੁਖ ਹੈ ਗੁਰ ਚਾਹੂਗਾ ਤਾਂ ਏਹ ਬੀ ਮਿਟਾ ਦੇਊਗਾ, ਗੁਰੂ ਸਭਨਾਂ ਗਲਾਂ ਨੂੰ ਸਮਰਥ ਹੈ ਸਾਡੀ ਤਾਂ ਅਰਜ ਬੇਨਤੀ ਈ ਹੈ ਗੁਰੂ ਸਾਹਿਬ ਅਗੇ, ਅਗੇ ਜੋ ਗੁਰੂ ਨੂੰ ਭਾਵੇ। ਹੋਰ ਮਾਈ ਨੂੰ ਬਹੁਤ ਕਰਕੇ ਮਥਾ ਟੇਕਿਆ ਬਾਚਣਾ॥ ਬੀਬੀਆਂ ਨੂੰ ਰਾਮ ਸਤਿ॥ ਹੋਰ ਭਾਈ ਬੀਬੀ ਦਾ ਅਨੰਦ ਪੜਾ ਦੇਉ ਜਿਥੇ ਮੰਗੀ ਹੈ, ਮੈਂ ਤਾਂ ਅਗੇ ਭੀ ਲਿਖਿਆ ਥਾ। ਭਾਈ ਭਜਨ ਬਾਣੀ ਤੇ ਢਿਲੇ ਨਾ ਹੋਣਾਂ, ਤਕੜੇ ਹੋ ਕੇ ਭਜਨ ਬਾਣੀ ਕਰਨਾਂ

ਅਰ ਜਿਤਨਾਂ ਬਣ ਆਵੈ ਉਤਨੇ ਅੰਮ੍ਰਿਤ ਵੇਲੇ ਤੇ ਇਸ਼ਨਾਨ ਕਰਨਾ ਜਰੂਰ॥ ਕਰਨਾਂ ਸਾਰੇ ਟਬਰ ਨੇ ਅਰ ਬਾਣੀ ਕੰਠ ਸਭ ਨੇ ਕਰਨੀ। ਮੇਹਰ ਸਿੰਘ ਤੂੰ ਆਖਦਾ ਮੈ ਤੇ ਬਾਣੀ ਕੰਠ ਨਹੀਂ ਹੁੰਦੀ, ਸੋ ਕਿਉਂ ਨਹੀ ਹੁੰਦੀ, ਜੇ ਦੋ ਤੁਕਾਂ ਨਿਤ ਕਰੇਂ, ਤਾਂ ਭੀ ਬਹੁਤ ਕੰਠ ਹੋਇ ਜਾਂਦੀ ਹੈ।

ਬਾਣੀਂ ਪੜਨ ਤੇ ਅਤੇ ਕੰਠ ਕਰਨ ਤੇ ਆਲਸ ਨ ਕਰਨਾਂ। ਜੁਵਾਬ ਸਤ ਹੈ॥ ਅਰ ਸੇਵਾ ਟਹਿਲ ਭੀ ਸਭ ਦੀ ਕਰਨੀਂ ਜੋ ਬਣ ਆਵੇ ਜਥਾ ਸਕਤਿ ਰੋਟੀ ਕਪੜੇ ਦੀ। ਹੋਰ ਮੇਹਰ ਸਿੰਘ, ਤੂੰ ਅਖਰ ਪੜ ਲੈ ਅਛਾ ਗੁਰੂ ਗ੍ਰੰਥ ਸਾਹਿਬ ਦਾ ਪਾਠ ਕਰਨ ਵਾਲਾ ਹੋਇ ਜਾਇੰ॥ ਹੋਰ ਸਾਡੇ ਨਮਿਤ ਭੋਗ ਭੀ ਪਾਉਣੇ ਜਿਤਨੇ ਤੁਮ ਤੇ ਪੁਜ ਆਵਣ॥ ਅਰ ਥੋੜਾ ਕੰਮ ਤੇ ਬੇਲ ਹੋਵੇ ਤਾਂ ਉਸ ਵੇਲੇ ਪਾਠਕ ਰੋਣ ਲਗ ਜਾਇਆ ਕਰੋ ਗੁਰੂ ਗ੍ਰੰਥ ਸਾਹਿਬ ਦਾ। ਹੁਣ ਜੇ ਕੋਈ ਫੇਰ ਸਾਡੀ ਬਲ ਆਵੇ, ਸਭ ਨੇ ਇਹ ਲਿਖਣਾ ਜੇ ਐਨੇ (ਫਿਲਾਣੇ ਨੇ) ਐਤਨੀਂ ਬਾਣੀਂ ਕੰਠੇ ਕੀਤੀ ਹੈ॥ ਆਪੋ ਆਪਨੀਂ ਸਭ ਨੇ ਲਿਖਣੀਂ ਨਿਆਰੀ ਨਿਆਰੀ॥ ਹੋਰ ਜੇ ਕਿਤੇ ਮਿਲਣ ਤਾਂ ਦੋ ਗਾਈਆਂ ਚੰਗੀਆਂ ਸਾਲਾ ਲੈ ਲੈਣੀਆਹ। ਹਛੀਆਂ ਹੋਵਨਿ। ਦੁਧ ਭੀ ਅਛਾ ਦੇਖ ਲੈਣਾਂ ਅਰ ਬਛੇ ਦੇਣ ਬਾਲੀਆਂ ਹੋਵਣ॥ 100 ਰੁਪੈਯਾ ਭੇਜਿਆ ਹੈ ਥੁਹਾਡੇ ਬਾਸਤੇ ਹੋਰ ਜਿਥੇ ਥੁਹਾਡੀ ਮਰਜੀ ਹੋਵੇ ਓਥੇ ਲਾਇ ਦਿਉ। ਹੋਰ ਮਾਈ ਤੂੰ ਆਖਦੀ ਹੈਂ ਕਿ ਮੈਨੂੰ ਖੰਗ ਹੋਇ ਗਈ ਹੈ ਸੋ ਤੂੰ ਮਾਈ ਭਜਨ ਕਰਿਆ ਕਰਿ। ਭਜਨ ਤੇ ਬਿਨਾ ਤਾਂ ਰੋਗ ਸੋਗ ਲਗੇ ਰਹੁੰਦੇ ਹੈਨ॥ ਹੋਰ ਜਿਮੀਂ ਦਾ ਮਾਮਲਾ ਪਈ ਦਾ ਨਾ ਦੇਣਾ, ਜਾਂ ਤਾਂ ਸਾਂਝੀ ਰਲਾ ਲੈਣੀ, ਨਾਂ ਰਲਣ ਤਾਂ ਮਾਮਲੇ ਖਰਚ ਉਤੇ ਦੇ ਦੇਣੀ॥ ਜੇ ਬਟਾਈ ਮੇਂ ਨਫਾ ਹੋਵੇ ਤਾਂ ਬਟਾਈ ਉਤੇ ਦੇਣੀ, ਅਛੇ ਭਲੇ ਮਾਨਸ ਨੂੰ ਜਿਹੜੇ ਬਈਮਾਨੀ ਨਾ ਕਰਨ। ਦੇਖਣਾਂ ਪਈ ਜਮੀਨ ਦਾ ਮਾਮਲਾ ਨ ਦੇਣਾ। ਜੇ ਸੀਰੀ ਰਲੇ ਤਾਂ ਅਛਾ ਹੈ। ਆਪਣੇ ਵਲੋਂ ਜਰਾ ਸੀਰੀ ਨਾਲ ਨਰਮਾਈ ਰਖੋਗੇ ਤਾਂ ਸੀਰੀ ਕੰਮ ਭੀ ਅਛਾ ਕਰਨਗੇ। ਹੋਰ ਦੋਹਾਂ ਭਾਈਆਂ ਮੈਂ ਤੇ ਜਹਾਂ ਸਾਧ ਸੰਗਤ ਦਾ ਜੋੜ ਮੇਲਾ ਹੋਵੇ ਉਹਾ ਭੀ ਜਾਣਾਂ ਜਰੂਰ। ਦੋਹਾਂ ਤੇ ਨਾ ਜਾਇ ਹੋਏ ਤਾਂ ਇਕ ਜਣਾ ਹੀ ਜਾਵੇ। ਹੋਰ ਕਿਆ ਲਿਖੀਏ, ਬਹੁਤ ਲਿਖਾ ਹੈ ਅਗੇ ਤੁਸੀਂ ਮੰਨਣ ਬਾਲੇ ਜਾਣੋ॥ ਹੋਰ ਭਾਈ ਖੇਤੀ ਦਾ ਕੰਮ ਭੀ ਤਕੜੇ ਹੋ ਕੇ ਕਰਨਾਂ ਅਰ ਦੋਹਾਂ ਭਾਈਆਂ ਨੇ ਆਪਸ ਮੇਂ ਅਛੀ ਤਰਹ ਮਿਲ ਕੇ ਰਹਿਣਾਂ ਕਠੇ, ਕਿਤੇ ਜੁਦੇ 2 ਨਾ ਹੋਇ ਜਾਣਾ, ਤੀਮੀਂ ਤਲੀਆਂ ਦੇ ਆਖੇ॥ ਅਰ ਦਿਆਲ ਸਿੰਘ ਜੇ ਕੰਮ ਕਾਰ ਤੇ ਬੇਲ ਲਗੇ ਤਾਂ ਭਜਨ ਬਾਣੀ ਕਰਨਾਂ, ਲੋਕਾਂ ਨਾਲ ਮਗਜ ਨਹੀਂ ਮਾਰਨਾ॥ ਅਰ ਨਮੇ ਗਰਾਇ ਵਾਲਿਆਂ ਦੇ ਝਗੜੇ ਦੀ ਬੀ ਖਬਰ ਲਿਖਣੀ ਜਦ ਕੋਈ ਹੋਰ ਸਿੰਘ ਆਵੇ ਸਾਡੀ ਬਲ, ਕਿਸ ਤਰਹ ਮੁਕਦਮਾ ਨਿਬੜਾ॥ ਇਹ ਅਰਦਾਸ ਦੇਣੀਂ ਰੁੜਕੀ ਅੰਬਾਲੇ ਉਤਰ ਕੇ॥27॥

18

ੴ ਸਤਿਗੁਰ ਪ੍ਰਸਾਦਿ

ਭਾਈ ਸੁਵੇਗ ਸਿੰਘ ਤੇ ਜੀਵਨ ਸਿੰਘ ਜੀ ਤੁਸਾਂ ਦਾ ਧਨ ਜਨਮ ਹੈ ਜੇ ਤੁਸੀਂ ਸਾਨੂੰ ਐਤਨੀ ਦੂਰ ਸਮੁੰਦਰੋਂ ਪਾਰ ਚਲ ਕੇ ਦਰਸ਼ਨ ਦਿਤਾ, ਨਾਲੇ ਪਦਾਰਥ ਦੀਆ, ਇਹ ਕੰਮ ਹਰ ਕਿਸੇ ਤੇ ਨਹੀਂ ਹੋ ਸਕਦਾ। ਗੁਰੂ ਦੀ ਕਿਰਪਾ ਨਾਲ ਧਰਮ ਡੰਡ ਕੋਈ ਹੀ ਸਹਿ ਸਕਦਾ ਹੈ ਅਰ ਹੋਰ ਤਾਂ ਡੰਡ ਪਿਰਥੀ ਬਹੁਤ ਭਰਦੀ ਫਿਰਦੀ ਹੈ, ਐਥੇ ਆ ਕੇ ਭੀ ਕੋਈ ਸਿੰਘ ਦੋ ਦੋ ਬਰਸ ਰਹਿ ਕੇ ਖਾਲੀ ਚਲੇ ਗਏ ਹੈਨ। ਨਾਲੇ ਬਮਾਰ ਹੋ ਕੇ ਗਏ ਹੈਨ॥ ਤੁਸਾਂ ਤਾਂ ਭਾਈ ਸਿਖਾਂ ਵਾਲੀ ਕੀਤੀ, ਮੇਰੇ ਵਿਚ ਤਾਂ ਗੁਰੂ ਦਾ ਲਛਣ ਬਾਲ ਜਿਨਾਂ ਭੀ ਨਹੀਂ ਹੈ। ਅਸੀ ਕੁਛ ਪਦਾਰਥ ਜੋ ਥੁਹਾਨੂੰ ਦਿਤਾ ਹੈ ਸੋ ਤੁਸੀਂ 100 ਰੁਪੈਯਾ ਤਾਂ ਰੁੜਕੀ ਦੇ ਜਾਣਾਂ ਦਿਆ ਸਿੰਘ ਨੂੰ, 200 ਦੋ ਸੌ ਡੇਰੇ ਬੁਧ ਸਿੰਘ ਨੂੰ ਦੇਣਾ, 10 ਦਸ ਸਰਫੀਆਂ ਬੁਧ ਸਿੰਘ ਨੂੰ ਦੇ ਦੇਣੀਆਂ। ਪਦਾਰਥ ਖਰੇ ਤਕੜੇ ਹੋ ਕੇ ਲੈ ਜਾਣਾ। ਕਿਸੇ ਦਾ ਵਸਾਹੁ ਨਹੀਂ ਕਰਨਾ, ਰਖ ਕੇ ਨਹੀਂ ਨਾਉਣਾ, ਇਕ ਨਾਏ ਤਾਂ ਇਕ ਸਰੀਰ ਗੰਡੜੀ ਖੂਬ ਕਛ ਮੈ ਦਬਾ ਕੇ ਰਖੇ, ਫੇਰ ਦੂਆ ਨਾਏ, ਨਾ ਕਿਸੇ ਨੂੰ ਦਸਣਾ, ਨ ਦਿਖਲਾਣਾ ਧਨ॥ ਹੋਰ ਜੋ ਅਰਦਾਸਾਂ ਹੈਂ ਸੋ ਭੀ ਸਾਂਭ ਕੇ ਲੈ ਜਾਣੀਆਂ, ਨਾ ਕਿਤੇ ਡੇਗ ਦੇਣੀਆਂ, ਨਾ ਕਿਸੇ ਨੂੰ ਦਿਖਾਉਣੀਆਂ, ਨਾ ਅਖਰ ਜੁੜ ਜਾਣ, ਦੇਖਣਾਂ ਬਡੀ ਮਿਹਨਤ ਕਰ ਕੇ ਲਿਖੀਆਂ ਹੈਨ॥ ਡਿਗਣ ਤੇ ਅਰ ਜੁੜਨੇ ਤੇ ਕਿਸੇ ਨੂੰ ਦਿਖਾਉਣ ਤੇ ਅਰਦਾਸ ਦੀ ਬਹੁਤ ਤਕੜਾਈ ਰਖਣੀ। ਅਰਦਾਸ ਦਖਾਉਣੀ ਮੁਠੱਡੀਂ ਆਖਣਾ ਭਾਈ ਸਾਰੀ ਸੰਗਤ ਨੂੰ ਏਹ ਹੁਕਮ ਹੈ ਸੋ ਸਭ ਹੀ ਮੰਨਣੀ ਜੋਗ ਹੈ॥ ਅਰ ਨਾਲੇ ਸਾਡੀ ਸ੍ਰੀ ਵਾਹਿਗੁਰੂ ਜੀ ਕੀ ਫਤੇ ਬੁਲਾਉਣੀ ਮੁਠੱਡਿਆਂ ਕੀ ਸਾਰੀ ਸੰਗਤਿ ਕੋ ਨਾਲੇ ਆਖਣਾਂ ਭਾਈ ਸਾਡੀ ਬਲਿ ਭੀ ਮੁਠੱਡਿਆਂ ਤੇ ਕਿਸੇ ਆਉਣ ਬਾਲੇ ਸਿੰਘ ਪਾਸ ਆਪਣੀ ਸੁਖ ਅਨੰਦ ਦੀ ਖਬਰ ਲਿਖ ਕੇ ਭੇਜਣੀ॥ ਜੀਉਣ ਸਿੰਘ ਤੁਸੀਂ ਆਖਣਾ ਮੁਠੱਡੀਂ॥ ਨੇ ਜਾਨੀਏ ਕੋਈ ਦੇਖੇ ਕਿਥੋਂ ਆਂਦਾ ਹੈ ਪਦਾਰਥ। ਕਰਣਾ ਨੌਕਰੀ ਲਗੀ ਤੋ ਕਰਾਂਗੇ ਨਹੀ ਕੁਛ ਸੌਦਾ ਲੈ ਜਾਂਵਾਂਗੇ ਕਲਕਤੇ ਤੇ ਬਣਾਤਾਂ ਹੋਰ ਲੀੜਾ, ਇਉਂ ਆਖ ਦੇਨਾਂ। ਅਵਲ ਤਾਂ ਕੌਣ ਪੁਛਦਾ ਹੈ ਇਹ ਚਿਠੀ ਤੁਸੀਂ ਆਪਣੇ ਪਾਸ ਰਖਣੀ, ਏਹ ਚਿਠੀ ਤੁਸਾਡੀ ਹੈ ਖਬਰਦਾਰੀ ਭੀ ਹੈ ਹੋਰ ਭਾਈ ਸੁਵੇਗ ਸਿੰਘ ਜੀ ਤੇ ਜੀਵਨ ਸਿੰਘ ਜੀ ਪਹਿਰੇ ਬਾਲਿਆਂ ਦਾ ਸਾਨੂੰ ਕੋਈ ਦੁਖ ਨਹੀਂ। ਇਕ ਐਤਨਾਂ ਦੁਖ ਹੈ ਆਏ ਸਿੰਘ ਨਾਲ ਅਛੀ ਤਰਾ ਮੇਲਾ ਨਹੀਂ ਹੁੰਦਾ, ਹੋਰ ਸਾਨੂੰ ਪਹਿਰੇ ਦਾ ਕੋਈ ਦੁਖ ਨਾਹੀਂ, ਏਨਾਂ ਨੂੰ ਇਹ ਬਡਾ ਭਰਮ ਹੈ ਚਿਠੀ ਦੀ ਬੜੀ ਤਕੜਾਈ ਰਖਦੇ ਹੈਨ ਮੇਰੀ, ਕਹਿੰਦੇ ਹੈਨ ਕਿਤੇ ਚਿਠੀ ਭੇਜ ਕੇ ਸੂੜ ਨਾ ਕਰਾਏ ਦੇਵੇ, ਏਧੇ ਪਿਛੇ ਬਹੁਤ ਆਦਮੀ ਹੈ ਐਥੇ ਭੀ ਇਕ ਸਾਡੇ ਪਾਸ ਆਦਮੀ ਰਹਿੰਦਾ ਸੀ ਉਸ ਨੇ ਬਡੇ ਸਾਹਿਬ

ਪਾਸ ਜਾ ਕੇ ਆਖਿਆ ਮੇਰਾ ਨਾਉਂ ਲੈ ਕੇ ਆਖੇ। ਇਹ ਆਖਦਾ ਥੀ ਜੇ ਮੈਂ ਜਾਣਦਾ ਮੈਨੂੰ ਕਾਲੇ ਪਾਣੀ ਲੈ ਆਉਣਗੇ ਤਾਂ ਮੈਂ ਪੰਜਾਬ ਭਰ ਦੀ ਕੁਰਸੀ ਸਭ ਖਾਲੀ ਕਰ ਦਿੰਦਾ। ਏਹ ਏਨਾਂ ਨੂੰ ਮੇਰਾ ਬਡਾ ਭਰਮ ਹੈ, ਕਿਤੇ ਬਿਲਿਆਂ ਦਾ ਸੂੜ ਨਾ ਕਰਾ ਦੇ ਵੇ॥ ਅਰ ਮੈਂ ਭਾਈ ਆਪਣੀ ਰਸਨਾਂ ਤੇ ਕੁਛ ਨਾਹੀ ਬੋਲਾ ਅਸੀਂ ਤਾਂ ਭਾਈ ਕਿਸੇ ਨੂੰ ਕੁਛ ਨਹੀਂ ਆਂਧੇ ਏਨਾਂ ਨੂੰ ਇਨਾਂ ਵਿਚ ਕਰਨੀ ਹੀ ਪਈ ਡਰਾਉਂਦੀ ਹੈ ਰਾਤ ਦਿਨ ਪੰਜਾਬ ਮੇਂ ਭੀ ਇਨਾਂ ਨੂੰ ਏਹੋ ਭਰਮ ਹੋਇਆ ਜਿਸ ਤਰਾਂ ਅਗੇ ਸਿਖਾਂ ਨੇ ਦੇਸ ਮਲ ਲਿਆ ਥੀ ਦਿਲੀ ਦਾ ਉਸੇ ਤਰ੍ਹਾਂ ਏਹ ਹੁਣ ਬੀ ਮਲ ਲੈਣਗੇ, ਤੁਸੀ ਏਨਾਂ ਦਾ ਕੋਈ ਬੰਦੋਬਸਤ ਕਰੋ, ਏਨਾਂ ਨੂੰ ਬਹੁਤ ਲੋਕਾਂ ਨੇ ਏਹ ਭਰਮ ਪਾਇਆ॥ ਗਿਆਨੀ ਸਿੰਘ ਨੇ ਭੀ ਕਹਾ, ਏਨ ਨਹੀਂ ਕਹਾ, ਏਹ ਤਾਂ ਮੁੰਡਿਆਂ ਦੀ ਖੇਲ ਹੋਈ ਹੈ, ਜੇ ਏਹੁ ਆਖਦਾ ਤਾਂ ਤੁਸੀਂ ਏਥੇ ਨਾ ਬੈਠੇ ਰਹਿੰਦੇ। ਏ ਜਾਣੀ ਜੇ ਏਹ ਭੀ ਆਖ ਦੇਊ ਤਾਂ ਬਡਾ ਗਜਬ ਹੈ। ਏਸ ਨੂੰ ਕਿਤੇ ਦੂਰ ਲੈ ਜਾਉ ਛੇਤੀ ਚੁਪ ਚੁਪਾਤੇ॥ ਸੋ ਭਾਈ ਮੈਂ ਤਾਂ ਕਿਸੇ ਨੂੰ ਕੁਛ ਨਹੀਂ ਆਖਦਾ। ਗੁਰੂ ਦੇ ਘਰ ਸਭੋ ਕੁਝ ਬਥੇਰਾ ਹੈ। ਦੇਸ ਮੈ ਸਾਰੇ ਸਿਖਾਂ ਨੇ ਸਾਧਾਂ ਨੇ ਵੈਰ ਕੀਤਾ ਪੁਜ ਕੇ। ਬੇਕਾਰਨ ਸਾਰੇ ਦੇਸ ਮੈ ਕਲਾਮ ਲਿਖ ਕੇ ਫੇਰ ਦਿਤੀ ਅਵਚਲਾ ਨਗਰ ਸਾਹਿਬ ਤਾਈਂ, ਸੋ ਕਲਾਮ ਕਹਿਣ ਵਾਲਿਆਂ ਦੇ ਤੁਸੀ ਸਤਿ ਕਰਕੇ ਮੰਨਣਾਂ ਦੁਹੀਂ ਜਹਾਨੀਂ ਮੂਹ ਕਾਲਾ ਅਰ ਰੂਈ ਸਿਆਹ ਹੋਈ। ਭਾਈ ਸਾਡੇ ਤੇ ਕੋਈ ਬਸ ਨਹੀਂ ਪ੍ਰਮੇਸ਼ਵਰ ਦੀ ਆਗਿਆ ਹੈ ਏਸੇ ਤਰਾਂ ਹੈ, ਨਹੀਂ ਤਾਂ ਤੁਸੀ ਤਾਂ ਆਪਣੇ ਸਰੀਰ ਹੋ ਕੋਈ ਪੰਜਾਬੀ ਆਏ ਤਾਂ ਉਸ ਦੀ ਚੰਗੀ ਤਰਾਂ ਸੇਵਾ ਟਹਲ ਕਰੀਏ। ਭਾਈ ਗੁਰੂ ਜੀ ਦਾ ਹੁਕਮ ਥਾ ਬਹੁ ਦੁਖ ਪਾਵੈ ਖਾਲਸਾ, ਸੋ ਦੁਖ ਹੋਆ ਹੈ। ਰਛਿਆ ਦਾ ਭੀ ਹੁਕਮ ਹੈ ਗੁਰੂ ਸਹਿਬ ਦਾ। ਸੋ ਰੱਛਿਆ ਭੀ ਠੀਕ ਹੋਊਗੀ। ਈਸਰ ਦਾ ਕਹਿਣਾ ਸਤਿ ਹੁੰਦਾ ਹੈ। ਸਭ ਦਿਨ ਇਕੋ ਜੇਹੇ ਨਹੀਂ ਹੁੰਦੇ ਅਗੇ ਭਾਈ ਗੁਰੂ ਦੀ ਗੁਰ ਜਾਣੇ। ਹੋਰ ਏਥੇ ਰੁਤ ਤਾਂ ਅਛੀ ਰਹਿੰਦੀ ਹੈ ਨਾ ਪਾਲਾ ਹੁੰਦਾ ਹੈ ਨ ਗਰਮੀ ਹੁੰਦੀ ਹੈ, ਪਰ ਹਰ ਇਕ ਆਦਮੀ ਨੂੰ ਮਛਰਦਾਨੀ ਚਾਹੀਦੀ ਹੈ ਆਪਣੇ ਸਿੰਘ ਨੂੰ, ਏਥੇ ਮਛਰ ਹੁੰਦਾ ਹੈ। ਮਛਰਦਾਨੀ ਲਾਈ ਤੇ ਮਛਰ ਨਹੀਂ ਲੜਦਾ, ਹੋਰ ਕੋਈ ਦੁਖ ਨਹੀਂ ਗੁਰੂ ਸਾਹਿਬ ਦੀ ਕਿਰਪਾ ਤੇ, ਪਰ ਸੰਗਤ ਦੇ ਬਿਛੋੜੇ ਦਾ ਬੜਾ ਦੁਖ ਹੈ। ਗੁਰੂ ਸਾਹਿਬ ਮੇਟੂਗਾ ਤਾਂ ਇਹ ਭੀ ਮਿਟ ਜਾਉ, ਨਹੀਂ ਤਾਂ ਸਤਿ ਸ੍ਰੀ ਅਕਾਲ॥ ਜੇ ਕਰਤੇ ਪੁਰਖ ਨੂੰ ਏਮੇ ਭਾਉਦੀਹੋਊ, ਤਾਂ ਹੋਰ ਕਿਸੇ ਦੇ ਕੀ ਬਸ ਹੈ, ਤਾਂ ਏਮੇ ਅਛੀ ਹੈ॥ ਜੋ ਸਾਨੂੰ ਕਰਣਹਾਰੇ ਦਾ ਭਾਣਾ ਹੀ ਮਿਠਾ ਲਗੇ॥ ਜਹਾਂ 2 ਤੁਸੀਂ ਜਾਵੋ ਤਹਾਂ ਤਹਾਂ ਸਰਬ ਸੰਗਤ ਨੂੰ ਸਾਡੀ ਸ੍ਰੀ ਵਾਹਿਗੁਰੂ ਜੀ ਕੀ ਫਤੇ ਗਜਾਇ ਦੇਣੀ। ਭੋਗ ਪਾਠ ਦਾ ਹੋਰ ਸਭ ਬਚਨ ਸੁਣਾਏ ਦੇਣੇ, ਅਗੇ ਮੰਨਣ ਵਾਲੇ ਜਾਨਣ, ਸ੍ਰੀ ਵਾਹਿਗੁਰੂ ਜੀ॥ 28॥

19

ੴ ਸਤਿਗੁਰ ਪ੍ਰਸਾਦਿ॥

ਲਿਖਤਮ ਲਖਾ ਸਿੰਘ ਉਜਲ ਦੀਦਾਰ ਨਿਰਮਲ ਬੁਧ ਸ੍ਰੀ ਸਰਬ ਉਪਮਾ ਜੋਗ ਸ਼ਿਆਮ ਸਿੰਘ ਜੀ ਸ੍ਰੀ ਵਾਹਿਗੁਰੂ ਜੀ ਕੀ ਫਤੇ ਬੁਲਾਈ ਪ੍ਰਵਾਨ ਕਰਨੀ ਜੀ॥ ਹੋਰ ਭਾਈ ਸ਼ਿਆਮ ਸਿੰਘ ਜੀ ਅਸੀ ਰਾਜੀ ਅਨੰਦ ਹਾਂ। ਆਪ ਕੀ ਸੁਖ ਅਨੰਦ ਗੁਰੂ ਸਾਹਿਬ ਪਾਸੋਂ ਮੰਗਦੇ ਹਾਂ, ਬਾਬਾ ਜੀ ਰਾਜੀ ਅਨੰਦ ਹੈਨ, ਰੰਗੂਨ ਹੈਨ, ਅਸੀ ਮੋਰਮਈ ਹਾਂ, ਤਿਨੇ ਬਾਬੇ, ਜੁਆਹਰ ਸਿੰਘ ਤੇ ਬਰਮਾ ਸਿੰਘ॥ ਭਾਈ ਜੀਉਨ ਸਿੰਘ ਨੂੰ ਭਾਈ ਕਿਸ਼ਨ ਸਿੰਘ ਨੂੰ ਤੇ ਭਾਈ ਮੀਹਾਂ ਸਿੰਘ ਨੂੰ ਹੋਰ ਸਰਬਤ ਖਾਲਸੇ ਜੀ ਨੂੰ ਸ੍ਰੀ ਵਾਹਿਗੁਰੂ ਜੀ ਕੀ ਫਤੇ ਬੁਲਾਈ ਪ੍ਰਵਾਨ ਕਰਨੀ ਜੀ॥ ਮਾਈ ਬੀਬੀਆਂ ਨੂੰ ਰਾਮ ਸਤਿ ਕਹਿਣਾ ਹੋਰ ਭਾਈ ਜੀ ਮਾਝੇ ਸੰਗਤ ਨੂੰ ਸਾਰੀ ਨੂੰ ਫਤੇ ਬਲੌਣੀ ਜੀ, ਅਰਦਾਸ ਭੇਜੀ ਭਾਈ ਚੂਹੜ ਸਿੰਘ ਪਾਸ ਤੁਸਾਂ ਅਪਣੀ ਸੁਖ ਅਨੰਦ ਦੀ ਅਰਦਾਸ ਭੇਜੀਂ ਜੀ॥29॥

20

ੴ ਸਤਿਗੁਰ ਪ੍ਰਸਾਦਿ

ਲਿਖਤੋ ਦਿਆਲ ਸਿੰਘ ਜੋਗ ਉਪਮਾ ਵਿਰਾਹੀ ਭਾਈ ਨੈਣਾ ਸਿੰਘ, ਰਤਨ ਸਿੰਘ ਉਬੋਕੀ, ਭਾਈ ਮਤਾਬ ਸਿੰਘ, ਆਲਾ ਸਿੰਘ, ਬਸਾਵਾ ਸਿੰਘ, ਬਹਾਦਰ ਸਿੰਘ ਹੋਰ ਸੰਮੂਹ ਸੰਗਤ ਉਬੋਕੀ ਨੂੰ, ਠਟੀ ਕਾਨ ਸਿੰਘ ਨੂੰ, ਅਰ ਭਾਈ ਪੰਜੇ ਨੂੰ, ਹੋਰ ਸਾਰੀ ਸੰਗਤਿ ਠਟੀ ਕੀ ਨੂੰ, ਠਰੂ ਭਾਈ ਜੀਤ ਸਿੰਘ, ਦੇਵਾ ਸਿੰਘ, ਸਾਰੀ ਸੰਗਤ ਠਰੂਕੀ ਨੂੰ, ਜੌਹਲੀਂ ਭਾਈ ਸਾਹਿਬ ਸਿੰਘ, ਸਾਰੀ ਸੰਗਤ ਜੌਹਲਾਂ ਕੀ ਨੂੰ, ਸਾਰੀ ਸੰਗਤ ਅੰਮ੍ਰਿਤਸਰ ਦੀ ਕੋ, ਲਾਹੌਰ ਭਾਈ ਦੇਵਾ ਸਿੰਘ ਤੇ ਸਵਾਇਆ ਸਿੰਘ, ਹੋਰ ਸਾਰੀ ਸੰਗਤ ਲਹੌਰ ਕੀ ਨੂੰ, ਕਕੜਾਈ ਤੇ ਭਸੀਣ ਦੀ ਸੰਗਤ ਕੋ, ਨਾਮ ਗਾਮ ਲਿਖਣੇ ਤੇ ਬਹੁਤ ਕਾਗਤ ਬਧ ਜਾਂਦਾ ਹੈ, ਸਮੂੰਹ ਸੰਗਤ ਕੋ ਸ੍ਰੀ ਵਾਹਿਗੁਰੂ ਜੀ ਕੀ ਫਤੇ ਬੁਲਾਈ ਪ੍ਰਵਾਨ ਕਰਨੀ ਜੀ॥ ਮਾਈ ਬੀਬੀਆਂ ਨੂੰ ਰਾਮ ਸਤਿ ਬੁਲਾਈ ਪ੍ਰਵਾਨ ਕਰਨੀ ਜੀ॥ ਹੋਰ ਜੀ ਅਸੀ ਅਨੰਦ ਹਾਂ ਸਭ ਤਰਾਂ ਕਰਕੇ ਸੁਖੀ ਹਾਂ। ਇਕ ਸੰਗਤ ਦੇ ਵਿਛੋੜੇ ਦਾ ਬਡਾ ਦੁਖ ਹੈ ਹਮੇਸਾਂ ਸ੍ਰੀ ਵਾਹਿਗੁਰੂ ਪਾਸੋਂ ਸੰਮੂਹ ਸੰਗਤ ਦੀ ਸੁਖ ਮੰਗਦੇ ਹਾਂ॥ ਹੋਰ ਸਾਨੂੰ ਖਾਣ ਪੀਣ ਨੂੰ ਖੰਡ ਘਿਉ ਦੁਧ ਚਾਵਲ ਤਰਕਾਰੀ ਆਟਾ, ਪੈਨਣ ਨੂੰ ਲਠਾ ਖਾਸਾ ਬਹੁਤ ਦਿੰਦੀ ਹੈ, ਸਰਕਾਰ ਦੀ ਮੇਹਰਬਾਨੀ ਹੈ, ਜਗਹ ਭੀ ਚੰਗੀ ਹੈ, ਖੁਲੀ, ਪਰ ਵਿਛੋੜੇ ਦਾ ਬਡਾ ਦੁਖ ਹੈ, ਸੰਗਤ ਦੇ ਦਾ॥ ਇਹ ਦੁਖ ਕਟਣਾਂ ਗੁਰੂ ਜੀ ਦੇ ਬਸ, ਗੁਰੂ ਚਾਹੇ ਤਾਂ ਇਹ ਭੀ ਕਟ ਦੇਊਗਾ॥ ਹੋਰ ਭਾਈ ਖਾਲਸਾ ਜੀ

ਸਾਰੀ ਸੰਗਤ ਨੂੰ ਇਹ ਹੁਕਮ ਹੈ ਜ ਸਭ ਨੇ ਤਾਂ ਬਾਣੀ ਕੰਠ ਕਰਨੀ ਬੁਢੇ ਬਾਲੇ ਨੇ, ਅਰ ਪਿਛਲੀ ਰਾਤ ਉਠ ਕੇ ਜਰੂਰ ਇਸ਼ਨਾਨ ਕਰਨਾ। ਜਨਾਨੇ ਮਰਦਾਨੇ ਨੇ ਜਰੂਰ ਬਾਣੀ ਕੰਠ ਕਰਨੀ। ਅਰਦਾਸ ਏਹ ਸਰਬਤ ਸੰਗਤ ਨੂੰ ਸੁਣਾਏ ਦੇਣੀ, ਜੇ ਬਣਿ ਆਵੇ ਤਾਂ ਪੰਜ ਗਰੰਥੀ ਕੰਠ ਕਰਨੇ॥ ਨਹੀਂ ਤਾਂ ਜਪ, ਜਾਪ, ਰਹਿਰਾਸ, ਆਰਤੀ, ਆਸਾ ਬਾਰ, ਸੁਖਮਣੀ ਜਰੂਰ ਕੰਠ ਕਰਨੇ, ਅਰ ਨਿਤ ਨਾਇ ਕੇ ਝਲਾਂਗੇ ਪੜਨੇ, ਅਰ ਲੜਕੇ ਲੜਕੀ ਨੂੰ ਅਖਰ ਪੜਾਉਣੇ, ਫੇਰ ਬਾਣੀ ਕੰਠ ਕਰਣੀ ਅਰ ਸ੍ਰੀ ਗੁਰੂ ਗ੍ਰੰਥ ਸਾਹਿਬ ਦਾ ਭੋਗ ਪਾਉਣਾ॥ ਜਥਾ ਸਕਤਿ ਪ੍ਰਸਾਦਿ ਕਰਨਾਂ, ਏਸ ਰੀਤੀ ਦੇ ਵਿਚ ਜੋ ਚਲੇਗਾ ਭਾਈ ਖਾਲਸਾ ਜੀ ਉਸ ਨੂੰ ਦੁਖ ਭੀ ਨਾ ਹੋਊਗਾ, ਸੈ ਉਪਾਧਾਂ ਉਸ ਦੇ ਸਿਰੋਂ ਟਲ ਜਾਣਗੀਆਂ। ਇਹ ਬਚਨ ਮੇਰੇ ਜਰੂਰ ਮੰਨਣੇ, ਏਹ ਨਫੇ ਬੁਡੇ ਦਾ ਕੰਮ ਹੈ। ਦੇਖੋ ਭਜਨ ਬਾਣੀ ਦਾ ਐਸਾ ਪ੍ਰਤਾਪ ਹੈ, ਅਸੀ ਕੈਦ ਤਾਂ ਹੋਇ ਗਏ, ਕਿਤੇ ਕਰਮ ਨੇ ਕਰਾਇ ਦਿਤੇ ਸਾਡੇ ਨੋ, ਹੋਰ ਕਿਸੇ ਨੂੰ ਕੀ ਆਖਣਾ ਹੈ, ਪਰ ਏਥੇ ਭੀ ਸਾਨੂੰ ਤਾਂ ਬਡਾ ਸੁਖ ਹੈ॥ ਬਾਣੀ ਜਰੂਰ ਸਭ ਨੇ ਕੰਠ ਕਰਨੀ॥ ਰਾਤ ਨੂੰ ਅਕਠੇ ਹੋ ਕੇ ਬਾਣੀ ਕੰਠ ਕਰਨੀ॥ ਸਬਦ ਜੋਟੀਆਂ ਨਾਲ ਪੜਨੇ। ਦੇਖੋ ਸਮਾਂ ਐਸਾ ਈ ਹੈ॥ ਮੂਰਖ ਲੋਗ ਆਂਧੇ ਹੈਨ ਏਹ ਰੌਲਾ ਪਾਉਂਦੇ ਹੈਨ। ਏਹ ਰੌਲਾ ਤਾਂ ਨਹੀਂ, ਦੇਖੋ ਏਨਾਂ ਲੋਕਾਂ ਨੂੰ ਗੁਰੂ ਰੌਲਾ ਭੀ ਦਿਖਾਲ ਦੇਊਗਾ, ਗੁਰੂ ਦੇ ਘਰ ਸਭ ਕੁਛ ਬਥੇਰਾ ਹੈ, ਕਿਸੇ ਬਾਤ ਦੀ ਕਮੀ ਨਹੀਂ॥ ਨਾਰਲੀ ਬਾਲੀ ਸੰਗਤ ਕੋ ਬੀ ਸੂਬ ਕੋ ਫਤੇ ਬੁਲਾ ਦੇਣੀ ਮੇਰੀ॥

ਅਰ ਭਾਈ ਬਘੇਲ ਸਿੰਘ ਤੈਂ ਸਾਰੀ ਸੰਗਤ ਨੂੰ ਇਹ ਹੁਕਮ ਸੁਣਾਇ ਦੇਣਾ ਕਿਤੇ ਆਪ ਜਾ ਕੇ ਕਿਤੇ ਏਹ ਚਿਠੀ ਤੋਂ ਉਤਾਰ ਕਰ ਕੇ ਭੇਜ ਦੇਣਾਂ॥ ਅਰ ਸੰਗਤਿ ਸੁਣੇ ਓਹ ਰੌਲਾ ਨਾ ਪਾਵੇ, ਚੁਪ ਚਾਪ ਰਖੇ ਜੇ ਗੋਰਾ ਸੁਨੂ ਜਿਲੇ ਵਾਲਾ ਤਾਂ ਤੁਰਤ ਇਥੇ ਵਾਲੇ ਗੋਰੇ ਨੂੰ ਲਿਖੂ, ਤੁਸੀਂ ਰਾਮ ਸਿੰਘ ਨੂੰ ਕੈਦ ਕੀਤਾ ਹੈ॥ ਰਾਮ ਸਿੰਘ ਨੂੰ ਲੋਕ ਮਿਲ 2 ਆਉਂਦੇ ਹੈਨ॥ ਤਾਂ ਸਾਨੂੰ ਕਿਤੇ ਹੋਰ ਥੇ ਨਾ ਲੈ ਜਾਣਿ। ਦੇਖਣਾਂ ਅਛੇ ਆਦਮੀ ਤੋਂ ਬਿਨਾਂ ਤੂੰ ਨਾ ਦਸੀਂ ਕਿ ਮੈ ਮਿਲ ਕੇ ਆਇਆ ਹਾਂ। ਚਿਠੀ ਦਿਖਾਲਣੀ ਸੰਬੂਹ ਸੰਗਤ ਨੂੰ। ਮੁਰਾਣੇ ਵਾਲੇ ਸਿੰਘਾਂ ਨੂੰ ਤੇ ਸਵੇਗ ਸਿੰਘ ਨੂੰ ਫਤੇ ਗਜਾ ਦੇਣੀਂ, ਨਾਲੇ ਹੋਰ ਸਿਖਾਂ ਨੂੰ॥ ਹੋਰ ਬਘੇਲ ਸਿੰਘ ਤੋਂ ਮੂਡੀਏ ਪੰਜ ਦਮੜੇ ਦੇ ਜਾਣੇ ਬਚ੍ਰਿਤ ਸਿੰਘ ਦੇ ਲੜਕੇ ਹੀਰਾ ਸਿੰਘ ਨੂੰ, ਆਖਨਾਂ ਸਾਡੇ ਨਮਿਤ ਭੋਗ ਪਾਇ ਦੇਣ॥ 5 ਦਮੜੇ ਉਤਮੀ ਨੂੰ ਦੇ ਜਾਣੇ ਉਸ ਨੂੰ ਭੀ ਆਖਣਾਂ ਸਾਡੇ ਨਮਿਤ ਭੋਗ ਪਾਣੇ, ਜਿਤਨਾਂ ਕੁ ਉਸ ਤੇ ਸਰੇ 10 ☰ ।ਖਰਚਾ ਪ੍ਰਸਾਦਿ 5 ਮੂਡੀਆ ਦੇ ਉਤਮੀ ਨੂੰ ਇਕ ਜੋੜਾ 20 ☰ ॥ ਅਰਦਾਸਾ ਅਛੀ ਤਰਹ ਸਮਾਲ ਕੇ ਲੈ ਜਾਈਂ, ਜਿਥੇ ਦੀਆਂ ਹੈਨ ਤਿਥੇ 2 ਤੂੰ ਸੰਭਾਲ ਕੇ ਦੇ ਦੇਈਂ॥ ਜਿਥੇ ਤੂੰ ਜਾਵੇਂ ਓਥੇ ਸਭ ਸਿੰਘਾਂ ਨੂੰ ਤੂੰ ਅਰਦਾਸਾਂ ਪੜ ਕੇ ਸੁਣਾਏ ਦੇਨੀਆਂ॥ 30 ॥

21

੧ਓ ਸਤਿਗੁਰ ਪ੍ਰਸਾਦਿ

ਲਿਖਤੋ ਜੋਗ ਭਾਈ ਲਾਲ ਸਿੰਘ ਜੀ ਤੇ ਨਰੈਣ ਸਿੰਘ ਜੀ ਸ੍ਰੀ ਵਾਹਿਗੁਰੂ ਜੀ ਕੀ ਫਤੇ ਬੁਲਾਈ ਪ੍ਰਵਾਨ ਕਰਨੀ, ਹੋਰ ਬੀਬੀ ਪ੍ਰਤਾਪ ਕੌਰ ਨੂੰ ਰਾਮ ਸਤਿ ਬਾਚਨੀ॥ ਹੋਰ ਭਾਈ ਤੁਸਾਂ ਦਾ ਧਨ ਜਨਮ ਹੈ ਜੋ ਏਨੀਂ ਦੂਰ ਸਮੁੰਦਰੋਂ ਪਾਰ ਆ ਕੇ ਦਰਸ਼ਨ ਦਿਤਾ, ਏਨਾਂ ਤੁਸੀਂ ਤਸੀਹਾ ਸਹਿਆ। ਤੁਸੀਂ ਤਾਂ ਭਾਈ ਸਿਖੀ ਬਾਲਾ ਕੰਮ ਪੂਰਾ ਕੀਤਾ। ਮੇਰੇ ਮੈ ਤਾਂ ਗੁਰਿਆਈ ਦਾ ਕੰਮ ਬਾਲ ਸਮਾਨ ਭੀ ਨਹੀਂ। ਹੋਰ ਭਾਈ ਤੁਸੀਂ ਤਾਂ ਸਾਡੀ ਦੇਹ ਪ੍ਰਾਨ ਹੋ। ਸਾਨੂੰ ਤਾਂ ਪੰਜਾਬ ਦਾ ਜੇ ਭੰਗੀ ਮਿਲਦਾ ਤਾਂ ਓਸ ਨੂੰ ਭੀ ਬੜੀ ਚਾਹ ਨਾਲ ਮਿਲਦੇ ਹਾਂ। ਸਾਨੂੰ ਤਾਂ ਪੰਜਾਬ ਦੇ ਮਨੁਖਾਂ ਦਾ ਦੀਦਾਰ ਹੋਣਾ ਭੀ ਬਡਾ ਦੁਰਲੱਭ ਹੈ। ਅਸੀਂ ਜੋ ਬਾਬਾ ਮਨੇ ਕਰਦੇ ਹਾਂ ਜੋ ਕੋਈ ਆਵੇ ਨਾ ਛੇਤੀ, ਜੋ ਕੋਈ ਆਵੇ ਈ ਤਾਂ ਬਰਸ ਦਿਨ ਮੈ ਆਵੇ ਇਕ ਆਦਮੀ, ਅਰ ਜਨਾਨਾਂ ਕੋਈ ਨ ਆਵੇ, ਸੋ ਇਸ ਵਾਸਤੇ ਆਖਦੇ ਹਾਂ ਜੋ ਏਤਨੀ ਦੂਰ ਅਰ ਏਨਾਂ ਬਹੁਤਾ ਖਰਚ ਕਰ ਕੇ ਆਉਣਾ ਅਰ ਬਡਾ ਕਸ਼ਟ ਸਹਿ ਕੇ, ਜੋ ਏਥੇ ਏਮੇ ਮਲੇਛ ਮਿਲਣ ਨਹੀਂ ਦੇਂਦੇ। ਤੁਹਾਡੀ ਮਾਲਮੀ ਹੋਏ ਗਈ, ਕਿਸੇ ਨੇ ਕਰਵਾਇ ਦਿਤੀ, ਸੋ ਏਨਾਂ ਹੁਣ ਬਡੀ ਤਕੜਾਈ ਕਰੀ ਹੋਈ ਹੈ॥ ਸੋ ਏਨਾਂ ਦੇ ਭੀ ਕੁਛ ਬਸ ਨਹੀਂ॥ ਜੇਹੜਾ ਬਡਾ ਗੋਰਾ ਹੈ, ਸਾਰੇ ਦੇਸਾਂ ਉਤੇ ਜਿਸ ਦਾ ਹੁਕਮ ਹੈ ਉਸ ਦਾ ਲਿਖਾ ਹੁਕਮ ਏਥੇ ਕੰਧ ਦੇ ਨਾਲ ਲਾਇਆ ਹੈ, ਜੋ ਕੋਈ ਆਦਮੀ ਏਸ ਦੇ ਨਾਲ ਬਾਤ ਕਰੇ ਤਾਂ ਉਸ ਨੂੰ ਕੈਦ ਕਰੋ, ਅਰ ਜੇ ਕੁਛ ਬਾਹਿਰ ਤੇ ਸਿਟੇ ਅੰਦਰ ਕੋ, ਅੰਦਰੋ ਬਾਹਿਰ ਸਿਟੇ ਤਾਂ ਉਸ ਨੂੰ ਭੀ ਕੈਦ ਕਰੋ, ਅਰ ਕੋਈ ਆਦਮੀ ਏਥੇ ਸੌਂਹੇ ਖੜਾ ਨਾ ਹੋਣ ਦੇਉ, ਸੋ ਇਹ ਇਵੇਂ ਕਹਦੇ ਹੈਂ। ਪਰਮੇਸਰ ਨੇ ਏਨਾਂ ਦੇ ਸੰਤ੍ਰੀਆਂ ਦੇ ਮਨ ਮੈ ਨਰਮਾਈ ਪਾਈ ਹੈ, ਤਾਂ ਏ ਕੁਛ ਕੰਮ ਕਰਾਇ ਦਿੰਦੇ ਹੈਨ। ਕੋਈ ਕੋਈ ਸੰਤ੍ਰੀ ਭੀ ਐਸੇ ਹੈ ਬਾਹਰ ਤੇ ਆਦਮੀ ਨੂੰ ਖੜਾ ਨਹੀਂ ਹੋਣ ਦਿੰਦੇ, ਜੋ ਏਨਾਂ ਮਲੇਛਾਂ ਨੂੰ ਕੁਛ ਮਾਲੂਮ ਹੋਏ ਜਾਵੇ ਤਾਂ ਏ ਨਾਲੇ ਸੰਤ੍ਰੀਆਂ ਨੂੰ ਭੀ ਕੈਦ ਕਰਨ, ਨਾਲੇ ਨਾਮ ਕਟ ਦੇਣ, ਨਾਲੇ ਬੈਂਤ ਮਾਰਨ, ਨਾਲੇ ਜੇੜਾ ਸਾਨੂੰ ਮਿਲਣ ਆਵੇ, ਉਸ ਨੂੰ ਭੀ ਕੈਦ ਕਰ ਦੇਣਗੇ॥ ਅਰ ਕੇ ਜਾਣੇ ਕੌਣ ਟਾਪੂ ਮੈ ਸਾਨੂੰ ਲੈ ਜਾਣਗੇ, ਕੈਸੀ ਔਖੀ ਜਗਾ, ਗੁਰੂ ਹੀ ਪੜਦਾ ਕਜੀ ਜਾਂਦਾ ਹੈ, ਏਸ ਵਾਸਤੇ ਅਸੀ ਮਨੇ ਕਰਦੇ ਹਾਂ ਜੋ ਕੋਈ ਨਾ ਆਉ॥ ਅਸੀਂ ਤਾਂ ਬੰਦ ਮੈ ਹੈ, ਜੇਕਰ ਆਪਣੇ ਆਦਮੀਆਂ ਨੂੰ ਤਸੀਹਾ ਹੋਇਆ ਤਾਂ ਸਾਨੂੰ ਹੋਰ ਦੁਖ ਖੜਾ ਹੋ ਜਾਊਗਾ, ਅਰ ਸਾਨੂੰ ਕੀ ਜਾਨੀਏ ਕਿਥੇ ਲੈ ਜਾਨਗੇ॥ ਇਹ ਜਗਾ ਅਛੀ ਹੈ, ਨਾਲੇ ਅਕੰਤ ਹੈ, ਨਾਲੇ ਬਿਚ ਖੂਹਾ ਹੈ, ਇਸ਼ਨਾਨ ਦਾ ਬੜਾ ਸੁਖ ਹੈ, ਐਸੀ ਜਗਹ ਸਾਨੂੰ ਫੇਰ ਨਹੀਂ ਮਿਲਣੀ॥ ਭਾਈ ਸਾਨੂੰ ਏਨਾਂ ਦੀ ਤਕੜਾਈ ਦਾ ਕੋਈ ਦੁਖ ਨਹੀਂ, ਭਾਵੇਂ ਬੀਹ ਬੰਦੂਕਾਂ ਕੰਧੇ

ਧਰੀ ਫਿਰਨ, ਇਹ ਦੁਖ ਹੈ ਜੋ ਆਪਨੇ ਸਿੰਘਾਂ ਸਾਥ ਮੇਲਾ ਨਹੀਂ ਹੁੰਦਾ॥ ਹੋਰ ਸਾਨੂੰ ਕਿਸੇ ਦੇ ਮੇਲੇ ਦੀ ਲੋੜ ਨਹੀਂ। ਜੋ ਖੁਲੀ ਹੋਵੇ, ਆਦਮੀ ਆਵਣ ਜਾਣ ਸਾਡੇ ਪਾਸ, ਤਾਂ ਤੇ ਭਜਨ ਬਾਣੀ ਨਾ ਕਰਣ ਦੇਣ, ਪਏ ਮਗਜ ਖਾਣ ਵੇ ਅਰਥ॥ ਹੋਰ ਸਾਨੂੰ ਕਿਸੇ ਦੇ ਮੇਲੇ ਦੀ ਲੋੜ ਨਹੀਂ ਬਿਨਾ ਆਪਣੇ ਸਿੰਘਾਂ ਤੇ॥ ਸਾਰੀ ਬਾਤ ਦਾ ਤਾਤ ਪਰਜ ਇਹ ਹੈ ਜੋ ਜੇਕਰ ਏਸ ਦੀ ਅਰਦਾਸ ਜਾਇ ਰਹੀ ਮਾਝੇ ਪੰਜਾਬ ਮੈ, ਤਾਂ ਏਸ ਦੇ ਆਦਮੀ ਹੈ ਬਹੁਤ ਅਰ ਇਸ ਦਾ ਕਹਾ ਮਨਦੇ ਹੈਨ ਤਾਂ ਇਹ ਆਪਣੇ ਸਿੰਘਾਂ ਨੂੰ ਆਖਕੇ ਸਾਰੇ ਲੋਕਾਂ ਦਾ ਸੂੜ ਕਰਵਾਇ ਦੇਊਗਾ, ਏਸ ਦੀ ਬਡੀ ਤਕੜਾਈ ਰਖੋ। ਏਸ ਬਾਦ ਤੇ ਏਨਾਂ ਨੇ ਮੇਰੀ ਬਡੀ ਤਕੜਾਈ ਰੱਖੀ ਹੋਈ ਹੈ। ਮੇਰੇ ਤਾਂ ਮਨ ਮੈ ਕੁਛ ਨਹੀਂ ਪਰ ਏਨਾਂ ਦੀ ਕਰਨੀ ਦਾ ਭੈ ਮਾਰਦਾ ਹੈ ਰਾਤਿ ਦਿਨ। ਭਾਈ ਏਸ ਵਾਸਤੇ ਅਸੀਂ ਮਨਹ ਕਰਦੇ ਹਾਂ ਜੋ ਕੋਈ ਨਾ ਆਉ। ਪਰ ਜੀ ਸੰਗਤ ਆਈ ਜਾਂਦੀ ਹੈ। ਹੋਰ ਭਾਈ ਸਾਨੂੰ ਤਾਂ ਤੁਮਾਰੇ ਦਰਸਨਾਂ ਦੀ ਲੋੜ ਤੁਮਾਰੇ ਤੇ ਬਹੁਤ ਹੈ ਕਈ ਹਿਸੇ, ਕਿਸ ਕਰਕੇ ਥੁਹਾਨੂੰ ਤਾਂ ਹਮਾਰੇ ਜੈਸੇ ਸਿਖਾਂ ਦੇ ਦਰਸ਼ਨ ਬਹੁਤ ਹੈਨ, ਸਾਨੂੰ ਤਾਂ ਨਾਮ ਜਪਣ ਵਾਲਿਆਂ ਦਾ ਦਰਸ਼ਨ ਬਡਾ ਦੁਰਲੱਭ ਹੈ। ਜੇ ਗੁਰੂ ਕਰਾਊਗਾ ਤਾਂ ਭਾਈ ਸੰਗਤ ਦੇ ਈ ਦਰਸ਼ਨ ਕਰਨੇ ਹੈਨ, ਸੰਗਤ ਨੂੰ ਹੀ ਦੇਣੇ ਹੈਨ, ਹਮਾਰਾ ਤਾਂ ਭਾਈ ਸਾਕ ਨਾਤਾ ਭੈਣ ਭਾਈ ਸੰਗਤ ਹੀ ਹੈ। ਗੁਰੂ ਸਾਹਿਬ ਅਗੇ ਭੀ ਬੇਨਤੀ ਇਹੋ ਕਰਦੇ ਹਾਂ ਜੇ ਗੁਰੂ ਸਾਹਿਬ ਸਾਨੂੰ ਆਪਣੀ ਸੰਗਤ ਦੇ ਦਰਸ਼ਨ ਕਰਾਉ। ਅਗੇ ਜੋ ਗੁਰੂ ਨੂੰ ਭਾਵੇ। ਭਾਈ ਅਸਚਰਜ ਖੇਲ ਹੋਇ ਰਹਾ ਹੈ। ਇਕ ਨੂੰ ਤੇ ਇਉਂ ਦ੍ਰਿੜਾਇ ਛਡੀ ਹੈ ਜੋ ਇਹ ਬਹੁਤ ਬੁਰਾ ਹੈ, ਤਾਂ ਇਕਨਾਂ ਨੂੰ ਇਹ ਕਿ ਇਸ ਦੇ ਮਿਲੇ ਤੇ ਬਡਾ ਫਾਇਦਾ ਹੈ, ਅਗੇ ਭਾਈ ਗੁਰੂ ਜਾਣੇ ਏਸ ਬਾਤ ਨੂੰ, ਨਾਲੇ ਨਫੇ ਟੋਟੇ ਨੂੰ॥ ਪਰ ਜੀ ਤੁਸੀਂ ਇਹ ਬਾਤ ਪ੍ਰਤੀਤ ਕਰਕੇ ਜਾਨਣੀ, ਮੇਰੇ ਸਰੀਰ ਦਾ ਕਾਲ ਬਰਗਾ ਭੈ ਹੈ ਪਰਮੇਸਰ ਨੇ ਪਾਏ ਛੋਡਾ ਹੈ ਏਨਾਂ ਨੂੰ। ਮੈਂ ਤੇ ਜੀ ਨਾਂ ਭੈ ਦੇਣ ਜੋਗਾ ਹਾਂ ਨਾਂ ਕੁਛ ਬਖਸ ਈ ਕਰਨ ਜੋਗਾ ਹਾਂ, ਸਭ ਕੁਛ ਗੁਰੂ ਜੀ ਦੇ ਹੀ ਹਥ ਮੈ ਹੈ। ਹੋਰ ਭਾਈ ਜੇ ਇਹ ਮਲੇਛ ਮਿਲਣ ਦੇਣ ਤਾਂ ਬਚਨ ਬਲਾਸ ਤਾਂ ਐਤਨੇ ਕਰੀਏ ਤੇ ਸੁਣੀਏ ਰਾਤ ਦਿਨੇ ਅਨਗਿਨਤ, ਪਰ ਜੀ ਪ੍ਰਮੇਸ੍ਰ ਦੀ ਮਰਜੀ ਐਸੀ ਹੀ ਹੈ। ਐਂਵੇ ਮੇਲਾ ਭੀ ਜੇ ਕੁਛ ਹੁੰਦਾ ਹੈ ਤਾਂ ਸੁਪਨੇ ਜੈਸਾ ਈ ਹੁੰਦਾ ਹੈ, ਕੁਛ ਮੇਲੇ ਦੀ ਤ੍ਰਿਪਤ ਨਹੀਂ ਹੁੰਦੀ ਜੋ ਮੇਲਾ ਹੋਵੇ ਤਾਂ ਅਛੇ ਪ੍ਰਸਾਦਿ ਛਕਾਈਏ, ਬਹੁਤ ਬਚਨ ਪੁਛੀਏ ਤੇ ਸੁਣਾਈਏ॥ ਭਾਈ ਅਸੀਂ ਏਸੇ ਵਾਸਤੇ ਮਨਹ ਕਰਦੇ ਹਾਂ ਜੋ ਮੇਲਾ ਕੁਛ ਹੁੰਦਾ ਨਹੀਂ, ਆਵਣ ਜਾਣ ਦੀ ਤਕਲੀਫ ਬਡੀ ਹੈ। ਮੇਲਾ ਤਾਂ ਜੋ ਗੁਰੂ ਕਰਾਊ ਤਾਂ ਹੋਊ, ਨਹੀਂ ਤਾਂ ਹੁਣ ਤਾਂ ਮੇਲਾ ਕੁਛ ਨਹੀਂ॥ ਸਾਨੂੰ ਤਾਂ ਬੜੀ ਚਿੰਤਾ ਰਹਿੰਦੀ ਹੈਂ ਜਿਤਨਾ ਚਿਰ ਸੁਖ ਸਾਂਦ ਨਾਲ ਤੁਰ ਨਹੀਂ ਜਾਂਦੇ ਸਿੰਘ, ਏ ਮਲੇਛ ਬਡੇ ਨਿਰਦਿਆ ਹਨ, ਇਨਾਂ ਨੂੰ ਗੁਰੂ ਈ ਸੰਭਾਲੂਗਾ॥31॥

22

ੴ ਸਤਿਗੁਰ ਪ੍ਰਸਾਦਿ॥

ਲਿਖਤੋ ਕਿਰਪਾਲ ਸਿੰਘ, ਉਜਲ ਦੀਦਾਰ ਨਿਰਮਲ ਬੁਧ, ਪ੍ਰਉਪਕਾਰੀ, ਧਰਮ ਕੇ ਰਛਕ, ਬਾਣੀ ਕਾ ਰੂਪ, ਸਤਿ ਸੰਤੋਖ ਕੀ ਮੂਰਤਿ, ਸ੍ਰਬ ਗੁਣਾਂ ਕੇ ਸੁਪੰਨ ਸਰਬ ਉਪਮਾਜੋਗ ਭਾਈ ਸੁਧ ਸਿੰਘ ਜੀ ਤੇ ਹੋਰ ਸੰਬੂਹ ਖਾਲਸੇ ਜੀ ਕੋ ਸ੍ਰੀ ਵਾਹਿਗੁਰੂ ਜੀ ਕੀ ਫਤੇ ਬੁਲਾਈ ਹਥ ਜੋੜ ਕੇ ਪ੍ਰਵਾਨ ਕਰਨੀ॥ ਹੋਰ ਜੀ ਏਥੇ ਸਾਡੇ ਪਾਸ ਸੁਖ ਅਨੰਦ ਹੈ ਆਪ ਕੀ ਸੁਖ ਗੁਰੂ ਸਾਹਿਬ ਜੀ ਪਾਸੋਂ ਹਮੇਸ਼ਾਂ ਮੰਗਦੇ ਹਾਂ। ਹੋਰ ਜੀ ਮਤਲਬ ਇਹ ਹੈ ਸਾਰੀ ਸੰਗਤ ਕੋ ਹੁਕਮ ਦੇਣਾ ਜੋ ਸਾਰੀ ਸੰਗਤ ਭੋਗ ਪੁਆਉਣ, ਜੇ ਮਿਹਰਬਾਨੀ ਕਰਨ ਸਾਡੇ ਨਮਿਤ ਪਾਉਣ, ਜਿਉ ਪਾਉਣ ਤਿਮੇ ਪਾਉਣ। ਸਾਰੇ ਹੀ ਬਾਣੀ ਕੰਠ ਕਰਨਾ ਅਰ ਜਨਾਨੇ ਮਰਦਾਨੇ ਕੁੜੀ ਮੁੰਡੇ ਤੇ ਲੈ ਕੇ॥ ਅਰ ਸਿੰਘਾਂ ਕੁੜੀਆਂ ਮੁੰਡਿਆਂ ਨੂੰ ਅਖਰ ਪੜਾਏ ਦੇਣਾਂ॥ ਅਰ ਭਜਨ ਕਰਦੇ ਰਹਿਣ ਛਡ ਨਾ ਦੇਣ। ਕਿਤੇ ਆਖਣ ਓ ਕਿਤੇ ਚਲੇ ਗਏ ਹੈਂ। ਹੁਣ ਕੀ ਕਰਣਾ ਹੈ ਭਜਨ॥ ਭਜਨ ਦਸਣ ਵਾਲੇ ਕਿਤੇ ਗਏ॥ ਭਾਈ ਦੇਹਾਂ ਦਾ ਤਾਂ ਮੇਲਾ ਅਜਾਈਂ ਹੈ, ਭਾਈ ਦੇਹਾਂ ਤਾਂ ਕਿਸੇ ਦੇਸ ਮੈ ਕਿਸੇ ਗਾਓਂ ਇਸਥਰ ਨਹੀਂ ਰਹਿੰਦੀਆਂ। ਭਜਣ ਬਾਣੀ ਤਾਂ ਜੀ ਦੇ ਸਦਾ ਈ ਅੰਗ ਸੰਗ ਰਹਿੰਦਾ ਹੈ। ਔਖੀ ਵੇਲਾ ਨਾਮ ਹੀ ਇਸ ਜੀ ਦੀ ਸਹਾਇਤਾ ਕਰਦਾ ਹੈ॥ ਭਾਈ ਸੁਧ ਸਿੰਘ ਜੀ ਤੁਸੀਂ ਅਗੇ ਜੇਹੀ ਅਰਦਾਸ ਨਾ ਲਿਖਿਓ, ਤੁਸੀਂ ਤਾਂ ਸਾਧ ਹੋ, ਜੀ ਮੈ ਤਾਂ ਤੁਸਾਂ ਨੂੰ ਸੰਤ ਜਾਣਨਾ ਹਾਂ। ਕਿਤੇ ਆਪ ਜਾਣਾ, ਕਿਸੇ ਨੂੰ ਆਪਣੇ ਪਾਸ ਬੁਲਾ ਕੇ ਇਹ ਸੁਣਾਉਣਾ ਜੋ ਮੰਨੂਗਾ ਉਸ ਦਾ ਬਹੁਤ ਭਲਾ ਹੋਊਗਾ ਸਤਿ ਕਰ ਕੇ ਮੰਨਣਾਂ। ਗੁਰੂ ਜੀ ਦਾ ਹੁਕਮ ਹੈ "ਭਜੋ ਗੋਬਿੰਦ ਭੂਲ ਮਤ ਜਾਹੁ, ਮਾਨਸ ਜਨਮ ਕਾ ਏਹੀ ਤੇਰੋ ਲਾਹੋ।" ਹੋਰ ਜੀ ਜਦ ਕੋਈ ਆਵੇ ਸਾਡੀ ਬਲ ਤਦ ਹੀ ਆਪਣੀ ਸੁਖ ਅਨੰਦ ਦੀ ਖਬਰ ਲਿਖਦੇ ਰਹਿਣਾ॥ ਹੁਣ ਤਾਂ ਅਰਦਾਸਾਂ ਦਾ ਹੀ ਮੇਲਾ ਰਹਿ ਗਿਆ ਹੈ, ਦੇਹਾਂ ਦਾ ਤਾਂ ਗੁਰੂ ਕਰਾਊਗਾ ਤਾਂ ਹੋਊ ਨਹੀਂ ਤਾਂ ਹੋ ਚੁਕਾ ਹੋਣਾ ਥੀ॥ ਹੋਰ ਜੀ ਸਾਰੀ ਸੰਗਤ ਨੂੰ ਨਾਮ ਜਪੌਣਾ, ਤਾਂ ਏਸ ਦੇਸ ਮੈ ਤੁਸਾਂ ਦਾ ਈ ਸਰੀਰ ਰਹਿ ਗਿਆ ਹੈ, ਬਾਣੀ ਸਭ ਦੇ ਕੰਠ ਕਰਨ ਨੂੰ ਬਹੁਤ ਆਖਣਾ ਅਰ ਅੰਮ੍ਰਿਤ ਵੇਲੇ ਸਨਾਨ ਨੂੰ, ਬਡਾ ਮਹਾਤਮ ਹੈ ਅੰਮ੍ਰਿਤ ਬੇਲੇ ਨਹਾਵਣ ਦਾ, ਅਰ ਸਕਤਿ ਸੇਵਾ ਭੀ ਕਰਨੀ ਅੰਨ ਬਸਤ੍ਰ ਦੀ, ਦਾਨ ਦੀਏ ਧਨ ਘਟਦਾ ਨਹੀਂ ਬਧਦਾ ਹੀ ਜਾਂਦਾ ਹੈ। ਥੋੜਾ ਲਿਖਾ ਬਹੁਤ ਕਰ ਕੇ ਜਾਨਣਾ। ਨਾਮ ਠਾਮ ਲਿਖੇ ਤੇ ਕਾਗਤ ਬਧਿ ਜਾਂਦਾ ਹੈ, ਖਾਲਸਾ ਅਨੰਤ ਹੈ॥ ਹੋਰ ਭਾਈ ਗੋਪਾਲ ਸਿੰਘ ਜੀ ਨੂੰ ਤੇ ਜੁਅਲਾ ਸਿੰਘ ਨੂੰ ਮੁਨਸ਼ਾ ਸਿੰਘ ਨੂੰ ਸ੍ਰੀ ਵਾਹਿਗੁਰੂ ਜੀ ਕੀ ਫਤਹ ਬੁਲਾਈ ਪ੍ਰਵਾਨ ਕਰਨੀ॥ ਹੋਰ ਜੀ ਤੁਸੀ ਕੋਈ ਆਪਣੇ ਹਥ ਦੀ ਅਰਦਾਸ ਆਪਣੇ ਵਹੀਰ ਦਾ ਹਵਾਲ ਸਾਨੂੰ ਜਰੂਰ ਲਿਖ ਕੇ

ਭੇਜਨਾਂ॥ ਮਰਜੀ ਪ੍ਰਮੇਸ਼ਵਰ ਦੀ, ਹਜਾਰਾਂ ਕੋਹਾਂ ਦਾ ਪਾੜਾ ਪੈ ਗਿਆ ਜੀਉਂਦਿਆਂ ਦਾ, ਹੁਣ ਤੇ ਚਿਠੀ ਦਾ ਈ ਮੇਲਾ ਰਹਿ ਗਿਆ ਹੈ। ਦੋਹਾਂ ਦਾ ਗੁਰੂ ਮਿਲਾਊਗਾ ਤਾਂ ਮੇਲੇਂਗੇ, ਨਹੀਂ ਤਾਂ ਸਤਿ ਸ੍ਰੀ ਅਕਾਲ॥32॥

23

੧ਓ ਸਤਿਗੁਰ ਪ੍ਰਸਾਦਿ॥

ਲਿਖਤੋ ਦਿਆਲ ਸਿੰਘ ਤੇ ਕਿਰਪਾਲ ਸਿੰਘ ਜੋਗ ਉਪਮਾ ਭਾਈ ਮਸਤਾਨ ਸਿੰਘ ਜੀ ਤੇ ਕਾਨ ਸਿੰਘ, ਜੋਧ ਸਿੰਘ, ਰਾਮ ਸਿੰਘ, ਸ਼ੇਰ ਸਿੰਘ, ਨਰੈਣ ਸਿੰਘ, ਦੂਆ ਨਰੈਣ ਸਿੰਘ ਹੋਰ ਝਾੜ ਮੜੀ ਉਤਮ ਸਿੰਘ, ਅਰ ਸਢੌਰਾ ਈਸ਼ਰ ਸਿੰਘ, ਮਾਨ ਸਿੰਘ ਹੋਰ ਸਰਬਤ ਸੰਗਤਿ ਸਢੌਰੇ ਕੀ ਨੋ ਹੋਰ ਸੰਬੂਹਿ ਸੰਗਤ ਕੋ ਸ੍ਰੀ ਵਾਹਿਗੁਰੂ ਜੀ ਕੀ ਫਤਹ ਬੁਲਾਈ ਹਥ ਜੋੜ ਕੇ ਪ੍ਰਮਾਨ ਕਰਨੀ। ਮਾਈ ਬੀਬੀਆਂ ਨੂੰ ਰਾਮ ਸਤਿ ਬਾਚਣੀ॥ ਹੋਰ ਭਾਈ ਖਾਲਸਾ ਜੀ ਸੂਬਤ ਨੇ ਭਜਣ ਬਾਣੀ ਕਰਨਾ ਤਗੜੇ ਹੋ ਕੇ, ਦੇਖਣਾ ਢਿਲੇ ਨਾ ਪੈ ਜਾਣਾ। ਸਾਨੂੰ ਭੀ ਜੇ ਗੁਰੂ ਸੰਗਤ ਦਾ ਦਰਸ਼ਨ ਕਰਾਊ ਤਾਂ ਹੋਇ ਜਾਊ, ਨਹੀਂ ਤਾਂ ਦੇਹਾਂ ਦਾ ਮੇਲਾ ਤਾਂ ਅਨਿਤ ਹੀ ਹੈ ਏਥੇ ਕੌਣ ਸੀ ਦੇਹ ਨੇ ਇਸਥਿਤ ਰਹਿਣਾ ਥੀ॥ ਇਸਥਿਤ ਤਾਂ ਸਦਾ ਨਾਮ ਹੀ ਹੈ॥ ਹੋਰ ਬਹੁਤਾ ਕੀ ਲਿਖੀਯੇ॥ ਦੂਈਆਂ ਅਰਦਾਸਾਂ ਦੇਖ ਲੈਨੀਆਂ, ਏ ਸਾਰੀ ਸੰਗਤ ਦੇ ਵਾਸਤੇ ਹੈਨ, ਜੋ ਇਨਾਂ ਮੈਂ ਲਿਖਾ ਸੋ ਸਭ ਕੋ ਕਰਨਾ ਚਾਹੀਏ॥ ਹੋਰ ਜੇ ਕੋਈ ਸਾਡੀ ਚਿਠੀ ਆਵੇ ਤਾਂ ਤੁਸੀਂ ਲੈ ਲੈਣੀ, ਲੈ ਕੇ ਜਿਸ ਦੀ ਹੋਵੇ ਓਥੇ ਪੁਚਾ ਦੇਣੀ ਇਹ ਅਰਦਾਸ ਦੇਣੀ ਉਵਾਲੇ ਮਸਤਾਨ ਸਿੰਘ ਨੂੰ॥33॥

24

੧ਓ ਸਤਿਗੁਰ ਪ੍ਰਸਾਦਿ॥

ਲਿਖਤੋ ਜੋਗ ਭਾਈ ਮੀਹਾਂ ਸਿੰਘ ਸ੍ਰੀ ਵਾਹਿਗੁਰੂ ਜੀ ਕੀ ਫਤਹ ਬੁਲਾਈ ਪ੍ਰਵਾਨ ਕਰਨੀ॥ ਹੋਰ ਭਾਈ ਅਸੀਂ ਹਰ ਤਰਾਂ ਕਰਕੇ ਅਨੰਦ ਹੈਂ। ਇਕ ਦੂਖ ਸੰਗਤ ਦੇ ਵਿਛੋੜੇ ਦਾ ਹੈ ਸੋ ਇਹ ਭੀ ਗੁਰੂ ਜੀ ਮੇਟ ਦੇਊਗਾ, ਉਮੈਦ ਰਖਦੇ ਹਾਂ ਗੁਰੂ ਜੀ ਦੇ ਚਰਨਾਂ ਵਿਚ॥ ਅਗੇ ਜੋ ਗੁਰੂ ਨੂੰ ਭਾਵੇ। ਹੋਰ ਭਾਈ ਜਦ ਤੂੰ ਮੁਲਕ ਮੈ ਜਾਵੇਂ ਤਾਂ ਸ਼ਆਲੀ, ਬੁਰਜ, ਮਰਾਣੇ, ਬਰਿਆਹੀ, ਸੋਹਲੀ, ਉਬੋਕੀ, ਠਰੂ, ਨਾਰਲੀ, ਬਰਮਾਲੀਪੁਰ ਸਾਰੇ ਸਿੰਘਾਂ ਨੂੰ ਸਾਡੀ ਹਥ ਜੋੜ ਕੇ ਫਤੇ ਬਲਾਉਣੀ। ਮਾਈ ਬੀਬੀਆਂ ਨੂੰ ਰਾਮ ਸਤਿ ਬਲੌਣੀ ਬਹੁਤ ਕਰਕੇ ਸਰਬਤ ਨੂੰ, ਅਰ ਆਖਣਾ ਭਜਨ ਬਾਣੀ ਕਰੋ ਤਕੜੇ ਹੋ ਕੇ॥ ਅਰ ਸਤਿ ਸੰਗੀ ਨੌਕਰ ਕੋਈ ਨਾ ਹੋਵੇ, ਜੋ ਨੌਕਰ ਹੋਊਗਾ ਸੋ ਬਹੁਤ

ਦੁਖੀ ਹੋਊਗਾ, ਸਤਿ ਕਰ ਕੇ ਮੰਨਣਾ॥ ਮੈ ਇਹ ਬਾਤਿ ਝੂਠੀ ਨਹੀਂ ਲਿਖੀ॥ ਹੁਣ ਅਗੇ ਬਾਲੀ ਬਾਤਿ ਨਹੀਂ॥ ਹੁਣ ਤੇ ਇਨ ਕੇ ਨਾਸ ਕਾ ਸਮਾਂ ਹੈ। ਗੁਰੂ ਜੀ ਦਾ ਹੁਕਮ ਹੈ ਅਬ ਸਮਾ ਆਇ ਪੁੰਨਾਂ ਹੈ, ਅਗੇ ਭਾਈ ਗੁਰੂ ਜਾਣੇ, ਗੁਰੂ ਬੇਅੰਤ ਹੈ। ਹੋਰ ਭਾਈ ਮੀਹਾਂ ਸਿੰਘ, ਤੈਂ ਇਹ ਬਾਤ ਅਛੀ ਨਾ ਕੀਤੀ ਜੋ ਰੰਡੀ ਦਾ ਸੰਗ ਕੀਤਾ॥ ਤੂੰ ਘਰ ਰਹਿਣਾ, ਤੈਨੂੰ ਘਾਟਾ ਥੀ॥ ਰੰਡੀ ਦੇ ਸੰਗ ਤੇ ਇਕ ਤਾਂ ਸਰੀਰ ਨੂੰ ਦੁਖ ਲਗ ਜਾਂਦਾ ਹੈ, ਇਕ ਪੈਸਾ ਬਰਬਾਦ ਹੋਇ ਜਾਂਦਾ ਹੈ, ਇਕ ਧਰਮ ਜਾਂਦਾ ਹੈ, ਇਥੇ ਲੋਕਾਂ ਮੇਂ ਬਹੁਤ ਭੰਡੀ ਹੁੰਦੀ ਹੈ, ਬੇਸਵਾ ਲੋਕ ਜੋ ਹਨ, ਇਨ ਪਾਸ ਭੰਗੀ, ਮੁਸਲਾ ਸਭ ਆਉਂਦੇ ਹੈਨ, ਜੋ ਮਨੁਖ ਇਨ ਕਾ ਸੰਗ ਕਰਦਾ ਹੈ ਸੋ ਹਿੰਦੂ ਨਹੀਂ ਰਹਿੰਦਾ॥ ਗੁਰੂ ਜੀ ਕਾ ਕਹਿਣਾ ਹੈ ਹੋਰ ਕਿਸੇ ਮੁਸਲਮਾਨ ਨਹੀਂ ਹੁੰਦਾ, ਸੰਗ ਕਰੇ ਤੇ ਮੁਸਲਮਾਨ ਹੋਇ ਜਾਂਦਾ ਹੈ, ਸੋ ਭਾਈ ਗੋਰੇ, ਬ੍ਰਹਮੇ, ਕੁਰੰਗੀ, ਮੁਸਲੇ ਇਹ ਸਭ ਏਕੋ ਜੈਹੇ ਹਨ। ਅਰ ਜੇ ਤੂੰ ਘਰ ਗਿਆ ਤੇ ਘਰ ਮੇਂ ਘਰ ਦੀ ਸਿਖਨੀ ਨਾਲ ਸਪਰੰਸ ਹੋਆ ਤਾਂ ਉਸ ਨੂੰ ਭੀ ਬੀਮਾਰੀ ਹੋਇ ਜਾਊ, ਜੇ ਨਾ ਕੀਤਾ ਤਾਂ ਭੀ ਦੋਸ਼ ਹੈ, ਜੇ ਕੀਤਾ ਤਾਂ ਉਸ ਨੂੰ ਬੀਮਾਰੀ ਹੋਇ ਗਈ ਤਾਂ ਭੀ ਬਡਾ ਗਜ਼ਬ ਹੈ॥ ਤੈਂ ਬਡੀ ਗਾਫਲੀ ਕੀਤੀ ਏਸ ਬਾਤਿ ਦੀ। ਹਰ ਤਰਾਂ ਸੇ ਲਚਾਰੀ ਹੈ॥ ਹੋਰ ਭਾ. ਤੂੰ ਮੋਰਮਈ ਨੂੰ ਨਾ ਜਾਹਿ, ਮੋਰਮਈ ਸੁਖ ਸਾਂਦ ਏ, ਬਡਾ ਅਨੰਦ ਹੈ। ਏਥੋਂ ਸਿੰਘ ਅਜੇ ਹੁਣੇ ਗਏ ਹੈ, ਮੋਰਮਈ ਤੇ ਆ ਕੇ॥ ਅਪ੍ਰੈਲ ਦੀ ਸਤਾਈ ਤਾਰੀਖ ਨੂੰ ਏਥੋਂ ਗਏ ਹੈਨ॥ ਅਰ ਹੁਣ ਮਹੀਨੇ ਤੇ ਏ ਬਡੀ ਤਕੜਾਈ ਰਖਦੇ ਹੈਨ ਆਪਣੇ ਲੋਕਾਂ ਦੀ, ਕੇ ਜਾਣੇ ਏਨਾਂ ਨੂੰ ਕੀ ਦਿਸ ਪਿਆ ਹੈ॥ ਸੋ ਤੂੰ ਮੋਰਮਈ ਨਾ ਜਾਹਿ ਤੂੰ ਦੇਸ ਨੂੰ ਜਾਹਿ, ਮੋਰਮਈ ਸੁਖ ਅਨੰਦ ਹੈ। ਏਨਾਂ ਲੋਕਾਂ ਨੂੰ ਇਹ ਬਡਾ ਭਰਮ ਹੈ, ਜੋ ਕੋਈ ਮੇਰੇ ਸਰੀਰ ਨੂੰ ਮਿਲ ਜਾਵੇਗਾ ਤਾਂ ਏਹ ਅਰਦਾਸ ਭੇਜ ਕੇ ਹਮਾਰੇ ਲੋਕਾਂ ਨੂੰ ਮਰਵਾਇ ਦੇਊਗਾ। ਏਸ ਦੇ ਆਦਮੀ ਬਹੁਤ ਹੈਨ ਪਿਛੇ, ਅਰ ਮਰਨ ਮਾਰਨ ਤੇ ਡਰਦੇ ਭੀ ਨਹੀਂ॥ ਤੈਨੂੰ ਖਬਰ ਹੈ ਕਿ ਨਹੀਂ ਪਿਛੇ ਕੁਛ ਥੋੜਾ ਜੇਹਾ ਦੰਗਾ ਕੀਤਾ ਸੀ, ਮੈ ਤਾਂ ਕੁਛ ਨਹੀਂ ਕਰਦਾ ਪਰ ਏਨਾਂ ਨੂੰ ਏਨਾਂ ਦੀ ਕਰਨੀ ਦਾ ਭੈ ਬਹੁਤ ਮਾਰਦਾ ਹੈ ਸਾਡੇ ਬਲੋਂ॥ ਏ ਸਾਡੀ ਬਹੁਤ ਤਕੜਾਈ ਰਖਦੇ ਹੈਨ ਅੰਦਰੋਂ॥ ਉਪਰ ਤੇ ਖਾਤਰ ਦਾਰੀ ਭੀ ਬਡੀ ਰਖਦੇ ਹੈ॥ ਹੋਰ ਭਾਈ ਮੀਹਾਂ ਸਿੰਘ ਜੇ ਤੂੰ ਨੌਕਰੀ ਛਡ ਦੇਂ ਤਾਂ ਅਛਾ ਹੈ, ਹੁਣ ਨੌਕਰੀ ਦਾ ਸਮਾ ਨਹੀਂ ਬਡੇ ਅਧਮੂਲ ਦਾ ਸਮਾ ਹੈ ਹੁਣ ਤੇ॥ ਗੁਰੂ ਜੀ ਨੇ ਲਿਖਾ ਹੈ, ਮੈਂ ਆਪਨੇ ਮਨ ਤੇ ਨਹੀਂ ਆਖਦਾ, ਅਗੇ ਭਾਈ ਗੁਰੂ ਦੀ ਗੁਰੂ ਜਾਣੇ, ਗੁਰੂ ਬੇਅੰਤ ਹੈ॥ ਦੇਸ ਜਾ ਕੇ ਅਛੀ ਤਰਹ ਬਿਮਾਰੀ ਦਾ ਇਲਾਜ ਕਰਨਾ ਤਾਂ ਘਰ ਮੇਂ ਸਪਰਸ ਕਰਨਾਂ ਜੋ ਘਰ ਮੈ ਨਾਂ ਬਿਮਾਰੀ ਹੋਇ ਜਾਵੇ॥ ਜੇ ਘਰ ਮੇਂ ਬਿਮਾਰੀ ਹੋਏ ਗਈ ਤਾਂ ਬਹੁਤ ਬੁਰੀ ਬਾਤ ਹੈ। ਅਗੇ ਤੂੰ ਸਿਆਨਾਂ ਹੈ, ਜਿਸ ਤਰਹ ਤੈਨੂੰ ਅਛੀ ਲਗੇ ਸੋ ਕਰੀਂ॥ ਸਿਆਮ ਸਿੰਘ ਹੋਰਾਂ ਭੀ

ਲਿਖਾ ਹੈ ਜੋ ਸਾਡੇ ਪਾਸੋਂ ਮੀਹਾਂ ਸਿੰਘ ਜ਼ੋਰਾਵਰੀ ਚਲਿਆ ਗਿਆ ਹੈ॥ ਓਹਨਾਂ ਦਾ ਕਹਿਨਾ ਕਿਉਂ ਨਾ ਮੰਨਿਆ। ਨੌਕਰੀ ਮੈ ਬਡਾ ਦੁਖ ਹੈ, ਤੈਨੂੰ ਤੇ ਘਰ ਮੇਂ ਕੋਈ ਘਾਟਾ ਨਹੀਂ ਥਾ॥ ਹੋਰ ਭਾਈ ਸਿਆਮ ਸਿੰਘ ਨੂੰ, ਹੋਰ ਸਰਬਤ ਨੂੰ ਬਹੁਤ ਕਰਕੇ ਫਤੇ ਬੁਲੌਣੀ॥ ਭਾਈ ਮੀਹਾਂ ਸਿੰਘ ਹੁਣ ਬਾਣੀ ਕੰਠ ਕਰਨੀ ਅਰ ਭਜਨ ਕਰਨਾਂ। ਰੰਡੀਂ ਮੁੰਡੀਂ ਤੇ ਬਹੁਤ ਕਰਕੇ ਬਚਨਾਂ। ਇਹ ਤਾਂ ਨਿਰਾ ਘਾਟੇ ਦਾ ਹੀ ਥਾਉਂ ਹੈ, ਨਫਾ ਕੋਈ ਭੀ ਨਹੀਂ॥ ਭਲਾ ਭੁਲਾ ਸੋ ਭੁਲਾ, ਅਗੇ ਤਗੜਾ ਰਹਿਣਾ, ਅਰ ਗੁਰੂ ਜੀ ਅਗੇ ਬੇਨਤੀ ਕਰ ਕੇ ਬਖਸਾਉਣਾ ਗੁਰੂ ਜੀ ਪਾਸੇ ਤੇ॥ ਜੋ ਤੂੰ ਦੇਸ ਨੂੰ ਜਾਮੇਂ ਤਾਂ ਭਾਈ ਭੈਨੀਂ ਭੀ ਸੁਖ ਅਨੰਦ ਦੀ ਖਬਰ ਦੇਂਦੇ ਜਾਣਾਂ। ਅਰ ਭੈਣੀ ਸਰਬਤ ਨੂੰ ਸਾਡੀ ਫਤੇ ਗਜਾਉਣੀਂ। ਆਖਣਾ ਜੋ ਲਾਲ ਸਿੰਘ ਹੋਰਾਂ ਨੂੰ ਅਰਦਾਸ ਨਹੀਂ ਦਿਤੀ, ਉਸ ਦਿਨ ਅਰਦਾਸ ਦੇਣੀ ਬਡੀ ਲਾਚਾਰੀ ਸੀ, ਦੇ ਨਹੀਂ ਥੀ ਹੁੰਦੀ ਤਾਂ ਨਹੀਂ ਦਿਤੀ, ਅਰ ਹੋਰ ਭਾਈ ਤੈਂ ਦਮੜੇ ਕਾਸਨੂੰ ਦੇਣੇ॥ ਸਾਨੂੰ ਖਾਣ ਨੂੰ ਰਸਦ ਬਹੁਤ ਮਿਲਦੀ ਹੈ, ਤੂੰ ਬਰਤ ਲੈ ਭਾਈ ਮੀਹਾਂ ਸਿੰਘ॥34॥

25

੧ਓ ਸਤਿਗੁਰ ਪ੍ਰਸਾਦਿ

ਲਿਖਤੋ ਦਿਆਲ ਸਿੰਘ ਤੇ ਕਿਰਪਾਲ ਸਿੰਘ ਜੋਗ ਉਪਮਾ ਭਾਈ ਬਘੇਲ ਸਿੰਘ ਜੀ ਸ੍ਰੀ ਵਾਹਿਗੁਰੂ ਜੀ ਕੀ ਫਤੇ ਬੁਲਾਈ ਬਾਚਣੀ। ਹੋਰ ਭਾਈ ਜੋ ਅਸਾਂ ਲਿਖਿਆ ਹੈ ਏਸ ਕਾਗਜ਼ ਉਤੇ ਸੋ ਤੂੰ ਸਾਨੂੰ ਏਸ ਲਿਖੇ ਦਾ ਉਤਰ ਲਿਖ ਕੇ ਦੇਹ॥ ਹੋਰ ਜੋ ਤੈਨੂੰ ਖਬਰ ਹੈ ਸੋ ਭੀ ਤੂੰ ਲਿਖ ਕੇ ਦੇਹਿ॥ ਮੂੰਹ ਜਬਾਨੀ ਤਾਂ ਬਾਤਾਂ ਥੋੜੀਆਂ ਹੁੰਦੀਆਂ ਹੈਨ, ਲਿਖ ਕੇ ਨਹੀਂ, ਭੈਣੀ ਤੇ ਕੋਈ ਚਿਠੀ ਆਂਦੀ ਹੈ ਕਿ ਨਹੀਂ। ਹੋਰ ਮਾਝੇ ਦੇ ਸਿੰਘਾਂ ਦੀ ਖਬਰ ਦਸ, ਉਬੋ ਕੈ, ਬਿਰਾਹਾ ਕੇ, ਠਰੂ ਕੇ ਸਭਰਾਮਾਂ ਕੇ, ਸਰਾਲੀ ਕੇ, ਜੌਹਲਾ ਦੇ, ਠੱਠੇ ਦੇ, ਲੋਪੋਕੇ, ਚੇਲੇਕੇ, ਕਕੜਾਂਕੇ, ਨਾਰਲੀ ਦੇ, ਪੜ੍ਹਾਣੇ ਮੁਰਾਣੇ ਦੇ, ਅੰਮ੍ਰਿਤਸਰ ਜੀ ਕੇ, ਲਹੌਰ ਕੇ ਫਤੇ ਬੁਲਾ ਕੇ ਏਨਾਂ ਸਭਨਾਂ ਦੀ ਸੁਖ ਸਾਂਦ ਦੀ ਖਬਰ ਲਿਖ ਕੇ ਦੇਹੁ॥ ਹੋਰ ਜੋ ਤੈਨੂੰ ਖਬਰ ਹੋਵੇ ਸੋ ਤੂੰ ਭੀ ਲਿਖ ਦੇਹੁ॥ ਹੋਰ ਸਮਾਂ ਕੈਸਾ ਹੈ, ਕੀ ਭਾਉ ਅਨਾਜ ਬਿਕਦਾ ਹੈ। ਹੋਰ ਕੁਛ ਰੂਸ ਦੀ ਖਬਰ, ਕਿ ਬੁਖਾਰੇ ਈ ਹੈ ਕੇ ਕਾਬਲ ਦੀ ਤ੍ਰਫ ਚਲਿਆ ਹੈ ਕੇ ਨਹੀਂ। ਹੋਰ ਸਿੰਘ ਭਜਨ ਬਾਣੀ ਕਰਦੇ ਕੇ ਨਾਹੀ, ਗ੍ਰੰਥ ਸਾਹਬ ਦੇ ਭੋਗ ਪੈਂਦੇ ਹੈਨ, ਕੁਛ ਮੈ ਮਨੀ ਸਿੰਘ ਨੂੰ ਭੋਗ ਪਾਉਣ ਨੂੰ ਆਖਿਆ ਸੀ, ਕੁਛ ਤੁਰੇ ਹੈਨ ਕਿ ਨਹੀਂ। ਹੋਰ ਕੁਛ ਸਰਕਾਰ ਫਰੰਗੀ ਸਿੰਘਾਂ ਨੂੰ ਅਕਾਉਦੇ ਤਾਂ ਨਹੀਂ ਕੇ ਅਕਾਉਂਦੇ ਹੈਨ। ਹੋਰ ਹੁਕਮਾਂ ਬਿਰਾਹਾਵਾਲੀ ਸਾਹੁਰੇ ਘਰ ਗਈ ਹੈ ਕੇ ਐਵੇਂ ਵੇਲੀ ਖੁਲੀ ਫਿਰਦੀ ਹੈ। ਹੋਰ ਠੱਠੇ ਵਾਲਾ ਝੰਡਾ ਸਿੰਘ ਤੇ ਮੇਹਰ ਸਿੰਘ ਕਿਥੇ

ਹੈਨ। ਹੋਰ ਗੁਲਾਬਾ ਚੁਮਾਰ ਮੁਰਾਣੇ ਬਾਲਾ ਸੰਗਤ ਵਿਚ ਆਉਂਦਾ ਹੈ ਕਿ ਨਹੀਂ ਬੜਣ ਦੇਂਦੇ ਸਿੰਘ। ਹੋਰ ਖਰਚਾ ਤੈਨੂੰ ਹੋਰ ਭੀ ਦਿਤਾ ਹੈ ਕੇ ਤੈਂ ਆਪਣੇ ਪਲਿਉਂ ਹੀ ਖਰਚਾ ਲਾਇਆ ਹੈ। ਜੇ ਤੂੰ ਭੈਣੀ ਮਿਲ ਕੇ ਆਯਾ ਹੈਂ, ਜੋ ਚਿਠੀ ਆਂਦੀ ਹੈ ਤਾਂ ਚਿਠੀ ਦੇਹ॥ ਨਹੀਂ ਤਾਂ ਮੂਹ ਜੁਵਾਨੀ ਆਪ ਲਿਖ ਕੇ ਭੈਣੀ ਦੀ ਕੁਛ ਖੁਰ ਦੇਹਿ ਲਿਖ ਕੇ ॥ ਹੋਰ ਜਗਤ ਸਿੰਘ ਮਾਝੇ ਦਾ ਸਿੰਘ ਬੀਮਾਰ ਹੋ ਕੇ ਗਿਆ ਸੀ ਉਹ ਜਾਇ ਪਹੁਚਾ ਹੈ, ਕੁਛ ਮਾਲੂਮ ਹੋਵੇ॥ ਹੋਰ ਕੁਛ ਦੜਪ ਦੀ ਖਬਰ ਹੋਵੇ ਸੰਗਤ ਭਜਨ ਬਾਣੀ ਕੁਛ ਕਰਦੀ ਹੈ ਕੇ ਨਾਂਹੀ॥ ਸਾਰੇ ਹਵਾਲ ਸਾਨੂੰ ਲਿਖ ਕੇ ਦੇਹਿ ਇਕ ਬਾਰੀ। ਹੋਰ ਤੂੰ ਕਲਾ ਈ ਆਹਿਆ ਹੈਂ ਕੇ ਕੋਈ ਹੋਰ ਹੈ ਤੇਰੇ ਨਾਲ, ਡੇਰਾ ਕਿੱਥੇ ਕੀਤਾ ਹੈ। ਹੋਰ ਤੂੰ ਦਿਨ ਵਿਚ ਕਈ ਬਾਰ ਫਿਰਦਾ ਤੁਰਦਾ ਰਿਹਾ ਕਰ ਜੋ ਕੋਈ ਸੰਤ੍ਰੀ ਸਾਡਾ ਦੋਸਤ ਹੁੰਦਾ ਹੈ ਅਸੀਂ ਬਾਤ ਕਰ ਲੈਂਦੇ ਹਾਂ, ਜੇ ਬਾਕਫ ਨਹੀਂ ਹੁੰਦਾ ਤਾਂ ਨਹੀਂ ਕਰਦੇ॥ ਤੂੰ ਆਪਣਾ ਭੇਦ ਨਾ ਕਿਸੇ ਨੂੰ ਦਸੀਂ। ਜੇ ਕੋਈ ਪੁਛੇ ਤਾਂ ਆਖੀਂ ਮੈ ਨੌਕਰੀ ਬਾਸਤੇ ਆਯਾ ਹਾਂ। ਹੋਰ ਭਾਈ ਖਰਚ ਤਾਂ ਅਜੇ ਸਾਡੇ ਕੁਛ ਹੈ। ਤੈਂ ਖਰਚੇ ਦੀ ਖੇਚਲ ਕਿਯੋਂ ਕੀਤੀ ਏਤਨੀ। ਏਥੇ ਤਾਂ ਸਾਨੂੰ ਦਰਸ਼ਨ ਹੀ ਬਡੀ ਬਾਤ ਹੈ। ਭਾਈ ਤੇਰਾ ਧੰਨ ਜਨਮ ਹੈ ਜੋ ਤੋਂ ਦਰਸ਼ਨ ਦਿਤਾ ਹੈ। ਹੋਰ ਖਬਰ ਹੋਵੇ ਪਟਿਆਲੇ ਬਾਲਾ ਰਾਜਾ ਆਖੀਦਾ ਮੁਸਲੇ ਨੇ ਮਾਰ ਦਿਤਾ, ਓਹ ਝਗੜਾ ਕਿਸ ਤਰਹ ਨਿਬੜਿਆ ਹੈ ਮੁਸਲੇ ਦੇ ਜੁਮੇ ਲਾਉਂਦੇ ਥੇ। ਮੁਸਲਾ ਆਖੀਦਾ ਮੰਨਦਾ ਨਹੀਂ। ਕੀਕੂੰ ਹੋਈ ਕੁਛ ਮਲੂਮ ਹੋਵੇ। ਏਥੇ ਲਿਖ ਕੇ ਬਾਤ ਅਛੀ ਹੁੰਦੀ ਹੈ ਮੂੰਹ ਜਬਾਨੀ ਥੋੜੀ ਹੁੰਦੀ ਹੈ॥ ਇਕ ਰੁਪਈਆ ਤੁਮਾਰੀ ਭੇਟਾ ਸਾਨੂੰ ਬਹੁਤ ਹੈ, ਹੋਰ ਤੁਸੀਂ ਬਰਤ ਲੇਉ, ਅਸੀਂ ਤੁਮਾਰੇ ਦਰਸਨ ਨਾਲ ਹੀ ਆਨੰਦ ਹੈਂ, ਜਹਾਜ ਮੋਰਮਈ ਨੂੰ ਜਾਵੇ ਤਾਂ ਚੜ ਜਾਣਾ। ਹਮਾਰੀ ਹਥ ਜੋੜ ਕੇ ਫਤਹ ਗਜਾਉਣੀ॥35॥

26

ੴ ਸਤਿਗੁਰ ਪ੍ਰਸਾਦਿ॥

ਲਿਖਤਮ ਦਿਆਲ ਸਿੰਘ ਤੇ ਕ੍ਰਿਪਾਲ ਸਿੰਘ ਜੋਗ ਉਪਮਾ ਭਾਈ ਸੁਧ ਸਿੰਘ ਤੇ ਅਤ੍ਰ ਸਿੰਘ, ਫੂਲਾ ਸਿੰਘ ਹੋਰ ਸ੍ਰਬ ਕੋ ਸ੍ਰੀ ਵਾਹਿਗੁਰੂ ਜੀ ਕੀ ਫਤੇ ਬੁਲਾਈ ਪ੍ਰਵਾਨ ਕਰਨੀ, ਮਾਈਆਂ ਬੀਬੀਆਂ ਕੋ ਸ੍ਰਬਤ ਕੋ ਰਾਮ ਸਤਿ ਬੁਲਾਈ ਵਾਚਨੀਂ॥ ਹੋਰ ਅਸੀ ਸੁਖ ਅਨੰਦ ਹੈਂ, ਆਪ ਕੋ ਗੁਰੂ ਸਾਹਿਬ ਸੁਖੀ ਅਨੰਦ ਰਖੇ। ਹੋਰ ਜੀ ਇਹ ਅਰਦਾਸ ਹੈ ਮੈਂ ਸਾਰੀ ਸੰਗਤ ਕੇ ਵਾਸਤੇ ਲਿਖੀ ਹੈ, ਭਾਈ ਸ਼ਿਆਮ ਸਿੰਘ ਤੇ ਭਾਈ ਬਘੇਲ ਸਿੰਘ ਪਾਸ ਹੈ ਸੋ ਤੁਸੀਂ ਏਸ ਅਰਦਾਸ ਦਾ ਉਤਾਰਾ ਕਰ ਲੈਣਾ, ਉਤਾਰ ਕਰ ਕੇ ਜੋ ਤੁਮਾਰੇ ਪਬੇ ਹੀ ਕੀ ਸੰਗਤ ਹੈ, ਸੋ ਸਭ ਨੂੰ ਸੁਣਾਇ ਦੇਣੀ, ਜਿਹੜਾ ਏਸ

ਅਰਦਾਸ ਨੂੰ ਸੁਣ ਕੇ ਮੰਨੇਗਾ ਉਸ ਨੂੰ ਬਹੁਤ ਲਾਭ ਹੋਵੇਗਾ ਸਤਿ ਪ੍ਰਤੀਤ ਕਰ ਕੇ ਜਾਨਣੀ ਅਰ ਤੂੰ ਫੂਲੇ ਦੀ ਧੀ ਨੂੰ ਭੀ ਅਛੀ ਤਰਹ ਅਖਰ ਪੜਾਇ ਦੇਣੇ, ਹਛਾ ਹੋਆ ਵਿਆਹ ਕਰ ਲਿਆ, ਭੋਗ ਬਾਸ਼ਨਾ ਰਹਿੰਦੀ ਤਾਂ ਬਹਤੁ ਬੁਰੀ ਥੀ, ਨਾਲੇ ਨਾਗਾ ਕੋਣ ਬਾਲਾ ਆਂਧਾ ਹੁੰਦਾ ਸੀ, ਅਖੇ ਛੜਾ ਤਾਂ ਪ੍ਰੇਤ ਹੁੰਦਾ ਹੈ, ਕਬੀਲਦਾਰ ਚਤਰਭੁਜ ਹੋਇ ਜਾਂਦਾ ਹੈ ਪਰ ਜੀ ਕਬੀਲਦਾਰੀ ਦਾ ਫਿਕਰ ਬਹੁਤ ਹੋਇ ਜਾਂਦਾ ਹੈ ਅਛਾ ਅਗੇ ਤੂੰ ਇਕਲਾ ਭਜਨ ਬਾਣੀ ਕਰਦਾ ਸੀ, ਜੇ ਲੜਕੇ ਬਾਲੇ ਹੋ ਗਏ ਦੋ ਚਾਰ ਸਾਧ ਦੇ, ਬਹੁਤ ਭਜਨ ਬਾਣੀ ਕਰਨਗੇ, ਬਖਸ਼ਣੇ ਤਾਂ ਸਾਰੇ ਜੀ ਗੁਰੂ ਮਹਾਰਾਜ ਨੇ ਹੈ, ਛੜੇ ਭੀ ਤੇ ਕਬੀਲਦਾਰ ਨੂੰ ਭੀ, ਗੁਰੂ ਗੁਰੂ ਜਪੋ ਤਗੜੇ ਹੋਇ ਕੇ, ਇਹ ਅਰਦਾਸ ਦੇਣੀ ਭਾਈ ਸੁਧ ਸਿੰਘ ਨੂੰ ਕੋਟ ਕਛੂਏ॥ ਚਿਠੀ ਲਿਖੀ ਚੇਤ ਸੁਦੀ 11 ਸਾਲ 1937॥36॥

27

ੴ ਸਤਿਗੁਰ ਪ੍ਰਸਾਦਿ॥

ਹੋਰ ਭਾਈ ਸਿਆਮ ਸਿੰਘ ਤੇ ਬਘੇਲ ਸਿੰਘ ਜੀ, ਤੁਸਾਂ ਗੁਰੂ ਦੁਆਰੇ ਜਾਣਾ, ਮਥਾ ਟੇਕਣ ਜਾਣਾ ਗੁਰੂ ਦੁਆਰੇ ਪਟਣੇ ਅਕਾਲ ਬੁੰਗੇ, ਜੇ ਅਗੇ ਤੇ ਕੁਛ ਹੁਜਤ ਕਰਣ ਕਹਿਣ ਅਸੀਂ ਅਰਦਾਸ ਨਹੀਂ ਕਰਦੇ, ਤਾਂ ਉਨਾਂ ਕੋ ਪੁਛਣਾ ਕਿਉਂ ਨਹੀਂ ਮਥਾ ਟੇਕਣ ਦੇਂਦੇ, ਨਾਲ ਅਰਦਾਸ ਨਹੀਂ ਕਰਦੇ ਤਾਂ ਉਨਾਂ ਨੂੰ ਪੁਛਣਾ ਜੋ ਕਿਸੇ ਤਰ੍ਹਾਂ ਅਰਦਾਸ ਕਰੋਗੇ ਅਰ ਮਥਾ ਟੇਕਣ ਦੇਉਗੇ। ਅਰ ਸਾਡੇ ਵਿਚ ਕੀ ਬਾਤ ਤੁਸਾਂ ਸਹੀ ਕੀਤੀ ਹੈ ਤਨਖਾਹ ਦੀ, ਜੋ ਉਹ ਬੋਲਣ ਸੋ ਤੁਸਾਂ ਲਿਖ ਲੈਣਾ॥ ਨਾ ਉਨਾਂ ਦੀ ਮਿਨਤ ਹੀ ਕਰਨੀ, ਨਾ ਲੜਾਈ। ਜੇਹੜੇ ਉਹਥੇ ਹੁਜਤ ਕਰਨ ਬਾਲੇ ਹੋਨ ਸਭਨਾ ਦੇ ਨਾਇ ਲਿਖ ਲੈਣੇ, ਫੇਰ ਹੋਊਗਾ ਤੈਸਾ ਡਿਠਾ ਜਾਊਗਾ ਜੋ ਗੁਰੂ ਦਿਖਾਊਗਾ॥ ਕੋਈ ਭੀ ਸਿੰਘ ਕਿਸੇ ਗੁਰਦੁਆਰੇ ਜਾਵੇ। ਓਦੀ ਬਾਤ ਲਿਖ ਲੈ ਆਉਣੀ ਜੈਸਾ ਓਹ ਬੋਲਣ। ਇਹ ਅਰਦਾਸ ਸਭ ਨੂੰ ਸੁਣਾ ਦੇਣੀ ਜੋ ਨਾਮਧਾਰੀ ਡੇਰੇ ਆਵੇ ਅਰ ਓਹ ਆਪ ਤੇ ਪਿੰਡ ਦੇਸ ਦੇ ਨਾਮਧਾਰੀਆਂ ਨੂੰ ਸੁਨਾਇ ਦੇਵਣਾ। ਇਕ ਕਾਗਜ਼ ਉਤਾਰਾ ਕਰਨ ਨੂੰ ਲਿਖਾ ਥਾ, ਫੇਰ ਨਹੀਂ ਕੀਤਾ, ਏਹ ਭੀ ਭੇਜ ਦਿਤਾ ਤੁਮਾਰੇ ਬੰਨੇ॥37॥

28

ੴ ਸਤਿਗੁਰ ਪ੍ਰਸਾਦਿ॥

ਲਿਖਤੋ ਹੀਰਾ ਸਿੰਘ ਜੋ ਸਮੂੰਹ ਖਾਲਸੇ ਕੋ ਜੋ ਆਏ ਏਥੇ ਸ੍ਰੀ ਵਾਹਿਗੁਰੂ ਜੀ ਕੀ ਫਤੇ ਬੁਲਾਈ ਪ੍ਰਵਾਨ ਕਰਨੀ॥ ਹੋਰ ਜੀ ਮਤਲਬ ਏਹ ਹੈ ਜੋ ਤੁਸੀਂ ਸਾਨੂੰ ਕੁਛ ਹੋਰ ਨਹੀਂ ਦੇਣਾ। ਇਕ ਜਰਾਬਾ ਪਾਸ ਲੈ ਕੇ ਆਉਣਾ, ਅਜੇ ਸਖਾ ਹੋਵੇ ਤਾਂ ਲੈ

ਆਉਣਾ। ਜੇ ਲਿਆ ਜਾਊ ਤਾਂ ਲੈ ਲਵਾਂਗੇ ਨਹੀਂ ਤੁਸੀਂ ਹੀ ਟਕਾ ਪੈਸਾ ਮੁਦੀ ਓਦਰੇ ਲੈ ਜਾਉ, ਅਰ ਏਥੇ ਕੋਈ ਨ ਆਉ। ਧੰਨ ਸਿੰਘ ਗੁਮਟੀ ਲਾਲ ਸਿੰਘ ਦਾ ਬੇਟਾ ਏਥੋਂ ਫੜ ਕੇ ਲੈ ਗਏ ਹੈਨ॥ ਨਾਲੇ ਉਸੇ ਪਾਸ ਹੁਕਮਨਾਮੇ ਥੇ, ਮੈਂ ਹੁਣ ਹੁਕਮਨਾਮੇ ਦਾ ਬੀ ਇਕ ਅਖਰ ਨਹੀਂ ਦੇਂਦਾ ਲਿਖ ਕੇ, ਸਾਖੀ ਜੋ ਸੰਚੀ ਦਿਤੀ ਤੁਸੀਂ, ਜੋ ਮੈਂ ਉਧਾ ਅਰਥ ਸਮਝਾ ਹੈ ਸਾਰਾ ਹੋਰ ਨਹੀਂ ਕਿਸੇ ਨੂੰ ਮਲੂਮ॥ ਹੁਣ ਦਸਨੇ ਦਾ ਸਮਾ ਨਹੀਂ, ਜਦ ਮੈਂ ਦੇਸ ਨ ਆਊਂ, ਤਾਂ ਬਹੁਤ ਅਰਥ ਦਸ ਦੇਵਾਂਗੇ ਖਾਲਸੇ ਕੋ॥ ਹੋਰ ਸਾਖੀਆਂ ਕੇ ਭੀ ਅਰਥ ਮੈਨੂੰ ਏਥੇ ਆ ਕੇ ਬਹੁਤ ਫੁਰੇ ਹੈ ਸੋ ਬੀ ਅਰਥ ਦਸੂੰਗਾ॥ ਹੁਣ ਤੁਸੀਂ ਏਥੇ ਨਾ ਆਉ, ਜਾ ਕੇ ਜਿਤਨਾਂ ਸਾਰੇ ਦੇਸ਼ਾਂ ਦੀ ਸੰਗਤ ਤੇ ਵਣ ਸਕੇ, ਉਤਨਾ ਪਾਠ ਬਾਣੀ ਕਰੋ ਸੁਹੇਵੇ ਸਾਹਿਬ ਜਾ ਕੇ, ਫੇਰ ਮੈਂ ਭੀ ਤੁਮਾਰੇ ਬਿਚ ਆਇ ਜਾਵਾਂਗਾ, ਨਾਲੇ ਹੋਰ ਭੀ ਸੰਗਤ ਦੇ ਅਨੇਕ ਦੁਖ ਜਾਣਗੇ, ਨਾ ਜੇ ਕੀਤਾ ਪਾਠ ਬਾਣੀ ਤਾਂ ਤੁਮਾਰਾ ਦੁਖ ਨਹੀਂ ਮਿਟਦਾ, ਗੁਰੂ ਜੀ ਦਾ ਹੁਕਮ ਹੈ, ਇਹ ਬਿਨਾ ਬਚਨ ਮੰਨੇ ਦੁਖ ਨਹੀਂ ਮਿਟਦਾ, ਗੁਰੂ ਜੀ ਦਾ ਹੁਕਮ ਹੈ, ਇਹ ਬਿਨਾ ਬਚਨ ਮੰਨੇ ਦੁਖ ਨਹੀਂ ਮਿਟਣਾ। ਏਥੇ ਨਾ ਆਉ, ਬਾਨੀ ਪਾਠ ਕੋ ਜੋਰ ਦੇਉ। ਏਥੋ ਜਾ ਕੇ ਸੁਹੇਵੇ ਸਾਹਿਬ ਸਾਰੇ ਦੇਸ ਦੇ ਨਾਮਧਾਰੀ ਕਠੇ ਹੋ ਕੇ। ਫੇਰ ਸਭ ਦੁਖ ਮਿਟ ਜਾਣਗੇ। ਹੋਰ ਬੁਧ ਸਿੰਘ ਨੂੰ ਆਖ ਦੇਣਾਂ, ਜੇ ਵਿਆਹੁ ਕੀਤਾ ਸੂਰਤ ਸਿੰਘ ਦਾ, ਤਾਂ ਬਸੰਤ ਸਿੰਘ ਦੀ ਬਹੂ ਜੈਸੇ ਗਹਿਣੇ ਪਾ ਦੇਣੇ॥ ਬਧ ਕਾਸਨੂੰ ਪਾਉਣੇ ਹੈਨ। ਸੁਹੇਵੇ ਸਾਹਿਬ ਜੋ ਜਾਵੇ ਪਾਠ ਕਰਨ ਸੋ ਇਕ ਪਾਠ ਚੰਡੀ ਵਾਰ ਦਾ ਸਭ ਨੇ ਕਰ ਲੈਣਾ ਪੈਲਾਦ ਸਰ ਮੈ ਤੇ ਜੋ ਪੋਥੀਂ ਨਿਕਲੀ ਹੈਨ ਉਸ ਮੈ ਪਾਠ ਕਰਨਾ ਲਿਖਾ ਸੋ ਕਰਨਾ। ਅਰ ਸੰਚੀਆਂ ਦਾ ਅਰਥ ਜੇ ਮੈਨੂੰ ਗੁਰੂ ਲੈ ਆਊ ਤਾਂ ਮੈਂ ਬਤਾ ਦੇਵਾਂਗਾ ਸੰਗਤ ਕੋ, ਚਾਰੇ ਬੇਟੇ ਬੀ, ਘਰ ਭੀ, ਅਜਿਤ ਨਗਰੀ ਭੀ। ਅਰ ਏਹੁ ਕਾਗਜ਼ ਦੇਖ ਕੇ ਸਮਝ ਕੇ ਤੁਰਤ ਪਾਣੀ ਮੈ ਗਲਾ ਦੇਣੇ ਪਾਸ ਨਾ ਰਖਣੇ॥ ਜੋ ਕੋਈ ਦੇਖੇਗਾ ਤਾਂ ਦੁਖ ਦੇਊ ਸਾਨੂੰ ਤੇ ਥੁਆਨੂੰ ਨਾਲੇ॥ ਭਜਨ ਪਾਠ ਜਰੂਰ ਕਰੋ, ਸੁਹੇਵੇ ਜਾ ਕੇ ਸਾਰੇ ਦੇਸਾਂ ਦੇ, ਫੇਰ ਸਾਰੇ ਦੁਖ ਮਿਟ ਜਾਣਗੇ॥ ਗੁਰੂ ਸਾਹਿਬ ਦੇ ਬਚਨ ਉਤੇ ਪਰਤੀਤ ਰਖਣੀ ਚਾਹੀਦੀ ਹੈ ਸਿਖਾਂ ਨੂੰ॥ ਮੈਨੂੰ ਕੀ ਪੁਛਨਾ ਹੈ ਗੁਰੂ ਜੀ ਨੇ ਸਭੋ ਹੀ ਕੁਛ ਅਗੇ ਈ ਲਿਖ ਕੇ ਧਰ ਦਿਤਾ ਹੈ ਸਿਖਾਂ ਵਾਸਤੇ, ਸੋਈ ਕਰੋਗੇ ਤਾਂ ਮੈਂ ਵੀ ਤੁਮਾਰੇ ਮੈ ਆਊਂਗਾ, ਨਾਲੇ ਹੋਰ ਭੀ ਸੰਗਤ ਕੇ ਅਨੇਕ ਦੁਖ ਮਿਟ ਜਾਣਗੇ, ਜੋ ਪੋਥੀ ਮੈ ਲਿਖਾ ਹੈ ਕਰਨਾ, ਸੋ ਕਰੋ ਜਿਉਂ ਤਿਉਂ ਕਰਕੇ ਜੋ ਬਡ ਤੀਰਥ ਮੈਂ ਤੇ ਨਿਕਲੀ ਹੈ ਪਰਤੀਤ ਕਰਨੀ॥ ਈਸਰਾਂ ਦੇ ਬਚਨ ਅਨਥਾਂ ਨਹੀਂ ਹੁੰਦੇ। ਅਰਦਾਸਾਂ ਬਥੇਰੀਆਂ ਦੇ ਦੇਂਦੇ ਲਿਖ ਕੇ, ਪਰ ਜੇ ਇਹ ਦੇਖ ਲੈਣਗੇ ਤਾਂ ਸਾਨੂੰ ਸਭਨਾਂ ਨੂੰ ਬਡਾ ਦੁਖ ਦੇਣਗੇ, ਇਨ ਕੇ ਰਹਿਮ ਦਿਲ ਨਹੀਂ॥ 38॥

29

ੴ ਸਤਿਗੁਰ ਪ੍ਰਸਾਦਿ॥

ਹੋਰ ਭਾਈ ਹਰੀ ਸਿੰਘ ਮਤਲਬ ਏਹ ਹੈ ਹੁਣ ਸਾਡੇ ਪਾਸ ਆਦਮੀ ਕੋਈ ਨਾ ਆਵੇ ਜੇ ਤਾਂ ਮੇਰਾ ਸਰੀਰ ਓਹੋ ਹੈ ਜੇੜਾ ਪਹਿਲਾਦ ਸਰ ਵਾਲੀ ਪੋਥੀ ਵਿਚ ਨਿਕਲਾ ਹੈ॥ "ਬਾਢੀ ਗੁਰੂ ਕਹੀਏ ਗੁਰ ਜੋਈ। ਮਮਕਲਾ ਤੇ ਉਤਾਰ ਹੋਈ" ਤਾਂ ਤੇ ਮੈ ਆਪੇ ਹੀ ਆਇ ਜਾਊਂਗਾ ਪੰਜਾਬ ਦੇਸ ਮੈਂ। ਜੇ ਨਹੀਂ ਤਾਂ ਮੇਰਾ ਦਰਸ਼ਨ ਕਰ ਕੇ ਕਿਨੇ ਕੀ ਕਰਨਾ ਹੈ। ਤਾਂ ਅਨੇਕ ਤਖਾਨ ਮੇਰੇ ਜੈਸੇ, ਮੇਤੋਂ ਚੰਗੇ, ਦੇਸ ਵਿਚ ਹੈਨ, ਅਰ ਜੋ ਕਹੈ ਮੈ ਜਾਣਿਆ ਹੈ ਜੋ ਰਾਮ ਸਿੰਘ ਓਹੋ ਹੈ ਬਾਰਵੀਂ ਜਗਾ ਉਤੇ, ਤਾਂ ਉਹ ਮੇਰਾ ਬਚਨ ਮੰਨੇ ਜੋ ਮੈ ਹੁਕਮ ਦੇਣਾਂ। ਅਰ ਜੋ ਜਾਣਾਂ ਬਈ ਰਾਮ ਸਿੰਘ ਗੁਰੂ ਹੈ ਅਰ ਗੁਰੂ ਜਾਣ ਕੇ ਹੁਕਮ ਨਾ ਮੰਨਿਆ ਤਾਂ ਮੈਂ ਉਸ ਦਾ ਨਾ, ਉਹ ਮੇਰਾ ਨਾ। ਉਸ ਨੂੰ ਕੁਛ ਈ ਹੋਵੇ ਹੁਕਮ ਮੰਨੇ ਬਿਨਾਂ। ਅਰ ਜੇ ਜਾਣਿਆ ਓਹ ਨਹੀਂ ਰਾਮ ਸਿੰਘ ਜੋ ਬਾਡੀ ਸੁਤ ਕਹਾ ਹੈ ਤਾਂ ਫੇਰ ਕਾਸਨੂੰ ਔਣਾਂ ਏਥੇ, ਨਾਲੇ ਕੂਕਾ ਨਾਂਉ ਧਰਾਉਣਾਂ ਹੈ, ਬਦਨਾਮੀ ਝਲਣੀ ਹੈ ਸਾਰੇ ਮੁਲਖ ਦੀ। ਹੁਕਮ ਜੋ ਕੋਈ ਪੁਛੇ ਤਾਂ ਹੁਕਮ ਏਹ ਮੰਨੇ ਮੇਰਾ ਜੋ ਮੈ ਅਰਦਾਸਾਂ ਮੇਂ ਲਿਖਾ ਹੈ। ਓਹ ਨਾ ਮੰਨਿਆ ਤਾਂ ਭਾਮੇਂ ਏਥੇ ਮੇਰੇ ਪਾਸ ਕਖੀ ਬੇਰੀ ਆਵੇ ਉਸ ਨੂੰ ਕੁਛ ਲਾਭ ਨਹੀਂ ਹੋਣਾ, ਟੋਟਾ ਹੀ ਹੈ ਖਰਚ ਦਾ, ਖੇਚਲ ਦਾ॥ ਭਲਾ ਦੇਖੋ ਜੇ ਆਵੇ ਹੀ ਕੋਈ ਤਾਂ ਇਕ ਆਦਮੀ ਆਵੇ ਬ੍ਰਸ ਨੂੰ, ਛੇਤੀ ਆਵੇ ਤਾਂ ਦਸਾਂ ਮਹੀਨਿਆਂ ਨੂੰ ਆਵੇ, ਅਰ ਆਦਮੀ ਕੈਸਾ ਹੋਵੇ, ਅਛਾ ਲਿਖ ਜਾਣਦਾ ਹੋਵੇ। ਏਦੂ ਪਿਛੇ 2 ਜੋ ਛੇਤੀ ਚਿਠੀ ਆਉਣ ਵਾਲੇ ਦਾ ਗੁਰੂ ਭਲਾ ਕਰੇ। ਅਰ ਬਾਤ ਭੀ ਮੇਰੀ ਉਤੇ ਪ੍ਰਤੀਤ ਰਖਣੀ॥ ਜੋ ਮੈ ਹੁਕਮ ਦਊਂਗਾ ਸੋ ਕਿਸੇ ਦੇ ਬੁਰੇ ਵਾਸਤੇ ਨਹੀਂ ਦੇਂਦਾ। ਮੈ ਤਾਂ ਹਮੇਸ਼ਾਂ ਗੁਰੂ ਜੀ ਪਾਸੋਂ ਮੰਗਦਾ ਹਾਂ। ਜੋ ਹੇ ਗੁਰੂ ਜੀ ਨਾਮਧਾਰੀਆਂ ਨੂੰ ਸਾਰੇ ਹੀ ਸੁਖ ਦੇਇ॥ ਸਚੇ ਪਾਤਸ਼ਾਹਿ ਤੇਰੇ ਜੰਤ ਹਾਂ, ਤੇਰੇ ਲੜਿ ਆਇ ਲਗੇ ਹਾਂ ਜਿਉਂ ਜਾਣੇਂ ਤਿਉਂ ਬਖਸ॥ ਅਗੇ ਬਖਸ਼ਨ ਵਾਲਾ ਗੁਰੂ ਹੈ, ਮੈਂ ਤਾਂ ਕੁਛ ਨਹੀਂ ਕਰ ਸਕਦਾ। ਮੈ ਤਾਂ ਸੰਗਤ ਦੇ ਨਫੇ ਦੀ ਹੀ ਬਾਤਿ ਦਾ ਹੁਕਮ ਦਿੰਦਾ ਹਾਂ ਆਪਣੇ ਜਾਣੇ ਕੁਨੁਫੇ ਦਾ ਹੁਕਮ ਨਹੀਂ ਦੇਂਦਾ। ਭਜਨ ਕਰੋ ਬਾਣੀ ਪੜੋ॥ ਜੋ ਮੈ ਲਿਖਾ ਹੈ ਕਈ ਬਾਰੀ, ਸੰਗਤ ਸਉਹੇਂ, ਜੇ ਆਉਣ ਨੂੰ ਆਖਾਂ, ਤਾਂ ਆਇ ਜਾਉ॥ ਜੇ ਆਖਾਂ ਛੇਤੀ ਨ ਆਉਣਾਂ, ਤਾਂ ਨਾ ਆਉ॥ ਹੋਰ ਕਈ ਬਾਤਾਂ ਜੋ ਲਿਖਦਾ ਹਾਂ ਹਮੇਸ਼ਾ ਅਰਦਾਸਾਂ ਮੈ ਕਈ ਬਾਰ, ਤਾਂ ਜੇ ਅਰਦਾਸਾਂ ਦਾ ਕਹਿਣਾਂ ਜੋ ਨਾ ਮਨ ਭਾਈ ਉਸ ਨੂੰ ਸੁਖ ਨਾ ਹੋਵੇਗਾ॥ ਭਾਂਵੇ, ਕਿਧਰੇ ਭੀ ਆਵੇ ਜਾਵੇ॥ ਮਾਲਾ ਕਛ ਭੀ ਭਾਂਵੇ ਹੋਵੇ, ਪਰ ਸੁਖ ਨਾ ਹੋਊਗਾ। ਅਗੇ ਜਿਹੜੀ ਕਿਸੇ ਨੂੰ ਅਛੀ ਲਗੇ ਕਰਨੀ, ਸਤਿ ਕਰਕੇ ਜਾਨਣਾਂ॥ ਮੈ ਸੰਗਤਾਂ ਦੇ ਕੁਨਫੇ ਦੀ ਬਾਤ ਕਰਦਾ ਨਹੀਂ ਕਦੇ ਭੀ॥ ਅਗੇ ਭਾਈ ਜਾਣੋ ਜੋ ਗੁਰੂ ਜੀ ਨੇ ਕਰਨੀ ਹੈ॥39॥

30

ੴ ਸਤਿਗੁਰ ਪ੍ਰਸਾਦਿ॥

ਹੁਣ ਸਾਰੇ ਬਹੀਰ ਨੂੰ ਏਹ ਹੁਕਮ ਸੁਣਾ ਦੇਣਾਂ ਜੋ ਪੰਦਰਾਂ ਸੋਲਾਂ ਬਰਸ ਤੇ ਘਟਿ ਕੋਈ ਨਾ ਕੁੜੀ ਬਿਆਹੇ, ਏਹੁ ਸਮਾਂ ਦੇਖੇ ਬਿਨਾਂ ਕਿਤੇ ਨਾ ਮੁੰਡੇ ਨੂੰ ਬਿਆਹੁਣਾਂ॥ ਅਗੇ ਭਾਈ ਤੁਸੀਂ ਸਮਾਂ ਦੇਖਣਾਂ ਹੈ ਤਾਂ ਤੁਸੀਂ ਭੀ ਦੇਖ ਲਵੋ ਨਹੀਂ ਦੇਖਣਾਂ ਤਾਂ ਤੁਸੀਂ ਜਾਣੋ। ਜੇ ਕਹਣ ਥੁਆਨੂੰ ਸਾਕ ਲੇਓ ਮੇਰੀ ਲੜਕੀ ਦਾ ਉਸ ਨੂੰ ਇਹ ਅਦਰਾਸ ਦਖਾਇ ਦੇਣੀ।ਅਰ ਬਾਬੇ ਗੋਪਾਲ ਸਿੰਘ ਦੀ ਬਾਬੇ ਜਸਾ ਸਿੰਘ ਜੈਸੀ ਸੇਵਾ ਕਰਨੀ ਅਰ ਬਾਬਾ ਜੀ ਤੁਸੀਂ ਭਜਨ ਬਾਣੀ ਤਕੜੇ ਹੋ ਕੇ ਕਰਨਾ ਕੋਈ ਦਿਨ ਦਾ ਮੇਲਾ ਹੈ। ਸੇਵਾ ਦਾ ਹੀ ਲਾਹਾ ਹੈ। ਪਰ ਬਾਬਾ ਜੀ ਤੁਸੀਂ ਸਿਆਣੇ ਹੋ ਸਭ ਨੂੰ ਬੁਧ ਦੀ ਬਾਤ ਦਸਣੀ। ਹੋਰ ਭਾਈ ਤੁਸੀ ਜੋ ਗੁਸੇ ਦੀ ਬਾਤ ਲਿਖੀ ਹੈ ਸੋ ਸਾਰੇ ਆਦਮੀ ਤਾਂ ਕਦੇ ਭੀ ਰਾਜੀ ਨਹੀਂ ਹੋਏ ਕਿਸੇ ਨਾਲ ਬੀ, ਆਪ ਨਾ ਕਿਸੇ ਨੂੰ ਗੁਸੇ ਕਰਨਾ, ਆਪੇ ਗੁਸੇ ਜੇ ਕੋਈ ਹੋਵੇ ਤਾਂ ਉਹ ਜਾਣੇ, ਤੁਸੀਂ ਗੁਰੂ 2 ਜਪੋ, ਰਾਤ ਦਿਨ॥ ਮੇਰੀ ਵਲ ਦੇਖ ਲੇਉ ਕੋਈ ਤਾਂ ਆਂਧੇ ਹੈਨ, ਤੂੰ ਤਾਂ ਅਕਾਲ ਪੁਰਖ ਹੈਂ, ਕੋਈ ਆਂਧੇ ਹੈਨ ਸਹੁਰੇ ਤਖਾਣ ਨੇ ਮੁਲਖ ਭਰਿਸ਼ਟ ਕਰ ਦਿਤਾ ਹੈ॥ ਕੋਈ ਆਂਧੇ ਹੈਨ ਸਾਨੂੰ ਅੰਮ੍ਰਿਤ ਦਾ ਦਾਨ ਦਿਤਾ ਹੈ॥

ਏਹੋ ਜੇਹੀ ਚਲੀ ਆਉਂਦੀ ਹੈ ਪਿਛੇ ਤੇ ਲੈ ਕੇ॥ ਅਗਲੀਆਂ ਹੀ ਅਰਦਾਸਾਂ ਬਹੁਤ ਭੇਜੀਆਂ ਹੈਂ ਜੇ ਮੰਨਣਗੇ, ਸੁਣ ਕੇ ਨਾ ਮੰਨੀਆਂ ਤਾਂ ਭਾਮੇਂ ਸੌ ਹੋਰ ਲਿਖ ਦੇ ਉਨਾਂ ਕੀ ਕਰਨਾ ਹੈ॥ ਹੋਰ ਭਾਈ ਦਰਬਾਰਾ ਸਿੰਘ ਜੀ, ਹੁਣ ਪਿਛਲੇ ਬਾਲਾ ਕਰੜਾ ਸੁਭਾਉ ਨਹੀਂ ਰਖਣਾਂ ਤਕੜੇ ਹੋ ਕੇ ਭਜਨ ਬਾਣੀ ਕਰਿਆ ਕਰੋ ਰਾਤ ਦਿਨ॥ ਭਾਈ ਦਰਬਾਰਾ ਸਿੰਘ ਨੂੰ ਭੀ ਰਾਜੀ ਰਖਣਾਂ। ਹੋਰ ਤੁਸੀਂ ਨਹੀਂ ਕਿਸੇ ਨਾਲ ਵੈਰ ਭਾਉ ਰਖਣਾਂ। ਜੇ ਕੋਈ ਤੁਸਾਂ ਦੇ ਨਾਲ ਰਖੇ ਤਾਂ ਪਿਆ ਝਖ ਮਾਰੇ ਆਪੇ ਹੀ ਹਾਰ ਜਾਊਗਾ ਖੇਹ ਖਾ ਕੇ॥ ਕਿਸੇ ਭੇਖ ਦਾ ਆਵੇ ਕੋਈ, ਸਭ ਦੀ ਸੇਵਾ ਟਹਿਲ ਕਰਨੀ ਆਦੁਰ ਨਾਲ, ਭਾਵੇਂ ਨਿੰਦਾ ਭੀ ਕਰਦਾ ਹੋਵੇ॥ ਹੋਰ ਅਰਦਾਸਾਂ ਦੇ ਅਖਰ ਤਾਂ ਅਛੇ ਲਿਖਦੇ ਹੈਂ ਮੁੰਡੇ॥ ਅਜ ਏਨਾਂ ਦੀ ਤਰਾਂ ਨਹੀਂ ਲਿਖਣੀ ਆਈ॥ ਖਬਰ ਸਾਰ ਬਹੁਤ ਲਿਖਿਆ ਕਰੋ॥ ਜਦ ਲੋਕ ਏਨੀ ਦੂਰ ਏਨਾਂ ਖਰਚ ਖੇਚਲ ਕਰਕੇ ਆਉਂਦੇ ਹੈਨ ਅਰ ਏਥੇ ਸਾਡੇ ਪਾਸ ਢੁਕਣੇ ਨਹੀਂ ਮਿਲਦੇ ਤਾਂ ਜੇਹੜਾ ਮੇਰੇ ਸਰੀਰ ਨੂੰ ਦੇਖ ਕੇ, ਸੋ ਮੈ ਆਖ ਨਹੀਂ ਸਕਦਾ। ਅਸੀਂ ਫੇਰ ਏਹ ਅਰਜ਼ ਕਰਦੇ ਹਾਂ ਦੋਮੇ, ਹੇ ਗੁਰੂ ਜੀ ਕੈ ਤਾਂ ਸਾਨੂੰ ਮਾਰ ਦੇ ਕੈ ਤਾਂ ਏਨਾਂ ਮਲੇਛਾਂ ਦਾ ਨਾਸ ਕਰ॥ ਅਗੇ ਭਾਈ ਜੋ ਗੁਰੂ ਨੂੰ ਭਾਵੇ ਗੁਰੂ ਭਾਣੇ ਦਾ ਮਾਲਕ ਹੈ, ਅਰਦਾਸ ਲਿਖੀ ਚੇਤ ਸੁਦੀ 11 ਸੰਮਤ 1937॥ ਇਹ ਅਰਦਾਸ ਦੇਣੀ ਡੇਰੇ॥

31

ੴ ਸਤਿਗੁਰ ਪ੍ਰਸਾਦਿ॥

ਹੋਰ ਬੀਬੀ, ਭੰਗਾ ਸਿੰਘ ਜੋ ਲਿਖਾ ਥਾ ਸੋਈ ਮੈ ਲਿਖਾ ਥਾ ਤੈਨੂੰ। ਤੇਰੇ ਪਾਸੋਂ ਭੰਗਾ ਸਿੰਘ ਡਰ ਗਿਆ ਤਾਂ ਮੁਕਰ ਗਿਆ। ਭਾਈ, ਅਸੀਲੀ ਰਖਣੀ, ਅਛਾ ਤੈਨੂੰ ਸੁਖ ਬਣਿਆ ਹੋਆ ਹੈ॥ ਨਹੀਂ ਤੂੰ ਦੇਖ ਲੈ ਪਿਛੇ ਤੁਹਾਡੇ ਸਰੀਕੇ ਦਾ ਕੀ ਹਾਲ ਹੈ ਹੋਵੇਗਾ ਸਤਿ ਕਰ ਮੰਨਣਾਂ॥ ਭਾਮੇ ਮਾਲਾ ਬੀ ਪਾਈ ਹੋਈ ਹੋਵੇ ਭਾਵੇਂ ਕਛ ਭੀ ਪਾਈ ਹੋਵੇ ਅਰੁ ਮੇਰੀ ਤੇ ਮਨਸਾ ਏ ਹੈ ਹਮੇਸ਼ਾਂ ਗੁਰੂ ਸਾਹਿਬ ਪਾਸੋਂ ਮੰਗਦਾ ਹਾਂ ਸੋ ਗੁਰੂ ਜੀ ਸਾਰੇ ਸੁਖ ਦੇ ਸੰਗਤ ਨੂੰ, ਮੈਂ ਕਿਸੇ ਦੇ ਬੁਰੇ ਦਾ ਨਹੀਂ ਹੁਕਮ ਲਿਖਦਾ॥ ਏਥੇ ਆਉਣ ਮੈ ਦਰਸ਼ਨ ਮੇਲਾ ਕੁਛ ਨਹੀਂ ਹੁੰਦਾ, ਏਮੇਂ ਵੇ ਅਰਥ ਹੀ ਖੇਚਲ ਹੈ, ਰੇਲ ਦਾ ਤੇ ਜਹਾਜ ਦਾ ਭਾੜਾ ਐਵੇਂ ਮਲੇਛਾਂ ਦੀ ਪੂਜਾ ਹੈ, ਜੇ ਦਰਸ਼ਨ ਮੇਲਾ ਕਰਨ ਦੇਣ ਤਾਂ ਭਾਵੇਂ ਸੌ ਸੌ ਵੀ ਕਠਾ ਆਇ ਜਾਵੈ ਕੋਈ ਡਰ ਨਹੀਂ, ਏਥੇ ਤਾਂ ਸਾਡੇ ਪਾਸ ਕਿਸੇ ਨੂੰ ਖੜਾ ਨਹੀਂ ਹੋਣ ਦਿੰਦੇ, ਨਾ ਕਿਸੇ ਨੂੰ ਬੋਲਣ ਦੇਂਦੇ ਹੈਨ, ਨਾ ਕੁਛ ਲੈਣ ਦੇਂਦੇ ਹੈਨ, ਨਾ ਕਿਸੇ ਨੂੰ ਕੁਛ ਦੇਣ ਦੇਂਦੇ ਹੈਨ, ਬਚਨ ਜੋ ਮੇਰਾ ਨਾ ਮੰਨੂਗਾ ਉਸ ਨੂੰ ਕੁਛ ਨਾ ਲਾਭ ਹੋਊਗਾ। ਅਗੇ ਜੋ ਮੈ ਹੁਕਮ ਭੇਜਾਂ ਸੋ ਸਭ ਨੂੰ ਸੁਣਾਇ ਦੇਣਾਂ॥ ਹੋਰ ਬੀਬੀ ਨੰਦਾ ਨੂੰ ਤੂੰ ਸ਼ੇਰ ਸਿੰਘ ਨੂੰ ਬੀ, ਨਿਹਾਲ ਸਿੰਘ ਨੂੰ ਇਉਂ ਆਖ ਦੇ ਸਾਨੂੰ ਇਹ ਹੁਕਮ ਆਇਆ ਹੈ ਜੋ ਪੈਲਾਦ ਸਰ ਤੇ ਪੋਥੀ ਨਿਕਲੀ ਹੈ ਓਸ ਪੋਥੀ ਮੈ ਲਿਖਾ ਹੈ ਹੁਣ ਮਹਾ ਮਲੇਛਾਂ ਦਾ ਨਾਸ ਹੋਇ ਜਾਣਾ, ਸੋ ਇਹ ਬਾਤ ਦੇਖ ਕੇ ਮੁੰਡੇ ਨੂੰ ਬਿਆਹਾਂਗੇ, ਉਰੇ ਮੁੰਡੇ ਨੂੰ ਕਿਤੇ ਨਹੀਂ ਬਿਆਹੁੰਦੇ, ਸੋ ਤੁਸਾਂ ਦੀ ਮਰਜੀ ਹੈ, ਜੇ ਤੁਸੀਂ ਜਦ ਤਾਈ ਕੁੜੀ ਕਮਾਰੀ ਰਖਣੀ ਹੈ, ਤਾਂ ਰਖੋ ਨਹੀਂ ਤਾਂ ਤੁਸੀ ਜਾਣੋ, ਗੁਰੂ ਜੀ ਦਾ ਭੀ ਇਹੋ ਹੁਕਮ ਹੈ, ਅਜੋ ਠਾਰਾਂ ਬਰਸਾ ਦੀ ਲੜਕੀ ਬੀਸ ਬਰਸ ਦਾ ਲੜਕਾ ਹੋਵੇ ਤਾਂ ਬਿਆਹ ਕਰਨਾਂ, ਉਰੇ ਨਹੀਂ ਕਰਨਾਂ। ਉਹ ਹੁਕਮ ਗੁਰੂ ਜੀ ਨੇ ਏਸੇ ਸੰਤ ਖਾਲਸੇ ਵਾਸਤੇ ਲਿਖਾ ਹੈ, ਸੋ ਜੇ ਆਪੀ ਨਹੀਂ ਮੰਨਾਂਗੇ ਤਾਂ ਹੋਰ ਕੌਣ ਮੰਨੂਗਾ, ਗੁਰੂ ਦਾ ਹੁਕਮ, ਭਾਵੇਂ ਤੁਸੀਂ ਦੇਖ ਲਉ ਪ੍ਰੇਮ ਸੁਮਾਰਗ ਮੇਂ ਲਿਖਾ ਹੈ, ਅਗੇ ਸਾਨੂੰ ਖਵਰ ਨਹੀਂ ਸੀ ਏਸ ਹੁਕਮ ਦੀ, ਤਾਂ ਹੀ ਥੋੜੇ ਮਹੀਨਿਆਂ ਦੀਆਂ ਕੁੜੀਆਂ ਲੋਕ ਬਿਆਹ ਦਿੰਦੇ ਥੇ, ਇਹ ਅਰਦਾਸ ਦੇਨੀ ਡੇਰੇ, ਹੋਰ ਬੀਬੀ ਨੰਦਾ ਤੈਂ ਕਈ ਬਾਰ ਲਿਖਾ ਹੈ, ਸ਼ੇਰ ਸਿੰਘ ਦੇ ਸਾਕ ਦੀ ਬਾਬਤ ਬਾਤ। ਮੈ ਹਰਿ ਬਾਰੀ ਲਿਖਦਾ ਹਾਂ ਅਛਾ ਲੈ ਲੇਹੁ, ਹੋਰ ਸ਼ੇਰ ਸਿੰਘ ਦੀ ਲੜਕੀ ਦਾ ਸਾਕ। ਏਹੁ ਬਹੁਤ ਬੁਰੀ ਬਾਤ ਹੈ ਜੋ ਪੁਛਣੀ ਬਾਤ ਬਹੁਤ ਅਰ ਮੰਨਣੀ ਕੁਛ ਬੀ ਨਾ। ਸ਼ੇਰ ਸਿੰਘ ਨੂੰ ਤੇ ਹੁਣ ਦਸ ਬਰਸ ਹੋਇ ਗਏ ਸਾਕ ਕਰਨ ਨੂੰ ਆਂਧੇ ਨੂੰ, ਹੁਣ ਜੇ ਏਸ ਦਾ ਸਾਕ ਛਡ ਕੇ ਨਿਹਾਲ ਸਿੰਘ ਦੀ ਕੁੜੀ ਦਾ ਸਾਕ ਲੈ ਲਿਆ ਦਾ ਸ਼ੇਰ ਸਿੰਘ ਬਹੁਤ ਅਫਸੋਸ ਕਰੇਗਾ, ਸ਼ੇਰ ਸਿੰਘ ਦੀ ਧੀ ਦਾ ਸਾਕ ਹੀ ਲੈ ਲਵੋ। ਜੇ ਨਿਹਾਲ ਸਿੰਘ

ਦੇ ਗੁਸੇ ਤੇ ਭੀ ਡਰਦੇ ਹੋ ਤਾਂ ਦੁਹਾਂ ਨੂੰ ਆਖੋ ਭਾਈ ਰੌਲੇ ਪਿਛੇ ਵਿਆਹਾਂਗੇ॥ ਜਦਿ ਭਾਈ ਦੇਖੀ ਜਾਊ ਗੁਰੂ ਜੀ ਭਾਣਾ ਕਿਸ ਤਰਾਂ ਵਰਤਾਂਦਾ ਹੈ॥ ਨਿਹਾਲ ਸਿੰਘ ਨੂੰ ਆਖ ਦੇਉ ਭਾਈ ਸ਼ੇਰ ਸਿੰਘ ਨੂੰ ਦਸ ਬਰਸ ਹੋਇ ਗਏ ਆਖੇ ਨੂੰ, ਜੇ ਅਸੀਂ ਹੁਣਿ ਜਬਾਬੁ ਦਿਤਾ, ਤਾਂ ਪਰਮੇਸਰ ਦਾ ਭੈ ਹੈ। ਦਸਾਂ ਬਰਸਾਂ ਮੈ ਸ਼ੇਰ ਸਿੰਘ ਨੂੰ ਜਬਾਬ ਨਹੀਂ ਦਿਤਾ, ਜੇ ਹੁਣ ਜਬਾਬੁ ਦੇਈਏ ਤਾਂ ਬਡਾ ਭਉ ਹੈ ਗੁਰੂ ਜੀ ਦਾ॥ ਨਿਹਾਲ ਸਿੰਘ ਨੂੰ ਆਖਣਾ ਤੂੰ ਹਰਨਾਮ ਸਿੰਘ ਨੂੰ ਕਰ ਦੇ, ਏਹੁ ਅਜੇ ਕਿਨੇ ਰੋਕਿਆ ਨਹੀਂ॥ ਜੇ ਨਾ ਕਰੇ ਛੋਟੇ ਨੂੰ ਤਾਂ ਓਹ ਜਾਣੇ, ਲਾਰਾ ਦੇ ਕੇ ਜਵਾਬ ਦੇਣਾ ਬਡਾ ਦੋਸ਼ ਹੈ। ਅਗੇ ਬੀਬੀ ਤੂੰ ਜਾਣ ਜਿਸ ਤਰਾਂ ਤੈਨੂੰ ਅਛੀ ਲਗੇ ਸੋ ਕਰ ਲੈ, ਕਿਸੇ ਹੋਰ ਦੀ ਸਲਾਹ ਪੁਛ ਲੈ ਸਿਆਣੇ ਦੀ॥41॥

32

ੴ ਵਾਹਿਗੁਰੂ ਜੀ ਕੀ ਫਤਹ॥

ਲਿਖਤਮ ਦਿਆਲ ਸਿੰਘ ਜੋਗ ਉਪਮਾ ਭਾਈ ਸਿਆਮ ਸਿੰਘ ਤੇ ਬਘੇਲ ਸਿੰਘ ਤੇ ਹੋਰ ਸਮੂੰਹ ਖਾਲਸੇ ਕੋ ਸ੍ਰੀ ਵਾਹਿਗੁਰੂ ਜੀ ਕੀ ਫਤੇ ਬੁਲਾਈ ਬਾਚਨੀ ਸੂਬਤ ਨੂੰ, ਹੋਰ ਜੀ ਅਸੀਂ ਖੁਸ਼ੀ ਅਨੰਦ ਹਾਂ ਸਾਰੀ ਸੰਗਤ ਨੂੰ ਗੁਰੂ ਸਾਹਿਬ ਜੀ ਸੁਖੀ ਅਨੰਦ ਰਖੇ, ਸਿਖੀ ਦਾਨ ਦੇਵੇ, ਇਹ ਮੰਗਦੇ ਹਾਂ ਗੁਰੂ ਜੀ ਤੇ ਹਮੇਸ਼ਾਂ, ਨਾਲੇ ਟੁਟੀ ਮੇਲੇ ਜਿਹੜਾ ਖਾਲਸਾ ਐਸੇ ਭਉਂਕਦਾ ਹੈ ਨਿੰਦਾ ਕਰਦਾ ਹੈ, ਗੁਰੂ ਜੀ ਦੇ ਹੁਕਮ ਦੀ॥ ਅਗੇ ਭਾਈ ਗੁਰੂ ਜਾਣੇ, ਹੋਣੀ ਸੋਈ ਹੈ ਜੋ ਗੁਰੂ ਜੀ ਨੇ ਕਰਨੀ ਹੈ, ਜਿਹੜੇ ਲੋਕ ਨਿੰਦਾ ਕਰਦੇ ਹੈਨ ਇਹ ਪਿਛੇ ਦੇ ਹੀ ਪਕੇ ਹੋਏ ਹੈਨ, ਜੈਸੇ ਇਹ ਹੁਣ ਏਹ ਸੁਭਾਉ ਵਰਤਦੇ ਹੈਨ, ਫਲ ਏਨਾਂ ਲੋਕਾਂ ਨੇ ਐਸੇ ਈ ਸੁਭਾਉ ਦਾ ਹੁਣ ਆ ਕੇ ਲਗਾ ਹੈ, ਜੇ ਹੁਣ ਮਿਲਣ ਤਾਂ ਅਛਾ ਹੈ ਨਹੀਂ ਤਾਂ ਏਹ ਸਮਾਂ ਫੇਰ ਖਬਰ ਨਹੀਂ ਕਦ ਮਿਲੇ ਜਾ ਨਹੀਂ ਅਰ ਮੈਨੂੰ ਤਾਂ ਨਿੰਦਿਆ ਦਾ ਕੁਛ ਦੁਖ ਨਹੀਂ, ਏਨਾਂ ਨਿੰਦਕਾਂ ਦਾ ਈ ਬਡਾ ਅਫਸੋਸ ਹੈ, ਕਿ ਇਕ ਤਾਂ ਮਿਲੇ ਨਾ, ਨਾਲੇ ਸੰਤ ਖਾਲਸੇ ਨਾਲ ਵੈਰ ਬੰਨੀਂ ਫਿਰਦੇ ਹੈਨ ਬੇ ਅਰਥਾ॥ ਭਾਈ ਨਿੰਦਕ ਹਾਰ ਜਾਣਗੇ ਠੀਕ, ਕਿਉਂ ਜੋ ਝੂਠੇ ਮੈ ਫੁਰਤੀ ਚਲਾਕੀ ਤੇ ਬਹੁਤ ਹੈ ਪਰ ਝੂਠ ਦਾ ਦਮ ਥੋੜਾ ਹੈ, ਸਚ ਬਰਾਬਰ ਦਮ ਨਹੀਂ। ਅਗੇ ਭਾਈ ਗੁਰੂ ਜਾਣੇ ਕੁਛ ਖਵਰ ਨਹੀਂ ਗੁਰੂ ਜੀ ਨੂੰ ਕੌਣ ਅਛਾ ਲਗਦਾ ਹੈ। ਪਰ ਹਮੇਸ਼ਾਂ ਇਹ ਭੰਡੀ ਸਾਡੇ ਹੀ ਮਗਰ ਨਹੀਂ ਰਹਿਣੀ, ਹੁਣ ਦੇਖ ਲੈਣਾ ਕੀ ਰੰਗ ਖੁਲਦਾ ਹੈ, ਸਮਾਂ ਤੇ ਆਏ ਪੁਜਾ ਹੈ ਅਗੇ ਗੁਰੂ ਦੀ ਗੁਰੂ ਜਾਣੇ॥ ਹੋਰ ਸਾਰੀ ਸੰਗਤ ਨੂੰ ਇਹ ਹੁਕਮ ਹੈ ਕੁੜੀ ਨੂੰ ਭੀ ਤੇ ਨਾਲੇ ਮਨੁਖਾਂ ਮੁੰਡਿਆਂ ਨੂੰ ਜੋ ਸਭ ਨੇ ਚੰਡੀ ਦੀ ਬਾਰ ਦਾ ਪਾਠ ਕਰਨਾਂ ਜੋ ਉਗ੍ਰਦੰਤੀ ਦਾ ਚਲਿਤ੍ਰਾਂ ਦੁਹਾਂ ਦਾ ਹੋਵੇ॥ ਜੇ ਬਹੁਤ ਨਾ ਹੋਵੇ ਤਾਂ ਚੰਡੀ ਦੀ ਬਾਰ ਦਾ ਤੇ ਜਰੂਰ

ਕਰਨਾਂ ਸਵੇਰੇ ਸੂਰਜ ਚੜ੍ਹੇ ਤੇ ਅਗੇ ਪਾਠ ਤੋਰਨਾਂ ਅਰ ਬੇਨਤੀ ਏਹ ਕਰਨਾ ਪਾਠ ਤੋਰਨ ਲਗੇ ਭੀ ਤੇ ਪਾਠ ਕਰਕੇ ਬੀ। ਹੇ ਭਗਵਤੀ ਮਾਤਾ, ਇਹ ਦਾਨ ਦੇਹ ਜੋ ਮੇਰੇ ਸਰੀਰ ਬਿਖੇ ਜੋ ਖੋਟੇ ਸੁਭਾਉ ਹੈਨ ਅਰ ਬਾਹਰ ਤੇ ਜੋ ਖੋਟੇ ਸੁਭਾਉ ਵਾਲੇ ਦੁਖ ਦੇਣ ਵਾਲੇ ਹੈ ਏਨਾਂ ਦਾ ਸਭਨਾਂ ਦਾ ਨਾਸ ਕਰੀਂ ਤੇ ਸਕਿਤ ਮਾਤਾ, ਨਿਤ ਨੇਮ ਨਾਲ ਪਾਠ ਕਰਨਾਂ, ਏਹੁ ਮੰਗ ਮੰਗਣੀ ਜੋ ਪਿਛੇ ਲਿਖੀ ਹੈ ਅਛਾ ਲਾਭ ਹੋਗਾ ਸਤਿ ਕਰਕੇ ਮੰਨਣਾਂ ਜਾਨਣਾਂ ਅਰ ਭਗੌਤੀਆਂ ਦਾ ਜਾਪ ਕਰਨਾਂ ਸਭ ਨੇ ਜਿਤਨਾਂ ਹੋਵੇ, ਸੌ ਦਾ ਤੇ ਗੁਰੂ ਜੀ ਨੇ ਬਡਾ ਮਹਾਤਮ ਲਿਖਾ ਹੈ, ਸਠ ਹੋਣ ਜਾਂ ਚਾਲੀ ਹੋਣ, ਪੰਝੀ ਤੇ ਘਟ ਨਹੀਂ ਕਰਨਾਂ। ਸਿਰੀ ਗੁਰੂ ਗੋਬਿੰਦ ਸਿੰਘ ਸ੍ਰੀ ਅਕਾਲ ਪੁਰਖ ਜੀ ਸਭ ਥਾਈਂ ਹੋਇ ਸਹਾਇ॥ ਅਰ ਸਭ ਨੇ ਬਾਨੀ ਕੰਠ ਕਰਨੀ, ਪੰਜ ਗਰੰਥ ਤਾਂਈਂ, ਨਾ ਹੋਵੇ ਤਾਂ ਜਪ, ਰਹਿਰਾਸ ਆਰਤੀ, ਸੋਹਿਲਾ, ਹੋਰ ਜੇ ਸੁਖਮਨੀ, ਆਸਾ ਦੀ ਵਾਰ॥ ਪਹਿਲੇ ਤੇ ਸ਼ਨਾਨ ਕਰ ਕੇ ਬਾਣੀ ਪੜ੍ਹਨੀ, ਜਿਨੀ ਕੰਠ ਹੋਵੇ, ਫੇਰ ਭਜਨ ਕਰਨਾਂ, ਤੁਰਦੇ, ਫਿਰਦੇ, ਕੰਮ ਕਰਦੇ। ਜੇ ਕੰਮ ਤੇ ਬੇਲ ਹੋਵੇ ਤਾਂ ਕਲੇ ਬੈਠ ਕੇ ਭਜਨ ਬਾਣੀ ਕਰਨਾਂ, ਅਰ ਇਸ਼ਨਾਨ ਸਵਾ ਪਹਿਰ ਦਾ ਤੇ ਬਡਾ ਈ ਮਹਾਤਮ ਹੈ ਪਰ ਫੇਰ ਜਿਥੇ ਤਾਂਈ ਪੁਜੇ, ਸਵਾ ਪਹਿਰ, ਚਾਰ ਘੜੀ, ਦੋ ਘੜੀ ਪਹਿ ਪਾਟੀ ਤੇ ਤਾਂ ਜਰੂਰ ਹੀ ਕਰਨਾਂ॥ ਸਾਲ 1937॥ ਚੇਤ ਸੁਦੀ 11॥ ਚਿਠੀ ਇਹ ਭੀ ਤੁਮਾਰੀ ਅਰਦਾਸ ਹੈ ਦੋਹਾਂ ਦੀ॥ ਸੁਚੇਤੇ ਜਾ ਕੇ ਨੌਣਾਂ, ਆ ਕੇ ਕਪਾਹੇ ਲੀੜੇ ਧੋਇ ਲੈਣੇ, ਇਹ ਤੇ ਬਹੁਤ ਅਛੀ ਬਾਤ ਹੈ, ਪਰ ਜੇ ਬਹੁਤਾ ਨਾ ਪੁਜੇ ਤਾਂ ਪਾਨੀ ਦਾ ਗੜਵਾ ਤਾਂ ਸਭ ਨੇ ਲੈਣ ਜਾਣਾਂ, ਮਰਦਾਨੇ ਭੀ, ਜਨਾਨੇ ਭੀ। ਬਿਨਾਂ ਪਾਣੀ ਨਹੀਂ ਜਾਨਾਂ ਝਾੜੇ ਜੰਗਲ ਕਿਨੇ ਭੀ, ਅਰ ਚੌਂਕਾ ਦੇ ਕੇ ਪ੍ਰਸ਼ਾਦਿ ਕਰਨਾਂ ਸਭ ਨੇ, ਚੌਂਕੇ ਵਿਚ ਪੈਰ ਧੋ ਕੇ ਵੜਨਾਂ। ਵਿਚ ਬੈਠ ਕੇ ਚੌਂਕੇ ਦੇ ਰੋਟੀ ਨਾ ਖਾਣੀ ਪ੍ਰਸ਼ਾਦ ਪਕੌਣ ਵਾਲੀ ਨੇ, ਜੋ ਇਹ ਬਾਤ ਮੰਨੇਗਾ ਤਾਂ ਉਸ ਨੂੰ ਅਛਾ ਫਾਇਦਾ ਹੋਊਗਾ, ਜੋ ਨਾ ਮੰਨੂਗਾ ਉਹ ਭੂਤ ਹੈ, ਮਾਨੁਖ ਨਹੀਂ, ਸਭ ਨੂੰ ਸੁਣਾਏ ਦੇਨੀ ਜੋ ਜੋ ਬਾਤ ਲਿਖੀ ਹੈ ਅਰਦਾਸ ਮੈ॥ 42॥

33

੧ਓ ਸਤਿਗੁਰ ਪ੍ਰਸਾਦਿ॥

ਲਿਖਤੋ ਦਿਆਲ ਸਿੰਘ ਜੋਗ ਉਪਮਾ ਭਾਈ ਸਿਆਮ ਸਿੰਘ ਤੇ ਜੀਵਣ ਸਿੰਘ, ਮੀਹਾਂ ਸਿੰਘ, ਬਘੇਲ ਸਿੰਘ, ਕਾਨ ਸਿੰਘ, ਨਥਾ ਸਿੰਘ ਹੋਰ ਸੰਬੂਹ ਸੰਗਤ ਕੋ ਸ੍ਰੀ ਵਾਹਿਗੁਰੂ ਜੀ ਕੀ ਫਤੇ ਬੁਲਾਈ ਪ੍ਰਵਾਨ ਕਰਨੀ, ਸਰਬਤ ਨੋ ਮਾਈ ਬੀਬੀਆਂ ਕੋ ਰਾਮ ਸਤਿ ਬਾਚਨੀ, ਹੋਰ ਏਥੇ ਸੁਖ ਅਨੰਦ ਹੈ, ਸੰਮੂਹ ਸੰਗਤ ਦੀ ਸੁਖ ਅਨੰਦ ਮੰਗਦੇ ਹਾਂ ਹਮੇਸ਼ਾਂ ਗੁਰੂ ਜੀ ਪਾਸੋਂ। ਹੋਰ ਮੀਹਾਂ ਸਿੰਘ ਦੀ ਮਾਈ ਕੋ। ਅਰ ਕਾਨ ਸਿੰਘ ਜੋ

ਦੁਆਈ ਦਸੀ ਸੀ ਕੁਛ ਫਾਇਦਾ ਹੋਆ ਤਾਂ ਲਿਖ ਭੇਜਣਾ ਜੇ ਕਦੇ ਕੋਈ ਆਵੇ ਸਾਡੇ ਪਾਸ ਸ਼ਿਤਾਬੀ ਯਾ ਚਿਰੀਂ॥ ਹੋਰ ਮੀਹਾਂ ਸਿੰਘ ਦੇ ਵਾਸਤੇ ਦੁਆਈ ਕਰਨੀ॥ ਮਹਿਦੀ ਏ ਪਤੇ ਲੈ ਕੇ ਰਾਤ ਕੋ ਭਿਉਂ ਦੇਣੇ ਕੋਰੇ ਭਾਂਡੇ ਮੈ, ਪਾਣੀ ਓਨਾ ਪੌਣਾ, ਜਿਨਾਂ ਪੀਆ ਜਾਵੇ ਦੋ ਤਿੰਨ ਪੈਸੇ ਭਰ, ਹੋਰ ਪਤੇ ਦਿਨ ਚੜੇ ਦੂਏ ਆਦਮੀ ਨੇ ਮਹਿੰਦੀ ਮਲ ਲੈਨੀ, ਪੋਸਤ ਮਾਂਗੂ ਮਲਕੇ ਪਾਣੀ ਸਾਫ ਕਰ ਕੇ ਮਿਸਰੀ ਪਾ ਕੇ ਪੀਣਾਂ, ਜੇ ਜ਼ਖਮ ਹੋਵੇ, ਪਤੀ ਦੇ ਬਿਚ ਥੋੜਾ ਕਥਾ ਪਾ ਕੇ ਰਗੜ ਕੇ ਜ਼ਖਮਾਂ ਉਤੇ ਲੌਣੀ। ਜੇ ਇਸ ਤੇ ਨਾ ਫਾਇਦਾ ਹੋਵੇ ਤਾਂ ਨਿਗੰਧ ਬਾਵਰੀ ਭਿਉਂ ਦੇਣੀ ਰਾਤ ਕੋ ਟਕਾ ਭਰ, ਦਿਨ ਚੜੇ ਰਗੜ ਕੇ ਪੁਣ ਕੇ ਮਿਸਰੀ ਪਾ ਕੇ ਪੀਣੀ, ਘਿਉ ਖਾਣਾ, ਖਟਾ ਮਿਠਾ ਨਾ ਖਾਣਾ। ਜੇ ਫਾਇਦਾ ਨਾ ਹੋਵੇ ਤਾਂ ਟਕਾ ਭਰ ਭਖੜਾ ਰਾਤ ਨੂੰ ਭਿਉਂ ਦੇਣਾ ਕੋਰੇ ਭਾਂਡੇ ਮੇ, ਦਿਨ ਚੜੇ ਰਗੜ ਕੇ ਮਿਸਰੀ ਪਾ ਕੇ ਪੀ ਲੈਣਾਂ, ਪਰ ਕਿਸੇ ਕੋ ਦਸਣਾਂ ਨਾ, ਦਿਖਾਉ ਭੀ ਨਾ॥ ਦੁਆਈਆਂ ਤਾਂ ਅਛੀਆਂ ਹਣ ਤਿਨੇ, ਪਰ ਫਾਇਦਾ ਗੁਰੂ ਜੀ ਨੇ ਕਰਨਾ ਹੈ। ਗੁਰੂ 2 ਜਪਣਾਂ ਰਾਤਿ ਦਿਨ। ਇਹ ਅਰਦਾਸ ਪਹੁੰਚੇ ਸਰਿਆਲੀ ਸਿਆਮ ਸਿੰਘ ਪਾਸ। ਦਸਣੀ ਕੋਈ ਬੀ ਦੁਆ ਨਾ ਕਿਸੇ ਕੋ ਦੁਖੀ ਬਿਨਾਂ॥ ਹੋਰ ਭਾਈ ਸਿਆਮ ਸਿੰਘ ਜੀ, ਪੁਜਾਰੀਆ ਨੂੰ ਤਾਂ ਭੌਂਕਦਿਆਂ ਨੂੰ 19 ਬ੍ਰਸ ਹੋਇ ਗਏ, ਏ ਹੁਣ ਕੀ ਮੂਹ ਲੈ ਕੇ ਮਿਲਣ। ਇਹ ਤਾਂ ਗੁਰੂ ਦੋਖੀ ਹੋਇ ਗਏ, ਏਨਾਂ ਦਾ ਬੈਰ ਗੁਰੂ ਸਾਥ ਪੈ ਗਿਆ, ਜਿਸ ਗੁਰੂ ਨੇ ਖਾਲਸਾ ਰਚਾ ਹੈ॥ ਏਨਾਂ ਦਾ ਕੋਈ ਠਕਾਣਾ ਨਹੀਂ, ਕਿਸੇ ਵੇਲੇ ਦੇ ਏ ਤਾਂ ਸਰਾਫੇ ਹੋਏ ਹੈਨ ਗੁਰੂ ਜੀ ਦੇ॥ ਮੈਨੂੰ ਤਾਂ ਨਾਂ ਗੁਰੂ ਬਣਨ ਦੀ ਲੋੜ ਹੈ ਨਾਂ ਬਰਮਾ ਬਣਨ ਦੀ ਲੋੜ ਹੈ, ਮੈਨੂੰ ਤਾਂ ਗੁਰੂ ਸਿਖੀ ਦੀ ਲੋੜ ਹੈ, ਏਹ ਤਾਂ ਐਵੇਂ ਭੌਂਕਦੇ ਹੈ, ਬਰਲ ਗਏ ਏ ਤਾਂ॥ ਇਕ ਬਾਤ ਏਨਾਂ ਨੂੰ ਕਦੇ ਆਖ ਦੇਣੀ, ਅਕਾਲ ਬੁੰਗੇ। ਜੋ ਤਾਂ ਇਹ ਰਚਨਾਂ ਗੁਰੂ ਸਾਹਿਬ ਦੀ ਹੈ ਤਾਂ ਤੇ ਤੁਸੀਂ ਮਿਲੋ ਹਥ ਜੋੜ ਕੇ ਤਨਖਾਹਿ ਬਖਸਾਉ, ਨਹੀਂ ਤਾਂ ਇਸ ਰਚਨਾਂ ਕੋ ਹਟਾਉ ਕਿਸੇ ਤਰਾਂ ਸੇ, ਦੋ ਬਾਤਾਂ ਮੈ ਤੇ ਜੇ ਕੋਈ ਨ ਕੀਤੀ ਤਾਂ ਤੁਮਾਰੇ ਐਸੀ ਪੇਸ਼ ਆਵੇਗੀ ਤੁਸੀ ਦੇਖ ਲੈਣੀ, ਜੇ ਕਹਿਣ ਕਦ ਪੇਸ਼ ਆਊ ਤਾਂ ਕਹਿਣਾਂ ਹੁਣ ਕੋਹਿ ਤਾਂ ਮੁੜ ਗਏ ਹੈਨ ਕਦਮ ਰਹਿ ਗਏ ਹੈਨ॥ ਅਕਾਲ ਬੁੰਗੇ, ਹੋਰ ਭੀ ਜਿਹੜਾ ਆਖੇ ਮੇਰੇ ਪਾਸੋਂ ਤਨਖਾਹਿ ਬਖਸਾਉ, ਸਭ ਕੋ ਇਹ ਬਾਤ ਸੁਣਾਇ ਦੇਣੀ, ਅਰ ਪਾਠ ਜਾਪ ਕਰੌਣਾ ਸੰਗਤ ਕੋ ਆਖ ਸੁਣ ਕੇ, ਦੇਖੋ ਫੇਰ ਕੈਸਾ ਕੁ ਫਾਇਦਾ ਹੁੰਦਾ ਹੈ। ਇਹ ਭੀ ਕਹਿ ਦੇਣਾ ਜੋ ਤੁਸੀ ਦੋਹਾਂ ਮੈ ਤੇ ਕੋਈ ਬਾਤ ਨਾਂ ਕੀਤੀ ਤਾਂ ਤੁਸੀਂ ਜੇਹੜੇ ਮੂੰਹ ਨਾਲ ਕਲਾਮ ਲਿਖ ਕੇ ਫੇਰੀ ਹੈ, ਉਸ ਮੂੰਹ ਉਤੇ ਚਾਰੋ ਤਰਫ ਤੇ ਮਿਟੀ ਪਊਗੀ। ਦੋ ਮੈ ਇਕ ਬਾਤ ਕਰੋ, ਜਾਂ ਤਾਂ ਮਿਲੋ ਯਾਂ ਏਸ ਰਚਨਾਂ ਕੋ ਹਟਾਉ॥ ਜਰੂਰ ਸੁਣਾ ਦੇਣੀ, ਏਹ ਬਾਤ ਸੰਗਣਾਂ ਨਹੀਂ ਕਿਸੇ ਬਾਤਿ ਤੇ॥ ਹੋਰ ਭਾਈ, ਦਿਆ ਕੌਰ ਕੋ ਮੇਰੀ ਰਾਮ ਸਤਿ

ਵਾਚਨੀ ਬਹੁਤ ਕਰਕੇ, ਹੋਰ ਭਾਈ ਜੋ ਤੈ ਸਿਰ ਦੁਖਣ ਦੀ, ਉੱਲਾਂ ਦੀ ਬਾਤਿ ਪੁਛੀ ਥੀ, ਸੋ ਇਹ ਦੁਆਈ ਹੈ ਲਿਖੀ ਹੋਈ ਬੈਦਕ ਦੀ ਪੋਥੀ ਵਿਚ ਸੋ ਤੈ ਦੁਵਾਈ ਕਰ ਲੈਣੀ ਭਾਈ ਜੋ ਲਿਖੀ ਹੈ, ਅਗੇ ਫਾਇਦਾ ਗੁਰੂ ਜੀ ਬਸਿ ਹੈ ਕਰਨਾਂ॥ ਪਹਿਲੇ ਸਰਨਾਇ ਲੈ ਲੈਣੀ ਅਛੀ ਚੰਗੀ ਕੁਟ ਕੇ ਕਪੜ ਛਾਣ ਕਰ ਲੈਣੀ, ਧਣੀਆਂ ਲੈ ਕੇ ਜੁਦਾ ਕੁਟ ਕੇ ਕਪੜਿ ਛਾਣ ਕਰ ਲੈਣਾਂ ਲਿਖਾ ਥਾ ਹੈ ਨੌਂ ਮਾਸ਼ੇ ਸਰਨਾਇ, ਨਉ ਮਾਸੇ ਧਣੀਆਂ ਰਲਾ ਕੇ ਫਕੀ ਲੈਣੀ ਸਵੇਰੇ ਨਹਾ ਕੇ ਪਾਣੀ ਦੀ ਘੁਟ ਨਾਲ ਲੰਘਾ ਲੈਣੀ, ਜਾਂ ਛੇ 2 ਮਾਸੇ ਲੈ ਲੈਣੀ, ਜੇ ਨਉ 2 ਮਾਸ਼ੇ ਨਾ ਸਰੀਰ ਝਲੇ ਸਤਿ ਸਤਿ ਮਾਸੇ ਤਾਈ, ਪਰ ਲਿਖਾ ਹੈ ਨਉ ਮਾਸ਼ੇ ਸਰਨਾਇ, ਫੇਰ ਜਿਤਨੀ ਮਾਫਕ ਹੋਵੇ ਉਤਨੀ ਲੈ ਲੈਣੀ ਇਕੀ ਦਿਨ ਲੈਣੀ॥ ਫੇਰ ਇਕੀ ਦਿਨ ਛਡ ਕੇ ਫੇਰ ਧਣੀਆਂ ਨਾਲ ਲੈ ਲੈਣੀ ਫੇਰ ਮਖਣੀ ਨਾਲ ਲੈਣੀ ਅਰ ਕੰਮ ਨਾ ਕੁਛ ਕਰਨਾਂ ਜੋਰ ਦਾ॥ ਭਜਨ ਬਾਣੀ ਕਰਨਾ, ਖਾਣਾ ਦਾਲ ਫੁਲਕਾ॥ ਅਰ ਰਾਤ ਨੂੰ ਸੇਰ ਦੁਧ ਪੀ ਲੈਣਾਂ, ਲੱਸੀ ਦਹੀਂ ਨਹੀਂ ਬਰਤਣਾ॥ ਖਟਿਆਈ, ਕਚਾ ਮਿੱਠਾ ਨਹੀਂ ਖਾਣਾ, ਘਿਉ ਖਾਣਾਂ ਰੋਟੀ ਦਾਲ ਨਾਲ॥ ਇਹ ਦੁਆਈ ਉੱਲਾਂ ਦੀ ਸਿਰ ਦੁਖਣ ਦੀ ਵੀ, ਨਜਰ ਦੀ ਵੀ ਹੈ॥ ਹੈ ਤਾਂ ਅਛੀ ਅਗੇ ਫਾਇਦਾ ਤਾਂ ਗੁਰੂ ਸਾਹਿਬ ਨੇ ਕਰਨਾਂ ਹੈ, ਭਾਈ ਬੀਬੀ, ਪਰ ਭਜਨ ਕਰਿਆ ਕਰੋ ਤਕੜੇ ਹੋ ਕੇ॥ ਗੁਰੂ ਜੀ ਦਾ ਹੁਕਮ ਸੋ ਸਰਬ ਰੋਗ ਪ੍ਰਮੇਸ਼ਰ ਦੇ ਭਜਨ ਤੇ ਦੂਰ ਹੋਇ ਜਾਂਦੇ ਹੈਨ॥

ਇਹ ਦੁਆਈ ਕੁੜੀ ਨੰਦਾ ਨੂੰ ਭੀ ਲਿਖਾਇ ਦੇਣੀ, ਨੰਦਾ ਭੀ ਆਂਧੀ ਥੀ ਮੇਰੇ ਉੱਲ ਉਠਦੀ ਹੈ॥ ਜੇ ਅਛੀ ਦੁਆਈ ਹੋਈ ਫਾਇਦਾ ਕੀਤਾ ਹੋਰ ਭੀ ਕਿਸੇ ਨੂੰ ਦੱਸ ਦੇਣੀ॥ ਪ੍ਰਮੇਸ਼ਰ ਦਾ ਭਜਨ ਕਰਨਾ॥ ਭਜਨ ਬਿਨਾਂ ਦੁਆ ਭੀ ਨਹੀਂ ਫਾਇਦਾ ਕਰਦੀ, ਨਾਲੇ ਸਿਖਾਂ ਨੂੰ ਪ੍ਰਸਾਦਿ ਛਕਾਉਣਾ, ਪ੍ਰਸ਼ਾਦਿ ਛਕੌਣ ਤੇ ਨਾਲੇ ਭਜਨ ਕਰਨ ਤੇ ਦੁਆਈ ਭੀ ਅਛਾ ਗੁਣ ਕਰਦੀ ਹੈ, ਅਕੱਲੀ ਦੁਆਈ ਨਹੀਂ ਅਛਾ ਗੁਣ ਕਰ ਸਕਦੀ, ਅਗੇ ਭਾਈ ਗੁਰੂ ਜਾਣੇ ਆਪਨੇ ਭਾਣੇ ਨੂੰ 'ਸ੍ਰੀ ਵਾਹਿਗੁਰੂ ਜੀ ਸਹਾਇ ਹੋ ਜੀ ਸਰਬ ਜੀਆਂ ਕੋ ਜੀ, ਦੀਨ ਦਿਆਲ ਜੀ ਤੇਰੀ ਸ਼ਰਨ ਹਾਂ'॥ ਇਹ ਭੀ ਅਰਦਾਸ ਤੈਂ ਦੇ ਜਾਣੀ ਭਾਈ ਸਿਆਮ ਸਿੰਘ ਨੂੰ ਜੀ॥ ਹੋਰ ਭਾਈ ਸਿਆਮ ਸਿੰਘ ਜੀ, ਬਘੇਲ ਸਿੰਘ ਜੀ, ਭਾਈ ਕਾਨ ਸਿੰਘ ਤੇ ਨਥਾ ਸਿੰਘ ਜੀ ਆਂਧੇ ਸੀ, ਕੋਈ ਹੋਰ ਭੀ ਹੁਕਮਨਾਮਾ ਭੇਜਨਾਂ, ਸੋ ਜੀ ਜਿਹੜੀ ਉਸ ਨੂੰ ਅਰਦਾਸ ਦਿਤੀ ਹੈ ਅਰ ਤੁਸਾਨੂੰ ਦਿਤੀ ਹੈ ਇਹ ਸਾਰੇ ਹੁਕਮਨਾਮੇਂ ਹੀ ਜਾਨਣਾਂ, ਇਨਾਂ ਅਰਦਾਸਾਂ ਨੂੰ ਮੰਨਣਾਂ ਪੜ ਕੇ ਬਹੁਤ ਭਲਾ ਲਾਭ ਹੋਵੇਗਾ॥ ਅਰਦਾਸ ਲਿਖੀ ਚੇਤ ਸੁਧੀ॥1॥1937॥

ਮੈਲ ਝੜ ਜਾਂਦੀ ਹੈ ਏਸ ਦੁਆਈ ਤੇ ਸਾਰਾ ਬਿਗਾੜ ਮੈਲ ਤੇ ਈ ਹੁੰਦਾ ਹੈ, ਅਗੇ ਜੋ ਗੁਰੂ ਕਰੇ, ਅਰ ਹਰ ਵਕਤ ਗੁਰੂ ਸਾਹਿਬ ਅਗੇ ਬੇਨਤੀ ਕਰਨੀ ਜੋ ਹੇ ਗੁਰੂ

ਜੀ ਮੈਂ ਪਾਪੀ ਅਪ੍ਰਾਧੀ ਜੀਉ ਹਾਂ, ਤੇਰਾ ਪਤਤ ਪਾਵਨ ਬ੍ਰਿਧ ਸੁਣ ਕੇ ਤੇਰੀ ਸਰਨਿ ਆ ਪਿਆ ਹਾਂ ਹੁਣ ਮੈਨੂੰ ਬਖਸ ਲੈ ਤੂੰ ਕਦੇ ਨਾ ਮੈਨੂੰ ਵਿਸਾਰੀਂ, ਨਾ ਦੁਖ ਵਿਚ ਨਾ ਸੁਖ ਵਿਚ, ਸਦਾ ਹੀ ਮੇਰੇ ਹਿਰਦੇ ਬਸਿਆ ਰਹੀਂ, ਜਿਥੇ ਮੇਰਾ ਜੀਉ ਜਾਵੇ ਸਦਾ ਹੀ ਆਪਣਾ ਹੁਕਮ ਮਨਾਈਂ। ਅਰ ਜੋ ਤੈਂ ਗੁਰੂ ਰੂਪ ਧਾਰ ਕੇ ਹੁਕਮ ਦਿਤਾ ਹੈ ਗੁਰੂ ਗ੍ਰੰਥ ਸਾਹਿਬ ਮੈ ਓਹ ਮੈਨੂੰ ਸਦਾ ਈ ਮਨਾਈਂ॥ ਇਹ ਦਾਨ ਭੀ ਦੇਈਂ ਆਪਣੀ ਦਰਗਾਹੋਂ ਕਿ ਮਨਮੁਖਾਂ ਦੀ ਸੰਗਤਿ ਤੇ ਰਖ ਲਈਂ ਅਰ ਮਨਮੁਖੀ ਚਾਲ ਤੇ ਰਖ ਲਈਂ॥ ਚਾਰੇ ਲਾਵਾਂ ਸੂਹੀ ਰਾਗ ਦੀਆਂ ਲਿਖ ਭੇਜਣੀਆਂ॥43॥

34

ੴ ਸਤਿਗੁਰ ਪ੍ਰਸਾਦਿ॥

ਲਿਖਤਮ ਮਾਲਾ ਸਿੰਘ ਤੇ ਬਾਬਾ ਜੀ ਨਿਰਬਾਣ ਜੀ ਸੌ ਸਹੰਸ੍ਰ ਮ੍ਰਿਗ ਰਾਜ ਜੀ ਉਜਲ ਦੀਦਾਰ ਨਿਰਮਲ ਬੁਧ ਸ੍ਰੀ ਸਰਬ ਉਪਮਾ ਯੋਗ ਭਾਈ ਸਾਹਿਬ ਸਿਆਮ ਸਿੰਘ ਜੀ ਸ੍ਰੀ ਵਾਹਿਗੁਰੂ ਜੀ ਕੀ ਫਤੇ ਬੁਲਾਈ ਪ੍ਰਵਾਨ ਕਰਨੀ ਜੀ॥ ਹੋਰ ਏਥੇ ਸੁਖ ਅਨੰਦ ਹੈ॥ ਦੀਨਾਂ ਕੇ ਦਿਆਲ ਬਹੁਤ ਰੰਗ ਵਿਚ ਹੈ, ਰਾਜੀ ਖੁਸ਼ੀ ਹੈਨ ਆਪ ਕੀ ਸੁਖ ਆਨੰਦ ਚਾਹੁੰਦੇ ਹਾਂ ਗੁਰੂ ਸਚੇ ਪਾਸੋਂ॥ ਗੁਰੂ ਦਵਾਰੇ ਬਾਬਾ ਜੀ ਪਾਸ ਖਬਰ ਭੇਜ ਦੇਣੀ ਸੁਆਮੀ ਦੀ ਤੇ ਮੇਰਾ ਬਾਬੇ ਦੇ ਚਰਨਾਂ ਉਤੇ ਸੀਸ ਰਖ ਕੇ ਮਥਾ ਟੇਕਣਾਂ ਜੀ॥ ਹੋਰ ਭਾਈ ਜੀਉਣ ਸਿੰਘ ਨੂੰ ਤੇ ਕਿਸ਼ਨ ਸਿੰਘ ਨੂੰ ਤੇ ਮੀਹਾਂ ਸਿੰਘ, ਇੰਦਰਾ ਸਿੰਘ ਨੂੰ ਸ੍ਰੀ ਵਾਹਿਗੁਰੂ ਜੀ ਕੀ ਫਤੇ ਬੁਲਾਈ ਪ੍ਰਵਾਨ ਕਰਣੀ ਜੀ॥ ਮਾਈਆਂ ਬੀਬੀਆਂ ਨੂੰ ਰਾਮ ਸਤਿ ਕਹਿਣੀ ਹੋਰ ਜਿਥੇ ਜਿਥੇ ਸਿੰਘ ਹਨ ਨੇੜੇ ਸਰਬਤ ਕੋ ਸ੍ਰੀ ਵਾਹਿਗੁਰੂ ਜੀ ਕੀ ਫਤਹ ਬੁਲਾਈ ਪ੍ਰਵਾਨ ਕਰਨੀ ਜੀ, ਅਰਦਾਸ ਦਾ ਉਤ੍ਰ ਛੇਤੀ ਭੇਜਣਾ ਜੀ॥ ਲਫਾਫੇ ਉਤੇ ਅੰਗਰੇਜ਼ੀ ਲਿਖਣਾ, ਚਿਠੀ ਕਲਕਤੇ ਹੋ ਕੇ ਪਹੁੰਚੇ ਮੋਰਮਈ ਮਕਾਨ ਹਰੀ ਪਾਂਡੇ ਪਾਸ॥ ਫੇਰ ਮੈਨੂੰ ਪਹੁੰਚ ਜਾਵੇਗੀ। ਹੋਰ ਮੀਹਾਂ ਸਿੰਘ ਪਹੁੰਚਦੇ ਹੀ ਸੁਖ ਅਨੰਦ ਦੀ ਖਬਰ ਹੋਰ ਦੇਸ ਦੇ ਹਵਾਲ ਦੀ ਖਬਰ ਭੇਜਣੀ। ਹੋਰ ਜੀ ਭਾਈ ਪੁਲਾ ਰਾਮ ਦੀ ਬਹੁਤ ਕਰਕੇ ਸ੍ਰੀ ਵਾਹਿਗੁਰੂ ਜੀ ਕੀ ਫਤੇ ਬੁਲਾਈ ਪਰਵਾਨ ਕਰਨੀ ਜੀ॥ ਚਿਠੀ ਲਿਖੀ ਭਾਦ੍ਰੋਂ ਦਿਨ॥11॥ਸੰਮਤ 1939॥ ॥44॥

35

ੴ ਸਤਿਗੁਰ ਪ੍ਰਸਾਦਿ॥

ਲਿਖਤਮ ਦਿਆਲ ਸਿੰਘ ਉਜਲ ਦੀਦਾਰ ਨਿਰਮਲ ਬੁਧ ਸ੍ਰਬ ਉਪਮਾ ਯੋਗ ਭਾਈ ਸਿਆਮ ਸਿੰਘ ਤੇ ਜੀਵਣ ਸਿੰਘ ਤੇ ਕਾਨ ਸਿੰਘ ਹੋਰ ਸੰਬੂਹ ਸੰਗਤ ਕੋ ਸ੍ਰੀ

ਵਾਹਿਗੁਰੂ ਜੀ ਕੀ ਫਤੇ ਬੁਲਾਈ ਪ੍ਰਮਾਨ ਕਰਨੀ, ਮਾਈ ਬੀਬੀਆਂ ਕੇ ਰਾਮ ਸਤਿ ਬਾਚਣੀ॥ ਹੋਰ ਜੀ ਏਥੇ ਅਸੀਂ ਅਨੰਦ ਹਾਂ ਆਪ ਦੀ ਸੁਖ ਗੁਰੂ ਮਹਾਰਾਜ ਜੀ ਪਾਸੋਂ ਹਮੇਸ਼ਾਂ ਮੰਗਦੇ ਹਾਂ॥ ਹੋਰ ਜੀ ਏਹ ਬਚਨ ਮੇਰਾ ਮੰਨਣਾਂ ਜੋ ਸਭ ਨੇ ਬਾਣੀ ਕੰਠ ਕਰਨੀ ਲੜਕੇ ਬਾਲੇ ਨੇ ਮਾਈ ਬੀਬੀ ਅਰ ਝਲਾਂਗੇ ਉਠ ਕੇ ਸਭ ਨੂੰ ਇਸ਼ਨਾਨ ਕਰਨਾਂ ਏਸ ਰੀਤੀ ਤੇ ਬਹੁਤ ਭਲਾ ਹੋਵੇਗਾ। ਅਖਰ ਭੀ ਲੜਕੇ ਨੂੰ ਬੀਬੀਆਂ ਨੂੰ ਜਰੂਰ ਪੜਾਉਣੇ॥ ਜਿਤਨੇ ਬਣਿ ਆਉਣ ਉਤਨੇ ਭੋਗ ਬੀ ਗੁਰੂ ਗ੍ਰੰਥ ਜੀ ਦੇ ਪਾਉਣੇ॥ ਭਜਨ ਬਾਣੀ ਕਰ ਕੇ ਗੁਰੂ ਸਾਹਿਬ ਤੇ ਗੁਰਮਤਿ ਦਾਨ ਮੰਗਣਾਂ॥

[ਇਸ ਤੋਂ ਅੱਗੇ ਚਿਠੀ ਦਾ ਹਿੱਸਾ ਹੂ ਬਹੂ ਚਿਠੀ ਨੰਬਰ 1, ਪੰਨਾ 214 ਸਤਰ 12 ਤੋਂ ਬਾਦ ਵਾਲਾ ਹੈ] ......॥45॥

36

ੴ ਸਤਿਗੁਰ ਪ੍ਰਸਾਦਿ॥

ਲਿਖਤਮ ਦਿਆਲ ਸਿੰਘ ਕ੍ਰਿਪਾਲ ਸਿੰਘ ਉਜਲ ਦੀਦਾਰ ਨਿਰਮਲ ਬੁਧ ਸਰਬ ਗੁਣਾ ਕੇ ਸਪੂੰਨ ਸਰਬ ਉਪਮਾ ਜੋਗ ਭਾਈ ਸਿਆਮ ਸਿੰਘ ਜੀ ਭਾਈ ਕਾਨ ਸਿੰਘ ਤੇ ਹੋਰ ਸੰਬੂਹ ਸੰਗਤ ਕੋ ਸਿਰੀ ਵਾਹਿਗੁਰੂ ਜੀ ਕੀ ਫਤੇ ਬੁਲਾਈ ਹਥ ਜੋੜ ਕੇ ਪ੍ਰਮਾਨ ਕਰਨੀ। ਹੋਰ ਬੀਬੀ ਦਇਆ ਕੌਰ, ਬੀਬੀ ਸੁਖਾਂ ਕੋ ਹੋਰ ਸਰਬਤ ਬੀਬੀ, ਮਾਈ ਕੋ ਰਾਮ ਸਤਿ ਬਾਚਨੀ॥ ਹੋਰ ਜੀ ਏਥੇ ਸੁਖ ਅਨੰਦ ਹੈ ਸ੍ਰਬਤ ਸੰਗਤ ਦੀ ਸੁਖ ਗੁਰੂ ਸਾਹਿਬ ਪਾਸੋਂ ਹਮੇਸ਼ਾਂ ਮੰਗਦੇ ਹਾਂ। ਹੋਰ ਜੀ ਅਸੀਂ ਹਰ ਤਰਾਂ ਕਰਕੇ ਸੁਖੀ ਹੈਂ, ਕਿਤੇ ਬਾਤ ਦਾ ਦੁਖ ਨਹੀਂ। ਅੰਬੀਰੀ ਤੌਰ ਬਾਣਾ ਹੋਆ ਹੈ ਗੁਰੂ ਸਾਹਿਬ ਦੀ ਮਿਹਰਬਾਨਗੀ ਨਾਲ॥ ਜਿਸ ਜਗਾ ਮੈ ਅਸੀਂ ਰਹਿੰਦੇ ਹਾਂ ਅਗੇ ਦਿਲੀ ਵਾਲਾ ਬਾਦਸ਼ਾਹ ਰਹਿੰਦਾ ਸੀ ਉਹ ਮਰ ਗਿਆ ਜਗਾ ਉਸੀ ਮੈਂ ਹੁਣ ਅਸੀਂ ਰਹਿੰਦੇ ਹਾਂ। ਅਗੇ ਨ ਸੀ, ਵਿਚ ਹੁਣ ਖੂਹੀ ਲਾਇ ਦਿਤੀ ਹੈ ਸਾਡੇ ਬਾਸਤੇ ਛੇ ਸਤ ਸੌ ਰੁਪੈਯਾ ਲਾ ਕੇ। ਹੋਰ ਖਾਣ ਪਹਿਨਣ ਦੀ ਕਾਈ ਕਮਤੀ ਨਹੀਂ, ਪਰ ਸੰਗਤਿ ਦੇ ਵਿਛੋੜੇ ਦਾ ਬਡਾ ਦੁਖ ਹੈ। ਏਹ ਦੁਖ ਗੁਰੂ ਮੇਟੂਗਾ ਤਾਂ ਮਿਟ ਜਾਊ। ਹੋਰ ਸਾਡੀਆਂ ਤਾਂ ਅਰਜਾਂ ਬੇਨਤੀਆਂ ਹਨ, ਸੁਨਣ ਵਾਲਾ ਗੁਰੂ ਹੈ॥ ਹੋਰ ਭਾਈ ਸਿਆਮ ਸਿੰਘ ਜੀ ਸਾਰੀ ਸੰਗਤ ਨੂੰ ਇਹ ਹੁਕਮ ਦੇਨਾਂ, ਭੋਗ ਗੁਰੂ ਗ੍ਰੰਥ ਸਾਹਿਬ ਦੇ ਤੇ ਬਾਣੀ ਕੰਠ ਕਰਨ ਸਰਬ ਬੁਢੇ, ਬਾਲੇ, ਮਾਈ, ਬੀਬੀ, ਪਿਛਲ ਰਾਤ ਅਸ਼ਨਾਨ, ਤੇ ਲੜਕੇ ਲੜਕੀਆਂ ਨੂੰ ਅਖਰ ਪੜਾ ਦੇਣੇ ਅਰ ਜਥਾ ਸਕਤ ਸੇਵਾ ਭੀ ਕਰਨੀ ਅੰਨ ਬਸਤਰ ਦੀ ਲੋੜਮੰਦ ਦੀ, ਚਾਹੇ ਕਿਸੇ ਪੰਥ ਦਾ ਹੋਵੇ ਚਾਹੇ ਨਿੰਦਕ ਭੀ ਹੋਵੇ। ਹੋਰ ਭਾਈ ਲੜਕੀਆਂ ਦੇ ਅਨੰਦ ਪੜਵਾ ਦੇਉ, ਕੋਈ ਸਿੰਘ ਭੀ ਹੋਣ, ਰਿਜਕ ਪਾਣੀ ਭੀ ਚੰਗਾ ਹੋਵੇ, ਸਤਿ ਸੰਗੀ ਹੋਇ। ਕੋਈ ਲੜਕਾ ਜੇ ਹੋਵੇ

ਤਾਂ ਸਿੰਘ ਪੁਰੀਆਂ ਦੇ ਦੇਖ ਲੈਣਾ, ਬੜੇ ਅਸੀਲ ਹੈਣ॥ ਉਨ੍ਹਾਂ ਦਾ ਬਾਪ ਜੈਲਦਾਰ ਹੈ ਹੋਰ ਕੋਈ ਅਪਨੀ ਮਰਜੀ ਦੇ ਸਿੰਘ ਦੇਖ ਕੇ ਬੀਬੀ ਦੇ ਬਿਆ ਕਰ ਦੇਉ। ਹੋਰ ਭਾਈ ਕਾਨ ਸਿੰਘ ਜੀ ਇਕ ਤੁਸਾਨੂੰ ਕੀ, ਸਾਰੀ ਸੰਗਤ ਨੂੰ ਹੁਕਮ ਹੈ ਜੋ ਬਾਣੀ ਕੰਠ, ਭਜਨ ਸਨਾਨ, ਬੰਡ ਛਕਣਾਂ ਜਥਾ ਸ਼ਕਤ। ਹੋਰ ਜੀ ਅਗੇ ਇਹ ਬਾਤ ਹੈ ਜੋ ਜੇ ਤਾਂ ਗੁਰੂ ਸਾਹਿਬ ਨੇ ਗਊਆਂ ਉਤੇ ਰਛਿਆ ਕੀਤੀ ਤਾਂ ਕੀਤੀ ਨਹੀਂ ਤਾਂ ਸਾਰੀ ਪ੍ਰਥਮੀ ਬਡਾ ਦੁਖ ਪਾਵੇਗੀ, ਕਿਸ ਕਰਕੇ ਗਾਈਂ ਤਾਂ ਬਿਲੇ ਖਾਇ ਲੈਣਗੇ। ਇਸ ਕਰਕੇ ਨਾ ਬੈਲ ਮਿਲੇਗਾ ਗਰੀਬਾਂ ਨੂੰ, ਨਾ ਬਰਖਾ ਹੋਊਗੀ। ਇਹ ਤਾਂ ਹਿੰਦੂ ਦਾ ਬਡਾ ਦੇਸ ਹੈ। ਏਥੇ ਵੀ ਮੁਕ ਗਈਆਂ ਹੈਂ ਅਰ ਏਥੇ ਸਾਨੂੰ ਗਾਇ ਲੈ ਕੇ ਦਿਤੀ ਥੀ 100 ਰੁਪੈਯੇ ਨੂੰ, ਦੋ ਸੇਰ ਕਚਾ ਦੁਧ ਦਿੰਦੀ ਥੀ, ਅਰ ਤਿਨ 2 ਸੈ ਰੁਪਏ ਨੂੰ ਗਊ ਆਉਂਦੀ ਹੈ॥ ਇਸ ਦੇਸ ਮੈ ਬਰਖਾ ਨਾਲ ਧਾਨ ਹੋਇ ਜਾਂਦੇ ਹੈਨ, ਹੋਰ ਖੇਤੀ ਹੁੰਦੀ ਨਹੀਂ, ਇਸ ਕਰ ਕੇ ਲੰਘਦੀ ਹੈ॥ ਮੈਂ ਆਪਨੇ ਸੰਤ ਖਾਲਸੇ ਦੀ ਰਛਿਆ ਕਰੂੰਗਾ ਉਹ ਸਮਾਂ ਭੀ ਆਇ ਪੁਜਾ ਹੈ ਆਪਨੀ ਅਕਲ ਮੈਂ ਤਾਂ, ਅਗੇ ਗੁਰੂ ਬੇਅੰਤ ਹੈ। ਤੇਤੀ ਸਾਲ ਤੇ ਸ਼ੁਰੂ ਹੋਣਾ ਲਿਖਾ ਹੈ ਮਹਾਰਾਜ ਨੇ, ਚਾਲੀ ਸਾਲ ਮੁਕ ਜਾਣਾਂ, ਅਰ ਬੀਸ ਬਰਸ ਲੜਾਈ ਮਾਕੂਫ ਲਿਖੀ ਸੀ, ਸੋ ਮਾਕੂਫ ਹੀ ਰਹੀ ਹੈ॥ ਹੋਰ ਸਿਆਮ ਸਿੰਘ ਜੀ ਮੈਂ ਏਸ ਬਾਤ ਤੇ ਹਰਾਨ ਥਾ ਇਹ ਸਿਖ ਸਾਧ ਵੈਰ ਭਾਉ ਰਖਦੇ ਹੈਨ ਸਾਡੇ ਸਾਥ ਇਨਾਂ ਨੂੰ ਭੀ ਗੁਰੂ ਦਾ ਹੁਕਮ ਏਮੇ ਹੈ॥ ਹੁਣ ਸਮਝਿਆ ਹੈ ਅਛੀ ਤਰਾਂ 'ਗਿਆਨੀ ਧਿਆਨੀ ਗੁਨੀ ਧਨਾਢ, ਨਾਮ ਜਪਤ ਘਰ 2 ਮੇਂ ਆਢ' ਨਾਮ ਜਪਣ ਵਾਲਿਆਂ ਕੇ ਸਾਥ ਸਾਰੇ ਆਢਾ ਕਰਨਗੇ॥ ਧਨਾਢ ਰਾਜਿਆਂ ਨੂੰ ਕਹਾ ਹੈ॥ ਸੋਈ ਦੇਖ ਲਵੋ ਤੁਸੀਂ, ਚੰਗੇ ਸਿਖਾਂ ਸਾਧਾਂ ਨੇ ਵੈਰ ਭਾਉ ਕੀਤਾ॥ ਇਹ ਲੋਕ ਮੈਨੂੰ ਆਂਦੇ ਹੈਂ ਕੁਛ ਏਨੇ ਕਰ ਲਿਆ ਹੈ॥ ਗੁਰੂ ਬਲ ਨਿਗਾਹ ਨਹੀਂ ਏਨਾਂ ਲੋਕਾਂ ਦੀ॥ ਗੁਰੂ ਜੀ ਦਾ ਹੁਕਮ ਏਵੇਂ ਹੀ ਥਾ ਸਭ ਨੇ ਆਢਾ ਕੀਤਾ ਏਸ ਪੰਥ ਨਾਲ। ਇਹ ਜਿਤਨੀ ਕਾਰ ਹੈ ਸੋ ਸਾਹਿਬ ਦਸਵੇਂ ਪਾਤਸ਼ਾਹ ਦੀ ਹੈ ਤੁਸੀਂ ਸਤਿ ਕਰ ਮੰਨਣਾਂ॥ ਹੋਰ ਨਾ ਇਹ ਕੰਮ ਮੇਰੇ ਕਰਨ ਦਾ ਥਾ, ਨਾ ਏਹੁ ਹੋਰ ਮਾਨੁੱਖ ਤੇ ਹੋ ਸਕਦਾ ਸੀ, ਤੁਸੀਂ ਵਿਚਾਰ ਕੇ ਦੇਖੋ, ਅਗੇ ਸਿਖ ਸਾਧ ਤਾਂ ਹੋਏ ਹੈਨ ਨਿਹੰਗ, ਇਹ ਕੰਮ ਨਹੀਂ ਕਿਸੇ ਨੇ ਤੋਰ ਲਿਆ॥ ਇਨਾਂ ਲੋਕਾਂ ਨੇ ਇਹ ਗੁਰੂ ਦੀ ਕਾਰ ਨਹੀਂ ਜਾਣੀ। ਤੁਸੀ ਦੇਖ ਲੈਉ ਐਤਨੇ ਭੋਗ ਕਦੇ ਪਏ ਹੈਨ ਅਗੇ, ਗੁਰੁ ਦੀ ਕੀ ਬਾਤ ਹੈ ਹੁਣ ਹੀ ਦੇਖ ਲੇਉ॥ ਹੋਰ ਲੋਕ ਕਿਤਨੇ ਕੁ ਭੋਗ ਪਾਇੰਦੇ ਹੈਨ। ਇਕ ਬਚਨ ਹੋਰ ਕਹਾ ਹੈ ਗੁਰੂ ਜੀ ਨੇ, ਅਠ ਦਸ ਸਤ ਬੀਤੇ ਜਬ ਸਿਖ ਇਹ ਬੀ ਏਨਾਂ ਨੂੰ ਕਹਾ ਹੈ, ਅਗੇ ਭਾਈ ਗੁਰੂ ਜਾਣੇ॥ ਭਾਈ ਦੇਹਾਂ ਦਾ ਤਾਂ ਮੇਲਾ ਤਾਂ ਅਨਿਤ ਈ ਹੈ॥ ਜੋ ਸ਼ਬਦ ਨਾਲ ਮਿਲੇਗਾ, ਉਹ ਸਦਾ ਈ ਮਿਲਾ ਹੋਯਾ ਹੈ। ਦੇਖੋ ਕਰਤਾਰ ਦੇ ਰੰਗ ਤਮਾਸ਼ੇ, ਕਰਤਾਰ ਕੀ ਕਰਦਾ ਹੈ॥ ਇਕ ਗੁਰੂ ਗ੍ਰੰਥ ਸਾਹਿਬ, ਗੁਰੂ

ਗ੍ਰੰਥ ਮਾਨੀਏ ਪ੍ਰਗਟ ਗੁਰਾਂ ਦੀ ਦਿਹ॥ ਜੋ ਸਿਖ ਮੋ ਕੇ ਮਿਲਬੋ ਚਹੇ ਖੋਜ ਇਨਹੀ ਮੈਂ ਲੇਹੁ॥ ਹੋਰ ਗੁਰੂ ਜੀ ਨੇ ਲਿਖਾ ਹੈ॥ ਬਾਣੀ ਗੁਰੂ, ਗੁਰੂ ਹੈ ਬਾਣੀ ਵਿਚ ਬਾਨੀ ਅੰਮ੍ਰਿਤ ਸਾਰੇ, ਗੁਰ ਬਾਣੀ ਕਹੇ ਸੇਵਕ ਜਨ ਮਾਨੇ ਪਰਤਖ ਗੁਰੂ ਨਿਸਤਾਰੇ। ਖਾਲਸਾ ਅਨੰਤ ਹੈ ਨਾਮ ਨਾਮ ਲਿਖੇ ਨਹੀਂ ਜਾਂਦੇ॥ ਲਗ ਅਛਰ ਆਪ ਸੋਧ ਪੜਨਾਂ, ਖਾਲਸਾ ਜੀ ਮੇਰੀ ਤਾਂ ਮਤ ਅਲਪ ਈ ਹੈ॥ ਹਉ ਤਾਂ ਮੂਰਖ ਮੁਘਦ ਹਾਂ, ਪਰ ਸਰਨਿ ਗੁਰੂ ਸਾਹਿਬ ਦੀ ਲਈ ਹੈ, ਅਗੇ ਜੋ ਗੁਰੂ ਜੀ ਨੂੰ ਭਾਵੇ। ਗੁਰੂ ਭਾਣੇ ਦਾ ਮਾਲਕ ਹੈ। ਅਸੰਖ ਖਤੇ ਬਖਸ਼ਨ ਜੋਗ ਹੈ॥ ਪਤਿਤ ਪਾਵਨ ਹੈ॥ ਇਹ ਅਰਦਾਸ ਲਿਖੀ ਸਾਰੀ ਮਾਝੇ ਸੰਗਤ ਦੇ ਬਾਸਤੇ। ਸ੍ਰੀ ਵਾਹਿਗੁਰੂ ਜੀ ਸਹਾਇ ਹੋਇ ਸ੍ਰਬਤ ਸੰਗਤ ਕੇ॥ ਅਰਦਾਸ ਦੇਨੀਂ ਸਿਆਮ ਸਿੰਘ ਨੂੰ॥46॥

37

ੴ ਸਤਿਗੁਰ ਪ੍ਰਸਾਦਿ॥

ਲਿਖਤੋ ਦਿਆਲ ਸਿੰਘ ਜੋਗ ਉਪਮਾ ਭਾਈ ਨਰੈਣ ਸਿੰਘ, ਜੋਗ ਸਮੂਹ ਸਾਧ ਸੰਗਤ ਕੋ ਸ੍ਰੀ ਵਾਹਿਗੁਰੂ ਜੀ ਕੀ ਫਤੇ ਪ੍ਰਵਾਨ ਕਰਨੀ, ਸਮੂੰਹ ਮਾਈ ਬੀਬੀਆਂ ਕੋ ਰਾਮ ਸਤਿ ਬਾਚਣੀ॥ ਹੋਰ ਜੀ ਏਥੇ ਸੁਖ ਅਨੰਦ ਹੈ ਸਮੂੰਹ ਸਾਧ ਸੰਗਤ ਕੀ ਸੁਖ ਅਨੰਦ ਹਮੇਸ਼ਾਂ ਸ੍ਰੀ ਗੁਰੂ ਮਹਾਰਾਜ ਪਾਸੋਂ ਮੰਗਦੇ ਹੈਂ, ਨਾਲ ਦਰਸ਼ਨ ਮੰਗਦੇ ਹਾਂ ਸੰਗਤ ਦਾ, ਅਗੇ ਜੋ ਗੁਰੂ ਜੀ ਨੂੰ ਭਾਵੈ॥ ਨਰੈਣ ਸਿੰਘ ਜੀ ਤੁਸੀ ਜੋ ਆਖਦੇ ਹੋ ਰਹਿਤ ਦਾ ਹੁਕਮਨਾਮਾਂ ਦੇਉ, ਸੋ ਜੀ ਅਸੀਂ ਕੀ ਹੁਕਮਨਾਮਾ ਦੇਣਾਂ ਹੈ, ਹੁਕਮਨਾਮਾਂ ਗੁਰੂ ਜੀ ਅਗੇ ਹੀ ਦੇ ਰਖਾ ਹੈ ਸਾਧ ਸੰਗਤ ਕੋ, ਅਰ ਸਾਰੇ ਭੇਖਾਂ ਕੋ ਅਰ ਸਾਰੀਆਂ ਜਾਤਾਂ ਕੋ॥ ਗੁਰੂ ਗ੍ਰੰਥ ਸਾਹਿਬ, ਸੌ ਸਾਖੀ, ਪ੍ਰੇਮ ਸੁਮਾਰਗ ਪੜਨਾਂ। ਬਾਣੀ ਪੰਜ ਗ੍ਰੰਥੀ, ਭਾਈ ਜੇ ਨ ਪੁਜੇ ਤਾਂ ਜਪੁ, ਜਾਪੁ, ਰਹਿਰਾਸ ਸੋਹਿਲਾ, ਚੰਡੀ ਦੀ ਬਾਰ, ਸੁਖਮਨੀ, ਉਗ੍ਰਦੰਤੀ॥ ਬਹੁਤ ਨਾ ਪੁਜੇ ਤਾਂ ਜਪ, ਜਾਪ ਪੜਨਾਂ, ਫੇਰ ਭਜਨ ਕਰਨਾਂ ਸਾਰਾ ਦਿਨ, ਕੰਮ ਕਾਰ ਥੀ ਬੇਲ ਲਗੇ ਤਾਂ ਅਕੰਤ ਅਕੇਲੇ ਬੈਠ ਕੇ ਭਜਨ ਕਰਨਾਂ, ਜਿਤਨਾਂ ਪੁਜ ਆਵੈ॥ ਪਹਿਰ ਚਾਰ ਘੜੀ, ਦੋ ਘੜੀ ਬੇਲ ਲਗੇ ਤਾਂ ਜਰੂਰ ਅਕੰਤ ਬੈਠ ਕਰ ਬਾਣੀ ਜਿਸ ਦੇ ਕੰਠ ਨਾ ਹੋਵੇ ਸੋ ਜ਼ਰੂਰ ਕੰਠ ਕਰਨੀ, ਜਿਤਨੀ ਕੂ ਪੁਜ ਆਵੈ॥ ਅਰ ਲੜਕੇ ਲੜਕੀਆਂ ਕੋ ਅਖਰ ਪੜਾਉ ਅਖਰ ਪੜਾਉਣ ਵਾਲਿਆਂ ਤੇ, ਜੇ ਆਪ ਨਾ ਪੜਿਆ ਹੋਵੇ ਤਾਂ ਆਪ ਦੇ ਬਾਲਿਆਂ ਤੇ ਬਾਣੀ ਕੰਠ ਕਰ ਲੈਣੀ, ਪਟੀ ਉਤੇ ਲਿਖਾ ਲੈਣੀ ਤੇ ਕੰਠ ਕਰਨੀ॥ ਮਾਈ ਬੀਬੀਆਂ ਨੇ ਕੰਠ ਕਰਨੀ ਬਾਣੀ ਬਾਹਰ ਜਾਣ ਤੇ ॥ ਇਹ ਤਾਂ ਭਜਨ ਬਾਨੀ ਦੀ ਬਾਤ ਹੋਈ॥ ਹੋਰ ਬਗਾਨੀ ਅੰਸ ਕਿਸੇ ਨਹੀਂ ਖਾਣੀ, ਨਾ ਲੈਣੀ। ਨਾਂ ਚੁਰਾ ਕੇ ਨਾ ਠਗੀ ਕਰ ਕੇ, ਜੇ ਡਿਗੀ ਪਈ ਭੀ ਲਭੇ ਤਾਂ ਜਿਸ ਦੀ

ਹੋਵੇ ਉਸ ਨੂੰ ਹੋਕਾ ਦੇ ਕੇ ਦੇ ਦੇਵੇ, ਕਰਜਾ ਲੈਣਾ, ਲੈ ਕੇ ਨਾ ਦੇਣਾਂ, ਚੋਰੀ ਧਾੜੇ ਤੇ ਭੀ ਬਡਾ ਪਾਪ ਹੈ, ਸੋ ਖਾਲਸਾ ਜੀ ਬਗਾਨੀ ਅੰਸ ਦਾ ਤਿਆਗ ਕਰਨਾ ਬੱਡਾ ਧਰਮ ਹੈ॥ ਹਕ ਪਰਾਇਆ ਨਾਨਕਾ ਉਸ ਸੂਅਰ ਉਸ ਗਾਇ॥ ਸੋ ਭਾਈ, ਜਿਸ ਹਿੰਦੂ ਨੇ ਗਾਇ ਖਾਇ ਲਈ ਉਸ ਦਾ ਤੇ ਕੁਛ ਨਾ ਰਹਿਆ॥ ਚਾਹੇ ਸਿਖ ਹੋਵੇ, ਭਾਂਵੇ ਬ੍ਰਾਹਮਣ ਹੋਵੇ, ਖੜ੍ਰੀ ਹੋਵੇ, ਭਾਂਵੇ ਮੁਸਲਮਾਨ ਹੋਵੇ, ਉਸ ਦਾ ਪਖ ਨਾ ਕਰੇ ਗੁਰੂ, ਨਾ ਕਰੇ ਪੀਰ, ਪ੍ਰਤੀਤ ਕਰਨੀ, ਭਾਂਵੇ ਨਿਵਾਜ ਪੜੇ ਕੋਈ ਥਾਇ ਨਾ ਪਊਗਾ, ਨਾਇਕ ਕੇ ਬਾਣੀ ਪੜੇ ਸਭ ਨਿਹਫਲ ਜਾਇਗੀ॥ ਅਗੇ ਜੋ ਲੜਕੀ ਮਾਰੇ, ਤੇ ਲਟਕੀ ਬੇਚ ਦੇਨੇ ਕਾ ਬਡਾ ਪਾਪ ਹੈ, ਕਿਉਂਕਿ ਲੜਕੀਆਂ ਮੈ ਬਡੇ ਗੁਣ ਹੈ, ਅਨੇਕ ਤਰਾਂ ਦੇ ਸੁਖ ਦੇਂਦੀਆਂ ਹੈ। ਇਸਤ੍ਰੀਆਂ ਦੇ ਗੁਣ ਕਹੇ ਨਹੀਂ ਜਾਂਦੇ ਮੇਰੇ ਪਾਸ ਤੋਂ। ਕੁੜੀਆਂ ਦਾ ਮਾਰਨਾਂ ਗਊ ਤੋਂ ਭੀ ਬਡਾ ਪਾਪ ਹੈ, ਬੱਟਾ ਕਰਨਾਂ ਤੇ ਦੰਮ ਲੈਣੇ ਦਾ ਏਕ ਤੋਂ ਬਰ ਅਛਾ ਨਹੀਂ ਮਿਲਦਾ, ਕਸੋਹਣਾਂ ਮਿਲਦਾ ਹੈ, ਦੰਮ ਲੈਣ ਤੇ ਕੁੜੀ ਦੇ ਘਰ ਕੁਛ ਨਹੀਂ ਰਹਿੰਦਾ ਹੈ, ਕੁੜੀ ਬਹੁਤ ਦੁਖੀ ਰਹਿੰਦੀ ਹੈ, ਨਾਲੇ ਕੁੜੀ ਬਿਭਚਾਰਨ ਹੋਇ ਜਾਂਦੀ ਹੈ, ਬਹੁਤ ਥਾਇ ਖਰਾਬ ਹੁੰਦੀ ਹੈ, ਇਹ ਸਾਰੇ ਪਾਪ ਮਾਪਿਆਂ ਨੂੰ ਲਗਦਾ ਹੈ। ਮਾਪਿਆਂ ਦੇ ਬੁਰੇ ਹਾਲ ਹੋ ਜਾਂਦੇ ਹਨ। ਮੈ ਆਪਣੀ ਅੱਖੀਂ ਦੇਖੀ ਹੈਨ ਇਹ ਬਾਤ, ਸਤਿ ਪ੍ਰਤੀਤ ਜਾਨਣੀ। ਖਾਲਸਾ ਜੀ, ਲੜਕੀ ਜੋ ਲਿਖੀ ਹੈ ਲੜਕੀ ਮਾਰੇ ਯਾ ਬੇਚੇ, ਬਟਾ ਕਰੇ, ਉਸ ਦੇ ਨਾਲ ਨਹੀਂ ਸੰਗਤ ਨੇ ਬਰਤਨਾਂ, ਨਾ ਉਸ ਦੇ ਹਥ ਦਾ ਜਲ ਪਾਨ ਕਰਨਾਂ, ਇਦੂੰ ਪਿਛੇ ਹੋਈ ਸੋ ਹੋਈ ਹੁਣ ਅਗੇ ਸਮਝ ਕੇ ਬਰਤਣਾਂ॥ ਅਗੇ ਮਾਸ ਖਾਨ ਦੀ ਬਾਤ ਗੁਰੂ ਜੀ ਲਿਖੀ ਹੈ॥ ਮਕੇ ਦੀ ਗੋਸਟ ਵਿਚ ਲਿਖਾ ਹੈ ਮਾਸ ਸੋ ਖਾਇ ਜਿਸ ਜੀ ਕੋ ਖਾਏ ਉਸ ਕੋ ਜਿਵਾਇ ਦੇਏ, ਜੇ ਜੀਊਂਦਾ ਨਾ ਕਰ ਸਕੇ ਤਾਂ ਮਰਾ ਹੋਯਾ ਖਾਇ ਲੇਵੇ, ਪਰ ਜਿਨ ਬੰਦਗੀ ਕਰਨੀ ਹੈ ਉਹ ਮਰਾ ਹੋਇਆ ਭੀ ਨ ਖਾਇ॥ ਸਾਹਿਬ ਦਸਮੇਂ ਪਾਤਸ਼ਾਹ ਦਾ ਹੁਕਮ ਹੈ ਜੋ ਮਾਸ ਬਣਾ ਕੇ ਅਕਾਲ ਪੁਰਖ ਕੋ ਭੋਗ ਲਵੌਣਾ, ਰੋਜ ਮੋਲ ਲੈ ਕੇ ਬਨਾਵਣਾਂ, ਮਾਸ ਭੀ ਇਕ ਰਤਨ ਹੈ ਮਨੁਖਾਂ ਦੇ ਵਾਸਤੇ, ਪਰ ਜੇ ਉਸ ਵੇਲੇ ਨ ਮਿਲੇ ਤਾਂ ਉਸੀ ਵਕਤ ਆਪਣੇ ਸਰੀਰ ਕੋ ਕਟ ਕੇ ਉਤਨਾਂ ਹੀ ਮਾਸ ਦਾ ਭੋਗ ਲਵਾਉਣਾਂ ਅਕਾਲ ਪੁਰਖ ਨੂੰ, ਜੇ ਉਸ ਵੇਲੇ ਕਟ ਕੇ ਭੋਗ ਨ ਲਵਾਵੇ ਤਾਂ ਬਦਲਾ ਦੇਨਾਂ ਪੈਂਦਾ ਹੈ ਉਸ ਜੀਆ ਕਾ॥ ਅਰ ਉਸ ਕਾ ਮਰਾਤਵਾ ਭ੍ਰਿਸਟੀ ਲਿਖਾ ਹੈ, ਇਸ ਤਰਾਂ ਕੋਈ ਨਹੀਂ ਖਾਂਦਾ ਹੈ। ਗੁਰੂ ਗ੍ਰੰਥ ਸਾਹਿਬ ਮੈਂ ਇਓਂ ਭੀ ਲਿਖਾ ਹੈ ਜੀਉ ਜੁ ਮਾਰਹਿ ਜੋਰ ਕਰ ਕਹਿਤਾ ਨਾਮ ਹਲਾਲ... ਹੋਰ ਭੀ ਲਿਖਾ ਹੈ, ਆਗ ਦੂਹਾਂ ਘਰ ਲਾਗੀ॥ ਜੀਉ ਬਧ ਕਰਨ ਵਾਲਿਆਂ ਹਿੰਦੂਆਂ ਤੇ ਨਾਲੇ ਮੁਸਲਮਾਲਾਂ ਤੁਰਕਾਂ ਕੇ ਘਰ ਨੂੰ ਆਗ ਲਗੀ ਤਾਂ ਰਹਿਆ ਕੀ ਪਿਛੇ॥ ਸ਼ਰਾਬ ਨੂੰ ਭੀ ਮਨੇ ਕੀਆ ਗੁਰੂ ਗ੍ਰੰਥ ਸਾਹਿਬ ਜੀ ਮੈ॥ ਆਪਣਾ ਪਰਾਇਆ ਨ ਪਛਾਣਈ ਖਸਮਹੁ ਧਕੇ ਖਾਇ,

ਝੂਠਾ ਮਦੁ ਮੂਲਿ ਨ ਪੀਚਈ ਜੇ ਕਾ ਪਾਰਿ ਵਸਾਇ॥ ਤਾਂ ਤੇ ਦੋਨੋ ਨਹੀਂ ਖਾਵਣੇ ਮਾਸ ਸ਼ਰਾਬ, ਏਹ ਤਾਂ ਮਲੇਛਾਂ ਦਾ ਖਾਣਾ ਹੈ, ਜੋ ਖਾਊ ਉਸ ਦੀ ਬੁਧ ਮਲੇਛ ਹੋਇ ਜਾਊਗੀ॥ ਹੋਰ ਨੀਲਾ ਭੀ ਮਲੇਛਾਂ ਦਾ ਬਾਣਾਂ ਹੈ, ਨਹਿੰਗਾ ਦੀ ਵੀ ਬੁਧ ਨੀਲ ਨੇ ਮਾਰ ਲਈ ਹੈ, ਫੇਰ ਕਕੜੀ ਖਰਬੂਜੇ ਲੈਣ ਲਗੇ ਨਾਲ ਗਾਂਈਂ ਕੋ ਮਾਰਾ, ਨਾਲ ਆਪ ਮਰੇ, ਫੇਰ ਆਪਸ ਮੈ ਮੁਏ ਫੇਰ ਅੰਗ੍ਰੇਜ਼ਾਂ ਨਾਲ ਲੜਨ ਲਗੇ ਅੰਮ੍ਰਿਤਸਰ ਜੀ ਸੀਖਾ ਉਤੇ ਚੜ ਕੇ॥47॥

38

ੴ ਸਤਿਗੁਰ ਪ੍ਰਸਾਦਿ॥

ਹੋਰ ਭਾਈ ਹਰੀ ਸਿੰਘ ਜੀ, ਤੁਸੀਂ ਸੂਤ੍ਰੀਆਂ ਕੋ ਏਹ ਬਾਤ ਬੋਲ·ਦੇਣੀਂ, ਭਾਈ ਜੋ ਜਾਣ ਕੇ ਭੜਥੂ ਪਾਊ, ਸੂਤ੍ਰ ਕਢੂਗਾ, ਗੁਰੂ ਸਾਹਿਬ ਕਾ ਚੋਰ ਹੋਊਗਾ। ਉਸ ਦਾ ਭਜਨ ਬਾਨੀ ਨਿਹਫਲ ਜਾਊਗਾ, ਪਖੰਡ ਨਹੀਂ ਕਿਸੇ ਕਰਨਾ, ਜੇ ਬੇਵਸ ਕੋ ਅਮਲ ਚੜ੍ਹ ਜਾਏ ਤੋ ਚੜ੍ਹ ਜਾਏ, ਪਾਖੰਡ ਨਹੀਂ ਕਿਸੇ ਕਰਨਾ, ਪਾਖੰਡ ਕੀਤੇ ਤੇ ਮੂੰਹ ਕਾਲਾ ਹੁੰਦਾ ਹੈ ਦੀਨ ਦੁਨੀਂ ਮੈਂ॥ ਜੇ ਬੇਵਸੇ ਨੂੰ ਚੜ੍ਹ ਜਾਵੇ ਅਮਲ ਤਾਂ ਉਹ ਜਾਣੇ ਉਸ ਕੋ ਦੋਖ ਨਹੀਂ॥ ਜੇੜੇ ਨਹੀਂ ਲੈਂਦੇ ਕੜਾਹ ਪ੍ਰਸਾਦਿ ਸੋ ਨਾ ਲੈਣ, ਕੜਾਹ ਪ੍ਰਸਾਦ ਕੋਈ ਪਿਆ ਤੇ ਨਹੀਂ ਰਹਿੰਦਾ ਹੈ ਛਕਣੇ ਤੇ॥ ਜਗਾ ਰੋਕੀ ਰਹਿੰਦੀ ਹੈ ਤਿਆਰ ਬਰ ਤਿਆਰ ਖੜੇ ਰਹਿੰਦੇ ਹਣ ਛਕਣੇ ਨੂੰ, ਨਹੀਂ ਛਕਦੇ ਤੇ ਨਾ ਛਕਣਿ॥ ਜੇ ਕਿਸੇ ਨੂੰ ਮਾਰਨ ਤਾਂ ਬੰਨ ਦੇਣਾਂ ਬ੍ਰਿਛ ਨਾਲ ਜੇੜਾ ਮਾਰੇ ਕਿਸੇ ਨੂੰ ਕੋਈ॥ ਜੋ ਆਪਣੀਆਂ ਤੀਮੀਆਂ ਦਾ ਈ ਪਕਾ ਛਕੀ ਜਾਂਦੇ ਹੈ, ਸਗਮਾ ਅਛਾ ਹੈ ਇਹ ਭੀ, ਕੋਈ ਡਰ ਨਹੀਂ॥ ਅਗੇ ਕੋਈ ਕੋਈ ਸਿੰਘ ਹੋਮ ਵਿਚ ਪੈਣ ਨੂੰ ਔਂਦੇ ਹੁੰਦੇ ਥੇ, ਫੜਨੇ ਪੈਣ ਤੇ ਕਲੇਸ ਹੁੰਦਾ ਹੈ। ਜੋ ਹੁਣ ਇਹ ਕਰਨਾਂ ਜੇੜਾ ਭੱਜ ਕੇ ਹੋਮ ਕੁੰਡ ਵਿਚ ਪੈਣ ਨੂੰ ਆਵੇ ਓਸ ਨੂੰ ਪੈ ਜਾਣ ਦੇਣਾ, ਮਰਦਾ ਹੈ ਨਹੀਂ ਏ, ਜੇ ਝੁਲਸ ਹੋ ਜਾਇ ਤੋ ਹੋ ਜਾਇ, ਆਪੇ ਹੀ ਹਟ ਜਾਏਗਾ, ਇਕ ਦੋ ਬਾਰੀ ਝੁਲਸਾ ਹੋ ਕੇ ਹਟ ਜਾਊ॥ ॥ ਪੈਂਦੇ ਕੋ ਹਟਾਵਨਾਂ ਨਾਹੀਂ। ਅਵਲ ਹੋਮ ਤੋ ਥੋੜਾ ਹੁੰਦਾ ਹੈ। ਬਹੁਤ ਹੋਮ ਹੋਵੇ ਤਾਂ ਹੁਤੀ ਦੀ ਜਾਗਾ ਪੈ ਕੇ ਮਰ ਭੀ ਜਾਵੇ। ਇਕ ਹਟਾਈਦਾ ਹੈ ਤਾਂ ਬਹੁਤੇ ਆਂਵਦੇ ਹੈਂ, ਤਾਂ ਬੜਾ ਕਜੀਆ ਹੁੰਦਾ ਹੈ, ਥੋੜੇ ਬਹੁਤਿਆਂ ਨੂੰ ਹੁਣ ਹੋਏ ਜਾਣ ਦੇਨਾਂ ਕਾਲੇ ਪੀਲੇ॥ ਹੋਰ ਭਾਈ ਭਜਨ ਬਾਨੀ ਕਰੋ ਤਕੜੇ ਹੋਇ ਕੇ, ਅਰ ਸਵੇਰੇ ਨਾਉ ਸਾਰੇ ਸਵਾ ਪਹਿਰ ਰਾਤ ਦੇ, ਕੰਮ ਕਾਜ ਭਾਵੇਂ ਥੋੜਾ ਹੋਵੇ ਤਾਂ ਭੀ ਗੁਰੂ ਬਰਕਤ ਕਰੇਗਾ, ਬਿਨਾਂ ਭਜਨ ਦੇ ਬਰਕਤ ਨਹੀਂ ਹੁੰਦੀ। ਦੇਖ ਲੌ ਆਪਣੇ ਹੀ ਪਿੰਡ ਮੈਂ, ਬਹੁਤ ਬਾਰ ਮੈ ਲਿਖਾ ਹੈ ਗੁਰੂ ਜੀ ਨੇ ਆਸਾ ਦੀ ਵਾਰ ਮੈ ਦੇਖ ਲੈਣਾਂ॥ ਇਹ ਸਭ ਜੋ ਲਿਖਾ ਹੈ ਸੋ ਗੁਰੂ ਜੀ ਦਾ ਹੁਕਮ ਲਿਖਾ

ਹੈ॥ ਮੈ ਗੁਰੂ ਨਹੀਂ, ਮੈਂ ਤਾਂ ਗੁਰੂ ਦੇ ਦਰ ਦਾ ਕੂਕਰ ਹਾਂ॥ ਮੈਂ ਭੀ ਅਠੇ ਪਹਿਰ ਏਥੇ ਬੇਨਤੀ ਕਰਦਾ ਹੈ ਜੋ ਹੇ ਗੁਰੂ ਜੀ ਤੇਰੀ ਸ਼ਰਨ ਹਾਂ, ਬੇਮੁਖੀਂ ਥੀਂ ਰਖ ਲਈਂ, ਬੇਸਿਦਕੀ ਮਨਮੁੱਖੀ ਤੇ ਰਖ ਲਈਂ, ਅਗੇ ਜੋ ਗੁਰੂ ਜੀ ਨੂੰ ਭਾਵੇ॥ ਬੇ ਸਿਦਕੀ ਇਸ ਦਾ ਨਾਂਉਂ ਹੈ ਜੋ ਗੁਰੂ ਜੀ ਨੇ ਕਰਨਾ ਕਹਾ ਹੈ ਸੋ ਨਾ ਕਰਨਾ, ਜੋ ਨਹੀਂ ਕਰਨਾ ਕਹਾ ਸੋ ਕਰ ਲੈਣਾਂ, ਅਤੇ ਸਾਰੇ ਦੁਖ ਬੇਮੁਖਾਂ ਅਤੇ ਬੇ ਸਿਦਕਾਂ ਕੇ ਹੀ ਹੈਨ। ਹੋਰ ਬਹੁਤਾ ਕੀ ਲਿਖਣਾ ਹੈ ਭਾਈ ਨਰੈਣ ਸਿੰਘ ਜੀ ਇਹ ਹੁਕਮ ਨਾਮਾ ਤੈਨੂੰ ਤੇ ਭਾਈ ਸੱਦਾ ਸਿੰਘ ਕੋ ਤੇ ਸਾਰੀ ਸੰਗਤ ਕੋ ਹੈ, ਜੋ ਸੁਣੇ ਮੰਨੇਗਾ ਉਸ ਨੂੰ ਬਹੁਤ ਲਾਭ ਹੋਊਗਾ, ਸਚ ਕਰਕੇ ਪ੍ਰਤੀਤ ਕਰਨੀ ਸ੍ਰੀ ਵਾਹਿਗੁਰੂ ਜੀ ਸਹਾਇਕ ਸਾਰੀ ਸੰਗਤ ਕੋ॥ ਇਕ ਸੂਬੇਦਾਰ ਮਾਰਾ ਥਾ ਨਾਲੇ ਆਪ ਮਰਾ ਗੰਡਾ ਸਿੰਘ, ਫੇਰ ਸਾਡੇ ਨਾਲ ਲੜਨੇ ਆਯਾ ਅਨੰਦਪੁਰ, ਉਥੇ ਅੰਗਰੇਜ਼ਾਂ ਨੇ ਕੈਦ ਕੀਤਾ ਹੈ॥ ਨਾਲੇ ਮਾਰਨੇ ਕੋ ਭੀ ਤਿਆਰੀ ਕੀਤੀ ਹੋਈ ਥੀ, ਮੈਨੂੰ ਗੁਰੂ ਜੀ ਨੇ ਰਖ ਲਿਆ। ਦੁਸ਼ਟ ਆਖਦਾ ਸੀ ਮਾਰੂੰ ਜਿਥੇ ਤੂੰ ਕੱਲਾ ਬੈਠ ਕੇ ਕਲਾਮ ਪੜ੍ਹਦਾ ਹੈਂ॥ ਭਾਈ ਹੁਣ ਨਿਹੰਗ ਕਾਲੀ ਪੋਸ਼ ਵਾਲੇ ਐਵੇਂ ਭੂਹੇ ਹੋਏ ਫਿਰਦੇ ਹੈਂ॥ ਨੀਲਾ ਨਹੀਂ ਕਿਨੇ ਪਹਿਣਨਾਂ, ਜੋ ਪਹਿਨੂੰ ਉਸ ਦੀ ਮਤ ਮਾਰੀ ਜਾਵੇਗੀ। ਗੁਰੂ ਜੀ ਨੇ ਤਾਂ ਫੂਕ ਦਿਤਾ ਹੈ, ਨੀਲਾ ਨਾ ਥੀ ਸੁਰਮਈ ਥਾ॥ ਸੋ ਖਾਲਸਾ ਜੀ ਤੁਸੀਂ ਹਰ ਵੇਲੇ ਸਿਮਰਨ ਕਰਨਾਂ, ਬਾਣੀਂ ਪੜਨੀ, ਭੁਖੇ ਕੋ ਅੰਨ ਦੇਣਾ ਜਿਨਾਂ ਸਰੇ, ਨੰਗੇ ਨੂੰ ਕਪੜਾ॥ ਅਰ ਹਰ ਵਕਤ ਗੁਰੂ ਜੀ ਅਗੇ ਬੇਨਤੀ ਕਰਨੀ ਜੋ ਗੁਰੂ ਜੀ ਤੇਰੀ ਸਰਨ ਹੈ, ਬੇਮੁਖੀ ਬੇਸਿਦਕੀ ਕੀ ਮਨਮੁਖੀ ਤੇ ਰਖ ਲਈਂ, ਜਿਥੇ ਜੀਉ ਰਹੇ ਸਾਰੇ ਹੀ ਰਖ ਲਈਂ, ਤੇਰੀ ਸਰਨ ਹਾਂ, ਬੋਲ ਕੇ ਭੀ ਬੇਨਤੀ ਕਰਨੀ, ਅੰਤ੍ਰਗਤੀ ਭੀ, ਗੁਰੂ ਜੀ ਸਾਰੇ ਹੀ ਸੁਨਦਾ ਹੈ ਅੰਤ੍ਰਜਾਮੀ, ਅਰ ਬਸ ਕਰਕੇ ਕਿਸੇ ਕੋ ਫਿਕਾ ਭੀ ਨਹੀਂ ਬੋਲਨਾਂ॥ ਸੰਮਤ 1937, ਮਹੀਨਾ ਹਾੜ ਬਦੀ 1 ॥48॥

39

੧ਓ ਸਤਿਗੁਰ ਪ੍ਰਸਾਦਿ

ਲਿਖਤੋ ਦਿਆਲ ਸਿੰਘ ਜੋਗ ਉਪਮਾ ਭਾਈ ਨਰੈਣ ਸਿੰਘ ਸ੍ਰੀ ਵਾਹਿਗੁਰੂ ਜੀ ਕੀ ਫਤਹ ਬੁਲਾਈ ਪ੍ਰਵਾਨ ਕਰਨੀ। ਭਾਈ ਰਾਮ ਸਿੰਘ ਕੋ ਹੋਰ ਛੋਟੇ ਭਾਈ ਕੋ, ਹੋਰ ਸੰਗਤ ਕੋ ਫਤੇ, ਫਲੌਰ, ਮੁਠੱਡੀਂ, ਲਾਹੌਰ, ਅੰਮ੍ਰਿਤਸਰ ਜੀ, ਹੋਰ ਸਾਰੇ ਜਿਥੇ ਸਤਿਸੰਗੀ ਹੋਵਨ ਸਰਬਤ ਕੋ ਮੇਰੀ ਸ੍ਰੀ ਵਾਹਿਗੁਰੂ ਜੀ ਕੀ ਫਤੇ ਬੁਲਾਈ ਪ੍ਰਮਾਨ ਕਰਨੀ ਹਥ ਜੋੜ ਕੇ। ਹੋਰ ਤੂੰ ਆਪਨੀ ਮਾਈ ਨੂੰ ਰਾਮ ਸਤਿ ਬੁਲਾਵਨੀ ਅਰ ਸਭ ਕੋ ਹੁਕਮ ਸੁਣਾਇ ਦੇਨਾ ਜੋ ਤੈਨੂੰ ਮਿਲੇ॥ ਚੰਡੀ ਬਾਰ ਦਾ ਪਾਠ ਦਾ ਤੇ ਉਗ੍ਰਦੰਤੀ ਪਾਠ ਦਾ ਸਭ ਕੋ ਕਹਿਣਾਂ ਸ੍ਰਿਯਾਦਾ ਸਮੇਤ। ਮੈ ਅਗੇ ਕਈ ਬਾਰ ਲਿਖ ਭੇਜੀ ਹੈ ਸੋ ਜੋ

ਇਹ ਪਾਠ ਕਰੇਗਾ ਉਸ ਕੋ ਬਹੁਤ ਲਾਭ ਹੋਵੇਗਾ, ਸਭ ਕੋ ਸੁਣਾ ਦੇਣਾ ਦੇਸ ਜਾਇ ਕੇ, ਇਕ ਹੋਰ ਬਾਤ ਕਰੀਂ ਜਰੂਰ, ਜੋ ਏਥੋਂ ਸਿਆਮ ਸਿੰਘ ਤ੍ਰਖਾਨ ਗਿਆ ਹੈ, ਅੰਮ੍ਰਿਤਸਰ ਦਾ ਹੈ, ਉਹ ਆਖ ਗਿਆ ਹੈ ਜੋ ਮੈਂ ਜਲਦੀ ਆਇ ਜਾਵਾਂਗਾ ਰੰਗੂਨ ਮੈ। ਸੋ ਤੂੰ ਲਾਹੌਰ ਜਾਂਦਾ ਹੋਯਾ ਸਿਆਮ ਸਿੰਘ ਕੋ ਮਿਲਦਾ ਜਾਈਂ ਜੇ ਸਿਆਮ ਸਿੰਘ ਆਖੇ ਕਿ ਮੈ ਜਾਵਾਂਗਾ ਰੰਗੂਨ ਕੋ ਤਾਂ ਤੂੰ ਉਸ ਦੇ ਪਾਸ ਸਾਰਾ ਹਵਾਲ ਲਿਖ ਦੇਈਂ। ਸਰੂਪ ਸਿੰਘ ਦਾ ਤੇ ਬੇਲਾ ਸਿੰਘ ਦਾ ਜਰੂਰ ਹਾਲ ਲਿਖ ਭੇਜੋ। ਜੇ ਸਿਆਮ ਸਿੰਘ ਆਖੇ ਕਿ ਮੈ ਨਹੀਂ ਜਾਂਦਾ ਤਾਂ ਓਹ ਜਾਣੇ, ਨਾ ਸਹੀ। ਜੇ ਹੋਰ ਕਿਸੇ ਤਰਹ ਕਲਕਤੇ ਪਹੁੰਚ ਜਾਏ ਕਿਸੇ ਤਰਾਂ, ਤਾਂ ਭੀ ਪਹੁੰਚ ਜਾਵੇਗੀ ਦੋ ਚਾਰ ਮਹੀਨੇ ਮੈ, ਉਨ ਕਾ ਹਵਾਲ ਲਿਖਣਾਂ, ਕਲਕਤੇ ਤੋਂ ਭੀ ਕੋਈ ਹਾਲ ਪਚਾਊ ਤਾਂ ਪਹੁੰਚ ਜਾਊ ਸਾਡੇ ਪਾਸ॥ ਉਨਾਂ ਦੇ ਪੰਜਾਬ ਆਏ ਤੇ ਖਾਲਸੇ ਕੋ ਬਹੁਤ ਲਾਭ ਹੋਣਾ ਹੈ ਗੁਰੂ ਜੀ ਦਾ ਹੁਕਮ ਹੈ, ਤੈਨੂੰ ਤਾਂ ਹੀ ਬਹੁਤ ਕਹਾ ਹੈ, ਨਹੀਂ ਅਗੇ ਕੋਈ ਆਪਣੀ ਗਾਫਲੀ ਨਾਲ ਭਾਂਵੇ ਚਲਾ ਆਏ ਆਪ ਦੀ ਮਨ ਦੀ ਮਰਜੀ ਨਾਲ ਤਾਂ ਉਹ ਜਾਣੇ ਭਾਈ ਅਸਾਂ ਕੀਹ ਆਖਣਾਂ ਹੈ॥ ਸ੍ਰੀ ਵਾਹਿਗੁਰੂ ਜੀ ਸਹਾਇ ਹੋਵੇ ਸਾਰੀ ਸੰਗਤ ਨੂੰ। ਹੋਰ ਭਾਈ ਹਰੀ ਸਿੰਘ ਜੀ ਸਾਨੂੰ ਨਾ ਪੰਜਵਾ ਨਾ ਅੰਡੀ, ਕੁਛ ਨਾ ਭੇਜਣੀ। ਇਹ ਬਹੁਤ ਖਬਰ ਸਰੂਪ ਸਿੰਘ ਦੀ ਭੇਜਨੀ ਸਚੀ 2, ਝੂਠ ਨਾ, ਜੈਸੀ ਹੋਵੇ ਖਬਰ ਤੈਸੀ ਭੇਜਣੀ॥ 49॥

40

ੴ ਸਤਿਗੁਰ ਪ੍ਰਸਾਦਿ॥

ਲਿਖਤੋ ਦਿਆਲ ਸਿੰਘ ਜੋਗ ਉਪਮਾ ਭਾਈ ਰਾਮ ਸਿੰਘ ਤੇ ਬਿਹਾਰੀ ਸਿੰਘ, ਤਖਤ ਸਿੰਘ ਸ੍ਰੀ ਵਾਹਿਗੁਰੂ ਜੀ ਕੀ ਫਤੇ ਬੁਲਾਈ ਪ੍ਰਵਾਨ ਕਰਨੀ ਹਥ ਜੋੜ ਕੇ ਸਰਬ ਨੂੰ॥ ਹੋਰ ਜੀ ਏਥੇ ਹਮਾਰੇ ਪਾਸ ਸੁਖ ਅਨੰਦ ਹੈ, ਆਪ ਕੋ ਗੁਰੂ ਸਾਹਿਬ ਸੁਖੀ ਅਨੰਦ ਰਖੇ। ਹੋਰ ਜੀ ਸੁਖ ਨਿਦਾਨ ਪਹੁੰਚਾ ਤੁਮਾਰਾ, ਡੇਢ ਪਾਉ ਪੱਕਾ, ਹੋਰ ਜੀ ਹਮਾਰੇ ਕੋ ਕੁਛ ਲੋੜ ਨਹੀਂ ਕਪੜੇ ਕੀ, ਨਾ ਕੁਛ ਛਕਣ ਦੀ ਚੀਜ ਕੀ, ਨਾ ਟਕੇ ਪੈਸੇ ਕੀ, ਹਮਾਰੇ ਪਾਸ ਸਭੋ ਕੁਛ ਹੈ, ਗੁਰੂ ਜੀ ਨੇ ਦੇ ਰਖਾ ਹੈ ਬਥੇਰਾ, ਇਕ ਸੁਖ ਨਿਧਾਨ ਹੀ ਲੋੜ ਥੀ ਸੋ ਆਪ ਕੀ ਕਿਰਪਾ ਤੇ ਏਹ ਤਾਂ ਆਇ ਪਹੁੰਚਾ ਹੈ। ਲੋੜ ਇਹੋ ਬਡੀ ਹੈ ਏਕ ਤੁਮਾਰੇ ਦਰਸ਼ਨਾਂ ਦੀ ਅਰ ਭਜਨ ਪਰਮੇਸ਼ਰ ਦਾ ਕਰਨੇ ਦੀ ਬੀ ਤੇ ਕਰਾਵਨ ਦੀ ਬੀ, ਸੋ ਜੀ ਤੁਸੀ ਤਕੜੇ ਹੋ ਕੇ ਭਜਨ ਬਾਣੀ ਕਰੋ ਸਾਰੀ ਸੰਗਤ, ਬਹੁਤ ਸੁਖ ਹੋਵੇਗਾ ਭਜਨ ਬਾਣੀ ਤੇ॥ ਹੋਰ ਜੀ ਪਿਛਲੀ ਰਾਤ ਸਵਾ ਪਹਿਰ ਤੇ ਇਸ਼ਨਾਨ ਕਰਨਾ, ਗੁਰੂ ਜੀ ਨੇ ਬਡਾ ਮਹਾਤਮ ਲਿਖਾ ਹੈ। ਸੋ ਇਸ਼ਨਾਨ ਭੀ ਜ਼ਰੂਰ ਕਰਨਾ ਜਿਤਨੇ ਕੂ ਬੇਲੇ ਬਣ ਆਵੇ। ਭਾਈ ਗੁਰਦਿਤੇ ਰਾਮ ਦੀ ਸੇਵਾ ਜਰੂਰ ਕਰਨੀ ਜਿਤਨੀ

ਕੂ ਬਣ ਆਵੇ। ਭਾਈ ਸਰਬ ਸਿੰਘਾਂ ਸਬਦ ਗੁਰੂ ਦੀ ਭੇਟਾ ਦੇਣੀ, ਸੋ ਗੁਰੂ ਜੀ ਨੂੰ ਪਹੁੰਚਦੀ ਹੈ, ਸਤ ਪ੍ਰਤੀਤ ਕਰਨੀ ਏਸ ਬਚਨ ਦੀ। ਅਰ ਇਹ ਭੀ ਕਹਾਵਤ ਹੈ, ਦਸ ਮਨੁਖਾਂ ਦੀਆਂ ਲਾਠੀਆਂ ਏਕ ਆਦਮੀ ਕਾ ਭਾਰ ਹੋ ਜਾਂਦਾ ਹੈ, ਸੋ ਜੀ ਜੇ ਬਹੁਤੇ ਸਰੀਰ ਥੋੜੀ 2 ਭੀ ਸੇਵਾ ਕਰਨ ਤਾਂ ਇਕ ਸਰੀਰ ਦਾ ਅਛਾ ਗੁਜਾਰਾ ਹੋਏ ਜਾਂਦਾ ਹੈ। ਹੋਰ ਗੁਰਦਿਤਾ ਰਾਮ ਕੋ ਸਾਡੀ ਸ੍ਰੀ ਵਾਹਿਗੂਰੂ ਜੀ ਕੀ ਫਤਹ ਬੁਲਾਈ ਪ੍ਰਵਾਨ ਕਰਨੀ॥ ਜੇ ਮੇਰੇ ਕੋ ਗੁਰੂ ਜੀ ਪੰਜਾਬ ਮੇਂ ਲੇ ਜਾਊ ਤਾਂ ਤੁਮ ਕੋ ਭੀ ਅਛਾ ਹੋਇ ਜਾਊਗਾ, ਭਜਨ ਬਾਣੀ ਕਰਨਾ ਰਾਤ ਦਿਨੇ ਤਕੜੇ ਹੋਇ ਕੇ, ਸਬਦ ਭੀ ਪੜਨੇ ਬੇਲੇ ਸਬਦ ਦੇ, ਫੇਰ ਭਜਨ ਕਰਨਾਂ ਤਕੜੇ ਹੋਇ ਕੇ, ਫੇਰ ਕੋਈ ਥੁੜ ਨ ਰਹੂਗਾ, ਸਤਿ ਪ੍ਰਤੀਤ ਕਰਨੀ ਏਸ ਬਚਨ ਦੀ ਸਭ ਨੇ। ਇਹ ਅਰਦਾਸ ਦੇਨੀ ਕਲਕਤੇ ਭਾਈ ਰਾਮ ਸਿੰਘ ਜੀ ਕੋ ਬਡੀ ਸੰਗਤ ਮੈ॥ ਹੋਰ ਨਰੈਣ ਸਿੰਘ ਜੀ ਜਿਹੜੀ ਅਰਦਾਸ ਲਿਖ ਕੇ ਦਿਤੀ ਹ ਤੁਸਾਨੂੰ ਹੁਕਮਨਾਮਾਂ, ਸੋ ਇਹ ਕਿਸੇ ਮਨਮੁਖ ਕੋ ਨਹੀਂ ਦਿਖਾਉਣਾਂ॥ ਮਨਮੁਖ ਸੋ ਹੈ ਜੋ ਕਹਣਾਂ ਸੋ ਨਾ ਕਰਨਾਂ, ਜੋ ਨਹੀਂ ਕਰਨੇ ਨੂੰ ਕਹਾ, ਸੋ ਕਰ ਲੈਣਾ, ਪਰ ਸਤਿਸੰਗੀ ਕੋ ਭੀ ਸੁਣਾਵਣੀ ਮੰਦਰ ਮੈ, ਪੜਦੇ ਮੈ, ਜਿਤਨਾਂ ਚਿਰ ਬੰਦ ਹਾਂ। ਜਦ ਬੰਦ ਤੇ ਗੁਰੂ ਛੁਡਾਵੇਗਾ ਤਾਂ ਭਾਵੇਂ ਕਿਸੇ ਨੂੰ ਸੁਨਾਵਨੀ ਜਿਸ ਕੋ ਤੇਰੀ ਮਰਜੀ ਹੋਵੇਗੀ।

ਅਰ ਹੁਕਮਨਾਮੇ ਕੋ ਤਾਂਬੇ ਦੇ ਪਤਰੇ ਉਤੇ ਨਾ ਲਿਖਾਵਣਾਂ ਅਰ ਇਹ ਭੀ ਨਾ ਆਖੀਂ ਹਰ ਕਿਸੇ ਪਾਸ ਕਿ ਮੈ ਦਿਆਲ ਸਿੰਘ ਪਾਸ ਗਿਆ ਸਾਂ। ਅਰ ਭਜਨ ਭੀ ਤੂੰ ਹੀ ਦਸ ਦੇਈਂ ਮਾਲਾ ਸਿੰਘ ਤੇ ਹੀਰਾ ਸਿੰਘ ਨੂੰ ਨਾਲੇ ਰਹਿਤ ਬੀ ਦੱਸ ਦੇਈਂ ਹੋਰ ਕਲਕਤੇ ਦਸ ਦੇਈਂ ਪਰ ਲੋੜ ਬਾਲੇ ਕੋ, ਅਰ ਤੂੰ ਨਾ ਕਿਸੇ ਨੂੰ ਆਖੀਂ ਆਉ ਮੇਰੇ ਕੋਲੋਂ ਭਜਨ ਪੁਛ ਲੌਂ। ਭਜਨ ਬਾਨੀ ਦਾ ਪਾਠ ਕਰਨਾ ਤਕੜੇ ਹੋਇ ਕੇ, ਕਿਤੇ ਦਸਣ ਵਿਚ ਹੀ ਨਾ ਪੈ ਜਾਈਂ, ਖਬਰ ਸਾਨੂੰ ਹਮੇਸ਼ਾਂ ਭੇਜਣੀ ਸਰੂਪ ਸਿੰਘ ਦੀ, ਆਪਸ ਮੈ ਝਗੜਾ ਕਰਨ ਲਗ ਜਾਣ ਮਾਰ ਕੁਟਾਈ ਹੋਣ ਲਗੇ ਤਦ ਖਬਰ ਭੇਜਣੀ। ਹੋਰ ਜੇਹੜੀ ਮੈ ਅਰਦਾਸ ਪੁਜਾਰੀਆਂ ਵਾਸਤੇ ਲਿਖੀ ਹੈ ਉਸ ਉਤੇ 'ਜੋ ਤੁਸੀ ਗੁਰੂ ਤੇਗ ਬਹਾਦਰ ਜੀ ਦੇ ਸਰਾਫੇ ਹੋਏ ਹੋ' ਇਹ ਬਾਤ ਮੇਟ ਦੇਣੀ, ਇਹ ਬਾਤ ਹਛੀ ਨਹੀ ਹੈ, ਇਹਦੇ ਥਾਇ ਇਹ ਬਾਤਿ ਲਿਖ ਦੇਣੀ, 'ਜਿਨਾਂ ਚਿਰ ਦੋ ਮੈ ਤੇ ਇਕ ਬਾਤ ਨਹੀਂ ਕਰ ਲੈਂਦੇ ਉਤਨਾਂ ਚਿਰ ਅਸੀ ਤੁਮਾਰੇ ਅਗੇ ਤਨਖਾਹ ਬਖਸ਼ਾਉਣ ਨੂੰ ਨਹੀਂ ਖੜੇ ਹੁੰਦੇ ਹਾਂ, ਭਾਂਵੇ ਤੁਸੀ ਕਿਤਨਾਂ ਕਹੋ ਉਤਨਾਂ ਚਿਤ ਤੁਸਾਂ ਦਾ ਕਹਣਾਂ ਐਸੇ ਲਗਦਾ ਹੈ ਜੈਸੇ ਭੂਤ ਦੀ ਇਟ ਹੋਤੀ ਹੈ॥' ਰਾਮਦਾਸਪੁਰੇ ਸਭ ਕੋ ਸੁਣਾਇ ਦੇਣੀ, ਅਤੇ ਉਤਾਰ ਕਰ ਕੇ ਦੇ ਜਾਣੀਂ। ਰਾਮਦਾਸਪੁਰੇ ਤਾਂ ਰਹਿਣੇ ਵਾਲੇ ਅਛੇ ਹੈਂ। ਹੋਰ ਨਰੈਣ ਸਿੰਘ ਤੈਂ ਬਾਰਵੇਂ ਜਾਮੇ ਦੀ ਬਾਤ ਕਹਾਂ ਤੇ ਸੁਣੀ ਹੈ ਸਾਨੂੰ ਦਸੀਂ ਲਿਖ਼ ਕੇ ਅਰ ਜੇ ਅਸੀਂ ਆਖੀਯੇ ਨਾ ਬੋਲਣਾ॥ ਹੌਲੀ 2 ਬਾਣੀ ਭਜਨ ਕਰੋ ਤਕੜੇ ਹੋ ਕੇ, ਸਭੋ ਕੁਛ ਹਛਾ ਹੋਊਗਾ॥ ਅਰ

ਸੰਗਤ ਕੋ ਭੀ ਹੁਕਮ ਦੇਉ ਜੋ ਸਭੋ ਭਜਨ ਬਾਨੀ ਕਰੋ ਤਕੜੇ ਹੋਇ ਕੇ॥ ਫੇਰ ਬਹੁਤ ਸੁਖ ਨਿਕਲੂਗਾ ਸਤਿ ਪ੍ਰਤੀਤ ਕਰਨੀ ਅਰਜ॥ ਬਾਰ 2 ਬੇਨਤੀ ਕਰ ਕੇ ਗੁਰਮਤਿ ਦਾ ਸਿਦਕ ਦਾਨ ਮੰਗਣਾਂ, ਨਾ ਦਾਨ ਮੰਗਣਾਂ? ਏਸ ਮੰਗ ਤੇ ਸਾਰੇ ਹੀ ਕਾਰਜ ਸੌਰ ਜਾਨਗੇ। ਹੋਰ ਅਤਰੀ ਦਾ ਕੁਛ ਨਹੀਂ ਲਿਖਾ, ਬਿਆਹ ਅਜੇ ਕਿਤੇ ਕਰਾ ਲਿਆ ਹੈ ਜਾਂ ਨਹੀਂ। ਉਤਮੀ ਨੂੰ ਲੀੜਾ ਰੁਤ 2 ਦਾ ਦੇਣਾ, ਗਰੀਬਣੀ ਸਾਧਣੀ ਹੈ॥ ਹੋਰ ਅਗੇ ਬਹੁਤ ਲਿਖਾ ਹੈ, ਦੇਖ ਲੈਣਾ॥ ਸਹਜੇ 2 ਮੰਗ ਮੰਗਣੀ। ਦੁਸਟਾਂ ਦਾ ਨਾਸ, ਅਪਨੇ ਸਰੀਰ ਦਿਆਂ ਵਿਚ ਦਿਆਂ ਦਾ ਨਾਸ, ਨਾਲੇ ਬਾਹਿਰ ਦਿਆਂ ਦਾ ਸੰਤ-ਦੋਖੀਆਂ ਦਾ ਨਾਸ ਮੰਗਣਾਂ, ਖੁੰਝਣਾਂ ਨਹੀਂ ਪਾਠ ਤੇ। ਅਰ ਖਬ੍ਰ ਨਹੀਂ ਲਿਖੀ ਤੁਸੀ ਜੋ ਮੈਂ ਚੰਡੀ ਦਾ ਪਾਠ ਦਾ ਹੁਕਮ ਭੇਜਿਆ ਥਾ, ਨਾਲੇ ਡੇਰੇ ਹੋਣ ਪਾਠ, ਹੋ ਰਹੇ ਹੈ ਕਿ ਨਹੀਂ॥ ਹੋਰ ਭਾਦਰੇ ਵਾਲੇ ਕੀ ਬਾਤ ਪਿਛੇ ਪੁੱਛੀ ਸੀ, ਕੰਮ ਤਾਂ ਪਹਿਲੇ ਕੀਤਾ ਬਾਤ ਪਾਛੇ ਪੁਛਣੀ ਥੀਂ, ਅਛਾ ਹੁਣ ਤਾਂ ਹੋਏ ਬੀਤੀ॥ ਪੰਜਾਬ ਮੈ ਅਉਣ ਤਦ ਲਿਖਣਾਂ। ਗੁਰੂ ਜੀ ਦਾ ਬਚਨ ਹੈ। ਜਦ ਸਰੂਪ ਸਿੰਘ ਮਾਝੇ ਵਿਚ ਆਏ ਤਾਂ ਫੇਰ ਨਹੀਂ ਲਿਖੀ ਹੈ, ਅਗੇ ਜੋ ਗੁਰੂ ਜੀ ਦੀ ਰਜਾਇ॥ ਤਕੜੇ ਹੋ ਕੇ ਭਜਨ ਬਾਣੀ ਪੜੋ ਹਛਾ ਹੋਊਗਾ ਅਰ ਸੰਗਤ ਕੋ ਭੀ ਹੁਕਮ ਸੁਣਾਇ ਦੇਉ ਜੋ ਸਭ ਲੋਕ ਭਜਨ ਕਰਿਆ ਕਰੋ॥ ਸਤਿ ਸ੍ਰੀ ਅਕਾਲ॥ ਹੋਰ ਬੀਬੀ ਨੰਦਾ, ਜਦ ਬਿਆਹ ਦੇਵੇ ਸ਼ੇਰ ਸਿੰਘ ਉਸ ਵੇਲੇ ਲੈ ਲੈਣਾ, ਅਰ ਕੁੜੀਆਂ ਮੁੰਡਿਆਂ ਤੇ ਅਛੀ ਤਰਹ ਭਜਨ ਕਰਵਾਉਨਾਂ, ਬਾਣੀ ਕੰਠ ਕਰਾਉਣੀ ਤੇ ਭੜਾਵਣੀਂ॥ ਗੁਰੂ ਗ੍ਰੰਥ ਸਾਹਿਬ ਦੇ ਪਾਠ ਕਰੌਣੇ ਅਰ ਪਿਛਲੀ ਰਾਤ ਸਭ ਕੋ ਇਸ਼ਨਾਨ ਕਰਵਾ ਕੇ ਭਜਨ ਕਰਾਉਣਾਂ॥ ਕਿਸੇ ਨੂੰ ਸੌਣ ਨਹੀਂ ਦੇਨਾਂ ਪਿਛਾ ਰਾਤਿ। ਜੋ ਤੇਰੇ ਕੋਲ ਰਹਿੰਦੇ ਹੈ, ਕੁੜੀਆਂ ਮੁੰਡਿਆਂ ਵਿਚ ਤੇਰੀ ਮਹੰਤੀ ਹੈ॥ ਉਤਮੀ ਕੋ ਭੀ ਆਦਰ ਦੇਣਾ, ਉਤਮੀ ਨੇ ਲਿਖਾ ਹੈ ਨਮਾਨੀ ਨਤਾਨੀ। ਉਤਮੀ, ਤੈਂ ਨੰਦਾ ਦੇ ਕਹੇ ਵਿਚ ਚਲਣਾਂ, ਜੋ ਨੰਦਾ ਆਖੇ ਸੋ ਮੰਨਣਾਂ॥ ਹੋਰ ਭਾਈ ਹਰੀ ਸਿੰਘ ਜੀ ਜਿਹੜੇ ਪੈਸੇ ਰਖੇ ਸੇ ਉਹ ਵਰਤ ਲਏ ਹੈ ਕਿ ਨਹੀਂ, ਕੀ ਸਾਰੇ ਵਰਤੇ ਹੈ ਕਿ ਅਜੇ ਨਹੀਂ ਵਰਤੇ, ਜਦ ਕੋਈ ਫੇਰ ਆਵੇ ਤਾਂ ਇਸ ਦੀ ਖਬਰ ਲਿਖਣੀ ਅਰ ਜੋ ਮੇਰੀ ਬਹੀ ਤੇ ਲਹਿਣਾ ਲੈਣਾ ਲਿਖਾ ਹੈ ਸੋ ਸਭ ਨੇ ਦੀਆ ਹੈ ਕਿ ਨਹੀਂ। ਜਿਨਾਂ ਨਹੀਂ ਦਿਤਾ ਸੋ ਭੀ ਲਿਖਣਾਂ। ਹੋਰ ਸਾਹਿਬੋ ਨੇ ਜੋ ਖਾਂਸੀ ਦੀ ਦਾਰੂ ਪੁਛੀ ਹੈ ਸੋ ਜੀ ਹਮਾਰੇ ਤਾਂ ਇਹ ਹੀ ਦੁਆਈ ਹੈ ਬਡੀ ਜੋ ਕੰਮ ਕੁਛ ਨਾ ਕਰਿਆ ਕਰ, ਰਾਤਿ ਦਿਨੇ ਭਜਨ ਕਰਿਆ ਕਰ ਤਕੜੀ ਹੋਇ ਕੇ। ਇਹੋ ਦਾਰੂ ਸਭ ਤੇ ਅਛੀ ਹੈ। ਅਰ ਥੋੜੀ ਅਫੀਮ ਖਾ ਕੇ ਬਹੁਤ ਗਲਾ ਨਹੀਂ ਕਰਨੀਆਂ, ਹੋਰ ਭਜਨ ਕਰੀ ਤਾਂ ਆਰਾਮ ਹੋਇ ਜਾਊਗਾ, ਗੁਰੂ ਜੀ ਦਾ ਹੁਕਮ ਹੈ, ਸਰਬ ਰੋਗ ਦਾ ਔਖਦ ਨਾਮ ਹੈ, ਨਾਮ ਤੇ ਹੀ ਸਾਰੇ ਦੂਖ ਦੂਰ ਹੋਏ ਜਾਂਦੇ ਹੈਨ, ਮਨ ਤਨ ਦੇ। ਹੋਰ ਜੋ ਅਰਦਾਸ ਲਿਖੋ ਤਾਂ ਬਹੁਤਾ ਸ੍ਰੀ ਸ੍ਰੀ ਮਹਾਰਾਜ ਨਾ ਲਿਖੋ, ਅਰ

ਸਭ ਦੀ ਲਿਖਿਆ ਕਰੋ ਖਬਰ ਸਾਰ ਬਹੁਤ ਤਰਾਂ ਦੀ। ਚੰਡੀ ਵਾਰ ਉਗਰਦੰਤੀ ਸਭ ਪਾਠ ਕੀਤਾ ਕਰੋ ਹਮੇਸ਼ਾਂ। ਜੋ ਅਖਰ ਨਹੀਂ ਪੜਿਆ ਉਹ ਕੰਠ ਕਰ ਲੇਵੇ ਤੇ ਪੜੇ, ਓਹ ਭੀ ਕੰਠ ਕਰ ਲੈਣ ਜਿਤਨੇ ਡੇਰੇ ਰਹਿੰਦੇ ਹੋ॥

ਭਜਨ ਬਾਣੀ ਤੇ ਬਿਨਾਂ ਭਾਮੇਂ ਕੋਈ ਕਿਤਨਾਂ ਕੰਮ ਕਰੇ, ਰਿਜਕ ਦਾ ਬਾਧਾ ਨਹੀਂ ਹੁੰਦਾ, ਜੇ ਰਿਜਕ ਬੀ ਹੈ ਕਿਸੇ ਪਾਸ ਬਹੁਤਾ ਓਦੀ ਨੀਤ ਨਹੀਂ ਭਰਦੀ, ਤ੍ਰਿਸ਼ਨਾਂ ਦੀ ਅਗ ਸਦਾ ਹੀ ਲਗੀ ਰਹਿੰਦੀ ਹੈ, ਪੁੰਨ ਦਾਨ ਭੀ ਨਹੀਂ ਹੋ ਸਕਦਾ, ਧਨ ਪਿਆ ਹੀ ਛਡ ਕੇ ਮਰ ਜਾਂਦੇ ਹੈਨ। ਦੁਰਗਤੀ ਕੋ ਪ੍ਰਾਪਤ ਹੋਇ ਜਾਂਦਾ ਹੈ, ਬਿਨਾ ਭਜਨ ਪੁੰਨ। ਤੇ ਪ੍ਰੇਮੇ ਜਟ ਨੂੰ ਦੇਖ ਲੌ, ਜਿਉਣ ਸਿੰਘ ਨੂੰ ਹੋਰ ਅਨੇਕਾਂ ਕੋ ਸੁਖ ਹੈ ਉਨਾਂ ਕੋ ਬਨਦਾ ਹੈ। ਹੋਰ ਭਾਈ ਹਰੀ ਸਿੰਘ ਜੀ ਕੰਮ ਤੇ ਵਾਫਰ ਨਾਂ ਰਖਣੇ ਬੈਲ। ਅਰ ਗਡਾ ਭੀ ਦੇ ਦਿਆ ਕਰੋ ਜਿਸ ਦੇ ਪਾਸ ਨਾ ਹੋਵੇ ਗਰੀਬ ਦੇ, ਪਿੰਡ ਮੈ ਵੀ, ਦੂਏ ਪਿੰਡ ਦੇ ਨੂੰ ਵੀ ਦੇ ਦਿਤਾ, ਸਤਿ ਸੰਗੀ ਨੂੰ ਕੰਮ ਕਰਕੇ ਸਲਾਹਾਂ ਨਹੀਂ ਪੁਛਣੀ। ਜਦ ਉਹ ਕਹਿੰਦਾ ਹੈ ਕਿ ਮੈਂ ਘੋੜੀ ਨਹੀਂ ਲੈਂਦਾ ਤਾਂ ਉਸ ਦਾ ਹਵਾਲ ਲਿਖਣਾਂ ਸੀ। ਅਛਾ ਜੋ ਹੋਈ ਸੋ ਅਛੀ ਹੈ ਹੁਣ ਹੋ ਚੁਕੀ॥ ਭੋਲੀ ਨੂੰ ਇਉਂ ਨਹੀਂ ਪੁਛਿਆ ਤੇਰੇ ਪਾਸੋਂ ਕੌਣ ਲੈਣ ਆਇਆ ਥੀ। "ਕੜਾਹਾ ਤੇਹੇਖੇ ਦਾ ਮੁਮਾਨੂੰਕੇ ਪੂਛਾ ਥਾ" ਅਗੇ ਘੋੜਾ ਨਾ ਲੈਣਾ ਕਿਸੇ ਦਾ। ਕੈਣਾ ਜਿਤਨਾ ਸਰੇ ਤੇਰੇ ਪਾਸੋਂ ਸੋ ਅੰਨ ਬਸਤ੍ਰ ਦੇ ਜਾ। ਅੰਨ ਸਭ ਕੋ ਦੇਨਾ ਜਿਨਾ ਸਰੇ। ਭਾਂਵੇ ਕਿਸੇ ਭੇਖ ਦਾ ਹੋਵੇ, ਕਿਸੇ ਨੂੰ ਫਿਕਾ ਨਹੀਂ ਬੋਲਣਾ॥ ਹੋਰ ਖਾਲਸਾ ਜੀ ਜੋ ਹਟੀ ਦਾ ਹੁਣ ਵਨਜ ਦਾ ਟਹਿਲਾ ਕਰਨ ਵਾਲੇ ਸਨ ਹੈਨ, ਕਿਨੇ ਗੋਂਦੇ ਦਾ ਤੇ ਮਖਣੇ ਦਾ ਸੁਭਾਵ ਨਹੀਂ ਵਰਤਣਾਂ, ਜੋ ਏਹੁ ਬਰਤੇਗਾ ਠਿਠ ਹੋਊਗਾ। ਜਗਤ ਵਿਚ ਕਿਤੇ ਮੂੰਹ ਦੇਣ ਜੋਗਾ ਨਾ ਰਹੂਗਾ॥ ਅਗੇ ਤੁਸੀ ਜਾਨੋ, ਦਰਬਾਰਾ ਸਿੰਘ, ਲਹਿਣਾ ਸਿੰਘ, ਗੁਰਦਿਲ ਸਿੰਘ, ਬੂਟਾ ਸਿੰਘ, ਅਤ੍ਰ ਸਿੰਘ, ਸ਼ੇਰ ਸਿੰਘ, ਬਾਬਾ ਗੋਪਾਲ ਸਿੰਘ, ਜਮੀਤ ਸਿੰਘ, ਮਸਤਾਨ ਸਿੰਘ, ਮਾਲਾ ਸਿੰਘ, ਜੈ ਸਿੰਘ, ਸੋਭਾ ਸਿੰਘ, ਸੰਗਤ ਸਿੰਘ, ਨਰੈਣ ਸਿੰਘ ਕੋ ਹੋਰ ਸਰਬਤ ਕੋ ਸ੍ਰੀ ਵਾਹਿਗੁਰੂ ਜੀ ਕੀ ਫਤਹ ਬੁਲਾਈ ਪ੍ਰਵਾਨ ਕਰਨੀ। ਨਾਲੇ ਸੌਣ ਸਿੰਘ, ਹਿੰਮਤ ਸਿੰਘ, ਈਸਰ ਸਿੰਘ, ਇਹ ਅਰਦਾਸ ਦੇਨੀ ਡੇਰੇ॥ ਹੁਣ ਜੋ ਆਵੇ ਸਰੂਪ ਸਿੰਘ ਦੀ ਪਕੀ ਖਵਰ ਲੈ ਕੇ ਆਵੇ। ਜਦ ਸਰੂਪ ਸਿੰਘ ਝਗੜਾ ਕਰਨ ਲਗ ਜਾਵੇ ਉਦੋਂ ਸਾਡੇ ਪਾਸ ਔਣ ਦਾ ਕੰਮ ਨਹੀਂ ਹੈ॥50॥

41

ੴ ਸਤਿਗੁਰ ਪ੍ਰਸਾਦਿ॥

ਲਿਖਤੋ ਦਿਆਲ ਸਿੰਘ ਤੇ ਜੋਗ ਉਪਮਾ ਭਾਈ ਲਹੌਰਾ ਸਿੰਘ ਜੀ ਵਾਹਿਗੁਰੂ ਜੀ

ਕੀ ਫਤਹ ਬੁਲਾਈ ਬਾਚਨੀ, ਹਰ ਕੌਰ ਨੂੰ ਰਾਮ ਸਤਿ ਬਾਚਨੀ ਬਹੁਤ ਕਰਕੇ। ਹੋਰ ਭਾਈ ਅਸੀ ਅਨੰਦ ਹਾਂ ਤੁਮਾਰੀ ਸੁਖ ਗੁਰੂ ਸਾਹਿਬ ਰਖੇ॥ ਭਾਈ ਲਹੌਰਾ ਸਿੰਘ ਜੀ ਤੁਸੀ ਇਹੋ ਬਚਨ ਮੇਰਾ ਮੰਨਣਾ, ਜੇ ਮੰਨੇਗਾ ਤਾਂ ਤੁਹਾਨੂੰ ਸੁਖ ਹੋਊਗਾ ਠੀਕ॥ ਪਹਿਲੇ ਇਸ਼ਨਾਨ ਕਰਨਾ ਝਲਾਂਗੇ ਉਠ ਕੇ ਦੋਹਾਂ ਨੇ। ਅਰ ਬਾਨੀ ਕੰਠ ਕਰਨੀ, ਜਪ, ਜਾਪ, ਸੁਖਮਨੀ, ਆਸਾ ਦੀ ਵਾਰ। ਚੌ ਅਖਰਾ ਜਾਪ ਭੀ ਕਰਨਾ ਹਰ ਵਕਤ ਅਰ ਜਥਾ ਸਕਤ ਪੁੰਨ ਭੀ ਕਰਨਾਂ ਜਰੂਰ, ਭੁਖੇ ਦੇ ਮੂੰਹ ਅੰਨ ਪੌਨਾਂ, ਨੰਗੇ ਨੂੰ ਜੋੜਾ ਕਪੜਾ ਦੇਨਾ ਜਰੂਰ॥ ਅਰ ਥੁੜ ਕੇ ਬੀ ਜੇ ਇਹ ਬਾਤ ਕਰੋਗੇ ਤਾਂ ਥੁਆਨੂੰ ਅਛਾ ਸੁਖ ਹੋਵੇਗਾ। ਭਾਂਵੇ ਪ੍ਰਤਾ ਲੈਨਾ। ਰਿਜਕ ਦਾ ਭੀ ਬਾਧਾ ਹੋਊ, ਨਾਲੇ ਮਨ ਤਨ ਕਰਕੇ ਭੀ ਸੁਖ ਹੋਊਗਾ॥ ਸਤਿ ਕਰਕੇ ਮੰਨਣਾਂ, ਜਿਥੇ ਤਕ ਬਣ ਆਵੇ ਭਜਨ ਬਾਣੀ ਨੂੰ ਲਗੇ ਰਹਿਣਾਂ ਰਾਤ ਦਿਨ, ਤਬ ਥੋੜਾ ਭੀ ਦੁਖ ਨਾ ਰਹੂਗਾ। ਪਰ ਜਥਾ ਸਕਤ ਪੁੰਨ ਜਰੂਰ ਕਰਨਾ ਸਤਿ ਕਰਕੇ ਮੰਨਣਾਂ। ਅੰਮ੍ਰਿਤਸਰ ਤੇ ਲਾਹੌਰ ਸਿੰਘਾਂ ਨੂੰ ਸਤਿ ਸ੍ਰੀ ਅਕਾਲ॥ 52॥

42

੧ਓ ਸਤਿਗੁਰ ਪ੍ਰਸਾਦਿ

ਲਿਖਤੋ ਦਿਆਲ ਸਿੰਘ ਤੇ ਕ੍ਰਿਪਾਲ ਸਿੰਘ ਜੋਗ ਉਪਮਾ ਭਾਈ ਗੁਰਦਿਤ ਸਿੰਘ ਤੇ ਅਤ੍ਰ ਸਿੰਘ, ਮਘਰ ਸਿੰਘ ਮਹੰਤ ਹੋਰ ਸਮੂਹ ਸੰਗਤ ਲਾਲਾਂ ਦੀ ਕੋ ਸ੍ਰੀ ਵਾਹਿਗੁਰੂ ਜੀ ਕੀ ਫਤੇ ਬੁਲਾਈ ਬਾਚਨੀ। ਹੋਰ ਅਸੀ ਅਨੰਦ ਹੈ ਤੁਮਾਰੀ ਸੁਖ ਸਾਂਦ ਦੀ ਖਬਰ ਪਾਈ ਹੈ॥ ਹੋਰ ਤਾਂ ਸਾਨੂੰ ਕੋਈ ਦੁਖ ਨਹੀਂ ਇਕ ਸੰਗਤ ਦੇ ਵਿਛੋੜੇ ਦਾ ਦੁਖ ਹੈ॥ ਸੋ ਗੁਰੂ ਸਾਹਿਬ ਦੇ ਮੇਟਨ ਦਾ ਹੈ। ਜਬ ਗੁਰੂ ਸਾਹਿਬ ਚਾਹੇਗਾ ਤਾਂ ਤੁਰਤ ਹੀ ਮੇਟ ਦੇਊਗਾ। ਹੋਰ ਤੁਸੀਂ ਭਾਈ ਨਰੈਣ ਸਿੰਘ ਬੰਜਲੀ ਪੁਰੀਯੇ ਨੂੰ ਸਭੇ ਸਿੰਘ ਮਿਲ ਕੇ ਲੱਲੀਂ ਲੈ ਆਵੋ। ਜਗਾ ਬਣਾ ਦਿਉ ਬਹੁਤ ਚੰਗੀ ਬਾਤ ਹੈ, ਜੋ ਬਣ ਆਵੇ ਸੇਵਾ ਟਹਲ ਕਰਨੀ ਕਰ ਲੜਕੇ ਲੜਕੀਆਂ ਨੂੰ ਅਖਰ ਪੜਾ ਦਿਉ। ਸਭੇ ਸਿੰਘ ਰਾਤ ਨੂੰ ਇਕਠੇ ਹੋ ਕੇ ਬਾਣੀ ਕੰਠ ਕੀਤਾ ਕਰੋ। ਹਮੇਸ਼ਾਂ ਮਾਈ ਬੀਬੀ ਸਭ ਨੇ ਬਾਣੀ ਕੰਠ ਜਰੂਰ ਕਰਨੀ। ਭਾਈ ਨਰੈਣ ਸਿੰਘ ਤੇ ਖਜਾਨ ਸਿੰਘ ਗੁਰੂਸਰੀਏ ਨੂੰ, ਪਰੇਮ ਸਿੰਘ ਨੂੰ, ਬੀ ਸਭਨਾ ਸਿੰਘਾਂ ਨੂੰ ਮੇਰੀ ਸ੍ਰੀ ਵਾਹਿਗੁਰੂ ਜੀ ਕੀ ਫਤੇ ਬੁਲਾਈ ਬਾਚਨੀ ਬਹੁਤ ਕਰਕੇ। ਮਾਘਾ ਸਿੰਘ, ਤੈਂ ਭੀ ਬਾਨੀ ਕੰਠ ਕਰਾਉਨੀ॥ ਬਾਨੀ ਕੰਠ ਕਰਨ ਕੋ ਸਭ ਕੋ ਤਾਕੀਦ ਕਰਨੀ, ਤੇਰਾ ਭੀ ਭਲਾ ਹੋਵੇਗਾ ਸਤਿ ਕਰਕੇ ਮੰਨਣਾਂ। ਸਭਨਾਂ ਸਿੰਘਾਂ ਨੇ ਅਛੀ ਤਰਾਹ ਮਿਲ ਕੇ ਰਹਿਨਾਂ, ਬਖੇਪਤਾ ਕੋਈ ਦਿਨ ਹੈ। ਬਖੇਪਤਾ ਨਹੀਂ ਰਹਨੀ ਜੋ ਭਜਨ ਬਾਨੀ ਕਰਨਗੇ ਤਿਨਾਂ ਕੋ ਸੁਖ ਬਹੁਤ ਹੋਊਗਾ ਹਰ ਤਰਾਂ ਸੇ। ਅਰ

ਭੋਗ ਗੁਰੂ ਗ੍ਰੰਥ ਸਾਹਿਬ ਦੇ ਪਾਉਣੇ ਸਭਨਾਂ ਸਿੰਘਾਂ ਨੇ ਸਾਡੇ ਬਾਸਤੇ, ਜੋ ਸਾਨੂੰ ਭੀ ਗੁਰੂ ਸਾਹਿਬ ਸੰਗਤ ਕਾ ਦੀਦਾਰ ਕਰਾਵੇ। ਦੇਖੋ ਕਰਤਾਰ ਦੇ ਰੰਗ ਤਮਾਸ਼ੇ ਕਰਤਾਰ ਕੀ ਰੰਗ ਦਿਖਾਲਦਾ ਹੈ। ਸਦਾ ਲੈ ਲੈ ਨਾਮਧਾਰੀਆਂ ਨੂੰ ਹੀ ਨਹੀਂ ਕਰਨਾ॥ ਸਾਡੇ ਮਗਰ ਤਾਂ ਬਥੇਰੀ ਭੰਡੀ ਹੈ ਸਭਨਾਂ ਨੇ, ਸਿਖਾਂ ਸਾਧਾਂ ਨੇ ਰਾਜਿਆਂ ਪੁਜਾਰੀਆਂ ਨੇ, ਬਹੁਤਾ ਕੀ ਆਖਣਾ ਹੈ, ਦੇਖੋ ਕਰਤਾਰ ਦੇ ਰੰਗ ਤਮਾਸ਼ੇ ਕੀ ਰੰਗ ਖੁਲਦਾ ਹੈ, ਸਮਾ ਤਾ ਆਏ ਪਹੁਤਾ ਹੈ॥ ਅਗੇ ਗੁਰੂ ਬੇਅੰਤ ਹੈ। ਅਸੀ ਭੀ ਗੁਰੂ ਸਾਹਿਬ ਦੇ ਬਚਨ ਸੁਣ ਕੇ ਆਖਦੈ ਹੈ। ਸਭ ਨੇ ਭਜਨ ਬਾਨੀ ਤਕੜੇ ਹੋ ਕੇ ਕਰਨਾ, ਢਿਲੇ ਨਹੀਂ ਪੈ ਜਾਨਾ, ਮੇਰਾ ਕਹਣਾਂ ਸਤ ਕਰਕੇ ਮੰਨਣਾਂ। ਇਉਂ ਨਹੀਂ ਜਾਨਣਾਂ, ਆਪੇ ਬੈਠਾ ਲੀਕਾਂ ਕਾਲੇ ਪਾਣੀ ਦੀ ਕਢਦਾ ਹੈ। ਅਰ ਪਿਛਾ ਰਾਤ ਉਠ ਕੇ ਜਰੂਰ ਨਾਉਣਾ॥ ਮਿਸਰ ਸੰਪਤੇ ਨੂੰ ਮੇਰੀ ਨਮਸਕਾਰ ਕਰਨੀ। ਕੰਮ ਕਾਜ ਭੀ ਕਰਨਾਂ, ਪ੍ਰਮੇਸ਼ਰ ਦਾ ਭਜਨ ਭੀ ਕਰਨਾਂ, ਰਿਜਕ ਦਾਤਾ ਪ੍ਰਮੇਸ਼ਰ ਹੈ। ਸਤ ਕਰਕੇ ਜਾਨਣੀ॥ ਸਤਿ ਸ੍ਰੀ ਵਾਹਿਗੁਰੂ, ਸਤਿ ਸ੍ਰੀ ਅਕਾਲ॥ ਸ੍ਰੀ ਅਕਾਲ ਜੀ ਸਹਾਇ॥53॥

43

੧ਓ ਸਤਿਗੁਰ ਪ੍ਰਸਾਦਿ

ਲਿਖਤਮ ਕ੍ਰਿਪਾਲ ਸਿੰਘ ਤੇ ਦਿਆਲ ਸਿੰਘ ਅਗੇ ਸਰਬ ਉਪਮਾਂ ਸੰਮੂਹ ਸੰਗਤ ਕੋ ਹਥ ਜੋੜ ਕੇ ਫਤੇ ਬੁਲਾਈ ਪ੍ਰਮਾਨ ਕਰਨੀ ਅਰ ਮਾਈ ਬੀਬੀਆਂ ਕੋ ਰਾਮ ਸਤਿ ਬੁਲਾਈ ਵਾਚਨੀ ਬਹੁਤ ਕਰਕੇ। ਹੋਰ ਜੀ ਅਸੀਂ ਹਰ ਤਰਹ ਸੇ ਸੁਖ ਅਨੰਦ ਹੈ ਸੰਗਤ ਨੂੰ ਗੁਰੂ ਸੁਖੀ ਅਨੰਦ ਰਖੇ, ਹਮੇਸ਼ਾਂ ਗੁਰੂ ਜੀ ਪਾਸੋਂ ਇਹ ਮੰਗਦੇ ਹਾਂ॥ ਹੋਰ ਬਹੁਤ ਸੁਖ ਹੈ ਪਰ ਇਕ ਦੁਖ ਸਾਨੂੰ ਸੰਗਤ ਦੇ ਵਿਛੋੜੇ ਦਾ। ਸੋ ਜਦ ਗੁਰੂ ਜੀ ਦਾ ਹੁਕਮ ਹੋਊਗਾ ਤਾਂ ਇਹ ਬੀ ਦੁਖ ਤੁਰਤ ਹੀ ਕਟਿਆ ਜਾਊਗਾ, ਸਭ ਕਿਛ ਗੁਰੂ ਜੀ ਦੇ ਹੁਕਮ ਵਿਚ ਹੈ। ਸਾਡੇ ਮਨ ਵਿਚ ਕਿਵੇਂ ਹੋਵੇ, ਗੁਰੂ ਸਦਾ ਦਿਆਲ ਹੈ। ਹੋਰ ਜੀ ਸਾਰੀ ਸੰਗਤ ਦੇ ਨਾਂਉਂ ਤੇ ਗਾਂਉਂ ਲਿਖਣੇ ਮੈ ਕਾਗਜ਼ ਬਹੁਤ ਬਦ ਜਾਂਦਾ ਹੈ, ਸਾਰੀ ਸੰਗਤ ਨੇ ਏਉਂ ਅਰਦਾਸ ਸੁਨ ਲੈਣੀ ਜੋ ਇਸ ਮੈਂ ਲਿਖਾ ਹੈ ਸਭ ਨੇ ਕਰਨਾ॥ ਇਕ ਤਾਂ ਪਿਛਲੀ ਰਾਤ ਇਸ਼ਨਾਨ ਕਰਨਾਂ, ਬਾਨੀ ਪੜਨੀ, ਭਜਨ ਕਰਨਾਂ, ਵੇਹਲੇ ਨੇ ਭੀ ਤੇ ਕੰਮ ਵਾਲੇ ਨੇ ਭੀ ਜਿਤਾ ਬਨ ਆਵੇ॥ ਅਰ ਜਿਤਨਾ ਸਰੇ ਥੋੜਾ ਜਾ ਬਹੁਤਾ ਪੁੰਨ ਭੀ ਕਰਨਾ ਰੋਜ ਜਥਾ ਸਕਤ। ਅਰ ਲੜਕੇ ਲੜਕੀਆਂ ਨੂੰ ਅਖਰ ਪੜਾਵਣੇ ਪਹਿਲਾਂ ਹੋਸ਼ ਔਂਦੀ ਨਾਲ॥ ਜਿਸ ਕੇ ਕੰਠ ਨਾ ਹੋਵੇ ਬਾਨੀ ਉਸ ਨੇ ਕੰਠ ਕਰ ਲੈਨੀ ਜਰੂਰ, ਜਿਤਨੀ ਹੋ ਸਕੇ ਅਰ ਬਗਾਨੇ ਪਦਾਰਥ ਤੇ ਬਹੁਤ ਕਰਕੇ ਪਰੇ ਰਹਿਨਾ ਹਰ ਤਰਹ ਕਰਕੇ, ਗੁਰੂ ਸਾਹਿਬ ਜੀ ਨੇ ਸੂਰ ਗਾਇ ਲਿਖਾ ਹੀ ਬਗਾਨੇ ਪਦਾਰਥ ਨੂੰ, ਅਗੇ ਤੁਸੀਂ

ਜਾਨੋ। ਗੁਰੂ ਜੀ ਦਾ ਹੀ ਹੁਕਮ ਹੈ ਜੋ ਮੈਂ ਲਿਖਾ ਹੈ॥ ਗੁਰੂ ਸਾਹਬਿ ਅਗੇ ਹਥ ਜੋੜ ਬੇਨਤੀ ਕਰਕੇ ਹਮੇਸ਼ਾਂ ਨਾਮ ਦਾਨ ਇਸ਼ਨਾਨ, ਸਿਦਕ, ਭਰੋਸਾ ਗੁਰਮਤ ਦਾਨ ਮੰਗਨਾਂ। ਹਮੇਸ਼ਾਂ ਇਹ ਭੀ ਮੰਗਨਾਂ, ਹੇ ਮਹਾਰਾਜ ਬੇਸਿਦਕੀਉਂ, ਬੇਮੁਖੀਯੋਂ ਰਖ ਲਈਂ, ਤੇਰੀ ਸ਼ਰਨ ਹਾਂ ਅਸੀਂ ਜੀ ਭੁਲਨਹਾਰ ਹਾਂ, ਤੇਰਾ ਬਿਰਦ ਪਤਤ ਪਾਵਨ ਹੈ, ਅਗੇ ਗੁਰੂ ਬਖਸ਼ਿੰਦ ਹੈ, ਜੋ ਸਰਨ ਪਰੇ ਤਿਸ ਕੀ ਲਜਾ ਰਖਦਾ ਹੈ ਜੀ॥54॥

44

ੴਵਾਹਿਗੁਰੂ ਪ੍ਰਸਾਦਿ॥

ਹੋਰ ਭਾਈ ਸਮੁੰਦ ਸਿੰਘ ਜੀ, ਮੇਲੇ ਉਤੇ ਅੰਨ ਪਾਨੀ ਆਪੋ ਆਪਣਾਂ ਖਾਣਾਂ ਗੁਰਦੁਆਰੇ ਤੀਰਥ ਉਤੇ, ਮੁਕਤਸਰ, ਅਨੰਦਪੁਰ, ਦਮਦਮੇ, ਅੰਮ੍ਰਿਤਸਰ। ਹੋਰ ਭਾਈ ਸੰਗਤ ਭਾਈ ਲਾਲ ਸਿੰਘ ਗੁਮਟੀ ਬਾਲੇ ਦੀ ਪ੍ਰਬਸਤੀ ਰਖਣੀ ਸਾਰੀ ਸੰਗਤ ਨੇ। ਲਾਲ ਸਿੰਘ ਨੇ ਮਸਤਾਨੇ ਹੋ ਕੇ ਜ਼ਮੀਨ ਵੇਚ ਕੇ ਸਾਧ ਸੰਗਤ ਨੂੰ ਛਕ ਛਕਾਇ ਦਿਤੀ, ਪਟਿਆਲੇ ਬਾਲਿਆਂ ਨੇ ਨਾਮਾ ਕਟ ਦਿਤਾ, ਕੋਈ ਰੁਜਗਾਰ ਰਿਹਾ ਨਹੀਂ। ਭਾਈ ਲਾਲ ਸਿੰਘ ਕੋ ਕੈ ਤਾਂ ਸੰਗਤ ਦਾ ਆਸਰਾ ਹੈ ਕੈ ਗੁਰੂ ਜੀ ਦਾ ਆਸਰਾ ਹੈ, ਅਰ ਸਿੰਘ ਬਹੁਤ 2 ਚੰਗਾ ਹੈ ਭਾਈ ਲਾਲ ਸਿੰਘ॥ ਇਹ ਬਹੁਤ ਥੋੜੀ ਲਿਖੀ ਬਹੁਤ ਕਰਕੇ ਸਮਝਣੀ, ਸਮਾਂ ਹੈ ਲੰਘ ਜਾਊ। ਦਸਾਂ ਜਣਿਆਂ ਦੀਆਂ ਲਾਠੀਆਂ ਇਕ ਆਦਮੀ ਦਾ ਬੋਝ ਹੋਇ ਜਾਂਦਾ ਹੈ। ਐਸੇ ਸਰੀਰ ਦੀ ਸੇਵਾ ਕਰੀ ਦਾ ਬਹੁਤ ਮਹਾਤਮ ਹੁੰਦਾ ਹੈ, ਸਤਿ ਕਰਕੇ ਮੰਨਣਾਂ। ਕਿਉਂ, ਮੰਗਣੇ ਬਾਲਾ ਤਾਂ ਮੰਗ ਲੈਂਦਾ ਹੈ, ਇਕ ਥਾਉਂ ਨਾ ਮਿਲੇ ਦੂਜੇ ਥਾਂ ਤੇ ਮੰਗ ਲੈਂਦਾ ਹੈ। ਜਿਸ ਨਾ ਮੰਗਨਾਂ, ਨਾ ਪਲੇ ਕੁਛ ਹੋਵੇ, ਉਸ ਦੀ ਸੇਵਾ ਦਾ ਬਹੁਤ ਲਾਭ ਹੁੰਦਾ ਹੈ, ਸਮੁੰਦ ਸਿੰਘ ਜੀ ਇਹ ਬਾਤ ਸਭ ਸਿੰਘਾਂ ਨੂੰ ਸੁਨਾ ਦੇਨੀ॥

ਹੋਰ ਸਮੁੰਦ ਸਿੰਘ ਜੀ, ਤੁਸੀਂ ਖਾਨੇ ਆਪ ਜਾ ਕੇ ਅਤਰੀ ਦੇ ਮਾਂ ਬਾਪ ਨੂੰ ਆਖਨਾ, ਇਹ ਤਾਂ ਇਆਨੀ ਹੈ, ਤੁਸੀਂ ਸਿਆਣੇ ਹੋ, ਕਿਸੇ ਸਿਖ ਦੇ ਲੜਕੇ ਨਾਲ ਅਨੰਦ ਪੜਾ ਦੇਵੋ। ਅਤਰੀ, ਮੇਰੇ ਤਾਂ ਔਣ ਦੀ ਗਲ ਗੁਰੂ ਗੋਚਰੀ ਹੈ, ਅੰਗ੍ਰੇਜ਼ ਤਾਂ ਮੈਨੂੰ ਛਡਦੇ ਨਹੀਂ, ਗੁਰੂ ਛੁਡਾਇ ਲਏ ਤਾਂ ਭਾਵੇਂ ਛੁਡਾਇ ਲੇਵੈ। ਫੇਰ ਮੇਰੀ ਚਿਟੀ ਦਾਹੜੀ ਆਇ ਗਈ ਹੈ, ਜੋ ਇਹ ਬਾਤ ਦਾ ਹੁਣ ਸਮਾ ਨਹੀਂ ਰਹਾ॥ ਅਗੇ ਜੇ ਸਾਰੀ ਉਮਰ ਕਟਣੀ ਹੈ ਸਤ ਸੰਤੋਖ ਨਾਲ ਤਾਂ ਬੈਠੀ ਰਹੇ ਤਾਂ ਭੀ ਚੰਗੀ ਹੈ, ਮਨੁਖਾਂ ਜਨਮ ਸਵਾਰ ਲਏ। ਜੇ ਬਿਚ ਡੁਲ ਗਈ ਤਾਂ ਦੁਹਾਂ ਸਿਰਾਂ ਈ ਤੇ ਜਾਊ। ਸਮਾਂ ਬੜਾ ਕਰੂਰ ਹੈ, ਤੁਸੀ ਭਾਈ ਜੀ ਆਪ ਖਾਨੇ ਜਾਣਾਂ ਤੇ ਹੋਰ ਭਲੇ ਮਾਨਸ ਲੈ ਜਾਣੇ ਨਾਲ, ਦੋਹਾਂ ਬਾਤਾਂ ਤੇ ਇਕ ਪ੍ਰਮਾਣ ਕਰ ਲੈ, ਕੈ ਤਾਂ ਅਨੰਦ ਪੜਾ ਲਏ ਕਿਸੇ ਸਿਖ ਦੇ ਲੜਕੇ

ਨਾਲ, ਨਹੀਂ ਤਾਂ ਸਤ ਸੰਤੋਖ ਨਾਲ ਬੈਠੀ ਪ੍ਰਮੇਸ਼ਰ ਦਾ ਨਾਮ ਜਪੇ। ਅੰਨ ਪਾਣੀ ਦਾ ਘਾਟਾ ਕੋਈ ਨਹੀਂ ਰਹੂਗਾ, ਦੇਵੀ ਸਰੂਪ ਹੋਇ ਜਾਊ, ਜੇ ਪਰ ਅਛੀ ਤਰਹ ਰਹੇਗੀ। ਭਾਈ ਜੀ ਤੁਸੀ ਅਛੀਂ ਤਰਹ ਸਮਝਾਉ ਅਤਰੀ ਨੂੰ, ਨਾਲੇ ਅਤਰੀ ਦੇ ਮਾਪਿਆਂ ਨੂੰ, ਇਹ ਬਾਤ ਤੁਸੀ ਥੋੜੀ ਲਿਖੀ ਬਹੁਤ ਕਰਕੇ ਬੂਤਣੀ।

ਭਾਈ ਸਮੁੰਦ ਸਿੰਘ ਜੀ ਤੈ ਭਜਨ ਬਾਨੀ ਸੰਗਤ ਪਾਸੋਂ ਬਹੁਤ ਕਰਾਉਣੀ, ਤੁਸਾਂ ਦਾ ਭੀ ਬਹੁਤ ਭਲਾ ਹੋਊਗਾ, ਸਤਿ ਕਰਕੇ ਮੰਨਣਾਂ॥ ਹੋਰ ਭਾਈ ਦਸਾਂ ਪਾਤਸਾਹੀਆਂ ਤੇ ਪਿਛੇ ਗੁਰੂ ਤਾਂ ਮਹਾਰਾਜ ਜੀ ਗੁਰੂ ਗ੍ਰੰਥ ਸਾਹਿਬ ਨੂੰ ਇਸਥਾਪਨ ਕਰ ਗਏ ਹਨ ਜੋ ਸਦਾ ਹੀ ਇਸਥਿਤ ਹੈ ਹੋਰ ਗੁਰੂ ਕੋਈ ਨਹੀਂ। ਅਗੇ ਆਪਨੇ ਖਾਲਸੇ ਵਿਚ ਤਾਂ ਇਹ ਵਰਤਾਰਾ ਬਰਤ ਗਿਆ ਹੈ ਅਜ ਕਲ ਕੇ ਸਮੇਂ ਮੇਂ॥ ਪਹਿਲਾਂ ਸਿਖਾਂ ਦੀ ਕਿਰਪਾ ਬੀਰ ਸਿੰਘ ਤੇ ਹੋਈ, ਫੇਰ ਮਹਾਰਾਜ ਸਿੰਘ ਉਤੇ ਹੁਣ ਮੇਰੇ ਉਤੇ ਸਿਖਾਂ ਦੀ ਕਿਰਪਾ ਹੋਈ। ਦੇਖੋ ਝੂਠੀ ਨਹੀਂ ਇਹ ਬਾਤ॥55॥

45

ੴ ਸਤਿਗੁਰ ਪ੍ਰਸਾਦਿ॥

ਲਿਖਤੋ ਰਾਮ ਸਿੰਘ ਤਾ ਨਾਨੂ ਸਿੰਘ ਸ੍ਰਬ ਉਪਮਾ ਜੋਗ ਸ੍ਰਬ ਗੁਣਾ ਸਪੰਨ ਉਜਲ ਦੀਦਾਰ ਨਿਰਮਲ ਬੁਧ ਜੋਗ ਉਪਮਾ ਭਾਈ ਸਮੁੰਦ ਸਿੰਘ ਜੀ ਸ੍ਰੀ ਵਾਹਿਗੁਰੂ ਜੀ ਕੀ ਫਤਹ ਬੁਲਾਈ ਪ੍ਰਮਾਨ ਕਰਨੀ। ਹੋਰ ਅਸੀਂ ਰਾਜੀ ਹਾਂ ਗੁਰੂ ਤੁਸਾਨੂੰ ਰਾਜੀ ਰਖੇ। ਹੋਰ ਤਾਂ ਸਾਨੂੰ ਕੋਈ ਦੁਖ ਨਹੀਂ ਪਰ ਬਿਛੋੜੇ ਦਾ ਦੂਖ ਭਾਰੀ ਹੈ, ਸੋ ਗੁਰੂ ਦੇ ਮੇਟਣ ਦਾ ਹੈ ਹੋਰ ਕਿਸੇ ਦੇ ਮੇਟਣ ਦਾ ਨਹੀਂ। ਹੋਰ ਸਾਨੂੰ ਖਾਣ ਪਹਨਣ ਨੂੰ ਸਭ ਕੁਛ ਮਿਲਦਾ ਹੈ, ਖੰਡ, ਘਿਉ, ਦੁਧ, ਚਾਉਲ, ਲਠਾ ਖਾਸਾ, ਜਗਾ ਭੀ ਚੰਗੀ ਹੈ ਬਿਚ ਖੂਹੀ ਲਗਾਇ ਦਿਤੀ ਸਰਕਾਰ ਨੇ ਅਗੇ ਨਾ ਸੀ, ਛੇ ਸੈ ਰੁਪਈਆ ਲਗਾਇ ਕੇ। ਏਸ ਜਗਹ ਮੈਂ ਦਿੱਲੀ ਬਾਦਸ਼ਾਹੁ ਰਹਿੰਦਾ ਸੀ॥ ਅਰ ਬਡਾ ਗੋਰਾ ਪੁਛ ਜਾਂਦਾ ਹੈ ਸਭ ਚੀਜ ਬਰਾਬਰ ਹੈ ਕੁਛ ਕਮਤੀ ਤਾਂ ਨਹੀਂ, ਜੋ ਲੋੜ ਹੁੰਦੀ ਹੈ ਤਾਂ ਆਖ ਦੇਂਦੇ ਹਾਂ ਸੋ ਆਇ ਜਾਂਦੀ ਹੈ, ਪਰ ਕੁਛ ਘਾਟਾ ਅਗੇ ਹੀ ਨਹੀਂ ਹੁੰਦਾ, ਬਾਣੀਆਂ ਸਭ ਚੀਜ਼ ਭੇਜਦਾ ਹੈ ਸਾਹੂਕਾਰ। ਪਰ ਸੰਗਤ ਦੇ ਬਿਛੋੜੇ ਦਾ ਬਡਾ ਦੁਖ ਹੋਇ ਰਿਹਾ ਹੈ ਭਾਣਾ ਪ੍ਰਮੇਸਰ ਦਾ ਕੋਈ ਕਿਸੇ ਸਮੇਂ ਕੋਈ ਖੋਟਾ ਬੀਜ ਹੋਇ ਗਿਆ ਹੈ ਸੋ ਮੈਨੂੰ ਪਰਾਪਤ ਹੋਇਆ, ਅਛਾ ਜੋ ਰਜਾਇ ਪ੍ਰਮੇਸਰ ਦੀ, ਬੁਰਾ ਭੀ ਕਰਦੇ ਨਹੀਂ ਪਰ ਭਜਨ ਕਰਦੇ ਹਾਂ। ਇਕ ਬਿਛੋੜੇ ਦੇ ਦੁਖ ਤੇ ਬਿਨਾ ਹੋਰ ਕੋਈ ਦੁਖ ਨਹੀਂ, ਅੰਬੀਰੀ ਬਣੀ ਹੋਈ ਹੈ, ਗੁਰੂ ਜੀ ਦੀ ਸਰਨ ਕਰ ਕੇ ਕੁਛ ਖਾਣ ਪੈਨਣ ਦੀ ਕਮੀ ਨਹੀਂ॥ ਖਾਲਸਾ ਜੀ ਸਭ ਨੇ ਬਾਨੀ ਕੰਠ ਕਰਨੀ ਕੁੜੀ ਮੁੰਡੀ ਨੇ, ਨਾਲੇ ਮਾਲਾ ਫੇਰਨੀ, ਜੋ ਪੰਜ ਗ੍ਰੰਥੀ ਪੜੂਗਾ ਉਸ ਨੂੰ

ਬਹੁਤ ਫਾਇਦਾ ਹੋਊਗਾ॥ ਏਸ ਤਰਾਂ ਨਾਂ ਆਖਿਉ, ਰਾਮ ਸਿੰਘ ਨੂੰ ਬਾਣੀ ਨੇ ਫੜਾਇ ਦਿੱਤਾ, ਸਾਨੂੰ ਕੀ ਕਰੂਗੀ ਨਾ। ਮੈਨੂੰ ਮੇਰੇ ਕਿਸੇ ਖੋਟੇ ਕਰਮ ਨੇ ਤਾਂ ਏਥੇ ਲੈ ਆਂਦਾ ਹੈ, ਪਰ ਭਜਨ ਬਾਨੀ ਨੇ ਏਥੇ ਬੀ ਮੈਨੂੰ ਦੁਖ ਮੈ ਸੁਖ ਦੇ ਛੋਡਾ ਹੈ, ਦੇਖਨਾ ਢਿਲੇ ਨਾ ਪੈ ਜਾਣਾ, ਅਗੇ ਤੁਸੀਂ ਜਾਣੋ॥ ਗੁਰੂ ਜੀ ਦੇ ਹੁਕਮ ਬਲ ਧਿਆਨ ਕਰਨਾ ਗ੍ਰੰਥ ਸਾਹਿਬ ਮੈ॥ ਭਾਈ ਸਮੁੰਦ ਸਿੰਘ ਜੀ ਸਾਰੀ ਸੰਗਤ ਨੂੰ ਇਹ ਅਰਦਾਸ ਸੁਣਾਇ ਦੇਣੀ ਸਾਰੇ ਦੇਸਾਂ ਦੀ ਸੰਗਤ ਨੂੰ॥ ਖਾਲਸਾ ਜੀ, ਕਿਸੇ ਦੀ ਘਾਲ ਕੀਤੀ ਬਿਰਥਾ ਨਹੀਂ ਜਾਂਦੀ॥ "ਇਕ ਤਿਲ ਨਹੀਂ ਭੰਨੇ ਘਾਲਿਆ"॥ ਗੁਰੂ ਜੀ ਨੇ ਲਿਖਾ ਹੈ, ਤੁਸਾਨੂੰ ਦੁਖ ਦੇਣ ਬਾਲੇ ਸਭ ਝਖ਼ ਮਾਰ ਕੇ ਹੌਲੇ ਹੋਇ ਜਾਣਗੇ, ਸਤਿ ਕਰ ਕੇ ਮੰਨਣਾਂ। ਮੈਂ ਪ੍ਰਤਿਆ ਡਿਠੀ ਹੈ, ਐਥੇ ਸਾਡਾ ਕੋਈ ਨਾ ਥਾ ਗੁਰੂ ਬਿਨਾਂ॥ "ਜਿਥੇ ਹਥ ਨ ਅਪੜੇ ਕੂਕ ਨਾ ਸੁਣੀਏ ਪੁਕਾਰ, ਉਥੇ ਸਤਿਗੁਰ ਬੇਲੀ ਹੋਵੇ ਕਢਿ ਲਏ ਅੰਤੀ ਅਉਸ੍ਰ ਬਾਰ"। ਸੋ ਖਾਲਸਾ ਜੀ ਏਥੇ ਕੋਈ ਨਹੀਂ ਥਾ ਗੁਰੂ ਬਿਨਾਂ। ਹੋਰ ਜੇ ਕੋਈ ਨਿੰਦਾ ਹੁੰਦੀ ਹੈ ਤਾਂ ਨਿੰਦਾ ਤਾਂ ਜਗਤ ਦਾ ਬਿਹਾਰ ਹੀ ਹੈ, ਕਿਸ ਕਿਸ ਦੀ ਨਿੰਦਾ ਨਹੀਂ ਕੀਤੀ ਜਗਤ ਨੇ। ਤੁਸੀਂ ਗੁਰੂ ਜੀ ਦੇ ਬਚਨਾਂ ਵਲ ਧਿਆਨ ਕਰਨਾ, ਗ੍ਰੰਥ ਸਾਹਿਬ ਗੁਰੂ ਜੀ ਦੀ ਦੇਹਿ ਹੈ ਪ੍ਰਤਖ। ਚਿਠੀ ਦੇਣੀ ਸਮੁੰਦ ਸਿੰਘ ਕੋ॥57॥

46

ੴ ਸਤਿਗੁਰ ਪ੍ਰਸਾਦਿ॥

ਹੋਰ ਭਾਈ ਜੋ ਤੁਸਾਂ ਪੁਛੀ ਸੀ ਮੈ ਸਮਝੀ, ਭਾਈ ਮੇਰੀ ਤਾਂ ਸ਼ਾਦੀ ਕਰਨ ਦੀ ਸਲਾਹਿ ਨਾ ਅਗੇ ਥੀ, ਨਾ ਹੁਣ ਹੈ ਜਿਤਨੇ ਦਿਨ ਜੀਉਣਾਂ ਹੈ ਉਤਨੇ ਦਿਨ ਇਹੋ ਗੁਰੂ ਪਾਸੋਂ ਖੈਰ ਮੰਗਦਾ ਹਾਂ ਹੇ ਗੁਰੂ ਹੇ ਗੁਰੂ ਮੇਰੇ ਪਾਸੋਂ ਸਾਸ ਸਾਸ ਆਪਣਾ ਨਾਉ ਜਪਾਉ, ਅਗੇ ਜੋ ਗੁਰੂ ਨੇ ਕਰਨੀ ਹੈ ਸੋ ਗੁਰੂ ਜਾਣੇ। ਅਤਰੀ ਦੇ ਮਾਂ ਪਿਉ ਨੂੰ ਮੈਂ ਹਮੇਸ਼ਾਂ ਏਹੋ ਲਿਖਦਾ ਹੈ ਤੁਸੀਂ ਅਤਰੀ ਨੂੰ ਕਿਉਂ ਨਹੀਂ ਪ੍ਰਨਾ ਦਿੰਦੇ, ਫਲਾਣੇ ਦੀ ਉੱਧਲ ਗਈ, ਫਲਾਣੇ ਫਲਾਣੀ ਦਾ ਨਕ ਬਢਾ, ਥੁਆਨੂੰ ਫਿਟ 2 ਹੋਊ, ਤੈਨੂੰ ਬੀ ਕਹਾ ਥਾ ਤੂੰ ਜਾਇ ਕਹੀਂ॥ ਏਹੁ ਤਾਂ ਬਾਤ ਮੁਕੀ। ਅਗੇ ਕੁਸ਼ਾਲ ਸਿੰਘ ਦੀ ਬਡੀ ਬਦਨਾਮੀ ਸੁਣੀ ਹੈ, ਪਰ ਜੇ ਹੁਣ ਸੁਧਰ ਗਿਆ ਹੈ ਤਾਂ ਸੰਗਤ ਉਸ ਨੂੰ ਬੀ ਮੇਲ ਲੈਣਾ, ਨਿਰਦੋਖ ਤਾਂ ਇਕ ਗੁਰੂ ਹੀ ਹੈ ਜੀ। ਹੋਰ ਜੀ ਗੁਰੂ ਜੀ ਦਾ ਜੋ ਹੁਕਮ ਹੈ ਸੋ ਸਮੇਂ 2 ਸਿਰ ਸਭ ਹੁੰਦਾ ਆਯਾ ਹੈ ਸਹਜੇ ਹੀ, ਅਗੇ ਭਾਈ ਗੁਰੂ ਜਾਨੇ, ਪਿਛੇ ਤਾਂ ਪੂਰਾ ਹੁੰਦਾ ਆਯਾ ਹੈ ਅਬ ਭੀ ਆਸ ਹੈ। ਹੋਰ ਜੀ ਲੰਗਰ ਦੀ ਬਾਤ ਇਹ ਹੈ ਜਿਤਨਾਂ ਕੁਛ ਸਰੇ ਕਿਸੇ ਤੇ, ਲੰਗਰ ਪਾਵੇ। ਲਿਖਣਾ ਕੀ ਹੈ। ਗੁਰੂ ਸਾਹਿਬ ਜੀ ਨੇ ਸਰਬ ਦਾਨਾਂ ਤੇ ਉਪ੍ਰ ਅੰਨ ਦਾ ਦਾਨ ਬੜਾ ਲਿਖਾ ਹੈ ਸਾਖੀਆਂ ਮੈ। ਜੋ ਲੰਗਰ ਦੀ ਟਹਲ ਕਰੂਗਾ ਉਸ ਦਾ

ਬਹੁਤ ਭਲਾ ਹੋਊਗਾ ਸਤਿ ਕਰ ਮੰਨਣਾ॥ ਐਥੇ ਸਾਨੂੰ ਕੁਛ ਨਹੀਂ ਚਾਹੀਦਾ ਅਛਾ ਕਰਾ ਨਾ ਸਿਟਾ ਹੋਰ ਭਾਈ ਸੀਤ ਪ੍ਰਸਾਦਿ ਦੀ ਤਾਂ ਮੈ ਬਾਤ ਅਗੇ ਕਈ ਬਾਰ ਲਿਖੀ ਹੈ ਜੋ ਜੂਠਾ ਨਾ ਕੋਈ ਕਿਸੇ ਦਾ ਖਾਵੇ, ਨਾ ਕੋਈ ਕਿਸੇ ਨੂੰ ਦੇਵੇ, ਤੁਸੀ ਨਹੀਂ ਸੁਣੀ॥ ਸੀਤ ਪ੍ਰਸਾਦਿ ਤਾਂ ਬਚਨ ਮੰਨਣਾਂ, ਹੈ ਗੁਰੂ ਜੀ ਨੇ ਤਾਂ ਏਹ ਸੀਤ ਪ੍ਰਸਾਦਿ ਕਹਾ ਹੈ, ਅਜਿ ਦੇ ਸਮੈ ਮੇ ਤਾਂ ਜੂਠਾ ਟੁਕ ਖਾ ਕੇ ਕੋਈ ਨਹੀਂ ਡਿਠਾ ਬਬਾਨਾਂ ਉਤੇ ਚੜ੍ਹਾ ਜਾਂਦਾ, ਬਚਨ ਮੰਨ ਕੇ ਤਾਂ ਅਨੇਕ ਉਧਰੇ ਹੈ॥ ਸੋ ਜੀ ਜੋ ਗੁਰੂ ਜੀ ਦਾ ਬਚਨ ਹੈ, ਭਾਈ ਉਸ ਦੇ ਮੰਨਣ ਦੀ ਕਰੋ, ਗੁਰੂ ਅਗੇ ਬੇਨਤੀ ਹੈ ਗੁਰੂ ਜੀ ਆਪਣਾ ਹੁਕਮ ਮਨਾਉ, ਅਗੇ ਗੁਰੂ ਦਾਤਾ ਹੈ॥ "ਸਾਈ ਬਸਤ ਪ੍ਰਾਪਤ ਹੋਈ ਜਿਸ ਸਿਉ ਲਾਇਆ ਹੇਤ"॥ ਇਹ ਸੀਤ ਛਕੋ ਭਾਈ॥ ਜੂਠੇ ਟੁਕਾਂ ਮੈ ਕੁਛ ਨਹੀਂ ਫਾਇਦਾ॥ ਮੈਂ ਜੋ ਲਿਖਦਾ ਹਾਂ, ਜੋ ਗੁਰੂ ਜੀ ਨੇ ਹੁਕਮ ਦੀਆ ਹੈ ਸੋ ਲਿਖਦਾ ਹਾਂ, ਅਪਨੇ ਮਨ ਤੇ ਨਹੀਂ ਲਿਖਦਾ॥ ਅਰ ਜੋ ਤੁਸਾਂ ਕਹਾ ਹੈ ਕਿ ਪੰਥ ਰੁਲ ਨਾ ਜਾਵੇ, ਸੋ ਸਾਡੀ ਬਲੋਂ ਤਾਂ ਇਹ ਅਰਜ ਹੈ ਗੁਰੂ ਸਾਹਿਬ ਅਗੇ ਬਾਰ ਬਾਰ, ਹੇ ਗੁਰੂ ਜੀ ਸਾਰੀ ਸੰਗਤ ਨੂੰ ਬਖਸ ਲੈ, ਸਭ ਤੇਰੇ ਜੀ ਹਾਂ ਬੁਰੇ ਭਲੇ, ਅਗੇ ਜੇ ਗੁਰੂ ਨੂੰ ਭਾਵੇ, ਗੁਰੂ ਭਾਣੇ ਦਾ ਮਾਲਕ ਹੈ। ਹੋਰ ਭਾਈ ਗੁਰੂ ਤਾਂ ਕਦੇ ਬੁਢਾ ਨਹੀਂ ਹੋਇਆ, ਏਸ ਬਾਤ ਦੀ ਬੇਦ ਸਾਸਤ੍ਰ ਉਗਾਹੀ ਦੇਂਦੇ ਹੈ। ਕੁਛ ਸਾਡੇ ਹੀ ਕਰਮਾ ਬਿਖੇ ਨੀਊਨਤਾਈ ਹੈ॥ ਸ਼ੁਕਰ ਹੈ ਜੋ ਗੁਰੂ ਦੇ ਦਰਵਾਜੇ ਤਾ ਆਏ ਡਿਗੇ ਹਾਂ। ਗੁਰੂ ਦੀ ਸਾਖ ਏਹ ਬੀ ਹੈ ਜੋ ਗੁਰੂ ਸਦਾ ਬਖਸਿੰਦ ਹੈ। ਤੁਮਾਰੇ ਲਿਖੇ ਦਾ ਉਤਰ ਸਭ ਦੀਆਂ ਮਾੜਾ ਮੋਟਾ ਜੋ ਬੁਧ ਮੇਂ ਆਯਾ, ਮੇਰੀ ਅਕਲ ਤੁਛ ਹੈ॥ 58॥

47

੧ਓ ਸਤਿਗੁਰੂ ਪ੍ਰਸਾਦਿ

ਲਿਖਤੋਂ ਗੰਗਾਂ ਵਾਲਾ ਮਸਤਾਨਾਂ ਸਿੰਘ ਜੋਗ ਹਰੀ ਸਿੰਘ ਕੁਸ਼ਾਲ ਸਿੰਘ, ਸੁੰਦਰ ਸਿੰਘ ਕਲੈਰੀ, ਸੁੰਦਰ ਸਿੰਘ ਖੋਟਿਆ, ਭਾਈ ਹਰਨਾਮ ਸਿੰਘ ਸੁਚਾਲਾ, ਮਨੀ ਸਿੰਘ, ਮੰਗਲ ਸਿੰਘ, ਸਰਦਾਰ ਉਤਮ ਸਿੰਘ ਰਾਏ ਸਰੀਆ, ਗੁਰਬਖਸ਼ ਸਿੰਘ, ਕਾਨ ਸਿੰਘ ਬਾਜੇ ਕਾ, ਜੈਤਾ ਸਿੰਘ, ਲਾਲ ਸਿੰਘ ਗੁੰਮਟੀ ਕਾ, ਪੰਜਾਬ ਸਿੰਘ ਜੋਗੇ ਕਾ, ਜੀਉਨ ਸਿੰਘ, ਹਰਨਾਮ ਸਿੰਘ ਲਲੂਵੇ, ਮਿਹਰ ਸਿੰਘ ਉਭੇ ਦਾ, ਅਕਲੀਏ ਬਾਲੇ ਦੋਹਾਂ ਸਿੰਘਾਂ ਨੂੰ, ਸਰਬ ਪਿਥੋਰੇ ਸਿੰਘਾਂ ਨੂੰ, ਹੋਰ ਸਰਬ ਸਿੰਘਾਂ ਮੁਕਤਸਰੀਆਂ, ਨਾਉਂ ਗਾਉਂ ਲਿਖੇ ਤੇ ਕਾਗਜ਼ ਬਦ ਜਾਂਦਾ ਹੈ ਅਗੇ ਸੰਮੂਹ ਸੰਗਤ ਕੋ ਸ੍ਰੀ ਵਾਹਿਗੁਰੂ ਜੀ ਕੀ ਫਤੇ ਬੁਲਾਈ ਪ੍ਰਵਾਨ ਕਰਨੀ ਹਥ ਜੋੜ ਕੇ। ਹੋਰ ਅਸੀਂ ਅਨੰਦ ਹਾਂ ਹਰ ਤਰਹ ਸੇ, ਸੰਗਤ ਦੇ ਵਿਛੋੜੇ ਦਾ ਬਡਾ ਦੁਖ ਹੈ, ਸੋ ਏਹ ਦੁਖ ਗੁਰੂ ਸਾਹਿਬ ਦੇ ਕਟਣ ਦਾ ਹੈ, ਜਦ ਗੁਰੂ ਚਾਹੂ ਤੁਰਤ ਹੀ ਮੇਟ ਦੇਊਗਾ, ਹੋਰ ਸੰਗਤ ਸਾਰੀ ਦੀ ਖਬਰ ਸੁਣ ਕੇ ਬਡੇ ਅਨੰਦ

ਹੋਏ ਪਰ ਇਹ ਬਾਤ ਨੂੰ ਭੀ ਜਾਣਾ ਏ ਜੋ ਸੰਗਤ ਕੋ ਭੀ ਵਿਛੋੜੇ ਦਾ ਬਡਾ ਦੁਖ ਹੋਇ ਰਿਹਾ ਹੈ ਸੋ ਖਾਲਸਾ ਜੀ ਤੁਸੀਂ ਸਭੇ ਗੁਰੂ ਜੀ ਦੇ ਬਚਨ ਉਪਰ ਪ੍ਰਤੀਤ ਰਖੋ ਇਹ ਬੀ ਦੁਖ ਮੇਟ ਦੇਵੇਗਾ। ਦੇਖੋ ਜੋ ਪਹਿਲੇ ਪੂਰਬ ਤੇ ਮਲੇਛ ਕਾ ਆਉਨਾ ਸੀ ਸੋ ਬੀ ਹੋਆ, ਅਰ ਫੇਰ 1278 ਸੰਤ ਖਾਲਸਾ ਬੀ ਹੋਆ ਫੇਰ 1288 ਮੈ 80 ਸੀਸ ਭੀ ਲਗੇ ਫੇਰ ਇਸ ਤਰਫ ਕੋ ਭੀ ਆਏ ਪਰਦੇਸ ਮੈ, ਫੇਰ ਦੇਸ ਮੈ ਆਉਣਾ ਕਹਾ ਹੈ ਅਰ ਦੂਆ ਮਲੇਛ ਭੀ ਪਛਮ ਤੇ ਉਤਪਤ ਹੋਇਆ ਹੈ ਸੋ ਭਾਈ, ਅਰ ਮੜੀ ਗੋਰ ਦਾ ਜੋ ਹੁਕਮ ਬੀ ਢਾਹੁਣੇ ਦਾ ਸੋ ਤੁਸਾਂ ਦੀ ਹਥੀ ਵਰਤਿਆ ਹੈ ਸੋ ਭਾਈ ਇਤਨੇ ਬਚਨ ਪੂਰੇ ਹਏ ਤਾਂ ਸੰਗਤ ਦੇ ਜੋ ਦਰਸ਼ਨ ਸੋ ਭੀ ਮੈਨੂੰ ਜ਼ਰੂਰ ਹੋਣਾ ਚਾਹੀਯੇ ਸਵਾ ਛੇ ਬ੍ਰਸ ਪਿਛੇ। ਸੋ ਭਾਈ ਈਸਰਾਂ ਦੇ ਬਚਨ ਸਤਿ ਹੁੰਦੇ ਹੈਨ। ਗੁਰੂ ਦੇ ਬਚਨ ਉਤੇ ਸਿਦਕ ਭਰੋਸਾ ਰਖੋ ਸਾਰੀ ਸੰਗਤ॥ ਸਮੇਂ ਸਮੇ ਨਾਲ ਸਭ ਕੁਛ ਬਣਦਾ ਆਇਆ ਹੈ, ਬਡਾ ਛੋਟਾ ਕਾਰਜ ਸਹਿਜੇ ਹੀ, ਸੋ ਭਾਈ ਸਾਂਡੇ ਹੀ ਮਗਰ ਨਹੀਂ ਰਹਨੀ ਬਖੇਪਤਾ ਅਰ ਭੰਡੀ॥ ਸਾਡੇ ਮਗਰ ਤਾਂ ਬਹੁਤ ਹੋ ਚੁਕੀ ਹੈ ਬਿਤ ਮੁਆਫਕ, ਹੁਣ ਤਾਂ ਮਲੇਛਾਂ ਦੇ ਘਰ ਜਾਨ ਦਾ ਹੁਕਮ ਹੈ॥ ਕਲਹਿ ਮਾਈ ਨੂੰ ਤਾਂ ਨਿਉਂਦਾ ਹੁਣ ਮਲੇਛਾਂ ਹੋਇ ਆ ਗਿਆ ਹੈ॥ ਥੋੜੇ ਦਿਨਾਂ ਨੂੰ ਪ੍ਰਸਾਦਿ ਛਕਣ ਲਗ ਜਾਂਦੀ ਹੈ ਕਲਹ ਮਾਈ, ਅਰ ਛਕਾ ਭੀ ਬਹੁਤਾ ਹੈ, ਰੂਮ ਮੈ ਅਗੇ ਬਡੇ ਦੁੰਦ ਦੀ ਤਿਆਰੀ ਹੈ ਅਗੇ ਭਾਈ ਗੁਰੂ ਬੇਅੰਤ ਹੈ। ਹੋਰ ਭਾਈ ਸੰਗਤ ਨੇ ਤਾਂ ਬੜੀ ਮਿਹਰਬਾਨੀ ਕੀਤੀ ਹੈ ਮੇਰੇ ਉਤੇ ਜੋ ਐਤਨੇ ਭੋਗ ਪਾਠ ਕੀਏ ਮੇਰੇ ਨਮਿਤ॥ ਹੋਰ ਸਮੁੰਦ ਸਿੰਘ ਜੀ ਤੇਰੇ ਸਰੀਰ ਨੇ ਭੀ ਬਡਾ ਪ੍ਰਉਪਕਾਰ ਕੀਤਾ ਹੈ ਬੜੇ ਪਾਠ ਕਰਵਾਏ ਹਮਾਰੇ ਵਾਸਤੇ, ਧੰਨ ਸੰਗਤ ਹੈ, ਧੰਨ ਗੁਰੂ ਹੈ ਘਟਾਂ ਦਾ ਪ੍ਰੇਰਕ॥ ਸੋ ਜੀ ਮੇਰਾ ਤਾਂ ਇਹ ਹੀ ਆਖਨਾਂ ਹੈ ਸਾਰੀ ਸੰਗਤ ਨੂੰ, ਜੋ ਭਜਨ ਕਰਨਾਂ, ਪਾਠ ਭੋਗ ਪੁਆਏ, ਬਾਨੀ ਕੰਠ ਕਰਨੀ ਪੜਨੀ, ਇਸ਼ਨਾਨ ਕਰਨਾਂ ਵਡੇ ਸਵੇਰੇ, ਜਥਾ ਸਕਤ ਦਾਨ ਕਰਨਾ, ਸਿਖਾਂ ਨੂੰ ਭੀ ਪ੍ਰਸ਼ਾਦਿ ਛਕਾਉਣਾਂ, ਭਜਨ ਬਾਨੀ ਕਰਨੇ ਬਾਲਿਆਂ ਨੂੰ, ਅਰ ਭੁਖਾ ਕੋਈ ਭੀ ਹੋਵੇ ਚਾਹੇ, ਭੁਖੇ ਨੂੰ ਅੰਨ ਦੇਨ ਦਾ ਤਾਂ ਵਡਾ ਪੁੰਨ ਹੈ, ਗੁਰੂ ਸਾਹਿਬ ਦਾ ਹੁਕਮ ਹੈ॥59॥

48

ੴ ਸਤਿਗੁਰ ਪ੍ਰਸਾਦਿ॥

ਲਿਖਤਮ ਰਾਮ ਸਿੰਘ ਤੇ ਸਾਹਿਬ ਸਿੰਘ ਹੋਰ ਸੰਬ੍ਰਹ ਖਾਲਸਾ ਜੀ ਭੈਣੀ ਦੇ "ਜਿਨਾਂ ਮਿਲਿਆਂ ਮੈਡੀ ਦੁਰਮਤ ਵੰਞੇ ਮਿਤ੍ਰ ਅਸਾਡੜੇ ਸੇਈ, ਹਉ ਢੂੰਢੇਦੀ ਜਗ ਸਬਾਇਆ ਜਨ ਨਾਨਕ ਵਿਰਲੇ ਕੇਈ" ਜੋਗ ਉਪਮਾ ਸਿੰਘ ਸਾਹਿਬ ਨਿਹੰਗ ਸਿੰਘ, ਕਾਲ ਸਿੰਘ ਜੀ ਤੇ ਜਵਾਹਰ ਸਿੰਘ ਜੀ, ਸੁਧ ਸਿੰਘ ਜੀ, ਰਮੇਸ਼ਰ ਸਿੰਘ ਜੀ, ਹੁਕਮ

ਸਿੰਘ ਜੀ ਤੇ ਸਮੁੰਦ ਸਿੰਘ ਜੀ ਤੇ ਉਤਮ ਸਿੰਘ ਦੋਨੋ, ਜੋਗਾ ਸਿੰਘ, ਮਾਨ ਸਿੰਘ ਜੀ ਹੋਰ ਸਬੂਹਿ ਖਾਲਸੇ ਜੀ ਨੂੰ ਸ੍ਰੀ ਵਾਹਿਗੁਰੂ ਜੀ ਕੀ ਫਤਹਿ ਬੁਲਾਈ ਪ੍ਰਵਾਨ ਕਰਨੀ ਜੀ, ਹੋਰ ਜੀ ਬਿਆਹ ਦੀ ਬਾਤ ਖਰੀ ਚੰਗੀ ਹੈ ਸਮਾਗਮ ਦੇ ਬਿਚ ਹੀ ਵਿਆਹ ਦਾ ਅਨੰਦ ਪੜ ਲੈਨਾਂ॥ ਹੋਰ ਸਾਰੀ ਸੰਗਤ ਨੇ ਸਾਂਗੀ ਏਹੀ ਜੇਹੀ ਫੜਨੀ, ਕੋਈ ਕਿਸੇ ਤਰਹ ਦੀ ਨਿੰਦਾ ਕਰੇ ਤਾਂ ਉਸ ਦੇ ਬਲ ਧਿਆਨ ਨਹੀਂ ਕਰਨਾਂ, ਚਾਹੇ ਕੋਈ ਕਿਸੇ ਨੂੰ ਮਾਰੇ ਤਾਂ ਬੀ ਸ਼ਬਰ ਕਰ ਜਾਨਾਂ, ਪ੍ਰਮੇਸਰ ਖਿਮਾਂ ਧੀਰਜ ਵਾਲਿਆਂ ਦੇ ਸਦਾ ਅੰਗ ਸੰਗ ਹੈ ਜੀ ਗੁਰੂ ਜੀ ਨੇ ਲਿਖਾ ਹੈ॥ ਹੋਇ ਸਭਸ ਕੀ ਰੇਣਕਾ ਆਉ ਹਮਾਰੇ ਪਾਸ॥ ਹੋਰ ਜੀ ਉਸ ਦੀ ਸਲਾਹ ਫੇਰ ਮਿਲਨੇ ਦੀ ਹੋਵੇ ਤਾਂ ਫੇਰ ਮਿਲਾਏ ਲਵੋ, ਜੋ ਕੋਈ ਏਸ ਧਰਮ ਦੇ ਬਿਚ ਚਲੂਗਾ ਤਾਂ ਉਸ ਨੂੰ ਸਭ ਸੁਖ ਪ੍ਰਾਪਤ ਹੋਇ ਜਾਣਗੇ, ਸਤ ਕਰ ਮੰਨਣਾਂ, ਪਰ ਕੰਮ ਖਿਮਾਂ ਦਾ ਬੜਾ ਹੈ॥ ਹੋਰ ਮਹਾਰਾਜ ਜੀ, ਸਮੂਹ ਖਾਲਸੇ ਨੇ ਆਪ ਬਿਚਾਰ ਲੈਨਾਂ ਜੋ ਭਲਿਆਈ ਦੇ ਕੰਮ ਹੈਨ, ਮੇਰੀ ਬੁਧ ਬਹੁਤ ਥੋੜੀ ਹੈ,॥ "ਕਰਮ ਨਾ ਜਾਨਾਂ ਧਰਮ ਨਾ ਜਾਨਾਂ ਲੋਭੀ ਮਾਯਾਧਾਰੀ॥ ਨਾਮ ਪਰਿਓ ਹੈ ਭਗਤ ਗੋਬਿੰਦ ਕਾ ਰਾਖੋ ਲਾਜ ਤੁਮਾਰੀ॥" ਮੇਰੀ ਲਜਿਆ ਤੁਸੀ ਸਾਧ ਸੰਗਤ ਨੇ ਹੀ ਰਖਨੀ ਹੈ ਜੇ ਕਰ ਤੁਸੀਂ ਭਲੇ ਹੋਉਗੇ ਤਾਂ ਮੈਨੂੰ ਬੁਰਾ ਕਿਸੇ ਨਹੀਂ ਆਖਨਾ, ਤੁਹਾਡੇ ਪਿੱਛੇ ਮੈਨੂੰ ਭੀ ਬਖਸ ਦੇਊਗਾ॥ 61॥

49

੧ਓ ਸਤਿਗੁਰ ਪ੍ਰਸਾਦਿ॥

ਹੋਰ ਭਾਈ ਬੁਧ ਸਿੰਘ ਜੀ ਆਦਮੀ ਐਤਨੀ ਦੂਰ ਆਉਦਾ ਭੀ ਹੈ ਤੁਸੀਂ ਅਛੀ ਤਰਹ ਸਭ ਬਾਤ ਲਿਖ ਕੇ ਨਹੀਂ ਦੇਂਦੇ। ਕੁਛ ਮਖਣ ਦੀ ਬਾਤ ਨਹੀਂ ਲਿਖੀ। ਹੋਰ ਇਉਂ ਭੀ ਨਹੀਂ ਲਿਖਿਆ ਜੋ ਰੁਪਏ ਮਾਝੇ ਤੇ ਲੈਣੇ ਥੇ ਸੋ ਲੈ ਲਏ ਹੈ ਕਿ ਨਹੀਂ। ਹੋਰ ਭੀ ਕੁਛ ਸਾਰਾ ਹਵਾਲ ਨਹੀਂ ਲਿਖ ਕੇ ਭੇਜਦੇ। ਦੇਖੋ ਤਾਂ ਮੈਂ ਕੈਸੀ ਕੈਸੀ ਬਾਤ ਲਿਖਦਾ ਹਾਂ। ਹੋਰ ਭਾਈ ਬੁਧ ਸਿੰਘ ਜਦੋਂ ਅਸੀਂ ਐਧਰ ਆਏ ਹਾਂ ਤਦੋਂ ਜੇਹੜਾ ਗਰੰਥ ਦੇਵਾ ਸਿੰਘ ਲਿਖਦਾ ਸੀ ਸੋ ਤੁਸੀ ਉਸ ਗਰੰਥ ਦੀਆਂ ਸੰਚੀਆਂ ਲਿਖੀਆ ਹੈਨ ਅਰ ਜੋ ਅਣਲਿਖੀਆਂ ਹੈ ਸੋ ਸਾਰੀਆਂ ਭਾਈ ਮਨੀ ਸਿੰਘ ਨੂੰ ਦੇ ਦੇਣੀਆਂ ਜਰੂਰ, ਮਨੀ ਸਿੰਘ ਨੇ ਹੀ ਤੈਨੂੰ ਆਖਿਆ ਮੈ ਆਪ ਹੀ ਦਿਤੀਆਂ ਹੈਨ ਤੇ ਮਨੀ ਸਿੰਘ ਜੀ, ਸੈਚੀਆਂ ਲੈ ਕੇ ਦੋਵੇ ਗਰੰਥ ਸਾਹਿਬ ਸੰਪੂਰਨ ਕਰਾਇ ਲੈਣੇ ਕਿਸੇ ਚੰਗੇ ਲਿਖਾਰੀ ਤੇ। ਅਰ ਦੋਨੋ ਗਰੰਥ ਸਾਹਿਬ ਸੰਪੂਰਣ ਹੋਗੇ। ਤਾਂ ਓਸ ਦੀ ਗਓ ਕੇ ਤਾਂ ਭੈਂਸ ਲੈ ਲੈਣੀ ਸਤ ਏਹ ਹੋਈ॥ ਜੋ ਦੇਵਾ ਸਿੰਘ ਜਾਵੇ ਤਾਂ ਦੇਵਾ ਸਿੰਘ ਨੂੰ ਲਈ। ਅਗੇ ਮਨੀ ਸਿੰਘ ਜੀ, ਤੁਸੀ ਅਤਰੀ ਦੇ ਮਾਂ ਪਿਉ ਨੂੰ ਆਖਣਾਂ ਮੇਰਾ ਕਹਣਾਂ ਤੁਸੀ ਕਿਉਂ ਨਹੀਂ ਸਮਝਦੇ,

ਕਿਉਂ ਕਮਲੇ ਹੋਏ ਹੋ, ਅਤਰੀ ਦਾ ਅਨੰਦ ਕਿਸੇ ਸਿਖ ਦੇ ਲੜਕੇ ਨਾਲ ਕਿਉਂ ਨਹੀਂ ਪੜਾ ਦੇਂਦੇ, ਅਤਰੀ ਤਾਂ ਇਆਣੀ ਹੈ, ਤੁਸੀ ਵਾਇ ਮਾਰੇ ਹੋ, ਏਸ ਦੀ ਏਸ ਤਰਾਂ ਨਿਭੂਗੀ। ਹੋਰ ਕੀ ਮੈ ਬਹੁਤਾ ਕਾਗਜ਼ ਕਾਲਾ ਕਰਾਂ। ਥੋੜਾ ਲਿਖਾ ਬਹੁਤ ਕਰਕੇ ਜਾਨਣਾ। ਜਿਉਂ ਤਿਉਂ ਕਰਕੇ ਭਾਈ ਮਨੀ ਸਿੰਘ ਜੀ ਅਤਰੀ ਦਾ ਸੰਜੋਗ ਕਰ ਦੇਨਾਂ। ਮੈ ਆਪਨੀ ਵਲੋਂ ਥੁਹਾਨੂੰ ਆਖ ਦਿੱਤਾ, ਅੱਗੇ ਤੁਸੀਂ ਜਾਣੋ। ਜੇ ਮਨੀ ਸਿੰਘ ਤੇਰਾ ਆਖਿਆ ਨਾ ਮੰਨਨ, ਤਾਂ ਫੇਰ ਤੂੰ ਕੁਛ ਨਾ ਆਖੀਂ, ਆਪਣੀ ਨੂੰ ਕਵਾਰੀ ਰਖਣ, ਚਾਹੇ ਵਿਆਹ ਦੇਵਣ, ਚਾਹੇ ਮੇਲੇ ਲੈ ਜਾਣਾ, ਚਾਹੇ ਏਸ ਦੇ ਘਰ ਕੋ॥ ਸਭ ਨੂੰ ਕੁੜੀ ਮੁੰਡੇ ਨੂੰ ਅਖਰ ਪੜਾਇ ਦੇਣੇ ਗੁਰਮੁਖੀ। ਹੋਰ ਭਾਈ ਜੋ ਤੂੰ ਲਿਖਾ ਕਰਿਆ ਅਉਗਣਆਰਾ ਹਾਂ, ਸੋ ਜੀ ਭੁਲਣ ਅੰਦਰ ਸਭ ਕੋ ਅਭੁਲ ਗੁਰੂ ਕਰਤਾਰ॥ ਭਾਈ ਭਜਨ ਬਾਨੀ ਕਰਕੇ ਏਹ ਮੰਗਨਾਂ ਹੇ ਗੁਰੂ ਬਖਸ਼ ਲੈ ਤੇ ਉਸ ਦਾ ਪਤਤ ਪਾਵਣ ਬਿਰਦ ਹੈ, ਦੁਖ ਸੁਖ ਮੈ ਵਿਸਰ ਨ ਜਾਈਂ। ਗੁਰਮਤ ਦਾ ਖੈਰ ਪਾ ਦਰਗਾਹੋਂ। ਮਨਮਤ ਤੇ ਰਖ ਲਈ ਹਰ ਵੇਲੇ॥ ਇਹ ਅਰਜ ਕਰਨੀ ਅਗੇ... ਨੂੰ ਭਾਵੇ॥ ਇਹ ਸਭ ਨੂੰ ਸੁਨਾ ਦੇਈਂ। ਜੂਠਾ ਕੋਈ ਕਿਸੇ ਨੂੰ ਨਾ ਦੇਵੇ ਤੇ ਨਾ ਜੂਠਾ ਖਾਵੇ, ਇਹ ਕਾਸ ਦੀ ਸੀਤ ਪ੍ਰਸਾਦਿ ਹੈ। ਜੀਆਂ ਦਾ ਜੂਠਾ ਖਾਧੇ...ਖਲੇ ਗਏ ਹੈਨ ਕੌਡੇ ਵਾਂਙੂ। ਮੈ ਤਾਂ ਭਾਈ ਬਥੇਰਾ ਮਨ ਕੀਤਾ, ਨਾ ਹਟ, ਹਾਰ ਕੇ ਮੈਂ ਭੀ ਚੁਪ ਕਰ ਰਿਹਿਆ। ਪਰ ਮੈ ਰਾਜੀ ਨਹੀਂ ਸੀ, ਕਿਸ 2 ਨੂੰ ਹਟਾਵਾਂ। ਜੂਠਾ ਖਾਣਾਂ ਭਜਨ ਬਾਲਿਆਂ ਦਾ ਕੰਮ ਨਹੀਂ॥ ਹੋਰ ਜੋ ਕੌਲੀ ਚੀਤੇ ਨੂੰ ਲੈ ਜਾਵੇ ਜਲ ਸੋ ਓਹ ਕੌਲੀ ਸੁਚੀ ਨਹੀਂ, ਇਹ ਸਭ ਨੂੰ ਸੁਣਾਇ ਦੇਨਾ ਅਗੇ ਰਲਾਏ ਦੇਂਦੇ ਥੇ ਕੌਲੀਆਂ ਮੈ। ਹੋਰ ਭਾਈ ਮਨੀ ਸਿੰਘ ਏਹ ਬਾਤ ਚੇਤੇ ਰਖਨੀ ਜਿਸ ਮਨੁਖ ਨੂੰ ਏਥੇ ਦੀ ਬਾਤਿ ਤੂੰ ਸੁਣਾਮੇਂ ਉਸ ਨੂੰ ਬਹੁਤ ਤਕੀਦ ਕਰੀਂ, ਕਿਸ ਕਰਕੇ ਮੁਖਬਰ ਵਿਚ ਫਿਰਦੇ ਨੇ ਅਤੇ ਇਕ ਮੁਖਬਰ ਨੇ ਗੋਰੇ ਨੂੰ ਜਾ ਕੇ ਆਖ ਦਿਤਾ ਸਾਹਿਬ ਰਾਮ ਸਿੰਘ ਨ ਰਾਮਗੜੀਏ ਆਦਮੀ ਮਿਲ 2 ਆਉਂਦੇ ਹੈਨ ਤਾਂ ਪੰਜਾਬ ਦਾ ਗੋਰਾ ਜਿਲੇ ਵਾਲਾ ਐਥੇ ਤੁਰਤ ਲਿਖ ਕੇ ਭੇਜ ਦੇਊਗਾ ਆਖੇਗਾ ਤੁਸੀ ਰਾਮ ਸਿੰਘ ਦੀ ਕਿਆ ਖਬਰਦਾਰੀ ਕਰਦੇ ਹੋ, ਰਾਮ ਸਿੰਘ ਦੇ ਆਦਮੀ ਇਸ ਨੂੰ ਮਿਲ 2 ਜਾਂਦੇ ਹਨ ਤਾਂ ਏਥੇ ਬਾਲੇ ਨੀਚ ਸਾਨੂੰ ਖਬਰ ਨਹੀਂ ਕਿਧਰ ਲੈ ਜਾਨਗੇ। ਇਹ ਤਾਂ ਚੰਗੀ ਜਗਹ ਹੈ, ਜਿਹੜਾ ਔਂਦਾ ਸੋ ਮਿਲ ਹੀ ਜਾਂਦਾ ਹੈ। ਤਕੀਦ ਕਰੀਂ ਤੇਥੋ ਸੁਣ ਕੇ ਏਥੇ ਦੀਆਂ ਬਾਤਾਂ ਬਹੁਤ ਨਾ ਬਕਦੇ ਫਿਰਨ। ਅਗੇ ਅਸਾਂ ਐਵੇਂ ਹੀ ਨਹੀਂ ਲਿਖਿਆ ਥਾ ਅਰ ਏਨਾਂ ਲੋਕਾਂ ਦਾ ਤਾਂ ਕੁਛ ਨਹੀਂ ਜਾਨਾਂ, ਸਾਨੂੰ ਕਿਤੇ ਹੋਰ ਦੁਖ ਵਿਚ ਪਾਏ ਦੇਣ, ਦੇਖੀਂ, ਤੂੰ ਜਾਣ॥ ਜੇਹੜਾ ਸੁਣ, ਮਨ ਮੈ ਰਖੇ। ਵਾਹਿਗੁਰੂ ਸ੍ਰੀ ਵਾਹਿਗੁਰੂ ਜੀ॥ ਹੋਮ ਵਿਚ ਧੂਪ ਥੋੜਾ 2 ਹੀ ਪਾਵਨਾਂ ਕਿਉਂ ਪਦਾਰਥ ਭੀ ਤਾਂ ਅਗ ਗਰੀਬੀ ਦਾਵਾ ਈ ਹੈ ਨਾ॥ ਅਗੇ ਗੁਰੂ ਬਖਸਨ ਵਾਲਾ ਹੈ॥62॥

50

ੴ ਸਤਿਗੁਰ ਪ੍ਰਸਾਦਿ॥

ਲਿਖਤੋ ਰਾਮ ਸਿੰਘ ਨਾਨੂ ਸਿੰਘ ਜੋਗ ਬੁਧ ਸਿੰਘ ਹੋਰੁ ਸੰਬੂਹ ਸੰਗਤ ਸ੍ਰੀ ਵਾਹਿਗੁਰੂ ਫਤੇ ਬੁਲਾਈ ਵਾਚਣੀ। ਹੋਰ ਹੁਣਿ ਤਾਂਈ ਸਰੀਰੁ ਹੈ, ਖਾਣੇ ਪੈਨਣੇ ਨੂੰ ਖੰਡ ਘੋਉ ਚਾਉਲ ਲੀੜਾ ਬਹੁਤ ਮਿਲਦਾ ਹੈ ਪਰ ਵਿਛੋੜੇ ਦੀ ਅਗ ਨੇ ਫੂਕ ਛਡਿਆ ਹੈ। ਹੋਰ ਬੀਬੀ ਨੰਦਾ ਨੂੰ ਰਾਮ ਸਤਿ ਵਾਚਣੀ, ਹੋਰ ਭਾਈ ਨੰਦਾ ਦਾ ਮਾਇ ਬਾਪ ਤੂੰ ਹੀ ਹੈਂ, ਤੁਸੀਂ ਮੰਗਲ ਸਿੰਘ ਨੂੰ ਪੁਛ ਕੇ ਅਪੀਲ ਕਰਨੀ, ਗੋਰਾ ਬਕੀਲ ਕਰਨਾਂ, ਜੇ ਅਪੀਲ ਤੇ ਛੁਟਿਆ ਤਾਂ ਹਛਾ, ਜੇ ਨਾ ਛੁਟਾ ਤਾਂ ਬੁਧਿ ਸਿੰਘ ਤੈਂ ਸਾਹਬ ਤੇ ਪ੍ਰਮਾਨਾ ਲੈ ਕੇ ਤੈ ਮਿਲ ਜਾਣਾ। ਜੇ ਪ੍ਰਮਾਨਾ ਨਾ ਦੇਣ ਤਾਂ ਤੂੰ ਨਾਂ ਆਈਂ। ਕਿਸੇ ਹੋਰ ਨੂੰ ਭੇਜ ਦੇਣਾ। ਸੌ ਰੁਪੈਈਆ ਦੇਣਾ ਸਾਡੇ ਵਾਸਤੇ ਅਰ ਜੋ ਪੂਜਾ ਪੈਸਾ ਹੋਗਾ ਸੋ ਸਭ ਪੁੰਨ ਦੇਣਾ, ਪਇਆ ਨਾ ਰਹੇ। ਅਰ ਪੂਜਾ ਦੇ ਘੋੜੀ ਮਹੀਂ ਗਾਈਂ ਵੈਲ ਸਭ ਪੁੰਨ ਦੇਣੇ, ਵੇਚਣੇ ਨਹੀਂ। ਅਰ ਹੁਣ ਬੀ ਮੇਰੇ ਅਰਥ ਭੋਗ ਪੁਆਉਣੇ, ਪ੍ਰਸ਼ਾਦ ਛਕਾ ਦੇਣੇ, ਕਪੜੇ ਦੇਣੇ, ਸਾਧਾਂ ਬਾਹਮਣਾਂ ਨੂੰ। ਜੇ ਮੈਂ ਏਥੇ ਮਰ ਗਿਆ ਤਾਂ ਬੀ ਪਿਛੋ ਭੋਗ ਲੀੜੇ ਗਊਆਂ ਪੁੰਨ ਕਰਨੀਆਂ, ਪੰਜ ਭੋਗ ਮੇਰੇ ਮੁਕਤਸਰ ਪੁਆਉਣੇ, ਡੂਢ ਸੌ ਰੁਪੈਈਆ ਲਾਇ ਦੇਣਾ।

ਤੁਸੀਂ ਹਛੀ ਨ ਕੀਤੀ ਜੋ ਅਜੁ ਤਾਂਈ ਅਪੀਲ ਨਾ ਕੀਤੀ। ਹੁਣ ਅਪੀਲ ਕਰੋ ਛੇਤੀ, ਸਭੇ ਮਿਲ ਕੇ। ਅਰ ਬ੍ਰਨੀ ਭੋਗਾਂ ਦੀ ਕਰਨੀ। ਚੀਨੀ ਘੋੜੀ ਮੰਗਲ ਸਿੰਘ ਨੂੰ ਦੇਣੀ। ਹੋਰ ਬਾਫਰ ਡੰਗ੍ਰ ਘੋੜਾ ਨਾ ਰਖੋ। ਹੋਰ ਏਨਾਂ ਲੋਕਾਂ ਨੇ ਮੇਰੇ ਪਾਸੋਂ ਵੈਰ ਲੈਣਾ ਸੀ ਲੈ ਲਿਆ। ਹੋਰ ਨਾਨੂ ਸਿੰਘ ਦੇ ਭਾਈ ਨੂੰ ਸਦ ਕੇ ਦਿਲਾਸਾ ਦੇਣਾ, ਜੋ ਉਸ ਨੂੰ ਲੋੜ ਹੋਵੇ ਸੋ ਚੀਜ਼ ਦੇਣ ਦਿਆ ਸਿੰਘ ਨੂੰ ਹੋਰ ਮੈਨੂੰ ਏਹੁ ਤਵਕਾ ਨਹੀਂ ਥਾ ਕਿ ਮੇਰੇ ਨਾਲ ਏਨਾ ਲੋਕਾਂ ਨੇ ਇਉਂ ਕਰਨੀ ਹੈ। ਆਪੇ ਸਭ ਕੁਛ ਕਰਕੇ ਸਭੋ ਵਾਤ ਮੇਰੇ ਸਿਰ ਲਾਇ ਦਿਤੀ ਜੇ ਸਰਕਾਰ ਅਗੇ ਤੇ ਪੁਛੇ ਤਾਂ ਜਿਸ ਦੀ ਮੈਨੂੰ ਖਬਰ ਥੀ ਉਨਾਂ ਦੀ ਤਾਂ ਮੈਂ ਸਰਕਾਰ ਨੂੰ ਖਬਰ ਕਰ ਦਿਤੀ। ਆਪਨੀ ਜਾਨ ਬਚਾਉਣੇ ਵਾਸਤੇ ਮੇਰੇ ਸਿਰ ਲਾਇ ਦਿਤੀ ਸਾਰੀ ਵਾਤ। ਅਰ ਜੋ ਅਨੰਦੁ ਪੜਾਵੇ ਸੋ ਸਭ ਲਾਈਆਂ ਨੂੰ ਲਾਗ ਦੇਵੇ, ਨਾ ਕਿਨੇ ਦੇਣਾ ਹੋਵੇ ਤਾਂ ਅਨੰਦ ਨਾ ਪੜਾਵੇ, ਅਗੇ ਬਾਂਗੂ ਆਪਣੀ ਮਰਜੀ ਬਰਤੇ। ਇਹ ਬਾਤ ਸਾਰੇ ਆਖ ਦੇਣੀ। ਅਰ ਮੇਰੇ ਪਿਛੋਂ ਪਿੰਡ ਪਤਲ ਕ੍ਰਿਆ ਗਊ ਪੁੰਨ ਬਾਰਾ ਸਭੋ ਕਰਨਾ, ਭੋਗ ਭੀ ਪੁਆਉਣੇ, ਅਗੇ ਮੰਨ ਨਾ ਕਰਨਾ ਹਿੰਦੂਆਂ ਦੀ ਰੀਤ ਬੀ ਕ੍ਰਨੀ, ਭੋਗ ਭੀ ਪੁਆਉਣਾ। ਹੋਰੁ ਬੁਧਿ ਸਿੰਘ, ਬਾਬੇ ਦੇ ਪਿਛੇ ਪੁੰਨ ਦਾਨ ਕ੍ਰਨਾ ਸਾਧਾਂ ਬਾਮਣਾਂ ਨੂੰ ਭੋਜਨ ਜੁਮਾਲਨਾ, ਜਥਾ ਸਕਤ ਲੀੜਾ ਬੀ ਦੇਨਾ। ਹੋਰ ਬੁਧ ਸਿੰਘ ਜੇ ਮੈਨੂੰ ਏਨੀਂ ਅਪੀਲੀਂ ਛਡ ਦਿਤਾ ਅਛਾ, ਜੇ ਛਡਿਆ ਨਾ ਤੈਂ ਬੁਧਿ ਸਿੰਘ

ਮੈਨੂੰ ਮਿਲਿ ਜਾਣਾ, ਤੈਂ ਤਾਂ ਪ੍ਰਮਾਨਾ ਮੇਰੇ ਮਿਲਨ ਦਾ ਲੈ ਕੇ ਆਉਣਾ, ਦਸ ਰੋਜ ਪਾਸ ਰਹਣ ਦਾ। ਜੇ ਨਾ ਪ੍ਰਮਾਨਾ ਦੇਵੇ ਸ੍ਰਕਾਰਿ ਤਾਂ ਤੂੰ ਨਾਂ ਆਈਂ, ਹੋਰ ਕਿਸੇ ਨੂੰ ਭੇਜ ਦੇਈਂ, ਉਸਿਆਰ ਆਦਮੀ ਨੂੰ, ਚਾਹੇ ਦਰਬਾਰਾ ਸਿੰਘ ਆਇ ਜਾਵੇ। ਏਹ ਐਥੋਂ ਦਾ ਬਾਕਵ ਹੈ। ਜੇ ਮੈਂ ਛੇਤੀ ਮਰ ਗਿਆ ਤਾਂ ਨਾਨੂ ਸਿੰਘ ਤੁਸਾਂ ਦੇ ਪਾਸ ਆਊਗਾ ਜੋ ਬਾਤ ਤੁਸਾਨੂੰ ਨਾਨੂ ਸਿੰਘ ਆਖੇ ਸੋ ਤੁਸੀ ਜਰੂਰ ਕਰਨੀ। ਅਗੇ ਜੋ ਤੁਸਾਂ ਦੀ ਮ੍ਰਜੀ, ਮੈ ਤਾਂ ਦੇਖਣ ਨਹੀਂ ਆਉਣਾ। ਪਰ ਤੇਰੇ ਸਰੀਰ ਦਾ ਮੈਨੂੰ ਮੋਹ ਬਡਾ ਥਾ, ਪ੍ਰਮੇਸ਼ਰ ਦੀ ਮ੍ਰਜੀ ਜੀਉਂਦੇ ਈ ਬਿਛੜ ਗਏ, ਮੈ ਤਾਂ ਨਾਮੁ ਭਲੇ ਨੂੰ ਦਸਿਆ ਥਾ ਮੈਨੂੰ ਏਹ ਖਵਰ ਨਹੀਂ ਥੀ ਕੇ ਮੇਰੇ ਨਾਲ ਏਹ ਬ੍ਰਤਨਾ ਹੈ ਕੋਈ ਮੈ ਪਿਛਲੇ ਜਨਮ ਬਹੁਤ ਭਾਰਾ ਪਾਪ ਕੀਤਾ ਹੈ।

ਹੋਰ ਜੀ ਸ੍ਰਬਤ ਨੂੰ ਮੇਰੀ ਬਲੋਂ ਫਤੇ ਬੁਲਾਉਨੀ। ਭਾਈ ਗਰੀਬੀ ਦਾਵੇ ਦਿਨ ਕਟ ਲੈਣੇ। ਫਿਰੰਗੀ ਮੈਨੂੰ ਕਦਿ ਛੋਡਿ ਦੇ ਥੇ। ਹਜਾਰਾਂ ਲੋਕਾਂ ਨੇ ਬਦਨਾਮੀ ਮੇਰੇ ਨਾਇ ਲਾਈ, ਆਪਣਿਆਂ ਬਗਾਨਿਆਂ ਨੇ, ਠਾਕਰ ਬੇਅੰਤ ਹੈ। ਲਗੇ ਤਾਂ ਭਜਨ ਬਾਣੀ ਕਰਨ ਥੇ, ਭਾਣਾ ਏਹੁ ਬ੍ਰਤਿਆ, ਹੁਣ ਤਾਂ ਸਾਰੀ ਬਾਤ ਦੀ ਨਿਰਾਸੀ ਹੈ, ਪਰ ਮੇਰੇ ਮਰੇ ਤੇ ਭੋਗ ਮੇਰੇ ਅਰਥ ਪੁਆਇ ਦੇਵੇ, ਜਿਸ ਤੇ ਸਰਿ ਆਵੈ, ਸਾਰੇ ਦੇਸਾਂ ਦੇ ਸਿੰਘਾਂ ਨੂੰ ਹੁਕਮ ਹੈ ਅਗੇ ਤੁਸੀ ਜਾਣੋ ਮੈ ਤਾਂ ਹੁਣ ਮਰਿ ਚੁਕਾ, ਕੋਈ ਦਿਨ ਦੇ ਸਾਸ ਹੈਨ। ਹੋਰ ਕੀ ਬਹੁਤ ਲਿਖਨਾ ਹੈ। ਅਗੇ ਬਹੁਤ ਲਿਖ ਭੇਜਆ ਹੈ ਓਹ ਦੇਖ ਲੈਣਾ।

51

੧ਓ ਸਤਿਗੁਰ ਪ੍ਰਸਾਦਿ॥

ਲਿਖਤੁਮ ਰਾਮ ਸਿੰਘ, ਹੋਰ ਸੰਬੂਹ ਖਾਲਸਾ ਜੀ ਭੈਣੀ ਦਾ ਸੰਬੂਹ ਖਾਲਸੇ ਜੀ ਕੋ ਸ੍ਰੀ ਵਾਹਿਗੁਰੂ ਜੀ ਕਾ ਖਾਲਸਾ ਸ੍ਰੀ ਵਾਹਿਗੁਰੂ ਜੀ ਕੀ ਫਤੇ ਬੁਲਾਈ ਪ੍ਰਮਾਨ ਕਰਨੀ ਜੀ।

ਹੋਰ ਰਹਿਤ ਨਾਮਾ ਸੰਬੂਹ ਸੰਗਤ ਦੇ ਵਾਸਤੇ ਲਿਖਿਆ ਭੈਣੀ ਤੇ, ਪਿਛਲੀ ਰਾਤ ਉਠ ਕੇ ਗੜਵਾ ਲਜਾਇ ਕਰ ਮਦਾਨੇ ਹੋਇ ਔਣਾ, ਦੋ ਵਾਰੀ ਗੜਵਾ ਮਾਂਜਨਾਂ ਮਦਾਨ ਬਸਤਰ ਲਾਹਿ ਕੇ ਜਾਨਾ, ਦਾਤਨ ਕਰਨੀ, ਫੇਰ ਇਸ਼ਨਾਨ ਕਰਨਾ, ਬਾਣੀ ਪੜਨੀ ਜੇ ਕੰਠ ਨ ਹੋਵੇ ਤਾਂ ਕੰਠ ਕਰ ਲੈਣੀ ਸਰਬ ਮਾਈ ਬੁਢੇ ਬਾਲੇ ਨੇ, ਜਪ ਜਾਪ ਦੁਹਾਂ ਦੇ ਹਜ਼ਾਰੇ ਸ਼ਬਦ ਕੰਠ ਕਰਨੇ, ਰਹਿਰਾਸ ਆਰਤੀ ਸੋਹਿਲਾ ਏਤਨੀ ਬਾਣੀ ਕੰਠ ਕਰਨੀ ਜ਼ਰੂਰ, ਤੇ ਇਸ਼ਨਾਨ ਕਰੇ ਤੇ ਬਿਨਾਂ ਪ੍ਰਸਾਦ ਨਹੀਂ ਛਕਣਾ। ਸੀਲ ਸੰਤੋਖ ਸਭ ਨੇ ਰਖਣਾ ਭਜਨ ਅਠੋ ਪਹਿਰ ਕਰਨਾ, ਗੁਰੂ ਸੱਚੇ ਦਾ, ਹੋਰ ਪਰਾਈ ਧੀਅ ਭੈਣ ਆਪਣੀ ਜਾਨਣੀ। ਪਰਾਇਆ ਹੱਕ ਗੁਰੂ ਜੀ ਨੇ ਅਗੇ ਹੀ ਲਿਖ ਛੱਡਿਆ ਹੈ। "ਹਕ

ਪਰਾਇਆ ਨਾਨਕਾ ਉਸ ਸੂਅਰ ਉਸ ਗਾਇ"। ਜੇ ਕੋਈ ਭਜਨ ਪੁਛ ਕੇ ਨਾ ਕਰੂਗਾ ਉਸ ਦਾ ਮੂੰਹ ਦੂਹੀ ਜਹਾਨੀਂ ਕਾਲਾ ਹੋਗਾ। ਹੋਰ ਕਿਸੇ ਦਾ ਬੋਲ ਕਬੋਲ ਸਹਿ ਜਾਣਾ ਸਭ ਦਾ ਜੇ ਕੋਈ ਮਾਰੇ ਕੁਛ ਤਾਂ ਭੀ ਖਿਮਾਂ ਕਰਨੀ ਤੁਸਾਂ ਦਾ ਰਛਕ ਗੁਰੂ ਹੈ ਹਰ ਬਖਤ, ਤੁਸੀ ਬਹੁਤ ਆਪਣੀ ਭਲਾਈ ਛਪਾਉਣ ਦੀ ਕਰਨੀ। ਹਰ ਬਖਤ ਦਵਾਨ ਲਾਉਣਾ ਹਰਿ ਕੀਰਤਨ ਸਬਦ ਕਰਨਾ, ਜੇ ਕਰ ਜਗ ਕਰਨਾ ਚੌਕੇ ਵਿਚ ਚਰਨ ਧੋਇ ਬੜਨਾ॥ ਅਰ ਹੋਮ ਬੀ ਕਰਨਾ, ਪਹਿਲੇ ਚੌਕਾ ਦੇਨਾ, ਹੋਮ ਦੀ ਜਗਾ ਲਕੜੀ ਹੋਮ ਬਿਚ ਪਲਾਸ ਦੀ ਪਾਉਣੀ ਜਾਂ ਬੇਰੀ ਦੀ ਪਾਉਣੀ, ਫੂਕ ਨਹੀਂ ਮਾਰਨੀ, ਹੋਮ ਦੀ ਅੱਗ ਨੂੰ ਪਖੀ ਨਾਲ ਝਲਨਾ, ਪੰਜ ਆਦਮੀ ਹੋਮ ਵਿਚ ਪੋਥੀਆਂ ਉਤੇ ਬਾਣੀ ਪੜ੍ਹਨੀ ਚਉਪਈ, ਜਪੁ, ਜਾਪ, ਚੰਡੀ ਦੀ ਵਾਰ, ਉਗ੍ਰਦੰਤੀ, ਚੰਡੀ ਚਰਿਤ੍ਰ, ਅਕਾਲ ਉਸਤਤ, ਛੇਵਾਂ ਆਦਮੀ ਅਹੂਤੀ ਪਾਵੇ, ਸਤਵਾਂ ਮਗਰੋਂ ਨਾਲ ਜਲ ਦਾ ਛਿਟਾ ਦੇਵੇ ਥੋੜਾ ਥੋੜਾ। ਜੇ ਕੋਈ ਮੰਦਾ ਕਰਮ ਕਰੇ ਜਾਰੀ ਚੋਰੀ ਕਾ ਕਿਸੇ ਥਾਂ ਦੀਵਾਨ ਵਿਚ ਨਹੀਂ ਬੜਨ ਦੇਣਾ, ਜੇ ਕਰ ਜੋਰਾਬਰ ਹੋਵੇ ਤਾਂ ਸਭਨਾ ਨੇ ਏਹ ਅਰਦਾਸ ਕਰਨੀ ਜੀ ਹੇ ਗੁਰੂ ਜੀ ਏਹ ਆਦਮੀ ਏਥੇ ਆਉਣ ਜੋਗਾ ਹੀ ਨ ਰਹੇ। ਹੋਰ ਜੀ ਮੇਰੀ ਮਤ ਥੋੜੀ ਹੈ। ਤੁਸੀ ਆਪ ਹੀ ਸਭ ਕੁਛ ਸਮਝ ਲੈਣਾ। ਹੋਰ ਜੀ ਸਭ ਨੇ ਹਥ ਜੋੜਨੇ ਪਰਮੇਸ਼ਰ ਅਗੇ ਜੋ ਹੇ ਮਹਾਰਾਜ! ਸਾਡਾ ਧਰਮ ਬਣਿਆ ਰਹੇ ਜੀ। ਹੋਰ ਕਛਾਂ ਰਖਣੀਆਂ ਪਾਉਚਾ ਪਾਇ ਕੇ ਲਹੁਣਾ, ਹੋਰ ਕਿਸੇ ਦਾ ਮੰਦਾ ਕਰਮ ਛਪਾਉਣਾ ਨਹੀਂ, ਹੋਰ ਕਿਸੇ ਨੇ ਧੀ ਭੈਣ ਦਾ ਪੈਸਾ ਨਹੀਂ ਲੈਣਾ, ਬਟਾ ਨਹੀਂ ਕਰਨਾ, ਸਦਾ ਗੁਰੂ ਗੁਰੂ ਜਪਦੇ ਰਹਿਣਾ। ਸਾਰੇ ਬਹੀਰ ਨੂੰ ਏਹੁ ਹੁਕਮ ਸੁਣਾ ਦੇਣਾ ਜੋ ਪੰਦਰਾ ਸੋਲਾਂ ਬਰਸ ਤੇ ਘਟ ਕੋਈ ਨ ਕੁੜੀ ਬਿਆਹੇ। ਦਾਰੂ ਮਾਸ ਨਹੀ ਖਾਣਾ। ਖੌਫ ਰਖਣਾ ਗੁਰੂ ਦਾ ਹਰਦਮ।

[ਇਹ ਰਹਿਤਨਾਮਾ ਕੂਕਿਆਂ ਦਾ ਨਾਮਧਾਰੀ ਨਿਤਨੇਮ ਪੰਜਵੀਂ ਐਡੀਸ਼ਨ, ਪੰਨਾ 40 ਤੋਂ 44 ਦੀ ਨਕਲ ਹੈ।]

ਭਾਈ ਰਾਮ ਸਿੰਘ ਦੇ ਜੀਵਨ-ਕੰਮ ਦਾ ਜਾਇਜ਼ਾ

ਹੁਣ ਇਸ ਤੋਂ ਪਹਿਲਾਂ ਕਿ ਅਸੀਂ ਕੂਕਿਆਂ ਦੀ ਵਿਥਿਆ ਨੂੰ ਅੱਗੇ ਤੋਰੀਏ ਇਹ ਜਰੂਰੀ ਮਹਿਸੂਸ ਹੁੰਦਾ ਹੈ ਕਿ ਭਾਈ ਰਾਮ ਸਿੰਘ ਦੇ ਗੁਣ, ਸੁਭਾ ਤੇ ਜੀਵਨ-ਕੰਮ ਦਾ ਜਾਇਜ਼ਾ ਲੈ ਲਿਆ ਜਾਏ।

ਭਾਈ ਰਾਮ ਸਿੰਘ ਕੱਦ ਦੇ 5 ਫੁਟ 10 ਇੰਚ ਲੰਬੇ, ਜੁੱਸੇ ਵਿਚ ਪਤਲੇ ਤੇ ਰੰਗ ਦੇ ਗੋਰੇ ਸਨ, ਚੇਹਰਾ ਤੇ ਨੱਕ ਲੰਬੂਤਰੇ ਸਨ ਤੇ ਉਨਾਂ ਉਤੇ ਮਾਤਾ ਦੇ ਦਾਗ ਸਨ, ਜਿਨ੍ਹਾਂ ਵਿਚੋਂ ਕੁਝ ਜ਼ਰਾ ਡੂੰਘੇ ਪ੍ਰਤੀਤ ਹੁੰਦੇ ਸਨ। ਅਖੀਆਂ ਭੂਰੀਆਂ ਸਨ। ਸੰਨ 1866-67 ਵਿਚ ਆਪ ਦਾ ਦਾੜ੍ਹਾ ਤੇ ਮੁਛਹਿਰੇ ਕਰੜ-ਬਰ੍ਹੜੇ ਸਨ, ਜੋ ਸੰਨ 1872 ਵਿਚ ਦੇਸ-ਨਿਕਾਲੇ ਵੇਲੇ ਹੋਰ ਜ਼ਿਆਦਾ ਚਾਂਦੀ ਭਰੇ ਹੋ ਗਏ ਸਨ। ਇਸ ਵੇਲੇ ਆਪ ਦੀ ਆਯੂ ਛਪਿੰਜਾ ਸਾਲ ਦੀ ਸੀ। ਆਪ ਗੁਰਮੁਖੀ ਚੰਗੀ ਲਿਖ ਪੜ੍ਹ ਸਕਦੇ ਸਨ। ਚੜ੍ਹਦੀ ਉਮਰੇ ਆਪ ਨੇ ਭਾਵੇਂ ਕੰਵਰ ਨੌਨਿਹਾਲ ਸਿੰਘ ਦੇ ਡੇਰੇ ਵਿਚ ਘੋੜ-ਚੜ੍ਹੇ ਸਿਪਾਹੀ ਨਾਮੇਂ ਫੌਜੀ ਨੌਕਰੀ ਭੀ ਕੀਤੀ ਸੀ, ਪਰ ਆਪਣੇ ਪਿਤਾ-ਪੁਰਖੀ ਤਰਖਾਣੇ -ਲੁਹਾਰੇ ਤੇ ਰਾਜਗੀ ਦੇ ਕਿੱਤੇ ਦੇ ਚੰਗੇ ਕਾਰੀਗਰ ਸਨ। ਆਪ ਦਾ ਜਨਮ ਇਕ ਗਰੀਬ ਤਰਖਾਣ-ਲੁਹਾਰ ਘਰਾਣੇ ਵਿਚ ਹੋਇਆ ਸੀ ਇਸ ਲਈ ਅਰੰਭ ਵਿਚ ਆਪ ਆਪਣੇ ਪਿਤਾ ਦੇ ਕੰਮ ਕਾਰ ਵਿਚ ਸਹਾਇਤਾ ਕਰਿਆ ਕਰਦੇ ਸਨ ਅਤੇ ਫੇਰ ਨੌਕਰੀ ਛਡ ਆਉਣ ਵੇਲੇ ਆਪ ਨੇ ਇਸ ਦੇ ਨਾਲ ਹੀ ਆਪਣੇ ਪਿੰਡ ਵਿਚ ਪਰਚੂਨ ਅਤੇ ਲੋਹੇ, ਕਪੜੇ ਦੀ ਹੱਟੀ ਭੀ ਪਾ ਲਈ ਸੀ, ਜਿਸ ਵਿਚੋਂ ਪ੍ਰਾਪਤ ਹੋਇਆ ਬਹੁਤ ਸਾਰਾ ਨਫਾ ਅਕਸਰ ਗੁਰੂ ਕੇ ਲੰਗਰ ਵਿਚ ਖਰਚ ਕੀਤਾ ਜਾਂਦਾ ਸੀ।

ਆਪ ਅਰੰਭ ਤੋਂ ਹੀ ਧਾਰਮਕ ਬ੍ਰਿਤੀ ਵਾਲੇ ਸਨ ਅਤੇ ਮਨ ਦੀ ਸ਼ਾਂਤੀ ਲਈ ਪਹਿਲੇ ਆਪ ਕਿਸੇ ਉਦਾਸੀ ਦੇ ਚੇਲੇ ਬਣੇ ਤੇ ਫੇਰ ਕਿਸੇ ਨਿਰਮਲੇ ਦੇ, ਪਰ ਅੰਤ ਅੰਮ੍ਰਿਤ ਛਕਣ ਪਰ ਜਦ 'ਵਾਹਿਗੁਰੂ' ਨਾਮ ਦੀ ਪ੍ਰਾਪਤੀ ਹੋਈ ਤਾਂ ਆਪ ਦੀ ਸਾਰੀ ਭਟਕਣਾ ਦੂਰ ਹੋ ਗਈ ਤੇ ਮਨ ਦੇ ਅੰਦੇਸੇ ਮਿਟ ਗਏ ਤੇ ਸਦਾ ਲਈ ਤਨ ਭੀ ਸੁਖੀ ਹੋ ਗਿਆ।

ਬਾਬਾ ਬਾਲਕ ਸਿੰਘ ਜਗਿਆਸੀ-ਅਭਿਆਸੀ ਦੀ ਸੰਗਤ ਨੇ ਆਪ ਵਿਚ ਇਕ ਪਲਟਾ ਲਿਆ ਦਿਤਾ ਅਤੇ ਆਪ ਨੇ ਆਪਣਾ ਜੀਵਨ ਹਿੰਦੂ ਬ੍ਰਾਹਮਣਾਂ ਤੇ ਮੁਸਲਮਾਨ ਪੀਰਾਂ ਫਕੀਰਾਂ ਦੇ ਅਸਰ ਨਾਲ ਸਿਖਾਂ ਵਿਚ ਆ ਵੜੀਆਂ ਕੁਰੀਤਾਂ ਨੂੰ ਦੂਰ ਕਰ ਕੇ ਨਿਰੋਲ ਸਿਖੀ ਦੇ ਪ੍ਰਚਾਰ ਵਲ ਲਾਉਣਾ ਅਰੰਭਿਆ।

ਲੋਕਾਂ ਦੇ ਖਿਆਲਾਤ ਵਿਚ ਤਬੀਲੀ ਪੈਦਾ ਕਰਨ ਲਈ ਆਪ ਨੇ ਸਬ ਤੋਂ ਪਹਿਲਾਂ ਬ੍ਰਾਹਮਣਾਂ ਅਤੇ ਆਪਣੇ ਆਪ ਨੂੰ ਗੁਰੂ ਕਹਾਉਣ ਵਾਲੇ ਸੋਢੀਆਂ ਬੇਦੀਆਂ ਦੇ ਵਿਰੁਧ ਇਕ ਜਬਰਦਸਤ ਆਵਾਜ਼ ਉਠਾਈ ਅਤੇ ਸਿਖਾਂ ਨੂੰ ਹਿੰਦੂ ਧਾਰਮਕ ਗ੍ਰੰਥਾਂ ਵਲੋਂ ਮੋੜ ਕੇ ਗੁਰੂ ਗ੍ਰੰਥ ਸਾਹਿਬ ਵਲ ਜੋੜਨ ਲਈ ਕਿਹਾ ਕਿ:-

> [ਗੁਰੂ] ਗੋਬਿੰਦ ਸਿੰਘ ਵਲੋਂ ਪ੍ਰਵਾਣੀਕ [ਆਦਿ] ਗ੍ਰੰਥ ਹੀ ਕੇਵਲ ਸਤਿ ਹੈ, ਜੋ ਧੁਰ ਕੀ ਬਾਣੀ ਏ ਅਤੇ ਕੇਵਲ ਇਹ ਹੀ ਪਵਿਤ੍ਰ ਬਾਣੀ ਸਭ ਤੋਂ ਉੱਚੀ ਹੈ, ਕੇਵਲ ਗੁਰੂ ਗੋਬਿੰਦ ਸਿੰਘ ਹੀ ਗੁਰੂ ਹੈ, ਹਰ ਪ੍ਰਾਣੀ ਬਿਨਾਂ ਜਾਤ ਬਰਨ ਦੇ ਲਿਹਾਜ਼ ਦੇ ਸਿਖੀ ਵਿਚ ਸ਼ਾਮਲ ਹੋ ਸਕਦਾ ਹੈ। ਸੋਢੀ, ਬੇਦੀ, ਮਹੰਤ, ਬ੍ਰਾਹਮਣ ਅਤੇ ਇਹੋ ਜਿਹੇ ਹੋਰ ਦੂਸਰੇ ਸਬ ਪਾਖੰਡੀ ਬਹੁਰੂਪੀਏ ਹਨ, ਕਿਉਂਕਿ [ਗੁਰੂ] ਗੋਬਿੰਦ ਸਿੰਘ ਤੋਂ ਬਿਨਾ ਹੋਰ ਕੋਈ ਗੁਰੂ ਨਹੀਂ ਹੈ, ਦੇਵੀਦੁਆਰੇ, ਸ਼ਿਵਦੁਆਲੇ ਤੇ ਮੰਦਰ ਲੁਟ ਦੇ ਸਾਧਨ ਹਨ ਜਿਨ੍ਹਾਂ ਦੀ ਮਾਨਤਾ ਤੇ ਯਾਤ੍ਰਾ ਘਿਰਣਾ ਯੋਗ ਹੈ, ਬੁਤ ਤੇ ਬੁਤ-ਪੂਜਾ ਪ੍ਰਮਾਤਮਾ ਦਾ ਨਿਰਾਦਰ ਹੈ ਜੋ ਖਿਮਾ ਨਹੀਂ ਕੀਤਾ ਜਾਏਗਾ। ਨਵੇਂ ਸਜੇ ਸਿਖਾਂ ਨੂੰ [ਗੁਰੂ] ਗੋਬਿੰਦ ਸਿੰਘ ਦੇ ਗ੍ਰੰਥ ਪੜ੍ਹਨ ਦੀ ਹੀ ਆਗਿਆ ਹੈ ਹੋਰ ਕਿਸੇ ਗ੍ਰੰਥ ਦੀ ਨਹੀਂ।[1]

ਰਹਿਤ ਵਿਚ ਢਿੱਲੇ ਹੁੰਦੇ ਜਾ ਰਹੇ ਦੇਖ ਕੇ ਆਪ ਨੇ ਸਿਖਾਂ ਨੂੰ ਕੜਾ, ਕਛ ਤੇ ਕਿਰਪਾਨ ਦੇ ਪੂਰਣ ਤੇ ਪੱਕੇ ਧਾਰਨੀ ਹੋਣ ਅਤੇ ਇਸਤਰੀਆਂ ਨੂੰ ਭੀ ਮਰਦਾਂ ਦੀ ਤਰਾਂ ਹੀ ਖੰਡੇ ਦਾ ਅੰਮ੍ਰਿਤ ਛਕਣ ਅਤੇ ਪੂਰਣ ਰਹਿਤ ਰਖਣ ਦਾ ਪ੍ਰਚਾਰ ਕੀਤਾ ਅਤੇ ਸਿੰਘਾਂ ਨੇ ਅਨਮਤੀਆਂ ਦੇ ਸੰਗ ਅਤੇ ਅਨਮਤੀ ਰੀਤਾਂ ਤੋਂ ਵਰਜਿਆ। ਇਸ ਦਾ ਜ਼ਿਕਰ ਕਰਦਾ ਹੋਇਆ ਭਾਈ ਕਾਲਾ ਸਿੰਘ ਲਿਖਦਾ ਹੈ:-

ਕੜਾ ਕਛ ਕਿਰਪਾਨ ਇਸ਼ਨਾਨ ਕੇਸੀਂ,
ਅੰਮ੍ਰਿਤ ਪਾਨ ਕਰਸਨ ਨਰ ਨਾਰ ਵਾਰੀ।
ਮੜ੍ਹੀ ਗੋਰ ਭੈਰੋਂ ਭੂਪ ਛੱਡ ਦੇਵੋ,
ਨਹੀਂ ਮੰਨਣੇ ਭੁਲ ਅਵਤਾਰ ਵਾਰੀ।
ਰਾਮ ਕਿਸ਼ਨ ਤੇ ਬਿਸ਼ਨ ਗਣੇਸ਼ ਆਦਕ,
ਛੜੋ ਵੇਦ ਪੁਰਾਣ ਦੀ ਕਾਰ ਵਾਰੀ।
ਗੁਰੂ ਗ੍ਰੰਥ ਜੀ ਬਾਝ ਨਾ ਹੋਰ ਪੂਜਣ,
ਏਹੁ ਹੁਕਮ ਸਾਡਾ ਵਾਰ ਵਾਰ ਵਾਰੀ।[2]

* * * *

---

1. ਦੇਖੋ ਪੰਨਾ 32-33 ।
2. ਕਾਲਾ ਸਿੰਘ ਲਿਖਤ 'ਸਿੰਘਾਂ ਨਾਮਧਾਰੀਆਂ ਦਾ ਸ਼ਹੀਦ ਬਿਲਾਸ', ਪੰਨਾ 3 ।

ਕੜਾ ਕਛ ਕਿਰਪਾਨ ਇਸ਼ਨਾਨ ਕੇਸੀਂ,
ਔਰਤ ਮਰਦ ਨੂੰ ਹੁਕਮ ਸੁਣਾਇਆ ਹੈ।
ਨਹੀਂ ਵਰਤਣਾ ਨਾਲ ਕੁਸੰਗੀਆਂ ਦੇ,
ਸੁਕਾ ਅੰਨ ਭੀ ਨਾ ਲੈ ਖਾਇਆ ਹੈ।
ਮੜੀ ਗੋਰ ਢਾਹੇ ਹੋਰ ਪੀਰ ਖਾਨੇ,
ਜਾਪ ਇਕ ਅਕਾਲ ਜਪਾਇਆ ਹੈ।
ਛਡੇ ਵੇਦ ਕਤੇਬ ਪੁਰਾਣ ਸਾਰੇ,
ਪਾਠ ਗੁਰੂ ਗ੍ਰੰਥ ਕਰਾਇਆ ਹੈ।[3]

ਅਲੋਪ ਹੋ ਰਹੀ ਆਨੰਦ ਵਿਆਹ ਦੀ ਰਸਮ ਨੂੰ ਮੁੜ ਆਪ ਨੇ ਸੁਰਜੀਤ ਕੀਤਾ ਅਤੇ ਹੋਰ ਰੀਤਾਂ ਨੂੰ ਗੁਰਮਤ ਦੇ ਸੱਚੇ ਵਿਚ ਢਾਲਣ ਦਾ ਯਤਨ ਆਰੰਭਿਆ। ਖੁਦ ਬਾਬਾ ਰਾਮ ਸਿੰਘ ਚੁੰਕਿ ਪ੍ਰਚਾਰ ਲਈ ਹਰ ਥਾਂ ਪੁਜ ਨਹੀਂ ਸਨ ਸਕਦੇ ਅਤੇ ਨਾ ਹੀ ਦੂਰ ਦੁਰਾਡੇ ਇਲਾਕਿਆਂ ਤੋਂ ਲੋਕ ਭੈਣੀ ਪੁਜ ਸਕਦੇ ਸਨ ਇਸ ਲਈ ਆਪ ਨੇ ਪ੍ਰਚਾਰ ਦੇ ਹਲਕੇ ਮੁਕਰਰ ਕਰ ਦਿੱਤੇ ਤੇ ਓਥੇ ਆਪਣੇ ਨਾਇਬ ਨਿਯਤ ਕੀਤੇ ਜਿਨ੍ਹਾਂ ਦਾ ਨਾਮ ਸੂਬੇ ਧਰਿਆ। ਇਨਾਂ ਦੀ ਗਿਣਤੀ 22 ਸੀ। ਇਨ੍ਹਾਂ ਤੋਂ ਇਲਾਵਾ ਕਾਬਲ ਵਿਚ ਭਾਈ ਬਿਸ਼ਨ ਸਿੰਘ, ਗਵਾਲੀਆਰ ਵਿਚ ਭਾਈ ਨਰੈਣ ਸਿੰਘ, ਬਨਾਰਸ ਵਿਚ ਭਾਈ ਕਾਨ੍ਹ ਸਿੰਘ, ਤੇ ਇਕ ਸਿੰਘ ਨਿਪਾਲ ਵਿਚ ਪ੍ਰਚਾਰਕ ਨਿਯਤ ਕੀਤਾ ਤੇ ਇਸੇ ਤਰਾਂ ਲਖਨਊ, ਹੈਦਰਾਬਾਦ ਦੱਖਣ ਰਿਆਸਤ, ਆਦਿ ਵਿਚ ਭੀ ਆਪਣੇ ਪ੍ਰਚਾਰਕ ਭੇਜੇ। ਸੂਬਿਆਂ ਦੀ ਥਾਪਨਾ ਸੰਨ 1863 ਦੇ ਆਲੇ ਦੁਆਲੇ ਹੋਈ ਅਤੇ ਸੰਨ 1864 ਵਿਚ ਇਹ ਥਾਉਂ ਥਾਈਂ ਪ੍ਰਚਾਰ ਕਰਦੇ ਦਿਸਦੇ ਹਨ।

ਇਸ ਦਾ ਨਤੀਜਾ ਇਹ ਹੋਇਆ ਕਿ ਪੰਜਾਬ ਦੇ ਹਰ ਇਲਾਕੇ ਵਿਚ ਸਿਖੀ ਪ੍ਰਚਾਰ ਦੀ ਇਕ ਲਹਿਰ ਚਲ ਪਈ ਤੇ ਲੋਕ ਖੰਡੇ ਦਾ ਅੰਮ੍ਰਿਤ ਛਕ ਕੇ ਸਿੰਘ ਸਜਣੇ ਸ਼ੁਰੂ ਹੋ ਗਏ। ਅਰੰਭ ਵਿਚ ਏਸ ਲਹਿਰ ਦਾ ਜ਼ਿਆਦਾ ਜ਼ੋਰ ਲੁਧਿਆਨਾ, ਹੁਸ਼ਿਆਰਪੁਰ ਤੇ ਫੀਰੋਜ਼ਪੁਰ ਵਿਚ ਭੀ ਫੈਲ ਗਿਆ। ਅੰਮ੍ਰਿਤਧਾਰੀ ਸਿੰਘਾਂ ਦੇ ਨਾਲੋ ਨਾਲ ਹਿੰਦੂਆਂ ਵਿਚ ਭੀ ਸਿਖੀ ਲਈ ਸ਼ਰਧਾ ਤੇ ਪ੍ਰੇਮ ਵਧਣਾ ਸ਼ੁਰੂ ਹੋ ਗਿਆ ਤੇ ਬੇਸ਼ੁਮਾਰ ਹਿੰਦੂ ਗੁਰਮੁਖੀ ਸਿੱਖਣ, ਗੁਰਬਾਣੀ ਪੜ੍ਹਣ ਤੇ ਗੁਰੂ ਗ੍ਰੰਥ ਸਾਹਿਬ ਦੇ ਪਾਠ ਕਰਨ ਲੱਗ ਪਏ। ਇਸ ਤਰਾਂ ਇਹ ਸਹਿਜੇ ਸਹਿਜੇ ਸਿਖੀ ਵਲ ਖਿਚੇ ਆਉਣ ਲਗ ਪਏ ਤੇ ਕਈਆਂ ਨੇ, ਜੋ ਵਡੇਰੀ ਉਮਰ ਯਾ ਬ੍ਰਾਹਮਣੀ ਅਸਰ ਦੇ ਬਹੁਤ ਜ਼ਿਆਦਾ ਹੋਣ ਕਰਕੇ ਆਪ ਪੂਰਣ ਕੇਸਾਧਾਰੀ ਤੇ ਰਹਿਤਵਾਨ ਨਾ ਹੋ ਸਕੇ, ਆਪਣੇ ਅਗਲੇ ਪੋਚ ਨੂੰ ਸਿੰਘ

3. ਕਾਲਾ ਸਿੰਘ, ਪੰਨਾਂ 8-9

ਸਜਾਉਣਾ ਸ਼ੁਰੂ ਕਰ ਦਿਤਾ, ਇਸ ਤਰ੍ਹਾਂ ਜਿੱਥੇ ਸਿੰਘਾਂ ਦੀ ਗਿਣਤੀ ਵਧਣੀ ਸ਼ੁਰੂ ਹੋ ਗਈ ਓਥੇ ਸਹਿਜਧਾਰੀ ਸਿੱਖਾਂ ਦੀ ਗਿਣਤੀ ਭੀ ਚੋਖੀ ਹੋ ਗਈ। 21 ਸਤੰਬਰ 1871 ਨੂੰ ਗਿਆਨੀ ਰਤਨ ਸਿੰਘ ਨੇ, ਜੋ ਰਾਏ ਕੋਟ ਦੇ ਕਤਲ ਦੇ ਮੁਕੱਦਮੇ ਵਿਚ ਫਾਂਸੀ ਲੱਗ ਗਿਆ ਸੀ, ਮਿਸਟਰ ਐਲ. ਕਾਵਨ ਮੈਜਿਸਟਰੇਟ ਦੀ ਅਦਾਲਤ ਵਿਚ ਬਿਆਨ ਦਿੰਦੇ ਹੋਏ ਕਿਹਾ ਸੀ ਕਿ ਕੂਕਿਆਂ ਦੀ ਗਿਣਤੀ ਦਸ ਲੱਖ ਹੈ ਜਿਨ੍ਹਾ ਵਿਚ ਤੀਸਰਾ ਹਿੱਸਾ ਕੇਸਾਧਾਰੀ ਤੇ ਕੜਾ ਕਛ ਕ੍ਰਿਪਾਨ ਦੇ ਧਾਰਨੀ ਹਨ ਤੇ ਬਾਕੀ ਸਾਰੇ ਸਾਧਾਰਨ ਹਾਲਤ ਵਿਚ ਹਨ। ਗਿਆਨੀ ਰਤਨ ਸਿੰਘ ਦੀ ਦੱਸੀ ਗਿਣਤੀ ਤਾਂ ਹੋ ਸਕਦਾ ਹੈ ਬਹੁਤ ਵਧਾਈ ਹੋਈ ਹੋਵੇ, ਪਰ ਇਸ ਗੱਲ ਤੋਂ ਇਨਕਾਰ ਨਹੀਂ ਹੋ ਸਕਦਾ ਕਿ ਉਸ ਦੇ ਖਿਆਲ ਵਿਚ ਭੀ ਜਿਤਨੀ ਗਿਣਤੀ ਅੰਮ੍ਰਿਤਧਾਰੀ ਕੂਕਿਆਂ ਦੀ ਸੀ ਉਸ ਨਾਲੋਂ ਤਿੰਨ ਗੁਣਾਂ ਹੋਰ ਗਿਣਤੀ ਸਹਿਜਧਾਰੀਆਂ ਦੀ ਸੀ। ਬਾਬਾ ਸਾਹਿਬ ਸਿੰਘ ਬੇਦੀ ਅਤੇ ਭਾਈ ਮਹਾਰਾਜ ਸਿੰਘ ਤੋਂ ਬਾਦ, ਹਿੰਦੂਆਂ ਵਿਚ ਭੀ ਇਸ ਤਰਾਂ ਸਿਖੀ ਲਈ ਪ੍ਰੇਮ ਦੀ ਲਹਿਰ ਚਲਾ ਦੇਣ ਦਾ ਸੇਹਰਾ ਬਾਬਾ ਰਾਮ ਸਿੰਘ ਦੇ ਸਿਰ ਹੈ।

ਕੂਕੇ ਕੇਵਲ ਆਮ ਜਨਤਾ ਵਿਚ ਹੀ ਨਹੀਂ ਸਨ, ਬਲਕਿ ਸਰਕਾਰੀ ਨੌਕਰੀਆਂ ਵਿਚ ਭੀ, ਅਤੇ ਖਾਸ ਕਰਕੇ ਪੁਲੀਸ ਤੇ ਫੌਜ ਵਿਚ, ਪਰ ਫੌਜ ਆਦਿ ਵਿਚ ਉਨ੍ਹਾਂ ਦੀ ਗਿਣਤੀ ਦਾ ਪਤਾ ਲੱਗ ਸਕਣਾ ਮੁਸ਼ਕਲ ਸੀ ਕਿਉਂਕਿ ਇਸ ਦਾ ਜ਼ਿਕਰ ਕੋਈ ਭੀ ਕੂਕਾ ਨਹੀਂ ਸੀ ਕਰਦਾ।

ਬਾਬਾ ਰਾਮ ਸਿੰਘ ਦੇ ਸਮੇਂ ਆਪਣੇ ਆਪ ਨੂੰ ਗੁਰੂ ਕਹਾਉਣ ਵਾਲੇ ਕਈ ਸੋਢੀ ਤੇ ਬੇਦੀ ਲੋਕਾਂ ਨੂੰ ਚਰਨ-ਪਾਹੁਲ ਦਿਆ ਕਰਦੇ ਸਨ ਜਿਸਦਾ ਤਰੀਕਾ ਇਹ ਸੀ ਕਿ ਨਿਰਮਲ ਜਲ ਵਿਚ ਇਹ ਆਪਣੇ ਸੱਜੇ ਪੈਰ ਦਾ ਅੰਗੂਠਾ ਡੋਬ ਕੇ ਲੋਕਾਂ ਨੂੰ ਪਿਲਾਇਆ ਕਰਦੇ ਸਨ। ਬਾਬਾ ਰਾਮ ਸਿੰਘ ਨੇ ਗੁਰੂ ਗੋਬਿੰਦ ਸਿੰਘ ਦੇ ਖੰਡੇ ਦੇ ਅੰਮ੍ਰਿਤ ਦੀ ਮੌਜੂਦਗੀ ਵਿਚ ਇਸ ਨੂੰ ਮਨਮਤ ਦੱਸਿਆ ਤੇ ਖੰਡੇ ਦੀ ਪਾਹੁਲ ਨੂੰ ਹੀ ਪ੍ਰਵਾਣਿਆਂ ਤੇ ਪ੍ਰਚਾਰਿਆ। ਪਰ ਆਪ ਨੇ ਪਾਹੁਲ ਦੇ ਪਿਛੋਂ ਯਾ ਉਸੇ ਤਰਾਂ ਹੀ ਕੰਨ ਵਿਚ ਗੁਰਮੰਤ੍ਰ ਦੇਣ ਦੇ ਤਰੀਕੇ ਨੂੰ ਨਾ ਵਰਜਿਆ। ਸ਼ਾਇਦ ਇਸ ਤੋਂ ਆਪ ਦਾ ਮਨਸ਼ਾ ਲੋਕਾਂ ਵਿਚ ਪਏ ਹੋਏ ਪੁਰਾਣੇ ਪ੍ਰਭਾਵ ਦਾ ਫਾਇਦਾ ਉਠਾ ਕੇ ਉਨ੍ਹਾਂ ਨੂੰ ਨਾਮ ਜਪਨ ਵਲ ਲਾਉਣਾ ਹੋਵੇ ਯਾ ਸ਼ਾਇਦ ਕੋਈ ਵਿਲਖਣਤਾ ਪੈਦਾ ਕਰ ਦੇਣਾ ਹੋਵੇ ਪਰ ਆਪ ਦਾ ਗੁਰਮੰਤ੍ਰ ਕੇਵਲ ਵਾਹਿਗੁਰੂ ਸ਼ਬਦ ਸੀ ਜਿਸ ਦੇ ਜਾਪ ਦੀ ਕਿ ਆਪ ਪ੍ਰੇਰਣਾ ਕਰਿਆ ਕਰਦੇ ਸਨ।

ਆਪ ਆਪਣੇ ਸਰਧਾਲੂਆਂ ਨੂੰ ਢੋਲਕੀ ਨਾਲ ਹੱਲੇ ਦੇ ਸਬਦ ਪੜ੍ਹਣ ਦੀ ਪ੍ਰੇਰਨਾ ਕਰਦੇ ਸਨ ਤਾਂਕਿ ਆਮ ਸੰਗਤਾਂ ਭੀ ਸ਼ਬਦ ਕੀਰਤਨ ਵਿਚ ਸ਼ਾਮਲ ਹੋ ਸਕਣ। ਇਸ ਤਰ੍ਹਾਂ ਸ਼ਬਦ ਪੜ੍ਹਦੇ ਪੜ੍ਹਦੇ ਕਈ ਕੂਕੇ ਮਸਤਾਨੇ ਹੋ ਜਾਂਦੇ ਤੇ ਮਸਤੀ

ਦੀ ਲੋਰ ਵਿਚ ਬੇਸੁਧ ਹੋਏ ਹੋਏ ਕੂਕਾਂ ਮਾਰਨ ਲਗ ਪੈਂਦੇ, ਜਿਸ ਨਾਲ ਕਿ ਹੌਲੀ ਹੌਲੀ ਇਨ੍ਹਾਂ ਦਾ ਨਾਮ ਹੀ ਕੂਕੇ ਪੈ ਗਿਆ ਅਤੇ ਇਤਨਾ ਪ੍ਰਸਿਧ ਹੋਇਆ ਕਿ ਨਾਮਧਾਰੀ ਨਾਮ ਲੋਕਾਂ ਨੂੰ ਪਤਾ ਹੀ ਨਾ ਰਿਹਾ।

ਆਪ ਦਾ ਵਿਚਾਰ ਪੁਰਾਣੇ ਸਾਧਾਂ ਦੀ ਤਰਾਂ ਕੋਈ ਵੇਹਲੜਾਂ ਦਾ ਟੋਲਾ ਖੜ੍ਹਾ ਕਰ ਦੇਣਾ ਨਹੀਂ ਸੀ। ਇਸ ਲਈ ਆਪ ਉਨ੍ਹਾਂ ਨੂੰ ਕਿਰਤ ਕਮਾਈ ਕਰ ਕੇ ਗੁਜ਼ਾਰਾ ਕਰਨ ਦਾ ਉਪਦੇਸ਼ ਕਰਦੇ ਸਨ। ਕਈ ਵਾਰੀ ਕੁਝ ਲੋਕ ਜੋ ਜ਼ਿੰਦਗੀ ਤੋਂ ਉਪ੍ਰਾਮ ਹੋ ਕੇ ਯਾ ਉਂਞ ਹੀ ਭੈਣੀ ਆ ਟਿਕਦੇ ਸਨ, ਉਨ੍ਹਾਂ ਨੂੰ ਆਪ ਕੰਮ ਕਾਰ ਲਈ ਮਲੂਕ ਸਿੰਘ ਠੇਕੇਦਾਰ ਨਾਲ ਨਹਿਰ ਦੇ ਕੰਮ ਤੇ ਭੇਜ ਦਿਆ ਕਰਦੇ ਸਨ। ਇਸ ਤਰਾਂ ਕੁਝ ਆਦਮੀਆਂ ਨੂੰ ਆਪ ਆਪਣੇ ਡੰਗਰਖਾਨੇ ਤੇ ਤਬੇਲੇ ਦੀ ਦੇਖ ਭਾਲ ਲਈ ਲਾ ਦਿਆ ਕਰਦੇ ਸਨ। ਆਪ ਨੇ ਗਊਆਂ, ਮਝਾਂ, ਬਲਦਾਂ ਤੇ ਘੋੜੇ ਘੋੜੀਆਂ ਦੀ ਕਾਫੀ ਗਿਣਤੀ ਰੱਖੀ ਹੋਈ ਸੀ ਜਿਨ੍ਹਾਂ ਵਿਚ ਕਿ ਬਹੁਤ ਸਾਰੇ ਡੰਗਰ ਵਪਾਰ ਲਈ ਪਾਲੇ ਜਾਂਦੇ ਸਨ ਤੇ ਮੰਡੀਆਂ ਤੋਂ ਲਿਜਾ ਕੇ ਬੇਚੇ ਜਾਂਦੇ ਸਨ।

ਇਸ ਤਰ੍ਹਾਂ ਜਿਉਂ ਜਿਉਂ ਆਪ ਦਾ ਸਿਲਸਿਲਾ ਵਧਦਾ ਗਿਆ, ਆਪ ਦਾ ਠਾਠ ਭੀ ਸ਼ਾਹਾਨਾ ਹੁੰਦਾ ਗਿਆ। ਬਾਹਰ ਦੌਰੇ ਤੇ ਜਾਣ ਵੇਲੇ ਕੁਝ ਘੋੜ-ਸਵਾਰ ਸੂਬੇ ਤੇ ਪ੍ਰਸਿਧ ਕੂਕੇ ਆਪ ਦੇ ਨਾਲ ਅਰਦਲ ਵਿਚ ਹੋਣ ਲੱਗ ਪਏ ਤੇ ਕੂਕਿਆਂ ਦੀ ਕਾਫੀ ਗਿਣਤੀ ਮਗਰ ਪੈਦਲ ਹੁੰਦੀ। ਜਦ ਕਿਸੇ ਸਰਕਾਰੀ ਅਫਸਰ ਨੂੰ ਮਿਲਨ ਜਾਂਦੇ ਤਾਂ ਰਾਜਿਆਂ ਵਾਂਙੂ ਕੁਝ ਮੁਸ਼ੀਰ ਤੇ ਦਰਬਾਰੀ ਆਪ ਦੇ ਨਾਲ ਹੁੰਦੇ ਅਤੇ ਖੁਦ ਭਾਈ ਰਾਮ ਸਿੰਘ ਤੇ ਉਨ੍ਹਾਂ ਦੇ ਸੰਗੀਆਂ ਨੇ ਬੜੀ ਸੋਹਣੀ ਸਫ਼ੈਦ ਪੋਸ਼ਾਕ ਸਜਾਈ ਹੁੰਦੀ।

ਆਪ ਦੀ ਵਧ ਰਹੀ ਪ੍ਰਭਤਾ ਤੇ ਕੂਕਿਆਂ ਦੀ ਸਰਧਾ ਨੇ ਆਲੇ ਦੁਆਲੇ ਇਕ ਇਹੋ ਜਿਹਾ ਵਾਯੂ-ਮੰਡਲ ਪੈਦਾ ਕਰ ਦਿਤਾ ਜਿਹਾ ਕਿ ਕਿਸੇ ਸਮੇਂ ਬਾਬਾ ਸਾਹਿਬ ਸਿੰਘ ਬੇਦੀ ਤੇ ਭਾਈ ਮਹਾਰਾਜ ਸਿੰਘ ਦੇ ਇਰਦ ਗਿਰਦ ਹੋਇਆ ਕਰਦਾ ਸੀ, ਅਤੇ ਕਈਆਂ ਕੂਕਿਆਂ ਨੇ ਆਪਣੀ ਸਰਧਾ-ਭਗਤੀ ਵਿਚ ਆਪ ਨੂੰ ਭੀ ਉਸੇ ਤਰ੍ਹਾਂ ਗੁਰੂ ਕਹਿਣਾ ਸ਼ੁਰੂ ਕਰ ਦਿਤਾ ਜਿਵੇਂ ਕਿ ਲੋਕੀਂ ਬਾਬਾ ਸਾਹਿਬ ਸਿੰਘ ਯਾ ਹੋਰ ਸੋਢੀਆਂ, ਬੇਦੀਆਂ, ਯਾ ਨਿਰਮਲੇ ਤੇ ਉਦਾਸੀ ਸੰਤਾਂ ਨੂੰ ਕਿਹਾ ਕਰਦੇ ਸਨ ਅਤੇ ਜਿਵੇਂ ਹੁਣ ਭੀ ਕਈ ਉਦਾਸੀ ਤੇ ਨਿਰਮਲੇ ਸਾਧ ਆਪਣੇ ਵਿਦਿਆ ਯਾ ਪਾਹੁਲ-ਦਾਤਾ ਵਡਿੱਕੇ ਨੂੰ ਗੁਰੂ ਆਖਦੇ ਹਨ।

ਇਸ ਵੇਲੇ, ਪ੍ਰਤੀਤ ਹੁੰਦਾ ਹੈ, ਕਿਸੇ ਚਤੁਰ ਸਰਧਾਲੂ ਨੇ ਆਪਣੀ ਇਛਾ ਅਨੁਸਾਰ ਭਾਈ ਰਾਮ ਸਿੰਘ ਦੀ ਪ੍ਰਭਤਾ ਸਬੰਧੀ ਕੁਝ ਕੁ ਗੱਲਾਂ ਰਲਾ ਕੇ ਸੌ ਸਾਖੀ ਲਿਆ ਨਸ਼ਰ ਕੀਤੀ। ਸੌ ਸਾਖੀ ਵਿਚ ਯਾ ਹੋਰ ਲਿਖਤੀ ਪੋਥੀਆਂ ਵਿਚ ਰਲੇ ਪਾ ਦੇਣਾ ਕੋਈ ਨਵੀਂ ਗੱਲ ਨਹੀਂ ਸੀ। ਸੰਨ 1860-62 ਤੋਂ ਵੀਹ ਕੁ ਵਰ੍ਹੇ ਪਹਿਲਾਂ

1840-42 ਵਿਚ ਮਹਾਰਾਜਾ ਰਣਜੀਤ ਸਿੰਘ ਤੋਂ ਬਾਦ ਆਪਣੇ ਖਾਨਦਾਨ ਦੀ ਪ੍ਰਭਤਾ ਲਈ ਲੋਕਾਂ ਵਿਚ ਖਿਆਲ ਪੈਦਾ ਕਰਨ ਤੇ ਰਸਤਾ ਸਾਫ ਕਰਨ ਵਾਸਤੇ ਡੋਗਰਿਆਂ ਨੇ ਭੀ ਇਹ ਸਾਧਨ ਵਰਤਿਆ ਸੀ ਤੇ ਪੰਜਾਬ ਦੀ ਗੱਦੀ ਤੇ ਇਕ ਪਹਾੜੀਏ ਦੇ ਰਾਜ ਕਰਨ ਦੀ ਗੱਲ ਲਿਆ ਪਾਈ ਸੀ। ਜਿਨ੍ਹਾਂ ਨੂੰ ਕਦੀ ਪੁਰਾਤਨ ਲਿਖਤਾਂ ਵਿਚ ਕੀਤੀਆਂ ਗਈਆਂ ਮਿਲਾਵਟਾਂ ਦੀ ਤਹਿ ਵਿਚ ਜਾਣ ਤੇ ਟਾਕਰੇ ਕਰਨ ਦਾ ਮੌਕਾ ਮਿਲਿਆ ਹੈ ਯਾ ਜਿਨ੍ਹਾਂ ਨੇ ਜਾਹਲ-ਸਾਜ਼ੀਆਂ ਦੇ ਹਾਲ ਪੜ੍ਹੇ ਤੇ ਦੇਖੇ ਪੜਤਾਲੇ ਹਨ ਯਾ ਜਿਨ੍ਹਾਂ ਨੂੰ ਪਤਾ ਹੈ ਕਿ ਕਿਵੇਂ ਅੰਗ੍ਰੇਜ਼ਾਂ ਦੇ ਨਵੇਂ ਨਵੇਂ ਇੱਥੇ ਆਉਣ ਪਰ ਕਈ ਰਾਜਿਆਂ ਤੇ ਚਤੁਰ ਲੋਕਾਂ ਨੇ ਸਨਦਾਂ, ਪਟੇ ਤੇ ਹੋਰ ਦਸਤਾਵੀਜ਼ਾ ਪੇਸ਼ਾ-ਵਰ ਜਾਹਲਸਾਜ਼ਾਂ ਕੋਲੋਂ ਬਣਵਾਈਆਂ ਤੇ ਫੇਰ ਉਨ੍ਹਾਂ ਨੂੰ ਭਿਜੀ ਹੋਈ ਤੂੜੀ ਵਿਚ ਦਬਵਾ ਕੇ ਯਾ ਹੋਰ ਕਈ ਦੂਸਰੇ ਢੰਗਾਂ ਨਾਲ ਪੁਰਾਣੀਆਂ, ਬੋਦੀਆਂ, ਗਰਗਰੀਆਂ ਤੇ ਕੀੜੇ ਖਾਧੀਆਂ ਵਰਗਾ ਕੀਤਾ, ਉਨ੍ਹਾਂ ਵਾਸਤੇ ਇਹ ਗੱਲ ਕੋਈ ਹੈਰਾਨੀ ਵਾਲੀ ਨਹੀਂ। ਦੂਰ ਜਾਣ ਦੀ ਲੋੜ ਨਹੀਂ। ਥੋੜਾ ਚਿਰ ਹੀ ਹੋਇਆ ਹੈ ਇਹ ਗੱਲ ਨਿਕਲੀ ਸੀ ਕਿ ਬਾਬੂ ਤੇਜਾ ਸਿੰਘ ਭਸੌੜ ਵਾਲਿਆਂ ਨੇ ਇਕ ਐਸੀ ਗੁਰੂ ਗਰੰਥ ਸਾਹਿਬ ਦੀ ਬੀੜ ਨਵੀਂ ਲਿਖਵਾ ਕੇ, ਜਿਸ ਵਿਚ ਕਿ ਗੁਰੂ ਗੋਵਿੰਦ ਸਿੰਘ ਦੀ ਬਾਣੀ ਮਿਲਾਈ ਗਈ ਸੀ ਤੇ ਹੋਰ ਕੁਝ ਅਦਲਾ ਬਦਲੀਆਂ ਕੀਤੀਆਂ ਗਈਆਂ ਸਨ, ਪੁਰਾਣੀ ਵਰਗੀ ਕਰਨ ਲਈ ਕਿਸੇ ਥਾਂ ਦਬਵਾਈ ਸੀ ਤੇ ਕਾਬਲ ਦੇ ਕਿਸੇ ਸਿਖ ਦੇ ਸੁਫਨੇ ਦੇ ਆਧਾਰ ਤੇ ਉਸ ਨੂੰ ਪਰਗਟ ਕਰਨ ਲਈ ਕਈ ਪ੍ਰਕਾਰ ਦੇ ਯਤਨ ਕੀਤੇ ਸਨ। ਪਰ ਇਹ ਗੱਲ ਕਿਸੇ ਤਰ੍ਹਾਂ ਬਾਹਰ ਨਿਕਲ ਜਾਣ ਨਾਲ ਸਿਰੇ ਨਹੀਂ ਸੀ ਚੜ੍ਹ ਸਕੀ।

ਬਾਬਾ ਰਾਮ ਸਿੰਘ ਦੇ ਵੇਲੇ ਛਾਪਾਖਾਨੇ ਪੰਜਾਬ ਵਿਚ ਆਮ ਨਹੀਂ ਸੀ ਹੁੰਦੇ, ਪੋਥੀਆਂ ਹੱਥੀਂ ਲਿਖੀਆਂ ਹੀ ਹੁੰਦੀਆਂ ਸਨ ਤੇ ਓਹ ਭੀ ਟਾਂਵੀਆਂ ਟਾਂਵੀਆਂ, ਇਸ ਲਈ ਅਸਲ ਪੋਥੀ ਤੇ ਮਿਲਾਵਟਾਂ ਵਾਲੀ ਦਾ ਟਾਕਰਾ ਕਰ ਸਕਣਾ ਮੁਸ਼ਕਲ ਸੀ ਤੇ ਮਿਲਾਵਟਾਂ ਕਰਨ ਵਾਲਿਆਂ ਨੂੰ ਰੋਕਣਾ ਹੋਰ ਭੀ ਮੁਸ਼ਕਲ।

ਸੌ-ਸਾਖੀ ਦੇ ਆਧਾਰ ਤੇ ਖੁਦ ਭਾਈ ਰਾਮ ਸਿੰਘ ਨੂੰ ਕੁਝ ਯਕੀਨ ਜਿਹਾ ਬਣ ਗਿਆ ਜਾਪਦਾ ਹੈ ਕਿ ਉਨ੍ਹਾਂ ਨੇ ਰਾਜ ਕਰਨਾ ਹੈ ਕਿਉਂਕਿ ਓਹ ਕਈ ਵਾਰੀ ਕੂਕਿਆਂ ਨੂੰ ਪੋਥੀ ਵਿਚੋਂ ਪੜ੍ਹ ਕੇ ਸੁਣਾਇਆ ਕਰਦੇ ਸਨ ਤੇ ਆਖਿਆ ਕਰਦੇ ਸਨ ਕਿ ਇਹ ਦੇਖੋ ਗੁਰੂ ਕੇ ਵਾਕ ਹੈ ਕਿ ਅਸਾਂ ਰਾਜ ਕਰਨਾ ਹੈ। ਰੰਗੂਨ ਜਲਾਵਤਨੀ ਦੇ ਦਿਨਾਂ ਵਿਚ ਸਾਖੀਆਂ ਦੀਆਂ ਭਵਿਖ ਬਾਣੀਆਂ ਦੇ ਆਧਾਰ ਤੇ ਉਨ੍ਹਾਂ ਨੂੰ ਇਹ ਪੱਕਾ ਖਿਆਲ ਹੋ ਗਿਆ ਹੋਇਆ ਸੀ ਕਿ ਅੰਗ੍ਰੇਜ਼ੀ ਰਾਜ ਦੇ ਝਟ ਪੱਟ ਉਨ੍ਹਾਂ ਦਿਨਾਂ ਵਿਚ ਹੀ ਉਠ ਜਾਣ ਦਾ ਸਮਾਂ ਪੁਜ ਗਿਆ ਹੈ ਤੇ ਉਨ੍ਹਾਂ ਨੂੰ ਆਸ ਸੀ ਕਿ ਓਹ ਛੇਤੀ ਹੀ ਮੁੜ ਦੇਸ ਪੁਜ ਜਾਣਗੇ। ਪਰ ਇਕ ਗੱਲ ਜਰੂਰ ਸੀ ਕਿ ਗੁਰੂ ਉਤੇ ਉਨ੍ਹਾਂ

ਦਾ ਇਤਨਾ ਦ੍ਰਿੜ੍ਹ ਭਰੋਸਾ ਸੀ ਕਿ ਇਸ ਦੇ ਟਾਕਰੇ ਤੇ ਸੌ-ਸਾਖੀ ਯਾ ਕਿਸੇ ਹੋਰ ਪੋਥੀ ਉਤੇ ਉਨ੍ਹਾਂ ਦਾ ਯਕੀਨ ਬਹੁਤ ਹੀ ਪਤਲਾ ਸੀ। ਜਦ ਭੀ ਕਦੀ ਉਹ ਇਸ ਗੱਲ ਦਾ ਜ਼ਿਕਰ ਕਰਦੇ ਸਨ ਤਾਂ ਅੰਤ ਵਿਚ ਇਹ ਹੀ ਕਹਿੰਦੇ ਸਨ, "ਅੱਗੇ ਭਾਈ ਗੁਰੂ ਬੇ ਅੰਤ ਹੈ", "ਗੁਰੂ ਭਾਣੇ ਦਾ ਮਾਲਕ ਹੈ", "ਅੱਗੇ ਭਾਈ ਗੁਰੂ ਜਾਣੇ।"

ਬਾਬਾ ਰਾਮ ਸਿੰਘ ਦਾ ਪਿੰਡ ਭੈਣੀ ਕੂਕਾ ਸੰਪ੍ਰਦਾਇ ਦਾ ਕੇਂਦਰ ਸੀ ਅਤੇ ਇਸ ਦੀ ਮਸ਼ਹੂਰੀ ਵਧਦੀ ਜਾ ਰਹੀ ਸੀ। ਬਾਬਾ ਰਾਮ ਸਿੰਘ ਦੀ ਇਛਾ ਸੀ ਕਿ ਇਸ ਦਾ ਨਾਮ ਬਦਲ ਦਿੱਤਾ ਜਾਏ। ਇਸ ਲਈ ਆਪ ਨੇ ਆਪਣੇ ਸਰਧਾਲੂਆਂ ਨੂੰ ਕਿਹਾ ਕਿ ਓਹ ਭੈਣੀ ਨੂੰ 'ਰਾਮਦਾਸ ਪੁਰਾ' ਕਿਹਾ ਕਰਨ। ਇਹ ਪਤਾ ਨਹੀਂ ਕਿ ਇਸ ਨਾਮ ਤੋਂ ਆਪ ਦੀ ਇੱਛਾ ਸ਼ਹਿਰ ਅੰਮ੍ਰਿਤਸਰ ਦੇ ਗੁਰੂ ਰਾਮਦਾਸ ਦੇ ਨਾਮ ਉਤੇ ਪੁਰਾਣੇ ਨਾਮ 'ਰਾਮਦਾਸ ਪੁਰਾ' ਦੀ ਨਕਲ ਸੀ ਯਾ ਆਪਣੇ ਨਾਮ ਉਤੇ ਰਖਿਆ ਰਾਮ ਸਿੰਘ ਦੇ ਦਾਸਾਂ, ਰਾਦਾਸਾਂ ਦਾ ਪੁਰ ਰਾਮਦਾਸ ਪੁਰਾ ਸੀ। ਇਸ ਸੰਬੰਧੀ ਆਪ ਰੰਗੂਨ ਤੋਂ ਚੇਤ ਵਦੀ 2 ਸਾਲ 1937 ਬਿਕ੍ਰਮੀ ਦੀ ਅਰਦਾਸ ਵਿਚ ਲਿਖਦੇ ਹਨ:-

> ...ਅਰ ਹੁਣ ਜੋ ਨਾਮਧਾਰੀ ਹਨ ਏਸ ਪਿੰਡ ਦਾ ਨਾਂਉਂ ਰਾਮਦਾਸ ਪੁਰਾ ਸਦਿਆ ਕਰੋ, ਹੋਰ ਲੋਕਾਂ ਨੂੰ ਨਹੀਂ ਆਖਣਾ, ਸੰਗਤ ਆਖੇ ਰਾਮਦਾਸਪੁਰ॥...॥10॥

ਆਪਣੇ ਪਿੰਡ ਭੈਣੀ ਵਿਚ ਆਪ ਨੇ ਇਕ ਤਲਾ ਲਵਾਇਆ ਸੀ ਜਿਸ ਦਾ ਨਾਮ ਰਾਮਸਰ ਰਖਿਆ ਅਤੇ ਇਕ ਬੁੰਗਾ ਬਣਵਾ ਕੇ ਉਸ ਦੇ ਨਾਲ ਇਕ ਖੂਹ ਲਵਾਇਆ ਜਿਸ ਦਾ ਨਾਮ ਅਕਾਲ ਬੁੰਗਾ ਰਖਿਆ, ਇਸੇ ਤਰਾਂ ਧਰਮਸਾਲਾ ਨੂੰ ਹਰ ਮੰਦਰ ਆਖਦੇ ਸਨ।

ਇਸ ਤੋਂ ਬਿਨਾਂ ਆਪ ਦੀ ਇਹ ਭੀ ਇੱਛਾ ਹੁੰਦੀ ਸੀ ਕਿ ਲੋਕ ਆਪਣੇ ਝਗੜਿਆਂ ਦਾ ਫੈਸਲਾ ਆਪ ਕਰ ਲੈਣ ਅਤੇ ਸਰਕਾਰੀ ਅਦਾਲਤਾਂ ਦੀਆਂ ਗੁੰਝਲਦਾਰ ਕਾਰਵਾਈਆਂ ਵਿਚ ਫਸ ਕੇ ਖੱਜਲ ਖੁਆਰ ਨਾ ਹੋਣ, ਨਾ ਹੀ ਆਪਣਾ ਰੁਪਇਆ ਗੁਵਾਉਣ ਅਤੇ ਨਾ ਹੀ ਵੈਰ ਦੀਆਂ ਕੜੀਆਂ ਅੱਗੇ ਤੋਂ ਅੱਗੇ ਵਧਾਈ ਤੇ ਕਰੜੀਆਂ ਕਰੀ ਜਾਣ।

ਆਪਣੇ ਖਾਸ ਚਿੱਠੀ-ਪਤ੍ਰ ਤੇ ਸੁਨੇਹੇ ਪਾਤੀਆਂ ਲਈ ਆਪ ਅਤੇ ਆਪ ਦੇ ਸੰਗੀ ਸਰਕਾਰੀ ਡਾਕਖਾਨੇ ਨੂੰ ਘਟ ਹੀ ਵਰਤਦੇ ਸਨ। ਆਪਣੀਆਂ ਚਿੱਠੀਆਂ ਪਿੰਡੋ ਪਿੰਡ ਅੱਗੇ ਤੋਂ ਅੱਗੇ ਭੇਜਦੇ ਜਾਂਦੇ ਸਨ, ਜਿਵੇਂ ਕਿ ਪਿਛੇ ਦੱਸਿਆ ਜਾ ਚੁਕਿਆ ਹੈ।

ਜਿਵੇਂ ਪਿਛੇ ਲਿਖਿਆ ਜਾ ਚੁਕਿਆ ਹੈ ਕੂਕਿਆਂ ਨੇ ਆਰੰਭ ਵਿਚ ਕਿਧਰੇ ਕਿਧਰੇ ਆਪ ਨੂੰ ਗੁਰੂ ਤੇ ਅਵਤਾਰ ਕਹਿਣਾ ਸ਼ੁਰੂ ਕਰ ਦਿਤਾ ਸੀ ਤੇ ਅੰਮ੍ਰਿਤ ਛਕਾਉਣ ਵੇਲੇ ਇਹ ਗੱਲ ਉਲਟਾ ਵਧਾ ਦਿਤੀ ਸੀ ਕਿ "ਜਨਮ ਗੁਰੂ ਹਜਰੋ ਅਰ

ਬਾਸੀ ਗੁਰੂ ਭੈਣੀ", ਜਿਸ ਤੋਂ ਇਹ ਝਲਕ ਪੈਂਦੀ ਹੈ ਕਿ ਕੂਕਿਆਂ ਵਿਚ ਗੁਰੂ ਗੋਬਿੰਦ ਸਿੰਘ ਨੂੰ ਪਿੱਛੇ ਹਟਾ ਕੇ ਉਨ੍ਹਾਂ ਦੀ ਥਾਂ ਭਾਈ ਬਾਲਕ ਸਿੰਘ ਤੇ ਭਾਈ ਰਾਮ ਸਿੰਘ ਨੂੰ ਲਿਆ ਖੜ੍ਹਾ ਕਰਨ ਦੀ ਨੀਅਤ ਪੈਦਾ ਹੋ ਗਈ ਸੀ, ਜਿਸ ਨੂੰ ਕਿ ਭਾਈ ਰਾਮ ਸਿੰਘ ਨੇ ਖੁਲ੍ਹ ਕੇ ਨਹੀਂ ਸੀ ਵਰਜਿਆ। ਇਸ ਦੇ ਨਾਲ ਹੀ ਮਸਤਾਨੇ ਕੂਕਿਆਂ ਦੀਆਂ ਸੂਤ੍ਰ ਦੇ ਲੋਰ ਵਿਚ ਕੁਝ ਕੁ ਕੋਝੀਆਂ ਹਰਕਤਾਂ ਸਨ ਜਿਨ੍ਹਾਂ ਨੇ ਕਿ ਆਮ ਸਿਖ ਸੰਗਤਾਂ ਵਿਚ ਭਾਈ ਰਾਮ ਸਿੰਘ ਤੇ ਕੂਕਿਆਂ ਵਿਰੁੱਥ ਨਾਰਾਜ਼ਗੀ ਪੈਦਾ ਕਰ ਦਿਤੀ ਜੋ ਹੌਲੀ ਹੌਲੀ ਸਖਤ ਵਿਰੋਧ ਵਿਚ ਬਦਲ ਗਈ। ਕੂਕਿਆਂ ਦੀਆਂ ਹਰਕਤਾਂ ਚੂੰਕਿ ਗੁਰੂ ਅਤੇ ਗੁਰ-ਸਿਖੀ ਦੇ ਵਿਰੁਧ ਸਨ, ਇਸ ਲਈ ਚੌਹਾਂ ਤਖਤਾਂ ਤੇ ਇਨਾਂ ਦੀ ਅਰਦਾਸ ਬੰਦ ਕਰ ਦਿਤੀ ਗਈ। ਮਾਰਚ 1867 ਵਿਚ ਜਦ ਭਾਈ ਰਾਮ ਸਿੰਘ ਆਨੰਦਪੁਰ ਗੁਰਦੁਆਰਾ ਤਖਤ ਕੇਸ ਗੜ੍ਹ ਸਾਹਿਬ ਗਏ ਤਾਂ ਆਪ ਦੇ ਪੁਛਣ ਪਰ ਕਿ 'ਤੁਸੀਂ ਮੇਰਾ ਅਰਦਾਸਾ ਜੁ ਨਹੀਂ ਕੀਤਾ ਕੀ ਤੁਸੀਂ ਮੈਨੂੰ ਗੁਰੂ ਕਾ ਸਿਖ ਨਹੀਂ ਸਮਝਦੇ' ਪੁਜਾਰੀ ਸਿੰਘ ਵਲੋਂ ਕਹਿ ਭੇਜਿਆ ਗਿਆ ਕਿ ਚੂੰਕਿ ਗੁਰੂ-ਖਾਲਸੇ ਅਤੇ ਕੂਕਿਆਂ ਵਿਚ ਇਹ ਭੇਦ ਹਨ ਇਸ ਲਈ ਤੁਹਾਡਾ ਅਰਦਾਸਾ ਨਹੀਂ ਕੀਤਾ ਜਾ ਸਕਦਾ।

1. ਤੂੰ ਆਪਣੇ ਆਪ ਨੂੰ ਅਵਤਾਰ ਕਹਾਉਂਦਾ ਹੈਂ।
2. ਕੂਕਾ ਬਣਾਉਣ ਵੇਲੇ ਸਿਖੀ ਦੀ ਰੀਤ ਵਿਰੁੱਧ ਕੰਨ ਵਿਚ ਮੰਤ੍ਰ ਫੂਕਦਾ ਹੈਂ।
3. ਨਵੇਂ ਕੂਕੇ ਨੂੰ ਆਖਦਾ ਹੈਂ "ਜਨਮ ਗੁਰੂ ਪਟਨਾ, ਅਰ ਵਾਸੀ ਗੁਰੂ ਆਨੰਦਪੁਰ"।
4. ਸਿਖ ਰਹੁ-ਰੀਤ ਦੇ ਵਿਰੁੱਧ ਕੂਕੇ ਗੁਰਦੁਆਰੇ ਵਿਚ ਪੱਗਾਂ ਲਾਹ ਲੈਂਦੇ ਹਨ ਤੇ ਕੇਸ ਖਿਲਾਰ ਲੈਂਦੇ ਹਨ।
5. ਗੁਰੂ ਕੇ ਸਿਖਾਂ ਦੀ ਰਹੁ-ਰੀਤ ਵਿਰੁੱਧ ਕੂਕੇ ਇਸ ਹਦ ਤਕ ਮਸਤਾਨੇ ਹੋ ਜਾਂਦੇ ਹਨ ਕਿ ਮੁਸਲਮਾਨ ਫ਼ਕੀਰਾਂ ਵਾਂਗੂੰ ਕਰਨ ਲੱਗ ਪੈਂਦੇ ਹਨ।

ਇਸ ਦਾ ਉਤ੍ਰ ਜੋ ਭਾਈ ਰਾਮ ਸਿੰਘ ਵਲੋਂ ਦਿੱਤਾ ਗਿਆ ਸੀ, ਓਹ ਕੋਈ ਤਸੱਲੀ ਬਖ਼ਸ਼ ਨਾ ਹੋਣ ਕਰ ਕੇ ਆਪਸ ਵਿਚ ਸਮਾਈ ਨਾ ਹੋ ਸਕੀ ਤੇ ਵਿਰੋਧਤਾ ਵਧਦੀ ਹੀ ਗਈ।

ਪਰ ਹੋ ਸਕਦਾ ਹੈ ਭਾਈ ਰਾਮ ਸਿੰਘ ਇਸ ਵੇਲੇ ਆਪਣੇ ਸੂਬਿਆਂ ਤੇ ਹੋਰ ਸਲਾਹਕਾਰਾਂ ਦੇ ਹਥ ਵਿਚ ਉਸੀ ਤਰਾਂ ਬੇਬਸ ਹੋਣ ਜਿਵੇਂ ਕਿ ਅੱਜ ਕੱਲ ਕਈ ਰਾਜਸੀ ਤੇ ਦੂਸਰੇ ਆਗੂ ਆਪਣੇ ਸਹਿਕਾਰੀਆਂ ਤੇ ਲਾਕੜੀਆਂ ਦੇ ਹਥ ਵਿਚ ਬੇਬਸ ਹੁੰਦੇ ਹਨ ਅਤੇ ਆਪਣੀ ਜਥੇਬੰਦੀ ਤੇ ਪਾਰਟੀ ਵਿਚ ਮਤ-ਭੇਦ ਤੇ ਵਿਰੋਧ ਖੜ੍ਹੇ ਹੋ ਜਾਣ ਦੇ ਡਰ ਤੋਂ ਓਹ ਕੁਝ ਕਰ ਗੁਜ਼ਰਨ ਤੇ ਮਜਬੂਰ ਹੋ ਜਾਂਦੇ ਹਨ ਜੋ ਕਿ ਉਹ

ਸ਼ਾਇਦ ਆਪਣੀ ਖੁਲ੍ਹੀ ਜ਼ਾਤੀ ਹੈਸੀਅਤ ਵਿਚ ਕਿਸੀ ਦੂਸਰੇ ਦੀ ਬਾਬਤ ਸੁਣਨ ਨੂੰ ਭੀ ਤਿਆਰ ਨਾ ਹੁੰਦੇ ਹੋਣ। ਕਿਉਂਕਿ ਭਾਈ ਰਾਮ ਸਿੰਘ ਦੀਆਂ ਜੋ ਲਿਖਤਾਂ ਮੌਜੂਦ ਹਨ ਉਨ੍ਹਾਂ ਤੋਂ ਇਹ ਸਪਸ਼ਟ ਪ੍ਰਤੀਤ ਹੋ ਰਿਹਾ ਹੈ ਕਿ ਇਹ ਹੀ ਨਹੀਂ ਕਿ ਆਪ ਦੇ ਹਿਰਦੇ ਵਿਚ ਗੁਰੂ ਨਾਨਕ-ਗੋਬਿੰਦ ਸਿੰਘ ਅਤੇ ਗੁਰੂ ਗ੍ਰੰਥ ਸਾਹਿਬ ਲਈ ਅਪਾਰ ਤੇ ਅਡੋਲ ਸਰਧਾ ਭਗਤੀ ਕੁਟ ਕੁਟ ਕੇ ਭਰੀ ਹੋਈ ਸੀ ਬਲਕਿ ਆਪ ਆਪਣੇ ਆਪ ਨੂੰ ਗੁਰੂ ਕਹੇ ਜਾਣ ਤੇ ਸਖਤ ਵਿਰੁਧ ਸਨ, ਅਤੇ ਰੰਗੂਣ ਤੋਂ ਆਪਣੀਆਂ ਚਿਠੀਆਂ ਵਿਚ ਇਸ ਗੱਲ ਦੀ ਬੜੇ ਸਾਫ ਤੇ ਜ਼ੋਰਦਾਰ ਸ਼ਬਦਾਂ ਵਿਚ ਨਿਖੇਧੀ ਕਰਦੇ ਹਨ ਤੇ ਆਪਣੇ ਪਿਛੋਂ ਬਣੇ ਕੂਕਿਆਂ ਦੇ ਆਗੂ ਤੇ ਆਪਣੇ ਭਰਾ ਭਾਈ ਬੁਧ ਸਿੰਘ (ਪ੍ਰਸਿਧ ਭਾਈ ਹਰੀ ਸਿੰਘ) ਅਤੇ ਕੂਕਿਆਂ ਨੂੰ ਇਸ ਗੱਲ ਤੋਂ ਮੁੜ ਮੁੜ ਵਰਜਦੇ ਹਨ।

ਇਕ ਖਿਆਲ ਇਹ ਭੀ ਹੈ ਕਿ ਸ਼ੁਰੂ ਸ਼ੁਰੂ ਵਿਚ ਆਪਣੀ ਪ੍ਰਭਤਾ ਵਧਦੀ ਜਾਣ ਕੇ ਯਾ ਹੋਰ ਕੁਝ ਕਾਰਣਾਂ ਕਰਕੇ ਆਪ ਨੇ ਆਪਣੇ ਸਰਧਾਲੂਆਂ ਨੂੰ ਆਪ ਨੂੰ ਗੁਰੂ ਕਹਿਣ ਤੋਂ ਨਾ ਹਟਾਇਆ ਹੋਵੇ, ਪਰ ਪਿਛੋਂ ਜਲਾਵਤਨੀ ਦੇ ਇਕਾਂਤ ਵਿਚ ਹੋਰ ਕੋਈ ਦੂਸਰੇ ਪ੍ਰਭਾਵ ਨਾ ਰਹਿਣ ਕਰ ਕੇ ਗੁਰਬਾਣੀ ਦੇ ਪਾਠ ਵਿਚਾਰ ਤੇ ਭਜਨ ਬੰਦਗੀ ਨੇ ਆਪ ਦੇ ਮਨ ਨੂੰ ਨਿਰੋਲ ਕੁੰਦਨ ਕਰਕੇ ਇਤਨਾ ਮਜ਼ਬੂਤ ਕਰ ਦਿੱਤਾ ਕਿ ਆਪ ਵਿਚ ਆਪਣੀ ਭੁਲ ਪ੍ਰਵਾਣ ਕਰ ਲੈਣ ਲਈ ਬੇ-ਮਿਸਾਲ ਤਾਕਤ ਪੈਦਾ ਹੋ ਗਈ ਅਤੇ ਆਪ ਨੇ ਆਪਣੇ ਸਰਧਾਲੂਆਂ ਨੂੰ ਬਿਨਾਂ ਝਿਜਕ ਦੇ ਖੁਲ੍ਹ ਕੇ ਇਸ ਗੱਲ ਤੋਂ ਵਰਜ ਦਿੱਤਾ। ਇਸ ਸੰਬੰਧੀ ਭਾਈ ਰਾਮ ਸਿੰਘ ਦੇ ਵਿਚਾਰ ਉਨ੍ਹਾਂ ਦੇ ਆਪਣੇ ਸ਼ਬਦਾਂ ਵਿਚ ਹੀ ਪੇਸ਼ ਕਰਨ ਲਈ ਉਨ੍ਹਾਂ ਦੀਆਂ ਚਿਠੀਆਂ ਵਿਚੋਂ ਕਾਤਰਾਂ ਪੇਸ਼ ਕਰਦੇ ਹਾਂ। ਆਪ ਲਿਖਦੇ ਹਨ:-

> ...ਸਿਖੀ ਤਾਂ ਭਜਨ ਬਾਣੀ ਦੀ ਹੈ। ਕਛ, ਮਾਲਾ ਇਕ ਸੰਨ ਹੈ ਗੁਰੂ ਜੀ ਦੀ। ਮੇਰਾ ਲਿਖਿਆ ਆਵਾ ਗੌਣ ਨਹੀਂ ਜਾਨਣਾ। ਹੁਕਮ ਹੈ ਗੁਰੂ ਜੀ ਦਾ, ਮੈਂ ਤਾਂ ਸੋ ਲਿਖਦਾ ਹਾਂ। ਮੈਂ ਗੁਰੂ ਨਹੀਂ, ਮੈਂ ਤਾਂ ਰਪਟੀਏ ਦੀ ਮਾਫਕ ਹਾਂ। ਜੋ ਮੰਨੇਗਾ ਸੋ ਸੁਖੀ ਹੋਏਗਾ...॥10॥
>
> ...ਸੋ ਭਾਈ ਖ੍ਰਚ ਨਾ ਹੋਵੇ ਤਾਂ ਦੇਸੋਂ ਨਾ ਆਵੇ। ਉਸ ਨੇ ਏਥੇ ਕਿਉਂ ਆਉਣਾ ਹੈ ਪ੍ਰਦੇਸ ਮੇਂ। ਘਰ ਬੈਠ ਕੇ ਭਜਨ ਬਾਣੀ ਕਰੇ ਤਾਂ ਭਲਾ ਹੈ, ਅਰ ਜੇ ਮੇਰੇ ਵਿਚ ਕੁਛ ਕਲਾ ਹੋਵੇ ਤਾਂ ਮੈਂ ਆਪ ਕਿਉਂ ਕੈਦ ਹੋ ਜਾਂਦਾ। ਕਲਾ ਤਾਂ ਨਾਮ ਤੇ ਗੁਰੂ ਵਿਚ ਹੈ, ਸੋ ਜਪੋ॥...॥18॥
>
> ...ਮੇਰੇ ਮੈਂ ਤਾਂ ਗੁਰਿਆਈ ਦਾ ਕੰਮ ਬਾਲ ਸਮਾਨ ਭੀ ਨਹੀਂ ਹੈ। ਸੂਨ ਪੜੇ ਹੋਏ ਹਾਂ ਗੁਰੂ ਜੀ ਦੀ। ਗੁਰੂ ਜੀ ਦੇ ਚਰਨਾਰਬਿੰਦ ਬੇਨਤੀ ਕਰਦੇ ਹਾਂ ਰਾਤ ਦਿਨ। ਜੋ ਹੇ ਗੁਰੂ ਜੀ ਤੂੰ ਗਊ ਗਰੀਬਾਂ ਨੂੰ ਬਖ਼ਸ਼ ਲੈ। ਗਰੀਬ ਏ

ਨਾਮਧਾਰੀਏਂ ਹੈਂ, ਅਗੇ ਜੋ ਗੁਰੂ ਜੀ ਨੂੰ ਭਾਵੇ।...॥20॥

...ਕੋਈ ਮੈਨੂੰ ਤਾਂ ਗੁਰੂ ਬਣਨ ਦੀ ਲੋੜ ਨਹੀਂ ਹੈ, ਨਾ ਮੈਂ ਗੁਰੂ ਹਾਂ, ਮੈਂ ਤਾਂ ਹੁਕਮੀ ਬੰਦਾ ਹਾਂ। ਮੇਰੇ ਨਾਲ ਜਹਾਨ ਨੇ ਬੇਅਰਥ ਦਾਵਾ ਬੰਨਿਆ ਹੈ...॥21॥

...ਸੋ ਜੀ ਮੈਂ ਤਾਂ ਜੋ ਲਿਖਿਆ ਹੈ ਸੋ ਇਹ ਸੋ ਈ ਲਿਖਿਆ ਹੈ ਜੋ ਗੁਰੂ ਜੀ ਦੇ ਹੁਕਮ ਹੈ, ਮੈਂ ਆਪਣੇ ਮਨ ਤੇ ਨਹੀਂ ਕੁਛ ਲਿਖਦਾ। ਮੈਂ ਗੁਰੂ ਨਹੀਂ ਰਪਟੀਏ ਕੀ ਮਾਫਕ ਹਾਂ। ਪਰ ਏਹ ਹੁਕਮ ਗੁਰੂ ਦਾ ਹੈ, ਦਸ ਪਾਤਸਾਹੀਆਂ ਦਾ... ਹੋਰ ਕੀ ਲਿਖਣਾ ਹੈ ਸਾਰੀ ਬਾਤ ਇਹ ਹੈ ਬਾਰੰਬਾਰ ਬੇਨਤੀ ਕਰਨੀ, ਜੋ ਹੇ ਗੁਰੂ ਜੀ ਆਪਣਾ ਹੁਕਮ ਮਨਾਈਂ ਜੋ ਤੈਂ ਗੁਰੂ ਗ੍ਰੰਥ ਜੀ ਮੈਂ ਲਿਖਾ ਹੈ...॥23॥

...ਮੇਰੇ ਸਰੀਰ ਦਾ ਕਾਲ ਬਰਗਾ ਭੈ ਹੈ ਪਰਮੇਸਰ ਨੇ ਪਾਇ ਛੋਡਾ ਹੈ ਇਨਾਂ ਨੂੰ। ਮੈਂ ਤੇ ਜੀ ਨਾ ਭੈ ਦੇਣ ਜੋਗਾ ਹਾਂ, ਨਾ ਕੁਛ ਬਖਸ਼ ਈ ਕਰਨ ਜੋਗਾ ਹਾਂ। ਸਭ ਕੁਛ ਗੁਰੂ ਜੀ ਦੇ ਹੀ ਹਥ ਮੈਂ ਹੈ।...॥31॥

...ਮੈਂ ਤਾਂ ਹਮੇਸ਼ਾਂ ਗੁਰੂ ਜੀ ਪਾਸੋਂ ਮੰਗਦਾ ਹਾਂ। ਜੋ ਹੇ ਗੁਰੂ ਜੀ ਨਾਮਧਾਰੀਆਂ ਨੂੰ ਸਾਰੇ ਈ ਸੁਖ ਦੇਇ। ਸੱਚੇ ਪਾਤਸ਼ਾਹ ਤੇਰੇ ਜੰਤ ਹਾਂ, ਤੇਰੇ ਲੜ ਆਇ ਲਗੇ ਹਾਂ, ਜਿਉਂ ਜਾਣੇਂ ਤਿਉਂ ਬਖਸ਼। ਅੱਗੇ ਬਖਸ਼ਨ ਵਾਲਾ ਗੁਰੂ ਹੈ, ਮੈਂ ਤਾਂ ਕੁਛ ਨਹੀਂ ਕਰ ਸਕਦਾ।...॥39॥

...ਹੋਰ ਸੰਗਤਿ ਦੇ ਵਿਛੋੜੇ ਦਾ ਬਡਾ ਦੁਖ ਹੈ। ਏਹ ਦੁਖ ਗੁਰੂ ਮੇਟੂਗਾ ਤਾਂ ਮਿਟ ਜਾਊ। ਹੋਰ ਸਾਡੀਆਂ ਤਾਂ ਅਰਜਾਂ ਬੇਨਤੀਆਂ ਹਨ, ਸੁਨਣ ਵਾਲਾ ਗੁਰੂ ਹੈ।...॥46॥

...ਇਹ ਸਭ ਜੋ ਲਿਖਾ ਹੈ ਸੋ ਗੁਰੂ ਜੀ ਦਾ ਹੁਕਮ ਲਿਖਾ ਹੈ। ਮੈਂ ਗੁਰੂ ਨਹੀਂ, ਮੈਂ ਤਾਂ ਗੁਰੂ ਦੇ ਦਰ ਦਾ ਕੂਕਰ ਹਾਂ। ਮੈਂ ਭੀ ਅਠੇ ਪਹਿਰ ਏਥੇ ਬੇਨਤੀ ਕਰਦਾ ਹਾਂ ਜੋ ਹੇ ਗੁਰੂ ਜੀ ਤੇਰੀ ਸਰਨ ਹਾਂ, ਬੇਮੁਖੀ ਥੀਂ ਰਖ ਲਈਂ, ਬੇਸਿਦਕੀ ਮਨਮੁਖੀ ਤੇ ਰਖ ਲਈਂ, ਅੱਗੇ ਜੋ ਗੁਰੂ ਨੂੰ ਭਾਵੇ।...॥49॥

...ਹੋਰ ਜੋ ਅਰਦਾਸ ਲਿਖੋ ਤਾਂ ਬਹੁਤਾ ਸ੍ਰੀ ਸ੍ਰੀ ਮਹਾਰਾਜ ਨਾ ਲਿਖੋ।...॥50॥

...ਭਾਈ ਸਮੁੰਦ ਸਿੰਘ ਜੀ ਤੈਂ ਭਜਨ ਬਾਣੀ ਸੰਗਤਾਂ ਪਾਸੋਂ ਬਹੁਤ ਕਰਾਉਣੀ, ਤੁਸਾਂ ਦਾ ਭੀ ਬਹੁਤ ਭਲਾ ਹੋਊਗਾ, ਸਤਿ ਕਰਕੇ ਮੰਨਣਾ। ਹੋਰ ਭਾਈ ਦਸਾਂ ਪਾਤਸ਼ਾਹੀਆਂ ਤੇ ਪਿੱਛੇ ਗੁਰੂ ਤਾਂ ਮਹਾਰਾਜ ਜੀ ਗੁਰੂ ਗ੍ਰੰਥ ਸਾਹਿਬ ਨੂੰ ਇਸਥਾਪਨ ਕਰ ਗਏ ਹਨ, ਸੋ ਸਦਾ ਹੀ ਇਸਥਿਤ ਹੈ, ਹੋਰ ਗੁਰੂ

ਕੋਈ ਨਹੀਂ। ॥55॥

...ਮੈਨੂੰ ਮੇਰੇ ਕਿਸੇ ਖੋਟੇ ਕਰਮ ਨੇ ਤਾਂ ਏਥੇ ਲੈ ਆਂਦਾ ਹੈ, ਪਰ ਭਜਨ ਬਾਣੀ ਨੇ ਏਥੇ ਭੀ ਮੈਨੂੰ ਦੁਖ ਮੈ ਸੁਖ ਦੇ ਛੋਡਾ ਹੈ।...ਤੁਸੀਂ ਗੁਰੂ ਜੀ ਦੇ ਬਚਨਾਂ ਵੱਲ ਧਿਆਨ ਦੇਣਾ, ਗ੍ਰੰਥ ਸਾਹਿਬ ਗੁਰੂ ਜੀ ਦੀ ਦੇਹ ਹੈ ਪ੍ਰਤੱਖ॥57॥

ਭਾਈ ਰਾਮ ਸਿੰਘ ਦੀਆਂ ਚਿੱਠੀਆਂ ਵਿਚੋਂ ਉਪਰ ਦਿਤੀਆਂ ਕਾਤਰਾਂ ਤੋਂ ਭਲੀ ਪ੍ਰਕਾਰ ਅੰਦਾਜ਼ਾ ਲਾਇਆ ਜਾ ਸਕਦਾ ਹੈ ਕਿ ਆਪ ਦੇ ਨਿਮਰਤਾ ਭਰੇ ਸ੍ਵਛ ਹਿਰਦੇ ਵਿਚ ਗੁਰੂ ਸਾਹਿਬਾਂ ਲਈ ਕਿਤਨੀ ਕੁ ਸਰਧਾ ਭਰੀ ਹੋਈ ਸੀ ਅਤੇ ਆਪ ਕਿਸ ਤਰਾਂ ਸਪਸ਼ਟ ਕਹਿ ਰਹੇ ਹਨ, 'ਮੈ ਗੁਰੂ ਨਹੀਂ, ਮੈਂ ਰਪਟੀਏ ਕੇ ਮਾਫਕ ਹਾਂ', 'ਮੈਂ ਤਾਂ ਹੁਕਮੀ ਬੰਦਾ ਹਾਂ', 'ਮੈ ਤਾਂ ਗੁਰੂ ਦੇ ਦਰ ਦਾ ਕੂਕਰ ਹਾਂ', 'ਦਸਾਂ ਪਾਤਸ਼ਾਹੀਆਂ ਦੇ ਪਿੱਛੇ ਗੁਰੂ ਤਾਂ ਮਹਾਰਾਜ ਜੀ ਗੁਰੂ ਗ੍ਰੰਥ ਸਾਹਿਬ ਨੂੰ ਇਸਥਾਪਨ ਕਰ ਗਏ ਹਨ', 'ਗ੍ਰੰਥ ਸਾਹਿਬ ਗੁਰੂ ਜੀ ਦੀ ਦੇਹ ਹੈ ਪ੍ਰਤਖ', 'ਮੈਨੂ ਮੇਰੇ ਕਿਸੇ ਖੋਟੇ ਕਰਮ ਨੇ ਤਾਂ ਏਥੇ ਲੈ ਆਂਦਾ ਹੈ, ਪਰ ਭਜਨ ਬੰਦਗੀ ਨੇ ਏਥੇ ਭੀ ਮੈਨੂੰ ਦੁਖ ਮੈ ਸੁਖ ਦੇ ਛੋਡਾ ਹੈ', 'ਮੈਂ ਭੀ ਅਠੇ ਪਹਿਰ ਏਥੇ ਬੇਨਤੀ ਕਰਦਾ ਹਾਂ, ਜੋ ਹੇ ਗੁਰੂ ਜੀ ਤੇਰੀ ਸਰਨ ਹਾਂ, ਬੇਮੁਖੀ ਥੀਂ ਰਖ ਲਈਂ, ਬੇ ਸਿਦਕੀ ਮਨਮੁਖੀ ਤੇ ਰੱਖ ਲਈਂ।' ਇਹ ਸਿਦਕ, ਇਹ ਨਿਮ੍ਰਤਾ, ਤੇ ਇਹ ਸਰਧਾ ਇਕ ਸਾਫ ਸ਼ੀਸ਼ੇ ਵਰਗੇ ਨਿਰਮਲ ਹੋਏ ਹੋਏ ਹਿਰਦੇ ਵਿਚੋਂ ਹੀ ਇਸ ਤਰਾਂ ਪ੍ਰਤਖ ਦਿਸ ਸਕਦੀ ਹੈ।

ਇਹ ਹੀ ਨਹੀਂ, ਡੰਭੀ ਸੋਢੀਆਂ ਬੇਦੀਆਂ ਤੇ ਪਖੰਡੀ ਸਾਧਾਂ ਦੇ ਪਾਏ ਹੋਏ ਭੈੜੇ ਰਿਵਾਜਾਂ ਦੇ ਅਸਰ ਹੇਠਾਂ ਜੇ ਕਦੀ ਆਪ ਦੇ ਕਿਸੇ ਸਰਧਾਲੂ ਨੇ ਆਪ ਦੀ 'ਚਰਨ ਧੂੜ' ਤੇ 'ਸੀਤ ਪ੍ਰਸਾਦਿ' ਦੀ ਇਛਾ ਕੀਤੀ ਤਾਂ ਆਪ ਨੇ ਇਸ ਦੀ ਸਖਤ ਨਿਖੇਧੀ ਕੀਤੀ। ਜੁਆਲਾ ਦੇਈ ਨੂੰ 'ਚਰਨ ਧੂਲੀ' ਸੰਬੰਧੀ ਲਿਖਦੇ ਹਨ:-

...ਹੋਰ ਜੁਆਲਾ ਦੇਈ, ਤੇਰੀ ਬਿਮਾਰੀ ਦੀ ਬਾਤ ਸੁਣ ਕੇ ਬਡਾ ਚਿਤ ਨੂੰ ਅਫਸੋਸ ਹੋਇਆ, ਪਰ ਹਛਿਆਂ ਕਰਨ ਵਾਲਾ ਤਾਂ ਗੁਰੂ ਜੀ ਹੈ, ਜੀਆਂ ਦੇ ਕੋਈ ਬਸ ਨਹੀਂ। ਪਰ ਜੋ ਤੈਂ ਲਿਖਾ ਸੀ ਚਰਨ ਧੂਲੀ ਮਿਲੈ, ਸੋ ਤਾਂ ਮਿਟੀ ਦਾ ਤੇ ਕੁਛ ਘਾਟਾ ਨਹੀਂ, ਇਕ ਬਾਰ ਹਟ ਗਈ ਬਿਮਾਰੀ ਮਿਟੀ ਤੇ, ਕਿ ਜਾਣੇ ਨਾ ਵੀ ਹਟੇ।... ਤਾਂ ਤੇ ਮਿਟੀ ਦੀ ਕੁਛ ਬਾਤ ਨਹੀਂ... ਇਹ [ਨਾਮ] ਦੁਆਈ ਸਰਬ ਦੁਖਾਂ ਦੇ ਦੂਰ ਕਰਨ ਵਾਲੀ ਹੈ। ਗੁਰੂ ਜੀ ਨੇ ਲਿਖਾ ਹੈ 'ਸਰਬ ਰੋਗ ਕਾ ਔਖਧ ਨਾਮ', ਸਮਾਂ ਤਾਂ ਆਇਆ ਮਿਟਦਾ ਨਹੀਂ ਕਿਸੇ ਤੇ, ਪਰ ਨਾਮ ਜੈਸੀ ਦਾਰੂ ਹੋਰ ਕੋਈ ਨਹੀਂ ਹੈ।...॥19॥

'ਸੀਤ ਪ੍ਰਸਾਦਿ' ਬਾਬਤ ਇਕ ਪਤ੍ਰ ਵਿਚ ਲਿਖਦੇ ਹਨ:-

ਹੋਰ ਭਾਈ ਸੀਤ ਪ੍ਰਸਾਦਿ ਦੀ ਤਾਂ ਮੈਂ ਬਾਤ ਅੱਗੇ ਕਈ ਬਾਰ ਲਿਖੀ

ਹੈ ਜੋ ਜੂਠਾ ਨਾ ਕੋਈ ਕਿਸੇ ਦਾ ਖਾਵੇ ਨਾ ਕੋਈ ਕਿਸੇ ਨੂੰ ਦੇਵੇ, ਤੁਸੀ ਨਹੀਂ ਸੁਣੀ। ਸੀਤ ਪ੍ਰਸਾਦਿ ਤਾਂ ਬਚਨ ਮੰਨਣਾ ਹੈ, ਗੁਰੂ ਜੀ ਨੇ ਇਹ ਸੀਤ ਪ੍ਰਸਾਦਿ ਕਿਹਾ ਹੈ। ਅਜ ਦੇ ਸਮੈ ਮੈ ਤਾਂ ਜੂਠਾ ਟੂਕ ਖਾ ਕੇ ਕੋਈ ਨਹੀਂ ਡਿੱਠਾ ਬਬਾਣਾਂ ਉਤੇ ਚੜ੍ਹਾ ਜਾਂਦਾ। ਬਚਨ ਮੰਨ ਕੇ ਤਾਂ ਅਨੇਕ ਓਧਰੇ ਹੈ। ਸੋ ਜੀ ਗੁਰੂ ਜੀ ਦਾ ਜੋ ਬਚਨ ਹੈ, ਭਾਈ ਉਸ ਦੇ ਮੰਨਣ ਦੀ ਕਰੋ।... ਜੂਠੇ ਟੁੱਕਾਂ ਮੈਂ ਕੁਛ ਨਹੀਂ ਫ਼ਾਇਦਾ।...॥58॥

ਆਪ ਉਚ ਆਚਰਨ ਦੇ ਹਾਮੀ ਤੇ ਪਖੰਡ ਦੇ ਬਹੁਤ ਵਿਰੋਧੀ ਸਨ। ਜਦ ਆਪ ਨੂੰ ਪਤਾ ਲੱਗਾ ਕਿ ਕੁਝ ਕੂਕੇ ਕਈ ਵਾਰੀ ਸੂੜ੍ਹ ਕਢਣ ਵਿਚ ਪਾਖੰਡ ਕਰਦੇ ਤੇ ਭੜਥੂ ਪਾਉਂਦੇ ਹਨ ਤਾਂ ਆਪ ਨੇ ਭਾਈ ਹਰੀ ਸਿੰਘ [ਜੋ ਆਪਦੇ ਪਿਛੋਂ ਕੂਕਿਆਂ ਦੇ ਆਗੂ ਬਣੇ] ਨੂੰ ਲਿਖਿਆ:-

ਹੋਰ ਭਾਈ ਹਰੀ ਸਿੰਘ ਜੀ, ਤੁਸੀਂ ਸੂੜ੍ਹੀਆਂ ਕੋ ਇਹ ਬਾਤ ਬੋਲ ਦੇਣੀ, ਭਾਈ ਜੋ ਜਾਣ ਕੇ ਭੜਥੂ ਪਾਊ, ਸੂੜ੍ਹ ਕਢੂਗਾ, ਗੁਰੂ ਸਾਹਿਬ ਦਾ ਚੋਰ ਹੋਊਗਾ, ਉਸ ਦਾ ਭਜਨ ਬਾਨੀ ਨਿਹਫਲ ਜਾਊਗਾ, ਪਖੰਡ ਨਹੀਂ ਕਿਸੇ ਕਰਨਾ, ਜੇ ਬੇਵੱਸ ਕੋ ਅਮਲ ਚੜ੍ਹ ਜਾਏ, ਤੋ ਚੜ੍ਹ ਜਾਏ ਪਖੰਡ ਨਹੀਂ ਕਿਸੇ ਕਰਨਾ। ਪਾਖੰਡ ਕੀਤੇ ਤੇ ਮੂੰਹ ਕਾਲਾ ਹੁੰਦਾ ਹੈ ਦੀਨ ਦੁਨੀ ਮੈਂ। ਜੇ ਬੇ-ਬਸੇ ਨੂੰ ਚੜ੍ਹ ਜਾਵੇ ਅਮਲ ਤਾਂ ਉਹ ਜਾਣੇ ਉਸ ਕੋ ਦੋਖ ਨਹੀਂ।...॥48॥

ਭਾਵੇਂ ਇਸ ਗਲ ਤੋਂ ਇਨਕਾਰ ਕਰ ਸਕਣਾ ਮੁਸ਼ਕਲ ਹੈ ਕਿ ਕੁਛ ਚਿਰ ਪਿਛੋਂ ਗਿਣਤੀ ਵਧਾਉਣ ਦੇ ਖਿਆਲ ਨੇ ਕੂਕਿਆਂ ਵਿਚ ਕੁਝ ਕੁ ਆਚਰਨ ਦੀ ਢਿਲਿਆਈ ਲੈ ਆਂਦੀ ਸੀ ਅਤੇ ਭਾਈ ਰਾਮ ਸਿੰਘ ਦੇ ਨਿਕਟ ਵਰਤੀਆਂ ਵਿਚ ਹੀ ਇਸੇ ਕਾਰਣ ਉਧਾਲੇ ਤੇ ਕਤਲ ਹੋ ਗਏ ਸਨ। ਪਰ ਕਈ ਵਾਰੀ ਇਸ ਦੀ ਤਹਿ ਵਿਚ ਪਾਖੰਡੀਆਂ ਦਾ ਸੂੜ੍ਹ ਹੁੰਦਾ ਸੀ। ਜਿਸ ਨੂੰ ਇਸ ਪ੍ਰਕਾਰ ਦੀ ਢਿਲਿਆਈ ਨੂੰ ਢੱਕਣ ਲਈ ਪਰਦਾ ਬਣਾਇਆ ਜਾਂਦਾ ਸੀ। ਖੁਦ ਭਾਈ ਰਾਮ ਸਿੰਘ ਕੂਕਿਆਂ ਦੇ ਨਿਜੀ ਆਚਰਨ ਨੂੰ ਬਹੁਤ ਉੱਚਾ ਦੇਖਣ ਦੇ ਚਾਹਵਾਨ ਸਨ ਤੇ ਵਿਭਿਚਾਰੀਆਂ ਨੂੰ ਸਖਤ ਤਾੜਨਾ ਕਰਦੇ ਸਨ ਤੇ ਸੰਗਤ ਵਿਚੋਂ ਖਾਰਜ ਕਰ ਦੇਣ ਦੇ ਹੱਕ ਵਿਚ ਸਨ।

ਇਕ ਭਾਈ ਮੀਹਾਂ ਸਿੰਘ ਨੂੰ ਤਾੜਨਾ ਕਰਦੇ ਹੋਏ ਲਿਖਦੇ ਹਨ:-

ਹੋਰ ਭਾਈ ਮੀਹਾਂ ਸਿੰਘ, ਤੈਂ ਇਹ ਬਾਤ ਅੱਛੀ ਨਹੀਂ ਕੀਤੀ ਜੋ ਰੰਡੀ ਦਾ ਸੰਗ ਕੀਤਾ... ਰੰਡੀ ਦੇ ਸੰਗ ਤੋਂ ਇਕ ਤਾਂ ਸਰੀਰ ਨੂੰ ਦੁਖ ਲਗ ਜਾਂਦਾ ਹੈ, ਇਕ ਪੈਸਾ ਬਰਬਾਦ ਹੋਇ ਜਾਂਦਾ ਹੈ, ਇਕ ਧਰਮ ਜਾਂਦਾ ਹੈ, ਇਕ ਲੋਕਾਂ ਮੈਂ ਬਹੁਤ ਭੰਡੀ ਹੁੰਦੀ ਹੈ।... ਅਰ ਜੇ ਤੂੰ ਘਰ ਗਿਆ... ਤਾਂ ਉਸ [ਘਰ ਦੀ ਸਿਖਣੀ] ਨੂੰ ਬਿਮਾਰੀ ਹੋਇ ਗਈ ਤਾਂ ਭੀ ਬਡਾ ਗਜ਼ਬ ਹੈ। ਤੈਂ ਬਡੀ ਗਾਫਲੀ

ਕੀਤੇ ਏਸ ਬਾਤਿ ਦੀ।...॥34॥

ਇਕ ਬੀਬੀ ਅਤਰੀ ਦੇ ਮਾਂ ਪਿਓ ਦੀ ਇਹ ਇਛਾ ਸੀ ਕਿ ਉਸ ਦਾ ਵਿਆਹ ਭਾਈ ਰਾਮ ਸਿੰਘ ਨਾਲ ਕੀਤਾ ਜਾਏ ਜਿਨ੍ਹਾਂ ਦੀ ਸਿੰਘਣੀ ਕਿ ਕੁਝ ਚਿਰ ਪਹਿਲਾਂ ਗੁਜ਼ਰ ਚੁਕੀ ਸੀ। ਇਸ ਦਾ ਜ਼ਿਕਰ ਕਰਦੇ ਹੋਏ ਆਪ ਕਹਿੰਦੇ ਹਨ।

> ...ਭਾਈ ਮੇਰੀ ਤਾਂ ਸ਼ਾਦੀ ਕਰਨ ਦੀ ਸਲਾਹਿ ਨਾ ਅੱਗੇ ਥੀ, ਨਾ ਹੁਣ ਹੈ। ਜਿਤਨੇ ਦਿਨ ਜੀਉਣਾ ਹੈ ਉਤਨੇ ਦਿਨ ਇਹੋ ਗੁਰੂ ਪਾਸੋਂ ਮੰਗਦਾ ਹਾਂ, ਹੇ ਗੁਰੂ ਮੇਰੇ ਪਾਸੋਂ ਸਾਸ ਸਾਸ ਆਪਣਾ ਨਾਮ ਜਪਾਓ। ਅਗੇ ਜੋ ਗੁਰੂ ਨੇ ਕਰਨੀ ਹੈ ਗੁਰੂ ਜਾਣੇ। ਅਤਰੀ ਦੇ ਮਾਂ ਪਿਓ ਨੂੰ ਮੈਂ ਹਮੇਸ਼ਾਂ ਏਹੋ ਲਿਖਦਾ ਹਾਂ ਤੁਸੀ ਅਤਰੀ ਨੂੰ ਕਿਉਂ ਨਹੀਂ ਪ੍ਰਨਾ ਦਿੰਦੇ। ਫਲਾਣੇ ਦੀ ਉਧਲ ਗਈ, ਫਲਾਣੇ ਫਲਾਣੀ ਦਾ ਨਕ ਬੱਢਾ, ਥੁਆਨੂੰ ਫਿਟ ਫਿਟ ਹੋਊ, ਤੈਨੂੰ ਭੀ ਕਹਾ ਥਾ ਤੂੰ ਜਾਇ ਕਹੀਂ॥...॥58॥

ਭਾਈਚਾਰਕ ਸੁਧਾਰ ਵਿਚ ਆਪ ਲੜਕੀਆਂ ਮਾਰਨ, ਉਨ੍ਹਾਂ ਦਾ ਪੈਸਾ ਲੈਣ। ਬੱਟਾ ਕਰਨ ਤੇ ਛੋਟੀ ਉਮਰ ਦੇ ਵਿਆਹ ਦੇ ਵਿਰੁਧ ਤੇ ਵਿਦਿਆ ਪ੍ਰਚਾਰ ਦੇ ਹਾਮੀ ਸਨ। ਆਪ ਆਪਣੀਆਂ ਚਿਠੀਆਂ ਵਿਚ ਮੁੜ ਮੁੜ ਇਸਤਰੀਆਂ, ਮਰਦਾਂ, ਅਤੇ ਬੁਢਿਆਂ ਤੇ ਬਾਲਾਂ ਸਾਰਿਆਂ ਨੂੰ ਗੁਰਮਖੀ ਪੜ੍ਹਨ ਦੀ ਤਾਕੀਦ ਕਰਕੇ ਹਨ ਤਾਕਿ ਓਹ ਗੁਰੂ ਗ੍ਰੰਥ ਸਾਹਿਬ ਤੇ ਗੁਰਬਾਣੀ ਦੇ ਪਾਠ ਕਰ ਸਕਣ ਤੇ ਭਜਨ ਬੰਦਗੀ ਵਲ ਜੁੜ ਸਕਣ।

ਰਾਜਸੀ ਨੁਕਤੇ ਤੋਂ ਸਾਖੀਆਂ ਦੇ ਅਧਾਰ ਤੇ ਮਲੂਮ ਹੁੰਦਾ ਹੈ ਆਪ ਨੂੰ ਯਕੀਨ ਜਿਹਾ ਹੋ ਗਿਆ ਹੋਇਆ ਸੀ ਕਿ ਛੇਤੀ ਹੀ ਰਾਜ-ਰੌਲਾ ਪੈ ਜਾਏਗਾ, ਅੰਗ੍ਰੇਜ਼ ਹਿੰਦੁਸਤਾਨ ਤੋਂ ਚਲੇ ਜਾਣਗੇ, ਰੂਸ ਇਥੇ ਆ ਜਾਏਗਾ, ਅਤੇ ਆਪ ਦਾ ਦੇਸ-ਨਿਕਾਲਾ ਕਟਿਆ ਜਾਏਗਾ ਤੇ ਆਪ ਮੁੜ ਪੰਜਾਬ ਨੂੰ ਆ ਜਾਣਗੇ। ਪਰ, ਜਿਵੇਂ ਪਿਛੇ ਦੱਸਿਆ ਗਿਆ ਹੈ, ਇਹ ਸਬ ਕੁਝ ਕਿਸੇ ਚਤੁਰ ਦਿਮਾਗ਼ ਦੀਆਂ ਘਾੜਤਾਂ ਸਨ ਜੋ ਸਾਖੀਆਂ ਵਿਚ ਮਿਲਾਈਆਂ ਹੋਈਆਂ ਸਨ ਅਤੇ ਜਿਨ੍ਹਾਂ ਨੂੰ ਭਾਈ ਸਾਹਿਬ ਨੇ ਠੀਕ ਮੰਨ ਲਿਆ ਹੋਇਆ ਸੀ, ਨਹੀਂ ਤਾਂ ਇਨ੍ਹਾਂ ਨੇ ਨਾ ਤਾਂ ਪੂਰਾ ਹੋਣਾ ਹੀ ਸੀ ਤੇ ਨਾ ਹੀ ਪੂਰੀਆਂ ਹੋਈਆਂ। ਨਾ ਕੋਈ ਰਾਜ ਰੌਲਾ ਪਿਆ, ਨਾ ਰੂਸ ਆਇਆ, ਨਾ ਅੰਗ੍ਰੇਜ਼ ਗਏ, ਨਾ ਹੀ ਕੈਦੋਂ ਆਪ ਦੀ ਖਲਾਸੀ ਹੋਈ ਅਤੇ ਨਾ ਹੀ ਆਪ ਮੁੜ ਦੇਸ ਨੂੰ ਆ ਸਕੇ।

ਅੰਮ੍ਰਿਤਸਰ, ਰਾਏਕੋਟ, ਮੋਰਿੰਡਾ ਆਦਿ ਦੇ ਕਤਲਾਂ ਦਾ ਆਪ ਨੂੰ ਪਤਾ ਤਾਂ ਹੋ ਸਕਦਾ ਹੈ ਅਤੇ ਇਹ ਭੀ ਕੁਦਰਤੀ ਗੱਲ ਹੈ ਕਿ ਹਰ ਕੋਈ ਆਪਣੇ ਸੰਗੀਆਂ ਦੇ ਪਰਦੇ ਢਕਣ ਦਾ ਯਤਨ ਕਰਦਾ ਹੈ, ਪਰ ਉਸ ਤਰ੍ਹਾਂ ਉਹ ਨਾ ਤਾਂ ਕਤਲਾਂ ਦੀ ਕਿਸੇ

ਸਾਜ਼ਸ਼ ਵਿਚ ਹੀ ਸ਼ਾਮਲ ਸਨ ਅਤੇ ਨਾ ਹੀ ਓਹ ਕਿਸੇ ਰਾਜ ਵਿਦਰੋਹ ਦੀਆਂ ਗੋਂਦਾਂ ਗੁੰਦ ਰਹੇ ਸਨ ਜਿਸ ਕਰਕੇ ਉਨ੍ਹਾਂ ਨੂੰ ਦੇਸ ਨਿਕਾਲੇ ਦਾ ਭਾਗੀ ਕਿਹਾ ਜਾ ਸਕੇ। 1857 ਦੇ ਗਦਰ ਦੀ ਡਰੀ ਹੋਈ ਸਰਕਾਰ ਹਿੰਦ ਨੂੰ ਹਰ ਇਕ ਨਵੀਂ ਉਠ ਰਹੀ ਲਹਿਰ ਤੋਂ ਗਦਰ ਦੀ ਬੋ ਆਉਂਦੀ ਸੀ, ਅਤੇ ਬੇਸ਼ੁਮਾਰ ਐਸੇ ਖੁਸ਼ਾਮਦੀ ਲੋਕ ਹਰ ਸਮੇਂ ਮੌਜੂਦ ਹੁੰਦੇ ਹਨ ਜੋ ਖੁਦ ਸਰਕਾਰ ਨਾਲੋਂ ਸਰਕਾਰ ਦੇ ਜ਼ਿਆਦਾ ਖੈਰ ਖਾਹ ਹੁੰਦੇ ਹਨ ਅਤੇ ਐਵੇਂ ਹੀ ਮਾਮੂਲੀ ਜੇਹੀ ਗੱਲ ਨੂੰ ਵਧਾ ਕੇ ਹੋਰ ਦਾ ਹੋਰ ਹੀ ਜਾ ਪੇਸ਼ ਕਰਦੇ ਹਨ। ਜੁਲਾਈ 1863 ਵਿਚ ਭਾਵੇਂ ਸਰਕਾਰ ਪੰਜਾਬ ਨੇ ਨਿਗਰਾਨੀ ਵਾਸਤੇ ਭਾਈ ਰਾਮ ਸਿੰਘ ਨੂੰ ਕੁਝ ਚਿਰ ਲਈ ਭੈਣੀ ਵਿਚ ਨਜ਼ਰਬੰਦ ਕਰ ਦਿੱਤਾ ਸੀ, ਪਰ ਉਨ੍ਹਾਂ ਵਲੋਂ ਸਰਕਾਰ ਦੇ ਵਿਰੁਧ ਕੋਈ ਸਰਗਰਮੀ ਨਾ ਦਿਸਣ ਕਰਕੇ ਸੰਨ 1867 ਵਿਚ ਨਜ਼ਰਬੰਦੀ ਹਟਾ ਦਿਤੀ ਗਈ। ਇਹ ਹੀ ਨਹੀਂ ਬਲਕਿ ਸਰਕਾਰ ਪੰਜਾਬ ਨੇ ਮਾਰਚ 1867 ਵਿਚ ਆਪ ਨੂੰ ਹੋਲੇ ਮਹੱਲੇ ਦੇ ਮੌਕੇ ਤੇ ਅਨੰਦਪੁਰ ਜਾਣ ਦੀ ਆਗਿਆ ਦੇ ਦਿੱਤੀ ਅਤੇ ਮਹੰਤ ਯਾ ਨਿਹੰਗ ਸਿੰਘਾਂ ਵਲੋਂ ਹਰ ਪ੍ਰਕਾਰ ਦੀ ਰੁਕਾਵਟ ਰੋਕਣ ਲਈ ਯੋਗ ਪ੍ਰਬੰਧ ਕੀਤਾ। ਪਰ ਸੰਨ 1871-72 ਵਿਚ ਭਾਈ ਰਾਮ ਸਿੰਘ ਦੀ ਇੱਛਾ ਦੇ ਵਿਰੁਧ ਕੁਝ ਕੂਕਿਆਂ ਦੀ ਹੂੜਮਤ, ਸਰਕਾਰ ਨੂੰ ਗਦਰ ਦੇ ਡਰ, ਵਾਧੂ ਦੇ ਖੈਰ ਖਾਹਾਂ ਵਲੋਂ ਪਾਈਆਂ ਗਲਤ ਫਹਿਮੀਆਂ ਅਤੇ ਸਰਕਾਰੀ ਕਰਮਚਾਰੀਆਂ ਮਿਸਟਰ ਕਾਵਨ ਅਤੇ ਮਿਸਟਰ ਡਗਲਸ ਫੋਰਸਾਈਥ ਦੀਆਂ ਬੇਨਿਯਮੀਆਂ ਕਾਰਵਾਈਆਂ ਦੇ ਕਾਰਣ ਆਪ ਨੂੰ ਦੇਸ-ਨਿਕਾਲਾ ਦੇ ਦਿੱਤਾ ਗਿਆ ਤੇ ਕੈਦ ਦੀ ਹਾਲਤ ਵਿਚ ਹੀ ਰੰਗੂਨ ਵਿਚ ਆਪ ਦਾ ਦੇਹਾਂਤ ਹੋ ਗਿਆ।

ਉਪਰ ਜੋ ਸਬ ਕੁਝ ਲਿਖਿਆ ਗਿਆ ਹੈ ਇਸ ਤੋਂ ਇਹ ਪ੍ਰਤੀਤ ਹੁੰਦਾ ਹੈ ਕਿ ਆਪ ਇਕ ਸਿਖ ਸੁਧਾਰਕ ਲਹਿਰ ਚਲਾ ਕੇ ਲੋਕਾਂ ਵਿਚ ਨਿਰੋਲ ਸਿਖੀ ਤੇ ਭਜਨ ਬੰਦਗੀ ਦੀ ਜ਼ਿੰਦਗੀ ਸੁਰਜੀਤ ਕਰਨਾ ਚਾਹੁੰਦੇ ਸਨ, ਪਰ ਆਪ ਇਸ ਵਿਚ ਪੂਰੀ ਤਰ੍ਹਾਂ ਕਾਮਯਾਬ ਨਾ ਹੋ ਸਕੇ, ਅਤੇ ਆਪ ਦਾ ਕੰਮ ਇਕ ਸਰਬ-ਸਿਖ ਸੁਧਾਰਕ ਹੋਣ ਦੀ ਥਾਂ ਕੂਕਿਆਂ ਨੂੰ ਇਕ ਵਖਰਾ ਜਿਹਾ ਫਿਰਕਾ ਬਣਾ ਕੇ ਰਹਿ ਗਿਆ। ਕੁਝ ਤਾਂ ਆਪ ਦੇ ਕੁਝ ਕੁ ਜ਼ਿਆਦਾ ਜੋਸ਼ੀਲੇ ਕੂਕਿਆਂ ਦੀਆਂ ਬੁੱਚੜ-ਮਾਰ ਮੁਹਿੰਮਾਂ ਨੇ ਰੁਕਾਵਟਾਂ ਲਿਆ ਖੜ੍ਹੀਆਂ ਕੀਤੀਆਂ ਅਤੇ ਕੁਝ ਓਨ੍ਹਾਂ ਦੀ ਭਾਈ ਰਾਮ ਸਿੰਘ ਨੂੰ ਗੁਰੂ ਪ੍ਰਸਿਧ ਕਰਨ ਦੀ ਅਯੋਗ ਤੇ ਇਤਿਹਾਸ-ਵਿਰੁੱਧ ਲਾਲਸਾ ਨੇ ਆਮ ਸਿਖ ਪੰਥ ਵਿਚ ਆਪ ਲਈ ਵਿਰੋਧ ਖੜ੍ਹਾ ਕਰ ਦਿੱਤਾ ਤੇ ਤਖਤਾਂ ਤੋਂ ਕੂਕਿਆਂ ਦੇ ਵਿਰੁਧ ਹੁਕਮ ਨਾਮੇ ਜਾਰੀ ਹੋ ਗਏ, ਅਤੇ ਕੁਝ 1857 ਦੇ ਗਦਰ ਤੋਂ ਡਰੀ ਹੋਈ ਸਰਕਾਰ ਨੇ ਆਪ ਅਤੇ ਆਪ ਦੇ ਮੁਖੀ ਸੂਬਿਆਂ ਨੂੰ ਦੇਸ-ਨਿਕਾਲਾ ਦੇ ਕੇ ਅਤੇ ਭੈਣੀ ਵਿਚ ਪੁਲਸੀ ਨਿਗਰਾਨੀ ਲਾ ਕੇ ਲਹਿਰ ਨੂੰ ਦਬਾ ਦਿਤਾ। ਇਸ ਤੋਂ ਇਲਾਵਾ ਆਪ ਨੇ ਜੋ ਹਵਨ ਅਤੇ ਵਿਆਹ

ਸ਼ਾਦੀ ਵੇਲੇ ਯਾ ਮ੍ਰਿਤੂ ਤੋਂ ਬਾਦ ਬ੍ਰਾਹਮਣਾਂ ਦੀ ਵੇਦੀ, ਪਿੰਡ, ਪੱਤਲ, ਕਿਰਿਆ, ਗਊ ਪੁੰਨ ਆਦਿ ਹਿਦੂ ਰਸਮਾਂ ਦੀ ਆਗਿਆ ਦੇ ਦਿੱਤੀ ਅਤੇ ਹਿੰਦੂ ਤਿਓਹਾਰਾਂ ਦੀ ਮਨਾਹੀ ਨਹੀਂ ਸੀ ਕੀਤੀ ਉਸ ਨੇ ਸਿੱਖਾਂ ਨੂੰ ਬ੍ਰਾਹਮਣੀ ਜਾਲ ਤੋਂ ਪੂਰੀ ਤਰਾਂ ਆਜ਼ਾਦ ਨਾ ਹੋਣ ਦਿਤਾ। ਹਾਂ, ਪਰ ਇਹ ਗੱਲ ਠੀਕ ਹੈ ਕਿ ਆਪ ਦੀ ਜਗਾਈ ਹੋਈ ਜੋਤ ਮੱਧਮ ਤਾਂ ਭਾਵੇਂ ਪੈ ਗਈ ਪਰ ਉੱਕੀ ਹੀ ਬੁਝੀ ਨਾ, ਅਤੇ ਪਿੱਛੋਂ ਛੇਤੀ ਹੀ ਸਿੰਘ ਸਭਾ ਲਹਿਰ ਦੀ ਸ਼ਕਲ ਵਿਚ ਇਕ ਲਾਟ ਵਾਂਙੂ ਬਲ ਉਠੀ ਤੇ ਉਸ ਨੇ ਸਿਖਾਂ ਉਤੇ ਪਏ ਹੋਏ ਹਿੰਦੂ ਪਰਛਾਵੇਂ ਨੂੰ ਦੂਰ ਕਰਨ ਲਈ ਇਕ ਜ਼ੋਰਦਾਰ ਹੰਭਲਾ ਮਾਰਿਆ।

ਭਾਈ ਹਰੀ ਸਿੰਘ ਤੇ ਬਾਬਾ ਪ੍ਰਤਾਪ ਸਿੰਘ

ਬਾਬਾ ਰਾਮ ਸਿੰਘ ਨੂੰ ਜਲਾਵਤਨ ਕਰਨ ਵੇਲੇ ਸਰਕਾਰ ਪੰਜਾਬ ਨੇ ਇਨ੍ਹਾਂ ਦੇ ਪਿਤਾ ਬਾਬਾ ਜੱਸਾ ਸਿੰਘ ਤੇ ਛੋਟੇ ਭਰਾ ਭਾਈ ਬੁਧ ਸਿੰਘ ਨੂੰ ਭੈਣੀ ਵਿਚ ਹੀ ਰਹਿਣ ਦੀ ਆਗਿਆ ਦੇ ਦਿਤੀ ਸੀ। ਬਾਬਾ ਜੱਸਾ ਸਿੰਘ ਬਹੁਤ ਬਿਰਧ ਅਵਸਥਾ ਵਿਚ ਸਨ ਤੇ 90 ਕੁ ਸਾਲ ਦੀ ਆਯੂ ਸੀ। ਭਾਈ ਬੁਧ ਸਿੰਘ ਦੀ ਆਯੂ 50 ਕੁ ਸਾਲ ਦੀ ਸੀ, ਪਰ ਇਕ ਤਾਂ ਉਨ੍ਹਾਂ ਨੂੰ ਕੂਕੇ ਹੋਇਆਂ ਨੂੰ ਕੋਈ ਜ਼ਿਆਦਾ ਸਮਾਂ ਨਹੀਂ ਸੀ ਹੋਇਆ, ਦੂਸਰੇ ਉਨ੍ਹਾਂ ਨੇ ਕੂਕਿਆਂ ਦੀ ਕਿਸੇ ਐਸੀ ਸਰਗਰਮੀ ਵਿਚ ਕਦੀ ਕੋਈ ਅਜੇਹਾ ਹਿੱਸਾ ਨਹੀਂ ਸੀ ਲਿਆ ਕਿ ਸਰਕਾਰ ਨੂੰ ਉਨ੍ਹਾਂ ਦੇ ਖਤਰਨਾਕ ਹੋਣ ਦੀ ਕੋਈ ਸ਼ਕ ਭੀ ਹੋ ਸਕਦੀ। ਸੋ ਭੈਣੀ ਦੇ ਡੇਰੇ ਦਾ ਪ੍ਰਬੰਧ ਭਾਈ ਬੁਧ ਸਿੰਘ ਨੇ ਆਪਣੇ ਹੱਥ ਵਿਚ ਲੈ ਲਿਆ। ਕੁਝ ਚਿਰ ਤਾਂ ਆਪ 'ਬੁਧ ਸਿੰਘ' ਨਾਮ ਨਾਲ ਸਦੀਂਦੇ ਰਹੇ, ਪਰ ਪਿੱਛੋਂ ਇਕ ਪਤ੍ਰ ਵਿਚ ਚੂੰਕਿ ਭਾਈ ਰਾਮ ਸਿੰਘ ਨੇ ਆਪ ਨੂੰ 'ਹਰੀ ਸਿੰਘ' ਨਾਮ ਨਾਲ ਯਾਦ ਕੀਤਾ ਸੀ ਇਸ ਲਈ ਆਪ ਨੇ 'ਹਰੀ ਸਿੰਘ' ਨਾਮ ਧਾਰਣ ਕਰ ਲਿਆ।

ਪਿੱਛੇ ਲਿਖਿਆ ਜਾ ਚੁੱਕਾ ਹੈ ਕਿ ਡੇਰੇ ਦੀ ਤਲਾਸ਼ੀ ਲੈਣ ਪਿੱਛੋਂ ਕਰਨਲ ਬੇਲੀ ਨੂੰ ਰੁਪਏ ਤੇ ਗਹਿਣਾ ਗੱਟਾ ਸੰਦੂਕ ਵਿਚ ਬੰਦ ਕਰ ਕੇ ਲੁਧਿਆਣੇ ਦੇ ਖਜ਼ਾਨੇ ਤੇ ਭਾਈ ਰਾਮ ਸਿੰਘ ਦੇ ਕੱਪੜੇ ਸਦਰ ਭੇਜ ਦਿਤੇ ਸਨ। 29 ਜਨਵਰੀ 1872 ਨੂੰ ਮਿਸਟਰ ਕਾਵਨ ਆਪਣੀ ਚਿੱਠੀ ਨੰ: 26 ਵਿਚ ਕਮਿਸ਼ਨਰ ਅੰਬਾਲਾ ਨੂੰ ਲਿਖਦਾ ਹੈ ਕਿ ਚੂੰਕਿ ਦਾਣੇ ਆਦਿ ਤੇ ਸਰਕਾਰੀ ਨਿਗਰਾਨੀ ਰਖਣੀ ਬਿਲਕੁਲ ਬੇ-ਲੋੜੀ ਹੈ ਇਸ ਲਈ ਮੈਂ ਦਿਹਾਇਤ ਕਰ ਦਿਤੀ ਹੈ ਕਿ ਦਾਣੇ ਤੇ ਘਰ ਦਾ ਸਮਾਨ ਆਦਿ [ਭਾਈ ਰਾਮ ਸਿੰਘ ਦੇ] ਪਿਤਾ, ਭਰਾ ਤੇ ਲੜਕੀ ਦੇ ਹਵਾਲੇ ਕਰ ਦਿਤੇ ਜਾਣ ਜੋ ਭੈਣੀ ਰਹਿੰਦੇ ਹਨ। ਕਪੜੇ ਗਹਿਣੇ ਤੇ ਰੁਪਇਆ ਜੋ ਘਰ ਵਿਚ ਮਿਲਿਆ ਸੀ, ਉਹ ਕਰਨਲ ਬੇਲੀ ਨੇ ਮੈਨੂੰ ਭੇਜ ਦਿੱਤਾ ਸੀ। ਉਨ੍ਹਾਂ ਦਾ ਮੁਲ, ਖਿਆਲ ਹੈ, ਦੋ ਹਜ਼ਾਰ ਤੋਂ ਵਧ ਨਹੀਂ ਹੈ। ਮੈਂ ਅਲਾਹਾਬਾਦ ਦੇ ਮੈਜਿਸਟਰੇਟ ਨੂੰ ਚਿਠੀ ਲਿਖੀ ਹੈ ਕਿ ਕੀ ਰਾਮ ਸਿੰਘ ਦੇ ਕਪੜੇ ਉਸ ਨੂੰ ਭੇਜ ਦੇਵਾਂ, ਅਤੇ ਉਸ ਨੂੰ ਆਖਿਆ ਹੈ ਕਿ ਉਹ ਰਾਮ ਸਿੰਘ ਨੂੰ ਪੁੱਛੇ ਕਿ ਰੁਪਏ ਤੇ ਗਹਿਣੇ ਮੈਂ ਕਿਸ ਦੇ ਸੁਪਰਦ ਕਰ ਦੇਵਾਂ।' ਕਮਿਸ਼ਨਰ ਵਲੋਂ ਇਸ ਚਿਠੀ ਦੀ ਨਕਲ ਪੁੱਜਣ ਪਰ ਸਰਕਾਰ ਪੰਜਾਬ ਨੇ ਕਮਿਸ਼ਨਰ ਨੂੰ 30 ਜਨਵਰੀ 1872 ਨੂੰ ਆਪਣੀ ਚਿਠੀ ਨੰ: 43 ਸੀ. ਵਿਚ ਲਿਖਿਆ ਕਿ ਸਰਕਾਰ ਦੇ ਸਿਧੇ ਹੁਕਮ ਤੋਂ ਬਿਨਾਂ

ਕੋਈ ਰੁਪਏ ਤੇ ਗਹਿਣੇ ਭਾਈ ਰਾਮ ਸਿੰਘ ਦੇ ਕਹਿਣ ਪਰ ਕਿਸੇ ਨੂੰ ਨਾ ਦਿਤੇ ਜਾਣ।

19 ਫਰਵਰੀ 1872 ਨੂੰ ਲੁਧਿਆਣੇ ਦਾ ਨਵਾਂ ਡਿਪਟੀ ਕਮਿਸ਼ਨਰ ਮੇਜਰ ਜੇ. ਪਾਰਸਨਜ਼ ਦੌਰੇ ਤੇ ਭੈਣੀ ਗਿਆ। ਉਸ ਨੂੰ ਭਾਈ ਰਾਮ ਸਿੰਘ ਦੇ ਡੇਰੇ ਦੀ ਵਲਗਣ ਬੇਲੋੜੇ ਹੀ ਬਹੁਤ ਜ਼ਿਆਦਾ ਉਚੀ ਭਾਸੀ, ਸੋ ਉਸ ਨੇ ਹੁਕਮ ਦਿਤਾ ਕਿ ਉਤਰ ਦੇ ਪਾਸੇ ਦੀ ਦੀਵਾਰ ਨੀਵੀਂ ਕਰ ਕੇ ਸਿਰਫ ਇਸ ਹੱਦ ਤਕ ਉੱਚੀ ਰਹਿਣ ਦਿਤੀ ਜਾਏ ਕਿ ਜੋ ਘਰੋਗੀ ਮਾਲ ਦੀ ਰਾਖੀ ਲਈ ਕਾਫੀ ਹੋਵੇ।

ਭਾਈ ਹਰੀ ਸਿੰਘ ਬੜੇ ਸ਼ਾਂਤ ਸੁਭਾ ਤੇ ਸਿਧੇ ਸਾਦੇ ਹੋਏ ਦੱਸੀਦੇ ਹਨ। ਆਪ ਦੇ ਸਮੇਂ ਵਿਚ ਕੋਈ ਐਸੀ ਘਟਨਾ ਨਹੀਂ ਹੋਈ ਜਿਸ ਨਾਲ ਕਿ ਸਰਕਾਰ ਦੇ ਦਿਲ ਵਿਚ ਕੋਈ ਸ਼ਕ ਵਧਦੀ ਯਾ ਸਿਖ ਕੌਮ ਨਾਲ ਕਿਸੇ ਗੱਲੋਂ ਖਿਚੋ-ਤਾਣ ਜ਼ਿਆਦਾ ਹੁੰਦੀ। ਆਪ ਜੇਠ ਵਦੀ 10 ਸੰਮਤ 1963, 17 ਮਈ ਸੰਨ 1906 ਈ: ਨੂੰ ਚੜ੍ਹਾਈ ਕਰ ਗਏ ਤੇ ਹੁਣ ਆਪ ਦੀ ਜਗਾ ਬਾਬਾ ਪ੍ਰਤਾਪ ਸਿੰਘ ਕੂਕਾ ਸੰਪ੍ਰਦਾਇ ਦੇ ਆਗੂ ਹਨ।

ਆਧਾਰ ਸੂਚੀ

ਜਿਨ੍ਹਾਂ ਪੁਸਤਕਾਂ, ਅਣਛਪਿਆਂ ਖਰੜਿਆਂ, ਸਰਕਾਰੀ ਕਾਗਜ਼ਾਂ ਅਤੇ ਅਦਾਲਤੀ ਮਿਸਲਾਂ ਦੇ ਆਧਾਰ ਤੇ ਇਹ ਪੁਸਤਕ ਰਚੀ ਗਈ ਹੈ ਯਾ ਜਿਨ੍ਹਾਂ ਵਿਚ ਕੂਕਿਆਂ ਦਾ ਜ਼ਿਕਰ ਹੈ, ਉਨ੍ਹਾਂ ਦੀ ਸੰਖੇਪ ਸੂਚੀ ਹੇਠਾਂ ਦਿਤੀ ਜਾਂਦੀ ਹੈ।

ਅੰਗ੍ਰੇਜ਼ੀ

Elsmie. G.R. Thirty-five Years in the Punjab. Edinburgh, 1908.

Forsyth T.D. Authobiography and Reminiscences. London, 1887.

Kooka Outbreak – Return to an Address of the Honourable The House of Commons, dated 22nd July 1872, for "Copy of Correspondence, or Extracts from Correspondence, relating to the Kooka Outbreak – Ordered by H. of C., to be printed, 10th August 1872.

Lake Major General Edward, Sir Donald McLeod. London. 1873.

Lakshman Singh, Bhagat. Reminiscences, Ms.

Ludhiana Distt. Gazetteer.

Maclagan, Edward. Census of India, Vol. XIX. The Punjab and its Feudatories Calcutta, 1892.

Papers relating to the Kuka Sect : Selections from the Records of the Government of the Punjab and its Dependencies, Confidential Series No. A III, Lahore, 1872.

Punjabee, An old. The Punjab and North Western Frontier of India. London, 1878.

Rose, H. A. A Glossary of the Tribes and Castes of the Punjab and N.W.F. Provinces, Lahore, 1914.

Thompson, Edward. The Other Side of the Medal, London, 1926.

ਕੂਕਿਆਂ ਸੰਬੰਧੀ ਮੁਕੱਦਮਿਆਂ ਦੇ ਫੈਸਲਿਆਂ ਦੀਆਂ ਨਕਲਾਂ।

ਉਰਦੂ

ਅਬਦੁਲ ਰਹਿਮਾਨ ਹਾਫ਼ਜ਼, ਸਿਆਹਿਤਿ ਹਿੰਦ ਲਾਹੌਰ, 1909 ।
ਬਖਤਾਵਰ ਮਲ, ਮੁਨਸ਼ੀ. ਤਾਰੀਖਿ ਮਿੰਟਗੁਮਾਰੀ, ਅੰਮ੍ਰਿਤਸਰ।
ਗੁਲਾਮ ਸਰਵਰ ਕੁਰੈਸ਼ੀ. ਤਾਰੀਖਿ ਮਖ਼ਜ਼ਨਿ ਪੰਜਾਬ, ਲਖਨਊ, 1877.
ਗੋਪਾਲ ਦਾਸ, ਤਾਰੀਖਿ ਗੁਜਰਾਂਵਾਲਾ, ਲਾਹੌਰ, 1872 ।
ਮੁਹੰਮਦ ਅਲੀਮੁੱਲਾ. ਤਵਾਰੀਖਿ ਬੰਗਲਾ ਫਾਜ਼ਲਕਾ, ਲਾਹੌਰ, 1889 ।
ਨਿਸਾਰ ਅਲੀ, ਸੱਯਦ. ਤਾਰੀਖਿ ਪਰਗਨਾ ਮੁਕਤਸਰ ਵਾ ਮਮਦੋਟ ਲਾਹੌਰ 1376 ।

ਗੁਰਮੁਖੀ

ਇੰਦਰ ਸਿੰਘ ਚਕਰਵਰਤੀ, ਸੰਤ. 'ਸਤਿਜੁਗ' ਦੇ ਬਸੰਤ ਨੰਬਰ, ਖਾਸ ਕਰ ਸੰਮਤ 1986 ।
---ਨਾਮਧਾਰੀ ਇਤਿਹਾਸ, ਹਿੱਸਾ ਪਹਿਲਾ।
ਕਾਨ੍ਹ ਸਿੰਘ, ਭਾਈ. ਸ੍ਰੀ ਗੁਰ ਸ਼ਬਦ ਰਤਨਾਕਰ ਮਹਾਨ ਕੋਸ਼।
ਕਾਲਾ ਸਿੰਘ, ਭਾਈ. ਸਿੰਘਾਂ ਨਾਮਧਾਰੀਆਂ ਦਾ ਸ਼ਹੀਦ ਬਿਲਾਸ।
ਗਿਆਨ ਸਿੰਘ, ਗਿਆਨੀ. ਸ੍ਰੀ ਗੁਰੂ ਪੰਥ ਪ੍ਰਕਾਸ਼, ਸੰਮਤ 1946 ਬਿ., ਸੰਨ 1889 ਈ.।
ਭਗਤ ਬਿਸ਼ਨ ਦਾਸ ਦੇ ਕਾਗਜ਼ਾਤ।
ਭਗਤ ਲਕਸ਼ਮਨ ਸਿੰਘ ਦੀਆਂ ਲਿਖਤਾਂ।